பண்டைய இந்தியா
பண்பாடும் நாகரிகமும்

ஆங்கில மூலம்:
டி.டி. கோசாம்பி

தமிழாக்கம்:
ஆர்.எஸ். நாராயணன்

நியூ செஞ்சுரி புக் ஹவுஸ் (பி) லிட்.,
41- பி, சிட்கோ இண்டஸ்டிரியல் எஸ்டேட்,
அம்பத்தூர், சென்னை- 600 050.
☎: 044 - 26251968, 26258410, 48601884

Pandaiya India
Panbadum Nagarigamum

English Translator: **D. D. Kosambi**
Tamil Translation : **R.S. Narayanan (A) S.R.N. Sathya**

First Edition: February, 1989
Fifth Edition: November, 2021
Sixth Edition: September, 2023
Copyright: **I. C. H. R.**
No. of pages: xvi + 548 + (Map) 16 = 564
Publisher:
New Century Book House Pvt. Ltd.,
41-B, SIDCO Industrial Estate,
Ambattur, Chennai - 600 050.
Tamilnadu State, India.
email: info@ncbh.in
Online: www.ncbhpublisher.in

ISBN: 978-81-2341-056-2
Code No. A 389

₹ **585/-**

Tamil Translation of
THE CULTURE AND CIVILIZATION OF ANCIENT INDIA IN HISTORICAL OUTLINE

Branches

Ambattur (H.O.) 044 - 26359906 **Spenzer Plaza (Chennai)** 044-28490027
Trichy 0431-2700885 **Pudukkottai** 04322- 227773 **Thanjavur** 04362-231371
Tirunelveli 0462-4210990, 2323990 **Madurai** 0452 2344106, 4374106
Dindigul 0451-2432172 **Coimbatore** 0422-2380554 **Erode** 0424-2256667
Salem 0427-2450817 **Hosur** 04344-245726 **Krishnagiri** 04343-234387
Ooty 0423 2441743 **Vellore** 0416-2234495 **Villupuram** 04146-227800
Pondicherry 0413-2280101 **Nagercoil** 04652-234990

பண்டைய இந்தியா

பண்பாடும் நாகரிகமும்
ஆங்கில மூலம்: **டி.டி.கோசாம்பி**
தமிழாக்கம்: **ஆர்.எஸ். நாராயணன் (எ) எஸ்.ஆர்.என். சத்யா**
முதல் பதிப்பு: பிப்ரவரி, 1989
ஐந்தாம் பதிப்பு: நவம்பர், 2021
ஆறாம் பதிப்பு: செப்டம்பர், 2023

அச்சிட்டோர்: **பாவை பிரிண்டர்ஸ் (பி) லிட்.,**
16 (142), ஜானி ஜான் கான் சாலை, இராயப்பேட்டை, சென்னை - 14
☎: 044-28482441

All rights reserved. No part of this book may be reprinted or reproduced or utilised in any form or by any electronic, mechanical, or other means, now known or hereafter invented, including photocopying and recording, or in any information storage or retrieval system, without permission in writing from the publishers.

இந்நூல் பற்றி. . .

மக்களைத் தட்டி எழுப்பும் ஒரு முதல் படைப்பாக (Original work) விளங்குவதுடன் இந்நூல் அசலான முதல் இந்தியப் பண்பாட்டு வரலாறும் ஆகும். வரலாற்றைப் படைக்கும்போது இயல்பாகவே தோன்றக்கூடிய இந்தியப் பண்பாட்டின் சிறப்புக்கூறுகள் பூர்வகாலத்திலிருந்து அறிவியல் பூர்வமாக ஆராயப்பட்டுள்ளன. உணவைச் சேகரித்தும் கால்நடைகளை வளர்த்தும் வாழ்ந்த நிலையிலிருந்து உணவு உற்பத்தியை நோக்கி மாறியதற்குப் புதிய சமயங்களின் எழுச்சி எவ்வாறு தேவையுற்றது? எந்த விதமான சுவடுகளும், நினைவுகளும் இல்லாமல் சிந்து நகரங்கள் மறைந்தன? ஏன்? யார் இந்த ஆரியர்கள்-அப்படி யாரும் இருந்தால்? இந்த சாதி அமைப்பு பயனுறும் வகையில் ஏதும் ஒரு சமூக இலட்சியத்தைக் கொண்டிருந்தனரா? கிரீஸ் அல்லது ரோமில் தோன்றியதைப்போல் இங்கு ஒரு அடிமைமுறை தோன்றாதது ஏன்? பௌத்தமதம், ஜைனமதம், அவற்றைப் போலவே வேறு பல சமய சிந்தனைகளும் ஒரே காலத்தில் மட்டும் அல்ல குறிப்பிட்ட ஒரே பிராந்தியத்தில் தோன்றியது ஏன்? ஆசியாவின் பெரும்பகுதி முழுவதும் பரவிச்சென்ற பௌத்தமதம் தான் தோன்றிய நாட்டில் முற்றிலும் மறைந்தது எவ்வாறு? மகதப் பேரரசின் எழுச்சிக்குக் காரணம் என்ன? அது அழிந்தது ஏன்? குப்தப் பேரரசு தன் மாபெரும் முன்னோடிகளிடமிருந்து அடிப்படையில் ஏதும் வேறுபட்டிருந்ததா? அல்லது 'கீழ்த்திசை இயல்பு' வல்லாட்சிகளில் ('Oriental Despotism') இதுவும் ஒன்றா? இதைப்போல் எழும் கேள்விகளுக்குப் புத்துணர்வுடன் விடைகளை அளிக்கின்றது இந்நூல். புத்தொளி மிகுந்த இவ்வரலாற்றுச் சித்திரம் எளிய நடையிலும், ஆர்வத்தைத் தூண்டும் வகையிலும் தீட்டப்பட்டுள்ளது. இந்நூல் ஆங்கிலத்தில் முதலாவதாக லண்டனிலும் பின்னர் நியூயார்க்கிலும் வெளிவந்து பல ஆண்டுகள் கழித்துப் புதுடில்லியில் அச்சாகியது. இரு இந்தியப் பதிப்புகளுக்குப் பின்னர் முதலாவதாக 1989-ல் எமது நியூ செஞ்சுரி புத்தக நிறுவனம் முதல் பதிப்பாகத் தமிழில் வெளியிட்டது. இப்போது தமிழுலகத் தேவை குறித்து இரண்டாம் அச்சாக வெளியிடுகிறது. இந்தியாவில் மட்டுமல்ல வெளிநாட்டிலும் அறிவுஜீவிகளுக்கு இந்திய வரலாறு பற்றிய ஒரு ஆதார நூலாக இது விளங்கிவருகிறது.

நூலாசிரியர்

டி.டி.கோசாம்பி (1907–1966)

ஒரு கணித மேதையாகப் புகழ் பெற்றிருந்தாலும் கூட எல்லா ஆய்வுத்துறைகளிலுமே புத்துணர்வு தூண்டப்பெற்ற பேராசிரியராக விளங்கியவர். இனமரபு பண்புக்கூறுகளின் இடைவெளி (Chromosome Distance) பற்றிய இவரது விதிமுறை, பண்டைய மரபுவழிப் பண்பியல் (Classical genetics) ஆராய்ச்சியில் முக்கிய இடம் பெற்றுள்ளது. நாணயங்களைப் பற்றிய இவரது ஆராய்ச்சிகளே நாணய இயலை (Numismatics) சரியானபடி ஒரு ஆய்வுத்துறையாகவே மாற்றியமைத்தது. இவருடைய தன்னிகரற்ற சிறிய கற்காலக் கருவிகளின் சேகரிப்புகள், கார்லேயில் ஒரு பிராமிக் கல்வெட்.டின் கண்டுபிடிப்பு, வரந்தைகளுடன் கூடிய எண்ணற்ற பெருங்கற்படைகளின் கண்டுபிடிப்பு போன்றவை எல்லாம் தொல்பொருள் ஆராய்ச்சிக்கு இவர் அளித்த ஒப்பற்ற வழங்கீடுகள். ப்ருரத்ஹரியின் பாடல்கள், மற்றும் மிகத் தொன்மையான சமஸ்கிருதத்தின் தனிப்பாடல் திரட்டுகள் பற்றிய இவரது ஆராய்ச்சிப் படைப்புகள் இந்தியப் படைப்பாய்வுத் துறையின் முக்கியத் திருப்பத்தை எடுத்துக்காட்டுகின்றன.

சுருங்கக்கூறினால், Numismatics, Statistics, Genetics, Path-Geometry, Politico-Economic Analysis, Indology, History என்று இவர் ஆராய்ச்சி செய்த துறைகள் ஒவ்வொன்றையும் அடுக்கியவண்ணம் செல்லலாம். மேற்கூறிய துறைகள் எல்லாவற்றிலுமே இவருடைய படைப்புகள் அந்தந்த ஆய்வுத்துறைகளை வளம்பெறச் செய்துள்ளன. இவ்வளவுக்கும் மேலாகப் பல இந்திய, ஐரோப்பிய மொழிகளில் நல்ல பரிச்சயம் மட்டுமல்ல; படைப்பாய்வு செய்யும் அளவுக்கு இலக்கிய அறிவு படைத்தவர்கூட, உலகெங்கிலுமுள்ள பல்வேறு ஸ்தாபனங்கள் இவருடைய பேச்சைக் கேட்பதற்கு அழைப்புகள் விடுத்து கௌரவித்துள்ளன. இவருடைய பொருள் முதல்வாத வாயிலான விவாதங்களும், சிந்தனைகளும் ஏதும் ஒரு அரசியல் மனச்சாய்வு (Political Predilections) இல்லாமல் இயல்பான உள்மன வெளிப்பாடாகவும், விஞ்ஞானக் கண்ணோட்டத்தை வலியுறுத்துவனவாகவும் அமைந்துள்ளன. இன்று இவர் நம்மிடையே வாழாவிட்டாலும் இவர் விதைத்த விதைகளெல்லாம் வீணாகாமல் செடிகளாகி மலரத் தொடங்கியுள்ளன. இந்தியாவில் மட்டுமல்ல, வெளிநாட்டிலும் இவருடைய ஆர்வலர்களின் எண்ணிக்கை ஏராளம்.

முன்னுரை

ஆக்கப்பூர்வமான ஈடுபாடானது வெட்டிப் பேச்சுக்களை விட எவ்வளவு முக்கியமானதோ, அதைப்போலவே வரலாற்றை எழுதுவதைவிட வரலாற்றை மாற்றுவது முக்கியமானது என்பதில் சற்றும் ஐயம் வேண்டாம். உரிமை வாய்ந்த சட்டமன்ற ஜனநாயகத்தின்கீழ், ஒவ்வொரு குடிமகனும் அவ்வெட்டிப் பேச்சுக்களை அள்ளிவீசும் உறுப்பினர்களைத் தேர்ந்தெடுக்கும் ஓட்டுரிமையைப் பெற்றுள்ளான். தனிப்பட்ட முறையில் ஒவ்வொருவனும் தானும் வரலாறு உருவாக்குவதாக எண்ணிப் பெருமதிப்பிடவே இவ்வுரிமை, இச்சிறப்புரிமைக்கு அவனிடமிருந்து வரிகள் வசூலிக்கப்படுகின்றன. இது மாத்திரம் போதாதென்று சிலர் உடனடியாக ஏதாவது எழுதாவிட்டால் இந்த அணுயுகத்தில் உலகம் அழிந்து எல்லா வரலாறுகளுமே முடிந்துவிடுமோ என்று ஐயுறுகின்றனர்.

இந்தியாவின் பழம்பெருமைகளைப் பற்றிய பேச்சுகள் அளவுக்கு மீறிப் போய்விட்டன. உண்மைக்கும், பொது அறிவுக்கும் பொருந்தாத புகழ்மிகு பாரதத்தின் பழம்பெருமைப் பேச்சுக்கள் இந்தியத் தேர்தல்களைக் காட்டிலும் சுதந்திரமானவை. புதிரான கால நிர்ணயம்பற்றியும், மன்னர்களின் ஐயுறத்தக்க வாழ்க்கைச் சரிதைகளைப்பற்றியும் பட்டிமன்ற விவாதங்கள் நடைபெறுகின்றன. மற்ற நாடுகளில் ஒரு வரலாற்று ஆசிரியர் அவசியமென்று கருதும் மூலச்சான்றுகளும், வரலாற்றுப் பொருட்கூறுகளும் இந்தியாவில் கிடைத்தற்கரியது. எனினும் கூட. அதைப் பொருட்படுத்தாது, இந்திய வரலாற்றின் முக்கியப் போக்குகளை நன்றாகவே தெளிவுபடுத்திச் சித்திரிக்க முடியும் என்று எனக்குத் தோன்றுகிறது. இதை எப்படியும் குறைந்தபட்ச புலமைப் பகட்டுடன் தெளிவுபடுத்திக் காட்ட வேண்டுமென்பதே இந்நூலில் மேற்கொள்ளப்பட்ட முயற்சி.

பொருத்தமான விளக்கப்படங்களைத் தேர்ந்தெடுத்துக் கொடுத்தும், அச்சகத்திலிருந்து இந்நூல் வெளியாவதற்கும், இதன் இலட்சிய நோக்கங்களுக்கு இசைந்தாற்போல் இந்நூல் அமைய விசேஷ அறிவுரைகளை வழங்கிய திரு. ஜான் இர்வின் அவர்களுக்கு நான் மிகவும் நன்றியுடையவனாவேன். இந்நூலை வெளியிடத்

தக்கதோர் ஆங்கிலப் பதிப்பகத்தாரைத் தேடித் தந்த முயற்சியில் அவருக்கும், பேராசிரியர் திரு. ஏ.எல். பாஷாம் அவர்களுக்கும் என் நன்றிகள். இந்தியப் பழங்குடிகள் கிராமிய வாழ்க்கை ஆகியவற்றைச் சித்திரிக்கும் சில அருமையான புகைப்படங்களை இந்நூலில் சேர்க்க திரு. சுனில்ஜனாஹ் அவர்கள் பெருந்தன்மையுடன் அனுமதி வழங்கியுள்ளார். மிகுந்த பிரயாசையுடன் தேசப் படங்களையும், சித்திரங்களையும் திருத்தி அமைத்து உதவிய குமாரி மார்க்கரெட் ஹால் அவர்களுக்கும் அவ்வாறே சோவியத் ருசியாவின் மூல விளக்கப் படங்களை வரைபடம் எடுத்தும், புகைப்படம் எடுத்தும் தந்து உதவிய திரு. செம்யோன் ட்யுலேவ் (Semyon Tyulaev) அவர்களுக்கும் என் நன்றிகள்.

இந்நூல் ஏதும் தற்படைப்பாற்றலைப் (Originality) பெற்றிருக்குமேயானால், அப்பெருமை அவரவர் தன்னுரிமையாக எடுத்துக்கொண்டு செய்த களவேலைகளுக்கே உரியது. என்னுடைய ஆய்வுவழி முறைகளில் ஆழ்ந்த நம்பிக்கை வைத்தும், அவற்றை மனம் நிறைந்த ஊக்கத்தோடு ஆதரித்தும் உதவிய என்னுடைய மாணவர்களுக்கும், நண்பர்களுக்கும் சில வரிகளில் என்னுடைய நன்றிகளைத் தெரிவித்துக்கொள்வதற்கு மேலாகவே நான் கடமைப்பட்டிருக்கிறேன்.

டி. டி. கோசாம்பி

இல்லம்.803,
பூனா-4, இந்தியா,
ஜூலை 31, 1964.

பொருளடக்கம்

பக்கம்

1. ஒரு வரலாற்றுக் கண்ணோட்டம் — 1

- 1.1 இந்தியாவின் காட்சி 1
- 1.2 இக்கால ஆளும் வர்க்கம் 6
- 1.3 வரலாற்று ஆசிரியரை எதிர்நோக்கும் இடர்கள் 11
- 1.4 கிராமிய, பழங்குடி சமூகத்தைப் பற்றிய ஆய்வின் அவசியம் 18
- 1.5 கிராமங்கள் 25
- 1.6 தொகுப்புரை 36

2. பூர்வகுடி வாழ்க்கையும் வரலாற்றுக்கு முற்பட்ட காலமும் — 43

- 2.1 பொற்காலம் 43
- 2.2 வரலாற்றுக்கு முற்பட்ட காலமும் பூர்வீக வாழ்க்கையும் 47
- 2.3 இந்தியாவில் வரலாற்றுக் காலத்திற்கு முற்பட்ட மனிதன் 58
- 2.4 உற்பத்தி சாதனங்களில் புராதன எச்சங்கள் 71
- 2.5 மேல் கட்டமைப்பில் புராதன எச்சங்கள் 82

3. முதல் நகரங்கள் — 97

- 3.1 சிந்துநதிப் பண்பாட்டின் கண்டுபிடிப்பு 97
- 3.2 சிந்துப் பண்பாட்டில் உற்பத்தி 102
- 3.3 சிந்து நாகரிகச் சிறப்பியல்புகள் 112
- 3.4 சமூக அமைப்பு 119

4. ஆரியர்கள் — 129
- 4.1 ஆரியர் பரிவாரம் 129
- 4.2 ஆரியர்களின் வாழ்க்கை முறை 135
- 4.3 கிழக்குத் திசையில் முன்னேற்றம் 145
- 4.4 ரிக்வேத காலத்திற்குப் பின் ஆரியர்கள் 151
- 4.5 நகர மறுமலர்ச்சி 159
- 4.6 காவியக் காலம் 165

5. பழங்குடியிலிருந்து சமூகம் தோன்றுதல் — 174
- 5.1 புதிய மதங்கள் 174
- 5.2 இடைப்பட்ட நெறி 186
- 5.3 புத்தரும் அவருடைய சமூகமும் 193
- 5.4 யதுக்களின் கரிய வீரன் 204
- 5.5 கோசலமும் மகதமும் 262

6. அகண்ட மகதத்தில் அரசும் மதமும் — 286
- 6.1 மகதவெற்றியின் நிறைவு 286
- 6.2 மகத ஆட்சிக்கலை 298
- 6.3 நில நிர்வாகம் 309
- 6.4 அரசும் பண்ட உற்பத்தியும் 321
- 6.5 அசோகரும் மகதப் பேரரசின் உச்ச நிலையும் 331

7. நிலப்பிரபுத்துவத்தை நோக்கி — 348
- 7.1 புதிய புரோகித அமைப்பு 348
- 7.2 பௌத்த மதத்தின் பரிணாம வளர்ச்சி 365
- 7.3 அரசியல், பொருளாதார மாற்றங்கள் 386
- 7.4 சம்ஸ்கிருத இலக்கியமும் நாடகமும் 408
- பொருட்குறிப்பு   433

விளக்கப்படங்கள்

சித்திரங்கள்

			பக்கம்
1.	புன்செய்ப்பயிர் சாகுபடி	....	28
2.	நன்செய்ப்பயிர் சாகுபடி (நெல்)	....	30
3.	காய்கறித் தோட்டப்பயிர் சாகுபடி	....	31
4.	மட்கலக் காலத்திற்கு முற்பட்ட தாழ் நிலப் பகுதியின் சிறு கற்கருவிகள் (தக்காணம்)	....	64
5.	மேட்டு நிலக் கற்கருவிகள் (தக்காண மலைச் சரிவு நிலங்கள்)	....	65
6.	லா மெடி லீன் பனிக்கட்டிக் காலக்காட்டு எருமை குகைச் சிற்ப 'வரைவு தாள்' (பிரான்ஸ்)	....	109
7.	மொகஞ்சோதாரோவின் 'பெரும் பொய்கை'	....	120
8.	சக்கரப்படை எறியும் தேரோட்டி, மீர்சாப்பூர் குகைச் சித்திரம்	....	206
9.	பசேனாதி நாணய இலச்சுகள்	....	276
10.	அஜாத சத்ருவின் நாணயங்கள் (?)	....	279
11.	மகாபத்ம நந்தாவின் நாணய இலச்சுகள்	....	309
12.	பிந்துசார மௌரியரின் மேலாதிக்கத்திற்குட்பட்ட 'பழங்குடி' நாணயங்கள்	....	312
13.	சிசுநாகர் வமிச மன்னர்களின் நாணயங்கள்; காலாசோகரும், அடுத்த மன்னரும்	....	332
14.	சந்திரகுப்தர், பிந்துசாரர், அசோகர் ஆகியோரின் நாணயங்கள்	....	333
15.	பேரரசர் ஹர்ஷரின் கையொப்பம்	....	374
16.	ஹரி-ஹரர், தற்காலத்திய உருவ அமைப்பு	....	422

தேசப்படங்கள்

1. இந்தியாவும் அதைச் சுற்றியுள்ள நாடுகளும் 4-5
2. சிந்துப் பண்பாடும், தொடக்கநிலை ஆரியர்களும் 102-103
3. ஆரியர்கள் முன்னேறிச் சென்ற வழிகளும், குடியேற்றமும் 132-133
4. உலோகக்கனிகளின் பரப்பீடு 176-177
5. மௌரியப் பேரரசும், அலெக்சாந்தரின் படையெடுப்பும் 290-291
6. தக்காணக் கரையோர எல்லை, மேற்குத் தொடர்ச்சி மலைகள், பௌத்த மடாலய குகைகள் 352-353

புகைப்படங்கள்

(பக்க எண்கள் 208, 255க்கு இடையில்)

1. அம்பர்நாத் கிராமக் குடிசை 209
2. கோரைப்புல்லால் வேய்ந்த குதிரை லாயக் குடிசை 209
3. அடுப்பெரிக்க விரட்டி தயாராகிறது 210
4. ஜுன்னாரின் பொதி சுமக்கும் எருமை வாகனம் 210
5. குயவனின் வட்டு எந்திரம் 211
6. வேகமாகச் சுழலும் குயவுச்சக்கரம் 211
7. உட்புறக் 'குமிண்கல்லையும்', மரத்துடுப்பையும் கொண்டு திருத்தி முடிக்கப்படும் மட்பாண்டங்கள் 211
8. குயவுச் சக்கரத்தினால் தயாரிக்கப்படும் பானைகளின் பெரிய அளவு உற்பத்தி 212

9.	மெள்ளத்திரும்பும் வட்டு எந்திரத்தின் சுழற்சி	 212
10.	மாசோபா அரக்க கடவுளின் மட்கலக் கோயில்கள்	 212
11.	திமில் பருத்த கோயில் காளை	 213
12.	குட்டைகளில் குளித்திடும் எருமை மாடு	 213
13.	பண்டரிபுரத் திருவிழாவின் பல்லக்குக் காளை	 214
14.	குஷான மாதிரியைப் பின்பற்றி எழுந்த இக்காலக் கலப்பை-ஜுன்னார்	 214
15.	ஏறத்தாழ கி.பி. 200-க்குரிய குஷானக் கலப்பை	 215
16.	பரம்படித்தலும் விதைத்தலும்	 215
17.	மாட்டைப் பிணைத்துப் போரடித்தல்	 216
18.	தோல் தொட்டிப் பதனீட்டாளர்கள்	 216
19.	நானாகாட் கணவாயின் பொதிக் கழுதைக் கூட்டம்	 217
20.	இந்தோனேசியப் பாய்மரக் கப்பல் (ஏறத்தாழ கி.பி. 800)	 217
21.	சுமை கூலிக் கொத்தடிமைகள்	 218
22.	ஒரிஸ்ஸாப் பஞ்சம், 1944	 219
23.	ஒராஒன் பழங்குடி நடனம்	 220
24.	முரசு கொட்டும் மூரிய சாதிச் சிறுவர்கள்	 220
25.	தேயிலைத் தோட்டத் தொழிலாளிகளின் கோஷ்டி நடனம்	 221
26.	மீன்பிடிக்கும் நச்சாரி மகளிர்	 221
27.	படகில் மீன்பிடிக்கும் காரோ இனத்தார்	 222
28.	பீல் சகோதரிகள்; மணமான அக்காளும் கன்னித்தங்கையும்	 222

29.	தண்ணீர்க் குடங்களாகப் பயன்படும் பருத்த மூங்கிற்குழாய்கள்	 223
30.	தொன்னை தைக்கும் ஜுவாங் பழங்குடிப் பெண்கள்	 223
31.	வேட்டையிலிருந்து ஓய்வுடன் அமர்ந்துள்ள கோலிப்பழங்குடி மனிதன்	 224
32.	ஏர் தூக்கிச் செல்லும் ஜுவாங் வாலிபன்	 225
33.	ஈச்ச மரத்தில் கள் இறக்குதல்	 225
34.	கோதுமையைப் பதர் எடுத்துத் தூற்றும் பீல் மக்கள்	 226
35.	சுவற்றில் வரையப்பட்டுள்ள பீல் சித்திரங்கள்	 226
36.	காடுகளை வெட்டிப்போட்டுத் தீ மூட்டிச் சாம்பலில் விதைக்கும் சாகுபடி (Slash-and-burn method)	 227
37.	மெல்லிய தோல்களை வெட்டக்கூடிய சிறு கற்காலக் கற்கருவிகள்	 228
38.	சமன்பட்ட மலைச் சரிவு நிலத்துடனும், பாறைக்கல் வெட்டுக்களுடன் பொருந்திச் செல்லும் சிறு கற்காலக் கருவிகள்	 228
39.	பெண்ணுருவத்துடன் கூடிய மட்கலம், மகேஷ்வர்	 229
40.	கூத்தியர்களின் வர்ணச் சித்திரம் தீட்டப்பட்ட உடைந்த மட்கலத் துண்டு	 229
41.	மொகஞ்சோ-தாரோவின் அம்மியும் குழவிக்கல்லும்	 229
42.	போல்ஹாய் என்ற தெய்வமாகக் கும்பிடப்பட்டு வரும் பெருங்கற்காலப் பாறை	 230

43.	பழைய ராஜ்கீர் நகரத்திற்கு வெளியில் அமைந்திருக்கும் பசாங்க சைத்தியம்	 230
44.	மொகஞ்சோதாரோவின் அகழ்விடத் தோற்றம்	 231
45.	மொகஞ்சோதாரோவின் 'பெரும் பொய்கை'	 231
46.	படகு சித்திரிக்கப்பட்ட சிந்து முத்திரை	 232
47.	ஒரு பலிக் காட்சியை எடுத்துக்காட்டும் சிந்து முத்திரை	 232
48.	இரு புலிகளை நெரித்துக் கொல்லும் வீரன் சிந்து முத்திரை	 232
49.	வீரன் கொம்புப் புலிகளைக் கொல்லுதல், சிந்து முத்திரை	 233
50.	ஆட்டுக் கொம்புகளையுடைய புலி மனிதன், சிந்து முத்திரை	 233
51.	மீனுடல் கொண்ட கடல் மனிதனும், கடல் கன்னியும்-மெசப்பட்டோமியாவின் பித்தான் முத்திரை	 233
52.	சிங்கத்தையும், காளையையும் கொல்லும் வீரர்கள் சுமேரோ அக்காடிய முத்திரை	 234
53.	ரிஷபத்தின்மீது நின்றுள்ள உஷாவைப் போன்றதோர் நிர்வாணப் பெண் தெய்வம், சிரியோ-ஹிட்டைட் முத்திரை	 234
54.	சிங்கங்கள் வீரர்களுக்கிடையே போர், பழைய சுமேரிய முத்திரை	 234
55.	'போரஸ் தோல்வி' யின் நினைவாக வெளியிடப்பட்ட பதக்கம் (?)	 235
56.	ஸொபைட்டஸ் திருவுருவ வெள்ளி நாணயம்	 235
57, 58.	பியூகலாவோட்டிஸ் வெள்ளி நாணயம்-ஒருபக்கம் புஷ்பகராவதி தெய்வம் மறுபக்கம் ரிஷப உருவங்கள் பொறிக்கப் பெற்றது.	 235

59.	ஆண்ட்டியோக்கஸ் திரு உருவ வெள்ளி நாணயம்	236
60.	டெமட்ரியோஸ் திரு உருவ ,,	236
61.	யூக்ராடைட்டஸ் திரு உருவ ,,	236
62.	மினாந்தர் திரு உருவ ,,	236
63.	இலச்சுகள் பொறிக்கப்பட்ட வெள்ளி நாணயம்	237
64.	ராஜுஹூலா திரு உருவ நாணயம்	237
65.	நாகபாணரின் திரு உருவ நாணயம்	237
66.	யாரென்று கண்டுபிடிக்க முடியாத ஒரு சாத வாகன இளவரசரின் நாணயம்	238
67.	சஷ்தானர், மாளவ மகாட்சத்ரபரின் திரு உருவ நாணயம்	238
68.	தாமஜதாஸ்ரீ, மாளவ சாகா சத்ரடிரின் திரு உருவ நாணயம்	239
69.	ஜீவதாமனின் நாணயம்	239
70.	முதல் ருத்திர சிம்மனின் நாணயம்	239
71.	குஷானப் பேரரசர் கனிஷ்கரின் (இரண்டாம்) தங்க நாணயம்	239
72.	குஷானப் பேரரசர் அவிஷ்கரின் தங்க நாணயம்	240
73.	விரிஷ்ணிப் பழங்குடியினரின் வெள்ளி நாணயம்	240
74.	முதலாவது சந்திரகுப்தர் குமாரதேவி உருவங்கள் தாங்கிய தங்க நாணயம்	240
75.	யாழிசைக்கும் சமுத்திரகுப்தரின் தங்க நாணயம்	240
76.	வில்லாளராகத் தோன்றும் இரண்டாம் சந்திரகுப்தரின் தங்க நாணயம்	241

77.	காண்டாமிருகத்தை வேட்டையாடும் முதலாவது குமாரகுப்தரின் தங்க நாணயம்	 241
78.	சாமந்தசேனரின் வெள்ளி நாணயம்	 241
79.	அசோகர் தூபித் தலையின் காளைக்கன்றுச் சிற்பம், ராம்பூர்வா	 242
80.	பார்ஹத் தூபிக்கிராதிச் சிற்பங்களின் தோற்றம்	 243
81.	பார்ஹாத்தின் சிலை வட்டுச்சிற்பங்கள்; ஜேதவனத்தை வாங்கும் அனாத பிண்டிகர்	 243
82.	பார்ஹாத்தின் மதில் சிற்பங்கள், நாக மன்னர் ஏராபத்திரரின் புத்த வழிபாடு	 244
83.	சாஞ்சிப்பெரும் ஸ்தூபியின் வடக்கு வாயில்	 244
84.	மாயாதேவியின் புடைப்பகழ்வுச் சிற்பம், சாஞ்சி	 245
85.	அமராவதியின் சிலைவட்டுச் சிற்பங்கள்: மதம் பிடித்த நாளாகிரி யானையை புத்தர் அடக்கிய காட்சி	 245
86.	கார்லே-சைத்திய குகையின் உட்புறத் தோற்றம்	 246
87.	கார்லே-சைத்திய குகையின் ஒரு தூண் தலைச் சிற்பம்	 247
88.	கார்லே-சூரிமா உருவம் தாங்கிய தூண் தலைச் சிற்பம்	 247
89.	கார்லே-சைத்தியத் தலைவாயிலில் உள்ள மிதுன ஜோடியின் சிற்பம்	 248
90.	காந்தாரச் சிற்பம், மாரா அரக்கப்படை வீரர்கள்	 249
91.	தும்புருவர்களின் சிறு தூண் தலைச் சிற்பம்-பாஜா	 249

92.	புத்தமடாலய குகையின் நிலவறை-சிர்வால்-செல்வப் பாதுகாப்பிற்காக கட்டப்பட்டது.	 250
93.	கையில் நீண்ட வில்லுடன் நிற்கும் கூஷத்திரிய வீரன் கோண்டேன் சைத்திய குகைச் சிற்பம்	 250
94.	உயர்த்திப் பிடித்துள்ள அட்சயப் பாத்திரத்தைச் சுற்றி நாகர்களின் களியாட்டம்	 251
95.	புராண கால விலங்குகளின் வேட்டை, அமராவதிச் சிற்பம்	 251
96.	மகிஷாசுர மர்த்தினி, மாமல்லபுரம்	 252
97.	கயிலைநாதர் குகை, எல்லோரா	 253
98.	பத்மாசன நிலையில் அமர்ந்து போதிக்கும் புத்தர், ஸாரநாத்	 254

முதல் அத்தியாயம்

ஒரு வரலாற்றுக் கண்ணோட்டம்

1.1. இந்தியாவின் காட்சி

இந்திய நாட்டினைப் புறநிலையாக விருப்பு வெறுப்பற்றுக் கூர்ந்து நோக்குவோர்க்கு இரு முரண்பட்ட இயல்புகள் தெரியவரும். அதாவது ஒரே காலத்தில் பலதரப்பட்ட வேற்றுமையும் ஒற்றுமையும்.

இம்முடிவில்லாத வேறுபாடுகள் வியப்புத் தருவதுடன் அடிக்கடி பொருத்தம் குலைந்தும் உள்ளன. உடை, பேச்சு, உடல் தோற்றம், பழக்கவழக்கங்கள், உணவு, தட்பவெப்பநிலை, வாழ்க்கைத்தரம், நிலவியல் தன்மைகள் ஆகிய எல்லாவற்றிலும் எவ்வளவு மாறுபாடுகள் இருக்கக்கூடுமோ அவ்வளவும் காணப்படுகின்றன. பணக்கார இந்தியர்கள் ஐரோப்பிய உடைகளையும், ஆடம்பரமான இஸ்லாமிய உடைகளையும், பற்பல வண்ணங்கள்கொண்ட நீண்ட இந்திய அங்கிகளையும் அணிந்திருப்பர். ஆனால், சமூகத்தின் கடைநிலையில் கந்தைகளை உடுத்தும் இந்திய ஏழைகளில் பலர் அரையில் அணிந்துள்ள கோவணத்தை விட்டால் பெரும் பகுதி நிர்வாணமாகவே காட்சியளிக்கின்றனர். நாடு முழுவதற்கும் பொதுவான தேசிய மொழியோ அல்லது எழுத்துக்களோ கிடையாது. ஒரு பத்து ரூபாய் நோட்டைப் பார்த்தால் பன்னிரண்டு மொழிகளின் எழுத்துக்கள் காணப்படும். இந்திய இனம் என்ற ஒரு பொது இனம் இல்லை. கருவிழியும் கருநிறமும் உள்ளவன் இந்தியனே; அது போலவே, நீலவிழியும் வெண்ணிறமும் உள்ளவனும் ஐயமற இந்தியனே. பொதுவாகத் தலைமயிர் எல்லோருக்கும் கருமையாக இருந்தாலும் இடையிடையே வேறுபல நிறங்களும் உண்டு. இந்திய உணவு என்று குறிப்பாக ஏதுமில்லை. ஆனால், அரிசி, காய்கறிகள், காரசாரமான நறுமணப் பொருள்களை ஐரோப்பியர்களைவிட அதிகமாக உண்கின்றனர். வட இந்தியர்கள் தென்னிந்திய உணவு வகைகளில் அவற்றைக் காண்பது இல்லை; அது போல் தென்னிந்தியர்களுக்கு வட இந்திய உணவு. சிலர் மீன், இறைச்சி,

முட்டை போன்ற புலால் உணவுகளை அறவே ஒதுக்கியுள்ளனர். பட்டினியால் உயிர் பிரியும் தறுவாயில் இருந்தாலும் சிலர் மாட்டிறைச்சி உண்ணமாட்டார்கள். நாவின் சுவைக்காக இல்லாமல் மதத்தின் அடிப்படையில் இந்திய உணவுப் பழக்கங்கள் நிலவுகின்றன. தட்பவெப்ப நிலையின் முழு வரிசையையும் இந்தியாவில் காண முடியும். இவ்வேறுபாடுகள் மிகவும் மாறுபட்டவை. இமயமலையில் ஆண்டு முழுவதும் பனிமழை பெய்கிறது. காஷ்மீரில் வடக்கு ஐரோப்பிய தட்பவெப்ப நிலை உள்ளது; ராஜஸ்தானில் ஒரு பாலைவனத்திற்குரிய வறண்ட தட்பவெப்பம் நிலவுகிறது. தீபகற்பத்தில் கந்தகப் பாறைகளும், கருங்கல் மலைகளும் உள்ளன. தெற்கு முனையில் பூமத்திய ரேகைக்குரிய வெப்பம் உள்ளது. மேற்கு மலைச்சரிவின் வழியே கருங்கற்கள் நிரம்பிய செவ்வல் நிறத்தில் அடர்ந்த காடுகள் உள்ளன. 2000 மைல்கள் நீளமுள்ள கடற்கரை உள்ளது. செழிப்பான வண்டல் நிலப்பள்ளத்தாக்கில் ஓடும் கங்கைப் பேராறும், அதனைவிடச் சற்றுக் குறைவான கிளைகளையுடைய வேறு சில பெருநதிகளும், சில பெரிய ஏரிகளும், (கட்ச், ஒரிஸ்ஸா ஆகியவற்றின்) சதுப்பு நிலங்களும்கொண்ட நீர்வளமும். இந்திய நாட்டின் சித்திரத்தைப் பூர்த்தி செய்கின்றன.

ஒரே மாநிலம் அல்லது மாவட்டம் அல்லது ஒரு நகரத்தில் உள்ள இந்தியர்களிடையே காணப்படும் கலாச்சார வேற்றுமைகள் நாட்டின் பல்வேறு பாகங்களில் காணப்படும் பௌதிக வேற்றுமைகளைப் போல் விரிவானவை. உலக இலக்கியத்தில் சிறப்பிடம் பெற்ற தாகூரை உருவாக்கியது புதிய பாரதம். ஆனால் தாகூர் கடைசியாக வாழ்ந்த வீட்டின் அருகே இன்றும் வசிக்கும் சந்தால் போன்ற எழுத்தறிவில்லாத பண்டை மக்கள், தாகூர் வாழ்ந்ததையே கேள்விப்படாமல் உள்ளனர். அவர்களில் சிலர் இன்னமும் உணவைச் சேகரித்து வாழும் நிலையிலிருந்து மேற்கொண்டு முன்னேறவில்லை. மலைக்க வைக்கும் புதிய நகரங்களின் பாங்குகள், அரசு அலுவலகங்கள், தொழிற்சாலைகள், விஞ்ஞான ஆராய்ச்சி நிறுவனங்கள் ஆகிய கட்டடங்கள் ஐரோப்பாவின் கட்டடக்கலைச் சிற்பிகள் அல்லது அவர்களுடைய இந்திய மாணவர்களின் திட்டங்களினால் உருப்பெற்றுள்ளன. உண்மையில் இவற்றைக் கட்டி முடித்த ஏழைக்கூலிகளோ நயமற்ற கருவிகளையே பயன்படுத்தினர். கூலியை மொத்தமாக ஒரு மேஸ்திரியே பெற்று அவர் மூலமே பங்கீடும் செய்யப்படுகிறது. அதே சமயத்தில் அந்த மேஸ்திரியே இக்கட்டட வேலையின்

தொழிலாளர் குழுவிற்குத் தலைவராகவும் இனக்குழுத் தலைவராகவும் இருக்கிறார். நிச்சயமாக இவர்கள் கட்டட நுணுக்கங்கள் பற்றியோ, வேலைகளின் தன்மை பற்றியோ, யாருக்காக இவை கட்டப்படுகின்றன என்பது பற்றியோ அறிந்திருக்கவில்லை. நிதி அமைப்புகளின் விரிவு, ஆட்சிப் பணித்துறை நிர்வாகம், தொழிற்சாலைகளின் பலதிறப்பட்ட இயந்திரங்களின் உற்பத்தி, விஞ்ஞானக் குறிக்கோள் இவை பற்றிய செய்திகள் எல்லாம் தேவைக்கு அதிகமாக உழுது உழுது சத்திழந்துள்ள நிலங்களிலும், காடுகளிலும், துன்பத்திலேயே உழலும் மக்களின் மூளைக்குச் சிறிதும் எட்டாத விஷயங்கள். இவர்களில் பெரும்பாலோர் காடுகளில் நிலவிய பஞ்சம் வறட்சிகளால் துரத்தப்பட்டு நகரங்களில் கடுமையான சோர்வு தரும் வேலைகளைச் செய்கின்றனர்.

இவ்வளவு வெளிப்படையான வேற்றுமைகளுக்கிடையே இரு தன்மைகள் கொண்ட ஒற்றுமை உள்ளது. மேல்நிலையில் காணப்படும் இப்பொதுத் தன்மைகளுக்குக் காரணம் ஆளும் வர்க்கமாகும். மொழி, மாநில வரலாறு போன்றவைகளினால் இந்திய பூர்ஷுவாக்கள் பிரிந்திருந்தாலும் தங்கள் பொது நலன்களின் காரணமாக ஒத்திருந்தமையினால், பிளவடையவில்லை. நிதி அமைப்புகளும், இயந்திரப் பொருள் உற்பத்திகளும் அசல் முதலாளித்துவ பூர்ஷுவா வர்க்கத்தின் பிடியில் உள்ளது. எண்ணிக்கை மிகுந்த காரணத்தினாலேயே, பலம் பொருந்திய கடைக்காரர்கள் அடங்கிய குட்டி பூர்ஷுவா வர்க்கத்தின் கையில் பொருள் விநியோக முறை சிக்கியுள்ளது. உணவு உற்பத்தி சிறு துண்டு நிலங்களில்தாம் நடைபெறுகிறது. வரி கட்டவும், தொழிற்கூடங்களில் உற்பத்தியாகும் பொருட்களை வாங்கவும் பணம் கொடுக்கவேண்டிய அவசியத்தினால் விவசாயிகள் குட்டி பூர்ஷுவா வர்க்கத்தில் பின் வரிசைக்குத் தள்ளப்பட்டுள்ளனர். சாதாரணமாக உபரி உணவு இடைத் தரகர்கள்-லேவாதேவிக்காரர்களின் ஆதிக்கத்தில் இருப்பதால், விவசாயிகளால் பெரிய பூர்ஷுவா வர்க்கங்களுக்கு நிகராக உயர முடியவில்லை. பெருநிலக்கிழார்களுக்கும், லேவாதேவிக்காரர்களுக்கும் உள்ள வர்க்க பேதங்கள் அவ்வளவு கூர்மையானவையல்ல. தேயிலை, காப்பி, பருத்தி, புகையிலை, சணல், முந்திரி, பட்டாணி, கரும்பு, தென்னை போன்ற பணப்பயிர்கள் எல்லாம் சர்வதேசச் சந்தை அல்லது இயந்திரத் தொழில் உற்பத்தியுடன் பிணைந்துள்ளன. இவற்றைச் சில சமயங்களில் தற்கால முதலாளிகள் நவீன இயந்திரக் கருவிகளை உபயோகித்துப் பெருநிலப்பரப்புகளில் பயிரிடுகின்றனர். பெரும்

பணம், அநேகமாக வெளிநாட்டுப் பணம் முதலீடு செய்தவர்கள், அவற்றின் விலைகளை நிர்ணயித்து லாபத்தின் பெரும் பகுதியைத் தட்டிக்கொண்டு போய்விடுகிறார்கள். இதற்கு மாறாக, மக்கள் உபயோகத்திற்குரிய பொருள்களில் ஒரு கணிசமான அளவு, குறிப்பாக பாத்திரங்கள், துணிமணிகள் போன்றவை இன்றளவும் கைத்தொழில் முறைகளிலேயே தயாரிக்கப்பட்டு, இயந்திரத் தொழில்களுடன் போட்டியிட்டும் உயிர்பிழைத்திருக்கின்றன. அரசியலை எடுத்துக்கொண்டால் அதில் முழுக்க முழுக்க இந்த இருவகை பூர்ஷுவா வர்க்கங்களுமே ஆதிக்கம் செலுத்துகின்றன. இவ்விரு வர்க்கத்தினரையும் சட்டமன்றங்கள், ஆட்சி அமைப்புகள் ஆகியவற்றுடன் தொடர்புகொள்ளச் செய்வது தொழில்முறைத் தரகர்களான வழக்கறிஞர்களும் எழுத்தாளர்களுமே.

அதே நேரத்தில் வரலாற்று வாயிலான காரணங்களினால் இந்திய அரசாங்கமும் ஒரு மிகப்பெரிய தனிப்பட்ட தொழில்துறை நிர்வாகமாக இருப்பது கவனத்திற்குரியது. இந்தியாவிலுள்ள எல்லா தனிப்பட்ட முதலாளிகளின் வரவு நிதியைவிட அரசாங்கத்தின் வரவு நிதி அதிகமென்றாலும் அவை சில குறிப்பிட்ட முதலீடுகளில் மட்டும் குவிந்துள்ளன. ரயில், விமானப் போக்குவரத்து, தபால்தந்தி, வானொலி, மின்சாரம், தொலைபேசி, சுரங்கங்கள், எண்ணெய்க் கிணறுகள், ஆயுள்காப்பு மற்றும் ஆயுதத் தளவாடத் தொழிற்சாலைகள், குறிப்பிட்ட அளவு நிலக்கரி, மேலும் மின்சார உற்பத்தி போன்ற துறைகள் அரசாங்கத்தின் உடைமையாக உள்ளன. எண்ணெய்க் கிணறுகளும் அரசாங்கத்திற்கே சொந்தமானவை, அரசாங்கத்திற்குச் சொந்தமான எண்ணெய் சுத்திகரிப்பு ஆலைகள் கூடிய விரைவில் கணிசமான உற்பத்தி செய்யும் என்றாலும் இன்றளவும் எண்ணெய்ச் சுத்திகரிப்பு ஆலைகள் அந்நியர் உடைமையாகவே உள்ளன. எஃகு உற்பத்தி பெரும்பாலும் தனியாருக்கே சொந்தமாக இருந்தாலும் அரசாங்கம் பெரிய அளவில் இரும்பு, எஃகு உற்பத்தியில் தற்போது இறங்கியுள்ளது. ஆனால், இதற்கு மாறாக இன்னமும் அரசாங்கம் உணவு தானிய உற்பத்தியில் ஈடுபடவில்லை. அவ்வப்போது பஞ்சங்கள் ஏற்படும்போது கடைக்காரர்களும் இடைத்தரகர்களும் தோற்றுவிக்கும் செயற்கையான பற்றாக்குறை பெரிய தொழில் நகரங்களில் குறைந்த கூலிக்கு உழைக்கும் தொழிலாளர்கள் வெளியேறாதபடி அரசாங்கமே தரங்குன்றிய தானியங்களை இறக்குமதி செய்து, அவற்றை நியாய விலைக் கடைகளின் மூலம் விநியோகிக்கிறது. சிறிய, பெரிய என்ற இரு பூர்ஷுவா வர்க்கங்களின்

லாபத்தில் குறுக்கிடாமல் அவர்களையும் இம்முறையால் திருப்தி செய்விக்கிறது. விவசாய வரிகளைப் பணமாக வசூலிப்பதைத் தவிர்த்து தானியங்களாகவே பெற்று, நல்ல முறையில் அவற்றை அரசாங்கமே பாதுகாத்துப் பின்னர் பங்கிடுவது ஒன்றே நிச்சயமற்ற உணவு நிலைக்குச் சரியான பரிகாரமாகவும், விலைகளைக் கட்டுப்படுத்தும் வழியாகவும் விளங்கக்கூடியது. பண்டை இந்தியாவில் உண்மையில் நடைபெற்ற இம்முறையை இங்குக் கடைப்பிடிக்க அடிக்கடி ஆலோசனைகள் தெரிவிக்கப்பட்டாலும் உருப்படியாக அரசாங்கம் இத்திசையில் எதுவும் செய்யவில்லை. தவிர, இறக்குமதி செய்யப்படும் தானியங்கள் உறிஞ்சு குழாய்களின் மூலம் நவீன இயந்திரங்களைப் பயன்படுத்தி இறக்கப்படுவதில்லை. அல்லது பளுதூக்கிக் கருவிகள் போன்ற நவீன வசதிகள்கொண்ட தானியக் கிடங்குகளில் அவை பாதுகாத்து வைக்கபடுவதும் இல்லை. அவற்றை இயந்திர சாதனங்களினால் சுத்தப்படுத்துவதும் கிடையாது. மக்களின் உபயோகங்களுக்குரிய நுகர்பொருள்களை எல்லாம் தனியார் துறையே உற்பத்தி செய்கிறது. இங்கும் அரசாங்கத்தின் குறுக்கீடு அவசியம் என்று கூறுவதற்கு இரண்டு காரணங்கள் உண்டு. ஒரு குறைவான அந்நிய நாணயச் செலாவணியின் கீழ் ஏறக்குறைய எல்லா இயந்திரங்களும், கச்சாப் பொருள்களும் இறக்குமதி செய்ய வேண்டிய நிலையில் உள்ளபோது தனியார் துறையின் மட்டற்ற பேராசையும் கட்டுக்கடங்காத நுகர்பொருள் உற்பத்தியும் ஒரு பொருளாதாரத்தைச் சிதற அடிக்கும். இரண்டாவதாக இந்த பூர்ஷுவா வர்க்கம் பற்றாக்குறைப் பொருளாதாரத்தைப் பற்றிய முழு அறிவுடன் அதிகாரத்திற்கு வந்தது. உற்பத்திக் கட்டுப்பாடு, கள்ளச் சந்தை இரண்டையும் கடந்த இரு உலகப் போர்களினால் ஏற்பட்ட பற்றாக்குறையின்போது இவ்வர்க்கம் தனக்கு லாபம் எவ்வழியில் உள்ளது என்பதை நன்கு கற்றறிந்து கொண்டது. உண்மைநிலை என்னவென்றால், இப்போர்களும், இப்பற்றாக்குறைகளுமே மூலதனக் குவிப்பிற்குக் காரணமாகி, ஆங்கிலேயர்களிடமிருந்து இந்தியர்களின் கைகளுக்கு அதிகாரம் மாறவும் வழி வகுத்தன. தடுப்பூசிகள் உட்பட பல்வேறு மருந்துகளை உற்பத்தி செய்யும் துறையில் தனி முதலாளிகள் ஈடுபட்டு மனித உயிர்களைத் தங்களுடைய பேராசைக் குணங்களுக்குப் பலியாகாமல் காப்பாற்ற அரசாங்கமே அத்துறையில் ஒரு பெரிய உற்பத்தியாளராகத் திகழ நேர்ந்திருப்பது இதற்கு எடுத்துக்காட்டு, அரசாங்கம் தன்னுடைய ஒழுங்குமுறைச் சட்டங்களைச் செயல்படுத்தியும் எதிர்கால வளர்ச்சித் திட்டங்களைத் தயாரித்தும் வருவதால், இது எல்லா வர்க்கங்களையும்

கடந்து நிற்கும் (எந்த ஒரு வர்க்கத்தின் சார்பிலும் நிற்காத) ஒரு தோற்றத்தை ஏற்படுத்துகிறது. ஆனால், நிர்வாக முறை, ஆட்சிப்பணித் துறையின் மேலிடம் எல்லாம் பிரிட்டிஷ் ஆட்சியிலிருந்து பெற்ற பாரம்பரியமே. இந்திய முறை என்று சொல்லக்கூடிய ஒன்றைக்காட்டிலும் இதுவே மிகவும் மேலானதாகக் கருதப்பட்டுச் செயல்படுகிறது. இந்த அரசாங்கத்தை நுணுகி ஆராய்ந்து பார்த்தால், இதை ஆள்பவர்கள் எல்லாம் ஒரே வர்க்கத்தைச் சேர்ந்தவர்கள்தான் என்று தெரியவரும். எனவே, ஒரு அரசாங்கம் எதை, எவ்வாறு நிர்வகிக்கிறது என்பது, யார் இந்த அரசாங்கத்தை நடத்துகிறார்கள் என்பதைப் பொறுத்துள்ளது. சீனம், பாகிஸ்தான் போன்ற அண்டை நாடுகளுடன் மூண்ட எல்லைத் தகராறுகளின் விளைவால் உருவான பாதுகாப்புச் சட்டங்கள் ஒரு அரசாங்கத்திற்கு அளவுக்கு மீறிய சர்வாதிகாரத்தை வழங்கியதால், சோஷலிசம் போன்ற உயர்ந்த இலட்சியம் விரைவில் கண்ணில் தட்டுப்படும் என்ற சாத்தியக்கூறு இருந்தது. ஆனால், இன்று எவ்வளவு தூரம் நாம் திசைமாறிச் செல்லுகிறோம் என்பதை நாம் காண்கிறோம். சோஷலிசம் என்பதே ஒரு கேலிச்சொல்லாகிவிட்டதையும் பார்க்கிறோம். இருந்தாலும், வன்மையாக கண்டனம் செய்யும் விமர்சகர்கள்கூட நாட்டு விடுதலைக்குப் பிறகு நாம் சற்று முன்னேறியுள்ளோம் என்பதை ஒப்புக்கொண்டே தீரவேண்டும். இன்னமும் நாம் எவ்வளவோ முன்னேறலாம். முன்னேறியிருக்கவும் வேண்டும். ஆங்கில ஆட்சியின் கடைசி கட்டத்தில் ஒரிஸ்ஸா, வங்கம் போன்ற மாநிலங்களில் செயற்கையாக ஏற்பட்ட தேவையற்ற கொடிய பஞ்சங்கள் பல லட்சக்கணக்கான மக்களைப் பலிவாங்கின. அவையெல்லாம் அந்நிய ஆதிக்கத்தில் கொடுங்கோன்மைகளினால் ஏற்பட்ட அழிவுச் செயல்கள். அவை இன்றுள்ள பிரத்தியட்ச நிலைக்குப் புறம்பானதாகத் தோன்றுகிறது.

1.2. இக்கால ஆளும் வர்க்கம்

இந்திய நகரங்களைச் சேர்ந்த பூர்ஷுவா வர்க்கத்தின் தன்மைகளில் வெளிநாட்டினரின் ஆழ்ந்த பதிவுகளைக் காண்பது மிகவும் கவனத்திற்குரியது. விடுதலைபெற்றுப் பதினான்கு ஆண்டுகள் கழித்தும், அரசாங்க நிர்வாகம், பெருவணிகம், உயர்நிலைக் கல்வி போன்ற துறைகளில் ஆங்கிலமே வழக்குமொழியாக உள்ளது.

ஓய்ச்சல் ஒழிவின்றி வேலை செய்துவரும் கமிட்டிகளில் தீர்மானங்கள் போடுவதின்றி இந்நிலையை மாற்றுவதற்கு உருப்படியான முயற்சிகள் ஏதும் செய்யப்படவில்லை. அறிவுஜீவிகள், உடையில் மட்டுமின்றி இலக்கியம், கலை போன்றவற்றிலும் ஆங்கிலேயர்களையே கண்மூடித்தனமாகப் பின்பற்றுகிறார்கள். நவீன முறையில் உருவாக்கப்படும் இந்திய நாவல்களும் சிறுகதைகளும் இந்திய மொழிகளில்கூட வெளிநாட்டு இலக்கியங்களைப் பின்பற்றும் முயற்சியாகவே இருந்துவருகின்றன. இந்தியாவில் இரண்டாயிரம் ஆண்டுகளுக்கு முன்னரே நாடகக்கலை தழைத்தோங்கி வந்துள்ளது. ஆனால் இன்றைய நாடக மேடையும் பெரும்பாலான இந்திய சினிமாக்களும், வெளிநாட்டு நாடகங்கள், சினிமாக்கள் ஆகியவற்றின் போலிகளாகவே இருக்கின்றன. இந்திய இலக்கியச் செய்யுள்களும் கவிதைகளும் மட்டும் ஓரளவு அந்நியப்போக்குகளில் இருந்து தப்பி நன்கு மாற்றம் பெற்றுள்ளன என்றாலும். உருவத்திலும், பொருளிலும் இவற்றின் திறமிக்க தேர்ந்தெடுப்பில் அந்நியச் சாயலைக் காணலாம்.

சிறந்த பொக்கிஷங்களாக விளங்கும் ஐரோப்பிய இலக்கியம், பண்பாட்டு மரபுகள் எல்லாவற்றையும் பொதுவாக ஒதுக்கிவிட்டு மூன்று, நான்கு மொழிகள் மாறிய ஆங்கில நூல்களையே தங்களுடைய மாதிரிகளாக இந்தியாவின் அறிவுஜீவிகள் தேர்ந்தெடுக்கின்றனர். உண்மைநிலை என்னவென்றால் இந்தியாவின் பூர்ஷுவாமுறை முழுவதுமே அயலாகத் திணிக்கப்பட்ட வளர்ச்சிகளே ஆகும். நவீன மூலதனமாக மாற்றம்பெறாத பெரும் செல்வம் நிலப்பிரபுத்துவ காலத்திலும், அதற்கு முன்பும் இந்நாட்டில் குவிந்திருந்தது. 18,19 நூற்றாண்டுகளில் இச்செல்வத்தின் பெரும்பகுதி ஆங்கிலேயர்களால் பறிமுதல் செய்யப்பட்டது. இம்மூலதனம் இங்கிலாந்தைச் சென்றடைந்த பின்னரே அங்கு மாபெரும் தொழில்புரட்சி தோன்றி , பிறகே மூலதனம் என்ற பெயருக்குப் பொருத்தமாக இயந்திர உற்பத்தியுடன் பிணைந்து நின்றது. பிறகு இம்மாறுதல் இந்தியாவின் செல்வங்களுக்கு ஆபத்தாகி இதன் வறட்சிக்கு வகைசெய்தது. இதற்குக் காரணம் நிர்வாகம், ராணுவகேந்திரங்கள் ஆகியவற்றின் பராமரிப்பு பெரிதாக விரிந்ததே ஆகும். பென்ஷன், டிவிடென்டு, வட்டி போன்ற பல உருவங்களில் இந்தியப் பணம் பெரும்பாலும் இங்கிலாந்து சென்றது. நாட்டை வென்றவர்கள் நிர்ணயித்த விலையே இந்தியக் கச்சாப்பொருள்களுக்குக் கிட்டியது. ஒரு முழுப் பிராந்தியத்தின்

பொருளாதாரத்திற்கே உலைவைக்கும் வகையில் அவுரி, சணல், தேயிலை, புகையிலை, பருத்தி போன்றவை விரிந்த நிலப்பரப்புகளில் பயிராயின. குறிப்பாக இவ்விளை பொருள்களைச் சுத்தப்படுத்தும் செயல்முறை இங்கிலாந்தில் நடைபெற்றதால் இப்பொருள்களின் கட்டுப்பாடும் அந்நியர்களின் வசமேயிருந்தது. இவ்வாறு இங்கிலாந்தில் செய்து முடித்த பொருள்கள் பரந்து இந்தியச் சந்தையில் அவர்களுக்கே (ஆங்கிலேயருக்கும்) சாதகமான விலையில் விற்கப்பட்டன. இதன் லாபத்தை இலண்டன் முதலாளிகளும், பர்மிங்ஹாம், மான்செஸ்டர் பொருள் உற்பத்தியாளர்களும் சட்டைப்பைகளில் போட்டுக்கொண்டனர். பம்பாய், சென்னை, கல்கத்தா போன்ற புது நகரங்களில் இரண்டாவது தரத்தையுடைய முதலீடுகள் வளர்ச்சியடைந்ததைத் தவிர்க்க முடியவில்லை. பத்தொன்பதாம் நூற்றாண்டின் பிற்பகுதியில் இந்திய உழைப்பாளர்களுக்குப் பயிற்சியளித்து, இயந்திரங்களை இயக்க அவர்களைப் பயன்படுத்திக்கொள்வது மலிவாக இருக்குமென்பது தெரியவந்தது. இக்கண்டுபிடிப்பின் விளைவால் மும்பையில் பருத்தி ஆலைகளும், கல்கத்தாவில் சணல் ஆலைகளும் ஏற்பட்டன. இவ்வாலைகள் ஏற்பட 1857 ஆண்டுக் கிளர்ச்சியை அடக்க ஏற்பட்ட செலவை ஈடுகட்ட ஆங்கிலேயரின் துணிகளின் மீது விதிக்கப்பட்ட வரிகளும் உதவின. ரயில் போக்குவரத்திற்காகவும் இயந்திர நுட்பம் தெரிந்த வேலையாட்கள் தேவைப்பட்டனர். இந்தியாவின் நிர்வாகத்திற்கும், வர்த்தகக் கம்பெனிகளுக்கும் தேவையான குமாஸ்தாக்களை தங்கள் நாட்டிலிருந்து தருவிப்பதைவிட இந்தியாவிலிருந்தே தேர்ந்தெடுத்துப் பயிற்சியளிப்பது மலிவாக முடியும் என்பதை முதலிலேயே இவர்கள் உணர்ந்ததின் விளைவாக இந்தியக் கல்லூரிகளும், பல்கலைக்கழகங்களும் பிறந்தன. அந்நியர்களைவிடப் பத்தில் மூன்று பங்கு சம்பளம் பெற்றுக்கொண்ட இந்தியர்கள் அவர்களைவிட வேகமாக வேலைகளைக் கற்றுக்கொண்டது மட்டுமன்றி நாணயமாகவும், திறமையாகவும் பணியாற்றினர். ஆயினும் உண்மையில் மேல் பதவிகள் நாட்டை வென்றவர்களான ஆளும்வர்க்கத்திற்கே ஒதுக்கப்பட்டன. முடிவில் இந்திய ஏஜெண்டுகள் தாங்களே சொந்தமாக ஆலைகளைத் துவங்க முடியுமென்று கண்டுகொண்டனர். இவர்களில் முன்னின்று விளங்கியவர்கள் பம்பாயைச் சேர்ந்த பார்சிகள். இவர்களில், பலர் கிழக்கிந்தியக் கம்பெனியுடன் கூட்டாளிகளாகச் சேர்ந்து, குறிப்பாக சீனாவின் மீது திணிக்கப்பட்ட அபினி வியாபாரத்தில் நல்ல லாபத்தைப் பெற்றனர். 1880-ம் ஆண்டிலிருந்து மலர்ந்த புதிய இந்திய

தேசிய உணர்ச்சியால், எட்மண்ட் பர்க், ஜான் ஸ்டூவர்ட்மில் போன்றவர்களின் கருத்துக்களால் ஏற்கெனவே ஊக்கம் கொண்டிருந்த இந்திய அரசியல்வாதிகளும் மற்றும் பெரிய இந்திய முதலாளிகள், மில் அதிபர்கள் போன்று அதிகப் புகழுடன் விளங்கினர்.

வெளிநாட்டு வர்த்தகர்களுக்கு உள்நாட்டிலிருந்து வேலை செய்யும் ஏஜெண்டுகளாகவே இந்த பூர்ஷுவா வர்க்கம் முதலில் உருவான போதிலும், இது இந்தியாவின் பழைய சமூகத்தில் ஏற்கெனவே இருந்த பலவகுப்புப் பிரிவுகளிலிருந்து தோன்றியதே. உண்மையில் தற்கால இந்திய மூலதனத்தின் பெரும் பகுதி பண்டைக்கால நிலப்பிரபுக்கள், லேவாதேவிக்காரர்கள் ஆகியோரின் சேகரிப்பு நிதிகளின் உருமாற்றமே இந்தியாவின் நிலப்பிரபுத்துவப் பரம்பரையில் வந்த இளவரசர்கள்கூட இவ்வாறு சேர்த்து வைத்திருந்த சொத்துக்களையெல்லாம் பங்குகளாகவும், பங்குத் தொகுப்புகளாகவும் சமீபகாலத்தில் மாற்றவேண்டியதாயிற்று. சிலர். வறுமையிலும் மூழ்கவேண்டியதாயிற்று. நிலப்பிரபுத்துவம், லேவாதேவி, வர்த்தகம் ஆகியவற்றில் ஈடுபட்ட குடும்பங்கள் குறிப்பாகப் பெண்கள், இன்னமும் மதம் சார்ந்த குருட்டு நம்பிக்கைகளின் வெளித் தோற்றத்தைக் களைந்துவிடவில்லை. மற்றப் பிரிவுகளிலிருந்து வந்த அறிவாளிகள், தொழிலில் ஈடுபட்டுள்ளவர்கள், மேற்கூறிய இரு வர்க்கத்தையும் சார்ந்து நிற்கவில்லை. ஆங்கிலேயர்களின் காலனி ஆதிக்கத்தை அசைப்பதற்கு நடத்திய போராட்டத்தில் அவர்கள் தேசபக்தி, தேசியப் பெருமை போன்ற உணர்வுகள் மிகவும் தேவைப்படுவதை உணர்ந்தனர். இதன் காரணமாகவே பாரதநாட்டின் பழமையில் நாம் பெருமைகொள்ளுமளவுக்கு ஏதும் புலப்படாவிட்டாலும்கூட, இப்புதிய அறிவுஜீவிகள் ஒரு புகழ் வாய்ந்த சரித்திரத்தைக் கடந்த காலத்திலிருந்து துருவித் துருவிக் கண்டுபிடித்தார்கள். (ஒரு கீழைநாடாக இருந்து சமீபத்தில் நவீனமயமானாலும் ஜப்பானுக்கு அப்பிரச்சினை எப்போதுமே ஏற்படவில்லை. ஜப்பானியரின் தேசிய மரபுக்குச் சிறந்த வலிமையும் தக்க சான்றும் உண்டு. ஜப்பானின் தொழில் வளர்ச்சி மாறுதல்கள் எவ்விதமான அந்நிய ஆக்கிரமிப்பும் இன்றி உள்நாட்டிற்குரிய பூர்ஷுவா வர்க்கத்தின் தலைமையில் நடைபெற்றது. இருந்தபோதிலும் மெய்ஜி காலத்தின்போது ஜப்பானிய அறிவாளிகள்கூட மேலைநாட்டுப் பண்பாடுகளை நன்கு கற்றறிந்துகொள்வதிலும் அதனைக் கிரகித்துக்கொள்வதிலும் ஊக்கம்கொண்டிருந்தனர். இப்போக்கு பண்பாட்டு மாறுதல்களின் கீழ் பொதிந்துள்ள ஆழமான காரணங்களை எடுத்துக்காட்டுகின்றன. ஒரு ராணுவ ஆக்கிரமிப்போ அல்லது

புதியவைகளைக் கண்மூடித்தனமாகக் காப்பி அடிப்பதில் உள்ள ஆர்வமோ இந்நிலையை விளக்கமாட்டாது. இருப்பினும், இதே இந்திய பூர்ஷுவா வர்க்கம் வலிமை மிகுந்த ஆங்கிலேய ஆட்சியினரைக் கடுமையான நீண்ட போராட்டங்களுக்குப் பிறகு வெளியே விரட்டியது. இந்திய பூர்ஷுவா வர்க்கத்தின் முன்னணிப் பிரிவினரின் தலைமையை இந்திய மக்களில் பெரும்பான்மையினர் ஒப்புக் கொண்டிருக்காவிட்டால் ஆங்கிலேயர்களை வெளியேற்றுவது சாத்தியமாயிருந்திருக்காது. இந்தியத் தரப்பில் இப்போராட்டம் ஆயுதமின்றியே நடைபெற்றது. விடுதலை இயக்கத்தை நடத்திய மகாத்மா காந்தியின் வழிமுறைகளும், கொள்கைகளும் அவருடைய முன்னோடியான திலகரைப் போலவே, சிறப்பான முறையில் இந்தியத் தன்மையுடையதாகத் தோன்றினாலும்கூட காந்தியடிகளின் தெளிவான பாதை டால்ஸ்டாயையும், சில்வியோபெல்லிகோவையும் இணைக்கின்றது. இந்நூற்றாண்டின் ஆரம்பத்திலிருந்தே இந்தியாவில் நிலவி வந்த சில குறிப்பிட்ட நிபந்தனைகளின்கீழ், இத்தகைய முறைகளை விட்டுவிட்டால் போராட்டத் தலைமை பயனுள்ளதாக இருந்திருக்குமாவென்பதும் சந்தேகம்தான். ஆகவே, இப்போராட்டம் நிகழ்ந்தபோதும், உடனடியாக அது முடிந்துவிட்ட பின்னரும் தொடர்ந்து இந்தியாவின் நடுத்தர வர்க்கத்தினர் மத்தியில், மேனாட்டுப் பண்பாடுகள் கொண்டிருந்த பிடிமானத்திற்குச் சிறப்பான நோக்கங்களும் ஆழமான காரணங்களும் இருந்தன. அதாவது, ஒரு பண்பாட்டு மாறுதலின் அடிப்படை, பெயரளவில் உள்ள மரபுகளுக்கு அப்பால் வெளியே நோக்குவதாகும். பொதுவாக இம்மரபுகளே பண்பாட்டின் சாராம்சம் என்றும் கொள்ளப்படுகிறது.

இங்கிலாந்தையும், ஜெர்மனியையும் தவிர்த்து ஜப்பானை மட்டுமே எடுத்துக்கொண்டு ஒப்பிட்டால் இப்புதிய இந்திய பூர்ஷுவா வர்க்கம் தொழில் நுணுக்கத் துறையில் பின்தங்கி உள்ளது புலனாகும். ஏதும் புதிய இயந்திரக் கருவிகள், புதிய விஞ்ஞானக் கண்டுபிடிப்புக்கள் இவர்கள் கையிருப்பில் இல்லை. தொழில் உற்பத்திக்குத் தேவையான இயந்திர சாதனங்கள் நிறுவன நிதி அமைப்புகள், அரசியல் தத்துவங்கள்கூட அப்படியே இங்கிலாந்திலிருந்து இறக்குமதி செய்யப்பட்டன. ஏழைகள், நிலமற்றவர்கள், இந்தியத் தொழிலாளிகள் ஏற்கெனவே ஒரு பெரிய வர்க்கமாகத் திகழ்வதால் புதிய பூர்ஷுவா வர்க்கம் இவர்களைச் சுரண்டி, தொழிலாளர் வர்க்கத்தைவிட வேகமாக

வளர்ச்சியடைந்துள்ளது. இயந்திரத் தொழில்கள் பற்றிய பிரச்சினைகள் நாட்டு விடுதலைக்குப் பின்னரே தோன்றின. ஆங்கிலேயர்களின் முழு ஆட்சிக்கவனத்துடன் ஒப்பிடும்போது கடந்த பதினான்கு ஆண்டுகளில் இத்துறையில் இந்தியா சற்று முன்னேறியுள்ளது. இது எப்படி உருவாகப்போகிறதென்பதை எதிர்காலம்தான் விடைகூற வேண்டும். இனி மிகவும் கடந்த காலத்திற்குச் செல்வோம். இந்திய பூர்ஷுவா வர்க்கத்தின் கற்பனையில் கடந்தகால உணர்வு அபரிமிதமாகச் செல்வாக்குப் பெற்றுள்ளதுபோல் தோன்றினாலும், உண்மையில் அது இவர்களுக்கு ஏதும் தொடர்புடையதன்று, கடுமையான உழைப்பு, அல்லது தொழில்நுட்பத்தில் தேர்ச்சி ஆகியவை இல்லாமலேயே விரைந்து லாபத்தைப்பெற எண்ணும் இவர்களுடைய பேராசைகளில் இவ்வுணர்வு ஒருபோதும் தலையிட்டது இல்லை.

1.3. வரலாற்று ஆசிரியரை எதிர்நோக்கும் இடர்கள்

இந்தியாவின் பண்பாடும் நாகரிகமும் என்றால் அது ஆங்கிலேயர், அல்லது இஸ்லாமியர் ஆதிக்கத்திலிருந்து தோன்றிய விளைவுகளில் ஒன்று என்றும் இந்தியப் பண்பாடு, இந்திய நாகரிகம் என்று ஒன்று, என்றுமே இருந்ததில்லையென்றும் சில சமயங்களில் தெரிவிக்கப்படும் கொள்கையை மேற்கூறியவை எல்லாம் உறுதிப்படுத்துவதாகத் தோன்றக்கூடும். அப்படியானால், இந்தியாவை அடிமைப்படுத்தி ஆதிக்கம் செலுத்தியவரின் வரலாறே இந்திய வரலாறாக இருக்கவேண்டும். அந்நியர்கள் விட்டுச்சென்ற பாடப் புத்தகங்கள் இக்கருத்தை மேற்கொண்டிருப்பதில் வியப்பில்லை. மாசிடோனிய அலெக்சாந்தர் இந்தியாவின் செல்வச் சிறப்பையும், அதிசயங்களையும் கேள்வியுற்று கீழைநாடுகளை நோக்கி வந்தானல்லவா? அப்போது இங்கிலாந்திலும் பிரான்சிலும் இரும்பு யுகம்கூடத் தோன்றாமல் இருந்தது. இந்தியாவுடன் புதிய வர்த்தகப் போக்குவரத்து வழியைத்தேடி அலையும்போது அமெரிக்கா கண்டுபிடிக்கப்பட்டதை நினைவூட்டும் வகையில் அமெரிக்காவின் பூர்வீகக் குடிகள் இந்தியர் என்று அழைக்கப்பட்டனர். அரேபியர்கள் இந்தியாவிலிருந்தே தங்களுடைய மருத்துவ நூல்களுக்கும், கணிதத்தின் பெரும் பகுதியை எழுதுவதற்கும் ஆதாரக் கருத்துக்களைப் பெற்று அறிவுத் துறையில் விரைவாக முன்னேறினர். ஆசியாவின் பண்பாட்டிற்கும், நாகரிகத்திற்கும் முதன்மையான பிறப்பிடங்கள் இந்தியாவும், சீனாவுமே. பருத்தித் துணிகள், (காலிகோ, சிண்ட்ஸ், தங்காரி, பைஜாமாஸ், சாஷ், ஜிங்கம் முதலிய சொற்கள்கூட

இந்தியாவில் முதலில் தோன்றியவை.) சர்க்கரை போன்ற அன்றாட வாழ்வில் பயன்படுத்தும் பொருட்கள் இந்தியாவினால் அளிக்கப்பட்டவையே. அதைப்போலவே காகிதம், தேயிலை, பீங்கான், பட்டு ஆகியவை சீனாவின் பங்காகும்.

இந்தியா அளிக்கும் பல்வேறு ரகங்கள் மட்டுமே இந்நாட்டின் பண்டைய நாகரிகச் சிறப்பை எடுத்துக்காட்டுவதற்குப் போதாது. ஆப்பிரிக்காவிலோ சீனத்தின் ஒரு மாநிலமான யூனானில் மாத்திரமே பார்த்தால், இந்த அளவுக்குப் பல்வேறு ரகங்கள் கலந்து நிலவுவதைக் காணலாம். ஆனால் கடந்த மூவாயிரம் ஆண்டுகளாக இந்தியாவில் நாம் காணக்கூடிய தொடர்ச்சியை எகிப்தின் மாபெரும் ஆப்பிரிக்கப் பண்பாட்டில் காண்பதற்கில்லை. எகிப்து, மெசபட்டோமியாப் பண்பாடுகளை இன்றிலிருந்து பின்னோக்கிப் பார்க்கும்போது அவை இன்றுவரை அரேபியருடைய நாகரிக காலத்திற்கு அப்பால் செல்லவில்லை. மேலும் யூனான் நாகரிகம் என்று குறிப்பாக ஏதும் இல்லை. சீன மக்களிடையே ஹான் இனத்தாரின் ஆரம்ப ஆதிக்கம், பண்டைக் காலத்தின் நிலையான முதற் பேரரசு முறையை நிறுவியதே வளர்ச்சியை மதிப்பிடுகிறது. இதைத் தவிர்த்து இதனுடன் ஒப்பிடக்கூடிய மற்ற சீன தேசிய இனங்களான பங்கு குறிப்பிடும்படியாக இல்லை. ஸ்பானிய வெற்றிக்குப் பிறகு இன்கஸ் மற்றும் அஸ்டக் மக்கள் உடனே மறைந்துவிட்டனர். மெக்சிகோ, பெரு. தென்னமெரிக்கா நாடுகளின் பண்பாடுகள் பொதுவாகவே ஐரோப்பிய பண்பாடுகளே தவிர உள்நாட்டிற்குரியவையல்ல. உரோமானியர்கள் மத்தியதரைக் கடல்நாடுகளை வென்று உலகப் பண்பாட்டில் தங்களுடைய தனிச் சிறப்பைப் பதித்துச் சென்றிருக்கின்றனர். கத்தோலிக்க மதம் தான் சென்றவிடமெங்கும் இலத்தீன்மொழி, பண்பாடு ஆகியவற்றையும்கொண்டு சென்றதால், உரோமானியப் பண்பாடு இடையறாது இருந்துவந்துள்ளது. இதற்கு மாறாக, ஆயுத ஆக்கிரமிப்பின்றி இந்திய மதத் தத்துவம் சீனம், ஜப்பான் நாடுகளில் வரவேற்கப்பட்டது. இவ்வளவிற்கும் இந்தியர்கள் அங்குச் சென்றதுமில்லை. வாணிபம் செய்ததுமில்லை. இந்தோனேஷியா, வியட்நாம், தாய்லாந்து, பர்மா, இலங்கை ஆகிய நாடுகளின் கலாச்சார வரலாறுகள் இந்தியாவிற்குக் கடன்பட்டிருந்தாலும், அந்தச் செல்வாக்கு இந்திய ஆக்கிரமிப்பினால் விளைந்ததல்ல.

சொந்த நாட்டில் இந்தியப் பண்பாட்டின் தொடர்ச்சியே மிகவும் முக்கியமான விஷயமாகும். பிற நாடுகளில் எவ்வாறு இந்தியக் கலாச்சாரம் செல்வாக்குப் பெற்றது என்பது பிற நூல்களுக்குரிய

விஷயம். அதன் தோற்றம், இந்தியாவில் அது வளர்ந்ததன் முக்கிய அம்சங்கள் ஆகியவற்றை எடுத்துரைப்பதே இந்நூலின் நோக்கம்.

தொடக்கத்திலேயே தீர்க்கமுடியாததென்றே தோன்றும் கடினமான பிரச்சினையொன்றை நாம் எதிரிடவேண்டியுள்ளது. இந்திய வரலாற்றுத் துறையில் முக்கியமானவையென்று சொல்லக்கூடிய ஆவணங்கள் எவையுமில்லை என்றே கூற வேண்டும். சீனப் பேரரசின் அரண்மனைக் குறிப்புகள், கோட்டக்குறிப்பேடுகள், சூ-மா-சீன் போன்ற வரலாற்று ஆசிரியர்களின் படைப்புகள், கல்லறைகள் மீதுள்ள கல்வெட்டுகள், தெய்வீக உரைகள் குறிக்கப்பட்ட எலும்புகள் போன்றவை ஏறக்குறைய கி.மு. 1400-ம் ஆண்டிலிருந்து சீன வரலாற்றை ஓரளவு உறுதியுடன் கணிக்க உதவுகின்றன. ரோம், கிரீஸ் நாடுகளில் இவ்வளவு பழமையான நாகரிகம் இருந்ததாகத் தெரியவில்லை. ஆனால் அங்குள்ள வரலாற்று இலக்கியம் நல்ல தரம் வாய்ந்தது. எகிப்து, பாபிலோனியா, அஸ்ஸிரியா, சுமேரியா நாடுகளில்கூட சான்றுக்குறிப்புகள் படிக்கப்பட்டுவிட்டன. ஆனால் இந்தியாவிலோ மக்களிடையே இருந்துவரும் தெளிவற்ற மரபுகள்தாம் உண்டு. புராணங்கள் கட்டுக்கதைகள் ஆகியவற்றைத் தவிர வேறு உயர்வான வரலாற்றுச் சான்றுகள் கிடையாது. முழுமையாக மன்னர்களின் பட்டியல் ஒன்றைத் தயாரிக்கக்கூட இயலாத நிலையிலுள்ளோம். சில சமயங்களில் முழு அரச வம்சங்கள்கூட நமக்குத் தெரியவில்லை. முகமதியர்கள் ஆட்சிக்காலம்வரையில் இந்திய வரலாற்றில் முக்கியத்துவம் பெற்ற பெரியோர் எவரைப்பற்றியும் உறுதியாகக் காலத்தை கூறமுடியாது. ஒரு பேரரசின் ஆட்சிக்குட்பட்ட பகுதி எது என்று கூறுவதுகூட மிகக் கடினம். காஷ்மீர், சம்பா நாடுகள் ஓரளவு நீங்கலாகப் பிற அரசுகளின் வரலாற்றைக் குறிக்கும் அரண்மனை நூல்கள் இல்லை. இதைப்போலவே இந்திய இலக்கியங்களின் பெரும் நூலாசிரியர்களின் பெயர்களுக்கும் சான்றுகள் கிடையா. இந்நூல்கள் இருந்துவந்த போதிலும் அவற்றின் ஆசிரியர்கள் வாழ்ந்த காலம் பற்றி அபூர்வமாகவே அறிய முடிகிறது. இந்நூல்கள் எழுதப்பட்ட ஆண்டைத் தோராயமாகக் கணக்கிட முடிந்தால் அதுவே நமது வாய்ப்புதான். பல நூலாசிரியர்களைப் பொருத்தவரை அப்படி ஒருவர் வாழ்ந்தார் என்றுதான் கூறமுடியும். சில சமயங்களில் இதுவும் ஐயப்பாடாகவே இருக்கிறது; பல்வேறு படைப்புகளை எடுத்துக்கொண்டால், ஒரு குறிப்பிட்ட ஆசிரியரின் பெயரிலேயே அவ்வளவும் வழங்கப்படுவதைக் காணும்போது, அவை எல்லாம் ஒரே ஆசிரியரால் எழுதப்பட்டிருக்கும் என்று தோன்றவில்லை.

இதைப்போன்ற காரணங்களினாலேயே, சிறந்த நிபுணர்களில் சிலர்கூட இந்தியாவிற்கு வரலாறு கிடையாதென்று கூறும் நிலை வந்தது. ரோம், அல்லது கிரீஸ் நாட்டைப்போல் இந்தியாவின் பண்டை வரலாற்றை அசைக்கமுடியாத ஆதாரங்களுடன் விவரமாக எழுதுவதற்கில்லை. ஆனால், வரலாறு என்றால் என்ன? அடுத்தடுத்து வரும் ஆதிக்கவெறி தலைக்கேறிய பித்தர்களின் பெயர்களும், பெரும் போர்களுமே வரலாறு என்றால் அப்படிப்பட்ட இந்திய வரலாற்றை எழுதுவது கடினமாகும். ஒரு மன்னனின் பெயரை அறிவதைவிட விவசாயம் செய்வதற்கு மக்களிடம் ஏர் இருந்ததா, இல்லையா என்பதே சரித்திரம் என்றால், அப்படிப்பட்ட சரித்திரம் இந்தியாவிற்கு உண்டு என்பதில் சந்தேகமில்லை. இந்நூலில் வரலாறு என்பதைப் பின்வரும் பொருளிலேயே உபயோகித்திருக்கிறேன்: **உற்பத்தி சாதன முறைகளிலும் உற்பத்தி உறவுகளிலும் தோன்றிவந்த மாறுதல்களை கால வரிசைக் கிரமமாக எடுத்துரைப்பதே வரலாறு.** வரலாற்று நிகழ்ச்சிகளைத் தொகுப்பதிலிருந்து மாறுபட்டு மேலே கூறியதுபோலவும் ஒரு வரலாற்றை எழுதமுடியும் என்பதே இப்பொருள் விளக்கத்தில் உள்ள சாதகமான அம்சமாகும். இந்நோக்கிலிருந்து பார்க்கையில் பண்பாடு என்பதற்கு இன நிபுணர்கள் கூறும் விளக்கமும் பொருத்தமாகவே அமையும். அதாவது ஒரு இனத்தைச் சேர்ந்த எல்லா மக்களுடைய வாழ்க்கைநெறியின் மிக முக்கியமான அம்சங்களை விவரிப்பதே பண்பாடு என்பதின் பொருள். இவ்விளக்கங்களை இனி ஆழ்ந்து நோக்குவோம்.

மதம், தத்துவம், சட்டமுறைகள், இலக்கியம், கலை, இசை போன்ற ஆன்மீகச் சிந்தனை மதிப்புகள் ஒன்றே பண்பாடு என்று சிலர் கருதுகின்றனர். சில சமயங்களில் ஆளும் வர்க்கத்தின் நடத்தைகளுக்குரிய பண்புகளின் வளர்ச்சியையும் இதில் சிலர் சேர்த்துக்கொள்கின்றனர். வரலாறு என்றால் இத்தகைய பண்பாடுகளையே அடிப்படையாகக்கொண்டு இவற்றை விவரிப்பதில் மட்டுமே அடங்குகிறது என்று இந்த அறிஞர்கள் கருதுகின்றனர். இத்தகைய பண்பாடுகளை வரலாற்றின் ஊன்றுகோலாகக் கொள்வதில் பல இடர்கள் உள்ளன. மத்திய ஆசியாவில் இத்தன்மையுள்ள மூன்று பெரிய பண்பாடுகள் இந்தியா சீனம், கிரீஸ் ஆகியவை பௌத்தம், கிறித்துவம், போன்ற இருபெரிய மதங்களின் துணையுடன் இணைந்து நின்றன. வாணிபத்திற்கு இப்பகுதி மையமாக விளங்கியதுடன் குஷானப் பேரரசின்கீழ் உயர்ந்த அரசியல் முக்கியத்துவத்தையும் பெற்றது. இன்னமும்

மத்திய ஆசியாவில் தொல்பொருளாய்வாளர்கள் அழகான நினைவுச் சின்னங்களைத் தோண்டியெடுத்த வண்ணம் உள்ளனர். ஆனால் மனிதப் பண்பாட்டிற்கும், மனித இன வரலாற்றிற்கும் இப்படி நன்கு வளர்ச்சி பெற்ற மத்திய ஆசியாவினால் ஏற்பட்ட பயன் மிகக் குறைவு. இதற்கும் குறைவான பண்பாட்டுச் சூழ்நிலையிலிருந்து தோன்றிய அராபியர்கள் கிரீஸ் மற்றும் இந்திய விஞ்ஞானிகள் கண்டுபிடித்த மாபெரும் சாதனைகளைப் பாதுகாத்தும், வளர்த்தும் தங்களுக்குப் பின் வருவோர்க்கு அளித்தும் வந்துள்ளனர். மத்திய ஆசியனாக தோற்றமளிக்கும் ஆல்பிரூனிகூட, ஒரு மத்திய ஆசியனாக மட்டுமல்லாமல் இஸ்லாமியப் பண்பாட்டின் பிரதிநிதியாகவும் மாறி அராபிய மொழியில் எழுதினார். நாகரிகமற்ற மங்கோலிய வெற்றிகள் மறுமலர்ச்சி பெற்றிருந்த மத்திய ஆசியாவை மீண்டும் தலைதூக்காவண்ணம் அழித்தபோதிலும், அதன் விளைவு சீனப் பண்பாட்டைப் பாதிக்காமல் மேற்கொண்டு வளர்வதற்குத் தூண்டுகோலாயிருந்ததும் கவனிக்கத்தக்கது.

மனிதன் வாழ்வதற்கு உணவு மட்டும் போதாது என்பது உண்மைதான். ஆனால், ரொட்டி அல்லது அதைப்போன்ற உணவு இல்லாமல் வாழக்கூடிய ஒரு மனித இனம் இன்னும் தோன்றவில்லை. சொல்லப்போனால், கெட்டுப்போகாத ரொட்டி என்பது புதிய கற்காலத்தின் பிற்பகுதியிலேயே கண்டுபிடிக்கப்பட்டிருக்கிறது. உணவைப் பாதுகாக்கும் முறையில் இது ஒரு பெரிய சாதனையே. கிறித்துவர்களின் இறை இயல் கொள்கை உலகின் பொருள் முதல் தன்மைகளைப் பாராட்டாமல் ஆத்மாவை மட்டுமே உயர்வுடன் கருதினாலும் ‘எந்தனுடைய ரொட்டியை இன்று தா’என்பதே அவர்களுடைய அன்றாடப் பிரார்த்தனைகளில் ஒன்றாகும். உணவு உற்பத்தியாளரின் தேவைக்குமேல் கிடைக்கக்கூடிய உபரி உணவுதான் சம்பிரதாயமான எந்தப் பண்பாட்டிற்கும் அடிப்படையாகும். பார்ப்போரை மலைக்க வைக்கும் கட்டடங்களாகிய மெசப்பட்டோமியாவின் சிக்குரத் கோயில்கள், சீனப் பெருஞ்சுவர், எகிப்தில் பிரமிடுகள், மற்றும் வானத்தை முட்டும் பல்லடுக்கு மாளிகைகள் ஆகிய எல்லாவற்றிற்கும் அந்தந்தக் காலங்களில் அதற்குத் தகுந்த அளவில் உபரி உணவு ஏராளமாக இருந்திருக்க வேண்டும். உபரி உற்பத்தி என்பது உபயோகப்படுத்தும் கருவிகள், உற்பத்தி முறைகளின் நுணுக்கங்களைப் பொறுத்துள்ளது. உற்பத்திச் சாதனங்கள் என்ற சொற்றொடரைப் பலர் தப்பும் தவறுமாக உபயோகித்திருந்த போதிலும்கூட, அது மிகவும்

உபயோகமான வார்த்தைக் கோவை என்பதால், இங்கும் அது உபயோகிக்கப்பட்டுள்ளது. உணவு மட்டுமின்றி மற்ற எல்லா உபரிப் பொருள்களும்கூட எவ்வாறு மக்கள் உபயோகத்துக்கு போய்ச்சேருகிறது என்பதுதான் உற்பத்தி உறவுகள். சமூகமும் இவ்வுறவுகளை நிர்ணயிப்பதுடன், அவற்றால் நிர்ணயிக்கவும்படுகிறது. உணவு சேகரிப்பு நிலையிலிருந்த பண்டைக்காலத்தில் அந்தந்தக் குழுவிலுள்ள பெண்களே பொருள்களைப் பிரித்தும், பங்கிட்டும் மற்றவர்களுக்குக் கொடுத்தனர். மேற்கொண்டு சற்று வளர்ச்சியடைந்த சமூகத்தில் பங்கு ஒதுக்கும் பணி, ஆண்களாகிய குடும்பத் தலைவன், பழங்குடித் தலைவன், ஒரு குலத்தின் தலைமகன் ஆகியவர்களைச் சார்ந்ததாகி, அநேகமாக ஒரு குடும்ப பிரிவின் மூலமாக நடைபெற்றது. உபரி உற்பத்தி அதிகமாகிக் குவிந்ததும் கோயில் அல்லது எகிப்திய மாமன்னரைப் போன்ற ஒருவர், அதன் சேகரிப்பையும் விநியோக முறையையும் தங்களுடைய குருமார் குழுக்கள் அல்லது பிரபுக்கள் துணையுடன் தீர்மானித்தார். அடிமைச் சமூகத்தில் உற்பத்தியும் பண்டமாற்றுதலும் அடிமைச் சொந்தக்காரர்கள் வசம் இருந்தன. இந்த அடிமைச் சொந்தக்காரர்கள் முன்னர் குருமார்களாகவும் பிரபுக்களாகவும் குலத் தலைவர்களாகவும் இருந்து தற்சமயத்தில் புதிய பணிகளை மேற்கொண்டுள்ளவர்களால் உருவானதாகவும் இருக்கலாம். பண்ணை அடிமைகளைக் கட்டுப்படுத்திய ஜமீன்தார்களே நிலப்பிரபுத்துவ காலத்தில் முதன்மையான உரிமையாளர்களாக விளங்கினர். அவர்களுக்கு நிகராக வணிகர்களும், முதலாளிகளும் கைத்தொழில் செய்வோரின் தொழில் இனக்குழுக்களைக் கட்டுப்படுத்த வேண்டியதாயிற்று. வணிகப் பிரிவினர் உற்பத்தியாளர்களாக மாறுவதன் வாயிலாக முதலாளித்துவ சகாப்தத்தையும் அறிமுகப்படுத்தியதும் மனித உழைப்புக்கூட விற்பனைப் பொருளானது; அதே சமயத்தில், மேனியளவில் அம்மனிதனின் சுதந்திரம் எஞ்சியிருந்தது. இவை எல்லாவற்றிலும் உள்ள உருவமும், உள்ளடக்கமும் வித்தியாசப்படலாம். பிரிட்டனில் நிலப்பிரபுத்துவத்தைச் சார்ந்த உயர்குடி மக்களும் அரசாங்கத்தால் பிரபுக்களாக கௌரவிக்கப்பட்டவர்களும் இன்னமும் இருக்கிறார்கள். ஆனால் பண்ணை அடிமைகளை வைத்து நிகழும் பண்டைய உற்பத்தி முறை இன்று இல்லை. இருந்தபோதிலும் ஆங்கில சமுதாயம் முழுக்க முழுக்க ஒரு பூர்ஷுவா சமுதாயமாகவே இருக்கிறது. புதிய பூர்ஷுவா வர்க்கத்தின் மிக முக்கியமான வளர்ச்சிக்கு இதுவே முன்னோடி. பதினோராவது நூற்றாண்டின் தொடக்கத்திலிருந்த எட்வர்ட் மன்னரின் பெருங்கோயிலிலுள்ள மர நாற்காலியில் வைத்தே

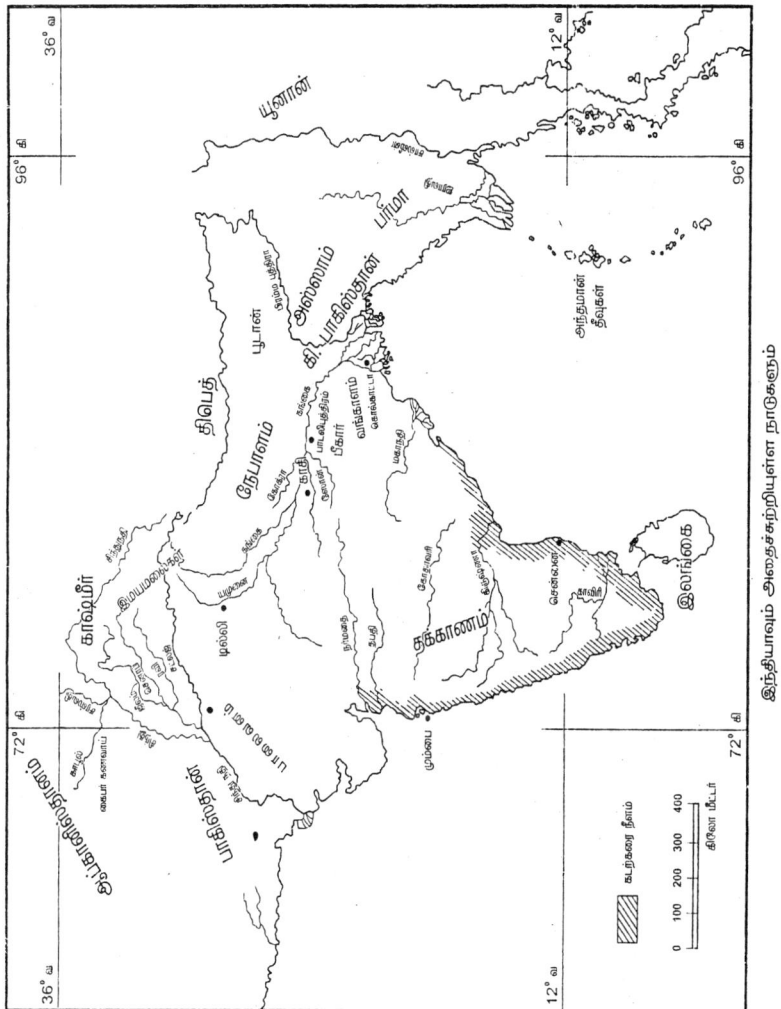

இந்தியாவும் அதைச்சுற்றியுள்ள நாடுகளும்

ஏழாவது எட்வர்ட் மன்னரையும் முடிசூட்டினார்கள்; ஆனால், இவ்விரு மன்னர்களின் ஆட்சிகளுக்கிடையில் இங்கிலாந்து நம்பமுடியாத அளவிற்கு மாறிவிட்டது. கடைசியாக வளர்ச்சியடைந்த ஜெர்மனி, ஜப்பான் நாடுகளின் நவீன பெரும் பூர்ஷுவா வர்க்கம், பேரரசரின் முழு நம்பிக்கைக்குப் பாத்திரமானது என்ற போர்வையில், நிலப்பிரபுத்துவ முறைகளை உடைத்தாலும்கூட, சில நிலப்பிரபுத்துவ அம்சங்களை வலுப்படுத்தியது.

குறிப்பாக, இந்தியாவை எடுத்துக்கொள்வோமானால் உட்பொருளைப் புறக்கணித்து வெளித்தோற்றத்திற்கு மட்டும் முக்கியத்துவம் அளிக்கும் இயந்திர கதியிலான நிர்ணயிப்புகளிலிருந்து நாம் வெகுதூரம் விலகிச்செல்ல வேண்டும். மக்கள் சமுதாய அமைப்பை நிர்ணயிப்பது பொருளாதார சக்திகள் மட்டுமே என்று கூறுவதும் போதாது. செல்வ விகிதாசாரத்தையொட்டி முன்னேற்றம் நடந்தே தீரும் என்ற அவசியம் ஒன்றுமில்லை; அப்படிச் சொல்வது உண்மையுமல்ல. ஒரு முழுமையான வரலாற்று நிகழ்ச்சிகளிடையே சமுதாயம் உருப்பெற்றதும் மிக முக்கியமானதாகும். அமெரிக்காவின் தங்கமும், வெள்ளியும் அமெரிண்டு(அமெரிக்க இந்திய) மக்களை நாகரிகமற்ற காட்டுமிராண்டிகளாக வைத்திருக்கவே உதவியது; அவை ஸ்பானியர்வசம் வந்தபோதோ நிலப்பிரபுக்களையும், மதநோக்குள்ள பிற்போக்காளர்களையும் ஊக்குவிப்பதாயிற்று. டிரேக் போன்ற ஆங்கிலேயக் கப்பல் தலைவர்கள் கொள்ளையிட்ட அதே செல்வத்தின் ஒரு சிறு பங்கு, இங்கிலாந்தை நிலப்பிரபுத்துவ காலத்திலிருந்து வாணிப, பூர்ஷுவா காலத்திற்கு கொண்டுவந்தது. ஒவ்வொரு காலகட்டத்திலும் எஞ்சியுள்ள முற்கால முறைகளும் உயர் வகுப்புகளின் கருத்தும் சமூக இயக்கத்தை மரபின் மூலமாகவோ, அல்லது மரபுக்கு எதிராகத் தோன்றும் புரட்சியின் மூலமாகவோ மிகச் சக்தி வாய்ந்த முறையில் பாதிக்கின்றன. நாணயமாற்று முறை, புதிய பொருள்கள், புதிய கருத்துக்கள் போன்றவற்றால் புதிய வார்த்தைகள் புழக்கத்தில் வந்து மொழியே புத்துருவம் பெறுகிறது. உற்பத்திச் சாதன முறையில் ஏற்படும் எந்த ஒரு முக்கியமான முன்னேற்றமும் ஜனப்பெருக்கத்திற்குக் காரணமாவதுடன், பல்வேறு உற்பத்தி உறவுகளையும் தோற்றுவிக்கின்றது. நூறு மக்களை வைத்துத் தனியாக நிர்வகிக்கக்கூடிய ஒரு தலைவன், லட்சமாக மக்கள் தொகை பெருகியபோது, மற்றவர்களின் உதவியின்றி எல்லோருடைய பிரச்சினைகளையும் சமாளிக்க முடியாது. இதன் காரணமாகவே

பிரபுக்களும், ஊர்ப் பெரியவர்களைக்கொண்ட சபைகளும் உருவாக்கப்பட் டிருக்கலாம். பண்டைய நிலையிலுள்ள இரு சிறு கிராமங்களடங்கிய ஒரு மாவட்டத்திற்கு அரசாங்கம் தேவையில்லை. அதே மாவட்டம் 20,000 பெரிய கிராமங்கள் கொண்டதாகப் பெருகும்போது, அதனைப் பாதுகாக்க ஒரு அரசாங்கம் அங்குத் தேவையாகிறது. அவ்வரசாங்கத்தை நடத்தப் போதுமான வசதிகளை அக்கிராமங்களே செய்து கொடுக்கமுடியும். குறிப்பாக இந்தியாவை எடுத்துக்கொண்டால் கோணல்மாணலான வளர்ச்சி முறையையே காண்கிறோம். ஏதோ ஒருவகையில் ஏற்படும் ஒரு சாதாரண மாறுபாடு, பிறகு உற்பத்தித் துறையில் ஒரு புதிய கட்டத்தைத் தோற்றுவிக்கிறது. உற்பத்தி பண்டைய நிலையில் இருக்கும்போது அத்தகைய மாறுதல்கள் பெரும்பாலும் மத அடிப்படையாகவே இருக்கின்றன. அப்புதிய முறை, உற்பத்திப் பெருக்கத்திற்குக் காரணமாக இருந்தால், அது பிரபலமடைகிறது; உறுதியான உருவம் பெறுகிறது. ஆயினும், இதுவும்கூட ஜனப் பெருக்கத்திற்கு வழிசெய்கிறது. சமுதாயத்தின் மேல்நிலை அமைப்புகள் இத்தகைய மாறுதல்களுக்கு ஒத்துவராவிட்டால், இவ்விரண்டிற்கும் இடையில் மோதல் நேரும்நிலை வருகிறது. சில சமயங்களில், ஒரு புரட்சியால், சீர்திருத்தம் என்னும் பெயரில் பழைய முறை உடைத்தெறியப்படுகிறது. சில சமயங்களில், பழைய மரபுகளைப் பாதுகாப்பதால் பயனடையும் வர்க்கம் வெல்லுகிறது. அப்போது தேக்கமும் சீர்குலைவும், உளுத்துப்போன நிலையும் வருகின்றன. பின்னர் காலத்திற்கு முன்னால் பெற்ற முதிர்வும் பித்துக்கொள்ளித்தனமாகக் கதியற்றும் போன இந்தியச் சமூகம் அந்நியர்களின் படையெடுப்புகளை எதிர்த்து நின்றபோது மேற்கூறிய பொதுவான திட்டத்திற்குச் சான்றாக விளங்குகிறது.

1.4. கிராமிய, பழங்குடி சமூகத்தைப் பற்றிய ஆய்வின் அவசியம்

இவ்வளவு குறைவான ஆவணச் சான்றுகளை வைத்துக்கொண்டு ஒரு இந்திய வரலாற்றை எழுதுவது எப்படி? அழிந்து போன ரோம் நாட்டு நாகரிகம் பற்றிய வரலாறு இக்காலத்தில் எங்ஙனம் எழுதப்பட்டது? அதற்குப் போதிய தஸ்தாவேஜுகள் கிடைத்தன என்றாலும் அவற்றில் கண்டுள்ள பெரும்பாலான சொற்கள் இக்கால மக்களுக்கு ஒன்றும் அர்த்தமாகவில்லை எஞ்சியுள்ள தொல்பொருள்களை ஒப்பிட்டு ஆராயும்போது அச்சொற்களுக்குரிய பொருள் தெரிய வருகின்றன. சில மனிதர்கள் அன்று வாழ்ந்தது உண்மைதான் என்பதை அவர்களுடைய நாணயங்கள், சிலைகள்,

கல்லறைகள், நினைவுச்சின்னங்கள் ஆகியவற்றைக்கொண்டு நிரூபித்துக் காட்டலாம். இப்பொருள்கள் எழுத்து மூலமாகக் கிடைக்கும் ஆதாரங்களை உறுதிப்படுத்துகின்றன. புதையுண்டு எஞ்சி நிற்கும் பழங்காலச் சின்னங்கள் பலவற்றைத் தொல்பொருள் ஆராய்ச்சியாளர்கள் கண்டுபிடித்திருக்கிறார்கள். எனவே, இன்று எந்த அளவுக்கு இலக்கியங்களிலுள்ள ஆதாரங்கள், தொல்பொருள் ஆராய்ச்சி முறைகள் கண்ட முடிவுகளுக்குப் பொருந்தி யிருக்கின்றனவோ, அந்த அளவுக்கு மட்டுமே நம்பத் தகுந்தவையாகக் கொள்ளப்படுகின்றன. கடைசியாக, ஏதோ சில முக்கியமான சொற்களுக்குப் பொருள் மாறிவிட்டாலும், மறைந்த காலத்தில் மக்கள் உண்மையில் எவ்வாறு வாழ்ந்தனர் என்பதைச் சான்று நூல்கள் ஆதாரத்துடன் எடுத்துரைக்கத் தொல்பொருள் ஆராய்ச்சிதான் துணைபுரிகிறது. புதைபொருள்களைத் தோண்டியெடுத்தும், உலகத்தில் பிற பகுதிகளிலுள்ள பூர்வீகக் குடிகளைப்பற்றி விஞ்ஞான ரீதியில் ஆராய்ச்சி செய்தும், எழுத்து மூலம் ஆதாரங்கள் கிடைக்கும் காலத்திற்கு முன்னால் நிலவிய ஒரு பண்பாட்டிற்கு மீண்டும் உருவம் கொடுத்துப் பார்க்க முடியும். இதுவே வரலாற்றுக் காலத்திற்கு முற்பட்ட வரலாறு என்று குறிப்பிடப்படுகிறது.

இந்தியாவிலும், இத்தகைய எல்லா முறைகளையுமே நாம் கடைப்பிடிக்கலாம். ஆனால், அதுமட்டும் போதாது. உண்மையான முக்கியத்துவம் வாய்ந்த புதிர்களை விடுவிக்கும் அளவுக்குக்கூட இந்தியத் தொல்பொருள் ஆராய்ச்சி இயல் முன்னேற்றம் பெறவில்லை. சொல்லப்போனால், இப்புதிர்களை எழுப்பும் நிலையைக்கூட அது எட்டவில்லை. ஆயினும் மிகப் பெரிய சாதகமான விஷயமொன்று இந்நாட்டில் இருக்கிறது. சமீபகாலம்வரை எந்த வரலாற்று நிபுணரும் அதைப் பயன்படுத்திக்கொள்ளவில்லை. பலதிறப்பட்ட சமூகப் பிரிவில் இன்று எஞ்சியுள்ள பலவகை அமைப்புகள், பண்டைக்காலத்தில் இவற்றிற்கு முற்றிலும் மாறுபட்டிருந்த நிலைகளை மறுபடியும் உருவகப்படுத்தத் துணைசெய்கின்றன. இந்த அமைப்புகளைப்பற்றி அறிந்துகொள்ள வேண்டுமானால், நகரங்களைவிட்டுக் கிராமங்களுக்குச் செல்ல வேண்டும். சமீபகால அரசியல் மாறுதல், சினிமா, வானொலி, நகரங்களில் நடக்கும் உற்பத்தி மேலோங்குதலால் ஏற்படும் வாணிபம் இவைகளின் செல்வாக்கைச் சில சமயங்களில் ஒதுக்கிவிட்டு ஆராய வேண்டியிருக்கும். வெகுதூரம் செல்லும் விரைவான புதிய போக்குவரத்து முறைகளால் பல

மாறுதல்கள் ஏற்பட்டிருக்கின்றன. பத்தொன்பதாம் நூற்றாண்டின் பிற்பகுதியில் அமைக்கப்பட்ட இருப்புப் பாதைகளும், 1925-ம் ஆண்டிற்குப் பின்னர் நெடுஞ்சாலைகளில் செல்லும் மோட்டார் போக்குவரத்து, இவற்றில் முக்கியமானவை. குறிப்பாக, இப்பரந்த நாட்டில் மிக ஒதுக்குப்புறமான கிராமப்பகுதிகளில் இவற்றை விலக்கிவிட்டுப் பார்ப்பது கடினமானதல்ல. ஆங்காங்கே இடத்தைப் பொறுத்து நாட்டின் சில பகுதிகள் இரண்டொரு படிகளைத் தாண்டிவிட்டன; சில சமயங்களில் இம்மாறுதல்கள் வரிசைக்கிரமம் மாறி ஏற்பட்டுள்ளன. ஆயினும் இவற்றில் அடிப்படையான வளர்ச்சிகளைப் புரிந்துகொள்வதற்குத் தேவையான முக்கியக் குறிப்பு மட்டும் மாறவில்லை.

இந்தியா இன்னமும் விவசாயிகளைக்கொண்ட ஒரு நாடுதான். உழவுத்தொழில் இப்போது விரிவாக நடந்துவந்த போதிலும் பண்டைச் சாதனங்களே கையாளப்படுகின்றன. இரண்டாயிரம் ஆண்டுகள் சாகுபடிக்குள்ளான நிலங்கள் அளவுக்கு மீறி உழப்பட்டும், மேய்க்கப்பட்டும் வந்துள்ளன. இன்னமும் பண்டைக் காலத்து லாபமற்ற முறைகளைக் கையாள்வதாலும், சிதறுண்ட நிலங்களில் பயிரிடப்படுவதாலும் ஒரு ஏக்கருக்குள்ள விளைவு விகிதம் குறைவாக உள்ளது. வானத்திலிருந்து பார்க்கும்போது, நாட்டில் போதிய அளவுக்குப் போக்குவரத்து வசதிகள் இல்லை என்பது நன்கு புலப்படும். மேற்கு ஐரோப்பா அல்லது அமெரிக்காவை எடுத்துக்கொண்டால், அங்கு நெருக்கமாகப் பின்னிப்படர்ந்த சாலைகளையும், இருப்புப்பாதைகளையும், பார்க்கலாம். அது இங்கு இல்லை. இதன் பொருள் என்னவென்றால், அந்தந்த இடத்திற்கு வேண்டிய பொருள்கள் அங்கங்கே உற்பத்தியாகி அங்கேயே விற்பனையாகிவிடுகின்றன என்பதுதான். இவ்வாறு பிற்போக்கான திறமை குறைந்த, ஊர்த் தேவைகளுடன் அடங்கிவிடும் உற்பத்தி முதலியவற்றில்தான் பல்வேறு வகையான பழங்குடி மக்கள் இன்னமும் சாவுக்கும் வாழ்வுக்கும் நடுவில் இருந்துவருகிறார்கள். கிராமப் பொருளாதாரமே பருவமழையை நம்பியிருக்கிறது. ஆண்டொன்றுக்கு 20 முதல் 200 அங்குலம்வரை இந்தியாவின் பல பகுதிகளில் மழை பெய்கிறது. இதற்குக் குறைவான மழையுள்ள இடங்கள் இருந்தால் அவை பஞ்சப்பகுதிகள், அல்லது நீர் பாய்ச்சிப் பயிரிட்டுப் பிழைக்கவேண்டிய இடங்கள் என்று பொருள். இம்மழையின் கன அளவு ஜூன் முதல் செப்டம்பர்வரையிலுள்ள

நான்கு மாதங்களில் மட்டும் மிகுந்து காணப்படுகிறது. தெற்கில் மழை தொடங்கிய பிறகு வடக்கில் பருவமழை ஆரம்பமாகிறது. கிழக்குக் கடற்கரையில் கடைசிப் பருவமழை இரு தனிப் புயல்களாக மையங்கொண்டு பெய்கின்றது. இப்பருவக் காற்றின் வேறுபாடுகள் காரணமாக ஒவ்வொரு வட்டாரத்திலும் ஆண்டுதோறும் மாறுபட்ட பருவமழைக்காலங்களைத் தோற்றுவிக்கின்றன. இந்நாட்டின் புவியியல் பகுதியை விமானத்திலிருந்து பார்க்கும்போது, ஒரு பாலைவனம் போன்ற பெரும் வறட்சியான தோற்றத்தை அளிப்பது தெரியவரும்; ஆனால் ஹலாந்தையும், இங்கிலாந்தையும் இவ்வாறு பார்க்கும்போது, அங்குப் பச்சைப் பசேலென்ற வயல்வெளிகளே நிரம்பியுள்ளதைக் காணலாம். இந்தியாவில் பசும்புல் தரைகளைப் பார்ப்பது அருமையாகிவிட்டது. வேகமாக வரும் வெள்ளம் வெகுவிரைவில் வடிந்து, தன் கூடவே மேல்மண்ணையும் அடித்துக்கொண்டு போய்விடுகிறது. இதுவே தற்கால நிலை. இது சென்ற நூற்றாண்டின் இறுதியில் காடுகள் தீவிரமாக அழிக்கப்பட்டதன் விளைவு. நாம் பண்டைக் காலத்தில் அக்கறைகொண்டுள்ளதால், பருவமழை தோற்றுவித்த பிரச்சினைகள் நாட்டின் பகுதிக்குப் பகுதி வேறானவை என்பதை அறியவேண்டும். பஞ்சாபின் கீழைப்பகுதிகள், சிந்து, ராஜஸ்தானத்தின் பெரும்பகுதிகள், ஆகியவை பாலைவனமாகவோ ஏறக்குறைய அந்த நிலையிலோ இருக்கின்றன. ஆனால் அவை செழிப்பான வண்டல் மண் பகுதிகளாதலால் நீர்ப்பாசனத்தாலோ கொஞ்சம் மழைபெய்து தண்ணீர் வந்தாலோ, அபரிமிதமான விளைச்சல் கிடைக்கும். கங்கையை அடுத்துள்ள நிலங்கள் (ஓரளவு பஞ்சாபின் மேற்கு பகுதிகள்) வண்டல் மண் நிரம்பிச் செழிப்புடன் விளங்கினாலும், பெருமளவு மழையும் அங்குப் பெய்கிறது. இக்கன மழையினால் அவ்விடங்கள்-குறிப்பாக உத்திரப்பிரதேசம், பீஹார், வங்காளம் (சிறிதளவு பஞ்சாபின் மேற்குப் பகுதியும்) போன்ற பிராந்தியங்கள்- முற்காலத்தில் அடர்த்தியான காடுகளாகவும் சதுப்பு நிலங்களாகவும் இருந்தன. மேற்குக் கரையையொட்டிய மலைகளிலும், அஸ்ஸாம் குன்றுகளிலும், உள்ள மரங்களைப் பெரும் அளவில் வெட்டிச் சாய்த்துக்கொண்டிருந்த போதிலும் இன்றும் அங்குக் காடுகள் உள்ளன. காடுகளை முற்றிலும் அழித்து உருவாக்கிய கடற்கரைச் சமவெளிகளில் இன்று மூன்று போகம் சாகுபடி செய்யலாம். ஆனால் இச்சமவெளிகளில் அடர்த்தியான மக்கட்தொகை உள்ளூர் உற்பத்தியைக்கொண்டே பிழைக்கத் தடையாக உள்ளது. தென்னை போன்ற பணப் பயிர்களையொட்டியே இதன் பொருளாதாரம் இயங்குகிறது. மத்திய

இந்தியாவின் காடுகளிலும் தக்காணத்தில் வேறு சில காட்டுப் பகுதிகளிலும் உள்ள கனிமப்பொருள்கள் இப்பொழுதுதான் சரியான முறையில் வெட்டியெடுக்கப்படுகின்றன. மனித இனம் பற்றிய ஆய்வாளர்களுக்கு, இங்குள்ள பூர்வீகக் குடிகள் (உ-ம்: பில், நீலகிரியிலுள்ள தோடர், சந்தால், ஒரான்) இன்னமும் ஆராய்ச்சிப் பொருள்களாக விளங்குகின்றன. தக்காணப் பீடபூமி என்றுமே அடர்ந்த காடுகள் நிறைந்த பகுதியாக இருந்ததில்லை. இங்கு மலைகளும் பாறைகளும் நிரம்பியுள்ளன. மேற்குப்பகுதி கந்தகப் பாறைகளினாலும், தென்கிழக்குப் பகுதி கருங்கல் பாறைகளினாலும் ஆனவை. பொதுவாக இங்குள்ள நிலம் வளம் குன்றியது. சிற்சில இடங்களில் மட்டும் கரிசல்மண் நிரம்பியுள்ளதால் பற்பல பயிர்கள்-குறிப்பாகப் பருத்தி-பயிரிடுவதற்கு அருமையாகவிருப்பினும் தொடர்ந்து சாகுபடிசெய்ய இந்நிலங்களை ஆழமாக உழவேண்டும். தனித்தன்மை வாய்ந்த புழுதி மண் வகை குஜராத்தில் உள்ளது. இப்பிராந்தியங்களின் வரலாற்று வளர்ச்சியில், இத்தகைய வேற்றுமைகள் யாவும் பிரதிபலிக்கின்றன. இவை ஒவ்வொன்றும் தத்தம் முறையில் முன்னேறின.

இவ்வாறு மேலே விவரித்த நிலப்பாகுபாட்டு விவரங்களும் பொதுவாக வெப்பம் நிறைந்த பருவநிலையும் வேறுபட்ட பிராந்திய வரலாற்றின் காரணத்தினால் இயல்பு மீறி உள்வேற்றுமைகள் உழவர்களிடையே தோன்றக் காரணமாயிருந்தன. இந்திய சமூகத்தில் முக்கிய அம்சமாகிய சாதியை கிராமப்புறங்களில் அதன் முழுசக்தியுடன் பார்க்கலாம். இதனால் சமூகம் பல குழுக்களாகப் பிரிந்து, அவை ஒன்றாக வாழமுடியாமையால் அடுத்தடுத்து வாழ்கின்றன. சட்டப் பூர்வமான சுதந்திரம் இருந்தும் வெவ்வேறு சாதியினர் கலப்பு மணம் செய்துகொள்வதை மதம் ஒப்புக்கொள்வதில்லை. நாம் இன்று பெற்றுள்ள இந்த மகத்தான சாதி சுதந்திரத்திற்குக் காரணம் பூர்ஷுவா முறையில் நகரங்களில் பூர்ஷுவா வர்க்கத்தின் ஆதிக்கத்தினால் சாதி மறையத் துவங்கிவிட்டது; ஆனால் அரசியல் அல்லது பொருளாதாரத் துறைகளில் இயங்குபவர்களின் சுயநலத்திற்காகச் சாதியின் பெயர் உபயோகிக்கப்பட்டு வருவதைத் தவிர்க்க முடியவில்லை. தன்னைவிடத் தாழ்ந்த சாதியினரிடமிருந்து உணவையோ தண்ணீரையோ பெரும்பாலான விவசாயிகள் பெற்றுக்கொள்வது கிடையாது. சாதி என்பது ஒழுங்கில்லாத ஒரு மரபைக் குறிக்கிறது. நடைமுறையில் இத்தகைய சாதி வகுப்புகளின் எண்ணிக்கை பல ஆயிரங்களுக்கும் அதிகமானது. ஏட்டளவில் நான்கு சாதிகள்தான்

உள்ளன. அவை பிராமணர் (புரோகிதர்), க்ஷத்திரியர்(போர்வீரர்), வைசியர்(வணிகர்-வேளாளர்), சூத்திரர் (கடைநிலைச் சாதியான ஊழியர்கள்-வேலைக்காரர்கள்) ஆகிய நான்குமாகும். இச்சாதிமுறைக் கோட்பாடு ஒழுங்கற்ற வர்க்கப் பிரிவையே எடுத்துக்காட்டினாலும் நடைமுறையில் செயல்படும் சாதிகளும் அதன் உட்பிரிவுகளும் பூர்வீக மக்களின் பல்வேறு இனங்களின் அடிப்படையிலேயே அமைந்துள்ளது தெளிவு. அவர்களுடைய பெயர்களே இதை நன்கு எடுத்துக்காட்டுகின்றன. ஒரு சிறு பிராந்திய சாதிகளின் உயர்வு, தாழ்வு, உறவுநிலை முதலியவை எப்போதும் பொது வர்த்தக உறவுகளில் அவை பெறும் செல்வநிலையைப் பொறுத்து அமைகிறது. பீகாரிலுள்ள ஜூலாஹார் சாதியினர் மகாராட்டிரத்திலுள்ள அக்ரீ கிராமத்திற்குக் குடிபெயர்ந்தவுடன் அவர் சாதிக்குரிய வரையறுக்கப்பட்ட செல்வாக்கைக் கூடவே பெற்றுவிடுவதில்லை. ஆனால் பீகாரில் அவனுடைய ஆரம்ப அந்தஸ்து சுற்றுவட்டாரத்தில் அவன் தொடர்புகொண்டுள்ள கிராமங்களில் வசிக்கும் அதே சாதியினர் பெற்றிருக்கும் செல்வாக்கைப் பொறுத்தது. இது கிட்டத்தட்ட பல்வேறு சாதிகளின் பொருளாதார உறவுநிலையைப் பொருத்து அமைகிறது. இரு வெவ்வேறு பிராந்தியங்களில் ஒரே சாதி வர்ணாசிரமப் படிமுறையில் வெவ்வேறு நிலையை ஏற்கக்கூடும். சில காலங்களுக்கு இவ்வேறுபாடுகள் நீடித்து முற்றும்போது, இத்தனித்தனிக் கிளைகள் ஒருவரையொருவர் அந்நிய சாதியினராகக் கருதி மணத்தொடர்பை முறித்துக்கொள்கின்றனர். பொருளாதார அளவில் தாழ்ந்துபோனவன் மொத்தமாகச் சமூக அளவிலும் தாழ்த்தப்பட்டுக் கீழ்நிலையைப் பெறுகிறான். இச்சாதி அமைப்பில் மிகச் கடைசி வரிசையில் நாம் காணும் பூர்வீகக் குடிகள் இன்னமும் உணவைச் சேகரித்து வாழும் நிலையிலேயே உள்ளனர். இவர்களைச் சுற்றியுள்ள சமூகமோ இன்று உணவை உற்பத்தி செய்து வாழ்கிறது. ஆகவே, பொதுவாக உணவைச் சேகரித்து வாழ்வது இக்கீழ்ச்சாதி மக்களுக்குப் பிச்சை எடுப்பதும் திருடுவதும் என்று மாறிவிட்டது. இக்கடை நிலையிலுள்ள பூர்வீகக் குடிகள் தங்கள் மரபிற்கு அப்பாற்பட்ட சட்ட ஒழுங்கிற்குக் கட்டுப்படாததால், 'குற்றப்பரம்பரை' என்று இந்தியாவை ஆண்ட ஆங்கிலேயர்களால் சரியாகவே குறிப்பிடப்பட்டனர்.

வெறுப்பு விருப்பின்றி இத்துறையை ஆராயும்போது இந்தியச் சமூகத்தின் சாதிப் பாகுபாடுகள் இந்திய வரலாற்றை ஆழ்ந்து பிரதிபலித்து அதன் பெரும்பகுதியை நன்கு விளக்குவதைக் காணலாம். ஒரு பொருளாதார, சமுதாய நிலையில் பல சாதிகள் தாழ்ந்த அந்தஸ்தை

இன்று பெற்றுள்ளன என்றால், முன்பு அவர்கள் உணவு உற்பத்தியிலோ, ஏர் உழுவதிலோ ஈடுபட மறுத்தனர் என்பதை எளிதாக எடுத்துக்காட்டலாம். பூர்வீகச் சடங்குகள், சம்பிரதாயங்கள், மற்றும் தெய்வீகக் கதை உருவங்களையும் தாழ்ந்த சாதியினரிடம் பாதுகாக்கப்பட்டிருப்பதைப் பொதுவாகக் காண்கிறோம். சற்றே உயர்ந்த ஒரு பிரிவில் இம்மத ஆசாரங்களும், புராணக் கருத்துக்களும் மாறி வேறு பாரம்பரியங்களுடன் ஒன்றிவிடுவதைப் பார்க்கிறோம். இதற்கும் உயர்ந்த ஒரு படியில் இவற்றைத் தங்களுக்கு ஆதரவாக பிராமண சாதியில் புரோகிதர் வர்க்கம், தமது தலைமையை நிலைநாட்டவும், பொதுவாகத் தாழ்ந்த சாதியினரைத் தங்கள் பிடிப்பிற்குள் அடக்கவும் திருத்தி அமைத்துக்கொண்டனர். அதையடுத்து நாம் 'இந்துப் பண்பாடு' என்று அழைக்கப்படும் பிரிவுக்கு வருகிறோம். கற்றுணர்ந்தோரின் இம்மரபுகள் அடிக்கடி பழைய காலத்தை நோக்கிப் பின்னே செல்கின்றன. ஆனால் தெய்வங்கள், பூதங்கள் பற்றிய கதைகள்கூட தாழ்ந்த சாதியினருக்கும், இவர்களுக்கும் அடிப்படையில் ஒன்றே. பண்பாட்டுத் தொடர்புகொண்ட எல்லாக் கட்டுக்கதைகளையும் ஒன்றுதிரட்டி நன்கு வளர்ச்சி பெற்ற சமூகப் பின்னணியில் அவற்றை ஒருமைப்பாடுகொண்ட புராணக் கதைகளாக ஒழுங்குபடுத்திக் காட்டியதே பிராமணியத்தின் முக்கியப் பணி. இப்பணியில் அசலில் வேறுபட்ட பூர்வீக நிலை தெய்வங்களும், வழிபாடுகளும், ஒன்றுசேர்க்கப்பட்டன; அல்லது வெவ்வேறு தனித்தன்மை வாய்ந்த தெய்வங்கள் ஒரு குடும்பமாகவோ பல தெய்வங்களின் அரச சபையாகவோ அமைக்கப்பட்டன. எல்லாவற்றிலும் உயர்ந்த உச்சநிலைக்கு வரும்போது தத்துவ முன்னேற்றங்களை உருவாக்கிய இந்திய வரலாற்றின் மதத் தலைவர்களைக் காண்கிறோம். பொதுவாக, இவர்களுடைய மதத் தத்துவ ஆராய்ச்சிகள் முதன்முதலில் விளக்கப்பட்டபொழுது, அந்தந்தக் காலத்து இந்திய சமூகத்தில் பெரும் முன்னேற்றமாகவே இருந்தன. ஆனால் அச்சமூகம் மேற்கொண்டு முன்னேறிச் செல்லும்போது அதே கொள்கைகள் இந்தியாவைப் பின்னுக்குத் தள்ளின. ஏனென்றால், குறுகிய சமய உட்பிரிவின் பிற்காலத் தலைவர்கள், பிடிவாதமாகத் தங்கள் கூற்றுகளே முதலில் நிறுவிய தலைவர்களின் நிலையென்று, அசைந்துகொடுக்காமல் நின்றதுவே காரணம். மதங்களே வரலாறு ஆகிவிடாது. ஆனால் அவற்றின் தோற்றமும், மாறிய பணிகளும் சிறந்த வரலாற்று ஆதாரங்களாகின்றன. இந்திய சமூகம் வன்முறையைவிட அடுத்தடுத்த சமய மாறுதல்களால் மிகவும் வளர்ச்சி பெற்றதாகத் தோன்றுகிறது. பின்னர் கணிசமான வன்முறைச் சக்திகள்

தலைதூக்கியபோதிலும், மேற்கூறிய மத சம்பந்தமுள்ள காரணத்தினால் மேற்கொண்டு முன்னேறும் முயற்சியில் தோல்வி நேர்ந்தது. எஞ்சியுள்ள பண்டைய இந்தியத் தஸ்தாவேஜுக்கள் பெரும்பாலும் சடங்குகள் பற்றியவை அல்லது மதச்சார்பு கொண்டவையாகும். இவற்றை எழுதியவர்கள் வரலாற்றைப் பற்றியோ யதார்த்த நிலைபற்றியோ அக்கறைகொள்ளவில்லை. இவை இயற்றப்பட்ட காலத்தில் இந்தியச் சமூகக் கட்டுக்கோப்பு பற்றி நன்றாகத் தெரிந்துகொள்ளாமல், இவற்றிலிருந்து வரலாற்றை எடுத்தெழுதும் முயற்சி ஒன்று பயனற்றுப்போகிறது. அல்லது மிகவும் நகைப்புக்கிடமான முடிவுகளுக்கு இடம் தருகிறது. பெரும்பாலான இந்தியச் "சரித்திர" நூல்களைப் படிக்கும்போது இவற்றைக் காணலாம்.

1.5 கிராமங்கள்

சாதி மட்டுமன்றி மதத்திற்கு முக்கியத்துவம் கொடுப்பதற்கும், நமது வரலாற்று உணர்வற்ற தன்மைக்கும், காரணம் என்னவென்று விளக்குவது அவசியம். இதில் வரலாற்று உணர்வற்ற தன்மையை விளக்குவது எளிது; இது கிராம வாழ்வின் "அறியாமை"யையும் அடிப்படையாகக்கொண்டது. ஆண்டுக்கு ஆண்டு திரண்ட மாற்றங்களைச் சிறிதும் இந்தியக் கிராமத்தில் காணமுடியாவிட்டாலும், பருவங்களின் சுழற்சியே எல்லா முக்கியத்துவமும் பெற்று விளங்குகிறது. இக்காரணத்தினாலேயே, 'கால மதிப்பற்ற கிழக்கு'என்ற பொது உணர்வு அந்நியர்களுக்கு ஏற்படுகிறது. கி.மு. 150-ஐச் சேர்ந்த பார்ஹத் சிற்பங்களில் காணப்படும் மாட்டுவண்டியும்., கிராமக் குடிசைகளும் கி.பி. 200-ஐச் சேர்ந்த குஷாணர்களின் சிற்பங்களில் காணப்படும் ஏரும் உழவனும் திடீரென்று இக்கால இந்தியக் கிராமத்தில் தென்படுமேயானால் அவை இங்கு எவ்விதமான வியப்பையும் விளைவிக்கா. இதனால் கிராமப் பொருளாதார அமைப்பிலுள்ள வரையறுக்கப்பட்டதோர் நிலப்பகுதியில் பண்படுத்த உதவும் ஏரின் உபயோகம், உற்பத்திச் சாதனத்துறையில் காட்டப்பட்ட மகத்தானதோர் முன்னேற்றம் என்பதை எளிதில் மறந்துவிடுகிறோம். உணவு சேகரித்து வாழ்ந்த நிலையைவிட, உணவு உற்பத்திசெய்யும் நிலையில் உற்பத்தி உறவுகள் மேலும் சிக்கலாகின்றன. இக்கால இந்தியக் கிராமம் கொடிய வறுமையால் பீடிக்கப்பட்டுச் சொல்ல முடியாத அளவுக்கு நிராதரவாக உள்ளதுபோன்ற தோற்றத்தை அளிக்கிறது. சந்தை கூடும் இடங்களைத் தவிர பல ஊர்களில் கடையே இல்லை. இடி மின்னல்களால் தாக்கப்படும் திறந்த நிலையிலுள்ள சிறு கோயில்களைத் தவிர வேறு பொதுக் கட்டடங்களை காண்பதரிது. ஊர் ஊராகச் சென்று பொருள்

விற்பனை செய்யும் வியாபாரிகள் அல்லது சில முக்கியமான கிராமங்களில் கூடும் வாரச் சந்தைகள் மூலமாகவே அத்தியாவசியமான பொருள்கள் வாங்கப்படுகின்றன. இடைத் தரகர்களே லேவாதேவிக்காரர்களாகவும் இருப்பதால் அவர்கள் வசமே கிராம விளைபொருள்களின் விற்பனையும் சிக்கியுள்ளது. கிராமப் பொருளாதாரத்தில் அவர்களுடைய பிடிப்பும், அதனால் உழவர்களுக்கு ஏற்பட்ட கடன் சுமைகளும் பெரும் பிரச்சினையாகி அதன் தீர்வு வெற்றுக் காகிதத்திலுள்ள வறட்டுத் திட்டமாகியதே தவிர, அரசாங்கமோ, தனியார் நிறுவனங்களோ இன்றளவும் இப்பிரச்சினைகளைத் தீர்க்க முடியவில்லை. மழைக்காலம் சென்றதும் படிப்படியாகப் பெரும்பாலான கிராமங்களில் தண்ணீர் பற்றாக்குறை அதிகரிக்கிறது. எல்லாப் பருவங்களிலுமே நல்ல குடிநீர் கிடைப்பது அரிது. பசியும், நோயும் இந்தியாவின் உடன்பிறந்த சுமைகளாகும். மருத்துவ வசதியின்மை, சுகாதாரக் குறைவு இரண்டும் கிராமத்தில் பரம்பரையாக ஊறிய அக்கறையின்மையைத் தெளிவாக எடுத்துக்காட்டுவதுடன், அதுவே எப்போதும் இந்நாட்டின் அரசியல் பொருளாதாரத்தின் அடிப்படையாக விளங்கிக் கொடுங்கோலாட்சியின் அடித்தளமாகவும் விளங்கி வந்திருக்கிறது. இத்தகைய துன்பங்களிலும், இழிவிலும் வாழும் மக்களிடமிருந்து பறித்துக் கொண்ட உபரியே இந்தியப் பண்பாட்டிற்கும் நாகரிகத்திற்கும் முக்கியமான அடிப்படையை அளித்தது; இன்னமும் அளித்து வருகின்றன.

கிராமங்களின் செயலற்ற அவலநிலையின் ஒரேமாதிரியான தோற்றம் வர்க்க வேற்றுமைகளை மறைத்துக்கொள்கிறது. சாகுபடியாளர்களில் பெரும்பாலோர் சிறு நிலத்துண்டுகளை வைத்துள்ள உழவர்களாவர். சுயதேவைப் பூர்த்தி செய்து கொள்பவர்கள் மிகக்குறைவு. சிலர் மட்டும் தற்போது நடப்பிலுள்ள நில உரிமைச் சட்டங்களினால் வலுப்பெற்று அதிகாரம் நிரம்பிய ஒரு 'பிரபுத்துவ' வர்க்கத்தின் உணர்வைப் பெறக்கூடியவர்களாக உள்ளனர். செழுமையான பெரு நிலப்பரப்பை வைத்துள்ள மக்கள் பெரும்பாலும் நிலத்தில் பாடுபட்டு உழைக்கும் உழவர்கள் அல்லர். பொதுவாக அத்தகைய நிலப்பிரபுக்கள் உள்ளூரிலும் இருப்பதில்லை; இவர்கள் தங்களின் நிலத்திற்குரிய சாசனங்களை நிலப்பிரபுத்துவ காலத்திலிருந்து உரிமையாகப் பெற்றவர்கள். ஆங்கிலேயர் ஆட்சியில் இவர்கள் நிலப்பிரபுத்துவ காலத்திற்குரிய கடமைகளிலிருந்து விடுபட்டு பூர்ஷுவா நிலக்கிழார்களாக மாறினர். இருப்பினும் ஆங்கிலேயர்கள் எல்லாச் சாசனங்களையும் பதிவுசெய்து, அவற்றிற்கு எவ்வளவு

பணமாக வரி செலுத்த வேண்டுமென்று நிர்ணயம் செய்தார்கள். இதன் பொருள், இன்று ஒரு கிராமம் சுயதேவைப் பூர்த்தியடைந்துவிட்டதாகக் கூறமுடியாது என்பதே. கூடியவரையில் தனித்து வாழ எண்ணும் ஒருவன்கூட சிறு துணிவகைகள், வீட்டுச்சாமான்கள் வாங்கவோ, குத்தகை அளிப்பதற்கோ வரி செலுத்துவதற்கோ, எதையாவது விற்றுப் பணம் செய்தாக வேண்டும். அப்படி இல்லாவிட்டாலும்கூட, ஒரு கிராமம் முற்றிலுமாக தன்னிறைவு அடையமுடியாது. இந்தியாவின் பெரும்பகுதி மக்கள் இடுப்பில் உடுத்துவது ஒரு முழக் கந்தை என்றாலும்கூட உடை ஒரு சமூகத் தேவை. உப்பு மிகவும் அத்தியாவசியமாக எப்போதும் இருந்து வந்துள்ளது. தவிரவும் சீரான விவசாயத் தொழிலை ஏற்று நடத்துவதற்கு முன்னால் சிறிதளவு இரும்பு போன்ற உலோகமும் கிடைத்தாக வேண்டும். இவ்விரண்டு தேவைகளும் பெரும்பாலான கிராமங்களில் உற்பத்தி செய்யப்படுவதில்லை; வெளியிலிருந்தே பெறப்படுகின்றன. கால மதிப்பற்றதாகத் தோற்றமளிக்கும் கிராமமும் பண்ட உற்பத்தியால் இறுக்கப்பட்டு இன்று ஒரு பூர்ஷுவா பொருளாதார திட்ட அமைப்பின்கீழ் கொண்டுவரப்பட்டுள்ளது.

இருந்தபோதிலும் இந்தியக் கிராமம் கிட்டத்தட்ட சுயதேவைகளைப் பூர்த்தி செய்துகொள்வது உண்மையே. மக்கட் பெருக்கத்தின் காரணமாக, கொங்கணம் அல்லது மலையாளிகள் வேலை தேடித் தொலைநகரங்களையடைந்து தங்களுடைய சொந்தக் கிராமங்களுக்குப் பணம் அனுப்பும்போது மட்டுமே நகரத்தின் பிடிப்பை நேரிடையாக உணரும் வாய்ப்பு ஏற்படுகிறது. மற்றபடி ஆங்காங்கே முகாம் போடவரும் அதிகாரிகள் மூலமாகவே நகரங்களுடன் தொடர்பு. அவர்களும் வரிவசூல் பாக்கிநிற்கும் சமயம் தவிர மற்றக் காலங்களில் கிராமத்தைப்பற்றித் தம்மை வருத்திக்கொள்வதில்லை. இப்பொழுதெல்லாம் ஐந்து ஆண்டுகளுக்கு ஒருமுறை அரசியல்வாதிகள் தேர்தல்களுக்கு முன்பு கிராமங்களுக்குச் செல்வதைப் பார்க்கலாம். இப்பொருளாதார அமைப்பில் ஒரு மனிதனின் சராசரி பண்ட உற்பத்தியின் அளவு மிகக் குறைவு என்பது மிகத் தெளிவாகும். பண்டம் என்பது ஒரு பொருள் அல்லது உபயோகத்திற்குரிய பொருள். பண்டமாற்றின் வாயிலாகக் கடைசியில் அப்பொருள் நுகர்வோர் வசம் அடைகிறது. ஒருவர் தனது சொந்த உபயோகத்திற்காகவோ அல்லது தனது குடும்பம் அல்லது உற்றார் உறவினர்களுக்காகவோ உற்பத்தி செய்கிறார் என்று வைத்துக்கொள்வோம். அவ்வுற்பத்தி அவர்களுக்கு மாத்திரமே

படம் -1. உழுதல், மண் கட்டிகளைத் தூளாக்குதல், சால்வரிகளில், விதைகளைத் தூவி மண்ணை மிதித்தல், அநேகமாக இது கோதுமைப் பயிராக இருக்கலாம். இந்தியா ஆபீஸ் நூலகத்தில் (ஓரியண்டல், வால்யூம் எண் 71) உள்ள 19-ம் நூற்றாண்டு பாரசீகக் கையெழுத்துப் பிரதிகளிலிருந்து எடுக்கப்பட்டது. இது காஷ்மீர் வட்டாரத்திற்குரியதாகும். படத்தில் காணப்படும் உடைகளைத் தவிர மற்றபடி இந்தியாவின் பிற பகுதிகளில் நடக்கும் சாகுபடி முறைகளுக்கும் இதற்கும் ஏதும் வித்தியாசம் கிடையாது.

போதுமானதாக இருக்கலாம். அல்லது பணம் ஏதும் தராமல் நில உரிமையாளர் அல்லது பெரு நிலப்பிரபு அவ்வுற்பத்தியைக் கவர்ந்து சென்றுவிடலாம். இப்போது அதைப் பண்டம் என்று கூறமுடியாது. சில வகையான பொருள் உற்பத்திக்குத் தொழில்நுட்ப அறிவு தேவைப்படும். இந்தியக் கிராமத்தில் உலோகத்தை அதிகமாக உபயோகிப்பதில்லை. ஆனால் கிராமவாசிக்குப் பாத்திரம் தேவை. அநேகமாக இது மண்பானையாகவே இருக்கும். அதைச் செய்வதற்கு ஒரு குயவர் அங்கிருக்க வேண்டும். இப்படியே சிறு கருவிகளைச் சீர் செய்யவும், கொழு அமைத்து ஏரில் மாட்டவும் கொல்லர் வேண்டும்; வீடுகள் கட்டவும், சாதாரண கலப்பைகள் செய்யவும் தச்சர் வேண்டும். கிராமம் தனக்குத் தேவை என்று கருதும் சடங்குகளை நடத்திக் கொடுப்பதற்கு ஒரு புரோகிதர் வேண்டும். பொதுவாக இவர் ஒரு பிராமணராக இருந்தாலும் சில கீழ்நிலை வழிபாடுகளுக்கு பிராமணர்கள்தான் வேண்டுமென்ற கட்டாயம் இல்லை. முடி திருத்துவது, இறந்த கால்நடைகளின் தோலை உரிப்பது போன்றவை தாழ்ந்த தொழில்கள். ஆயினும் நாவிதர் வேலையும் தோல் பொருள்களும் அவசியமானவை. இவர்கள் வெவ்வேறு சாதியைச் சேர்ந்தவர்களாக இருந்தாலும் ஒரு கிராமத்திற்கு நாவிதரும், சக்கிலியும் வேண்டும். சாதாரணமாக இதைப்போன்ற ஒவ்வொரு தொழிலும் ஒரு சாதியாக உருவாகிறது. முற்காலத்தில் மேலை நாடுகளில் 'கில்டு'கள் என்ற தொழிலினக் குழுக்கள் இருந்தன அல்லவா? அதைப் போன்ற இந்திய அமைப்பே இது. கிராமங்கள் சுய தேவைப் பூர்த்திபெற்ற அமைப்புகளாகத் தோன்றினாலும் அங்கு முற்கூறியவர்களைப் போன்ற கைவினைஞர்களின் பணி இன்றியமையாததாக இருந்தது. இக்கைவினைஞர்கள் கிராமத்தில் பெரும்பான்மை யானவர்களிடமிருந்தும் தமக்குள்ளேயும் ஒருவருக்கொருவர் வெவ்வேறு சாதியைச் சேர்ந்த காரணத்தினால் வேற்றுமைப் பட்டிருந்தனர். இதனால் தன்னிறைவுள்ள கிராமங்களில் இப்பணிகளைப் பெறுவது பெரும் பிரச்சினை. இப்பணியாளர் செய்யும் தொழிலை கிராமவாசியால் செய்ய இயலாது. அது சாதிக்குரிய வேலையாகும். ஒரு தொழில் செய்பவர் வேறு தொழில் செய்பவருடன் மண உறவு கொள்வதில்லை. தமது தொழில் சாதிக்குள்ளேயே மணஉறவு வைத்துக்கொள்கின்றனர். ஒவ்வொரு தொழில் வகையிலும், ஒரு குடியை மட்டுமே ஒரு கிராமம் வைத்துக் காப்பாற்ற முடியும். அச்சமயத்தில் போக்குவரத்து வசதிகள் குறைவு; பண்டைய இந்திய வரலாற்றில் சிற்சில சமயங்களைத் தவிர தச்சர்களும் கொல்லர்களும் ஒரு கிராமத்தைவிட்டுப் பல கிராமங்களுக்கு ஒரே

படம்-2. நெல் சாகுபடி நாற்றங்கால்களிலிருந்து நாற்றுகளைப் பிடுங்கி உழுத வயல்களில் நடுகிறார்கள். நாற்று நடும்போது முழங்கால் வரை சேறு அமிழ்ந்துள்ளதைக் கவனிக்கவும். தண்ணீர் பாயும் வாய்க்கால்களும் காணப்படுகின்றன. வயல்கள் தண்ணீரால் நிரம்புவதற்கு முன்பாகவே உழுதுவிடுகின்றனர். இல்லாவிட்டால் எருமைகளைக்கொண்டுதான் ஏரோட்ட முடியும். நடுவதற்கு முன்பு நாற்றுக்கள் சாதாரணமாக ஒரத்தில் நனைக்கப்படுகின்றன. காலியான நாற்றங்கால்களில் இயல்பாகவே பருப்பு வகைகளைப் பயிர்செய்து பயிர் சுழற்சித் திட்டத்திற்கு ஆக்கமூட்டுகின்றனர். (ஆதாரம்-படம் 1 ஐப்போலவே)

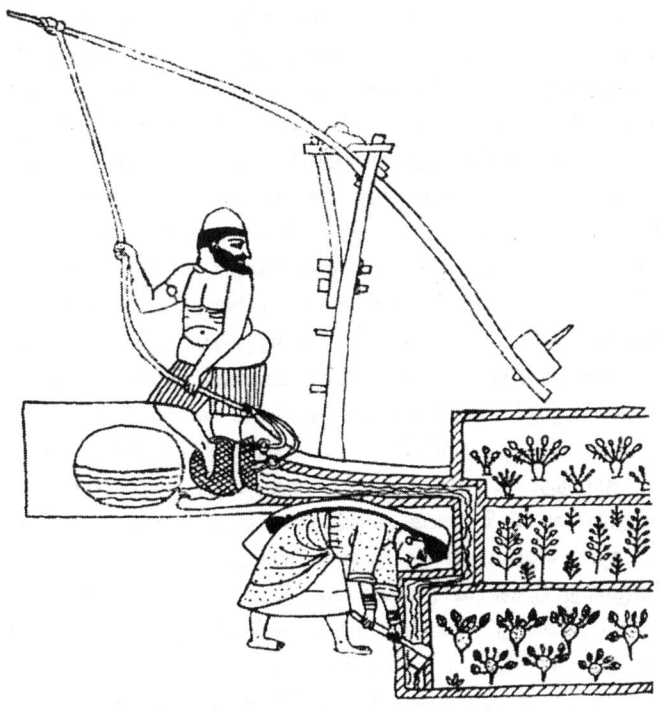

படம்-3 அங்காடி அல்லது வீட்டிற்குரிய தோட்டப் பயிர் சாகுபடி ஒரு மண்கிணறில் (Pit well) ஒருவன் ஏற்றம்போட்டுத் தண்ணீர் இறைக்கிறான். வாய்க்காலில் ஓடிவரும் தண்ணீரை ஒரு பெண் சரியானபடி கரைகட்டி, கேரட் போன்ற காய்கறிச் செடிகளுக்குப் பாய்ச்சுகிறாள். (ஆதாரம் படம் 1 ஐப் போலவே).

சமயத்தில் பொருள் உற்பத்தியாளர்களாகும் குடியேற்றத்தைப் பெறவில்லை. எனவே அப்போதிருந்த பண்டமாற்றுப் பொருளாதாரத்தில் இத்தகைய கைவினைஞர்களுக்குச் சம்பளம் நிர்ணயிப்பது மிகப் பெரிய பிரச்சினையாயிற்று. ஏனென்றால் பண்டமாற்றை அடிப்படையாகக்கொண்ட கிராம அமைப்பில் ஒரு பொருளை உற்பத்தி செய்ததற்கு மட்டும் கூலி கொடுப்பதுடன் நின்றுவிட முடியாது. அத்துடன் அப்பொருளின் தேவையும் ஒரே சீராக இருப்பதில்லை அல்லவா? கிராமங்களில் வேலை செய்யும்படி இத்தொழிலாளர்களைத் தூண்டுவது எப்படி? மிகவும் கெட்டிக்காரத்தனமாக இப்பிரச்சினையை அவர்கள் தீர்த்தனர்.

குறிப்பாக நிலப்பிரபுத்துவ காலத்தில் இவர்கள் வகுத்த வழியே மந்தமான கிராமப் பொருளாதாரத்திற்கு முதுகெலும்புபோல் பலமளித்தது. இவர்களுக்குப் பணமாகச் சம்பளம் வழங்குவது சிறிது சிறிதாக நடைமுறையில் வந்துகொண்டிருந்தபோதிலும் பழைய முறைகளை ஆங்காங்கே இன்றும்கூட கிராமப்புறங்களில் காணலாம். போக்குவரத்து எளிதாகிய பிறகு ஊர் ஊராகச் செல்லும் நாவிதர் அல்லது கொல்லரைச் சாதாரணமாகக் காணலாம். அலுமினியம், எவர்சில்வர் உலோகங்களினால் செய்யப்பட்ட பாத்திரங்களை உபயோகிக்கத் தொடங்கிய பிறகு குயவர்களின் எண்ணிக்கை குறைந்துவிட்டது. அப்படி அவர்கள் வேலை செய்தால் ரொக்கமாகப் பணம் கொடுத்தால் செய்தனர். இருப்பினும், வரலாறு துவங்கிய காலத்திற்கு முன்பிருந்தே புதைகலங்கள் தயாரிப்பில் ஈடுபட்டிருந்த குயவர்கள் இன்றும் சில தாழ்ந்தசாதி மக்களுக்கு ஏறக்குறைய புரோகித வேலை செய்தும் சில சம்பிரதாயச் சடங்குகளைக் கவனித்தும் வருகின்றனர். உடைந்த எலும்புகளை இணைப்பதற்குக் களிமண் ஒட்டுப் பூச்சுமுறை இந்தியக் குயவர் கண்டுபிடித்ததே. அதுபோலவே போரில் அல்லது நோயில் மூக்கிழந்தோருக்கு மாற்று மூக்குகள் வைத்து ஒட்டுறுப்பு அறுவை முறையை, சமூகம் சற்று அருவருப்புடன் நோக்கிய நாவிதரின் கண்டுபிடிப்பே. இவ்விரு மருத்துவ முறைகளும் பதினெட்டாம் நுற்றாண்டில் மிகவும் பரவியிருந்தன. இத்தொழில் நடத்தியவர்கள் தாழ்ந்த சாதியினராக இருந்ததும், உயர்ந்த சாதியினர் விஞ்ஞான அறிவை வெறுத்ததும் மேல் நாடுகளில் வளர்ந்ததுபோல் இங்கு இம்மருத்துவ முறை முதிர்ந்த வளர்ச்சி பெறுவதைத் தடை செய்தது.

ஒரு கிராமத்திற்குள் நிலவும் சாதி வேற்றுமை புரோகிதம், விவசாயம், கைத்தொழில் என்ற தொழில் சார்பான வேற்றுமைகளை விடக் கடுமையானது. காத்காரி போன்ற மேற்கு மலைத்தொடரின் பழங்குடிகளும், மற்றும் பீகாரின் முண்டா, ஒரான் போன்ற ஆதிவாசிகளும் இன்னமும் உணவு சேகரிக்கும் நிலையைவிட்டு நீங்காமல் காடுகளருகே வசிப்பதைப் பார்க்கிறோம். வியாதிகள், குடிப்பழக்கம், காடுகளின் அழிவு, நாகரிக முன்னேற்றம், லேவாதேவிக்காரர்களின் பெருக்கம் ஆகிய காரணங்களினால் கொஞ்சநஞ்சமுள்ள பழங்குடி மக்களின் எண்ணிக்கையும் குறைந்துவருகிறது. இம்மக்கள் கடைப்பிடிக்கக்கூடிய விவசாயம் என்று ஒன்று இருந்தாலும் அது அடிக்கடி இடம்பெயரும் நிலப்பரப்பில்

மரங்களை வெட்டிப்போட்டுத் தீயிட்டு அடங்கிய பின்னர் விதைத்துப் பயிரிடும் பண்டைய வழக்கமாக இருந்துவருகிறது. அறுவடை சமயத்தில் முறையாகச் சொந்த நிலமும் வைத்திருக்கும் கடைநிலை உழவர்களுடன் சேர்ந்துகொண்டு உழைப்பை விற்றாலும் அவ்வுழவர்களைவிடக் குறைவான கூலியையே பெறுகின்றனர். பொதுவாக அக்கூலியும் தானியமாகவே வழங்கப்படுகிறது. அறுவடைக்கு இவர்கள் உதவினாலும் உதவாவிட்டாலும் அறுவடை முடிந்த பின்னர் வயலில் சிதறியுள்ளதைப் பொறுக்கிக்கொள்ளும் உரிமையை இவர்கள் பெற்றுள்ளனர். சிலர் வேட்டையாடுகின்றனர். பூச்சிகள், எலி, சுண்டெலி பாம்புகள் மற்றும் குரங்குகளைக்கூட இவர்கள் உண்ணுகிறார்கள். (பெரும்பாலான சக இந்தியர்களுக்கு குரங்குகளைத் தின்பது வெறுப்பூட்டும்) வயலோரங்களில் மிஞ்சியுள்ள கருக்காயும் இவர்களுடைய சாப்பாட்டைச் சரிக்கட்டுகின்றன. விவசாயிகளைவிட இவர்கள் பயங்கரமான ஏவல்-சூனிய வேலைகளை இன்றும் நடத்துகிறார்கள். ஒவ்வொரு வருடமும் இந்தியப் பத்திரிகைகள் நரபலி என்ற சந்தேகத்தின் அடிப்படையில் பழங்குடி மனிதர்களும், பெண்களும் கைதாகி வழக்கு விசாரணை செய்யப்பட்ட விவரங்களை வெளியிடுகின்றன. இவர்களுடைய பூர்வகால தெய்வங்களுக்கும், கிராமங்களில் வழங்கும் தாழ்ந்த நிலை தேவதைகளுக்கும் இடையே சில பொதுவான தன்மைகள் உள்ளன. பழங்குடிகள் கிராம தேவதைகளையும் வணங்குவதுண்டு. அதைப்போலவே கிராம மக்கள் பழங்குடி தெய்வங்களையும் வழிபடுகிறார்கள். ஒரு கிராமத்தில் நடக்கும் திருவிழாக்களுக்கு தொலைவிலிருக்கும் பல இடங்களிலிருந்து கூட மக்கள் திரள் திரளாக வருகிறார்கள். இவ்விழாக்கள் பழங்குடி மக்களின் பூர்வீக வழக்கத்திலிருந்து தோன்றியதாக இருக்கலாம். இப்பழங்குடிக் கூட்டம் இப்போது மறைந்தொழிந்துவிட்டபோதிலும்கூட ஆங்காங்கே சில கிராமங்களில் நடக்கும் வழிபாடுகளுடைய பெயர்களும், அவை பழங்குடி மக்களிடமிருந்து வந்தன என்று நிரூபிக்கும் முறையில் அமைந்திருக்கின்றன. அநேகமாக அதே பிராந்தியத்தில் வாழ்ந்த பூர்வீகப் பழங்குடி இனத்தினரின் பெயர்களையே விவசாய மக்கள் சார்ந்துள்ள சாதிகள் பெற்றுள்ளன. விவசாயிகள் தற்போது மேல்நிலையைப் பெற்றுவிட்டதால் பூர்வீகக் குடிகளுடன் திருமண உறவுகள் வைத்துக்கொள்வதில்லை. உணவு கிடைப்பதில் நிகழ்ந்த மாறுதல்கள் நேரம் தவறாமல் வேண்டுமளவிற்குக் கிட்டும் உணவு ஆகியவை சில தலைமுறைகளுக்குப் பிறகு உடற்கட்டையும் முகத்

தோற்றத்தையும்கூட மாற்றிவிடும். இருந்தாலும்கூட சில பொதுவான பிறவிச் சுவடுகள் நிலைபெற்று, ஏற்றுக்கொள்ளப் படுகின்றன. சில சமயங்களில் ஆண்டுதோறும் பொதுவில் நடக்கும் வழிபாடுகளில் குறிப்பாகத் தாய்த் தெய்வங்களில் விசித்திரமான பெயர்கள் இவற்றை எடுத்துக்காட்டுகின்றன. இப்பெயர்கள் மற்ற கிராமங்களில் கேள்விப்படாதவையாக இருந்தாலும்கூட உள்ளூர்க் கடவுள்களைவிட ஒரு படி உயர்ந்து ஆனால் பழங்காலத் தோற்றமேகொண்ட மேல்நிலைத் தெய்வங்களையும் கிராம மக்கள் வணங்குகின்றனர். வயல்களின் காவலனாகக் கருதக்கூடிய 'சர்ப்பம்' சிற்பத்தில் வரையப்பட்டு தெய்வ அந்தஸ்தைப் பெற்றது. மூதாதையர் மனிதத் தம்பதிகளாக ஒரு கல்லில் செதுக்கப்பட்டு நினைவு கூரப்பட்டனர். அத்தம்பதிகளின் நேர் சந்ததியில் வந்த விவசாயிகளே அந்நிலத்தைப் பல தலைமுறைகளுக்கு அனுபவித்து வருகையில் நிலத்தின் ஒரு மூலையில் இம்முன்னோர்களின் நினைவுச்சின்னங்கள் எழுப்பப்பட்டு வணங்கப்பட்டனர். ஒவ்வொரு விவசாயிக்கும் வெவ்வேறு தெய்வங்கள் இருந்த போதிலும் எருமை அரக்கன் (மசோபா) எல்லாப் பிராந்தியங்களுக்கும் ஒரு பொதுவான கடவுளாகும். உழுதல், விதைத்தல், அறுவடை செய்தல், போரடித்தல் போன்ற சமயங்களில் வெவ்வேறு சிறு கடவுள்களுக்கும் பூசைபோட வேண்டும். பேய்களுக்கு அரசனாக விளங்கும் விகாரப் பேயான வேதாளம் ஒரு தெய்வம். இவர்களைவிட பழங்குடி தெய்வங்களைவிட உயர்ந்த இடத்தைப் பெற்றுள்ளவை, பிராமணர்களின் தெய்வங்களான சிவன், விஷ்ணு, விஷ்ணுவின் அவதாரங்களான ராமன், கிருஷ்ணன், அவர்களுடைய பத்தினிகளான பெண் தெய்வங்களும் ஆகும். சில சமயங்களில் நாட்டு இயல்புள்ள பூர்வீக தெய்வங்களையும், தேவதைகளையும் பிராமணர்களின் இலக்கியங்களில் கண்டுள்ள தெய்வங்கள், பெண் தெய்வங்கள் மூலமாக அடையாளம் கண்டுகொள்ளலாம். பூர்வீக தெய்வங்களை அடியோடு தள்ளிவிடாமல் அவைகளுக்குப் புதிய உருவமளித்து அக்காலத் தேவைக்கேற்றவாறு இடமளிக்கப்பட்டிருக்கின்றனர். பொதுவாக ஒரு பிணைப்பு இல்லாமல், துண்டு துண்டாகச் சமூகம் சிதறாவண்ணம், பிராமணியம் இவ்வாறாகச் சில ஒற்றுமை உணர்ச்சிகளை நல்கியது. இந்திய வரலாற்றுக்கு இந்த வழிமுறை இன்றியமையாத முக்கியத்துவம் வாய்ந்தது. இது முதலில் நாட்டைப் பழங்குடி நிலையிலிருந்து சமூக நிலைக்கு உயர்த்தியது. பின்னர் இதுவே நாட்டை 'முன்னேறவிடாமல் தடுத்து மிகக் கேவலமான மூட நம்பிக்கைச் சேற்றினுள் மக்களை மூழ்கடித்தது.

கிராம மரபுகளின் வாயிலாக இந்திய வரலாற்றை அறிவதற்குத் தடையாக இருப்பது, நிகழ்ச்சிகளின் காலக்கிரமம் பற்றி நாம் எதுவும் சொல்லமுடியாத நிலைதான். ஐம்பது ஆண்டுகளுக்கு முன்னர் நடந்த நிகழ்ச்சிகளும், 1500 ஆண்டுகளுக்கு முன்னர் உருவான மரபுகளும் கிராமவாசிகளுக்கு ஒரேமாதிரியாக இருக்கின்றன. ஏனென்றால் அவன் வாழ்க்கை பருவ காலங்களை ஆதாரமாகக்கொண்டது. மனிதகுலத்தின் நான்கு ஊழிக்காலங்களைக் குறிக்கும் நான்கு யுகங்கள் பற்றி இந்தியப் புராணங்கள் கூறுகின்றன. இவை நான்கு முக்கியமான பருவ மாறுதல்களை மிகவும் சரியாகப் பிரதிபலிக்கின்றன. ஊழிவெள்ளத்தால் அண்ட சராசரங்களும் அழிந்து பின்னர் யுகச் சக்கரம் மறுபடியும் ஆரம்பமாவதாகக் கூறப்படுகிறது. ஒவ்வொரு பருவமழைக்குப் பின்வரும் கிராமப் புறங்களில் கிட்டத்தட்ட இந்த நிலைதான் ஏற்படுகிறது. ஒவ்வொரு வருடமும் முந்தியதைப் போலவேதான் உள்ளது. சில ஆண்டுகளில் விளைச்சல் நன்றாக இருக்கிறது. சில ஆண்டுகளில் பயிர்களில் பூச்சி விழுந்தோ அல்லது மற்ற வகையிலோ பஞ்சம் வருகிறது. இதுதான் வேறுபாடு. உழவர்கள் முழுக்க முழுக்க எழுத்தறிவற்றவர்களாக இருப்பதால், எழுத்து மூலம் வரும் தஸ்தாவேஜுகள் எதுவும் கிராமங்களில் இருப்பதில்லை. பள்ளி வசதிகள் ஆங்காங்கு இருந்தாலும்கூட கிராமவாசியின் வாழ்க்கை முறைக்கு கல்வியறிவால் யாதொரு பயனும் இல்லாததால் அவன் நாளடைவில் அறியாமையில் மூழ்கிவிடுகிறான். புத்தகங்கள், பத்திரிகைகள் அல்லது படிக்க வேண்டிய விஷயங்கள் பொதுவாக கிராமங்களை எட்டுவதில்லை. ஒரு கிராம மரபின் மூலக்கூறுகளைப் பிரித்தெடுப்பதற்கு இவற்றில் ஆழ்ந்த கவனம் செலுத்த வேண்டும். எவ்வாறு பண்டையப் பழக்கவழக்கங்கள் வெளித்தோற்றத்தில்கூட மாறாமல் இன்றும் இருந்துவர முடியும் என்பதையும் இந்த மரபு எடுத்துக்காட்டுகிறது. ஒரு நிலப்பிரபு அல்லது ஒரு பிராமணப் புரோகிதர் இத்தகைய நாட்டு வழக்கங்களைத் தங்களுடையதாகவே ஏற்றுக்கொண்டார்கள். அவ்வாறு ஏற்றுக்கொண்ட அம்மரபுகளுக்குச் சற்று வெளிப்பூச்சும் ஒருக்கால் இவர்கள் செய்திருக்கலாம். வரலாறுபற்றி நாம் முன்பு குறிப்பிட்ட வரையறையின்படி ஆழ்ந்த பார்வையும் நுண்ணறிவும்கொண்டு வரலாற்றை அணுகும் ஒருவன், நமது கிராமங்களில் அவ்வரலாறு எல்லா நுணுக்கமான விவரங்களுடன் பட்டப் பகலைப்போல் நன்றாகத் தெரிவதைக் காணலாம்.

1.6 தொகுப்புரை

முதலாவதாக, இந்தியாவில் ஆதிக்கம் புரியும் வர்க்கத்தைப்பற்றியும், இந்திய நகரவாழ்வில் பூர்ஷுவா முறையைத் திணித்த அந்நியர்களின் முத்திரை நம்மீது எவ்வாறு பதிந்துள்ளது என்பதுபற்றியும் மேலே விவரித்தோம். இரண்டாவதாக, இன்றும்கூட இந்தியாவின் பல்வேறு பாகங்களில் பூர்வீக வாழ்க்கை முறைகள் இன்னமும் தொடர்ந்து நடப்பது சாத்தியமாக இருப்பதால் எவ்வாறு பரவலாக கிராமப்புறமும் இந்திய மத நிறுவனங்களும் தங்களுடைய அழிக்கமுடியாத பூர்வீகத் துவக்கங்களின் முத்திரையைத் தாங்கியுள்ளன என்பது பற்றியும் நோக்கினோம். மேற்கூறிய இவ்விரண்டு விவரங்களில் முதலில் கூறியதைப் பொதுவாக ஒப்புக்கொண்டாலும், தேசபக்தியின் காரணமாக இந்தியாவில் படையெடுத்து வந்த அந்நியர்களின் பங்கைப் பற்றி நவீன இந்திய வரலாற்றில் பலர் குறைவாகவே மதிப்பீடு செய்கிறார்கள். இரண்டாவது விவரமோ பெரும்பாலான இந்திய நடுத்தர மக்களுக்கு ஆத்திரமூட்டுகிறது. அவர்கள் தங்களுடைய நாடு இகழப்படுவதாகவும், தங்களுடைய சொந்த கௌரவம் அவமதிப்பிற்குள்ளாவதாகவும் நினைக்கின்றனர். நமது பூர்வீகப் பண்பாடும் இகழ்ச்சிக்குரியதோ, கௌரவக் குறைவானதோ அல்ல. நிலப்பிரபுத்துவம் அல்லது பூர்ஷுவா முறையின் தொடர்பினால் ஏற்பட்ட கொடூரமான உடன் விளைவுகளே இவற்றை இழிவுபடுத்தின. பிற நாடுகளோடு ஒப்பிடும்போது இந்தியாவின் வளர்ச்சி தனக்கே சொந்தமான வழியில் கூடுதலான 'நாகரிகத் தன்மை'உடையதாகும். பழைமையான வழிபாடுகளும், அமைப்புகளும் வன்முறையால் அழிக்கப்படவில்லை. மாறாக அவை செரிமானம் செய்யப்பட்டன. வன்முறையின் தேவையை மூடநம்பிக்கை குறைத்துவிட்டது. ஐரோப்பா அல்லது அமெரிக்கா சென்ற திசையில் இந்திய வரலாறும் சென்றிருக்குமேயானால் மிருகத்தனமான வன்முறைக்கு அவசியம் நேரிட்டிருக்கும்.

இந்திய வரலாறு செல்லும் திசையில் சில உயர்வான தன்மைகள் தோன்றியதை இது எடுத்துக்காட்டுகிறது. இவற்றைச் சுருக்கமாகவேனும் பரிசீலனை செய்யவேண்டியது மிக அவசியமாகும். பின்னால் தப்பெண்ணங்கள் ஏற்படுவதை இது தடுக்கும். அரசவைக் குறிப்புகள், மன்னர் பட்டியல், காலவரிசைபற்றிய செய்திக்கோவை, முக்கியமானப் போர்கள் நடந்த ஆண்டு, மாதம், தேதிகள், மன்னர்கள் மற்றும் கலாச்சாரத் துறையைச் சார்ந்த பெருமக்களின் வாழ்க்கை

வரலாறுகள் ஆகியவற்றைப் பொறுத்தவரையில் பயனான படிப்புக்கு இந்திய வரலாற்றில் ஒன்றும் இல்லை. பண்டை இந்தியாவில் அடங்கிய தனிப்பட்டவர்களின் விவரமான வரலாறு அல்லது கதை நிகழ்ச்சிகளான வரலாறுபற்றிய நூலொன்றைத் தற்செயலாகப் படிக்கும் வாசகர் அதை ஒரு அழகான கற்பனைக் கதை என்று இன்பமுடன் ரசிக்கலாமே தவிர நம்பமுடியாது. (இந்திய ரயில்வேயின் கால அட்டவணையை நம்புவது போலத்தான் அதுவும்). இதற்கு முற்றிலும் எதிரிடையாகச் சில தவறான எண்ணங்கள் ஏற்பட வழியுண்டு. மனித சமுதாயம் கீழ்க்காணும் உற்பத்தி முறைகளின் மூலம் படிப்படியாக உயர்ந்ததாக அறியப்பட்டுள்ளது. பூர்வீகப் பொதுவுடைமை, கிறித்தவரின் பழைய வேதநூலில் ஆப்ரஹாம் குறிப்பிடப்படுவதைப் போன்ற தந்தை வழிமுறை ஆசிய வழிமுறை (இது இன்னும் எதுவென்று வரையறுக்கப்படவில்லை.) பிறகு பழைய கிரேக்க அல்லது ரோம் நாடுகளிலிருந்ததைப் போன்ற அடிமைகளைக்கொண்ட சமூகம், நிலப்பிரபுத்துவ பூர்ஷுவா முறை, சில நாடுகளில் சோஷலிசம், இப்படிப்பட்ட ஒரு திட்டமான வரம்பிற்குள் ஒரு இந்திய வரலாறு பொருந்துவதில்லை. முதலாவதாக, இந்நாட்டின் எல்லாப் பகுதிகளிலும் ஒரேமாதிரி நிலை நிலவியது என்று கருதுவதற்கில்லை. இதை நாம் ஏற்கெனவே எடுத்துக்காட்டி இருக்கிறோம். நாட்டின் ஒவ்வொரு பகுதியிலும் ஒவ்வொரு நிலையிலும் பழங்கால மேல்நிலை அமைப்பின் சில பகுதிகள் எஞ்சி நின்றன. இத்துடன் முந்திய நிலையிலிருந்த பல உற்பத்தி முறைகள், சம்பிரதாய வழக்கங்கள் ஆகியவையும் இருந்தன. அப்பொழுதும் பழைய வழக்கங்களைக் விடாப்பிடியாகப் பின்பற்றும் பலர் வாழ்ந்துகொண்டுதான் இருந்தனர். இருப்பினும் நாடு முழுவதிலும் ஆதிக்கம் செலுத்திய முறை எதுவோ அதைத்தான் நாம் முக்கியமாகக் கவனிக்கவேண்டும். இரண்டாவதாக, ஐரோப்பியர் கூறும் பழங்கால அடிமை முறையை இந்தியாவில் எந்தக் காலகட்டத்திலும் பார்க்கவே முடியாது. பண்டைக் காலத்திலிருந்து இந்த நூற்றாண்டின் மையம்வரை சில இந்தியர்களுக்குச் சுதந்திரமில்லை. கேரளத்தில் சில பழங்குடி மக்கள் ஆடுமாடுகளைப் போல் வெளிப்படையாகச் சந்தையில் விற்கப்பட்டதாக இவ்வரிகளை எழுதும் நேரத்தில் செய்தியொன்று வெளியாகியுள்ளது. ஆனால் ஆடுமாடுகளைப் போன்று அடிமைகளை நடத்தும் முறை இங்குக் குறைவு. அவ்வடிமைகள் உற்பத்தி உறவுகளிலும் உற்பத்திக்காக அனுப்பப்பட்ட இடங்களிலும் கேவலமாக நடத்தப்படவில்லை. உபரி விளைவை எஜமானர்களுக்குப் பறிகொடுக்கும் அடிமைகள் இடத்தை

முற்காலத்தில் சூத்திரர் அல்லது கீழ்வகுப்பினர் பெற்றிருந்தனர். நிலப்பிரபுத்துவ காலத்தில் விலைக்கு வாங்கியும் கடத்தியும் தருவிக்கப்பட்ட அடிமைகள் முக்கியத்துவம் பெற்றனர். ஏனெனில் இந்த அடிமைகளின் உதவியால் மன்னர்களோ பிரபுக்களோ தங்களுடைய ஆதரவாளர்களையே நம்பியிருக்க வேண்டிய நிலை குறைந்தது. அரசனுடைய அடிமைகள் எப்போதும் தங்களுடைய ஆதிக்கத்திற்கு ஆபத்து விளைவிக்க கூடியவர்கள் என்று நிலப்பிரபுக்கள் உணர்ந்து வந்துள்ளதை கவனிக்கும்போது, இதைப் பழங்காலத்து அடிமை முறைபோல் கொடியது என்று சொல்லமுடியாது. மேலும், இவ்வகை அடிமைகள் நிலப்பிரபுத்துவ சமூகத்திலுள்ள மற்ற எல்லோரையும் போல உயர்ந்த நிலைக்கு வரலாம்; அளவற்ற சொத்துக்களைச் சொந்தமாக வைத்துக்கொள்ளலாம். உதாரணமாக மிகத் திறமையும் சிறப்பும் பெற்ற டெல்லியின் ஆரம்பகாலப் பேரரசர்களும், அகமத் நகரில் பாமினி பரம்பரையைத் துவக்கி திறமையுடன் ஆண்டவர்களும் அடிமை நிலையிலிருந்து முன்னுக்கு வந்தவர்களே. ஆகையால் இந்தியாவின் நிலப்பிரபுத்துவ முறையிலும்கூட சில தனித் தன்மை வாய்ந்த அம்சங்கள் உள்ளன. (இங்கிலாந்தில் நிலவிய நிலப்பிரபுத்துவ முறையும், அவ்வாறே ருமேனிய முறையிலிருந்து வேறுபட்டது). குற்ற அடிமைகள், வீடுகளில் குற்றேவல் செய்யும் அடிமைகள், பல்வேறு கேளிக்கைகளுக்காக விலைக்கு வாங்கப்பட்ட அடிமைகள், அந்தப்புர அடிமைப் பெண்கள் ஆகிய எல்லா வகையினரும் நிலப்பிரபுத்துவ காலத்திலும் அதற்கு முன்பும், பின்னரும்கூட இருந்ததாகத் தெரியவருகிறது. சில சமயங்களில் மட்டும் முதலில் கூறிய பிரிவினரைத் தவிர மற்ற எல்லா அடிமைகளும் நன்கு நடத்தப்பட்டனர். கூலிவேலை செய்யும் தொழிலாளர்களைவிட இவர்களுடைய நிலை மேலானதாகவே இருந்தது. ஏனென்றால் அடிமைகள் உயர்வான விலைமதிப்பைப் பெற்றிருந்தனர். பண்டைக்கால ஐரோப்பிய அடிமை முறையோடு ஒப்பிட்டுப் பார்த்தால் இந்நிலையில் உள்ள வலுவான வேறுபாடு புரியும். அதாவது ஐரோப்பாவில் நிலப்பிரபுத்துவம் எழுந்தபோது அடிமை முறையே அழிந்துவிட்டது. பிரேசில் நாட்டு அடிமை முறை நிலப்பிரபுத்துவ காலத்திற்கு முன்னால் ஏற்பட்டதல்ல. அமெரிக்க ஐக்கிய நாட்டில் நிலப்பிரபுத்துவம் என்று எதுவும் ஏற்படாமலேயே அடிமைமுறை வந்தது. பருத்தி உற்பத்தியைப் பெருக்கும் நிமித்தம் பூர்ஷுவா வர்க்கமே அதை அங்கு அமல் நடத்தியது. நூறு ஆண்டுகளுக்கு முன்னர் நடந்த ரத்தம் சிந்தியதோர் உள்நாட்டுப் போரின் பிறகே அது மறைந்தது. இருப்பினும் உலகத்திலேயே

மிகவும் முன்னேற்றம் அடைந்த அம்முதலாளித்துவ ஜனநாயகத்தின் தெற்கு மாநிலங்களில் இன்னமும் அப்போரின் எதிரொலிகள் அடங்கவில்லை.

இந்தியக் கலாச்சார வரலாறு பற்றிய இந்நூல் சுருக்கத்தில், குறிப்பிட்ட கொள்கைகளைப் பிரசாரம் செய்யும் நோக்கம் இல்லை. நான் வரலாற்றை அமைக்க ஒரு சில வரையறைகளையும் நடைமுறைகளையும் கடைப்பிடித்துள்ளேன். வேறொரு முறையில் வரலாற்றை அணுகுவது பிரயோசனமில்லையென்பதைக் கடினமான அனுபவங்களின் வாயிலாக நான் உணர்ந்தேன். ஆகவே கடந்தகாலத்தோடு மட்டுமல்லாமல் இந்திய சமுதாயத்தின் இன்றைய நிலையோடு அதன் நெருக்கமான உறவு பற்றியும் பின்வரும் அத்தியாயங்கள் நெருங்கிய தொடர்புகொண்டுள்ளன.

"கடந்தகாலத்தின் மேல் அன்பு செலுத்துவதோ அல்லது கடந்தகாலத்திலிருந்து தன்னை விடுவித்துக்கொள்வதோ ஒரு வரலாற்று ஆசிரியரின் பணியல்ல. ஆனால், கடந்தகாலத்தை நன்கு பயின்று தேர்ச்சி பெற்று அவர் புரிந்துகொள்ளும் விதமே நிகழ்காலத்தைப் பற்றி அறியும் திறவுகோலாக விளங்கவேண்டும். ஒரு வரலாற்று ஆசிரியரின் கடந்தகாலத்தைப் பற்றிய தீர்க்கமான பார்வை நிகழ்காலப் பிரச்சினைகளுள் ஊடுருவி நுண்ணறிவால் ஒளியிடும்போது, ஒரு பெரிய வரலாறு நுட்பமாக எழுதப்படுகிறது... வரலாற்றிலிருந்து கற்றுக்கொள்ளக்கூடியவை ஒருபோதும், ஒரு வழிப்பாதையின் தயாரிப்புகள் அல்ல. நிகழ்காலத்தைப் பற்றிக் கடந்தகாலத் தெளிவுடன் அறிவது, கடந்தகாலத்தை நிகழ்காலத் தெளிவுடன் அறிந்துகொள்வதற்கும் சேர்த்து ஒப்பாகும். நிகழ்காலம், கடந்தகாலம் ஆகிய இரண்டுக்கும் உள்ள உறவுகளின் வாயிலாக ஆழ்ந்த, அறிவுப்பூர்வமான தெளிவு நிலையை ஊக்குவிப்பதே வரலாற்றின் பணியாகும்."

மேற்கூறியவாறு ஒரு வரலாற்றை எழுத இந்நூலாசிரியருக்குத் தேவையான திறமை நுட்பம் போதாமல் இருக்கலாம். ஏதோ சில காரணம்பற்றி வாசகர்களுக்கு இந்நூல் திருப்தி அளிக்காமல் போகலாம்; ஆனால் அவர்கள் இந்நூலில் என்ன எதிர்பார்க்கலாம் என்பதையாவது நிச்சயம் அறிவார்கள். முக்கியமாக இந்நூல் சுருக்கத்தில், கீழ்க்காணும் வளர்ச்சிகளைப் பற்றிப் பரிசீலனை செய்யப்பட்டுள்ளது. பூர்வீக சமூகமும் பழங்குடி வாழ்க்கையும், இந்து

சமவெளி நாகரிகமும் இந்நாகரிகத்திற்கு முற்றுப்புள்ளி வைத்த ஆரியர்களின் படையெடுப்பும், அவ்விளைவால் தோன்றிய கிழக்கத்தியக் குடியேற்றம், சாதிமுறை, இரும்புக் கருவிகள், கலப்பை ஆகியவற்றின் உதவியால் கங்கைச் சமவெளியின் திறப்பு, மகதத்தின் எழுச்சியும் புத்தமதத்தின் தோற்றமும், உணவு உற்பத்தி செய்யும் விவசாயக் கிராமங்களை அடிப்படையாக வைத்து நிறுவப்பட்ட ஒரு பெரிய ஏகாதிபத்தியப் பேரரசின் கீழ் நாடு முழுவதிலும் மௌரியர்கள்கொண்ட வெற்றிகள், அப்பேரரசின் அழிவு, தக்காணத்தில் தோன்றி வளர்ந்த அரசுகள் மற்றும் கடற்கரைப் பகுதிகளில் குடியேற்றம், நிலப்பிரபுத்துவம் தலைதூக்க நிகழ்த்தப்பட்ட நீண்டகால ஏற்பாடுகளும் புத்தமதத்தின் நலிவும். இது இஸ்லாமிய காலத்திற்கும், இந்திய வரலாற்றின் இடைப்பகுதிக்கும் நம்மை இட்டுச்சென்று, கடைசியாக எதை நாம் நியாயமாகப் பண்டை இந்தியாவின் பண்பாடு என்று அழைக்கிறோமோ அதன் முடிவுக்கு அழைத்துச் செல்கிறது.

குறிப்பு

தகுதியுள்ள இந்திய வரலாறு ஒன்றைப் படைப்பதற்கு முதற்படியாக விளங்குவது அறிவுப்பூர்வமான ஆய்வுரைகளும், தொடர்ச்சியான விவாதங்களுமே, இவற்றைப் படிக்க விரும்பும் வாசகர்களுக்கு நான் எழுதியுள்ள கீழ்க்காணும் நூல்கள் சிந்தனை விருந்தாக இருக்கலாம்; இந்நூலின் மேற்கோள்களாகவும் இவற்றைக் கொள்ளுதல் நலம்.

1. An introduction to the Study of Indian History (Bombay,1956)
2. 'Myth and Reality' (Bombay 1962)
3. 'Exasperating Essays' (Poona, 1957)

இம்மூன்று புத்தகங்களிலும் உள்ள கட்டுரைகளைத் தவிர பின்வரும் ஆய்வுக் கட்டுரைகளும் இந்த அணுகுமுறை எவ்வளவு நுட்பம் செறிந்தது என்பதை அறிய உதவும்:

4. 'Dhenukakata'(Journal of the Asiatic Society, Bombay, Vol. 30, 1957, PP. 50-71);
5. The Text of the Arthasastra'("Journal of the American Oriental Society", Vol. 78, 1958, PP. 169-173).
6. Indian Feudal Trade Charters' ("Journal for the Economic and Social History of the Orient", Leiden 1959, Vol. 2. PP. 281-93);
7. 'Primitve Communism' ("New age" Delhi, Vol.8, Feb. 1959. PP. 26-39);
8. 'The Use of Combined Methods in Indology' ("Indo-Iranian Journal", Vol. 6, 1963, PP. 177-202)
9. 'The Autochthonous Element in the Mahabharatha' ("Journal of American Oriental Society"; to appear Shortly);
10. 'The Beginning of the Iron Age in India, (JESHO, Vol. 6, 1964)

இவற்றைத் தவிர கீழ்க்காணும் பிற ஆசிரியர்களின் நூல்களைப் படிப்பதும் நலன் பயக்கும் எனக் கருதுகிறேன்.

1. A. L. Basham: 'The Wonder That was India'(2nd edn., London, 1964)
2. L. Petech: 'Indian bis zur Mittedes' 6 Jahrhunderts (Propylean Weltgeschichte/Eine Universal geschichte, 1962);
3. L. Renou, J. Filliozat and others: "L'Inde classique" (Paris, Vol. I, 1947; Vol. 2, 1953).

தத்தம் துறையில் வல்லுநர்களான இவற்றின் ஆசிரியர்கள் என்னுடைய ஆய்வு நிலைக்கு மாறுபட்ட கோணத்திலிருந்து இவ்வாற்றல்களை அணுகியுள்ளனர்.

காலவரிசை ஆராய்ச்சி நூல்களில் கீழ்க்கண்டவற்றை சிபாரிசு செய்ய விரும்புகிறேன்.

1. L. de la Vallee Poussin : 'L' Inde aux temps des Mauryas et des Barbares, Grecs, Scythes, parthes, et Yue-tchi, (paris, 1930); and
2. 'Dynasties et Histoire de l'Inde depuis Kanishka jusqu' aux invasions musulmanes (Paris, 1935)

மேலும் நன்கு அறியப்பட வேண்டிய இரு சிறப்பான தனி வரைவு ஆய்வு நூல்கள்:

1. J. Gernet: Les Aspeots economiques du Bouddhisme dans la societe Chinoise du Ve au VIe siecle (Saigon, 1956); and
2. Wilhelm Rau 'Staat und Gesellschaft in alten Indien nach den Brahmana-Texten Dargestellt' (Wiesbaden, 1957)

இந்த முதல் அத்தியாய இறுதியில் கூறப்பட்டுள்ள மேற்கோள் கீழ்க்காணும் நூலிலிருந்து எடுத்தாளப்பட்டுள்ளது.

E.H. Carr, What is History? (London, 1962), PP. 20, 31, 62.

இரண்டாவது அத்தியாயம்

பூர்வக்குடி வாழ்க்கையும் வரலாற்றுக்கு முற்பட்ட காலமும்

2.1. பொற்காலம்

நிறைவுள்ள சிறப்பு நிலையிலிருந்து வீழ்ச்சியடைந்த மனிதனைப் பற்றிய புராணக் கதைகள் பல்வேறு நாடுகளிலும், பல்வேறு மக்களிடையிலும் வழங்கப்படுகின்றன. இந்தியாவிலும் அப்படியே. இக்கால இந்துக்கள் நிகழ்காலத்தை மனித இனத்தின் இருளடைந்த யுகம் கலியுகம் என்று அழைக்கின்றனர். இதற்கு முன் வழங்கிய மூன்று யுகங்களும் உயர்தரமானவையென்று கருதப்படுகிறது. அவற்றில் முழுவதும் உன்னதமானதுமான பொற்காலம் எனப்படும் உண்மைக்காலம் (சத்ய யுகம் அல்லது கிருதயுகம்) மக்கள் நோய்களையோ தேவைகளையோ அறியாத காலம். அவர்கள் உழைக்கவில்லை, நூற்கவில்லை; ஏனெனில் நல்ல நிலம் தானாகவே வேண்டியவற்றை நிரம்பத் தந்தது. அப்பொழுது மனிதன் அமைதியுடனும், கள்ளங்கபடமற்ற வெள்ளையுள்ளத்துடனும், வலிமையுடனும், நற்குணங்களுடனும், பல்லாயிரம் ஆண்டுகள் ஆயுளும் பெற்று வாழ்ந்தான். பின்னர் மனிதனுக்குப் **பேராசை** தோன்றியது. தனக்கென்று சொத்து சேர்க்க ஆரம்பித்தான்: தான் ஈட்டிய பொருள்களைப் பதுக்கி வைக்க ஆரம்பித்தான். இத்தகைய பாவச்செயல்களுக்கு மனிதன் அடிமையானதால் முதல் யுகத்திற்கு அடுத்த யுகம் ஒவ்வொரு படியாகத் தரம் குறைந்து, முறையே திரேதாயுகம், துவாபரயுகம், கலியுகம் என்று சொல்லப்படும் மூன்று யுகங்களும் தொடர்ந்தன. ஒரு யுகத்தைவிட அடுத்த யுகம் மோசமாக இருந்தது. மனித ஆயுள் குறைந்தது. தூய்மை புறக்கணிக்கப்பட்டதால் போர், வியாதி, வறுமை, பசி முதலியவற்றால் மனித சமுதாயம் பாதிக்கப்பட்டது. **பௌத்த சமண நூல்களிலும்** இதேபோன்ற கதைகள் காணப்படுகின்றன. பிற்காலத்தைச் சார்ந்த பிராமண நூல்கள்

இவற்றை மேலும் விரிவுபடுத்தி, வாழ்வு முடிவில்லாத சக்கரம்(மன்வந்த்ரம்) என்ற கொள்கையைத் தோற்றுவித்தது. கலியுகத்தின் முடிவில் பிரளயம் (மாபெரும் வெள்ளம்) ஏற்பட்டு, எல்லா உயிரினங்களும் அழிந்து மீண்டும் அப்பிரளயத்திற்குப் பிறகு கிருதயுகம் தோன்றும். இப்புதிய பொற்காலம் தோன்றிய பின்னர் பழையபடி மறுபடியும் ஒன்றைவிட்டு ஒன்று மோசமாகத் தொடர்ந்து செல்லும் மற்ற மூன்று யுகங்களும் ஏற்படும். அதன் பின்னர் மீண்டும் பிரளயம், மீண்டும் புது உலகம். கடந்தகாலத்தில் எவ்வாறு சக்கரம் சுழன்றதோ அதுபோலேவே எதிர்காலத்திலும் அச்சக்கரம் சுழலக்கூடியது. உபயோகமற்ற முறையில் இப்படி ஒரே வரலாறு மீண்டும் மீண்டும் தோன்றிச் சலிப்பூட்டும் தோற்றம், இந்திய கிராமங்களில் தோன்றும் அடுத்தடுத்த பருவங்களையொட்டிய மந்தமான வாழ்வின் விரிவே என்பதைச் சென்ற அத்தியாயத்தில் கவனித்தோம். அக்டோபர் அறுவடையைத் தொடர்ந்து வரும் குளிர்ச்சி மிக்க காலம் ஆரோக்கியமும், வளமும் நிரம்பியது. பிறகு தொடர்ந்து படிப்படியாகப் பற்றாக்குறை ஏற்பட்டு மோசமான நிலைமைகளில் கடுமையாக உழைத்துக் காய்ந்து வெடித்த வயலில் நாற்றங்காலுக்குத் தயார் செய்யவேண்டும். கடைசியாக, நாடு முழுவதிலும் கோரமான பருவ மழையின் தாண்டவம். வெள்ளமாகப் பெருகுகிறது. பிறகு இதே வகையில் மீண்டும் பருவச் சுழற்சி, தொடர்ந்து வரும் ஆண்டிலும் நடைபெறுகிறது.

இதுபற்றி எல்லா நாடுகளிலும் புராணக்கதைகள் வழங்கப்பட்டாலும் கவிகள், மதகுருமார்கள் ஆகியோரின் கற்பனைகளைத் தவிர உண்மையில் அப்படி ஒரு பொற்காலம் என்று எதுவும் கிடையாது. இந்தியாவிற்கு வெளியே சில இடங்களில் கிடைத்துள்ள கி.மு. 2,500 காலத்தைச் சேர்ந்த வரலாற்று ஆதாரங்களை ஆராய்ந்தறிந்ததும் இந்த உண்மை நன்கு தெளிவாகிறது. இவற்றின் தொன்மையை அறியத் தொல்பொருளாராய்ச்சிதான் உதவவேண்டும். புதை பொருளாராய்ச்சியாளர் சமீபத்தில் எவரும் அதிகமாகக் கை வைக்காத ஒரு இடத்தைத் தோண்டிப் பார்க்கும்போது, வெவ்வேறு விதமான மண் அடுக்கடுக்காகத் தனித் தனியாகப் படிந்திருப்பதைப் பார்க்கிறார். **முதலில் ஒருவித மண் வருகிறது; பிறகு வேறு வித மண் அதன்மீது படிந்திருக்கிறது. எல்லா இடத்திலும் அது ஒரே அளவுக்குப் படிந்திருக்கிறது என்று கூற முடியாதென்றாலும், ஒருவகை மண்ணுக்கும் மற்றொரு மண்ணுக்கும் உள்ள வேறுபாடு தெளிவாகத்**

தெரிகிறது. மிக அடியிலிருப்பது மிகப் பழங்காலத்தியது. எனவே காலக்கிரமம் தெளிவாகவே இருக்கிறது. பூமியைப் புதைபொருள் ஆராய்ச்சியாளர் தோண்டிக்கொண்டே வரும்போது மனிதர்கள் இருந்ததையும், அவர்கள் செய்த வேலைகளையும் புலப்படுத்தும் பல சான்றுகள் கீழ்மட்டங்களில் கிடைத்திருக்கின்றன. ஓரிடத்தில் மண்டை ஓடு மனித எலும்புகள் கிடைக்கும். ஓரிடத்தில் ஒரே ஒரு பல்கூட சான்றாகக் கிடைக்கலாம். இதைப்போல் எது ஒன்றும் எம்மாதிரியான மனித இனம் அக்காலத்தில் வாழ்ந்தது என்பதை எடுத்துக்காட்டப் போதுமானது. அம்மனித எலும்புகளுடன் பெரும்பாலும் அம்மனிதன் வேட்டையாடிய மிருகங்களின் எலும்புகளும் சேர்ந்து கிடைத்துள்ளன. அவ்வாறே அவன் பழக்கிய நாய், ஆடுமாடுகள், குதிரை போன்ற மிருகங்களின் எலும்புகளும் கிடைத்துள்ளன. குதிரைகளுக்கு முன்னர் நாய்கள் வளர்ப்பு மிருகங்களாகிவிட்டன என்றும், ஆடுமாடுகள் அதற்குப் பிறகு பழக்கப்பட்டன என்றும் அவற்றின் எலும்புகள் பூமியின்கீழ் கண்டுபிடிக்கப்பட்ட இடத்தை வைத்து அதாவது மேலிருந்து எவ்வளவு ஆழத்திலிருக்கிறது என்பதைக்கொண்டு அறிந்துகொள்ளலாம். மட்பாண்டங்கள், கருவிகள் உலோகப் பொருள்கள் போன்றவை இம்மனிதனால் உருவாக்கப்பட்டதால் கைவினைப் பொருள்கள் (Artifacts) என்று அழைக்கப்படுகின்றன. வறண்ட தட்பவெப்பம் படைத்த எகிப்து போன்ற நாட்டில் மரத்தில் செய்த கருவிகள், எலும்புகள், தந்தம் போன்றவற்றால் செய்த ஆயுதங்கள், கூடைகள், கம்பளி, நார் இவற்றைக்கொண்டு நெய்யப்பட்ட துணிகள், உணவு தானியங்கள், பாபைரசில் எழுதப்பட்ட எழுத்துக்கள் அல்லது சித்திரங்கள் நன்கு பாதுகாக்கப்பட்டுள்ளன. இதனால், எவ்வாறு மனிதன் இப்பல்வேறு பொருள்களையும் உற்பத்தி செய்யப் படிப்படியாகக் கற்றுக்கொண்டான் என்பதைக் கிட்டத்தட்ட வரிசைப்படுத்திக் கூறமுடியும். பயிரிடப்பட்ட தானியங்கள் கைவினைப் பொருள் வரிசையில் இடம்பெறாது என்றாலும் மண்பாண்டங்களைப் போல் இதுவும் ஒரு மனிதச் செயலின் பயனே. பல்லாயிரம் ஆண்டுகளாக மனிதன் முயன்று இயற்கையிலேயே மண்டிக்கிடக்கும் பல்வேறு பருத்த வகைப் புற்களின் விதைகளைக் கவனமாகச் சேகரித்துத் தொடர்ந்து பயிரிட்டதன் விளைவாகவே உணவு தானியங்களைக் கண்டுபிடிக்க முடிந்தது. இத்துறையில் மனித முயற்சிகள் கைவிடப்பட்டிருந்தால், பயிரிடப்படும் தானிய வகைகள் அழிந்து, சில தலைமுறைகளுக்கு பின்னர் தானாகவே வளர்ந்து மண்டிக் கிடக்கும் பழைய தடித்த புல் வகைகளே மிகுந்திருக்கும். நிலத்தைக் கீழே

தோண்டத் தோண்டக் கிட்டும் பலவகை மண் அடுக்குகள் வரலாற்றிற்குரிய காலவரிசையைக் குறிக்கின்றன. ஏதோ ஒருவர் குழிவெட்டி மண் அடுக்கைக் கலைக்கிறார் என்று வைத்துக்கொள்வோம். அதைப் போன்ற இடங்களில் மேல்மட்டத்திலுள்ள மண் ஒரு மாதிரியாயிருக்கும்; கீழ்மட்டத்திலுள்ளது ஒரு மாதிரியாக இருக்கும். இத்துறையில் பயிற்சி பெற்றவர்கள் இப்படி வரலாற்றுச் சான்று கலைந்திருப்பதை அடையாளம் கண்டுகொண்டு அவற்றை ஒதுக்கி வைத்துவிடுவார்கள். பல்வேறு இடங்களில் கிடைத்துள்ள புதைபொருள்களை ஒப்பிட்டுப் பார்க்கும்போது ஒரு குறிப்பிட்ட வகைக்கருவி, மட்பாண்டம், தானிய வகை போன்றவற்றை உபயோகிப்பது எந்த அளவுக்குப் பரவியிருந்ததென்பது தெரியவருகிறது. கடைசியாகச் சில நவீன முறைகள் அதாவது ப்ளோரின் போன்ற தாதுப்பொருள் கலவையின் அளவுமுறை, கரி, எலும்பு இவற்றை அணுக்கதிர் இயக்கத்தின் மூலம் சோதித்தல், பூமியில் அடங்கிய காந்தத்தின் பரிசோதனை, மரங்களில் காணப்படும் உள் வளையங்களையொட்டி அவற்றின் காலத்தை மதிப்பிடுதல் (மரங்களைப்பற்றிய வரலாற்று இயல்) போன்றவற்றால் காலத்தை நிர்ணயம் செய்வது சிறந்த முறையாகும். இப்படிக் கணக்கிட்டதன் விளைவாக ஜாவா மனிதன், பீகிங் மனிதன், இரண்டு கோடி ஆண்டுகளுக்கு முன் மனிதக் குரங்குக்கும், மனிதனுக்கும் இடைப்பட்டிருந்த உருவத்தின் மண்டையோடுவரை அதாவது மனிதத் தோற்றம் உருவாகிக்கொண்டிருந்த காலம்வரை நாம் எட்டமுடிகிறது. இத்தகைய ஆராய்ச்சி மேலும் விரியுமானால் தொல்பொருள் இயலிலிருந்து நிலப்படிவ இயலுக்கு இட்டுச்செல்லும். அவ்வாறே வரலாற்றிலிருந்து தாய்ப்பால் கொடுத்து வளர்க்கும் பிராணிகள், முதுகெலும்பு பெற்ற உயிர் இனங்கள், வேறு வாழ்க்கை வடிவங்கள் ஆகிய பரிணாம வளர்ச்சிக்கும் இட்டுச்செல்லும்.

ஆனால், இவ்வளவு ஆராய்ச்சிகளுக்கு இடையில், தொன்மைச் சிறப்பை விளக்கும் **கிருதயுகம்** போல் மறைந்து போன ஒரு பொற்காலம் நிலவியதற்குரிய ஆதாரம் இல்லை. மனிதன் ஒரேமாதிரியாகவோ, தங்குதடையின்றியோ முன்னேறவில்லை என்பது உண்மையே. ஆனால், மொத்தத்தில் முன்னேற்றம் அடைந்தான் என்பதில் சந்தேகம் இல்லை. ஒன்றும் கையாலாகாத விலங்கு நிலையிலிருந்து மனிதன் கருவிகளைச் செய்யவும் அவற்றைப் பயன்படுத்தவும் கற்றுக்கொண்டு தனது எண்ணிக்கையினாலும், பல்வேறு முயற்சிகளினாலும் தன் ஆதிக்கத்தை உலகில் நிலைநாட்டினான். தன்னைத்தானே கட்டுப்படுத்திக்கொள்வதற்குத்தான்

இனி அவன் கற்கவேண்டும். பல்லாயிரம் ஆண்டுகளுக்கு முன்னர் வாழ்ந்த மனிதர்களின் எலும்புகளைத் தோண்டியெடுத்துப் பார்க்கும்போது, கற்காலத்து மனிதனொருவனுக்கு நாற்பது ஆண்டுகள்வரை வாழ்ந்திருப்பதே பெரிய சாதனை என்று தோன்றுகிறது. அவன் நம்மைவிட தேக ஆரோக்கியத்துடன் இருந்தான் என்று சொல்லமுடியாது. நம்மைவிடக் கொடிய நோய், புழு, பூச்சிகள் ஆகியவற்றினால் அவதிப்பட்டிருக்கிறான். பொற்காலம் என்று ஒன்று இருக்குமானால் அது இனிமேல்தான் வரவேண்டும். கடந்த காலத்தில் அவ்வாறு இருந்தது என்று நினைக்க இடமில்லை.

2.2. வரலாற்றுக்கு முற்பட்ட காலமும் பூர்வீக வாழ்க்கையும்

ஒரு குறிப்பிட்ட காலத்தில் மனிதன் உண்மையில் எப்படி வாழ்ந்தான் என்பதைத் தொல்பொருளாய்வாளர் கண்டுபிடித்தவற்றை மட்டும் வைத்துக் கூறுவதற்கில்லை. அவ்வாழ்க்கை முறையைக் (முழுமையான பண்பாட்டினை) கண்டுபிடிப்பதற்கு உலகில் எங்கோ மூலைமுடுக்குகளில் இன்னமும் எஞ்சியுள்ள பல்வேறு பழங்குடி மக்களை ஒப்பிட்டு ஆராய்வது அவசியமாகும். அதன் பின்னரே எவ்வாறு குறிப்பிட்ட சில கருவி வகைகள் செய்து பயன்படுத்தினார்கள் என்றும் மிகப் பழங்காலத்தில் அவற்றைச் செய்த மனிதர்கள் எப்படி வாழ்ந்திருக்க வேண்டும் என்ற விஷயமும் படிப்படியாகத் தெளிவாகும். அவர்களது சமூக அமைப்பைப் பற்றிக்கூடச் சிறிது கூறமுடியும்-அது உருவான பிறகு - மேற்கூறியதைப்போல் அவ்வளவு நிச்சயமாக இல்லாவிடினும் சிறிதளவாவது கூறமுடியும். ஆஸ்திரேலியா அல்லது பிரேசிலின் உட்பகுதியில் வாழும் பூர்வகாலப் பழங்குடிகளைப் பற்றி ஆராய்ந்துகொள்ளவிருக்கும் பொருளாவது, அவர்கள் வெளி உலகத்துடன் கொண்டிருந்த தொடர்புடன் இறுதியில் அவர்கள் நாகரிகத்துடன் கொண்டிருந்த தொடர்பையும் எடுத்துக்காட்டவே. தொடர்பு இருந்தால் மாறுதலும் இருந்தே தீரும். எனவே, ஆராய்ச்சியில் இதை மனதில்கொண்டு மாறுதலுக்கு முன்னிருந்த நிலையை மதிப்பிட வேண்டும். இரண்டாவதாக, எந்த மனித வகுப்பும் தொடர்ந்து ஒரே நிலையில் இருக்கமுடியாது. ஒன்று அவர்கள் மேலும் சில திறமையான ஒழுங்குபாட்டைத் தோற்றுவித்திருக்க வேண்டும். அல்லது உயிரின வாழ்வின் மாறுதலுக்குட்பட்டுச் சிதைந்திருக்க வேண்டும். நாம் ஆராய விரும்பும் வரலாற்றுக்கு முற்பட்ட கால மனிதர்கள், இப்போது உலகத்தில் எந்த இடத்திலுமில்லை. அவர்களில்

சிலருக்கு சந்ததிகள் இருப்பினும் அவர்கள் நவீன நாகரிக முறையைப் பின்பற்றத் தொடங்கியதால் மாறிவிட்டனர். மற்றவர்கள் மறைந்துவிட்டனர். எஞ்சி இருக்கும் சிலரோ நாகரிகம் எட்டாத மூலைமுடுக்குகளில் ஒதுங்கி, தங்களுடைய வாழ்க்கையில் புதுமுறைகளைக் கையாண்டு பார்க்க முடியாதபடி தடுக்கும் கருத்துக்கள், மனப்பான்மைகள், மூடநம்பிக்கைகள், சடங்குகள், பழக்க வழக்கங்கள், ஆகியவற்றை வளர்த்துக்கொண்டிருக்கிறார்கள். தற்போது காணப்படும் ஆதிவாசிக் கூட்டங்கள் அனைத்தும் ஒரே வகையான சமூக அமைப்பைப் பெற்றில்லாவிடினும் பெரும்பான்மையானவை எவ்வித மாறுதலையும் ஏற்காத கட்டுக்கோப்பான சமூக அமைப்பைப் பெற்றிருக்கின்றன. சமூக முன்னேற்றத்தில் கருத்துகள் விளைவிக்கும் பாதிப்பை ஒரு பொருள் முதல்வாதி அலட்சியப்படுத்த முடியாது.

உலகத்தின் அத்தகைய பகுதிகளில் விரிவாகத் தோண்டி எடுக்கப்பட்ட தொல்பொருள் ஆராய்ச்சிச் சான்றுகள் உத்தேசமாகக் கீழ்க்கண்ட வரிசையைக் காட்டுகின்றன. மிகக் கீழ் மட்டத்தில் எனவே மிகப்பழமையை எடுத்துக்காட்டும்-மனிதனால் செதுக்கப்பட்ட நயமற்ற கற்கள் கிடைக்கின்றன. இவற்றுடன் மரத்துண்டுகள், எலும்புகள் ஆகியனவும் கருவிகளாகப் பயன்படுத்தப்பட்டன. மரத்தாலும், எலும்பாலும் செய்த கருவிகள் இற்றுப்போய் மண்ணுடன் கலந்திருக்கலாம். இப்பழைய கற்காலம் (Palaeolithic) கற்களை நன்கு துண்டுகளாகச் செதுக்கிக் கருவிகளாகப் பயன்படுத்தும் அளவுக்கு மெல்ல முன்னேற்றம் பெற, லட்சம் ஆண்டுகளுக்கு அதிகமாகவே பிடித்தன. பிறகு பளப்பளப்பாக மெருகுடன் விளங்கும் கற்கருவிகளை உபயோகப்படுத்திய புதிய கற்காலம் (Neolithic) வந்தது. இவை இரண்டிற்கும் இடையிலுள்ளது 'மெசோலிதிக்' காலம் என்று அழைக்கப்படுகிறது. இப்போது இச்சொல் வழக்கில் இல்லை. இது நீடித்த பரப்பும் காலமும் உறுதி செய்ய முடியாதவை. கற்கருவிகளை மட்டுமே (எலும்பு, மரம், கொம்பு ஆகியவற்றால் செய்யப்பட்டதாகவும் உய்த்தறியலாம்)கொண்ட இந்த மண் அடுக்கை உலோகத்தினால் செய்த கருவிகளும் ஆயுதங்களும்கொண்ட மண் அடுக்குகள் காலப்போக்கில் மூடிவிட்டன. பெரிய அளவில் முதலாவதாக உபயோகிக்கப்பட்ட உலோகம் தாமிரமாகும். தாமிரத்தைக் கனியிலிருந்து பிரித்தெடுக்க ஒரு சூளை போதுமானது. மட்பாண்டங்களைச் சுடும் சூளைக்கு வேண்டிய நுட்பம்கூட இதற்குத்

தேவையில்லை. கற்காலத்தின் பிற்பகுதியில் கற்கருவிகளுடன் மட்பாண்டங்களும் கிடைக்கின்றன. வெள்ளீயம் போன்ற பிற உலோகங்களுடன் சரியான அளவில் கலக்கப்படாத சுத்தமான தாமிரம் வலுவுற்றும் எளிதில் உடையக்கூடியதுமாகவே இருக்கும். தாமிரத்தை வெள்ளீயத்துடன் சரியான அளவில் கலந்தால் வெண்கலம் கிடைக்கும். தாமிரத்தை உபயோகத்திற்கு ஏற்றதாகச் செய்ய வேண்டும். தாராளமாக வெள்ளீயம் கிடைக்காத நிலை, வெண்கலயுகம் பற்றி அறிந்துகொள்ள இன்னும் அதிக சிந்தனையும் ஆராய்ச்சியும் செய்யவேண்டும் என்பதை வலியுறுத்துகிறது. நீண்ட தூரங்களைக் கடந்த வர்த்தகம் கி.மு. 3000-த்திலோ அதற்கு சற்று முன்பாகவோ மிகவும் சுறுசுறுப்பாக இயங்கியது. அப்போது ஓர் அரிதான உலோகமாக விளங்கிய வெண்கலம் ஒருசிலர் வசமே இருந்தது. இதிலிருந்து, சமூகத்தில் வர்க்க வேறுபாடுகள் நிலவியது புலனாகிறது. உலோகக் கனிகள் அடங்கிய பகுதிகளையும், நல்ல நீர்ப்பகுதிகளையும் வசப்படுத்திக்கொள்வதற்காக வெண்கல யுகத்தில் பல போர்களும், சூறையாடல்களும் நிகழ்ந்தன. கி.மு. இரண்டாவது ஆயிரம்ஆண்டுக்காலத்தில் (கி.மு. 2000-1000) எண்ணற்ற பழங்குடிக் கூட்டங்கள் யுரேசியக் கண்டத்தில் தங்களுடன் கொண்டுசென்ற ஏராளமான, ஆனால் நடமாடும் உணவுக் களஞ்சியமாயிருந்த கால்நடைகளையே உணவாகக்கொண்டு திரிந்தவண்ணம் இருந்தன. நகர-அரசுகள், முடியரசுகள், கோயில் குருமார் நிர்வாக அமைப்புகள், போர்த்தொழில் ஆகியவற்றை எகிப்து, மெசப்பட்டோமியா ஆகிய பண்டைய நதிச் சமவெளியின் விவசாயப் பண்பாடுகள் வளர்த்தன. இப்பண்பாடுகள் தோன்றுவதற்கு ஆயிரம் ஆண்டுகளுக்கு முன்பே போர்த்தொழில் வந்துவிட்டது. இத்தகைய வளர்ச்சி அந்தந்த வட்டாரங்களுடன் நின்றுவிட்டதுடன் ஒரு விதிவிலக்காகவும் இருந்தது.

தொல்பொருள் ஆராய்ச்சிக்காலக் கருத்தின்படி நிகழ்காலம் இரும்புக் காலமாகும். இரும்பு மலிவாக இருப்பதுடன் எல்லா இடங்களிலும் கிடைக்கிறது. உலகம் முழுவதிலும் விவசாயம் நடைபெறுவதற்கு இது வகை செய்கிறது. கற்காலத்தின் பிற்பகுதியில் விவசாயம் சற்றுத் தலைதூக்கியது. ஆகவே, உற்பத்திச் சாதனங்களில் ‘புதுக் கற்காலம் ஏற்படுத்திய புரட்சி’ பற்றி நம்மால் பேசமுடிகிறது. ஆனால், இது உற்பத்தியின் வெற்றிக்குச் சாதகமான சில இடங்களில் மட்டுமே நிலவியிருந்தது. அடர்ந்த காடுகளை அழிக்கவேண்டிய அவசியம் அங்கெல்லாம் ஏற்படவில்லை. மெசப்பட்டோமியா (ஈராக்)

எகிப்து, சிந்து நதிச் சமவெளி, ஈரான், துருக்கி, பாலஸ்தீனம் ஆகிய நாடுகளிலும் பீடபூமி சமவெளிகள், டான்யூப் சமவெளியின் புழுதி நிலப்பகுதி ஆகியவற்றுடன் ஒருக்கால் சீனாவின் புழுதி நிலப்பரப்பில் சிலவற்றையும் சேர்த்துக் கொள்ளலாம். முதலில் தயாரித்தபோது இரும்பு, வெண்கலத்தைவிட மென்மையாக இருந்தாலும், காடுகளை அழிப்பதற்கும், கட்டாந்தரையாக இருந்த நிலத்தை உழுவதற்கும் ஏற்றதாகவே இருந்தது. போர் வீரர் வகுப்பாரின் ஏகபோகமாகத் திகழாமல் பெரும்பாலான மக்களுக்கும் கிட்டிய முதல் உலோகம் இரும்பே. ஏறக்குறைய கி.மு. 7000-8000 அளவில், கேடால் ஹூயூக் (துருக்கி), ஜெரிக்கோ (பாலஸ்தீனம்) ஆகிய நகரங்களை நிர்மாணித்தவர்கள் முதல் விவசாயிகள் ஆகும். அவர்களுடைய உணவு உற்பத்தி முறையை அடுத்திருந்த நிலப்பகுதிகளில் விரிவாகச் செயல்படுத்த இயலவில்லை. எகிப்து, ஈராக் நாடுகளைப் போலல்லாமல் கி.மு. 2000 அளவில், நிறைய இரும்பு கிட்டும்வரை உணவு சேகரிப்பு, கால்நடைகள் மேய்த்தல் போன்றவற்றுக்கு விவசாயம் துணைத் தொழிலாகவே இருந்தது. முதலில் நல்ல முறையில் இரும்பு தயாரிக்கும் தொழில் இப்போது துருக்கி என்ற பெயருடன் விளங்கும் இடத்தைச் சேர்ந்த ஹிட்டைட் மக்களின் நன்கு பாதுகாக்கப்பட்ட ஏகபோகமாக இருந்தது. கி.மு.1350வரையில்கூட இரும்பு அரிய பொருளாகவே விளங்கிற்று. ஆகவே அக்காலத்தில் இறந்த பாரோ துதங்கமென் (Pharoh Tutankhamen) என்ற அரசனைத் தாமிரம், தங்கம், வெண்கலம், தந்தம் போன்ற விலையுயர்ந்த பொருள்கள் நிறைந்த தங்கச் சவப்பெட்டியில் அடக்கம் செய்து புதைத்தபோது அவற்றுடன் ஒரு இரும்புத் தாயத்தை மட்டும் அவன் மண்டையோட்டின்கீழ் வைத்திருந்தார்கள். மலிவான இரும்பு கண்டுபிடிக்கப்பட்டவுடன் பெரும்பாலான மக்களுக்கு மகிழ்ச்சி மிக்க வாழ்வு வந்துவிட்டது என்று பொருளல்ல. ஆசியாமைனரில், தனித்தனியாக அங்கங்கே வாழ்ந்த சிறு விவசாயக் குடிகள் வெண்கலக் காலத்திலேயே கொள்ளைக்காரர்களால் சூறையாடப்பட்டு அழிந்து மறைந்து போயினர். அபரிமிதமான ஜனத்தொகை பெருகிய போதுதான் (இவர்களில் பெரும்பாலோர் நிலத்தில் வேலைசெய்யும் அடிமைகள்) உணவு உற்பத்தியை அதிகரிக்க இரும்பு உதவியது. கூடவே கொடுமைகளும் அதிகரித்தன. வர்த்தகப் போக்குவரத்து நடக்கும் வழித்தடங்களுக்கு வெளியே, ஒதுங்கி நிலைபெற்ற பழங்குடிகள், உணவு உற்பத்தி முறையைக் கைக்கொள்ளாமல் கற்காலத்துப் பழக்கமான உணவு சேகரிப்பு முறையையே விடாப்பிடியாகக் கடைப்பிடித்து வாழ்ந்தனர். (இன்றும்கூட

அவர்களுடைய நிலை அதுவே). அவர்கள் முன்னேற்றம் பெற்று நாகரிக நிலைக்கு வராமல் பின்தங்கிவிட்டனர். வரலாற்றுக் காலத்திற்கு முன்பிருந்து, வரலாற்றுக் காலம்வரை கல்லைப் பல்வேறு விதங்களில் பயன்படுத்திக்கொள்வது தொடர்ந்தது. இங்கிலாந்தின் மீது ஜூலியஸ் சீசர் படையெடுத்து வருவதற்கு (கி.மு. 54) வெகுகாலம் முன்பே, அங்கு இரும்பு யுகம் துவங்கிவிட்டபோதிலும் கி.பி. 1066-ல் நடைபெற்ற ஹேஸ்டிங்ஸ் போரில் ஹெரால்டு மன்னரின் படையிலிருந்த பல சேக்ஸன் வீரர்கள் கற்கோடரிகளையே ஆயுதங்களாகத் தரித்தனர்.

உணவைச் சேகரித்து வாழ்ந்த சமூகத்தை மொத்தமாக விவரிப்பது சுலபமல்ல. வரலாற்றுக் காலத்திற்கு முன்பிருந்த பழங்குடி மனிதன் மாண்புமிக்க நிலையிலிருந்தவன் என்றும் நாகரிகத்தின் தீமைகளிலிருந்து தப்பி இயற்கையின் புதல்வனாக இருந்தவனென்றும், குற்றங்களும் காமமும் இல்லாதவனென்றும் விசித்திரமான இன்பக் கற்பனைகளை அள்ளி வீசும் தற்கால ஆசிரியர்கள் சிலர் இருக்கிறார்கள். காஸ்டிலைச் சேர்ந்த அரசி இஸ்பெல்லாவிற்கு கிருஸ்டபர் கொலம்பஸ் எழுதிய கடிதத்திலிருந்து, இயற்கை நிலையிலிருந்த 'இந்தப் பூலோக சுவர்க்கக் கருத்து ஆரம்பமாயிற்று. தங்கம் கொழிக்கும் இந்திய நகரங்களைத் தேடிக் கண்டுபிடிப்பதில் தோல்வியுற்ற கொலம்பஸ், அதற்குப் பதிலாக மகத்தான மற்றொன்றையாவது (இயற்கை நிலையிலிருந்த மேற்கத்தியக் கரிபிய (Caribbean) மனிதனையாவது கண்டுபிடித்துவிட்டதைத் தெரிவிக்க விரும்பினார் போலும்! ஈடன் தோட்டத்திற்குப் பிறகு பைபிளில்கூட இல்லாததையோ, ஐரோப்பிய மறுமலர்ச்சிக் காலத்தில் மீண்டும் கண்டுபிடிக்கப்பட்டு மக்கள் கவனத்திற்கு வந்த கிரேக்க-லத்தீன் மனோராஜ்யச் சித்திரங்களில் இல்லாததையோ கண்டுபிடித்துவிட்டதாக நினைத்து, ஐரோப்பியரின் கற்பனை சிறகடித்துப் பறக்கத் தொடங்கியது. ரூசோவின் சமூகக் கொள்கைகளும் தமது நாட்களில் இருந்த சமூகத்தை வஞ்சப் புகழ்ச்சி மூலம் கடுமையாக நையாண்டிசெய்த வால்டேரின் நூல்களும் இந்த 'இயற்கை மனிதன்' பற்றிய கருத்தினால் வலுப்பெற்றன. சிலர் இப்பொழுதும்கூட புராதன பொது உடைமை பற்றிக் கூறும்போது, கிடைத்ததை எல்லோரும் பகிர்ந்துகொண்டும், கூட்டுறவு மூலம் தங்களுடைய எளிய தேவைகளைப் பூர்த்தி செய்துகொண்டும் எல்லோரும் மகிழ்ச்சியுடன் வாழ்ந்த இலட்சிய சமுதாய நிலை அது என்பதுபோலப் பேசுகிறார்கள்.

இப்படி இதை மிகைப்படுத்திப் பேசும்போது பழைய 'பொற்கால'க் கதையே செக்கருடை உடுத்து நம்மிடையில் மறுபடியும் உலவுவது தெளிவாகிறது.

உணவைச் சேகரித்து வாழும் ஆரம்பநிலைச் சமூகத்திலிருந்தவர்களின் எண்ணிக்கை மிக குறுகிய வரம்புக்குட்பட்டதுதான். உணவுப்பற்றாக்குறை, சேகரிப்பதற்கு உணவில்லாமல் போகுமோ என்ற அச்சம் ஆகியவற்றைப் பொறுத்து இடத்திற்கு இடம், காலத்திற்குக் காலம் இந்தச் சமூகத்தின் தன்மைகள் மாறிவந்தன. இங்கிலாந்திலும், வேல்சிலும் பழைய கற்காலத் துவக்கத்தில் சுமார் 250 மனிதர்கள்தான் இருந்தார்கள் என்றும் இவர்களும் பத்துச் சிறு கூட்டங்களாகப் பிரிந்திருந்தார்கள் என்றும், மிக கவனமுடன் நுணுகிப் பரிசீலனை செய்யும் புதைபொருள் ஆராய்ச்சியாளர் கிரஹாம் கிளார்க் கூறுகிறார். இங்கிலாந்து, ஸ்காட்லாந்து, அயர்லாந்து ஆகிய பகுதிகளை ஒன்றாக எடுத்துக்கொண்டால் இடைக்கற்கால மனித சமூகத்தில் 4,500 நபர்களும் புதிய கற்காலத்தில் 20,000 நபர்களும், வெண்கலக் காலம் துவங்கி உணவு உற்பத்தி நிகழ்வுற்ற கி.மு. இரண்டாயிரம் ஆண்டுக்காலத்தில் அதைப்போல் இருமடங்கு எண்ணிக்கைக்குச் சற்றுக் குறைவாகவும், மக்கள் வாழ்ந்ததாக அவர் மதிப்பிடுகிறார். இதற்குச் சமகாலத்தில் இந்தியாவிலும் இதைப்போல் ஒரு மதிப்பீடு சாத்தியமில்லை. இதற்குத் தேவையாக இதுவரை கிடைத்திருக்கும் தொல்பொருள் ஆராய்ச்சிச் சான்றுகள் மிகக் குறைவு. இந்திய துணைக்கண்டத்தில் எந்த ஒரு பகுதியிலும் கற்காலத்தில் பத்துச் சதுரமைலுக்கு ஒருவருக்கு மேல் இருந்திருந்தால் அதுவே மிகவும் வியப்புள்ளது. இயற்கை வளம் நிரம்பிய இடங்களிலும்கூட அது எல்லாப் பருவங்களிலும் ஒரே சீராக இருப்பதில்லை. ஆண்டுக்கு ஆண்டு தொடர்ந்து பற்றாக்குறை ஏற்பட்டிருக்கலாம். ஏதோ ஒரு வழியில் உணவைப் பாதுகாத்து வைக்கும் முறையை அறியாதவரையில் பெரிய மக்கள்தொகை நிலையான குடியேற்றங்கள் போன்ற கேள்விகளுக்கு இடமில்லை. உணவு சேகரித்து வந்தவர்கள் வெகுகாலத்திற்குப் பிறகே உணவைப் பாதுகாக்கும் நிலைக்கு வந்தனர். உலர்ந்த மீன், இறைச்சி இவற்றைப் பாதுகாக்க சிறிது தூரத்திலிருந்து உப்பு கிடைத்தாக வேண்டும். அத்துடன் அவற்றைச் சேமிக்க கூடைகள் தோல்பைகள், பானைகள் ஆகியனவும் தேவை. எல்லா உணவையும் பாதுகாத்து வைக்க முடியாது. பருப்புகள் தானியங்கள், கிழங்குகள் போன்ற உணவு வகைகள்தாம் நீண்ட நாள்வரை

பத்திரப்படுத்தி வைப்பதற்குச் சிறந்தது. இவற்றில் பெரும்பாலானவற்றை நன்றாகப் பக்குவப்படுத்திச் சமைக்காமல் எளிதில் தின்று ஜீரணிக்க முடியாது. ஆகவே, இதற்குத் தீயைக் கட்டுப்படுத்தும் ஆற்றலும் சமைக்கவும் சேமிக்கவும் பானைகளோ பாத்திரங்களோ வேண்டும். இந்நிலையை அடைவதற்கு வெகு காலம் முன்பாகவே சமூக வாழ்க்கையின் அம்சங்களைப் பல்லாயிரம் ஆண்டுகளாகக் கருவிகளை உபயோகித்துக்கொண்டிருந்த மனிதன் கடைப்பிடிக்கத் தொடங்கிவிட்டான்.

இதில் இரண்டு விஷயங்கள் தெளிவு, உணவைப் பாதுகாக்க முடியாவிட்டால், அதை விரைவில் உட்கொள்ள வேண்டும். அதாவது, மிகுந்துள்ளதைப் பங்கிட்டுக் கொடுத்துவிட வேண்டும். இல்லையெனில் பெரும்பாலான மக்கள் பட்டினி கிடப்பார்கள். ஆனால், பல மிருக வகைகளும்கூட தங்களிடம் மிகுந்துள்ள உணவைப் பங்கிட்டுக்கொள்கின்றன. முற்றிலும் பற்றாக்குறை நிலையிலிருந்து முன்னேறிவிட்ட பூர்வகுடிக் கூட்டங்களில் உணவை மற்றவர்களுடன் பகிர்ந்துகொள்வது சமூகத்தில் ஒரு கடமையாயிற்று. அதாவது முக்கிய நாட்களில் விருந்து அளிப்பதுபோல் சேகரிக்கப்பட்ட உணவில் ஒவ்வொருவருக்கும் சம உரிமை இருந்தது என்பது இதன் பொருளல்ல. இரண்டாவதாக, இவ்வாறு உணவு சேகரிப்பவர்கள் தங்களுடைய தேவைக்கு அதிகமாகப் பிராணிகளைக் கொல்வதோ உணவு திரட்டுவதோ அபூர்வம். பேராசை காரணமாக அதிகமாக எதையும் சேமித்து வைத்துக்கொள்வதோ பொழுதுபோக்கிற்காக வேட்டையாடுவதோ இல்லை. அப்படிச் செய்திருந்தால் இறைச்சி அழுகி வீணாகியிருக்கும். இந்த அளவிற்குப் 'பொற்காலம்'என்ற கற்பனைக்கும் பொருள் உண்டு. இருந்தபோதிலும் பெரும்பாலான பூர்வீக மனிதர்களின் சக்திகள் எல்லாம் உணவிற்காகத் தேடி அலைவதிலே கழிந்தன. உணவைப் பங்கிட்டுக்கொள்ளும்ஒரு குழு அக்காலத்தில் பெரியதாக இருந்தபோதிலும் சூழ்நிலை காரணமாக குறுகிய வரையறைக்கு உட்பட்டே இருந்தது. குறிப்பிட்ட ஒருவகை உணவையே உட்கொள்ளும் வழக்கம் ஏற்பட்டது. அதாவது ஒரு மிருகம் அல்லது மீன், பறவை, பூச்சி, பழம், கிழங்கு இப்படி ஒன்றை மட்டுமே சாப்பிட்டனர். ஒரு குறிப்பிட்ட உணவு வகையில் ஏற்படும் விசேஷப் பழக்கத்தை எடுத்துக்காட்டுவதோடு நில்லாமல் இப்பழக்கத்தில் உள்ள அளவுக்கு மீறிய நிலையையும் இது எடுத்துக்காட்டுகிறது. ஒரு மனிதக்கூட்டம் என்பது உறவுமுறையை எடுத்துக்காட்டுவதுடன் நின்றுவிடுவதில்லை. அவர்கள் நாடிய அதே

மாதிரியான முக்கிய உணவு அல்லது விரும்பிய உணவைப் பொருத்தும் குழுக்கள் தோன்றத் தொடங்கின. வேறு உணவுப்பொருளை நாடிய ஒரு வகுப்பினர் மற்ற வகுப்போடு பாச உறவு வைத்துக்கொள்ளாதது மட்டுமல்ல. முதலில் அவர்களை மனிதர்களாகவே எண்ணவில்லை. இவ்வாறு சேகரித்த சிறப்பான உணவுப்பொருளைக் குலச்சின்னம் என்று கூறலாம். பின்னர் உயிரற்ற பொருள்களும், மிருகங்களின் சில பாகங்களும்கூட மனித வகுப்புகளைப் பிரிக்கும் குலச் சின்னங்களாக ஆயின. ஒரு குறிப்பிட்ட குலச் சின்னத்திற்குரிய உணவைச் சேகரிப்பதில் காட்டும் தனி ஆர்வம் சில சிறப்புச் சடங்குகளாக வளர்ந்தன. ஏதோ ஒருவகையான பலியும் (நரபலி உட்பட)மற்ற சடங்குகளும் எவ்வளவு கண்மூடித்தனமானவையாக இருந்தபோதிலும், அவை (குறிப்பிட்ட) உணவு அதிகமாகக் கிடைக்கவேண்டும் என்பதற்காகவே மேற்கொள்ளப்பட்டன. எனவே அவை அவ்வுணவை உட்கொண்டவர்களுடையது (இவர்கள் மற்றவர்களை அண்டிப் பிழைப்பவர்கள் என்பது ஏற்கெனவே குறிப்பிடப்பட்டிருக்கிறது) நமக்கு இத்தகைய சடங்குகள் மிக முக்கியமானவை. ஏனென்றால் இன்றைய மனிதப் பண்பாடுகளின் வித்துக்கள் இச்சடங்குகளில் உள்ளன. சிலர் மிருகங்கள் போலவும், வேறு சிலர் வேடர்கள் போலவும் அபிநயம் பிடிக்கும் நடனம், சடங்கைக் காட்டுவதோடு நில்லாமல் வயல் வேலைகளுக்கு ஒத்திகையாகவும் வேட்டைக் கலைக்கு பயிற்சியாகவும் இருந்தது. பல்லாயிரம் ஆண்டுகளுக்குப் பின்னர் இவற்றிலிருந்து நடனமும் நாடகமும் தோன்றின. பனிக்கட்டிக் காலத்தில் (பிரெஞ்சு, ஸ்பானியக் குகைகளில்) உண்மைக்கு எள்ளளவும் மாறுபடாமல் வரையப்பட்ட காட்டுவிலங்குகளின் படங்கள் கலையுலகில் தலைசிறந்த படைப்புகளாக இன்று விளங்குகின்றன. ஆனால் முதலில் வரையப்பட்ட இப்படங்கள் கலையையே முக்கிய நோக்கமாகக்கொண்டிருந்ததாக நினைப்பதற்கில்லை. பூமிக்கு அடியில் ஒளியே நுழைய முடியாத இருட்டுக் குகைகளில் கொழுப்பால் எரியும் விளக்கோ தீப்பந்தமோ வைத்துக்கொண்டு இப்படங்கள் வரையப்பட்டன. இப்படங்களில் பல ஒன்றின்மீது ஒன்று படிந்து அழிந்திருக்கின்றன. இச்சிறந்த சிற்பங்களில் உள்ள அழகிய மிருகங்கள் ஏதோ முக்கிய சடங்கு காலத்தில் குறிவைத்து எய்யும் இலட்சியங்களாக இருந்திருக்க வேண்டும். அம்புகளும், ஈட்டிகளும் பட்டு அவற்றில் துளைகள் விழுந்திருப்பது இதை எடுத்துக் காட்டுகின்றது. இச்சிற்பங்கள் நிலத்தின் அடியிலும்-அன்னை பூமியின் கருப்பைக்குள்-வைக்கப்பட்டுள்ளன. குகைச் சுவர்களில்

மிருகங்கள் கலவி செய்வதைப்போல் வரைந்துள்ள அல்லது செதுக்கியுள்ள சித்திரங்கள் இருக்கின்றன. வளமைப் பெருக்கச் சடங்குகள் (fertility rites) என்று குறிப்பிடப்படுவதன் ஒரு பகுதியே, கலையில் அவற்றை இப்படி வெளியிடுவதுடன், இச்சடங்குகளை அந்தந்த வகுப்பினர் தங்களுக்குள் ரகசியமாகவே வைத்திருந்தனர். உணவு கிடைப்பது குறைவாக இருந்ததால், மிருகங்களும்கூட தங்கள் இனங்களுக்குள்ளேயே கூட்டம் கூட்டமாகப் பிரிந்து தனித்தனிப் பிரிவுகளாக இருந்திருக்கலாம். அமெரிக்காவின் நடு-மேற்குப் புல்வெளிப் பகுதிகளில் உள்ள அணில்போன்ற ஒருவித பிராணி வேறு பகுதிகளிலிருந்து வரும் அதேவிதப் பிராணிகளைத் தாம் இருந்த இடத்திற்கு வரவிடுவதில்லை; ஆனால், தங்களுக்குள் தாக்கிக்கொள்ளாமல் ஒற்றுமையுடன் வாழ்கின்றன. அவை ஒரு விநோதமான சடங்கைப் பின்பற்றுகின்றன; ‘முத்தம்’ மூலம் தங்கள் வகுப்பைச் சேர்ந்தவையா அல்லனவா என்று அவை அடையாளம் கண்டுகொள்ளுகின்றன. இப்போது நாம் எடுத்துக்கொண்டுள்ள மனிதக் கூட்டங்களும் இதைப்போல் சில இடங்களை தங்களுக்கென ஒதுக்கிக்கொண்டிருக்க வேண்டும். ஆனால் அவர்கள் அடிக்கடி இடம் மாற்றியவண்ணம் இருந்திருக்க வேண்டும். அவர்கள் பேசுவதற்கு மிக அதிகக் கருத்துகள் இருந்தனவென்று சொல்லமுடியாது. ஆனால், இருந்த சிலவற்றைக் குறிப்பிட்ட சில ஒலிகளினால் அவர்கள் வெளியிட்டனர். பண்டைய வாழ்க்கை பற்றிய சான்றுகளை நாம் திரட்ட முடிந்தவற்றை வைத்துப் பார்த்தால் அவ்வொலிகளைத் தற்கால மொழி இயல்முறையில் வகைப்படுத்த இயலாது. ஏனெனில் பிறகு விஞ்ஞான முறையில் கண்டுபிடிக்கப்பட்ட அடிப்படையான காரணங்கள் அப்போது தெரியாததால் பூர்வீக மனிதர் தங்களிடையில் பொதுவாக ஒப்புக்கொண்டசம்பிரதாயங்களை விட்டு விலகிச்செல்லும் துணிச்சல் பெறவில்லை.

உற்பத்தி உறவுகள்-அதாவது பண்டமாற்று-இம்மனிதப் பிரிவுகளை ஒருங்கிணைத்து வைப்பதற்குரிய பெரு முயற்சியாக விளங்கியது. இந்நூற்றாண்டின் துவக்க காலத்தில் (உதாரணமாக) ட்ரோபிரியண்ட் தீவுகளில் காணப்படுவதைப் போன்ற தங்குதடையற்ற பண்டமாற்று, பூர்வீக சமூகத்தில் ஆரம்ப காலத்தில்கூட நிகழவில்லை. உற்பத்தியைப் பங்கிட்டுக்கொண்ட உறவுக்கூட்டங்களுக்கு வெளியே பண்டமாற்று என்பது பரிசுப் பொருள்களை மாற்றிக்கொள்வதே என்று தோன்றுகிறது. இப்பரிசுகள் யாரோ ஒருவருக்குக் கொடுக்கப்படவில்லை. ஒரு குறிப்பிட்ட உறவுக்காரர்களுக்கே-இவர்கள் பெரும்பாலும் வர்த்தகக் கூட்டாளிகள்

என்று பெயரிடப்பட்ட இனத்தாருக்கே-அளிக்கப்பட்டது. பரிசைக் கேட்பதோ, புறக்கணிப்பதோ அதற்குச் சமமான பொருளுக்காக பேரம்செய்வதோ முடியாத வேலை. ஆனால் பரிசுபெற்ற ஒருவர் வேறொரு சமயத்தில் விளைவு மிகுதியாக இருக்கும்போது தமக்குச் சொந்தமான ஒரு பொருளைத் திருப்பி பதிலுக்கு நல்கும் கடமை இருந்தது. இதற்கென்று கணக்கு எதுவும் வைத்துக்கொள்ளா விட்டாலும், பொதுவாக ஒரு காலவரைக்குள் அது சரிசெய்து கொள்ளப்பட்டது. இக்குறிப்பின்படி இரு பக்கத்தினராலும் சரி என்று கருதப்பட்ட ஒன்றைக் கடைசிவரையில் திருப்பி அளிக்காத ஒருவன் ஏதோ ஒருவகையில் தன்னுடைய அந்தஸ்தை இழக்கிறான். கிடைத்துள்ள விவரங்களை வைத்துக்கொண்டு ஊகித்துப் பார்க்கும்போது, இரு வேறு குலச் சின்னங்களைக்கொண்ட மனிதப் பிரிவுகள் முதலில் இவ்வாறு மாற்றிக்கொண்ட பொருள்கள்-பிறகு மக்களை மாற்றிக்கொள்ளும் வழக்கத்திற்கு அடிகோலியது அதாவது, ஒருவித 'மண'உறவு ஏற்படக் காரணமாயிற்று. அத்துடன் இது நல்ல சாப்பாட்டையும் பல்வேறு உணவுவகைகளையும் பெற்று உண்ணத் தொடங்குவதிலும், கருவிகள் தயாரிப்பதிலும், கருவிகள் உபயோகிப்பதிலும், மட்பாண்டங்கள் செய்வதிலும் பல முன்னேற்றங்கள் எற்பட வழி செய்தது. கடைசியாக ஒருங்கிணைந்த வகுப்புக்களின் மொழி வளம் பெற்றது. எல்லாப் பண்டைய மொழிகளிலும் அனாவசிய சிக்கல்கள் நிறைந்த இலக்கணம் உள்ளதைக் காணலாம். இத்தன்மையை சமஸ்கிருதம், கிரேக்கம், பின்னிஷ் ஆகிய மொழிகளிலும் காணலாம். பொதுக்கருத்துடைய சொற்களைவிட, தனிப் பண்புள்ள சொற்களே அதிகம்; பொதுப்பெயர்கள் இல்லாதபோதிலும் குறிப்பிட்ட மிருகம் அல்லது தாவர இனங்களின் பெயர்கள் தனித்தனியாக இருந்தன. 'நிறம்' என்ற சொல், துவக்கத்தில் பொதுத் தன்மையில்லாமல், சிவப்பை மட்டுமே பொருளாகக்கொண்ட ரத்தத்தின் நிறத்தையே குறித்தது. இவ்வாறு ஒருவர்க்கொருவர் தொடர்புகொண்டு பரிமாற்றம் செய்துகொள்வதன் மூலமே ஒரு மொழி முன்னேற முடியும். இந்நிலையில் உணவு வகைகளைத் தன் விருப்பத்திக்கேற்ப நிர்ணயிக்கவும், உணவு உற்பத்தியை ஒழுங்கான முறையில் செய்வதற்கும், பிறகு சிந்திக்கவும் தொடங்குகிறான் மனிதன், ஒரு கூட்டத்தைச் சேர்ந்தவன் மற்றோர் கூட்டத்திலுள்ள பெண்ணை மணந்துகொள்வது சந்ததிகளுக்கு நல்லதாயிற்று. சிறு மனிதக் கூட்டங்கள் பெரும்பாலும் உட்குழு மணமுறையைக் கடைப்பிடித்ததால், உடல்வளர்ச்சி குன்றி மனவளர்ச்சியும் முதிர்ச்சியடையாமல் இருந்தது. கலப்புமணம்

செய்துகொண்டவர்களுக்குப் பிறந்த குழந்தைகள் பெற்றோர்களைவிட வலுவாக இருந்தார்கள். உட்குழு மண முறையை நடத்திவந்த குடும்பங்கள் இனக்கலப்பில் ஈடுபட்டபோது, ஐரோப்பாவின் பனிக்கட்டி காலத்தின் கடைசியில் திடீரென்று பிரமாதமான உடல் கட்டமைந்த குரோமாக்னான் மனிதன் தோன்றினான். மனித வளர்ச்சியில் இந்த நிலையில் இனம் என்ற கருத்தைப் புகுத்துவது பொருந்தாது என்பதை நாம் புரிந்துகொள்ள வேண்டும். சாதாரணப் பேச்சு வழக்கில் 'இனம்' என்ற சொல்லை உபயோகிப்பது எந்த நிலையிலும் பொருந்தாது. பல மனிதப் பிரிவுகள் பொதுவாக ஒன்றுகலந்து பின்னர் பெருகிய மக்கட்தொகையினால் இன்று வழங்கப்படும் பல இனங்களின் பரப்பு விரிந்தது; மொழியின் வளர்ச்சியும் தெளிவடைந்தது.

இந்த நன்மைகள் எல்லாம் பரிசோதனை, திட்டம், அல்லது சிந்தித்துச் செய்த செயல் ஆகியவற்றின் விளைவால் ஏற்பட்டவை அல்ல. புதிய முறையில் பண்டமாற்று, மண உறவுகளை மேற்கொண்ட வகுப்புகளில் ஜனத்தொகை பெருகிற்று; திறனும் உயர்ந்தது. அவற்றை ஏற்றுக்கொள்ளாத மற்றப் பிரிவுகள் அழியத் தொடங்கின. தர்க்க முறைக்குத் தலைகீழாக, முதன்முதலில் ஒவ்வொரு கூட்டத்திற்குமிடையே அவர்களுடைய குலச் சின்னத்தைக் குறிக்கும் சிறப்பான உணவுக்குத் தடை விதிக்கப்பட்டது. இத்தடையைப் பருவந்தோறும் நடைபெறும் சிறப்பானச் சடங்கு காலங்களில் அல்லது மறைந்தோரை வழிபடும் நாட்களிலும்தான் மீறலாம். குலச்சின்னமாக இருந்த உணவுக்குத் தடை விதிக்கப்பட்டதுடன், ஒரே குலச்சின்னமுடைய வகுப்பினுள் உடலுறவு கொள்வதற்கும் தடை ஏற்பட்டது. எனவே பழங்குடியினர் என்போர் பல்வேறு குலச்சின்னங்களைக்கொண்டிருந்த குலங்களிலிருந்து தோன்றியவர்கள். சாதாரணமாக ஒருகுல உறுப்பினர், குலச்சின்ன உணவை உட்கொள்வதற்கும், அக்குலப் பெண்களுடன் கலவியில் ஈடுபடுவதற்கும் தடை விதிக்கப்பட்டது போலவே பல குலங்கள்கொண்ட ஒரு பழங்குடிக் கூட்டத்திற்கு வெளியேயும் அவர்கள் 'மண' உறவுகொள்வதற்கு அனுமதிக்கப்படவில்லை. தன் குடியினைச் சேராத மற்றப் பழங்குடியினர் தயாரித்த உணவைப் பெரும்பாலும் ஒருவர் ஏற்றுக்கொள்வதில்லை. தங்களுக்கென்று சிறப்பாக வைத்துக்கொண்டிருந்த வழிபாட்டு மரபுகளில், ஒரு குலத்தினர், பிற குலத்தினருக்கு இடம் கொடுப்பதில்லை. ஒரு

குலத்தைப் போலவே ஒவ்வொரு பழங்குடிக் கூட்டத்தினருக்கும் பொதுவான வழிபாட்டு மரபுகளும், மொழியும் இருந்தன. ஒரு சிறிய குலம் வளர்ந்து இத்தகைய ஒரு பழங்குடி அமைப்பு (Tribal Organisation) ஏற்பட்டபோது, மற்றவர்களும் இதைப் பின்பற்றினார்கள். அதன் அறிகுறிகளைப் பெரும்பாலான மனித சமூகங்களில் இன்றும் காணலாம்.

2.3. இந்தியாவில் வரலாற்றுக் காலத்திற்கு முற்பட்ட மனிதன்

இதுவரை கூறிய விவரங்கள் பொதுப்படையானவை. இவ்விவரங்களிலிருந்து நாம் பெற்ற சித்திரம் உலகின் எல்லாப் பகுதிகளிலும் நடத்தப்பட்ட ஆராய்ச்சிகளின் அடிப்படையில் ஊகித்தும், அறிவுபூர்வமாகச் சிந்தித்தும் அறியப்பட்டதே. இதில் இந்தியாவைப்பற்றிக் குறிப்பிட்டுக் கூறுவதற்கு ஒன்றும் இல்லை. ஏனென்றால், நம்மிடம் ஆய்வுக்குரிய புள்ளி விவரங்கள் மிகவும் குறைவு. இருப்பினும், நாம் மேலே கூறிய பௌதிக அடிப்படையிலிருந்து வேறுபட்ட திசையில், இந்தியாவின் பண்டைய மாறுதல்கள் நிகழ்ந்தனவென்று கூறுவதற்கும் தகுந்த காரணங்கள் கிடையா. வரலாற்றுக்கு முற்பட்ட மாற்றங்கள் மேற்கூறியவாறு நிகழ்ந்திருக்குமேயானால், இந்தியக் கிராமிய இனக்குழுச் சமுதாயங்களின் பல்வேறு அம்சங்களும் பண்டைய சம்ஸ்கிருத நூல்களும் தர்க்க ரீதியாக விளக்கம் பெறும்; இல்லையேல், அறிவுக்கு ஏற்றதாக விளக்கங்கள் இராது.

இந்தியாவின் வரலாற்றுக்கு முற்பட்டக் காலத்தின் இரு சிறப்பியல்புகளைக் குறிப்பிட வேண்டும். கடைசியாக வந்த பனிக்கட்டிக் காலம் ஐரோப்பாவைப்போல் அவ்வளவு கடுமையானதாகவோ, பரவலாகவோ இந்தியத் துணைக் கண்டத்தில் ஏற்படவில்லை. இனிமேல் புவி இயல் வாயிலான அளவைக்கொண்டு இந்தியாவை நோக்குவோம். இதில் பாகிஸ்தான், ஆப்கனிஸ்தானின் சில பகுதிகள் சிலசமயம் பர்மா ஆகியவை அடங்குகின்றன. இந்நீட்சிகள் மீது ஒரு அரசியல் வாயிலான உரிமையையோ, அல்லது உள்நோக்கத்தையோ கற்பிப்பது கூடாது. பனிக்கட்டிக் காலம் இந்தியாவின் வடக்குப் பகுதியில் மட்டுமே தோன்றியதாகையால் தெற்கு, தென்கிழக்குப் பகுதிகள் இதிலிருந்து முழுவதும் தப்பிவிட்டன. 'யூனான், பர்மாவிலிருந்து வரலாற்றுக் காலத்திற்கு முற்பட்ட மனிதர்கள் இந்தியாவில் சரியானக் கிழக்குப் பகுதிகளில் ஊடுருவினார்கள் என்பதற்கு எல்லாச் சாத்தியக் கூறுகளும் உள்ளன.

இந்த ஊடுருவல் வரலாற்றுக் காலத்திலும்கூடத் தொடர்ந்து நடைபெற்றிருக்கலாம். இக்கிழக்குப் பிராந்தியத்தின் கற்காலக் கருவிகளில் பொதுத்தன்மை வாய்ந்த பொருள்களும், தொழில்நுட்ப முறையும் பயன்படுத்தப்பட்டுள்ளமை இதை எடுத்துக்காட்டுகின்றன. இரண்டாவதாக, வேட்டையாடுதல், மீன்பிடித்தல் ஆகியவற்றுடன் உணவு சேகரித்தலும் இந்தியாவின் பெரும் பகுதிகளில் மிகவும் சுலபமாக இருந்ததுடன் ஐரோப்பா, யூரேசியாக் கண்டம் அல்லது வேறு எப்பகுதியுடன் ஒப்பிட்டுப் பார்த்தாலும் இந்தியாவில் இருந்த நிலப்பரப்பு விரிவும் தொலைவும் கொண்டது. ஐரோப்பாவின் எல்லாத் தானிய வகைகளையும் எடுத்துக்கொண்டால் ஏறக்குறைய எல்லாமே அரை டஜன் தானியங்களிலும், பட்டாணி, பீன்ஸ் போன்றப் பயறுகளிலும் அடங்கிவிடுகின்றன. அதே சமயத்தில், சராசரி வளமுடைய மகாராஷ்டிர மாநிலத்தில் மட்டுமே நாற்பது வகையான உள்நாட்டிற்குரிய முக்கிய உணவு தானியங்கள் விளைகின்றன. இவற்றில் பெரும்பகுதி உழுது பயிராக்கப்பட்டாலும், அவை தாமாகவே முளைத்துக் காடாகவும் மண்டும். நீண்டகாலம் பத்திரப்படுத்தி வைக்கவும் இவை ஏற்றவை. இவற்றில் அரிசி கோதுமை பல்வேறு தினை தானியங்களும், சோளம், பார்லி தினுசுகளும் அடங்கும். தவிர, தரமான புரதச் சத்துக்களை அளிக்கும் காய்கறிகளும் தாவர எண்ணையை உற்பத்தி செய்ய உதவும் எள்போன்ற வித்துக்களும் உண்டு. மிளகும், நறுமணப் பொருள்களும் நல்ல ருசியும் தந்து வைட்டமின்களையும் அளிக்கின்றன. உயிர்க்கொலை செய்யாமல் சமநிலை உணவைப் பெறுவது சாத்தியம்; குறிப்பாக, பால், வெண்ணெய், தயிர் பாலாடை, பழங்கள், காய்கறிகள் ஆகியவற்றைப் பெறுவதற்கும் உயிர்க்கொலை அவசியமில்லை. இந்த எளிய விஷயமே பிற்காலத்தில் கொல்லாமை (அகிம்சை) என்ற ஒரு கோட்பாடாக உருவெடுத்து, இந்தியாவின் இறையியல், மதம் போன்ற துறைகளில் புரட்சி ஏற்படுத்தக் காரணமானது. அதே நேரத்தில் இது வரலாற்று ஆசிரியரின் பணியைப் பிற நாட்டைப் பார்க்கிலும் கடினமாக்குகிறது. இதனால் இவர்களை அடுத்திருந்த நாட்டினர் சில நூற்றாண்டுகளுக்கு முன்பாகவே உணவு உற்பத்தியாளர்களாக மாறிவிட்ட போதிலும்கூட இம் மக்கள் உணவு சேகரித்து வாழும் நிலையிலேயே நீடித்து வாழ்ந்தனர். வாழவும் முடிந்தது. அதில் குறிப்பாக காட்டிலுள்ள மூலை முடுக்குகளில் வாழ்ந்த விவசாயிகளும் பழங்குடிகளும் முக்கிய உணவுப் பயிர்களைத் தவிர, தாமாகவே விளைந்து சேகரிக்கக்கூடிய நூற்றுக்கணக்கான விளைபொருள்களைப்

பற்றிச் சர்வ சாதாரணமாக அறிந்திருந்தனர். அவையாவன: பழங்கள், கொட்டைகள், கிழங்குகள், தண்டுகள், தேன், காளான்கள், கீரை வகைகள் போன்றவை. உற்பத்திமுறை பழையதாக இருந்தால் கூடவே எப்போதும் பழைய நம்பிக்கைகளும், வாழ்க்கை முறைகளும் தொடர்ந்து நிற்கும். இக்காரணம் பற்றியே பழமையினின்றும் எஞ்சியவை வியப்பூட்டும் அளவுக்கு நிறையப் பெற்ற நாடாக இந்தியா காட்சி அளிக்கின்றது. இதனால் எடுத்துக்கொள்ளப்படும் வரலாற்றின் ஒரு காலகட்டம் கடந்து, அடுத்தக் காலகட்டம் நிலைபெற்றதைப் பற்றித் திட்டவட்டமாகக் கூறுவது கடினமாகிறது. இரு குடிகள் தத்தம் பண்பாடுகளைப் பரிமாறிக்கொண்டு ஒருமைப்பாட்டை வளர்த்த விதம் விட்டுக்கொடுக்கும் மனப்பான்மையில் நிகழ்ந்தது. இதில் புதியதாகக் குடியேறிய நாகரிகத்தில் முன்னேறிய மக்கள் இந்தியாவின் ஒவ்வொரு பாகத்திலும் வாழ்ந்த பூர்வகுடி மக்களின்மீது தங்களுடைய செல்வாக்கை நிலைநாட்டியது மட்டுமல்லாமல் (சகிப்புத் தன்மையற்ற இஸ்லாமியர்களுக்கு முன்பாக) அப்புதியோர் சில உள்நாட்டிற்குரியதும், பூர்வீக மக்களுடையதுமான சில நம்பிக்கைகளையும், பழக்க வழக்கங்களையும், பொதுவாகத் தங்களுடையதென ஏற்றுக்கொண்டனர். ஒரு இசைவான சமூகத்தை அமைக்க மக்களில் ஒரு சாரார் உற்பத்தியில் ஈடுபட்டு உறவுகளைக்கொள்ள வேண்டும். இது உபரி உணவைத் தயார் செய்வதிலும், மாற்றிக்கொள்வதிலும் அடங்குகிறது. இந்தியாவில் உருவான அத்தகைய சமூகமும் அதன் பண்பாடும், பெருமளவில் மதம், மூடநம்பிக்கை ஆகியவற்றின் அடிப்படையிலேயே விரிந்திருந்தது. இதற்குக் காரணம், உணவு சேகரித்து வாழும் முறை சுலபமானதுடன், நீடித்து நிலைபெற்றும் இருந்ததே. ஐரோப்பா அல்லது அமெரிக்காவுடன் ஒப்பிட்டுப் பார்க்கும்போது, இந்நிலை வேண்டிய அளவுக்குத் தேவையான வன்முறையின் தேவையையும் குறைத்துவிட்டது. இதற்கு வேகமும் இல்லை.

இப்போது நமக்கு இரு முக்கியப் பணிகள் உள்ளன. இந்தியாவின் வரலாற்றுக்கு முற்பட்ட மனிதனைப் பற்றித் தெரிந்த அளவுக்குக் கூறவேண்டும். அடுத்து, இக்கால இந்தியச் சமூகத்திற்கு வரலாற்றுக்கு முற்பட்ட காலம் அளிக்கவல்ல பங்காகப் பூர்வகாலத்திலிருந்து எஞ்சியவை பற்றிப் படிப்படியாக ஆராய வேண்டும்.

இந்தியாவில் வரலாற்றுக்கு முற்பட்ட மனிதனைப் பற்றிப் பூர்வகாலத்திலிருந்து ஆராயப் பெரும் இடர்ப்பாடாக இருப்பது கால நிர்ணயம் பற்றியப் பிரச்சினையே. தெற்கில் வரலாற்றுக்கு முற்பட்ட காலம் தொடர்ந்து நிலைபெற்றிருந்த சமயத்தில் வடக்கே வரலாற்றுப் பிரசித்திப் பெற்ற பேரரசுகள் வளர்ச்சியுறத் துவங்கிவிட்டன. பூமியின் மேல் அடுக்கில் கண்டுபிடிக்கப்பட்டுள்ள சில இந்திய குகை ஓவியங்கள் நிலப்பிரபுத்துவ காலத்தில் நிகழ்ந்த போர்க்காட்சிகளைச் சித்திரிக்கின்றன. இவை எவ்வளவு தொன்மையானவை என்று அவரவர்கள் மனம்போன போக்கில் யூகித்துக்கொள்ளலாம். இந்தியாவில் வரலாற்றுக்கு முற்பட்ட மனிதன், கற்கருவிகளைச் செய்வதற்கு ஸோன் நதிச் சமவெளியில்(மேற்கு பாகிஸ்தான்) இருந்தவனைப் போலவே, பொதுவாக லெவலாய்ஸ் (Levallois) என்று அழைக்கப்படும் இலேசாகத் துண்டுபோட்டு உருவாக்கும் முறையையே பயன்படுத்தினான். கற்கருவிகளைச் செய்யும் முறையில் இதுவே மிகவும் தொன்மையான முறை ஆகாது; ஆனால் மிகவும் தொன்மையான ஒரு முறைக்கு ஏறக்குறைய இதை அடுத்ததாகக் கூறலாம். இதன் காலம் (ஒரு உத்தேசமான யூகத்தின்படி) கி.மு. 50,000, 1,00,000 எனலாம். இம்முறையைக்கொண்டு தயாரிக்கப்பட்ட கைக்கோடரிகளை யூரேசியாக் கண்டம் முழுவதிலும் காணலாம். ஆனால் இவற்றுடன் பொருந்தும் வகையில் இணையானதோர் மனித இயக்கத்தைப் பற்றி இதுவரை ஒன்றும் கூறப்படவில்லை. இருந்தபோதிலும், ஐரோப்பாவிலிருந்து பாலஸ்தீனம்வரை கி.மு. 7,000-த்தைச் சேர்ந்த சிறியக் கற்கருவிகள் (மைக்ரோலித்) அடங்கிய புதைபொருள் சான்றுகள் ஏராளமாகக் கண்டுபிடிக்கப்பட்டுள்ளன. அவற்றின் தொடர்ச்சியை ஈரான், ஆப்கனிஸ்தானம் ஆகிய நாடுகளில் வரலாற்றுக்கு முற்பட்ட மனிதர்கள் தங்கி வசித்த குகைகளில் பார்க்கும்போது, இந்தியாவில் காணும் மாதிரிகள் மிகவும் பிற்காலத்தவை அல்ல. இத்தகைய சிறு கற்கருவிகள் முதலில் இந்தியாவில் தோன்றி, பிறகே மற்ற யூரேசிய நாடுகளுக்குப் பரவினவென்று நம்புவதும் அறிவுடைமை ஆகாது.

பெரிய கற்களால் உருவான கைக்கோடரிகள், கொத்திகள் ஆகியவற்றுடன் முதலில் கிடைத்த மைக்ரோலித் என்ற சிறு கற்கருவிகள் அவற்றை உருவாக்கும்போது விழுந்த கழிவுத் துண்டுகளாகவும் இருக்கலாம். பழைய கற்காலத்திற்கும், புதிய கற்காலத்திற்கும் இடையே நிலவிய காலம் (மிசோலித்திக்) உலகின் பல்வேறு பாகங்களின் குறிப்பிடத்தக்க மாறுதல்களை எடுத்துக்காட்டுகிறது. அக்காலத்திய சிறு கற்கருவிகள் அடங்கிய

சான்றுகள் ஏராளமான அளவில் தோண்டி எடுக்கப்பட்டுள்ளன. அவற்றில் பெரிய கற்கருவிகள் ஒன்றுகூட இல்லை. (நியோலித்திக் அல்லது புதிய அல்லது கடைசிக் கற்காலம் என்று அழைக்கப்படும் மெருகேற்றிய கற்கருவிகளின் காலம் இதன் பின்னால் வந்தது) உதாரணமாக ஜெரிக்கோவை எடுத்துக்கொண்டால், மட்பாண்டங்களுக்கு முற்பட்ட காலத்தின் 'பி' மண் அடுக்கில் இவ்வாறு உள்ளது. அதில் மட்பாண்டங்களே இல்லாததும் குறிப்பிடவேண்டிய அம்சமாகும். இந்தியாவிலும் இதைப்போன்ற பெரிய கருவிகளின் கலப்பற்று மட்பாண்டங்களுக்கு முற்பட்ட சிறு கற்கருவிகளின் 'பண்பாடுகள்' உதாரணமாகத் தென்கிழக்கு கடற்கரையிலுள்ள மணற்குன்றுகளிலிருந்து (தேரி) ஆராயப்பட்டுள்ளன. இத்தேரிப் பண்பாடுகள், ஏறக்குறைய கி.மு. 4,000 அல்லது அதற்குச் சற்று முற்பட்ட காலத்திற்குரியனவாக இருக்கலாம். நன்கு தெரிந்த முறைகளைக்கொண்டு இவ்வாறு கற்காலத்தை நிர்ணயிக்கும்போது ஒரு ஆயிரம் ஆண்டுக்காலம் என்பது முடிந்தவரை துல்லியமாகக் கணக்கிடும் ஒரு உத்தேச மதிப்பீடாகும். இதற்கு ரேடியோ கார்பன் அல்லது வேறுவகைச் சோதனைகள் நிகழ்த்துவது இதுவரை சாத்தியமாகவில்லை. இச்சிறு கற்கருவி வகைகளைச் சார்ந்த மக்கள் மேற்குத் தீபகற்பத்தின் குறுகியத் தடங்களில் அழகுள்ள, சிறிய, இலேசான துண்டுகளாக்கப்பட்ட வெளிர்நீலப் படிகக் கற்களையும், அவற்றின் பகுதிகளையும் சான்றுகளாக விட்டுச்சென்றுள்ளனர். மிக அதிகமான அளவில், இச்சிறு கற்கருவிகள் கிட்டும் இடங்களெல்லாம் பூர்வகாலத்தில் சிற்றோடைகள் கலக்கும் மீன் குளங்களாக இருந்தன. இருப்பினும், நவீனகாலக் காடழிப்பு, மண் அரிப்பு போன்ற காரணத்தால் கற்கருவிகள் அடங்கிய சான்றுகளைக் கரையின்மேல் ஒதுக்கிவிட்டது. ஆனால் தொழிலைக் குறிக்கும் மண் அடுக்குகள் காணப்படவில்லை. இச்சிறு கற்கருவிகளை உபயோகித்த மக்கள், உணவு சேகரித்து வாழ்ந்த காலகட்டத்தில் மிகவும் பண்படாத நிலையில் இருந்தனரென்று கூறுவதற்கில்லை. இவர்களுடைய கருவிகளைக் கவனிக்கும்போது, அவை உபயோகத்திற்கு மிகவும் சிறியனவாகத் தோன்றுகின்றன. ஆப்பிரிக்காவின் (புஷ்) புதர் மனிதர்கள் உருவாக்கிய முறையுடன் ஒப்பிடுவதிலிருந்து, இந்தியாவில் உருவான படிகக் கற்கருவித் துண்டுகள் அழகுடன் பட்டைத் தீட்டப்பட்டிருந்ததுடன், செதுக்கியோ நயமான பற்களை வெட்டியோ முனைகள் கூர்மையாக்கப்பட்டிருந்தன. இவை கூட்டுக்கருவிகளின் பாகங்கள் என்பதும் தெளிவு. மரம்,

கொம்பு, எலும்பு ஆகியவற்றால் செய்யப்பட்ட பிடிக்குள் மர கோந்து அல்லது அதைப்போல் ஒருவகையான பிசினைக்கொண்டு இவை பொருத்தப்பட்டிருந்தன என்பதை இவற்றின் பட்டை முகப்புகளில் கூரான முனைகளுக்குச் சற்றுத் தள்ளிக் காணப்படும் கறைகளைக்கொண்டும் நிரூபிக்கலாம். இவ்வாறு ஈட்டிகள், முள்ளீட்டிகள், அம்புகள் கத்திகள், கதிர் அரிவாள்கள் ஆகியவை செய்யப்பட்டிருக்கலாம். இவற்றின் இலேசான கல்துண்டுகளில், சில, உண்மையில் கதிர் அரிவாளின் பற்கள்தான் என்று தெரிகின்றன. இது ஏற்கெனவே தானியங்கள் திரட்டும் வேலையில் ஏற்பட்டிருந்த முன்னேற்றத்தை எடுத்துக்காட்டுகிறது. விதை விதைத்து தானியக் கதிர்கள் அறுக்கப்பட்டன என்றோ, விதைகளைத் தேர்ந்தெடுப்பதற்காகப் பற்கள் நறுக்கப்பட்டன என்றோ பொருள் கொள்ளலாம். மிருகங்களின் தோலை உரிப்பதற்கும், சதைகளை அப்புறப்படுத்திச் சுத்தமாகப் பதனிட்டு வைப்பதற்கும், தோலின் அடியிலுள்ள நரம்புகளை வெட்டி எறிவதற்கும் இக்கருவிகளே பொருத்தமாயிருந்தன. அத்துடன் இவை கூடைகள் தயாரிக்க உதவும் பிரம்புகளைப் பிளப்பதற்கும், பானையில் பத்திரப்படுத்தி வைக்கக்கூடிய மீன்களை (கருவாடு) தயார்செய்து வைப்பதற்கும்கூட ஏற்றதாகயிருந்தன. மிகக் குறுகியதும், கூர்மையான முனையும் கொண்ட எண்ணற்ற லேசான கல்துண்டுகள் ஊசிகளாகும். அல்லது தசை நார்களைக்கொண்டு தோலைத் தைக்க உதவும் கன ஊசிகளாகவும் இருக்கலாம். சுருக்கமாக கூறுமிடத்து, மண்பானைகள் புழக்கத்திற்கு வருவதற்கு வெகுகாலம் முன்பே உணவுப் பொருள்களைப் பத்திரப்படுத்திவைக்கும் முதல் முயற்சியில் கூடைகளும், தோல்பைகளும் தோன்றின.

சிறு கற்கருவிகளை உபயோகித்து வந்த அசல் மைக்ரோலித் மக்களுக்கு இணையாக மற்றவர்களும் இருந்தனர். (ஒருக்கால் அதே கூட்டத்தாரின் கிளைகளாக இருக்கலாம்). இவர்கள் பெரிய கற்குவியல்களை-பெருங்கற்படையை (மெகாலித்களை) விட்டுச்சென்றுள்ளனர். கர்நாடகம், ஆந்திரம் மற்றும் கருங்கல் பாறைகளை மையமாகக்கொண்ட பிரதேசங்கள் ஆகியவற்றின் பெருங்கற்படை (மெகாலித்) மக்கள் இரும்பு யுகத்தைச் சேர்ந்தவர்கள் என்று தோன்றுகிறது. மகாராஷ்டிரத்தின் (தக்காண கணவாய்களை மையமாகக்கொண்ட) பெருங்கற்படை மக்கள் மிகவும் தொன்மையானவர்களாகத் தோன்றினாலும் பண்பட்ட சிறு கற்கால மக்களுக்குப் பின்வந்தவர்களே. மேற்குத் தக்காணத்தில் உள்ள

1 2 3 4 5 6 7 8 9 10 11 12 13
14 15 16 17 18 19 20 21 22 23 24 25
26 27 28 29 30 31 32 33 34 35 36
37 38 39 40 41 42 43 44 45
46 47 48 49 50 51 52 53
54 55 56 57 58 59 60

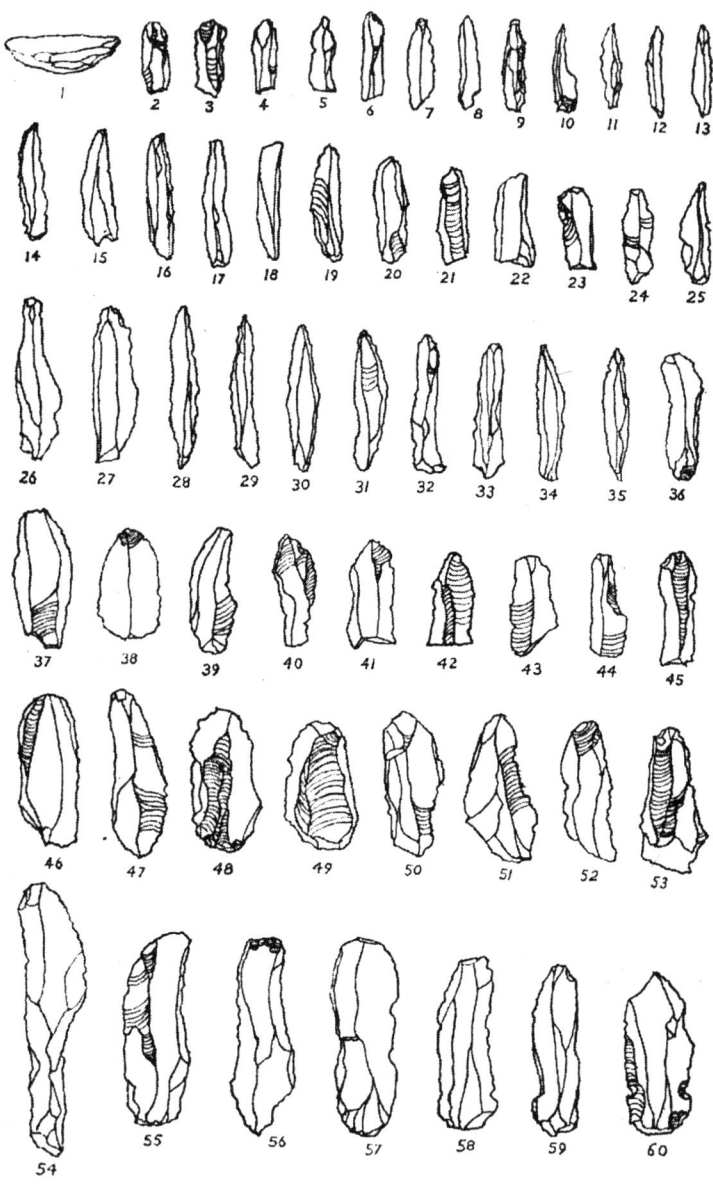

படம் - 4

டி. டி. கோசாம்பி

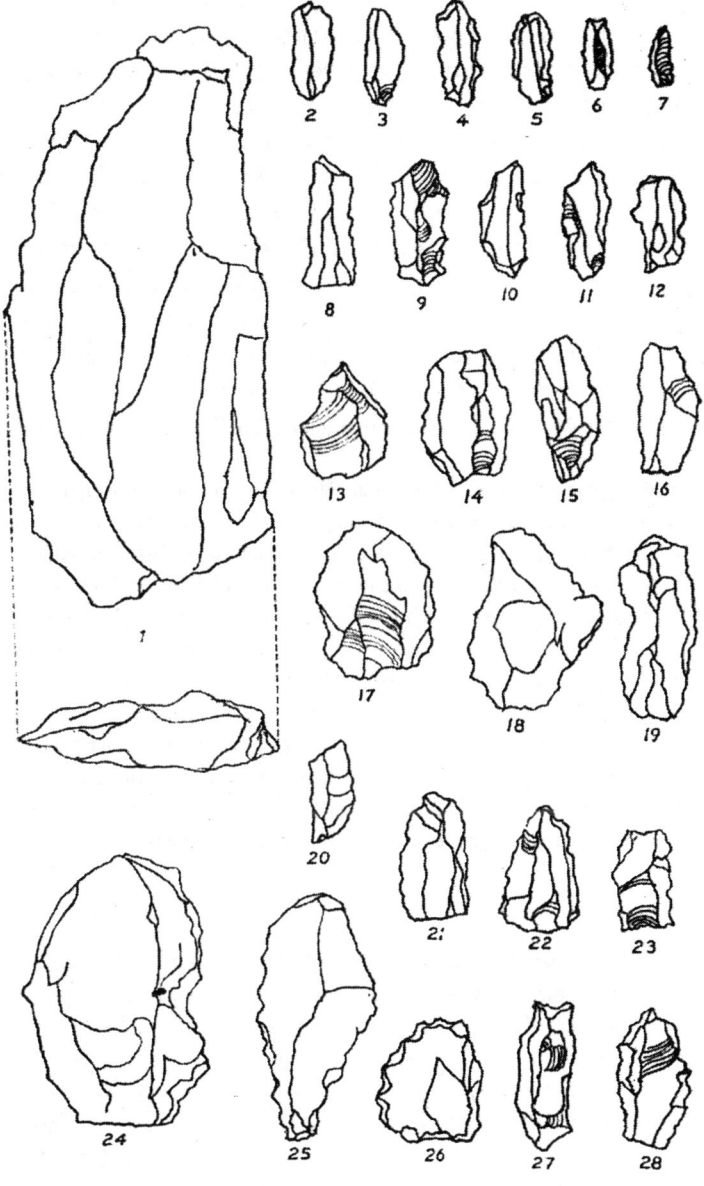

படம் - 5

பற்பலப் பாறைக் குவியல்கள் ஆரம்பத்தில் இயற்கையாகவே தோன்றியிருக்கலாம். ஆனால் வரலாற்றுக்கு முற்பட்ட மனிதன் தான் வாழ்ந்த அடையாளங்களை அவற்றின் மீது ஆழமுடன் செதுக்கிய சின்னங்களாக விட்டுச்சென்றுள்ளான். அவற்றில் தோன்றும் வரித்தடங்கள் கற்களைத் தேய்ப்பதால் ஏற்பட்டிருக்கலாம். அல்லது தேய்ந்து மெருகிடும் நிலையில் ஏற்பட்டிருக்கலாம். இவற்றின் ஆழம் அம்மனிதர்கள் எவ்வளவு நேரம் இதற்காக உழைத்திருக்க வேண்டுமென்பதை எடுத்துக்காட்டுகிறது. சில தடவைகள் வரித்தடங்கள் ஆழம் நான்கு அல்லது ஐந்து சென்டிமீட்டர்வரை சென்றுள்ளது. நவீன காலத்தின் எஃகு கருவிகளின் முனைகளை மழுங்கச் செய்யும் அளவுக்கு அக்கற்கள் உறுதியானவை. சில இடங்களில் மூன்று டன் எடைக்கு மேல் உள்ள பெரும் பாறைகள் ஓரிடத்திலிருந்து வேறிடத்திற்கு மாற்றப்பட்டும் வேறு பாறைகளின் மீது

படம்-4 பூனா மாவட்டத்திலுள்ள தியூல்காவிலிருந்து பெறப்பட்ட மட்பாண்ட காலத்திற்கு முற்பட்ட சில கற்காலக் கருவிகள். இந்த இடம் பீமா நதியின் ஒரு கிளை நதி செல்லும் வழியே, இன்றும் மீன்பிடிக்கும் பண்டைய மடுவின் கரையில் உள்ளது. இந்த இலேசான கற்கருவிகள் செய்வதற்கு படிகக் கற்களே பெரும்பாலும் உபயோகப்பட்டன. இவை கூட்டுக்கருவிகளின் பலதரப்பட்ட பாகங்கள், இவற்றை மரம் எலும்பு, கொம்பு ஆகியவற்றால் செய்யப்பட்ட பிடிக்குள் பொருத்தி அம்புகள், கத்திகள், கதிர் அரிவாள்கள் போன்றனவற்றை உருவாக்கினர். இவற்றிலுள்ள கூரான துண்டுகள் தமரூசிகள், அப்போது மண்பானைகள் இல்லாததால் இவற்றைக்கொண்டு தோல் அல்லது தோல்பைகளைத் தைத்து அதில் உணவைப் பத்திரப்படுத்தி வைத்துக்கொண்டனர். இதன் காலம் தோராயமாக கி.மு. 4000 என ஊகிக்கலாம்.

படம்-5 பூணாவின் அருகே கிட்டிய மேட்டு நிலங்களுக்குரிய சிறிய கற்காலக் கருவிகள் வரந்தைகளுடன் கூடிய பெரிய கற்காலப் பாறைகளுடனும், மலைப் பிரதேசங்களுடனும் தொடர்புடையன. இக்கற்களைத் துண்டு போட்ட விதம் நுணுக்கமற்று இருந்தாலும்கூட படம் 4-ல் கண்டுள்ள கருவிகளுக்குப் பின்னால் ஏற்பட்டவையே. இவர்கள் பயன்படுத்திவந்த தோல்கள் தடிமனானவை. இக்கருவிகளைப் பயன்படுத்திய மக்கள் ஆடுமாடுகளை மேய்த்துத் திரிந்த பூர்வகாலத்துக் குடிகள். இவைகளைத் தொடர்ந்து பல கூட்டங்கள் இந்நிலப் பகுதிக்குள் வந்தன. ஆண் கடவுள்கள் இவ்வாறு கடைசியாக வந்த ஒரு கூட்டத்தின் தொடர்புடையன என்பதில் ஐயமில்லை.

தூக்கி நிறுத்தப்பட்டும் உள்ளன. இவற்றிலிருந்து இப்பெருங் கற்கால மக்களுக்குப் போதிய அவகாசமும், போதிய அளவு உணவு உபரியும் தொடர்ந்து கிடைத்துவந்தனவென்று தெரிகிறது. இந்நினைவுச் சின்னங்களை நிர்மாணிப்பதற்கு இவர்கள் தொடர்ந்து கடுமையாக உழைத்திருக்க வேண்டும். இதுவரை கண்டுபிடிக்கப்பட்டுள்ள பெருங்கடற்படைக் குவியல்களும் வரித்தடங்களும் ஆயிரக்கணக்கில் மலிந்துள்ளதால், ஆண்டுகள்தோறும் தொடர்ந்து பல நூற்றாண்டுகளுக்கு இடைவிடாமல் மேற்கூறிய வேலைகள் நடைபெற்று வந்தனவென்று தெரிகிறது. இதன் நோக்கம் என்னவென்று தெளிவாகவில்லை. இந்த வரித்தட வட்டங்கள் அல்லது கோளங்களுக்குமேல் ஏதும் ஒரு சிறப்பான வடிவத்தைப் பெறவில்லை. மனிதனா, மிருகமா அல்லது மரமா என்று இனம் கண்டுபிடிக்க முடியாதவாறு இவை அமைந்துள்ளன. இவ் வரித்தடங்கள் பெரும்பாலும் மனிதன் கைப்போன போக்கில் வெட்டப்பட்டனவேயன்றி இயற்கையாக உருவானவையல்ல. இப்பெருங் கற்படை மக்கள்வசம் சில கால்நடைகள் இருந்தன என்ற ஊகம் சரியாக இருக்கலாம். பெருங்கற் குவியல்களில் அகப்பட்ட சிறு கற்கருவிகள் மீன்குளம் அல்லது முகாமிட்ட இடங்களில் கிட்டினவற்றைவிட கனமானவையாகக் காணப்படுகின்றன. அநேகமாக இவ்விரு வகைகளுக்குரிய நிலப்பரப்பு சில சமயங்களில் இருவகைக் கற்கருவிகளும்-பண்படாத சிறிய கற்காலக் கருவிகளின் அருகாமையில் பெருங்கற்படைகளும்- ஓடைகளின் ஒரு கரையில்தான் ஒருவர்க்கொருவர் நிலவி வந்த நெருக்கத்தை எடுத்துக்காட்டுகிறது. ஆனால் நமக்குத் தெரிந்த எந்த ஆற்றின் கரை நெடுகிலுமே இந்த நெருக்கம் இருந்தது என்று கூறுவதற்கில்லை. பாறைகளில் பள்ளத்தை வெட்டியவர்களும் பெரும் கடற்படையைச் சேர்ந்தவர்களும் தடிப்பான தோலையே தயாரித்திருக்க வேண்டுமென்பதை இது எடுத்துக்காட்டுகிறது. இதன் வாயிலாக அவர்கள் கால்நடைகளை வைத்திருந்தனரென்பதும் தெரியவருகிறது. இலேசான கற்கருவிகளை உபயோகித்த சிறு (புதிய) கற்கால மக்கள் மான், செம்மறி ஆடு, வெள்ளாடு, முயல் போன்ற மிருகங்களின் மிருதுவான தோல்களையே பதனிட்டதுடன் மீனையும், பறவைகளையும்கூடப் பதனம் செய்திருக்கலாம். இவ்விரு மனிதக் கூட்டங்களுக்குமிடையே நிலவிவந்த உறவுகள் என்னவென்று தெளிவாகவில்லை. துவக்கத்தில் சண்டை நிலவியதற்குச் சான்று ஏதும் கிட்டவில்லை. அரிதாகக் காணப்படும் சில இடங்களைத் தவிர இந்நிலப்பகுதிகள் புதைபொருள்

அடுக்குகளுக்கு சான்று தரவில்லை. அதாவது இன்று அடர்த்தியாகப் படிந்துள்ள மண் நிலத்தின் மேல் மட்டத்திலிருந்து அடித்துவரப்பட்டு பின்னர் உழுது சமனாக்கப்பட்டிருக்கலாம். அத்துடன் அவ்வாறு மண் சென்று படிந்த இடங்கள் வரலாற்றுக்கு முற்பட்ட காலத்தில் சதுப்பு நிலங்களாகவும், அடர்ந்த காடுகளாகவும் இருந்திருக்க வேண்டும். பொதுவாக இவ்விடங்களில், வரலாற்றுக்கு முற்பட்ட மனிதன் தனக்குத் தேவையான கருவிகள் செய்வதற்கேற்ற கல்லோ அல்லது முகாமிடுவதற்கேற்ற இடமோ கிட்டாது. பழங்காலத் தங்கும் இடங்களில் பயிரிடத் தகுதியான மண் குறைவாகவே இருந்தது. மண் அரிப்பு மட்டுமே இதற்குக் காரணம் அல்ல. செடிகொடிகள் அடர்த்தியாக வளரும் இடங்களிலிருந்தும் தள்ளிய தூரத்தில் ஒரு உலர்ந்த நிலப்பகுதியே இவர்களுடன் ஆரம்பகாலத் தேவையாக இருந்து வந்ததும் ஒரு காரணம். ஒரே மாதிரியான வேலையில் நிலைத்த குடியிருப்பு என்ற கேள்விக்கு இடமில்லை. இச்சூழ்நிலையில் மண் அடுக்குகளாக கிடைக்கும் சான்றுகளும் சாத்தியமில்லை

இவ்விரு பண்பாடுகளும் வரலாற்றில் தொடர்வதால் அவை சிறப்பான கவனத்திற்குரியவை. மேற்கு தக்காணத்தில் கி.மு. ஆறாம் நுற்றாண்டில் அப்பகுதிக்குரிய இரும்பு யுகம் தோன்றியதுடன் மிக விரைவில் அங்கு விவசாயம் வளர்ச்சியடைந்ததையும் நாம் எடுத்துக்காட்டுவோம். ஆனால், இரும்பு யுகத்துக்கும் முன்பே அங்கு விவசாய வளர்ச்சி ஏற்பட்டதாகத் தெரியவில்லை. தக்காணத்தில் குறிப்பிட்டுக் கூறுமளவுக்குத் தாமிரகாலம் கிடையாது. ஒரு வெண்கலக் கருவி அரிதாக மகேஸ்வர் போன்ற இடத்தில் (கி.மு 1000 துவக்கத்தில்) காணப்படுகிறது. ஆனால் நீண்டகாலத்திற்கு மனிதர்கள் அங்குத் தொடர்ந்து தங்கியதைக் குறிக்கும் சான்று எதுவும் இல்லை. பெருங்கற்படைக்குரிய மக்கள் அலை அலையாகக் கிளம்பிச் சென்றனர். அவர்கள் ஒருக்கால் ஆற்றுப் பள்ளத்தாக்குகளின் (பீமா, கிருஷ்ணா, துங்கபத்ரா, கோதாவரி) அங்குமிங்கும் நீண்ட காலத்திற்கு மெதுவாக அலைந்து திரிந்தவர்களாக இருக்கலாம். பருவக்காலங்களுக்கு ஏற்ப சிறிது காலம் மேய்ச்சலுக்காகவும், தண்ணீரைத் தேடியும் சென்றிருக்கலாம். இப்படி அவர்கள் பருவத்திற்கேற்றபடி அலைவது ‘பூலி’ அல்லது ‘வசதியான இடம் நாடல்’ என்று கூறப்படுகிறது. அவர்கள் வெகு தூரத்திற்கு குடிபெயர்ந்து நடந்துசெல்லும் நிலப்பரப்போடு ஒப்பிட்டால் ‘பூலி’யின்

பரப்பு குறைவானது. பெருங் கடற்படைக்குரிய மக்களும் சிறு கற்கருவிகளுக்குரிய மக்களும் இவ்விரு வகையான பெயர்ச்சிகளிலுமே ஈடுபட்டு அலைந்து திரிந்தவர்களாக இருந்தனரென்பது தெளிவு. பருவமழை துவங்கியதும் தங்குமிடத்தில் தொடர்ந்து ஈரம் தேங்கி நிற்பதால் ஆடுகளின் குளம்புகள் அழுகும். எனவே, கிழக்கே காய்ந்த பகுதிகளை நோக்கி நதி செல்லும் திசையில் மக்கள் பெயர்ந்து செல்ல ஆரம்பிப்பார்கள். பருவ மாதங்கள் கழிந்த பிறகு மீண்டும் பழைய இடத்திற்குத் திரும்பி வருவது சுலபமாகும். மழைக்குப் பிறகு பசும்புற்களும், காடுகளும் வளர்ந்து அவ்விடத்துக்குப் புதிய வனப்பை நல்கும். இவ்வாறு குடிபெயர்ந்து மேற்கு நோக்கிச் செல்லும்போது, பூர்வீக மனிதனை உப்பு விளையும் கடற்கரைக்குச் சமீபமாகவும் இட்டுச்சென்றிருக்கலாம். பூமியைத் தோண்டி ஆராய்ந்து பார்த்தபோது வரலாற்றுக்கு முற்பட்ட காலத்தில், கடற்கரையைச் சுற்றிய இடங்களிலும் மனிதர்கள் வாழ்ந்தது தெரியவருகிறது. அவை அநேகமாக உப்பை முன்னிட்டு முகாமிட்ட இடங்களாக இருக்கலாம். தக்காணத்தின் கடற்கரையை ஒட்டி 500 மீட்டர் அல்லது அதிகமான உயரமுள்ள செங்குத்தான மலைத்தொடர்ச்சிகள் உள்ளன. இவற்றிலிருந்து 50 கிலோ மீட்டர் அல்லது அதற்கும் ஒரு குறைவான தூரத்தில் கடற்கரை உள்ளது. இம்மலைகள் ஆங்காங்கே உடைந்து சில கணவாய்களைத் தோற்றுவித்துள்ளன. பிற்காலத்தில் ஏற்பட்ட வணிகப் போக்குவரத்து வழிகளை இணைத்தவை இக்கணவாய்களே. மேட்டு நிலப்பகுதியைப் போலவே கடற்கரைப் பகுதியிலும் அரிதாகக் கல்வளையம் அகப்படுகின்றது. இது மண்ணைக் கொத்திப் பயிரிட உதவும் கம்புக்கு கனத்திற்காகப் போடும் பூணாக இருக்கலாம். இது ஏதோ ஒருவகையான பூர்வகால விவசாயத்தைக் குறித்தாலும் அவ்விவசாயம் கலப்பையைக் கொண்டு நிகழ்த்துவதைப்போல் அவ்வளவு உற்பத்திக்குரியதாக இல்லை. அநேகமாக அவ்வேலை பெண்களுக்கு மட்டுமே உரியதாக இருக்கலாம். இவ்வாறு நாம், கால்நடை, உப்பு, கடற்கரைக்குச் செல்லும் வழி, கற்கருவிகள், தீயைக் கட்டுப்படுத்துதல் ஆகியவற்றுடன் கடற்கரைக்கு அருகேயுள்ள மலைச்சரிவுகளில் இயற்கையாகவே விளையும் பொருள் வகைகளின் பெருக்கம் (வேட்டையும், காய்கனிகளும்) ஆகியவை பற்றி அறிந்துகொண்டோம். இந்நிலையில் வரலாற்றுக்குரிய காலகட்டம் தக்காணத்தில் உதயமாகிறது. செந்நிற பூமியிலிருந்து தீயின் உதவியால் பூர்வகுடி மக்கள் இரும்பைப் பிரித்தெடுப்பதை கற்றறிந்து வரலாற்றைத் துவக்கி வைத்தனர். இதற்கு வடக்கிலிருந்து இறுதியாகத் தூண்டுகோலும், தொழில் நுணுக்கமும் வந்ததைப்பற்றி பின்னர்

கவனிப்போம். இருப்பினும், தக்காணத்தின் பூர்வகால ஆயர்குல மக்களுடைய வடநாட்டுத் தொடர்புகள்பற்றி ஒன்றும் அறிவதற்கில்லை. அவர்கள் அலைந்து திரிந்த வழிகள் தீபகற்பத்தின் குறுக்கே தெற்கிலுள்ள முக்கிய ஆற்றுச் சமவெளிகளைச் சுற்றிப்போகவும் வரவுமாக அமைந்திருக்கின்றன. கடைசி அலையைச் சேர்ந்தவர்கள் பெருங்கற்படையினரின் வழிபாடுகளுக்குரிய இடங்களைத் தங்களுடன் சேர்த்துக்கொண்டு அவற்றைப் புத்துயிர் பெறச் செய்தனர். இக்காலத்தைச் சேர்ந்த கிராமவாசிகள் இன்னமும் அக்கடவுள்களை வணங்குகின்றனர். ஆனால் இன்றுள்ள கடவுள்களைக் கொணர்ந்த மேய்ச்சல்நில மக்கள் (கவாலீ) உண்மையாக முதல் முதலில் பெருங்கற்படையை நிறுவியவர்கள் அல்லர்; தங்களுடைய வழிபாடுகளுக்கும், கற்களைக் குவித்துக் கல்லறை நினைவுச் சின்னங்களை நிறுவவும் சிறு வரித்தடங்களைக்கொண்ட பெருங்கற்படைப் பொருள்களையே மீண்டும் உபயோகித்தனர். இவர்களுடைய ஆண் கடவுளே பிற்காலத்தில் மாசோபா என்றோ, அதற்கு நிகரான வேறு தெய்வமாகவோ வழங்கப்பட்டது. பூர்வகாலத்தில் மாசோபா என்றோ, அதற்கு நிகரான வேறு தெய்வமாகவோ வழங்கப்பட்டது. பூர்வகாலத்தில் மாசோபா என்ற கடவுளுக்கு முதலில் வாழ்க்கைத் துணைவி கிடையாது. உணவு சேகரித்து வாழ்ந்த மக்களின் பூர்வீகமான தாய் தெய்வத்திற்கும் இக்கடவுள்களுக்கும் உள்ள விரோதங்கள் சில காலம் நீடித்தது. இருந்தபோதிலும் இவ்விரு மக்கள் வட்டமும் விரைவிலேயே ஒற்றுமை பெற்று நேசம்கொண்டன. அவ்வொற்றுமையைப் பின்பற்றி கடவுள்களுக்கும் திருமணம் நடைபெற்றது. சில சமயங்களில், எருமைக்கிடா அரக்கனான மாசோபாவை அம்மன் வதம்செய்யும் காட்சியைப் பலிகள் நிகழும் பண்படாத கோயில்கள் சிலவற்றில் காணலாம். அதே சமயத்தில் இத்தகைய அம்மன் கோயிலிருந்து 400 மீட்டர் தள்ளி அடுத்ததோர் கோயிலில், அதே அம்மன் பெயரைச் சற்று மாற்றிக்கொண்டு அதே மாசோபாவை மணம் புரிந்துகொள்ளும் கோலத்தைக் காணலாம். இந்த அம்மனே சிவபெருமானின் பத்தினியான பார்வதி என்றும், இவளே மகிஷாசூரனையும் வதம் செய்தாள் என்றும் **பிராமணர்கள்** உருவ விளக்கம் செய்தனர். சில சமயத்தில் இவளே தன் பழைய நிலையைத் திரும்பப் பெற்றுச் சிவனையும் மிதிப்பதுண்டு. சிந்து சமவெளியில் அகப்பட்ட முத்திரைகளில் மும்முகமும் தலைப்பாகையில் எருமைக் கொம்புகளும் உடைய சிவனது மூலமுன்மாதிரி முத்திரையும் ஒன்று முக்கியமானது.

உற்பத்திச் சாதனங்களையும் பாதிக்கும் மதச்சார்புள்ள மேல்நிலை அமைப்புகளையும் பாதிக்கும் வரலாற்றுக் காலத்திற்கு முற்பட்ட எச்சங்களைப் பற்றியும் அண்மைக் காலங்களில்தான் ஆராய்ந்து குறிப்பிடப்பட்டு வருகின்றன. வேறு எந்நாட்டிலும் காணமுடியாத அளவுக்கு, வரலாற்றுக்கு முற்பட்ட காலம், தனிப்பட்ட வகையில் எஞ்சியுள்ளதை இந்தியாவில்தான் காணலாம். வரலாற்று காலம் துவங்க நீண்ட வரலாற்று வளர்ச்சிகள் ஒருபுறம் நிகழ்ந்துவந்த போதிலும் மற்றொருபுறம் வரலாற்றுக்கு முற்பட்ட காலம் நீடித்து வந்ததையும் தெளிவாகக் காணலாம். இதுவே இந்தியாவின் வரலாற்றிற்கும் சமூகத்திற்கும் உரிய சிறப்பான பண்பாகும். ஒன்றுக்கொன்று சிக்கலான தொடர்புள்ள பல்வேறு பண்பாடுகள் நிறைந்த இன்றைய இந்தியச் சமூகத்தின்மீது. இப்பரிணாம வளர்ச்சி தான் சென்ற வழியில் அழிக்கவொண்ணாத அறிகுறிகளைத் தெளிவுடன் பதித்துச் சென்றுள்ளது.

2.4. உற்பத்திச் சாதனங்களில் புராதன எச்சங்கள்

இந்தியாவில் வாழ்ந்த வரலாற்றுக்கு முற்பட்ட மனிதன் எவ்வாறு நாகரிக வளர்ச்சி பெற்றான்? படிப்படியாக இம்மாறுதல்களைப் பற்றி அராய்ந்து பார்ப்பதற்கு மானிட உறுப்பு அளவியல் (Anthropometry) ஒருமுறை. இம்முறையை முயலும்போது மனித உடலின் எடை, பருமன், மண்டை ஓட்டின் உருவம், மூக்கின் நீள அகலம், தோல், கண்கள், தலைமுடி ஆகியவற்றின் நிறம் ஆகிய பண்புகளை அளவிடல் வேண்டும். இம்முறையில் விளைவுகள் குறிப்பிட்டுச் சொல்லும்படியான பயனைத் தரவில்லை. வரலாற்றுக்கு முற்பட்ட காலம் நமக்குத் தருவதெல்லாம் சில மனித எலும்புகளே. மனித உடல் உறுப்புகளின் அளவியல் இயல்புகள் (முக அமைப்பு வகை உட்பட) ஒருசில தலைமுறைகளுக்குப் பின்பு மாறுகின்றன. இம்மாற்றம் ஒரு சிறந்த மனித வாழ்க்கையையோ மிக மோசமான வாழ்க்கையையோ காட்டுகிறது. சுற்றுப்புற மக்களுடன் கூடிவந்த இனக்கலப்பிற்கு இடமளித்துப் பார்த்தாலும், இந்தியாவின் இன்று மீதியுள்ள பூர்வீகக் குடிகள், எடுத்த எடுப்பிலேயே ஒல்லியான தோற்றத்தைத் தருவதுடன் உடல் வளமை குன்றியவர்களாகவும் உள்ளனர். அப்படி இல்லையென்றாலும் அவர்கள் எல்லோரும் ஒரு பொதுவகையான உடல் அமைப்பைப் பெற்றவர்களும் அல்லர். அறிவுப்பூர்வமாகப் பார்க்கும்போது அவ்வாறு ஒரு பூர்வகுடிப் பண்புள்ள வகை

பொதுவாகவே நிலையற்றது. சில தலைமுறைகளுக்குப் பிறகு சிறந்த உணவும், வயல்களில் கிரமமான வேலையும் மனிதனின் இயற்கையான உயரம், உடற்கட்டு ஆகியவற்றை மாற்றும், உயரம் மாறும்போது தலையின் பருமனும், முகமும் (மூக்கின் குறிப்பு) மாறும் என்பதை இந்தியாவில் சேகரிக்கப்பட்டுள்ள இத்தகைய விவரங்களைப் பகுத்து வெளியிடப்பட்டுள்ள புள்ளி இயல் ஆராய்ச்சிகள் எடுத்துக்காட்டுகின்றன.

இக்கால கட்டத்திற்கு, மொழி இயல் ஆராய்ச்சி அதைவிடக் குறைவான பயனையே அளிக்கின்றது. இந்தியாவின் பன்னிரண்டு முக்கிய மொழிகளையும், ஒன்றுக்கொன்று வேறுபாடான முக்கியத்துவம் பெற்ற 753 வகையான பேச்சு வழக்குகளைக்கொண்ட வட்டார மொழிகளையும் அநேகமாக மூன்று வகுப்புகளாகப் பிரிக்கலாம்.

1. இந்தோ-ஆரிய வகுப்பு: இதில் வடக்குப் பகுதியிலும் மேற்குப் பகுதியிலும் பேசப்பட்டுவரும் பஞ்சாபி, இந்தி, (ராஜஸ்தானி, பீஹாரி ஆகிய வகைகளையும் சேர்த்து) வங்காளி, குஜராத்தி, மராத்தி, ஒரியா ஆகியவை இடம்பெறுகின்றன.

2. திராவிட வகுப்பு: தெற்கே பேசப்பட்டு வரும் தெலுங்கு, தமிழ், மலையாளம், கன்னடம் , துளு ஆகியவை இதில் அடங்கும்.

3. ஆஸ்திரோ-ஆசியா வகுப்பு: இதில் இந்தியாவின் பூர்வகுடி மொழிகளையெல்லாம் ஏகதேசமாக ஒன்றாகச் சேர்த்துத் திணித்து உள்ளனர். முண்டாரி, ஒரான், சந்தாலி போன்ற பூர்வீக மொழிகள் இதில் அடங்கும். திராவிடர்கள் இப்பூர்வகுடி மக்களைக் காட்டின் மூலைமுடுக்குப் பகுதிகளுக்கு விரட்டித் தள்ளினரென்றும், பின்னர் ஆரியர்கள் இத்திராவிடர்களைத் தெற்கு நோக்கித் துரத்தியனுப்பினரென்னும் கொள்கையே இதற்குக் காரணம். ஆரியப் படையெடுப்பு வரலாற்றுத் தன்மையுடையது. சான்றுகளால் நன்கு உறுதி செய்யப்பட்டதுமாகும். மற்றது சிறிதும் உறுதிப்படுத்த முடியாத ஊகமே. பூமியைத் தோண்டும்போது கி.மு. மூன்றாவது ஆயிரம் ஆண்டுக் காலத்திற்குரிய மண் அடுக்கிலிருந்து சோவியத் மத்திய ஆசியாவில் கிட்டிய ஒரு திராவிட வகை மண்டை ஓடு. சோவியத் மத்திய ஆசியச் சூழ்நிலையில் மிகவும் அரிதாகும். வடமேற்கில் உள்ள பிராஹூய் மொழி ஆரிய மொழிகளைப் பேசுவோர்களுக்கு நடுவில் அமைந்த ஒரு தனித் திராவிடத் தீவு என்றே கூறலாம். திராவிடர்களில் கணிசமான தொகையினர் கி.பி. பதினொன்றாம் நூற்றாண்டுவரையில்

வடக்கு நோக்கிச் சென்றுள்ளதால், வரலாற்றுக்குரிய காலங்களில் பிராஹுய் மொழி பேசும் கூட்டம் அவ்விடத்தை அடைந்திருக்கலாம் என்று நினைக்க இடமிருக்கிறது. ஒரு மொழியின் மீது வாழ்வியல்கொண்ட செல்வாக்கைப்பற்றி மொழி இயல் ஆராய்ச்சிகள் கவனம் செலுத்துவது இல்லை. இந்தியாவின் எல்லாப் பூர்வகுடி மொழிகளையும் ஒரே வகுப்பிற்குள் சேர்க்க முடியாதென்பதை விருப்பு வெறுப்பற்ற ஆராய்ச்சிகள் எடுத்துக்காட்டியிருக்கின்றன. அஸ்ஸாம் மாநிலத்தில் ஒவ்வொரு பள்ளத்தாக்கிலும் பல்வேறு பழங்குடிகள் வாழ்கின்றனர். அவர்களுடைய மொழிகள் வேற்றுமைகள் நிரம்பிய பல்வேறு பேச்சு வழக்குகளைக்கொண்டுள்ளன. அங்குள்ள மொத்த மொழிகள் அல்லது முக்கியப் பேச்சு வழக்குகளின் எண்ணிக்கை 175-க்கு மேல் உள்ளன. இவை எல்லாம் பெரும்பாலும் ஒரு சிறிய வட்டாரத்திற்கு மட்டுமே பொருந்தும் பூர்வீகப் பேச்சு வழக்குகளாகும். முண்டாரி போன்ற மொழியுடனோ வேறு ஏதும் ஒரு மொழி வகுப்புடனோ இவற்றைத் தொடர்பு செய்யமுடியாது. அவ்வாறே, அஸ்ஸாம் மக்களையும் திராவிடர்களால் பின்னோக்கித் தள்ளப்பட்டவர்கள் என்றும் கருதமுடியாது. அஸ்ஸாம் மாநிலமே சரியானபடி இந்தியாவைச் சேர்ந்ததல்ல என்ற விளக்கத்தை வைத்துக்கொண்டு இது பொதுவாகப் புறக்கணிக்கப்படுகிறது. இந்தியாவிலிருந்த பூர்வீக மனிதனைக் காட்டிற்கு விரட்டித் தள்ளிய திராவிடர்கள் வளம் நிறைந்த பகுதிகளைப் பிடித்துக்கொண்டதாக நம்மிடம் ஒரு கதை அளக்கப்பட்டதல்லவா! இதை அறிவுப்பூர்வமாக யோசித்துப் பார்க்கும்போது, இரும்பு யுகத்திற்கு முன்னர் இவ்வளம் நிரம்பிய பகுதிகளெல்லாம் அடர்ந்த காடுகளாகவும், சதுப்பு நிலங்களாகவும் இருந்தன என்பது கண்கூடு. பூர்வீக மனிதன் தங்கி வசிப்பதற்கு அடர்த்தியற்ற காட்டின் விளிம்புகளே உகந்ததாக இருக்க முடியும். இன்று ஆழமான உழவைப் பெற்ற சாகுபடி நிலங்கள் அடங்கிய நிலப்பரப்பில் அல்ல. அதாவது உணவு சேகரிக்கும் மக்கள் தங்குவதற்கு உகந்த இடங்கள் யாதெனில் ஏறக்குறைய இன்று அம்மக்கள் காணப்படும் அதே இடங்களேயாம். ஆகவே, முதலில் கால்நடைகளை வளர்த்தவர்களுக்கோ அல்லது உணவு உற்பத்தி செய்தவர்களுக்கோ யாரையும் பின்னுக்குத் தள்ள வேண்டுமென்ற நெருக்கடி ஏற்படவில்லை. கடைசியில் திராவிடர்கள் எல்லாரும் ஆரிய மொழிகள் பேசும் மக்களைவிடக் கறுப்பாக இருக்கிறார்கள் என்ற காரணத்திற்காக, மொழியையும் இனத்தையும் ஒன்றுக்கொன்று உறவுகொண்டவையாகக் கருத வாய்ப்பு இல்லை. இக்காலத்தின் மனித

இன வரலாற்று ஆய்வுகளின், முடிவின்படி, நான் அறிந்தவரையில், பிராஹூய் மக்கள் திராவிட இனத்தைச் சேர்ந்தவர்கள் அல்லர்.

ஆகவே, நமக்கு எஞ்சியிருப்பது உற்பத்திக் கருவிகளும், உற்பத்தி உறவுகளுமே. இவற்றில் உற்பத்திக் கருவிகளை வரலாற்றுக்கு முற்பட்ட காலத்திற்குரிய கண்டுபிடிப்புகளுடன் ஒப்பிட்டுப் பார்க்கலாம். இன்று இந்தியாவில் கல் அம்புத்தலைகள், கல்லாலான கைக்கோடரிகள் அல்லது பொதுவாக உபயோகிக்கப்பட்ட சிறு கற்கருவிகள் ஆகியவற்றைச் செய்யத் தெரிந்த பழங்குடி மக்கள் யாரும் இல்லை. அவ்வாறு இருந்தால் அவற்றை வரலாற்றுக்கு முற்பட்ட காலத்திற்கு உரியனவற்றுடன் ஒப்பிட்டுப் பார்க்கலாம். கடந்த சில தலைமுறைகளில் வாழ்ந்த தம் மூதாதையர்கள் மிகவும் திருத்தமற்ற வகையில் அம்புத் தலைகளைச் செய்ததாக மேற்குத் தொடர்ச்சி மலைப்பகுதியில் வாழும் காட்கரி என்ற பழங்குடி மனிதர்கள் கூறுகின்றனர். இக்காலத்தில் வாழும் அவர்களுடைய சந்ததிகள் அத்தகைய அம்புத் தலைகளைச் செய்யவோ தம் மூதாதையருடையது என்று ஒன்றை எடுத்துக்காட்டவோ முடியாது. கல்லைக் காட்டிலும் கண்ணாடிச் சில்லுகள் கூர்மையாக இருப்பதால், அந்தமான் தீவுகளில் ஆங்கிலேயர்களுடைய தொடர்பைப் பெற்ற பூர்வகுடி மக்கள் கண்ணாடி புட்டிகளை உடைத்து இலேசான துண்டுகளைச் செய்ய ஆரம்பித்தனர். எல்லா இடங்களிலும் கருவிகளைச் செய்வதற்குரிய பொதுவான மூலப் பொருள்களாக உலோகமே விரைவில் உபயோகத்திற்கு வந்தது. எனக்குத் தெரிந்தவரை இதற்குப் புறம்பாக இன்னும் சில கற்கருவியின் உபயோகம் ஒரே ஒரு இடத்தில் காணப்படுகிறது. தக்காணத்திலும், மத்திய இந்தியாவிலும் உள்ள தாங்கார் சாதியினர் (இடையர்கள்) இன்னமும் புதியதாக அவ்வப்போது வெட்டிய படிகக் கல் துண்டுகளை உபயோகித்தே செம்மறி ஆடுகளுக்கும், ஆண் ஆடுகளுக்கும் விதையடிக்கிறார்கள். இவை திருத்தமாக உருப் பெறாவிட்டாலும்கூட, சரியானபடி சிறு கற்கருவிகள் (மைக்ரோலித்) என்றே இவற்றைக் கூறவேண்டும். வரலாற்றுக்கு முற்பட்ட காலத்திற்குரிய தொழில்நுட்பம் இன்னமும் நுண்ணியதாக இருந்தது. ஆனால் இக்காலத்து தாங்கார் சாதியினரோ வரலாற்றுக்கு முற்பட்ட காலத்திற்குரிய சிறு கற்கருவிகளை கைவினைப் பொருள்கள் என்றோ கருவிகள் என்றோ அடையாளம் கண்டுகொள்வதில்லை. நன்கு காய்ச்சி எடுக்கப்படாத உலோகக் கத்திகளைவிட அவ்வப்போது

புதிதாகக் கற்களைத் துண்டாக்கிச் செய்யப்படும் கத்திகளால் ஏற்படும் புண்ணில் உடனே கிருமிகள் தொற்றுவதில்லை. இக்காரணம் பற்றியே இன்னமும் இக்கற்கத்திகள் எஞ்சியுள்ளன. ஒரு அறுவை முடிந்த பிறகு இத்துண்டுக்கல் தூக்கி எறியப்படுகிறது. (புண்ணில் கிருமிகள் தொற்றும் தன்மை குறைவு என்ற காரணத்திற்காகவே, உலோகத்தின் உபயோகம் நடைமுறைக்கு வந்துவிட்ட பிறகும் யூதர்கள் சுன்னத் செய்ய கற்கத்திகளையே தொடர்ந்து உபயோகித்து வருகின்றனர். இருந்தபோதிலும், சடங்குகள் எப்போதுமே மாறுதலை விரும்பாத பழைமைப் பற்றுடையன. இரும்பும், எஃகும் மிகச் சாதாரண உபயோகத்திற்கு வந்தபோதிலும் பண்டைய உரோமானியர்கள் தங்களுடைய பலிகளுக்குக் கற்கோடரிகளையும், வெண்கலக் கத்திகளையுமே உபயோகப்படுத்தினர்.)

"தாங்கார்கள்" பெரும்பாலும் நாடோடிகளாகத் திரியும் ஆட்டுமந்தைக்காரர்கள், பன்னிரண்டு நபர்களும், 350 ஆடுகளும் அலகாகக்கொண்ட ஒரு 'வாடி' ஆண்டில் பெரும்பகுதியைச் சுற்றிக் கழித்துவிட்டு, மீதமுள்ள நான்கு மாரிக்கால மாதங்களுக்கு மட்டும் பழையபடி தங்கிய தற்காலிக இடத்திற்கே திரும்பும். அங்ஙனம் திரும்பிய இடம் விடாமழை பெய்து தொடர்ந்து ஈரம் தங்கக்கூடிய இடமாகிவிட்டால், மாரிப்பருவம் துவங்கிய பின்னர் மீண்டும் அவர்கள் கிழக்கு நோக்கிச் செல்ல ஆரம்பிப்பார்கள். ஆண்கள் ஆடுகளை கவனித்தும் மேய்த்துக்கொண்டு செல்ல, பெண்கள் பானைகள், ஆட்டுக் கம்பளியால் நெய்யப்பட்ட கூடாரத்துணிகள் குழந்தை குட்டிகள் ஆகியவற்றை மட்டக்குதிரையின் மீது ஏற்றி முகாமிடும் அந்த இடத்தை நோக்கி நேராக ஓட்டிக்கொண்டு போவார்கள். தற்போது, பயிர்த் தொழிலைத் தங்களுடைய தொழில்களில் ஒன்றாக தாங்கார்கள் தழுவிக்கொண்டுவிட்டனர். அவர்களுடைய முக்கியமான உணவு, ஆட்டின் இறைச்சியோ சேகரித்த காட்டின் விளைபொருள்களோ அல்ல; யாருடைய வயல்களில் இரண்டு மூன்று நாட்களுக்குக் கிடை வைக்கிறார்களோ அவர்கள் அளிக்கும் தானியங்களே ஆகும். (அல்லது பணத்தையும் ஊதியமாகப் பெற்றுக்கொள்வதுண்டு). எவ்வளவு நாட்களுக்குக் கிடைவைக்க வேண்டுமென்பதை விவசாயிகளுடன் பேசி நிர்ணயித்துக் கொள்வார்கள். கிடையில் விழும் ஆட்டுப் புழுக்கைகள் வயலுக்கு நல்ல எருவாகி விளைச்சலைப் பெருக்குகின்றன. இவ்வாறு எட்டு மாதங்களில் ஆடுகளை ஓட்டிக்கொண்டுச் செல்லும் ஒரு சுற்றில் 400 மைல்கள்வரை அடங்கலாம். பூர்வீகத்தில் இவர்கள் சுற்றித் திரிந்த வழிகள் மேய்ச்சல்நில "பூலித்" தடங்களாக இருந்து பிறகாலத்தில் பயிர்

நிலங்களைச் சுற்றியுள்ள தடங்களாக திசை மாறியது. தாங்கார்களின் மூல மொழியென்று எதுவாக இருந்தாலும் அது அவர்களைச் சுற்றியுள்ள விவசாயிகளின் மொழியான மராத்தியாகவோ, இந்தியாகவோ மாறிவிட்டது. சமயத்தில் ஆடுகளை விற்பதும், ஆட்டு ரோமங்களைக் கத்தரித்து விற்பதும் தாங்கார்களின் பிழைப்புக்குத் துணைசெய்கின்றன. சிலர் இந்த ஆட்டுக் கம்பளிகளைக்கொண்டு கரடுமுரடான போர்வைகளை நெய்வார்கள். இப்போது செய்கின்ற இத்தொழில்கள் எல்லாம் அவர்கள் சுற்றிச்செல்லும் பொதுவான சமூகத்தோடு அவர்களைப் பிணைத்துவிட்டன. இதனால் அவர்கள் விவசாயிகளைவிடச் சற்றே தாழ்வான நிலையைப் பெற்ற ஒரு இந்து சாதியாகிவிட்டனர். மேய்ச்சலுக்கும், மழைக்காலத்தில் தங்குவதற்கும் உகந்த இடங்களைப்பற்றி விவரமாக ஆராய்ந்து பார்த்தால் இவர்கள் தொடக்கத்தில் பருவத்திற்கு ஏற்றபடி சுற்றித் திரிந்த இடங்களை அடையாளம் காணமுடியும். அவ்வாறு ஆராய்ந்து பார்த்ததில், ஏறக்குறைய கர்ஹா நதிச்சமவெளியின் இடதுகரை நெடுகச் செல்லும் தடமே பண்டைய தாங்கார் அலைந்து திரிந்த தடங்களில் சிறந்ததென்பது தெரிவது குறிப்பிடத்தக்க விஷயமாகும். இது வரலாற்றுக்கு முற்பட்ட காலத்தை நோக்கிப் பின்னே செல்வதுடன் தக்காணத்தின் நயமான சிறு கற்காலப் பண்பாட்டின் மையமாகவும் திகழ்கிறது. வேறு வகையாகக் கூறுமிடத்து தாங்காரின் வாழ்க்கை முறை வரலாற்றுக்கு முற்பட்ட காலத்திலிருந்தே வேரூன்றித் தொடர்ந்து வருவதாகும். இறந்த உடலை அவர்கள் தற்போது தகனம் செய்வதுடன் புதைக்கவும் செய்கிறார்கள். முற்காலத்தில் புதைப்பதுவே அவர்களுடைய வழக்கமாக இருந்தது. இந்தியாவில் தகனம் செய்வது இயல்பான வளர்ச்சிப்போக்கு. வீரோபாவும், காண்டோபாவும் தாங்கர்களுடைய இரு சிறப்புத் தெய்வங்கள், இந்தத் தெய்வங்களின் முக்கிய பக்தர்கள் இப்போது வேறு இந்துச் சாதிகளைச் சேர்ந்தவர்களாக இருந்தாலும் கி.பி. நான்காம் நூற்றாண்டுகளுக்கு முற்பட்ட காலத்திலிருந்தே இவர்களினால் வழிப்பட்டு வந்துள்ளதை நன்கு ஆராய்ந்து பார்க்க முடியும். ஒரு சிறப்புமிகு நன்னாளில் வருடாந்திரத் திருவிழா நடக்கும் வீர் என்ற இடத்தில் தெய்வத்திற்கு நரபலிகள் இடப்பட்டதன் சின்னம் தெளிவாக உள்ளது. (ஒருக்கால் அந்த தெய்வத்தைத் தோற்றுவித்தவரின் வழிபாட்டுக்காகவும் இருக்கலாம்) அநேகமாக கி.பி.யின் துவக்க நூற்றாண்டுகளில் அங்கு குடியேற்றம் நிறுவப்பட்டபோது தோன்றியிருக்கலாம். இக்காலத்தில்

அங்குப் புதிதாகக் குடியேறியுள்ள விவசாயிகள் தாங்கார்கள் அல்லர்; அவர்கள் விவசாயத்திற்கு மாறியதும் சாதியும் மாறிப்போயிற்று. ஆனால் வலுவானதும் விவாதத்திற்கு இடமில்லாததுமான மரபின் மூலம் இந்த தெய்வத்தின் முக்கிய நிறுவனரும், முதல் பக்தரும் ஒரு தாங்கரே ஆவர் என்பது தெரிகிறது.

இவ்வாறே தாங்கார்களைத் தவிர, பில் (Bhil) போன்ற வேறு சாதிகள் அல்லது கூட்டங்கள் பற்றியும் நாம் ஆய்வு நடத்த முடியும் பில் ஆதியில் ஆரியர்களுக்கு முற்பட்ட மக்கள்; இவர்களைத் திராவிடர்கள் என்று சொல்ல முடியாது. தற்போது இவர்கள் அரைப் பழங்குடி -விவசாயிகளாகி மிகவும் வளம் குன்றிய நிலங்களில் பயிர்த்தொழில் செய்தாலும், இன்னமும் இவர்கள் சிறந்த வில்லாளிகளாகவும், வேட்டைக்காரர்களாகவும், மீன்பிடிப்போர்களாகவும், உணவு சேகரிப்பவர்களாகவும் கருதப்படுகிறார்கள். ஒரு இடைப்பட்ட காலகட்டத்தில் இவர்கள் மேய்ச்சல் நிலத்திற்குரிய வாழ்க்கையை மேற்கொண்டிருந்தனர். இவர்களுடைய விவசாயம் மிகவும் சமீபகால வளர்ச்சியாகும். இதன் விளைவாக, பில் மொழி, குஜாருக்கு நெருங்கிய குஜராத்தி மொழியின் ஒரு திசை மொழியாக இன்று விளங்குகிறது. இந்த குஜார்களிடமிருந்துதான் இவர்கள் கால்நடை வளர்ப்பைக் கற்றறிந்திருந்தனர். இரு பண்பாடுகள் தொடர்புகொள்ளும்போது பெரும்பாலும் வலுவான உற்பத்தி முறையைப் பெற்ற பண்பாடு தன் மொழியை மற்றதன் மீது திணிப்பது இயல்பான நிகழ்ச்சியே. இவ்விளைவுக்கு ஆளான பில் மக்களே த்ங்களை அண்டியிருந்து முதலில் தமக்கென்று ஒரு தனிமொழியைப் பெற்றிருந்த நகால் என்ற பழங்குடிகளின் மீது இதேபோல் தமது மொழியைச் சுமத்தியதாக எண்ணப்படுகிறது. பில் பழங்குடியைப் பற்றிச் சிறப்பு மிகுந்த ஒரு சுவையான விவரம் உள்ளது. வரலாற்றுக் காலம் முழுவதும் இவர்கள் போரைப் பெரிதும் விரும்பியதுடன் தேவை ஏற்பட்டபோதெல்லாம் போராடவும் செய்தனர். இருந்தாலும் ஒழுங்கான பயிற்சியுடைய போர் வீரர்களாக இவர்கள் ஒருபோதும் உருப்பெறவில்லை. கி.மு. முதல் நூற்றாண்டில் இவர்களில் சிலர் மாளவத்திற்கு அருகே மன்னர்களாயினர். ஆயினும், விரைவிலேயே இவர்களுடைய அரசுரிமை ஒடுங்கிப்போய்விட்டது. இன்னமும் "கோந்த்" பழங்குடிகள் யாவருமே பூர்வகுடி நிலையிலேயே இருந்தாலும் நிலப்பிரபுத்துவக் காலத்தில் இத்தலைவர்களில் சிலர் மட்டும் கோந்த் மன்னர்களாகத் திகழ்ந்தனர். இத்தகைய கோந்த் ஜமீன் அரசர்கள்

இன்னமும் வாழ்கிறார்கள். இப்பழங்குடிகளைக் காட்டிலும் தாங்கள் வேறுபட்டவர்களென்றும், உயர்ந்தவர்களென்றும் கருதிக்கொள்கிறார்கள். நீலகிரியில் வாழும் தோடர் பூர்வகுடி மக்கள் மனித இன வரலாற்று இயலைத் தொழிலாகக் கொண்டவர்களுக்கும், சுற்றுலா வருபவர்களுக்கும் கவர்ச்சிப் பொருளாகக் காட்சி அளிக்கின்றனர். இவர்கள் எல்லோரையும் காட்டிலும் மிகவும் பூர்வீக நிலையிலிருக்கும் செஞ்சூ மக்கள் தாங்கள் பேசிய அசலான மொழியை இழந்து (இன்னமும் நாகரிகத் தொடக்க நிலையிலேயே உணவைச் சேகரிப்பவர்களாகவே இருந்தாலும்) உணவு உற்பத்திக்குரிய சூழ்நிலையை உருவாக்கித் தந்த விவசாயிகளின் தெலுங்கு மொழியின் ஒருவகையைத் தற்போது பேசுகின்றனர். இதையே வேறு வகையில் கூறுமிடத்து இத்தகைய எல்லா ஆய்வுகளும் நிரூபிப்பது யாதெனில், "பூர்வகுடி சமூகத்தினர் தங்களைவிட மிக நேர்த்தியான உற்பத்திச் சாதனங்களைக்கொண்ட வேறொரு வகுப்பாருடன் தொடர்புகொள்ளும்போது, அவர்களால் மிகவும் பாதிக்கப்படுகிறார்கள்" என்பதே. நாகலாந்தின் உடனடியான பிரச்சினை என்னவென்றால், சில நாகர்கள் மட்டும் இக்கால பூர்ஷுவாக் கல்வியைப் பெற்றிருக்கும்போது, இவர்களுடைய கூட்டாளிகளில் பெரும்பாலோர் இன்னமும் சமூக அடித்தளத்தில் ஆதரவற்று வாழும் உழவர்களாக- அதாவது இந்தியப் பண்பு நலனை இக்காலத்திலும், கடந்தகாலத்திலும் எடுத்துக்காட்டி வரும் உழவர்களாக-மாற மறுப்பதே. நாகர்களின் தனி மாநிலம் (தற்போது அளிக்கப்பட்டுவிட்டது.)அல்லது முழு சுதந்திரம் ஆகிய கோரிக்கைகளுக்கு அடிப்படையாக இருந்தவை, (முன்னர்) ஏர் விவசாயமோ பூர்ஷுவா சொத்துரிமையோ இல்லாமல் நிலவி வந்த பழங்குடி ஒற்றுமையின் எச்சமும் உணவை உற்பத்தி செய்யும் ஒரு சமூகம் தம்மை ஆக்கிரமித்தவாறு ஆயுதந்தாங்கி எதிர்க்கும் நீண்டகால மரபுமே ஆகும்.

இந்திய விவசாயிகள் மேல்வகுப்பு வர்க்கங்கள் ஆகியோர்மீது பொதிந்துள்ள பழங்குடி மக்களின் பரிமாற்றச் செல்வாக்குகளை பல பார்வையாளர்கள் கவனிக்கத் தவறிவிடுகின்றனர். பழங்குடி விவசாயம் என்பது பொதுவாக இடம் மாற்றி நடத்தப்படும் விஷயமாகும். வரையறுக்கப்பட்ட ஒரு நிலப்பரப்பில் தீ மூட்டுவார்கள். அல்லது புதர்களாக மண்டிக்கிடக்கும் மரம், செடி, கொடிகளை வெட்டிக் கழித்துத் தீ வைப்பார்கள். அவை எரிந்து சாம்பலான பிறகு அதன் மீது விதைகளை இறைப்பார்கள். அரிதான கூரான கம்புக்

கொத்தியால் நிலத்தில் துளை செய்து விதைகளை ஊன்றுவார்கள். (இதை மராத்தியில் தொம்பா என்பார்கள்) இம்முறையில் நிலத்தின் வளம் விரைவில் தீர்ந்துவிடுகிறது. அதிகபட்சம், இரண்டு ஆண்டுகளுக்குப் பிறகு புதிய நிலத்தைத் தேர்ந்தெடுத்து அங்குள்ள புதர்களைக் கழித்துத் தயார் செய்யவேண்டும். பழைய இடத்தில் புதிய புதர்கள் வளர்வதற்காக அதிலிருந்து பத்து ஆண்டுகள்வரை அதைத் தரிசாக விடவேண்டும். இந்நாடு பூராகவும் உள்ள பழங்குடிகளில் பெரும்பாலோர் உண்மையில் இம்முறையில்தான் உணவை உற்பத்தி செய்கின்றனர்: உதாரணம் மேற்குக் கடற்கரைப் பகுதியில் வசிக்கும் காவடா, மற்றும் ஹோ, ஓரான் சந்தால், கொல்தார் போன்றார். முறையாகப் பயிரிட்டு விவசாயம் செய்யப்படும் இடங்களைப் போல், இந்நிலத்தில் அதிக அளவு மக்கள் பிழைப்பு நடத்தமுடியாது. பிறகு முறையான உழவுப் பண்பாட்டை எடுத்துக்கொள்வோமானால் நிலத்தைச் சமப்படுத்துதல், மலைச்சரிவுள்ள இடங்களைச் சமன்செய்து படித்தளம் அமைத்தல். கற்களை அகற்றுதல், காடுகளையும், புதர்களையும் வெட்டிக் கழித்தல், உரத்திற்காக எருக்களை முறைப்படி உபயோகித்தல் ஆகிய வேலைகளைச் செய்ய அதிகமான உழைப்பு தேவைப்படுகிறது. உழவு மாடுகளையும் உழவுக் கருவிகளையும் ஒருவர் சொந்த உடைமைகளாகக் கொள்ளவேண்டுமென்பதை இவையெல்லாம் எடுத்துக்காட்டுகின்றன. இதற்கு அடுத்ததாக நில உரிமையை நிர்ணயித்துத் தனியார் உடைமையாக்க வேண்டுமென்றும் இவை குறிக்கின்றன. இதனால் உணவு உற்பத்தி பெருகி மக்கள் பெருக்கம் அதிகமாகிறது. இதுவே கடைசியில் வர்க்க வேறுபாடுகளுக்கு இட்டுச்செல்கிறது. நெருங்கிய பழக்கத்தின் காரணமாக நான் மகாராஷ்டிரப் பகுதிகளையே பெரும்பான்மையான உதாரணங்களுக்கு எடுத்துக்கொண்டுள்ளேன். உழவுப் பண்பாட்டுடன், பூர்வீக முறையான காடுகளை வெட்டித் தீயிட்டு சாம்பலில் விதைக்கும் வழக்கத்தையும் (Slash-and-burn-method) ஒரு விவசாயி துணைத் தொழிலாகக்கொள்கிறான். கிராமத்திலுள்ள தரிசு நிலங்களில் மட்டுமே, அதிலும் குறிப்பாக, மலையின் உயரத்தில் கருங்கல் அடிப்பரப்பும் பாதாளச் சரிவும் உள்ளதால் சமப்படுத்திப் படித்தளம் அமைக்க இயலாதபோது இம்முறை கையாளப்படுவது வழக்கம். காடுகளை வெட்டிக் கழித்துத் தீ மூட்டி சாம்பலில் விதைக்கும் முறையில் இருந்து நெற்பயிருக்குரிய நாற்றங்கால்கள் தயாரிக்கப்பட்ட விதம் பெறப்பட்டது

தெளிவு (நெல்லை நாற்றெடுத்து நடவுசெய்ய வேண்டும்). எரு, புழுதி, கூளம் ஆகியவற்றுடன் காடுகளிலிருந்து கழிக்கப்பட்ட தழைகளையும் சேர்த்து இந்நாற்றங்கால்களில் கொட்டுகிறார்கள். இக்குப்பை காயும்வரை தழைகள் எரியும் தீ கொழுந்துவிட்டு மளமளவென்று எரியாத வண்ணம் ஈரத்தால் கட்டுப்படுத்திய அக்குப்பை புகைமூட்டமாகக் கனிந்து எரியும்போது இளநாற்றுக்களுக்குத் தேவையான ரசாயனப் பொருள்கள் வெந்து மண்ணில் இறங்குகின்றன. இவ்வாறு தயாரிக்கப்பட்ட நாற்றங்கால்கள் மீது முதல் மழையில் விதைகளை ஊன்றுவார்கள். நடவு நடக்கும்போது இந்நாற்றங்கால்கள் காலியாக விடப்படுகின்றன. விவசாயிகள் அவ்விடத்தில் பிறகு பருப்பு வகைகளையும், பயறு வகைகளையும் பயிரிடுகிறார்கள். அவை இல்லாவிட்டால் அரிசி மட்டும் அவர்களுக்கு ஒரு சமநிலை உணவை அளிக்காது. இம்முறையின் வாயிலாக நிகழ்ந்த பயிர் சுழற்சியின் கண்டுபிடிப்பு மிகவும் இயற்கையான விளைவாகும். ஒரு நேர்த்தியான விவசாயத்திற்கு இது மிகவும் இன்றியமையாதது.

இன்னமும் சில பயிர்களை விதைக்க இந்திய விவசாயிகளில் சிலரும், மலைப் பகுதிகளில் வாழும் பழங்குடிகளில் பலரும் தொம்பா என்ற கம்புக் கொத்தியை உபயோகிக்கின்றனர். இக்கொத்தி வரலாற்றுக்கு முற்பட்ட காலத்திற்குரியதிலிருந்து சிறிது வேறுபடுகிறது. முற்காலத்தில் கனம் கொடுப்பதற்காகப் போடப்படும் கல்பூண்கள் அதில் இப்போது கிடையாது. பூர்வீகத்தில் ஒரு கை நீளமே இருந்த கருவியின் இடத்தில் தற்போதுள்ள கம்பு மார்பளவு உயரத்தில் இருக்கிறது. அதனால் இது கனமாகவும், தடியாகவும் அமையப் பெற்றதுடன் எஃகு முனையையும் கொண்டிருக்கிறது. ஆனால், இத்தொம்பாவின் பூர்வீகப் பிறப்பு தெளிவாக உள்ளது. மிகவும் தரம் குறைந்த தானிய வகைகளான தினை, கேழ்வரகு, வாரை, சாம்வா ஆகியவை இவ்வாறு நடப்படுகின்றன. சில சமயங்களில் இவை தாமாகவே முளைத்து மண்டுவதும் உண்டு. இம்முறையில் பயிர் செய்யப்படும் சரிவான மலைப் பகுதிகளில் உழவு தேவையில்லை. உழவுக்கும் வழியுமில்லை. ஆனால் இத்தகைய சாகுபடி முறைக்குக் கிட்டத்தட்ட பத்து ஆண்டுகளில் எட்டுண ஆண்டுகள்வரை விரிந்த நிலப்பரப்பைத் தரிசாக விடவேண்டும். சிறியதாக இருந்தாலும் சமன்படுத்தப்பட்ட துண்டு நிலங்களில் கலப்பைக்குப் பதிலாக மண்வெட்டி அல்லது நீண்ட காம்புடைய கொத்திகள் உபயோகப்படுகின்றன. குறைந்த வளமுள்ள நிலத்தில் பெண்களே

சாகுபடியில் ஈடுபட்டு, ஆண்களுடைய கடினமான விவசாய வேலைகளுக்குத் தோள் கொடுக்கின்றனர். மிகவும் பூர்வகாலத்திற்குரிய பழங்குடிகளின் மத்தியில், ஆண்களுக்கு வேட்டைத் தொழில் எவ்வாறோ, அதுபோலவே, கம்புக்கொத்தி, கைகலப்பை ஆகியவற்றின் உபயோகம், அதாவது எல்லா விவசாய வேலைகளும் பெண்களுடைய ஏகபோகமாகத் திகழ்ந்தது. இன்று மீனவர்கள், தொழிலில் தனிப்பயிற்சி பெற்ற சாதிகளாகிவிட்டனர். இருப்பினும் பழங்குடி மக்களும், பல குடியானவர்களும்கூட வலைகளின் உதவியின்றி மீன் பிடிக்கிறார்கள்; மீன்களை ஆழமில்லாத இடத்திற்கு விரட்டியோ, அல்லது குளத்தின் ஒரு மூலையில் சற்று உயரமாக மண்ணைக் கட்டி தண்ணீரை அத்தடுப்பைத் தாண்டி இறைத்தோ, வெறுங்கைகளினாலேயே அள்ளுவார்கள். வரலாற்றுக்கு முற்பட்ட காலத்திற்குரிய இவர்களின் முன்னோர்கள் இதே குளக்கரைகளில் நம்புவதற்கே அதிசயமாக உள்ள சிறிய கற்காலச் சான்றுகளை ஏராளமாக விட்டுச் சென்றுள்ளதை நான் பார்த்திருக்கிறேன். மண்பாண்டத் தொழிலும் அவ்வாறே, ஐயாயிரம் ஆண்டுகளுக்கு முன்பிருந்தே, சிந்துப் பிரதேசங்களில் வேகமாகச் சுழலும் சக்கரத்தை உபயோகித்து நேர்த்தியான மட்பாண்டங்கள் தயாரிக்கப்பட்டதை தொல்பொருள் ஆராய்ச்சி எடுத்துக்காட்டுகிறது. இருந்தாலும், தக்காணத்தில் வரலாற்றுக்கு முற்பட்ட காலத் தொல்பொருள் ஆராய்ச்சியும் சக்கரத்தை உபயோகப்படுத்தாமலேயே தயாரிக்கப்பட்ட கரடுமுரடான மட்பாண்டங்களை எடுத்துக்காட்டுகிறது. இன்றும் அத்தகைய பானைகளைத் துல்லியமாக அதே முறையில், எல்லா அளவுகளிலும் மெதுவாகத் திரும்பும் சக்கரத்தின் மீதோ, (சேவ்தா) அல்லது ஏதும் ஒரு சக்கரம் இல்லாமலோ இன்றும் செய்கிறார்கள். இதில் கவனிக்கவேண்டிய அம்சம் யாதெனில், குயவரின் இயந்திரத்தைப் பெண்கள் மட்டுமேதான் கையாள வேண்டுமென்பதே. இவ்வாறு பெண்கள் தயாரித்த கரடுமுரடான பச்சைப் பானைகளை ஆண்கள் சரிசெய்து முடித்துக் கொடுக்கிறார்கள். அப்பானையைச் சற்று சரிவாக வைத்துக்கொண்டு அதன் வெளிப்பக்கத்தில் லேசாக நீரைத் தெளித்து ஒரு துடுப்பு போன்ற குட்டையான மரக்கட்டையால் மெதுவாகத் தட்டியபடி மேடு பள்ளம் இல்லாமல் பக்கங்களைச் சமனாக்கி முடிப்பார்கள்; அப்போது மறுகையில் கைப்பிடி அளவுள்ள குமிழ்வான கல்லைப் பானையின் உட்புறம் வைத்துக்கொண்டு மரத்துடுப்பால் வெளிப்பக்கத்தில் தட்டும்போது தாங்கிக் கொள்கிறார்கள். **இவ்வாறு பானையின் பக்கங்கள் மெல்லியதாகவும்**

உறுதியாகவும் சுடுவதற்கு முன்பே செய்யப்படுகின்றன. அதன் பிறகு பானையின் வேலைப்பாடும் உருவமும் நிறைவுடன் விளங்கி அது மிகவும் நல்ல தோற்றத்தைப் பெறுகிறது. பூமியைத் தோண்டிப் பார்க்கும்போது, பானையின் பக்கங்களைச் சீராக்க உதவும் குமிழ்கற்கள் 2000-3000 ஆண்டுகள் தொன்மை வாய்ந்த மண் அடுக்குகளிலிருந்து கிடைக்கின்றன. வேகமாகச் சுழலும் குயவர் சக்கரம் ஆண்களின் கருவியாகவே உள்ளதும், அது எப்போதுமே ஆண்களுடைய கருவியாகவே இருந்துவந்ததும் தெளிவு. இருப்பினும், மண்பாண்டத் தொழில் பெண்களுக்கு மட்டுமே உரித்தான சிறப்புரிமையாக இருந்திருக்க வேண்டும்.

2.5. மேல் கட்டமைப்பில் புராதன எச்சங்கள்

பண்டைக் காலத்திற்கும், வரலாற்றுக்கு முற்பட்ட காலத்திற்கும் உரிய தொழில் நுட்பங்கள் நிறைய எஞ்சி நிற்கையில், இவற்றோடு பொருந்தும் வகையில் சமூக அமைப்பு, மரபுகள், நம்பிக்கைகள் ஆகியவை; அதாவது உற்பத்தி உறவுகள் அதிகமாக எஞ்சி நிற்காதது வியப்பை அளிக்கும்; உண்மையில் அவ்வாறு எஞ்சி நிற்கும் தொழில் நுட்பங்கள் ஏராளம். பணக்கார இந்தியர்கள் சமையலறையில் அடுப்பெரிக்க மண்ணெண்ணெய் அல்லது மின்சாரத்தை உபயோகிக்கலாம். ஆனால் கற்காலச் சாதனங்களான அம்மியும் குழவியும்கூட அவர்கள் உபயோகித்துவருவதைக் காண்கிறோம். (ஆந்திரம், தென்கிழக்குப் பகுதி நீங்கலாக) கற்காலக் கருவிகளுக்கும், இன்றுள்ளவைகளுக்கும் உருவ வேற்றுமைகள் உள்ளன. இக்காலச் சமையலறை அம்மிக்கல், குழவிக்கல்லை விட தட்டையாகவும், அகலமானதாகவும் உள்ளது.* சாதத்துடன் சேர்த்து உண்ணப்படும், கறி, கூட்டு போன்ற காய்கறிப் பதார்த்தங்களுக்குத் தேவையான தேங்காய், நறுமணப் பொருட்கள் போன்ற மென்மையான வாசனை சாமான்களை அரைப்பதே இன்று இதன் முக்கிய உபயோகமாகும். கடல் உப்பைவிடக் கடினமான ஒரு பொருள் இவ்வகை அம்மிகளின் மீது அரைபடுவது கிடையாது. இருந்தபோதிலும், வரலாற்று முற்காலத்தில் பயன்பட்ட ஒரு கற்கருவியின் வழித்தோன்றலே இது, முதலாவதாக, சமையலுக்காக இதை உபயோகிக்கும் உயர் குடும்பத்துப் பெண்கள் சாதாரணமாகக் குழவியின் மேல்பக்கத்தைப் பிடித்துக்கொண்டு அரைப்பதை நாம் கவனிக்கலாம். தாழ்ந்த சாதிப் பெண்களோ, பொதுவாகக்

---

* மூலநூல் எழுதப்பட்ட காலத்தில் காஸ் அடுப்புகள், மிக்சி, கிரைண்டர் இல்லை. ஏழைவீட்டு சமையலறைகள்கூட இன்று அம்மி, கல்லுரல் இல்லை (மொ.ர்)

குழவியின் முனைகளைப் பிடித்து அரைக்கிறார்கள். இது திறமைக் குறைவை எடுத்துக்காட்டுகிறது. ஏனென்றால் இதில் குழவி சுழலும் அளவு கட்டுப்பாடாக உள்ளது. இருந்தபோதிலும், வரலாற்றுக்கு முற்பட்ட காலத்தில் உள்ளதைப்போல குழவிக்கல், அம்மிக்கல்லைவிட அகலமாகவும், அடிக்கல் உபயோகப்படுத்துவோர்களின் பிடிப்பிற்குத் தள்ளி மேல்நோக்கிச் சரிவாகவும் இருக்குமேயானால், இன்றுள்ள சமநிலை அமைப்புள்ள அம்மியையும் மேல்பக்கப் பிடிமானத்தையும்விட, இந்த அமைப்பும் முனைகளின் பிடிமானமும், எளிதில் மசியாத தானியங்கள் போன்ற கனமான திடப்பொருள்களை அரைப்பதற்கு மிக ஏற்றதாக இருந்திருக்கும். இது அறிவுறுத்துவது, இன்னமும் தாழ்ந்த வகுப்பினர் உண்மையில் தானியங்களிலிருந்து மாவு தயாரிப்பதற்கு அம்மியை உபயோகப்படுத்திய காலத்தோடு நெருங்கி இருக்கின்றனர் என்பதையே. இன்று எல்லாச் சாதி மக்களும் இதைவிடத் திறனுள்ள இயந்திரம் அல்லது மாவு ஆலைகளின் மூலம் தங்களுக்குத் தேவையான மாவை அரைத்துக்கொள்ளுகிறார்கள்; ஆனால் அம்மிக்கல் (Saddle Quern) உபயோகிக்கப்பட்ட முறையில் காணப்படும் மாறுதல், பின்னர் தாழ்ந்த சாதி மக்கள் உணவு உற்பத்தியை நோக்கி மிகவும் நேரம் கடந்து மாறியதை அறிவுறுத்துகிறது. சுருங்கக் கூறின், இத்தாழ்ந்த சாதியினரே இன்று முதல்நிலையில் உணவை உற்பத்தி செய்யும் உழவர்களாகவும், தொழிலாளர்களாகவும் உள்ளனர். இவர்கள் உணவு உற்பத்தி செய்யும் நிலைக்குக் காலம் கடந்து நுழைந்ததாலேயே இவ்வர்க்க வேற்றுமையும் தோன்றியது. இது மிகவும் குறிப்பிடத்தக்க வரலாற்று நிகழ்ச்சியும் சமூக நிகழ்ச்சியுமாகும். வடக்கிலிருந்து வந்த மேல்சாதி மக்களோ அல்லது முறையான விவசாயத்தைத் தக்காணத்தில் அறிமுகம் செய்த வடநாட்டு உணவு உற்பத்தியாளர்களைப் பின்பற்றிய மேல்சாதி மக்களோதான், முதலில் மாவுத் திரிகையை உபயோகிக்க ஆரம்பித்தனர். அடுத்து அம்மிக்கல்லுடன் தொடர்புள்ள தொன்மையான பரம்பரை வழக்கு ஒன்றும் உள்ளது. இது ஒரு விந்தை மிகு வைபவமாகக் கொண்டாடப்படுகிறது. இதைப் பற்றி 'இந்து'(பிராமணர்) நூல்களில் குறிப்புகள் இல்லை. ஏன், இது எந்த விதமான எழுத்து வடிவமும் பெறவில்லை. இதைப் பெண்கள் மட்டுமே பங்கேற்று நடத்துவதால், இச்சடங்கில் பொதிந்துள்ள பூர்வீக காலமும், வரலாற்றுக் காலத்திற்கும் முற்பட்ட துவக்கமும் வெளியாகிறது. குழந்தை பிறந்த பத்தாம் நாள் சில சமயத்தில் ஆறு அல்லது பன்னிரண்டாம் நாள் நடைபெறும் இவ் வைபவத்திற்கு வரும் முதிய பெண்டிரில் ஒருத்தி, அம்மிக் குழவியைக் கையில்

எடுத்துக்கொண்டு தொட்டிலைச் சுற்றிய பிறகு அதை தொட்டிலில் கிடத்துவாள். இதன் பலனாக, அக்குழந்தை திருஷ்டி போன்ற குற்றம் குறைகளிலிருந்து விடுபடுவதுடன் அக்கல்லைப்போல் உறுதியுடன் விளங்கும் என்றும் நம்புகிறார்கள். அந்த அம்மிக் குழவிக்கு பிறந்த குழந்தைக்குப் போடும் சட்டையை (குஞ்சி) அணிவிப்பதுடன் மட்டுமல்லாமல், தாய் தெய்வத்திற்கு ஒப்ப கழுத்து, மாலையையோ மலர் மாலையையோ அணிவிக்கிறார்கள். மஞ்சளைப் பூசி, குங்குமத் திலகமும் வைப்பார்கள். இத்தகைய வைபவ தினங்களில் எடுத்துக்காட்டும் மரபுக் குறிப்புகள் மிகவும் சிக்கலானவை. அந்தக் கல் ஒரே சமயத்தில் குழந்தையையும், அக்குழந்தைக்கு ஆசி வழங்கும் தாய்த்தெய்வம் அல்லது நல்ல தேவதையையும் குறிக்கிறது. பிராமணர்களுடன் சேர்ந்து தாழ்ந்தவர்கள் உட்பட எல்லா சாதி மக்களும் நடத்தும் இவ்வைபவத்தைப் பற்றி ஆண் புரோகிதர்களுக்கு விவரம் தெரியாது. அநேகமாக இச்சடங்கு, வடக்கத்திய குடியேற்றத்திற்குப் பிறகு, பூர்வகுடி மக்கள் தொகையின் ஒரு பகுதியினரிடமிருந்து பின்பற்றப்பட்டதென்பதில் ஐயமில்லை. ஒருவர்க்கொருவர் பரிமாறிக்கொண்ட பண்பாட்டு ஒற்றுமைக்கு இது ஒரு எடுத்துக்காட்டு. இக்காலக் களப்பணி ஆய்வாளர்களில் பெரும்பாலோர் ஆண்களாகவே இருப்பதால், பூர்வகுடி அல்லது தாழ்ந்த சாதிப் பெண்கள் தங்களுக்குரிய சிறப்பான சடங்குகள் பற்றிய விவரங்களை அவர்களிடம் கூறமாட்டார்கள். பழக்கமில்லாத அந்நியர்களிடம் முதலில் அவர்கள் பேசுவார்களா என்பதே சந்தேகம். இல்லாவிடில், இத்தகைய வழக்காறுகளைப் பற்றிய விவரங்களை நிறைய அறிந்துகொண்டிருக்க முடியும். அவ்வாறே, சில பழங்குடிகள் பூர்வீகத்தில் பேசிவந்த மொழியையும் கண்டுபிடிக்க இயலும். ஆண்களைக் காட்டிலும் பெண்களுடைய உரையாடல்களிலும், சடங்குகளிலும் பூர்வீக மொழி எஞ்சியிருப்பதாலேயே இது சாத்தியம். பொதுவாகவே, இந்தியப் பெண்கள் தொன்மை வழக்குகளைப் போற்றிக் காப்பாற்றி வரும்போது, ஆண்களோ, பழங்குடி அல்லது சாதிக் கூட்டத்திற்கு வெளியே உள்ள மக்களிடம் கொண்ட இடையுறாத் தொடர்புகளின் காரணத்தால் பண்பாட்டுப் பரவலுக்கு உட்பட்டுப் பெண்களைவிட அதிகமாகப் பேச்சில் மாறுபடுகிறார்கள். நமக்கு நன்கு பழக்கமான தெய்வீகப் பண்டிகைகளில்கூட இவ்வாறு பொதிந்துள்ள பூர்வீக நிலையையும், வரலாற்றுக் காலத்திற்கு முற்பட்ட வாழ்க்கையையும் கண்டுபிடிக்க இயலும். இக்காலத்தில் கொண்டாடப்பட்டுவரும் வசந்த விழாவான ஹோலிப் பண்டிகை ஆபாசம் நிரம்பி மிகவும் ஒழுக்கமற்ற வெறியாட்டமாகத்

தரமிழந்துவிட்டது. பெரிய சொக்கப் பனையை வளர்த்து அதைச் சுற்றி நடனமிடுவது அப்பண்டிகையின் முக்கிய அம்சமாக விளங்குகிறது. இதைத் தொடர்ந்து நடக்கும் தீ மிதிப்பு நிகழ்ச்சியில், இதற்கென்றே பயின்ற சிலர் வெந்தணலில் நடந்து செல்வார்கள். இதைத் தொடர்ந்து மறுநாள் கூச்சலும் உணர்ச்சியும் நிரம்பிய ஆபாசச் செயல்கள் வெளிப்படையாகவே நிகழ்கின்றன. மூலை முடுக்குகளில் உள்ள இடங்களில் பாலுணர்வுகளுக்கு உரிமம் அளிக்கப்படுவதுடன் இச்சைப்படி நெறியற்ற கலவி செய்யவும் அனுமதிக்கப்படுகிறது. வரலாற்றுக்கு முற்பட்ட காலத்தில் நல்ல சாப்பாட்டிற்கு வழியில்லை. உணவைத் தேடி அலைவதற்கே கடினமான பிரயத்தனங்களைச் செய்ய வேண்டியிருந்தது; இனப்பெருக்கத்திற்குரிய இச்சை உணர்வுகளும் இக்காலத்தைப் போல் அவ்வளவு சுலபமாகத் தோன்றிவிடாது. ஆகவே, இந்த ஆபாசச் செயல்கள் எல்லாம் அப்போது இனப்பெருக்கத்திற்கு மிகவும் இன்றியமையாத தூண்டுதல்களாக விளங்கின. இக்காலத்தில் இது ஒரு காமவெறியாட்டமாக மாறியதன் காரணங்கள் நல்ல சாப்பாடும், கடின விவசாய உழைப்புமே. இவை காமப் பசியின் தன்மையையும், பாலுணர்வின் நோக்கத்தையும் முற்றிலும் மாற்றிவிட்டன. இந்த ஹோலிப் பண்டிகையின் சில அம்சங்கள் வரலாற்றுக்கு முற்பட்ட காலத்திற்குரிய தாய்வழி உரிமை செல்வாக்குப் பெற்றிருந்த காலக்கட்டத்தையும் நினைவுறுத்துகின்றன. ஹோலித் தீயைச் சுற்றி நடனம் நடக்கும் சில இடங்களில் ஒரு ஆண் பெண்ணுடையில் (கொலீனா) தோன்றி நடனத்தில் கலந்துகொள்வான். பெங்களூரில் ஆண்டுதோறும் நடைபெற்றுவரும் சிறப்பான கரக விழாவில், கோஷ்டித் தலைவர் பெண்ணுடை தரித்துக்கொண்டுதான் ஆடவேண்டும். அதைப்போலவே, மேற்கு இந்தியாவில் கவுதாரியைக் கண்ணிவைத்துப் பிடிக்கும் பார்தி என்ற வேட்டுவ சாதியின் புரோகிதர், பார்திகளின் வளமைப் பெருக்கச் சடங்கில் மந்திரங்களை ஓதும்போதும், எண்ணெய், கொப்பரை சோதனையின்போதும் பெண்ணுடை தரிக்கவேண்டும். இச்சடங்குகளையும், பண்டிகை விழாக்களையும், ஆண்கள் சுவீகாரம் செய்துகொண்டு விட்டபோதிலும், பூர்வீகத்தில் இவற்றை நடத்தும் உரிமை பெண்களின் ஏகபோகமாக இருந்துவந்தது. இதற்குப் பொருத்தமாகத் தாய் தெய்வங்களுக்குரிய புனிதமான நந்தவனங்களைப் பற்றிப் பிராமணர்களின் தெய்வீகக் கதைகளும், புராணங்களும் விவரிக்கின்றன. சில கிராமங்களில் தெருக்களிலிருந்து ஒதுக்குப் புறமாக இத்தகைய நந்தவனங்கள் இன்னமும் உள்ளன. ஆனால், இப்போது பெண்கள் அங்கு

நுழைவதற்கு அனுமதி இல்லை. இன்னமும் புதியதாகக் குடியேறிய விவசாயிகளின்வசம் புரோகிதத் தலைமை மாறாமல், பூர்வகாலத்திற்குரிய மக்கள் வசத்திலேயே இருக்கும். ஒருசில வனங்களில் மட்டும் இந்த அனுமதி உண்டு. பூர்வீகத்தில் இத்தகைய நந்தவனங்களில் நுழைய ஆண்களுக்குத்தான் அனுமதி இல்லை. ஒரு தாய்வழி உரிமையிலிருந்து சமூகம், தந்தைவழி உரிமைக்கு மாறியபோது, புரோகிதத் தலைமையும், சடங்குகளும் அதற்கேற்றாற்போல் உருமாற்றம் பெற்றன.

கிராம தெய்வங்களைப்பற்றிய அறிவுபூர்வமான ஆராய்ச்சியும் நமக்கு நிறைய விவரங்களை அளிக்கக்கூடும். பெரும்பாலும் இத்தகைய தெய்வங்கள் சிறிய கற்களே. இவற்றின்மீது சிவப்புநிறப் பொடியைப் பூசியிருப்பார்கள். வழுவழுவென்று எண்ணெய் படிந்த கற்களின்மீது சிவப்பு ஈயத்தூள்கள், செம்மண்காவி, அல்லது மலிவான சிவப்பு சாயப் பொருள்கள் பூசப்பட்டிருப்பதை கவனிக்கலாம். நிறம் குருதியின் மாற்றாக விளங்குகிறது. சில சிறப்பான தினங்களில், பெரும்பாலான இந்தத் தெய்வங்களுக்கும், அம்மன்களுக்கும் இன்றும்கூட உயிர்பலிகள் அளிக்கப்பட்டு வருவது கண்கூடு. விவசாயத்தின் வாயிலாக ஒரு கிராமம் செழிப்படையும்போது பிராமணப் புரோகிதர் நுழைவர்; அப்போது இத்தகைய பலியிடுதல் கீழ்நிலை வழிபாடுகளில் சில மேல்நிலையைப் பெறுகின்றன. குரங்குக் கடவுளான அனுமார், யானைத் தலையுடைய தெய்வமான கணேசர், துஷ்டப் பிசாசுகளின் இளவரசனான வேதாளம் ஆகிய வழிபாடுகள் இதற்கு உதாரணம். பிறகு இந்தத் தெய்வங்கள் சிலை வடிவத்தைப் பெறுகின்றன. அப்போதும் இவை தங்களுடைய பூர்வகால அம்சங்களை முற்றிலும் இழக்கவில்லை என்றாலும், செந்நிறப் பொடிப் பூச்சையும், உயிர்ப் பலியையும் இழந்து கடைசியில் மேல்வரிசையில் இடம்பெற்றுவிடுகின்றன. இந்த நாகரிக முன்னேற்றத்தைப் பற்றிப் படிப்படியாக எளிதில் ஆராய முடியும். சில இடங்களில் வரலாற்றுக்கு முற்பட்ட காலத்தின் தெய்வங்கள் (பெரும்பாலும் அம்மன் கடவுள்களே) பூர்வீகத்தில் எங்குப் பூசையிடப்பட்டதோ அதே இடம் அல்லது அதற்குச் சற்று அருகில் இன்னமும் வணங்கப்படுகின்றன. இருந்தாலும் பூர்வீகப் பெயர்தான் இன்னமும் மாற்றம் பெறாமல் இருக்கின்றனவா என்பதைச் சாதாரணமாக உறுதியிட்டுக் கூற முடியாது. இதற்கு மாறாக, புத்தர் பிறந்த இடத்தில் வழங்கப்படும் அம்மனின் பெயர் (லும்மினி-ரும்மினி) கடந்த 2,500 ஆண்டுகளாக அதே பெயரிலேயே உள்ளது. ஜுன்னாரில் பௌத்த மதத்தினர் குகைகள் குடைவதற்கு முன்பாக

கிறித்துவ சகாப்தத்தின் ஆரம்பகாலத்தில் மன்மோதி என்ற பெண்தெய்வம் வணங்கப்பட்டு வந்ததாகவும் கூறப்படுகிறது. பின்னர் ஆயிரம் ஆண்டுகள் கழித்து பௌத்த மதம் மறைந்த பிறகு, அதே தெய்வம் மீண்டும், அதே பெயரில் திரும்பி வந்து வணங்கப்பட்டது என்றும் கூறலாம். தெய்வ வழிபாடு பிரசித்திப்பெற்றுப் பல்வேறு இடங்களுக்குப் பரவியதும், ஒரே தெய்வமே சிவனென்றும், விஷ்ணுவென்றும், அம்மனைப் பார்வதியென்றும் லஷ்மியென்றும் அல்லது அவைகளைப்போல் பிராமணத்துவமடைந்த தெய்வங்களில் ஒன்றாகவும் காணப்படுகிறது. இதில் மிகவும் சுவையான சிறப்பு யாதெனில், மெங்காய், மாந்தராய், சொஞ்சாய், உதாலாய், கும்பல்ஜா, ஜாஞ்சனி போன்ற பெண்தெய்வங்கள், வலுவும், உயர்வும், நிரம்பிய தல வழிபாடுகளைக்கொண்டிருந்தாலும் இத்தெய்வங்களின் பெயர்களுக்குரிய சொல் வரலாறு தெரியவில்லை. இப்பெயர்களில் உள்ள 'ஆய்' என்ற விகுதியின் பொருள் 'தாய்' ஆகும். பல சமயங்களில் இத்தகையப் பெயர்கள் மறந்துபோன சில பழங்குடிகளையும், அல்லது குல வகுப்புகளையும் குறிக்கின்றன. இன்னமும் பெர்னெம் என்ற இடத்திற்கு அருகே, வரலாற்றுக்கு முந்திய பெருங்கற்கால நினைவைக் குறிக்கும் ஒரு இடத்தில் பொல்ஹாய் என்ற பெண் தெய்வம் வணங்கப்பட்டு வருகிறது. (பணக்கார நிலப்பிரபுத்துவ மன்னர் குடும்பத்தைச் சேர்ந்த கெய்க்வார்கள், அங்கிருந்து ஒரு மைல் தள்ளி, இதற்கு ஒரு அழகான ஆலயம் கட்டி, அறக்கட்டளையும் நல்கியதன் விளைவால், செழிப்பான பெருங்கற்காலத்திற்குரிய இடத்தை நாசம் செய்துவிட்டனர்). பொல்ஹாய் கி.பி. 12-ம் நூற்றாண்டில் வழங்கிய ஒரு பழைய பெயராகும். இது கன்னட மொழியிலிருந்து பிறந்ததாக இருக்கலாம். இருப்பினும், எல்லாப் பண்பாடுகளுக்கும் பொதுவாக ஒரே தாய்தெய்வம் என்ற பேச்சுக்கு இடமில்லை. ஒரு தலத்திற்குரிய தெய்வ வழிபாடு வேறு இடங்களில் பரவுமே ஆயின், அது அத்தலத்திற்குரிய மக்கள் அங்குக் குடியேறியதன் விளைவாக இருப்பதைக் கண்டறிய முடியும். பொல்ஹாயின் முதிய பக்தர்கள் தற்போது 60 மீட்டர் தள்ளிய ஒரே கிராமத்தில் குடியேறியுள்ளனர். அவர்கள் யாவருக்கும் வாஜி (குதிரை) என்ற குடும்பப் பெயரும் உள்ளது. இப்பெண் தெய்வம் சில கொள்ளைக்காரர்களுக்குத் (சோரா) துணைசென்றதாக நம்பப்படுவதின் வாயிலாக பண்படாத ஒரு பழங்குடியின் குலதெய்வமாக இது நீண்டகாலம் விளங்கியிருத்தல் கூடும் என்பது நிச்சயமாகப் புலப்படுகிறது. இப்பிரதேசத்தில் நிகழ்ந்த பல்வேறு இயக்கங்கள்,

ஜனப்பெருக்க மாறுதல்கள், ஆகியவற்றின் காரணமாக, வரலாற்றுக்கு முந்திய காலம் தொடங்கி, அப்பெருங்கல்லே தொடர்ந்து வழிபட்டு வந்திருக்க வேண்டுமென்ற அவசியம் இல்லை. எப்போதும் அந்நினைவுகள், பேய்-பூதங்கள், தெய்வங்கள், அரக்கர்கள் ஆகியவற்றுடன் தொடர்புள்ள ஒருசில வகையான தலங்களிலும் கற்களிலும் உள்ளன. பாதுகாப்பை வேண்டி தெய்வங்கள், பூதங்கள் ஆகிய இரண்டுமே போற்றப்படுகின்றன. கீழ்க்கண்டவாறு அடிக்கடி நிகழ்வதுண்டு: சில விவசாயிகளின் கனவில் ஒரு தேவதை காட்சி தருவாள். (வேதாளம் போன்ற பேய்க்கடவுள் அல்லது இறந்த உறவினரின் ஆவியும் மிக அரிதாகக் காட்சி தருவதுண்டு) அந்தத் தேவதை அல்லது பேய்க்கு ஏற்கெனவே பலிபீடம் இருக்குமேயானால் பொதுவாக அவர்கள் இதுபோன்ற தீக்கனவுகளிலிருந்து தப்புவதற்காக, சில உயிர் பலிகளை வழங்குவார்கள். (இக்காலத்தில் ஒரு தேங்காய் அல்லது கோழி, மிகவும் அவசியமானால் ஒரு வெள்ளாடு) ஒரு பேய் மேற்கொண்டு கோபமடையாமல் இருப்பதற்கு நடுகல் அமைக்கப்படும். சில சமயத்தில் கனவில் புதிய இடம் பார்த்து அந்தத் தேவதை தோன்றுவதுண்டு. அந்த வருடத்தில் நடைபெறும் விளைச்சல் அமோகமாக இருக்குமேயானால் தெய்வவழிபாடு அந்த இடத்தில் நிறுவப்படுகிறது. குறிப்பிட்ட கனவைக் கண்ட அந்த விவசாயியின் குடும்பம் அவ்வழிபாட்டைத் தொடர்ந்து நடத்துகிறது. அத்தேவதையின் விக்கிரகத்தைச் சிவப்பு நிறம் பூசப்பட்ட ஒரு சாதாரணக் கல்(தாண்டலா-அரிசி போன்ற வடிவாக்கம்) எடுத்துக்காட்டும்; அல்லது அந்த இடத்தில் நேர்த்தியற்ற கற்சிலையொன்றை நடுவார்கள்; அதன் தோற்றம் அது உருவான காலத்தைவிட மேலும் 5000 ஆண்டுகள் பழைமையுடைத்தோ என்ற எண்ணத்தைத் தோற்றுவிக்கும்; பிறகு அப்புதிய வழிபாட்டை அக்குடும்பம் வனித்துக்கொண்டு வருகிறது. பேராபத்து, பஞ்சம், கொள்ளைநோய் போன்ற அழிவுகளிலிருந்து கிராம சமூகத்தை அந்தத் தேவதை 'காப்பாற்றுமேயானால்' அவ்வழிபாடு அந்தக் கிராமம் பூராவும் பரவக்கூடும். சிறு கற்கால அல்லது பெருங்கற்காலக் கல்வெட்டுக்களுடன் சேர்ந்து காணப்படும் வரலாற்றுக்கு முற்பட்ட முன்னோடிகளின் இடங்களில், இத்தகைய புதிய தெய்வ வழிபாடுகளின் தடயங்கள் அநேக சமயங்களில் கிட்டுவது கவனத்திற்குரியது. நான் சமீபத்தில், பூனாவின் பக்கத்திலுள்ள காட்டுவெளியில், வேதாளத்தை

வணங்கும் சில நபர்களுக்குக் கவனியாமல் விட்டுப்போன பெருங்கற்படையைச் சுட்டிக் காட்டினேன். இருபது அல்லது முப்பது நூற்றாண்டுகளின் முழு மறதிக்குப் பிறகு, அது உடனே புத்துயிர் பெற்றது. அவர்கள் அந்தக் கல்லுக்கு மலர்களைச் சூடி செந்நிறம் தடவி அவர்களுக்கே உரித்தான முறையில் அவ்வழிபாட்டை நினைவு கூர்ந்தனர். இன்று பிரபலமாகி வரும் அந்த வழிபாட்டிற்குரிய தெய்வத்தின் பெயர் நந்தி; சிவனின் காவல் காளையான நந்திக் கடவுளின் இவ்வழிபாடு, ஒரு நடுகல்லிலிருந்து சட்டென மனதில் கற்பனையாகப் பதிந்த உருவ ஒற்றுமையால் எழுந்ததே.

இந்திய வாழ்வில் தென்படும் மேலும் பற்பல பூர்வகால எச்சங்களை சுட்டிக் காண்பிப்பது மிக எளிது. ஒரு பெண் தன்னுடைய விலக்கு நாட்களில் இருக்கும்போது எந்த ஆணும் அவளைத் தொடமுடியாது. அப்படியும் யதேச்சையாகப் பட்டுவிட்டால், அவன் தலை நீராடுவதுடன், தன் உடைகளையும் துவைத்துக் கட்டித் தூய்மை பாராட்டுதல் வேண்டும். அச்சமயத்தில் அப்பெண் தனியிடத்தில் தூரமாக விலகியிருக்க வேண்டும். இந்த மாதவிலக்கிற்குரிய தடையை நவீன நகரவாழ்வு தகர்த்துவிட்டது. சில சிறப்புத் தினங்களில் நடைபெறும் கிராமியத் திருவிழாக்களைக் கொண்டாடும்போது கொந்தாலி என்ற விறலியர் சாதியினர், தங்களுடைய சொந்த இசையமைப்புக்கு ஏற்ப, இடைவிடாது நீண்ட நேரத்திற்கு உணர்ச்சிவசப்பட்டு ஆடும் ஆட்டம் நிகழ்த்துவதில் கைதேர்ந்தவர்கள். இப்பெயர், பூர்வகாலத்திற்குரிய கொண்டர் இனத்தாரிடமிருந்து பெறப்பட்டதை ஆராய்ந்து பார்க்கலாம். கி.பி. 1100க்கு முந்தியே இந்த ஆட்டம் அவர்களிடமிருந்து ஆட்கொள்ளப்பட்டிருக்கலாம். இத்தொடர்பைத் தற்போது மறந்துவிட்டார்கள். ஒரு கம்பத்தின் உச்சியில் ஏணி(பகாத்)யைப் படுக்கவைத்து, அதிலிருந்து தொங்கும் இரும்பு அல்லது எஃகு கொக்கிகளில் ஆட்களை வைத்து ஊஞ்சல் ஆட்டும் வழக்கம் பல கிராமங்களில் எஞ்சியுள்ளது. இதில் ஊஞ்சலாடும் உரிமை சில தலைமைக் குடும்பங்களுக்கு மட்டுமே இருந்துவருகிறது. இக்கொக்கி இடுப்பைச் சுற்றி அணியும் பட்டுத்துணி அல்லது தோல்பட்டையின்கீழ் மாட்டப்பட்டிருக்கும். கடந்த நூற்றாண்டுவரை (சில கிராமங்களில் இன்னமும் கூட)அக்கொக்கி இடுப்புச்சதையின் உள்ளேயே குத்தித் தொங்கவிடப்பட்டு வந்தது. இது ஒரு இரும்பு யுக வழக்காறு போல் தோன்றுகிறது; அப்படி இருக்கவும்

கூடும். ஆனால் சில பிரதேசங்களில் அந்த இரும்பு யுகத்தைவிடப் பழமையான காலத்திற்குரிய நரபலியின் ஒரு மாற்றாக இது விளங்கியதையும் பின்னோக்கி ஆராய்ந்துப் பார்க்கமுடியும். இதற்குத் தேர்ந்தெடுக்கப்படும் பலியாள்-ஓரிரு சிறப்புக் குலங்களில் தோன்றியவர்களுக்கு மட்டுமே ஒதுக்கப்படும் பொறாமைக்குரிய சிறப்புரிமை. இவர் சில தினங்களுக்குக் கடவுளாகவே நடத்தப்படுவார். பிறகு இந்தத் தற்காலிகக் கடவுளின் தலை வெட்டப்பட்டு நிலையான கடவுளின் முன்னிலையில் உள்ள பீடத்தின் மீது வைக்கப்படும்.

இத்தகைய ஆய்வு வேலைகள் மூடநம்பிக்கைகளைப் பற்றிய ஆய்வாக அமைந்து, உளவியல், சமூக இயல் ஆகிய துறைகளின் பயிற்சியாக விளங்குகிறது. பூர்வீகத் தொடர்பு மிகவும் விட்டுப்போன தெய்வங்கள், தெய்வ வழிபாடுகள் பற்றிய ஆராய்ச்சியை மேலும் சற்று உன்னிப்பாக கவனித்துப் பார்க்கவேண்டும். உயர்நிலைத் தெய்வங்களுக்குப் பணியாட்களாகச் சேவகம் புரியும் பூதகணங்களுடன் ஒன்று அல்லது பல மனைவிகளும், குழந்தைகளும்-சமயத்தில் பாதி மிருகமான கணேசர்-உள்ளனர். அந்த தெய்வங்கள், பல்வேறு மிருகங்கள் அல்லது பறவைகள் மீதேறி சவாரிபுரிகின்றன. அவ்வாகனங்கள் ஒருகாலத்தில் பழங்குடி மக்களின் குலச் சின்னங்களாக இருந்தன. இந்த தெய்வக் குடும்பமும், வாகனங்களும் வரலாற்றுச் சிறப்புடைய விளைவால் நிகழ்ந்தன. முன்பு ஒற்றுமையற்றிருந்த பல்வேறு பழங்குடிகளிடமிருந்து ஒருமைப்பாடு பெற்ற சமூகம் எழுச்சியுற்றதை இது எடுத்துக்காட்டுகிறது. இத்தகைய ஒருமைப்பாட்டு உணர்ச்சிகளை நியாயப்படுத்தும் நோக்கில், சிறப்பான முறையில் தெய்வீகக் கதைகள் புனையப்பட்டு, பிராமண நூல்களில் இடம்பெற்றன. (நினைவுகூர முடியாத அளவுக்கு மிகவும் தொன்மையானவையென்று கருதப்படும் புராணங்கள் கி.பி. 6-ம் நூற்றாண்டிற்கும் 12-ம் நூற்றாண்டிற்கும் இடையில் எழுதப்பட்டன; அல்லது பழைய கதைகளைத் தொகுத்து வரிசையுடன் மீண்டும் எழுதப்பட்டன). அதன் பிறகு, ஆழமான இறை இயல் நெறியின் உயர்நிலையும், தெய்வங்களின் நிலப்பிரபுத்துவச் சார்புள்ள அரசவையும் வருகின்றன. அந்த இடத்தைத் தத்துவச் சிறப்புடைய விளக்கவுரைகளும், தெய்வீக இணைவுப் பண்புகளும், அநேகமாகச் சமூகச் சீர்திருத்தங்களும் பற்றிக்கொண்டன. இவை இந்தியச் சமய சிந்தனைகளுக்குரிய பண்பின் முக்கிய நிலைகளாகும். இத்தகையச் சிந்தனைகளில் ஒரு நேர்பாட்டையோ, வாதப் பொருத்தத்தையோ

காண்பதரிது. இவை எப்போதும் யதார்த்த நிலையைப் புறக்கணித்ததுடன், எளிய உண்மைகள் அடங்கப்பெற்ற ஒரு தெளிவான சான்றையும் வழங்குவது இல்லை. பூர்வீகத்தில் வேறுபட்டிருந்த தெய்வங்கள் ஒருமைப்பாடு பெற்ற முறை தொடர்ச்சியாக நிகழவில்லை. பல்வேறு வட்டார வழிபாடுகளை அவற்றின் பக்தர் கூட்டத்தோடு ஒருங்கே சீரணித்துச் சென்ற இந்த ஒருமைப்பாட்டு இயக்கம், நாட்டின் எல்லாப் பிரதேசங்களிலும் இணைவரைவுச் சுழற்சிகளாக மீண்டும் மீண்டும் திருப்பி நடத்தப்பட்டன. தெய்வங்களின் இக்கூட்டு அமைப்பு ஏறக்குறைய, அதே கால மனித சமூகம் சென்ற திசையில் தொடர்ந்து சென்றது.

இந்தத் தெய்வ வழிபாடுகளுடன் ஒருங்கிணைத்துக்கொள்ளப்பட்ட மக்கள் எப்படியோ தங்களுடைய தனித்தன்மையையும், ஓரளவுக்கு முன்பு போற்றிய குலச் சார்புள்ள ஒதுங்கிய தன்மையையும் நிலைநிறுத்திக்கொண்டனர். இது நிறைவேற சாதி உதவியது. வேலையில்லாமலிருந்த பிராமணர்களும் இதை எப்போதும் ஊக்குவித்தார்கள். அப்போது, அவர்கள் ஒரு குலத்திற்குப் புரோகிதர்களாகச் செயல்பட வாய்ப்பு கிடைக்கும். ஒரு குலத்திற்குரிய சாதி மக்கள், சாதாரணமாக வேறொரு சாதி மக்களுடன் சேர்ந்து உண்ணுவதோ அவர்கள் கொடுக்கும் உணவை ஏற்றுக்கொள்வதோ இல்லை. மண உறவையும் வைத்துக்கொள்வதில்லை. உண்மையில் சில சமயங்களில் குல இரத்த உறவு என்பது, இரு குலத்தினர் சம்பந்திகளாகி, சாப்பாட்டையும், பெண்ணையும் பரிமாறிக்கொள்வதை (ரொட்டி-பேட்டி வியவஹார்) குறிக்கிறது. பூர்வீகக் குடிகளின், மணஉறவு கொள்ள தகுதியுடைய குலத்தினர், தங்களுக்குள்ளாக நடத்தும் உபரி உணவின் பரிமாற்றத்திற்கு, இதைச் சரி நிகராகக் கூறலாம். (பண்டைய ரோமில் நிலவிய நிலப் பாதுகாப்பும், கட்டுப்பாடும் வாய்ந்த திருமணத்தைக் ‘கான்பர்ரேஷியோ’ (Confarreatio) என்பார்கள். மணமக்கள் ரொட்டியைத் துண்டு செய்து மாற்றி உண்ணவேண்டுமென்பதே இவ்வார்த்தைக்குரிய சரியான பொருள். ஒன்றாய்க் கூடி உணவருந்தும் நட்பின் சக்தியைக் ‘கம்பேனியன்’ என்ற சொல்லும் அவ்வாறே இலக்கண ரீதியாகப் பொருள் தருகிறது. அச்சொல்லிலுள்ள ‘கன்’ என்ற பகுதி ‘கூட’ என்ற பொருளையும் ‘பேனிஸ்’ என்ற விகுதி ‘ரொட்டி’ என்ற பொருளையும் குறிக்கும் மூலச்சொற்களாகும். நெருங்கிய நண்பனைக் குறிக்கும் ‘கொபேன்’

என்ற நவீன பிரெஞ்சுப் சொல்லின் மூலச்சொல்லும் அவ்வாறே. கொள்கையளவில், சாதிகளை ஒன்றாக வைத்திருப்பது யாதெனில், பிராமணர்கள் வகிக்கும் முதல்நிலையே அவர்களுடைய கைகளிலிருந்து யார் வேண்டுமானாலும் உணவைப் பெற்றுக்கொள்ளலாம்; ஆனால், அவர்களுடைய பெண்களைப் பிராமணர்கள் மட்டுமேதான் மணமுடித்துக்கொள்ள முடியும். உற்பத்தியின் பிணைப்பு வேறுபட்டிருந்தாலும், பிணைப்பு இருந்தது. **பூர்வீக உற்பத்தி உறவில் ஆதிக்கம் செலுத்திய வர்க்கமே சாதி.** பல சந்தர்ப்பங்களில், பிணைப்பு என்பது சாதாரணமாக, விவசாயத்தில் உறவினர்களாக உள்ள, விவசாயக் குடும்பங்களைக் குறிக்கின்றது. ஆனால், பல சாதிகள் இடைக்காலத் தொழில் இனக் குழுக்களுக்குச் (கில்டுகள்) சமமான நிலையைப் பெற்றிருந்தன. உதாரணமாகக் கூடை முடைதல், மூலிகை விற்றல் (வாய்டூ) கரம்பு வெட்டுதல் (வட்டர்) மீன் பிடித்தல் ஆகிய தொழில்களில் சிறப்பான பயிற்சியைப் பெற்றிருந்தவர்கள் தனித்தனி சாதியாயினர். இவர்களில் சிலர், தனிமையான கிராம வாழ்வில் இன்னமும் அதே இடைக்காலத்தில் வாழ முயல்கின்றனர். பூர்வீகத்தில் இத்தகைய சாதிகள் பழங்குடிகளாக வாழ்ந்தன என்பது தெரிய வருகிறது. ‘செம்படவர்களை’க் குறிக்கும்-பீகார், வங்கம் ஆகிய மாநிலங்களின்-கைவர்த்தா எனும் சாதியும், மகாராஷ்டிரத்தின் போயி எனும் சாதியும் இதற்கு உதாரணங்கள். ஒரு குலச்சின்ன இயல்புகளும் வெளிப்படுகின்றன. மேலே கூறப்பட்ட வாஜீ போன்ற குல கிராமங்களுக்கு இணையாக, அக்கிராமங்களில் வசிக்கும் பூர்வ குடிகளின் குடும்பப் பெயர்கள் அவர்களுடைய பூர்வ குலச்சின்னங்களின் பெயர்களாக உள்ளன. உ-ம் மஹர் (முதலை), லேஞ்சி (ஓநாய்) மோர் (மயில்), பிம்ப்ளர் (புனிதமான அரச மரம்) பூர்வீகம் எதுவாக இருப்பினும், சில குலச்சின்னங்களின் சிறப்பை விளக்கும் ஆசாரங்கள் இன்னமும் வழக்கத்தில் உள்ளன. உதாரணமாக, மோர் சாதியினர் மயில் இறைச்சியை உண்ணமாட்டார்கள்; அதைப் போலவே பிம்ப்ளர் சாதியினர் அரச இலையில் சாப்பிடமாட்டார்கள். அவர்கள் அரசமரக் கிளைகளை வெட்டி ஒருக்காலும் அடுப்பெரிக்கவும் மாட்டார்கள். ஆனால் பற்றாக்குறை இத்தடையை முறித்துவிட்டது எனலாம். இவ்வாறே, பிற்பட்ட வேதகாலத்திற்குரிய பைப்பலாதா (அரசம் பழத்தைப் புசிப்பவர்) என்ற பிராமண குலம் உருவானது.

ஒரு எல்லையென்று வரையறுக்கப்படாத, விரிந்த நிலப்பரப்பில், உணவைச் சேகரித்து வாழும் கூட்டத்தினர் பெருக்கமடையாமல் வாழ்ந்துகொண்டிருந்த சூழ்நிலையில் அங்கு எவ்வாறு உணவை உற்பத்தி செய்யும் சமூகம் மெதுவாக வளர்ச்சியுற்றது என்பதை நோக்குவதே வரலாற்றின் சித்திரமாகும். உற்பத்தியைப் பெருக்கும் ஒரு சமூகத்தின் மக்கள் தொகை விரைவாகக் கூடிச்செல்வது இயற்கைதான். ஆகவே இந்த ஜனப்பெருக்கம், மேலும் மேலும் புதுவெட்டு நிலங்களைச் சாகுபடியின்கீழ் கொண்டுவர உதவுகிறது. உற்பத்தியாளர்கள் தங்கள் நடவடிக்கைகளை விரிவாக்கும்பொழுது அவர்களுக்கும் உணவு சேகரிப்பவர்களுக்கும் இடையே சண்டையோ சில பரிமாற்ற முறைகளையோ தவிர்ப்பதற்கில்லை. குறிப்பிட்ட பிரதேசங்களில் வாழ்ந்த உணவு சேகரிக்கும் கூட்டம் ஒவ்வொன்றும் எண்ணிக்கையில் மிகவும் குறைவாக இருந்தாலும், அவற்றின் வெவ்வேறு பழங்குடிகள் பல்வகையாகப் பெருகியிருந்தன. உத்தேசமாகக் கணக்கிட்டுப் பார்ப்போமானால், ஆயிரம் சதுரமீட்டர் நிலப்பரப்பில், விவசாயத் தொழிலை நம்பி நூறு மக்கள் வாழ முடிகின்ற அதே நேரத்தில் திறமையான வேட்டைத் தொழிலையும், உணவு சேகரிக்கும் ஜீவிதத்தையும் நம்பி, அதே நிலப்பரப்பில் ஒருவர்கூட வாழமுடியாது; மேய்ச்சல் நிலத்திற்குரிய ஆயர் வாழ்க்கையை நம்பினாலோ மூன்று பேருக்குமேல் அங்கு வாழமுடியாது. மேலும், உணவு சேகரிப்பைக் காட்டிலும், மிக விரிவான நிலப்பரப்பில் நீர்ப்பாசனம், எருக்கள் ஆகியவற்றைப் பயன்படுத்தி சிறந்த விவசாயத்தை அபிவிருத்தி செய்யமுடியும். இந்தியாவில் முதன்முறையாகப் பெரிய அளவில் உணவு உற்பத்தி, மேற்குப் பஞ்சாப், சிந்து ஆகிய மாநிலங்கள் அடங்கிய சிந்துநதிச் சமவெளியில்தான் (உண்மையில் இன்று இவை பாகிஸ்தானைச் சேர்ந்தவை) நடைபெற்றது. ஏறக்குறைய அதன் காலம் கி.மு. 3,000-1,750 ஆகும். இது ஒரு குறிப்பிட்ட வகை நிலத்திற்கு அப்பால் பரவ முடியவில்லை. பிறகு, உண்மையான விவசாயப் பெருக்கம் அங்கிருந்து கிழக்கே 1,800 கி.மீ. தள்ளியுள்ள கங்கைச் சமவெளியில்தான் நிகழ்ந்தது; அதற்கு, முற்றிலும் தனிச்சிறப்பு வாய்ந்த உணவு உற்பத்தி முறைகளுடன் சேர்ந்து செல்லும் ஒரு புதிய சமூக அமைப்பு, அதாவது வர்ணசாதி, தேவையாக இருந்தது. அங்கு அவ்வாறு அப்பெருக்கம் ஏற்பட மேலும் ஆயிரம் ஆண்டுகள் பிடித்தன. அப்போது கி.மு. 700 என்று கூறலாம். பூர்வகாலச் சூழ்நிலைகளின்கீழ், ஆரம்ப நிலையிலிருந்தே வர்ணசாதிமுறை

இல்லாவிடில், இவ்வாறு விவசாயம் நீண்ட நிலப்பரப்பில் அவ்வளவு சுலபமாக பரவியிருக்காது; அப்பூர்வகால வர்ணசாதி அமைப்பின் வாயிலாக அடிமை முறையைக் கடைப்பிடிக்காமலேயே உழைப்பின் பலனை பறித்துக்கொள்ள முடிந்தது.

அடுத்தபடியாக, சரியான தக்காணப் பகுதிக்குள் விவசாயம் பரவியது, முக்கியத்துவம் வாய்ந்தது. இதற்கு உயர்வான வளர்ச்சியைப் பெற்றிருந்த வடக்கத்திய சமூகத்தின் அபிவிருத்தி அடைந்திருந்த தொழில் முறைகள் ஆதரவு நல்கின. குறிப்பாக, அச்சமயத்தில், உலோகங்களைப் பற்றிப் புதிதாகப் பெற்ற அறிவு இதில் முக்கியமானது. இப்புதியப் பிராந்தியம் வடநாட்டிலிருந்து பல வகைகளில் வேறுபட்டிருந்தது. ஆகையால் அங்கு குடியேறியது போன்ற முறை இங்கு உதவாது. ஆகவே, மேற்கொண்டு மாறுதலையும், ஒரு புதிய வேலையையும் சாதி வர்ணம் செய்ய வேண்டியிருந்தது; அவ்விடங்களில், பிராமணர்கள் புராணங்களை எழுதிப் பூர்வகுடிகளின் சடங்குகளை மரியாதைக்குரியனவாக ஆக்கிக்கொடுத்தனர். அதுகாலை, பழங்குடிகளின் பண்படாத தலைவர்கள் மன்னர்களாகவும், பிரபுக்களாகவும் உயர்ந்து அப்பழங்குடிகளை ஆட்சி செய்யத் துவங்கினர். உண்மையில், வெளித் தூண்டுதலால் இப்புதிய வர்க்கம் உருவாயிற்று; ஆனால், வடக்கில், பழங்குடிக்குள் தோன்றிய வர்க்க அமைப்பாகவே பழங்காலச் சாதிமுறை (வர்ணம்) தோன்றி வளர்ந்தது. கடைசியில் நிலப்பிரபுத்துவத்தில் நிர்வாகப் பணியையும் சாதிமுறை நிறைவேற்றியது. அதாவது முதல் நிலையில் உணவை உற்பத்தி செய்யும் உழவர்களை வன்முறையின் உதவியின்றியே பணி புரிய வைப்பது. புதிதாகக் குடியேறிய கிராமங்களில் வசிக்கும் விவசாயிகளை எடுத்துக்கொள்வோமானால், நாம் முன்பு கவனித்த பிரகாரம், அவர்கள் முன்பு பழங்குடிகளாக விளங்கிய ஒரு சாதிக்குள் அடங்கிய ஒரே குல இரத்த உறவுக் கூட்டத்தைச் சேர்ந்தவர்கள் என்பதை அறியலாம். நிலம் இவர்களின் வசமே இருந்தது. புதிதாகக் குடியேறிய கிராமத்தில், முதலில் குடியேறிய விவசாயிகளின் இசைவின்றிப் புதியவர்கள் அக்குலத்தினரின் சமூகத்திற்குள் நுழைய முடியாது. குலத்திலிருந்து ஒரு மனிதன் விலக்கப்பட்டான் என்பதற்குச் சரியான பொருள், சமூகத்தில் அவனுக்கு இடமில்லை என்பதே; சாதிப் பிரஷ்டம் (சாதியை விட்டு விலக்குதல்) என்ற சொல் வழக்கும் இவ்வாறே. இத்தகைய குலங்கள் ஒவ்வொன்றும் சில குறிப்பிட்ட சட்டங்களையும், பழக்க வழக்கங்களையும் இன்னமும் தங்களுக்குள்

கடைப்பிடித்துக்கொண்டு வருகின்றன. மன்னன், அவனுடைய அதிகாரிகள், அவர்களுடைய பிராமண ஆலோசகர்கள் பிராந்தியப் பழக்க வழக்கங்களையும், சட்டங்களையும் முழுவதும் அறிந்துகொண்டு, பரிசீலித்த பிறகே வெவ்வேறு குழு மக்களிடையே நிலவிய தகராறுகளைத் தீர்த்து வைத்தனர். பெரும்பாலும் குல மக்களுக்குள்ளாக ஏற்படும் தகராறுகளைச் சாதி அல்லது கிராம ஆட்சி மன்றமே (சபை) தீர்த்து வைத்தது. நவீன அமைப்பான தனியார் சொத்துரிமையும், பணமும் இன்னும் பண்டைய மரபுகளைத் தகர்க்காதவரையில் அதை இன்றும் சில கிராமங்களில் பார்க்கலாம். சாதிப் பிரிவும் பிராமணர்களின் தந்திரமும் இந்நாட்டை மூட நம்பிக்கைகளில் ஆழ்த்தியது. அந்நியர்கள் படையெடுத்து வந்தபோது நம்மைச் செயலற்றவர்களாக்கிவிட்டன. ஆயினும், நிலப்பிரபுத்துவக் கொடுங்கோன்மையின் கீழ் சாதி, ஏழைகளைக் காப்பாற்றியதும் உண்டு. ஆயுதமிழந்த விவசாயிகள் தெரிவிக்கக்கூடிய ஒரே கண்டனமுறை எதுவெனில், மொத்தமாக எல்லாரும் சேர்ந்து, கூடுதலாக வரி விதிக்கப்பட்ட தங்கள் நிலத்தைப் பயிரிட மறுப்பதே. ஆக்கிரமிக்கப்படாத நிலமும் திருத்தப்படாத காடுகளும் இருந்ததால் அவர்கள் வேறு இடங்களுக்குச் சென்று குடியேறினர். நிலப்பிரபுத்துவக் காலத்தின் பிற்பகுதியில் சாகுபடிக்குரிய நிலங்கள் பெருகிவிட்டதால் இவ்வாறு 'விட்டோடுதல்'(மராத்தியில் காம்வாயீ என்றும், கிரேக்க மொழியில் 'அனக்கோரிஸிஸ்' என்றும் அழைப்பர்) அவர்களுக்குச் சமநிலையிலுள்ள வெளியூர் சாதிகளின் துணையில்லாமல் நடத்துவது மிகக் கடினமாக இருந்திருக்கும். தங்கள் சாதியைச் சேர்ந்த மற்றவர்களிடமிருந்து தேவையான ஒத்துழைப்பை எப்போதும் அவர்களால் கோரிப் பெறமுடிந்தது. உழவர்கள் நடத்திய வேலை நிறுத்தத்தின் பண்டைய இந்திய முறை இதுவே. சாதியென்பது ஒரு மோசமான மூடநம்பிக்கைச் சின்னமாக மாறி நீண்ட காலமாகிவிட்டது; ஆயின் 19ஆம் நூற்றாண்டின் பிற்பகுதியில் இச்சாதிகள் அரசியல் அணிகளாக உருப்பெற்றன. இந்த அரசியல் அணிகள், இப்புதியப் பூர்ஷுவா ஜனநாயக அமைப்பின் கீழும் தொடர்ந்து நிலை வகிப்பதுடன், சமயத்தில் அபாயகரமான நெருக்கடிகளைத் தோற்றுவித்து, ஜனநாயகத்தையே அச்சுறுத்துகிறது. ஆங்கிலேயர்கள், இந்தியா ஒன்றாக இருக்கக்கூடாது என்ற எண்ணத்தில் சாதிப் பிரிவினைகளை ஊக்குவித்தும், சமயத்திற்கேற்ப முடுக்கிவிட்டும் வளர்த்தனர். இந்த அடிப்படையற்ற, இழிவான தற்காலத்திய சாதி அமைப்பு இன்னம் எவ்வளவு காலம்

நிலைத்திருக்கும் என்ற கேள்வியின் விடை இந்தியாவில் விளையக்கூடிய நவீன முறை உற்பத்திப் பெருக்கத்தைப் பொறுத்திருக்கிறது. இப்பொழுது சட்ட பூர்வமாகச் சாதிகள் ஒப்புக்கொள்ளப்படுவதில்லை. சீர்திருத்தக் கொள்கையை முன்னிட்டு, ஜனத்தொகைக் கணிப்பிலும்கூட, சாதி விவரங்கள் பதிவு செய்யப்படுவதில்லை; இச்செய்கை, நெருப்புக்கோழி தன்னுடைய தலையைத் தானே மண்ணில் புதைத்துக்கொண்டு ஒளித்துக் கொள்வதற்கொப்ப உள்ளது. இருப்பினும் நகர வாழ்க்கையில் உள்ள நெரிசலான குடியிருப்புகள், ரயில், பஸ், படகு போன்ற நவீனப் போக்குவரத்துகள், எல்லாச் சாதிகளைச் சேர்ந்த தொழிலாளர்களையும் கொண்ட தொழிற்சாலைகள், ரொக்கப் பொருளாதாரத்தில் பணத்தின் மிதமிஞ்சிய சக்திகள், ஆகியவை சாதியின் முக்கிய அம்சமான குலத்தைக்கொண்டு தனிமைப்படுத்தும் வாரிசு மரபைத் தகர்த்துவிட்டது. இயந்திர மயமாக்கப்பட்ட வாழ்வில் பிராமணப் புரோகிதனுக்கு இடமில்லை; விஞ்ஞான விதிகளினால் ஓடும் இயந்திரங்கள், ஆதிக்க படிநிலையமைப்புடைய சாதியைச் சரியெனக் காட்டாது.

மூன்றாம் அத்தியாயம்

முதல் நகரங்கள்

3.1. சிந்து நதிப் பண்பாட்டின் கண்டுபிடிப்பு

கடந்த இரு அத்தியாயங்களில், இந்தியாவில் நிகழ்ந்த ஒருமைப்பாட்டின் தன்மையைப் பற்றி ஆராய்ந்தோம். இந்திய ஜனத்தொகையில் பெரும்பான்மை மக்களாகத் திரண்டுள்ள விவசாயிகளும், மீதியுள்ள பழங்குடி மக்களும், பன்னெடுங் காலமாகத் தங்களுடைய செல்வாக்கை ஒருவருக்கொருவர் மேல் பதித்தே வாழ்ந்தனர். மொத்தமாகப் பார்க்குமிடத்து இதுவே நிலைபெற்றாலும், பழங்குடி சமூகத்தில், நல்ல உணவு உற்பத்தி காரணத்தால் நேர்ந்த விவசாய மாறுதல்கள், கோணல்மாணலானது. நசித்துப்போன பழங்குடி வாழ்விலிருந்து வெளிப்பட்ட விவசாய வளர்ச்சியைப்பற்றி அதிக சிரமமின்றி ஆராய்ந்து பார்க்க முடியும். மாற்றத்தின் வடிவங்கள் தெளிவாகவேதெரிகின்றன. அவை முறையும் காலமும் தப்பாமல் சீராக ஒவ்வொரு பிராந்தியத்திலும் நிகழ்ந்ததென இல்லாவிட்டாலும் இவ்வாறு சிந்தனை விரிந்து செல்லும்போது, நகர வாழ்வின் துவக்கம், வளர்ச்சி பற்றிய கேள்விகள் தோன்றுவது இயல்பு. நாகரிகத்தின் பொருள், நாடு முழுவதிலும் வாழ்க்கையில் தலைசிறந்த அம்சமாக நகர, வாழ்வு விளங்குவதே. இக்கால இந்திய நகரங்கள் தங்கள் செல்வாக்கிற்கு அயல்நாட்டு உற்பத்தி முறைக்குக் கடன்பட்டிருந்தாலும், இயந்திர காலத்திற்கும், நிலப்பிரபுத்துவ காலத்திற்கும் பன்னெடுங்காலம் முந்தியே இந்தியாவில் பல நகரங்கள் இருந்தன. வரலாற்றுக்கு முற்பட்ட நிலைமையைக் களனாகக்கொண்டு இவை எவ்வாறு வளர்ந்தன?"

ஏதேனும் முக்கியத்துவம் வாய்ந்த சில இந்திய நகரங்கள் முதன்முதலாக இந்தியாவில் தோன்றியிருக்குமேயானால் அவை கி.மு. முதல் ஆயிரம் ஆண்டுக் காலங்களில் தோன்றியிருக்க வேண்டும். இது கடந்த தலைமுறைக்கு முன்பு எல்லோராலும் ஏற்றுக்கொள்ளப்பட்ட கருத்து. அந்நகரங்களை, நாடோடிகளாகத்

திரிந்த மேய்ச்சல் ஆயர்களின் வழித்தோன்றல்களான ஆரியர்கள் கட்டியதாகவே நம்பப்பட்டது. வெண்கல யுகத்துப் பழங்குடிகளாகப் படையெடுத்து வந்த ஆரியர்கள், வடமேற்கு எல்லை வழியாக இந்தியாவிற்குள் நுழைந்தனர். ஏறக்குறைய, கி.மு. 1500-லிருந்து கி.மு. 1000த்திற்குச் சற்று பின்புவரை, அவர்கள் தங்களுக்குள்ளாகவும், பஞ்சாபிலிருந்த சில பூர்வ குடிகளுடனும் போரிட்டு வந்தனர். அதன் பின்னர், சற்று மெதுவாகவே கங்கைச் சமவெளியில் குடிமை வாழ்வும் நாகரிகமும் தோன்றின. பழைய கருத்தின்படி பாட்னாவே, உண்மையில் தோன்றிய முதற்பெரும் இந்திய நகராக எண்ணப்படுகின்றது. ஆனால், அது பெரும்பாலும் பண்டைய சம்ஸ்கிருத நூல்கள், பாடல்கள், கதைகள் ஆகியவற்றிலிருந்து ஊகிக்கப்பட்டது; அவை எல்லாம் தெய்வீகக் கதை, புராண வடிவில் உள்ளவை. 1925-ல் தொல்பொருள் ஆராய்ச்சியாளர்கள், மிகப்பெரிய நகரச் சின்னங்கள் புதைந்ததோர் ஒப்பற்ற கண்டுபிடிப்பை அறிவித்தார்கள். பண்டைய இலக்கிய நூல்களில் தேடிப் பார்த்தோமானால், அதைப் பற்றிய குறிப்புகள் எவையும் காணோம். இதன் முக்கியச் சின்னங்கள் இரு நகரங்களாகும்; இவற்றின் சிறப்பு உயர்வு நிலை பெற்றிருந்த கி.மு. மூன்றாவது ஆயிரம் ஆண்டுக் காலத்தில், அநேகமாக, இவை ஒவ்வொன்றின் பரப்பும் ஒவ்வொரு சதுரமைல் கொண்டதாக இருக்கலாம். இரண்டும் சிந்துச் சமவெளியில் அமையப்பெற்றதுடன் இவ்விரண்டுமே முக்கிய நதிகளின் கரையில் அமைந்திருந்தன. தென்புறத்தே, பாலைநிலத் திடலாக இன்று சிந்து மாநிலத்தில் காட்சியளிப்பதே மொஹஞ்சோதாரோ ஆகும்; இங்குச் சிந்து நதி பாய்கிறது. இதற்கு வடக்குப் புறமாக உள்ள ஹரப்பா மேற்குப் பஞ்சாபில் உள்ளது; சிந்துவின் முக்கியக் கிளை நதியான ரவி, ஒரு காலத்தில் இந்நகர் வழியே ஓடிற்று. வரலாற்றுக் காலங்களிலும் அநேக சமயங்களில் ஏற்பட்டுள்ளதைப் போன்று, இவை புதிய கால்வாய்களைத் தோற்றுவித்துள்ளன; காரணம் யாதெனில் இவை தாழ்வான வண்டல் நிலப் பிரதேசம் வழியே பாய்வதே. இந்நகர வீடுகள் பல மாடிகளையும், பகட்டழகையும் கொண்டு சுட்ட செங்கற்களினால் உறுதியாகக் கட்டப்பட்டிருந்ததுடன் நேர்த்தியான குளியலறைகள், கழிப்பிடங்கள் போன்ற வசதிகளும் கொண்டிருந்தன. அங்குள்ள மட்பாண்டங்கள் நல்ல தரமானவை. இந்நேர்த்தியான பாறைகளில் அழகான வேலைப்பாடுகள் இல்லாவிட்டாலும் வேகமாகச் சுழலும் குயவர் சக்கரத்தால் மொத்தமாக உற்பத்தி செய்யப்பட்டன. தங்கம், வெள்ளி நகைகள், பிற சான்றுகளும், மறைந்துபோன

செல்வங்களைப் பற்றிய தடயங்களைச் சுட்டுகிறது. சிந்துவின் வீட்டு மனைத் திட்டம் தனிச் சிறப்பிற்குரியது; முதலில் இவை ஒவ்வொன்றும் 200 X 400 கஜங்கள் அளவுடைய செவ்வகத் தொகுதிகளாக அமையப்பெற்று, அகலமாக முக்கியத் தெருக்களும், அழகிய சின்னஞ்சிறு சந்துகளும் கொண்டிருந்தன. மிகத் தொன்மையான காலத்தில், தீவிர கவனமுடன் திட்டமிடப்பட்ட இத்தகைய நுணுக்கமும், நேர்த்தியும் வாய்ந்த குடியிருப்பு அமைப்பை வேறெங்கிலுமே காணமுடியாது. எகிப்திய மன்னர்களின் மலைபோன்ற பிரமிடுகளுடனும், பெருகோயில்களுடனும் ஒப்பிடும்போது, எகிப்திய நகரங்களின் கட்டட அமைப்புக் கலை நுணுக்கங்கள் அற்பமானவைதாம். சுமேரியா, ஆக்கேட், பாபிலோனியா, ஆகியவற்றில், செங்கற்களால் கட்டப்பட்ட நகரங்கள் கிட்டத்தட்ட சிந்து வகையுடன் பொருந்துகின்றன; ஆனால், அவை தாமாகவே வளர்ந்தவை. திட்டமிடப்பட்டு உருப்பெற்றவையன்று. அங்கெல்லாம் தோன்றிய தெருக்கள் ரோம், லண்டன், பாரிஸ், மற்றும் இந்தியாவின் பிற்கால நகரங்களிலும் தோன்றியதைப்போலவே, நேர்பாடற்ற நாட்டுப்புறத் தடங்களைப் பின்பற்றியே எழுந்தன. ஆயின், சிந்து சமவெளி நகர அமைப்பு உண்மையில் பிரமிப்பூட்டுகிறது. நேர் நேராகக் கோடுகளைக் கிழித்தாற்போல் வரிசை வரிசையான தெருக்களுடன், மழைநீரை வெளியேற்றும் ஒப்பற்ற வடிகால் அமைப்பும், கழிவுநீரை வெளியேற்றும் சாக்கடைத் தொட்டிகளும் அந்நகர அமைப்பின்கீழ் இடம்பெற்றிருந்தன. இந்த நவீன காலம்வரை தோன்றிய எந்த இந்திய நகரமும் இந்த அளவுக்கு எந்த வசதிகளையுமே பெற்றிருக்கவில்லை; பெரும்பான்மையான நகரங்களில் இன்றும்கூட இதைப்போன்ற வசதிகளே கிடையாது. அளவிடற்கரிதான பெருந்தானியக் களஞ்சியங்களை இங்கு காணுந்தோறும் இவை தனியாருக்குச் சொந்தமாக இருக்கமுடியாது என்ற எண்ணம் தோன்றும், அக்களஞ்சியங்களுடன் சேர்த்துச் சிறு குடியிருப்பு வீட்டுத் தொகுதிகள் வரிசையாகக் கட்டப்பட்டிருந்தன. தானியங்களைக் குத்திப் புடைத்துச் சுத்தமாகக் களஞ்சியத்தில் சேர்ப்பித்ததொரு தனிப்பட்ட தொழிலாளர் வர்க்கமோ அடிமைகளோ இக்குடியிருப்புகளில் வசித்திருக்க வேண்டும். பெருமளவு வணிகம் நிலவியதற்கான சான்றுகள் கிட்டியுள்ளன. ஓரளவு கடல் கடந்த வாணிபமும் இருந்திருக்கிறது.

பண்டைய இந்திய வரலாறு பற்றிய பழைமைக் கருத்துக்கள் யாவற்றையும் புதிதாகக் கண்டுபிடித்த உண்மைகளுக்கு ஏற்ப மீண்டும் புத்துருவம் செய்தாக வேண்டும் என்பதே இதற்குப் பொருள், இந்தியாவின் பண்பாட்டு வளர்ச்சி நேர்க்கோட்டில் தர்க்க ரீதியாகத் தொடர்ந்து நிகழவில்லை. ஆனால் இந்த வளர்ச்சி பெரிய பின்னடைவையும், மேய்ச்சலை அடிப்படையாகக்கொண்ட விளக்க இயலாத காட்டுமிராண்டி நிலைக்குத் தள்ளப்பட்டதையும் காட்டுகிறது. ஹரப்பா போன்ற பெருநகரம், அதனைச் சுற்றிப் போதுமான உபரி உணவை உற்பத்தி செய்யும் துணைப் பிரதேசம் இருந்ததை உணர்த்துகிறது. இயல்பாக, நகரமே அதிகாரத்தின் இருப்பிடம். அதாவது ஒன்று அல்லது ஒன்றுக்கு மேற்பட்ட நகரங்கள் இருந்தன என்பதற்கு அரசு ஆதிக்கம் இருந்துவந்தது என்பதே பொருள். சில மக்கள் உபரி உணவை உற்பத்தி செய்தார்கள். உற்பத்தியில் ஈடுபடாது, ஆனால் உற்பத்தியைத் திட்டமிட்டு, நிருவகித்துக் கட்டுப்படுத்தும் ஒரு சிலர் உபரியைப் பறித்துச் சென்றுவிட்டார்கள். பண்டைக் காலத்தில் சிலர் பலர் மீது ஆதிக்கம் செலுத்தும் ஆதார அடிப்படையில் வர்க்கப் பிரிவும் உழைப்புப் பிரிவும் இல்லாமல் நகரங்கள் இருந்திருக்க முடியாது என்பதனையே இது காணுகிறது. அப்படியானால் வாரிசுகளோ தடயமோ இன்றி அத்தகைய நகரம் மறைந்தது ஏன்? அதன் நேரடிச் செல்வாக்கினாலோ போட்டியினாலோ வேறு நகரங்கள் தோன்றினதால் அது அழிந்தது என்று பொருள்பட வேண்டும். ஈராக் நாட்டு நகரங்களை வென்றவர்கள் அந்நகரங்களைத் தொடர்ந்து ஆண்டனர். பாபிலோனியப் பேரரசரும் சட்டங்களை வழங்கியவருமான ஹம்முராபியின் (கி.மு. பதினேழாம் நூற்றாண்டு) முன்னோர்கள் அவ்வாறு வென்றவர்களேயாயினும் ஆதியில் காட்டுமிராண்டிகளே. எகிப்திலும் அவ்வாறே, இந்தியாவில் நாம் எதிர்பார்க்கும் நகரப் பண்பாட்டின் தொடர்ச்சி காணப்படவில்லை.

மெசப்பட்டோமியாவில் தோண்டி எடுக்கப்பட்ட பிற சான்றுகளுடன் ஒப்பிடுங்காலை, சிந்து நகரங்களுக்கும் அவற்றுடன் சரிநிகராக விளங்கிய அயல்நாட்டு நகரங்களுக்குமிடையே, கி.மு. மூன்றாவது ஆயிரமாண்டில் வாணிகம் நிலவி வந்தது தெளிவாகின்றது. சிந்து நகரப் பண்பாட்டின் காலத்தை ஏறக்குறைய கி.மு. 3000-2000வரை என்று எடுத்துக்கொள்ளலாம். மீறிப் போனால், கி.மு. 1750-ம் ஆண்டிற்குப் பிறகு இதன் முடிவு நிகழ்ந்திருக்கலாம். அம்முடிவுக்கு முன்னர் பல ஆண்டுகளாகவே அதன் சீரழிவின் அறிகுறிகள் தென்பட்டாலும் உண்மையில் கடைசி முடிவு திடீரென்று

ஏற்பட்டது. மொஹஞ்சோதாரோவில் அந்நகரம் தீக்கிரையானது; குடிமக்கள் வெட்டிக் கொல்லப்பட்டனர்; அப்படுகொலைக்குப் பிறகு அந்நகரில் அதிகமாகக் குடியேறுவதில் எவரும் அக்கறை செலுத்தவில்லை. மேற்கூறியதைப் போன்ற சீரழிவுச் சான்றுகள் ஹரப்பாவில் சொற்பம். ஏனென்றால் மண்ணின் மேலடுக்குகள் சிதைக்கப்பட்டுவிட்டன. அதில் இருந்த சாதனங்களைப் (பெரும்பாலும் செங்கற்கள்) புதியக் கட்டடங்களைக் கட்டுவதற்காக எடுத்துச் சென்றுவிட்டார்கள். அதில் பெரும் பகுதி, மலிவு ஜல்லிகளாக இருப்புப்பாதை அமைப்பதற்குப் போடப்பட்டுவிட்டன. அக்கொடூர முடிவு பற்றிய சான்றுகளை பார்க்குமிடத்து, பண்டைய சம்ஸ்கிருத வேதத்தில் கூறப்பட்டுள்ள உருவகங்கள் யாவும் உண்மையோவென எண்ணத் தோன்றும். பகைவர்களைப் பற்றிக் கூறும்போது, போர்க்களத்தில் மிகவும் இரக்கமற்ற முறையில் அடித்து நொறுக்கப்பட்டனரென்றும், அவர்களுடைய செல்வங்கள் சூறையாடப்பட்டனவென்றும் நகரங்கள் கொளுத்தப்பட்டனவென்றும், அந்நூல் விவரிக்கின்றது. ஆகவே, பண்டைய மேய்ச்சல் நிலத்திற்குரிய கி.மு. இரண்டாவது ஆயிரமாண்டுத் துவக்கத்தின், வெண்கல கால இந்தியப் பண்பாட்டின் யதார்த்த நிலை பற்றி நாம் அறிந்துகொண்டது. என்னவென்றால், பழமைச் சிறப்புடைய ஒரு உயர்நிலை நகரப் பண்பாட்டின் மீது காட்டுமிராண்டித்தனம்கொண்ட வெற்றியையே, வரலாற்றின் மாறுதல்கள் புதிய வேகம் பெற்று முன்னேற்றத்தைத் தோற்றுவிக்காமல், வரலாற்றின் திசை பலத்த தாக்குதலுக்கு இரையாகித் தேக்கமும் சீர்குலைவும் அடைந்ததைக் காண்கின்றோம்.

இது வரலாற்று ஆசிரியரை வழக்கு மீறிய பிரச்சினையில் கொண்டுவிடுகிறது. சிந்து நகரச் சான்றுகள் எதுவுமே பொருளுணரப்படவில்லை. மேலும் இச்சான்றுகள், முத்திரைகளின் மீது சிறு வாசகங்கள் பொறிக்கப்பட்ட முத்திரைப் பதிவுகளாகவும், கீறல்களைக்கொண்டுள்ள பானைத் துண்டுகளாகவும் உள்ளன. எழுத்துக்கள் என்னவென்று புரியாததால் இதுவரையிலும் இம்மொழியைப் படிக்க இயலவில்லை. அவ்வாறே முயன்று படித்தாலும் சில தனிப்பட்ட பெயர்களுக்கு மேல் வேறு விவரங்கள் கிட்டில. ஒருகால் அப்பெயர்களும் சில வர்த்தக நிறுவனங்களின் பெயர்களாகவோ அல்லது ஓரிரண்டு தெய்வங்களின் பெயர்களாகவோ இருக்கலாம். அகழ்வாராய்ச்சிச் சான்றுகளுடன் சாசனங்கள், கல்வெட்டுக்கள் போன்ற எழுத்து வாயிலான ஆதாரங்கள் பொருந்திச்

செல்வதே எல்லாப் பண்டைய வரலாறுகளுக்கும் அடிப்படை. இங்கு நாம் எடுத்துக்கொண்டுள்ள சிந்துவின் புதைபொருள் ஆராய்ச்சிச் சான்றுகளோ விரிவானவை; ஆனால் இவற்றுடன் பொருந்தக்கூடிய ஆவணங்கள் இக்காலம் முடியுந்தொட்டும் படிக்கப்படவில்லை. யாதும் ஒரு குறிப்பிட்ட சான்றுடன் தொடர்புடைய மனிதன் அல்லது நிகழ்ச்சி பற்றிக் குறிப்பிட முடியவில்லை. அம்மக்கள் எந்த மொழியைப் பேசினார்கள் என்பதும் நாமறியோம். இதற்கு மாறாக, இந்த ஆயிரங்காலத்துப் பண்பாட்டை மீண்டும் எழாதபடி நிர்மூலமாக்கிய காட்டுமிராண்டி ஆக்கிரமிப்பாளர்களோ, தங்களுடைய தொல்பொருள் ஆராய்ச்சிச் சான்றுகள் ஒன்றையுமே விட்டுச்செல்லவில்லை. எனவே, பண்டைய சம்ஸ்கிருத நூலை ஆதாரங்கள் முக்கிய விவரங்களுக்கு உறுதியான பொருளைத் தருவதில்லை. ஏனென்றால், சில முக்கியச் சொற்களைக் குறிப்பிட்ட இடங்களுடனோ, பொருள்களுடனோ பொருத்திப் பார்க்க முடியவில்லை சில சொற்களுக்குரிய பொருளே விளங்கவில்லை. சிந்து நாகரிக முடிவுக்குப் பிறகும், பின்னர் விரைவில் தோன்றக்கூடிய புதியதொன்றின் துவக்கத்திற்கும் இடையே 600 ஆண்டுகளுக்கு மேல் கால இடைவெளி நிலவியது தெளிவு. அத்துவக்கத்தில் தோன்றிய சிறு இந்திய நகரங்கள் மேற்கொண்டு குறுக்கீடுகள் இன்றி நம்மை வரலாற்றுக்குள் கொண்டுசெல்கின்றன. இந்நாகரிகத்தைச் சீரழித்தவர்களும் சீரழிந்தவர்களும் துணைக்கண்டத்தின் ஒரு மூலையில், அதாவது இன்றுள்ள மேற்குப் பாகிஸ்தானில் குடியேறி வாழ்ந்தனர். நாட்டின் பிற இடங்களில் உணவு சேகரிப்பவர்கள், கற்காலத்தை நினைவுறுத்தும் பழங்குடிக் கூட்டங்களாகச் சுற்றி அலைந்தபடி நெருக்கமற்று வாழ்ந்து வந்தனர். இந்தியாவின் முக்கியமான பண்பாட்டு வளர்ச்சியின் ஆரம்பமும், கி.மு. இரண்டாவது, மூன்றாவது ஆயிரமாண்டுகளுக்குரிய இந்திய வரலாற்றைப் படைக்கக்கூடிய சாத்தியக்கூறுகளும் கடுமையான சேதத்திற்குள்ளாயின.

3.2. சிந்துப் பண்பாட்டில் உற்பத்தி

சிந்துப் பண்பாட்டின் ஒரு முக்கிய அம்சம் நம்முடைய கவனத்திலிருந்து தப்பிவிட்டது; அதாவது, இப்பண்பாடு இந்தியாவிலுள்ள செழிப்பானதும், நல்ல வளர்ச்சி பெற்றதுமான பகுதிகளில் பரவ முடியாததுதான் இதன் விதிமுறை.

இதன் எல்லைப் பரப்பு மிகப் பெரியதாக விரிந்து சிறப்பான தனித்தன்மை வாய்ந்தது. வடக்கிலிருந்து ஆரம்பித்து ஏறத்தாழ ஆயிரம் மைல் தூரம்வரை சென்று கடற்கரையைத் தொட்டது இதன் எல்லை. ஒருக்கால், மேற்குக் கடற்கரை ஓரம் வழியாகவும் முடிந்த அளவுக்கு இதன் எல்லை உள்ளே விரிந்திருக்கலாம். குஜராத்திலுள்ள காம்பே வளைகுடாவிலிருந்து மக்ரன் கடற்கரையிலுள்ள சுத்காகென்தோர் வரையிலும், ஆங்காங்கே சிதறியிருந்த இப்பண்பாட்டின் வர்த்தகப் புறக்காவல் இடங்கள் அல்லது சிறு குடியேற்றப் பகுதிகளாக விளங்கிய இடங்கள் படிப்படியாகக் கண்டுபிடிக்கப்பட்டுவிட்டன. இந்தியாவின் பிற பகுதிகளோடு ஒப்பிடும்போது, இப்பிரதேசம் முழுவதுமே வறட்சியாக உள்ளது. பழங்காலத்தில் தட்பவெப்பநிலை நன்றாக இருந்திருக்கலாம். ஆனால் அது நிரம்பவும் நன்றாக இருந்தது என்று கூறமுடியாது. இக்காலத்தில் பெருமளவுக்கு நிகழ்ந்த காடழிப்பு வேலைகளே, இவ்வேற்றுமையின் காரணம். இந்தியத் துணைக்கண்டத்தில் முதன்மைபெற்ற ஒரு பெருநகர்ப் பண்பாட்டு வளர்ச்சி, பாலைவனத்தையொத்த பிரதேசத்தின் வழியே பாய்ந்து செல்லும் ஒரு நதியைச் சுற்றி ஏன் நிகழவேண்டும்?

இதன் விடை ஓரளவு எளிதானது. வாழ்வுக்குத் தேவையான தண்ணீரையும், முக்கியமானதொரு உணவாகிய மீனையும் அளிக்க நதி அத்தியாவசியம். பின்னர் படகு மூலமாக நீண்ட தூரம் செல்லும் கனரகப் போக்குவரத்திற்கும் அப்பெருநதி எளிதாக இருந்தது. இதுவே பூர்வீக ஜனப் பெருக்கத்திற்கு முதற்படியாக விளங்கியது. பிற திணைகளைப் போலவே, வண்டல் மண் நிரம்பிய பாலைநிலமும் முக்கியத்துவம் வாய்ந்தது. பூர்வீக மக்கள், நதியின் நெடுங்கே செல்லும் நீள்வரி நிலங்களில் மட்டுமே வாழ்க்கை நடத்தினர் என்பதே இதன் பொருள். காடுகள் அடர்த்தியற்று இருக்கும் பட்சத்தில், உணவு சேகரிக்கும் பிழைப்பு ஒரு குறிப்பிட்ட எல்லைக்குமேல் இயலாது. பெருமளவுக்கு வசதியற்ற அச்சூழல், இரு சாதகங்களினால் ஈடு செய்யப்பட்டுவிட்டது. முதலாவதாக, அடர்த்தியான காட்டில் வசிப்பவர்களைப்போல் கொடிய வன விலங்குகளிலிருந்தும் பாம்பு போன்ற விஷ ஜந்துக்களினின்றும் தங்களைப் காப்பாற்றிக்கொள்வதற்காக எடுத்துக்கொள்ளும் முன்னெச்சரிக்கைகள் தேவையில்லை. இரண்டாவதாக விவசாயத்தின் தேவை இங்கு நேர்வதுடன் பிரயத்தனப்பட்டுக் காடுகளை வெட்டி அழிக்காமலேயே விவசாயம் செய்யக்கூடும். இங்குள்ள காட்டைத் திருத்த நெருப்பே போதுமானது; கற்கருவிகளை வைத்துக்கூட

அவ்வேலையை நடத்திவிடலாம். இரும்பு போன்ற உலோகங்கள் தாராளமாகக் கிட்டாதவரையில், பருவமழை பொழிந்து அடர்த்தியாக வளர்ந்த பூர்வீக இந்தியக் காடுகளைச் சாகுபடிக்கு கொண்டுவர முடியாது. பாலை நிலத்தின் மேல் ஒழுங்காக நீர்ப்பாசனம் நடத்திப் பயிர் சாகுபடி செய்தால் அதன் செழிப்பை ஒப்பிடவே முடியாது. இதை நிரூபிப்பது மிகவும் எளிது. உலகின் தொன்மையான நாகரிகங்களை எடுத்துக்கொள்வோமேயானால், அவையாவும் அவ்வாறு பாலை நிலத்தில் பாயும் பெருநதிகளைச் சுற்றியே நிகழ்ந்துள்ளன. உதாரணமாக, நைல்நதி பாயும் பாலைநிலச் சூழலில் எகிப்தின் நாகரிகமும், டைக்ரஸ்-யுப்ரெடீஸ் நதிகள் பாயும் பாலை நிலச் சூழலில் மெசப்பட்டோமிய நாகரிகமும் எழுச்சியுற்றன. டான்யூபைச் சேர்ந்த வரலாற்றுக்கு முற்பட்ட பண்பாடும் மற்றும் பண்டைச் சீன நாகரிகமும் தோன்றிய இடங்கள், கிட்டத்தட்ட வண்டல் நிரம்பிய பாலை நிலத்துக்குரியதாயிருந்தன; அதாவது களிமண், புழுதி அடங்கிய நிலப்பகுதியும் (நெருக்கமற்ற காடுகளுடன்) ஓரளவுக்கு வளம் நிரம்பிய விவசாய அடிப்படையை நல்கும் அமேசானும், மிஸ்ஸிஸிபியும் உலகப் பெருநதிகளாக இருந்தாலும், வரலாற்றுக்கு முற்பட்ட காலத்தில் தொன்மை நாகரிகங்களை உருவாக்கவில்லை. அமேசான் காடுகள் மிகவும் அடர்த்தியாக இருப்பதாலேயே அவற்றை அழித்து லாபகரமாகச் சாகுபடி செய்ய முடியவில்லை. (மிஸ்ஸிஸிபி பாயும்) மத்திய மேற்கு அமெரிக்காவின் மேட்டுநிலம் கரம்பாக இருந்ததால் கனரக எஃகுக் கலப்பைகள் தோன்றும்வரை சாகுபடிக்குத் தகுதியற்றதாகவே இருந்துவந்தது. இதற்குச் சமமாக இந்தியாவிலும், புனித கங்கையின் சூழலிலோ, அதன் கரையிலோ குறிப்பிடுமளவுக்கு நகரக் குடியேற்றம் எதுவும் கி.மு. முதலாவது ஆயிரமாண்டுக் காலம் துவங்கும்வரை தோன்றவேயில்லை. அவ்வாறு தோன்றியபோது சிந்துச் சமவெளி மக்களின் நினைவுகூட மங்கிப்போய்விட்டது.

சிந்துச் சமவெளிப் பண்பாடு வெண்கல காலத்திற்குரியது. கத்திகளாகவும், வீட்டு கருவிகளாகவும் நயமிகுந்த படிகக்கல் துண்டுகளே தொடர்ந்து உபயோகிக்கப்பட்டாலும், மொஹஞ்சோதாரோ, ஹரப்பாவின் சிறந்த கருவிகள் வெண்கலத்தினால் உருவானவை. அவை உறுதியாகவும், உபயோகத்திற்கு ஏற்றவையாகவும் இருந்தன. அவை தாமிரமல்ல. தாமிரம், வெள்ளீயம் மற்றும் வேறு உலோகங்களின் கலவையான அசல் வெண்கலத்தினால் உருவாக்கப்பட்டிருந்தன. ராஜஸ்தானிலிருந்து தாமிரக் கனிமங்கள் மேற்கே ஏற்றுமதி செய்வதற்காக மிகுந்த அளவில்

தருவிக்கப்பட்டன. பாபிலோனியா மற்றும் அதற்கும் முந்தையச் சான்றுக் குறிப்புகளிலிருந்து இம்முடிவு கொள்ளப்பட்டது. பாரசீக வளைகுடாவிலிருந்த பாஹ்ரேன் தீவு சிந்துப் பிராந்தியத்திற்கும் ஈராக்கிற்கும் இடையே நிலவிய ஒரு பெரிய வியாபாரச் சந்திப்பு ஸ்தலமாகும். இதுவே மெசப்பட்டோமியப் புராணக் கதையில் வரும் "டில்மூன்". இங்குதான் சாகாவரமும், காவியப் புகழும் பெற்ற சுமேரியனான் நோவா ஸையுசுத்தா உலகப் பிரளயத்தில் உயிர் தப்பி வாழ்ந்ததாக பைபிளில் சொல்லப்பட்டுள்ளது. அப்போது, காவியத்தின் கதாநாயகனான கில்கமேஷ் அந்தச் சஞ்சீவி ரகசியத்தை அறிவதற்காக அவனைத் தேடி அலைந்துகொண்டிருந்தான். அலிக் டில்மூன் என்ற தனிப்பட்ட மெசப்பட்டோமிய (ஈராக்) வணிக வர்க்கம் பாஹ்ரேன் வாயிலாக வர்த்தகம் நடத்திய விவரத்தை க்யூனிபார்ம்(எழுத்துக்கள் வரையப்பட்ட) களிமண் பலகைகள் கூறுகின்றன. இவ்விவரங்களைப் போதுமான அளவுக்கு நவீன அகழ்வாராய்ச்சிச் சான்றுகளும் உறுதிப்படுத்திவிட்டன. எனினும் இன்னமும் ஏறக்குறைய லட்சக்கணக்கான இடுமண் மேடுகள் கலைக்கப்படவில்லையென்பதும் குறிப்பிடத்தக்கது. சிந்து நகரங்களிலும், மெசப்பட்டோமியாவிலும் கிட்டிய பித்தான் வடிவுள்ள உருண்டை முத்திரைகள், பாஹ்ரேனிலிருந்து வந்திருக்கலாமென்று எண்ணத் தோன்றுகிறது. பின்னர் அவ்வணிகர்கள் அஸ்ஸிரிய மன்னரின் வணிகக் காப்பையும், வணிகக் கூட்டையும் பெற்றனர். அக்கூட்டு வியாபாரத்தில் ஏற்பட்ட இலாபத்தின் பெரும் பங்கை மன்னரே எடுத்துக்கொண்டாலும், அவர்களுடைய பெரிய வாடிக்கையாளராக அம்மன்னர் திகழ்ந்திருக்கக்கூடும். மெசப்பட்டோமியர்களால், சிந்துநதிப் பிரதேசம் மெலூகா என அழைக்கப்பட்டு வந்ததாகத் தெரிகிறது. ஏறத்தாழ கி.மு. 1750-க்குப் பிறகு மெலூகா பற்றிய குறிப்புகள் யாவும் நின்றுவிட்டன. ஒருகால், ஆக்கிரமிப்பாளர்களால், வர்த்தகத் தொடர்புகள் தடைப்பட்டிருக்கலாம் என்பதே இதன் பொருள். இதைத் தவிர, மகான் அல்லது மக்கான் என்ற வியாபாரக் கேந்திரமும் இருந்தது; இதைச் சரியானபடி இனம் காண முடியவில்லை; இது அநேகமாக பாஹ்ரேனுக்கும், இந்தியாவிற்கும் இடையில் அமைந்த துறைமுகமாக இருக்கலாம்.

தாமிரத்தைத் தவிர வேறுபல பொருள்களையும் இந்தியர்கள் ஏற்றுமதி செய்தனர். அவையாவன: மயில்கள், தந்தங்கள், சீப்புகள் போன்ற தந்த சாமான்களும் (சிந்துப் பண்பாட்டில்

இருந்ததைப் போன்ற அதே வகைச் சீப்புகள் இன்றும் இந்தியாவில் செய்யப்படுகின்றன. அவ்வகைச் சீப்புகள் பேன்களை அகற்ற மிகவும் ஏற்றவை.) வாலில்லாக் குரங்குகள், முத்துகள் (மீன் கண்கள்), பருத்தி ஆடைகள் இதற்கு ஈடாக வெள்ளியும், வேறுசில பொருள்களும் திரும்பப் பெற்றனர். அப்பொருள்களின் வகைகள் என்னவென்று இன்னமும் தெரியவில்லை. இந்திய வணிகர்கள், அக்காலத்தில் குறைவாயிருந்தாலும் வேகமான குடியேற்றத்தை மெசப்பட்டோமியாவில் ஏற்படுத்தியிருக்க வேண்டுமென்பதை ஈராக்கில் தொல்பொருள் சான்றுகளாகக் கிட்டிய இந்திய முத்திரைகளும், பிற பொருள்களும் விளக்குகின்றன. அதற்கு நிகராக, மெசப்பட்டோமியர்களின் குடியேற்றம் இங்கு ஏற்பட்டதாகத் தெரியவில்லை. அப்படி ஏற்பட்டிருப்பினும் அது அவ்வளவு தூரம் சிறந்து விளங்கவில்லை எனலாம். மெசப்பட்டோமியாவின் செல்வாக்கைக் காட்டும் சில முத்திரைகள், சிந்து சமவெளியில் கிடைத்துள்ளபோதிலும் அவை முழுக்க முழுக்க உள்நாட்டிற்குரிய உத்திகளையே எடுத்துக்காட்டுகின்றன. இவ்வணிகத் தொடர்புகள் கடல் மார்க்கமாகவே நிகழ்ந்தன. சிறந்த கப்பலோட்டும் தொழில் உத்தி முறை இயங்கியது. கப்பல் நிற்க வழியில்லாமல் ஆபத்துகள் சூழ்ந்த கடற்கரைகளின் ஓரமாகப் பாய்மர நாவாய்கள் மிதந்து சென்றதை இம்முறை காட்டுகிறது. நிலத்தின் பார்வையிலிருந்து நாவாய் விலகிச் செல்லுமேயாயின், மாலுமி ஒரு காகத்தை வெளியே எடுத்துவிடுவார். அது அருகிலுள்ள கரைப்பக்கத்தை நோக்கிப் பறந்து செல்லும். பைபிளில் வரும் நோவா கரை எந்தத் திசையில் உள்ளது என்பதை அறிய ஆர்க்கிலிருந்து முதலில் ஒரு காகத்தை எடுத்துவிட்டபோதும் பிறகு, அந்நிலம் செழுமையுடைத்ததா என்பதை உறுதிசெய்துகொள்வதற்காக ஒரு தூதுப் புறாவொன்றை விடுத்தபோதும் இதே முறையைப் பயன்படுத்தினார். ஈராக்கில் ஃபாரா என்ற இடத்தில், தொல்பொருள் சான்றாகக் கிட்டிய முத்திரையொன்றில் இவ்வகை நாவாயுடன் திசைகாட்டிப் பறவையும் சேர்ந்து காணப்படும் உருவம் உள்ளது. இந்தியக் கதைகளின் வாயிலாக, 'திசையறியும்' காகம், இவ்வாறு பயனுற்ற விவரம் தெரியவருகிறது. இம்முறையைப் பயன்படுத்திய வணிகர்களின் பாபிலோனியக் (பாவேரு) கடற்பயணம் பற்றி அறிவிக்கும் ஜாதகக் கதையொன்றும் உள்ளது. ஆனால் மெசப்பட்டோமியாவில் காக்கை அறியப்படாத ஒன்று என்பதால் வியாபாரப் பரிமாற்றச் சான்றுகள் அங்கு ஏன் கிடைக்கவில்லை யென்பதை விளக்க உதவலாம்.

மேலே விவரித்த ஏற்றுமதிகள் யாவும் ஆடம்பரப் பொருள் வரிசையில் இடம்பெறுகின்றன. உள்நாட்டில் உணவு உற்பத்தியான கோதுமை, நெல், பார்லி ஆகியவை இன்றும் இப்பிரதேசங்களில் விளைவதைப் போன்று, நாம் விவாதிக்கும் தொன்மைக் காலத்திலும் விளைந்தன. சிந்துநதிச் சூழலில் மீன்களுக்கு எப்போதுமே பஞ்சமில்லை. இன்றளவும் இந்நதிச் சமவெளியின் மண் செழிப்பானதென்பது, கவனத்திற்குரியது. சிந்து முத்திரைகளில் இருவகையான கால்நடைகளின் உருவங்கள் உள்ளன. ஒன்று, திமில் பருத்த இந்திய 'ஸீபு' இனம்; மற்றொன்று, இந்தியாவில் தற்போது அற்றுப்போய்விட்ட தட்டை முதுகுள்ள 'யுரஸ்' இனம். இவற்றைத் தவிர, காண்டாமிருகம், யானை, செம்மறி ஆடு, பல கலப்பு வகை மிருகங்களில் ஒரிரண்டு இனம், ஆகியவற்றின் உருவங்களும் உள. இப்பிரதேசத்தில் அதிக அளவு மழை பெய்ததென்றும், கொடிய விலங்குகள் பல அங்குத் திரிந்தனவென்றும் கூறும் வாதம் ஏற்புடையதன்று. பஞ்சாபில் காண்டாமிருகம் நன்கு அறியப்பட்ட மிருகமாகும். 16-ம் நூற்றாண்டில்கூட அவற்றை வேட்டையாடி வந்தனர். நிலப்பிரபுத்துவக் காலத்தில் இமாலய யானை இனம் அற்றுப் போய்விட்டது. ஆனால், காண்டாமிருகத்தைப் பொறுத்தவரையில், சிந்துப் பொருளாதாரத்தில் முக்கியத்துவம் பெற்றிருக்கவில்லை. இமாலய யானையோ, அநேகமாக அப்போது பழக்கம் செய்யப்படாமலேயே இருந்திருக்கலாம். இன்று இந்தியாவில் நாம் சர்வ சாதாரணமாகப் பார்க்கும் எருமைகள் சில முத்திரைகளில் மட்டுமே காணப்படுகின்றன. சில வேட்டைக்காரர்களை அது கொத்தி எறிவதைப் போன்ற காட்சி ஒரு முத்திரையில் காணப்படுவதால், அநேகமாக, எருமையும் அப்போது வசப்படுத்தப்படாமல் இருந்திருக்கலாம். பொதுவாக மனிதனும், மிருகமும் அன்று எவ்வாறு வாழ்ந்தனர் என்று சித்திரிப்பதைக் காட்டிலும், இம்முத்திரைகளின் அசல் நோக்கம் வேறாகவே இருந்தது. ஒன்றில், விலங்குகளின் புடைசூழக் காட்சி அளிக்கும் மும்முகக் கடவுள் பசுக்களுக்கெல்லாம் நாயகனான (பசுபதி) சிவனின் மூல முன்மாதிரித் தோற்றமே. மேலும் சில முத்திரைகளிலும் அத்தகைய தெய்வீக உருவங்கள் காணப்படுகின்றன. ஒன்றில் பாய்மரம், துடுப்புகள், திருப்புவிசை அல்லது சுக்கான் ஆகியவற்றுடன்கூடிய மரக்கலத்தின் உருவம் இருக்கிறது. பண்டைக் காலத்திற்குரியதும் சிறப்பாக இந்தியப் பாணியைச் சித்திரிக்கும் முறையில், ஒரு வீரன் ஒவ்வொரு கையாலும் புலியை நெரித்துக்கொல்லும் காட்சி இரு முத்திரைகளில் உள்ளன. இதில், **சுமேரிய வீரன் கில்காமேஷ் சிங்கங்களை நெரித்துக் கொன்ற பாணி**

பின்பற்றப்பட்டுள்ளது. பல்வேறு மெசப்பட்டோமிய சாகசச் செயல்களில் கில்காமேஷுடன் உறுதுணையாக நின்ற எங்கிடுவெனும் காளை-மனிதனின் உருவமும், ஒரு சிந்து முத்திரையில் அடையாளம் கண்டுகொள்ளப்படுகிறது. இத்தற்செயலான கண்டுபிடிப்புகள், இந்தோ-மெசப்பட்டோமியா உறவுகளை நிரூபிக்கின்றன. எனவே, இம்முத்திரைகள் சில, மத நோக்கங்களைக் கொண்டிருந்தன. இவை குத்திப் பதிக்கும் முத்திரைகளேயன்றி, (மெசப்பட்டோமியாவில் வழங்கியதைப் போல்) களிமண் மீது உருட்டப்படும் உருளை முத்திரைகள் அல்ல. இத்தகைய முத்திரைகள், ஜாக்கிரதையை முன்னிட்டு சரக்கு மூட்டைகள் அல்லது நிறைகுடங்களின் மீது வைக்கப்படும் சீல்களாகப் பயனுற்றன. சீனாவைப் போலவே, மெசப்பட்டோமியாவிலும் இவை பத்திரக் கையெழுத்துக்களாகவும் உபயோகப்பட்டன. ஆயின், அவ்வாறு சீல் கையெழுத்திடப்பட்ட பத்திரங்கள், ஒரு களிமண் பலகை வடிவிலோ வேறு எவ்வகை வடிவிலோ எதுவும் சிந்து நகரங்களில் கிட்டவில்லை. சரக்கு மூட்டைகள் அல்லது மூடப்பட்ட குடங்கள் கயிற்றால் கட்டப்பட்டன. முடிச்சுகள் களிமண்ணால் சாந்திடப்பட்டன. பின்னர் அச்சாந்தின் மீது முத்திரையிடப்பட்டது. இக்காலத்தில் முத்திரைகள் உடையாத வரையில், மூட்டை நடுவழியில் யாராலும் பிரிக்கப்பட வில்லையென்பதற்கு அத்தாட்சி தந்ததோடு சரி. ஆயின், பண்டைக்காலத்தில், அம்முத்திரைகள் ஒருவகையான தீட்டை (Tabu) சுமத்திக்கொண்டு வியாபாரச் சரக்குகளைப் பாதுகாத்தன. உண்மையில் பார்க்கப்போனால் இந்தியாவில் காணப்படும் இம்முத்திரைப் பதிவுகள் பலவற்றின் மீது கயிறுகள், முடிச்சுகள் அல்லது கட்டைப்பேனா போன்றவை பதிந்த தடயங்கள் காணப்படவில்லை. ஆகவே இவை யாதும் ஒரு கட்டின்மீது முத்திரையிடப்படவில்லை. சுமேரியாவில் வழங்கப்பட்ட சிறப்பு வழிபாடுகளுக்குரிய முத்திரைகள் (வணிக உபயோகத்திற்காக மட்டுமே இருந்த பெரியளவு முத்திரைகளைத் தவிர) மதச் சடங்குகளில் பயன்பட்டன. ஐரோப்பாவின் பனிக்கட்டிக் கால குகைச் சித்திரங்களைப் பற்றி நாம் ஏற்கெனவே கவனித்தோமல்லவா. அவற்றை வரைவதற்குப் பனிக்கட்டிக் காலக் கலைஞர்கள் சித்திரம் பொறித்த சிறு கூழாங்கற்களை மாதிரி வரைபடங்களாக உபயோகித்தனர். சிந்து சமவெளியில் கிட்டிய எல்லா முத்திரைகளும், அவ்வரைபடக் கற்களும் ஏறக்குறைய ஒரே அளவுடையனவாக இருப்பதால், சிந்துச் சமவெளி முத்திரைகள் அவற்றின் வழிதோன்றியவையாக வந்தவையென்று கருத இடமுள்ளது. அந்த ஐரோப்பியக் கலைஞர்கள் அம்மாதிரி வரைபடங்களில் பொறிக்கப்பட்டிருந்த ஒரு காட்டெருமை

(பைசன்) அல்லது வேறு மிருகங்களின் சித்திரங்களை அதேபோல், ஆனால் சற்றுப் பெரிய அளவில் இருட்டுக் குகைகளில் தீட்டியிருந்தனர். இவ்வாறு நகலெடுப்பது, சில குறிப்பிட்ட நோக்கத்தையும், முக்கியத்துவத்தையும் எடுத்துக்காட்டும் சடங்குகளாக இருந்திருக்கலாம். பின்னர் தோன்றிய சமூகம் ஒரு வழிபாடு அல்லது வளமைப் பெருக்கச் சடங்கு ஆகியவற்றைவிட வேறு நோக்கங்களுக்காக அழகு வேலைப்பாடுள்ள முத்திரை உருவங்களைப் பயன்படுத்தியதெனினும்கூட, கி.மு. முதல் ஆயிரமாண்டுக் காலம்வரை இவற்றில் பொதிந்திருந்த பூர்வீக மாந்திரீகப் பண்புகள் மறையவில்லை.

சிந்துச் சமவெளிப் பண்பாட்டின் முக்கியமான சிறப்பியல் ஒன்றைப் புத்தமைக்க வேண்டும். அதாவது தானிய சாகுபடியில்

படம்-6 பிரான்ஸின் பிந்திய பனிக்கட்டிக் காலத்திற்குரிய காட்டெருமையின் உருவரை' லா லாகிர் பாஸேயில் கண்டுபிடிக்கப்பட்டது. இந்த 'உருவரைகளி'லிருந்தும் இவை ஒன்றோடொன்றிலிருந்தும் ஏறக்குறைய 100 கிலோ மீட்டர் தள்ளியுள்ள குறிப்பிட்ட சில சுரங்கக் குகைகளில் மிருகங்களின் சிறு ஓவியங்கள் பெரிய உருவில் வரையப்பட்டுள்ளதும் கண்டுபிடிக்கப்பட்டுள்ளன. இத்தகைய சித்திரம் பொறித்த கல்லறைக் கூழாங்கற்கள், சிந்துச் சமவெளியின் பதிவு முத்திரைகளுக்கு ஒரு படிதான் அப்பாற்பட்டதாகத் தோன்றுகிறது.

அவர்கள் கையாண்ட தனிப்பட்ட முறை, அதைப்பற்றி அறியவேண்டுமானால், சிந்துவுடன் நிகராக விளங்கிய எகிப்து, மெசப்பட்டோமியா ஆகிய இருநதிப் பண்பாடுகளுடன் ஒப்பிடுவதொன்றே வழி. சிந்து சமவெளியில், மொஹஞ்சோதாரோ,

ஹரப்பா என்ற இரு மாபெரும் நகரங்கள் மட்டுமே இருந்தன. இவற்றுடன் ஒப்பிட்டால் இங்குள்ள மற்ற எல்லாக் குடியேற்றங்களும், அல்லது அவற்றின் சிதைவுகளும் அற்பமானவை. இத்தகைய சிறு குடியேற்றங்கள் எதிர்பார்த்த அளவைவிட இங்குக் குறைவாகவே உள்ளனவென்பதையும் மறுப்பதற்கில்லை. ஒரு நீர்வீழ்ச்சியாக நைல்நதி தோன்றும் இடத்திற்கும், அது கடலில் கலக்கும் சதுப்புக் கழிமுகத்திற்கும் இடையே நிலவிய எகிப்தின் குறுகிய நிலச் சமவெளியில்தான் பண்டைக்காலத்தில் ஜனநெருக்கம் அதிகமாக இருந்ததென்பதை அறிவோம். 750 மைல்கள் நீளமுள்ள இந்நதியின் நெடுகிலுள்ள 10,000 சதுர மைல்களுக்கும் குறைவான நிலப்பரப்பில் மிகவும் பூர்வீக முறைகளைக்கொண்டு நிகழ்ந்த வேளாண்மை, ரோமானியர் காலத்தில், எழுபது லட்சம் மக்கள்தொகையை வாழ்வித்தது. அதைத் தவிர, எகிப்தின் உபரி உணவு, ரோம் நகரத்திற்கு உணவளித்தது; அத்துடன் ஏனைய மத்தியதரைக்கடல் நாடுகளிலும் எகிப்தின் தானியங்கள் விற்கப்பட்டன. ஒன்றுமே விளையாத பாறைகளும் மலைகளும் சார்ந்த இடத்திற்கிடையே அமைந்திருக்கும் நைல்நதிச் சமவெளியின் அகலம் 30 மைல்களுக்கு மேல் இராது. அதில் சாகுபடிக்கு ஏற்ற வண்டல் நிலப்பரப்போ ஏறக்குறைய பத்து மைல் அகலம்தான் தேறும். எகிப்தில் ஆற்று நீர்ப்பாசனத்திற்குத் துணைசெய்யும் வகையில், சுத்தமாக மழை பெய்வதில்லை. ஆனால் நைல்நதியில் ஆண்டுதோறும் ஏற்படும் பயங்கரமான வெள்ளம் அடித்துக்கொண்டு வரும் வண்டல், மண்வளத்தை புதுப்பித்துவிடுகிறது. மெசப்பட்டோமியாவில், கி.மு. மூன்றாமாயிரமாண்டின் பிற்பகுதியில் நடைபெற்ற விவசாயத்திற்கு அடிப்படை கால்வாய் நீர்ப்பாசனமே. சிந்துச் சமவெளியைக் காட்டிலும் குறைவான நீர்வளமும், நிலவளமும் கொண்டு ஒரு குறைவான பரப்புடைய சமவெளிகளில் பன்னிரண்டுக்கு மேற்பட்ட முக்கிய நகரங்களும், பற்பல சிற்றூர்களும் இருந்தன. ஒவ்வொரு நகரமும் அவற்றைச் சார்ந்த கிராமங்களுக்குத் தலைநகர்களாக விளங்கித் தனிப்பட்ட ராஜ்யங்களாகத் திகழ்ந்தன. ஒவ்வொன்றுக்கும் சொந்தமான தொழில்களும், வியாபாரங்களும் இருந்ததுடன் அடிக்கடி அவை ஒன்றுக்கொன்று போரில் ஈடுபட்டு வந்தன. சிந்துவில் மாத்திரம், பாரோ மன்னர்களின் நினைவுச் சின்னங்களில் தோன்றும் கம்பீரமோ, அல்லது மெசப்பட்டோமியாவின் எண்ணற்ற நகர இடுமண்மேடுகளோ காணப்படாமல் இரண்டு பெருநகரங்கள் மட்டும் இருந்தது ஏன்?

சிந்து நதி மக்கள் கால்வாய் நீர்ப்பாசனத்தைக் கடைப்பிடிக்காததும், கனமான கலப்பையைப் பயன்படுத்தாததும் இதற்குக் காரணம் என்று எண்ணத் தோன்றுகிறது. இன்றுள்ள சிந்துவிலும், பஞ்சாபிலும், இவ்விரு நவீன அம்சங்கள் விவசாயத்திற்கு அடிப்படையாக உள்ளன. ஆழமான உழவு இல்லாமலேயே, ஆற்றுவெள்ளம் அடித்துக்கொண்டு வரும் வண்டலே அமோகமாக விளைச்சலைத் தந்தாலும்கூட, வெள்ள நீர்ப்பாசனம் மட்டுமே சாகுபடிக்குரிய நிலப்பரப்பைக் கொடாது. ஆகவே, பொதுவானதோர் பொருளாய்வுக்குரிய சிந்துவின் படக்குறிப்புச் சின்னமாக (Ideograph Symbol) பலுகுக் கட்டையைக் கொள்ளலாமே (சமயத்தில் கையுடன்கூடிய விரல்கள் என்றும் விளக்கம் தரப்படுகிறது) தவிர, கலப்பையைக் காட்டும் சின்னம் அங்கு எதுவுமில்லை. தற்போது இப்பிரதேசத்தில் ஐந்து நதிகள் மட்டுமே உள்ளதால், பஞ்சாப், (அதாவது 'ஐந்நீர் நிலம்') என்று அழைக்கப்படுகிறது. பண்டையில் இங்கு ஏழு முக்கிய நதிகள் இருந்தன. அவற்றில் ககார், சர்ஸூதி (சரஸ்வதி) ஆகிய இரண்டும் வற்றிப்போய்விட்டன. இன்றும்கூட இயற்கையாக ஏற்படும் வெள்ளப்பெருக்கு சிந்து நதியில் நீடித்துவருவதைக் காண்கிறோம். வெள்ள நீர்ப்பாசனத்தைக்கொண்டு பயிராகும் இடங்களில் இன்றும் விளைச்சல் மிகுதியாக இருந்தாலும் அவை எகிப்தில் நைல் வெள்ளம் அடித்துக்கொண்டுவரும் வண்டலில் சாகுபடியாகும் இடங்களைவிடச் சற்று வளம் குன்றியவை. அந்த அளவுக்கு வண்டல் இங்கு ஆழமாகப் படிவதில்லை. இவ்வாறு வெள்ளநீரைக்கொண்டு சாகுபடி செய்யப்பட்ட நிலப்பரப்பில் கால்வாய்களை வெட்டாமல், பெருக்கைத் தடுக்கும் அணைகளைக் கட்டியவாறே சாகுபடி நிலங்களை அதிகரித்துக்கொண்டனரோவென்று எண்ணத் தோன்றுகிறது. சமயத்தில் இவை பருவகாலங்களில் கட்டப்படும் அணைகளாகவும் விளங்கின. அறுவடையில் கிட்டிய உபரி தானியங்கள் முக்கிய நதிகளின் வாயிலாக, இப்பெரும் நகரங்களைச் சென்றடைந்தன. தானியங்களைச் சுத்தப்படுத்துதல், விநியோகித்தல் ஆகிய வேலைகளை இந்நகரங்களிலுள்ள பெரும் களஞ்சியங்களில் மக்கள் செய்தனர். இந்த நகரங்களில் வசித்த வணிகர்கள், கப்பலோட்டிகள், மாட மாளிகைகளிலும் தாழ்வான குடியிருப்புத் தொகுதிகளில் வசித்த மக்கள், உள்நாட்டுத் தேவைக்கும் வெளிநாட்டு விற்பனைக்கும் தேவையான பொருள்களை உற்பத்தி செய்த கைவினைஞர்கள், நகரத்தை தூய்மையாகக் காத்துவந்த நிலைதாழ்ந்த தோட்டிகள், ஆகிய அனைவரையும் இந்த உணவு உபரி வாழ்வித்தது. ஏறத்தாழ இந்நகரங்கள் தோன்றிய காலத்திலிருந்து,

அவை அழியும் காலம்வரை, இந்த உபரி உணவின் அளவு அநேகமாக ஒரே நிலையில் இருந்ததென்று கருதலாம். புனித நகர வளர்ச்சியோ, எகிப்தில் உள்ளதைப்போல் பிரசித்திப் பெற்ற மன்னர் குல வம்ச மாற்றங்களோ, இதற்கு நிகராக வளமைச் சிறப்புள்ள கங்கைச் சமவெளி காடாக இருப்பினும் உண்மையில் அங்கு நிகழ்ந்த விரிவான குடியேற்ற வளர்ச்சியோ சிந்துப் பண்பாட்டில் காணமுடியவில்லை.

3.3. சிந்து நாகரிகச் சிறப்பியல்புகள்

உணவு உற்பத்தி செய்தவர்களிடமிருந்த உபரியை சிந்து நகரங்கள் எவ்வாறு பெற்றன என்பதுபற்றி அறிவுக்குப் பொருத்தமுற ஊகிப்பதே தற்போதுள்ள பிரச்சினை. இதை அறிய கி.மு. மூன்றாவது ஆயிரமாண்டுக்கால எகிப்திலும், மெசப்பட்டோமியாவிலும், கண்ணுற்ற மாறுதல்களிலிருந்து சிந்து நகரங்கள் ஏன் வேறுபட்டு நிற்கின்றனவென்பதை நாம் முக்கியமாகக் கவனிக்கவேண்டும். இவ்வேற்றுமைகளை விளக்குவது, மறைந்த சிந்து சமூகத்தைப் புத்தமைக்கச் செய்யும் முயற்சியில் ஒரு வழியாகவும் அமைகிறது.

முதல் விஷயத்தை ஏற்கெனவே கூறியாகிவிட்டது. அதாவது பெருத்த மாறுதல் இல்லாமை. நமக்குத் தெரிந்தவரையில் இந்த இரட்டை நகரங்கள் முழுவதும் ஒன்றேபோல் மனை அமைப்புகள் திட்டமிட்டு அமைக்கப்பட்டனவாகத் தோன்றுகிறது. ஏறத்தாழ இதன் காலம் முடிவுறும் வரை இவற்றில் மாற்றங்கள் நிகழவில்லை. மட்பாண்டங்கள், கருவி வகைகள், முத்திரைகள் யாவும் அவ்வாறே நிலைபெற்றிருந்தன. எழுத்துக்களும் அப்படியே. ஆயின், அது இந்தியாவின் வரலாற்றுக் காலத்தில் நேர்ந்ததற்கு முற்றிலும் எதிரிடையாக உள்ளது. வரலாற்றுக் காலத்தில் ஒவ்வொரு நூற்றாண்டுதோறும், எழுத்துக்களின் வரிவடிவங்கள் மாறிக்கொண்டேயிருந்தன. மூல ஏடுகள், கல்வெட்டுகள் ஆகியவற்றின் காலத்தை நிர்ணயிப்பதில், அநேகமாக ஒரு நல்ல முறையை இம்மாறுதல்களே அளித்தன. சில சமயம் அவற்றை அறிய இதுவொன்றே வழி. இந்நகரங்களின் நிலமட்டம் படிப்படியாக மேலே உயர்ந்துசென்ற வண்ணம் இருந்தது. பருவந்தோறும் ஏற்படும் வெள்ளப்பெருக்கின் மட்டத்திற்கு மேல் உயரப்படுத்திக் கொள்ளும்பொருட்டு, மொகஞ்சோதாரோவில் உள்ள வீடுகளின் கீழ்மாடிகள் மூடப்பட்டு, பிறகு அவற்றின் மேலேயே புதிய மாடிகள் கட்டப்பட்டிருக்கலாம். சில வீடுகள் தாமாகவே சிதைந்து போய்விட்டன; சமப்படுத்தப்பட்ட இச்சிதைவுகளுக்கு மேலே திரும்பக்

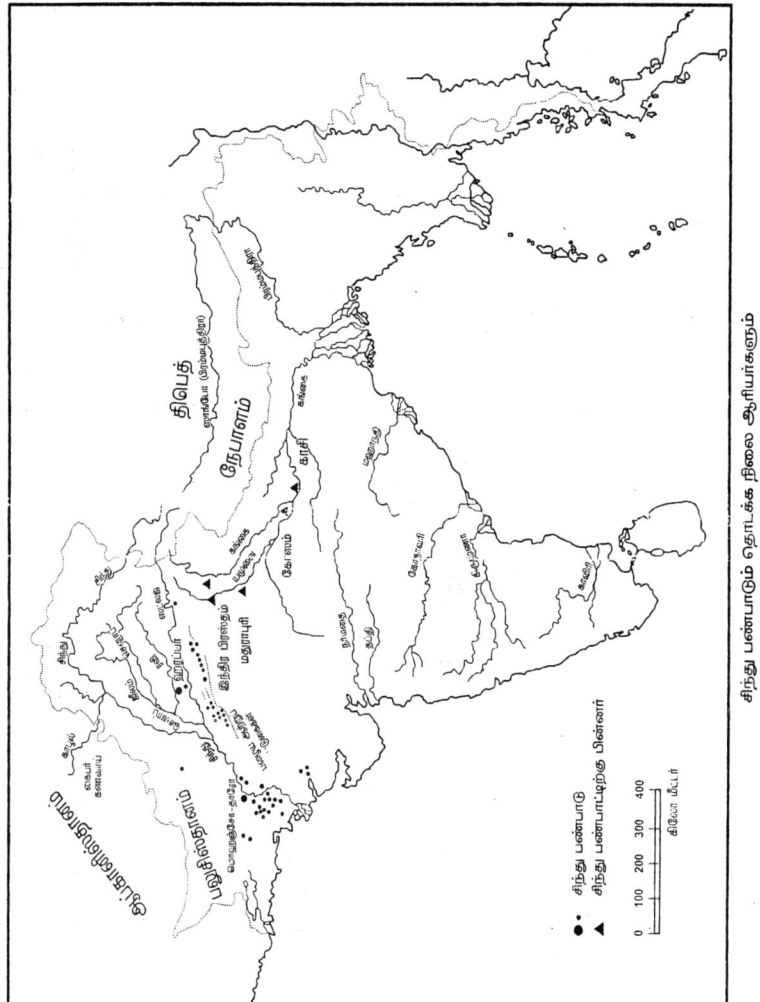

சிந்து பண்பாடும் தொடக்க நிலை ஆரியர்களும்

கட்டடம் எழுப்பத் தளம் தயாராகிவிட்டதுபோல் உள்ளது. தெருவின் மட்டமும் உயர்ந்துள்ளது. இருந்தாலும், தெரு அமைப்புகள் அப்படியே இருந்தன. தெரு அமைப்புத் திட்டம் மாறாவண்ணம், அவ்வாறு வீடுகளை உயர்த்திக் கட்டிக்கொண்டு வரும்போது பழைய சுவர்கள் இருந்த இடத்திற்கு மேலேயே புதிய சுவர்களை உயர்த்திக் கட்டினார்கள்; அப்போது அறையின் திட்டமும் மிகக்குறைவான மாற்றத்திற்குட்பட்டுப் பழையபடியே இருந்தது. அகழ்வுகள் ஆழமான அடிமட்டத்திற்கு வரும்போது கிணற்றின் நீர்மட்டத்திற்கு மேல் இறக்கப்படும் அசல் உறைச் செங்கற்களுக்கு மேலே உயர்த்திக் கட்டப்பட்டுள்ள கிணறுகள், நெடிதுயர்ந்து, பெரிய தொழிற்சாலையின் புகைக் கூண்டைப் போல் தோற்றம் தருகின்றன. இந்நாகரிகம் முடிவுற்ற காலத்தில் மட்டுமே, இதன் நலிவுக்கும் ஒழுங்கற்ற நிலைக்கும் உரித்தான அறிகுறிகள் காணப்படுகின்றன. மேல் அடுக்கில் கட்டப்பட்ட வீடுகளில் சில, மலிவான சாதனங்களினால், திருத்தமற்றுக் கட்டப்பட்டுள்ளதுடன், தெரு அமைப்புத் திட்டத்தையும் மீறியுள்ளன. நகரத்தின் ஒரு குறிப்பிட்ட குடியிருப்பு அப்போது சிதைந்திருக்கலாமென்பதே இதன் பொருள். நகர எல்லைகளுக்குள்ளாகவே மட்பாண்டச் சூளைகள் அமைந்திருந்தன. ஆயின், ஆரம்பநிலையில் அவ்வாறு காணப்படவில்லை. செங்கற்சூளைகள் எங்குமே காணப்படவில்லை. இந்நகரங்கள் செழித்துக் கொழித்த பண்டைய ஆயிரமாண்டு நாட்களில், நகர எல்லைகளுக்கு அப்பால், எரிபொருள்கள் சுலபமாக எங்கே கிடைக்கின்றதோ அங்கு செங்கற்கள் தயாரிக்கப்பட்டன. அவை வண்டிகள் அல்லது படகுகளின் மூலம் நகரத்திற்கு ஏற்றி அனுப்பப்பட்டன. இமயத்திலிருந்து மரங்கள் இப்பெரு நதிகளின் வழியே வந்தன. வெயிலில் காயவைத்துச் சுடப்படாத பச்சைக் கற்களுடன், திரும்பவும் பழைய சாதனங்களையும் சேர்த்துக் கடைசியாகக் கட்டப்பட்ட வீடுகளில் பயன்படுத்தியுள்ளனர். சிந்து நகரங்களின் ஆயிரமாண்டு வாழ்வுக் காலத்தில், பன்னிரண்டு முழுமையான அரசகுலவம்சங்கள் எகிப்தில் தோன்றி மறைந்தன.; (பாபிலோனியாவில்) சுமர் (Sumer) ஆக்காடால்(Akkad) வெல்லப்பட்டது; சார்கான் பேரரசர், (அஸ்ஸிரியா) சாம்ராஜ்யத்தைத் தோற்றுவித்தார்; அது அவருடைய வாரிசுகளின் காலத்தில் அழிந்தது. மெசப்பட்டோமிய நகர் ஒவ்வொன்றும் அதன் அமைப்பில் குறிப்பிடத்தக்க மாறுதல்கள் நிகழ்ந்ததனைக் காட்டுகிறது. அதே காலத்தில், இந்த நாகரிகம் எவ்வித மாறுதல்களுக்கும் உட்படாமல் நின்றது.

இரண்டாவதாக, சிந்து நகரங்களை எடுத்துக்கொண்டால் அவற்றுக்கு நிகரான மற்ற இரு சமகாலப் பண்பாடுகளிலும் காணப்படுவதைப் போன்ற, பிரமிப்பூட்டும் அரசினர் நினைவுச்சின்னக் கட்டடங்கள் இல்லை. ஆயினும், ஒன்றை மட்டும் ஏதோ சற்று விலக்காக எடுத்துக்கொள்ளலாம். அது ஒரு பெரிய சபா மண்டபமாக இல்லாவிடினும், 70 மீட்டர் நீளமும் தூண்கள் பொருந்திய பிரகாரம் அல்லது முகப்பு அறையுடன் சேர்ந்த கூடம் ஒன்று மொகஞ்சோதாரோவில் உள்ளது. பொதுக்காரியங்களுக்காக அது ஒதுக்கப்பட்டிருக்கலாம். கல்வெட்டுக்கள், ஸ்தூபிகள் அல்லது சிலைகள், அரச கட்டளைகளைப் போன்றவை அங்கு இருந்ததாக அறிய முடியவில்லை. செல்வந்தர்களின் வீடுகளில், சில கெட்டியான சுட்ட செங்கற்கள்கொண்டும் ஏழடிப் பருமனுள்ளதுமான சுவர்களையும் கொண்டு விளங்குகின்றன. இந்த பலமான சுவர்கள் அவற்றின் மேலே பல அடுக்குகளுக்கு வீடுகள் உயர்த்தப்பட்டதை அறிவிக்கின்றன. இவ்வளவு பெரிய மாளிகைகள் இருப்பினும் இதற்குச் சமகாலத்தில் நிலவிய பிற முதிர்ச்சிபெற்ற நாகரிகங்களில் காணப்படுவதைப் போன்று இங்கு மற்றெல்லாச் சின்னங்களினின்று மேலோங்கி நிற்கும் அரண்மனையோ அல்லது கோயில் சுற்றோ இல்லை. வெறிச்சோடிய தெருக்களும், பூசி அழகு செய்யப்படாத சுவர்களுமாக வீதிகள் காட்சியளிக்கின்றன. பளிச்சிடும் வண்ணமணி ஓடுகள், சுவரோவியங்கள், மெருகிட்ட பளபளப்புக் கூரைகள் சித்திரங்களை வார்த்தெடுத்த சிறப்புச் செங்கற்கள், அழகு நிரம்பிய காரைப் பூச்சு வேலைப்பாடுகள் எவையுமில்லாததுடன் நிலைவாயில்களில்கூட கலையம்சத்தைக் காணோம். சாதாரணமாக, ஒரு வீட்டின் நுழைவாயில் வெளியில் தெரியாதவாறு, பக்கச் சந்தில் குறுகலான நிலைக்கதவுடன் கொண்டு, பத்திரமாகத் தாளிட ஏற்றவாறு அமைந்திருந்தது. அதாவது, இவ்வீடுகளில் இருந்த செல்வங்கள் கோயில் அல்லது அரண்மனைப் படை வெற்றிகளைப் பறைசாற்றும் பகட்டான பொருள்களுடன் தொடர்புடையதன்று. அதேநேரத்தில், இங்கிருந்த பொருள்கள் சமூக விரோதிகளோ, கொள்ளைக்காரர்களோ கவர்ந்து செல்லாதவாறு தக்க பாதுகாப்பையும் பெறவில்லை. யார் தலைமையின் கீழ் இந்நகரம் ஆளப்பட்டிருந்தாலும், இந்நகரில் நம்பகமான காவல் ஏற்பாடுகள் கிடையாது.

இதுவே மூன்றாவது சிறப்பியல்பை, அதாவது மிகவும் புதிரான முறையில் உள்ள, பலவீனமான படையமைப்பைச் சுட்டுகின்றது.

மொகஞ்சோதாரோவில் கண்டெடுக்கப்பட்ட படைக்கலங்கள், நேர்த்தியான தொழிற் கருவிகளுடன் ஒப்பிடும்போது உறுதியற்றவை. ஈட்டிகள் மெல்லியதாகவும், நீளமற்றும் உள. முதலில் விழும் ஒரு பலமான குத்தில் அதன் முனை ஒடிந்து நொறுங்கக்கூடியது. அங்கு வாட்களே இல்லை. உறுதியான கத்திகள், கற்கோடரிகளும் (Celts) கருவிகளே தவிர, படைக்கலங்கள் அல்ல. வில்லாளி, ஆய்வுக்குரிய படக்குறிப்புச் சின்னமாக உள்ளது; ஆனால், கல்லைத் தவிர வெண்கலத்தில் செய்யப்பட்ட அம்புத்தலைகள் கிடையாது. இம்மக்களைக் கட்டுப்படுத்திய ஆளும் வர்க்கத்தினர் யாராக இருந்தாலும், குறைவான படைபலத்தையே நம்பி ஆண்டனர். இந்நகரங்கள் ஒவ்வொன்றின் பக்கத்திலும் கோட்டைமேடு தென்படுகிறது. ஹரப்பாவில் பிற்காலத்தில், இதில் கோட்டை அரண்கள் எழுப்பப்பட்டன. ஆரம்பத்தில் இது கோட்டை கொத்தளமற்ற எளிய கட்டிடமாகவே விளங்கிற்று. 10 மீட்டர் உயரமுள்ள ஒரு செயற்கை மேடையின்மீது அது கட்டப்பட்டு மேலே செல்லப் பக்கங்களில் அமைக்கப்பட்டிருந்த மாடிப்படிகளும் அமைந்திருந்தன. சடங்கு காரியங்களுக்கு இவை உகந்தவையாயினும் அவை, பாதுகாப்பைக் கருதும்பொழுது நாசம் விளைவிப்பவையே.

சிந்துவின் மாற்றம் விளையாத் தன்மைக்குச் சோம்பலோ பழமைப் பற்றோ அல்லாமல் வேறு ஆழமான காரணங்களும் உண்டு. புதிய கண்டுபிடிப்புகள் பெருமளவு மேன்மை தரும் மாற்றத்தை விளைவிக்கும் என்பதை நன்கு அறிந்திருந்தும் வேண்டுமென்றே அவை புறக்கணிக்கப்பட்டன. பாபிலோனிலும் சுமேரியாவிலும் இருந்த கால்வாய்ப் பாசனத்தைப் பற்றி இங்குள்ள வணிகர்கள் அறிந்திருந்தனர் என்பது நிச்சயம். சிந்துப் பகுதியில் விமானத்திலிருந்து எடுத்த புகைப்படங்கள் ஒன்றில்கூட, தற்காலப் பாசனக் கால்வாய்களைத் தவிர, பண்டைக் காலத்தில் கட்டப்பட்ட கால்வாய் ஒன்றையுமே காணோம். வார்ப்பு வெண்கலத்தில் உருவான எளிய பண்டைக் கருவிகள் தொடர்ந்து செயல்பட்டாலும், மரப்பிடிகளுக்குரிய துளைகளைக்கொண்ட கோடரி, உளி ஆகியவற்றில் சிந்துக் கைவினைஞர்களின் தொழில்நுட்பத் திறமையைக் காண்கிறோம். மண்ணைத் தோண்டிக்கொண்டு வரும்போது, இக்கருவிகளில் பிற்கூறிய வகைகளின் மாதிரிச் சின்னங்கள் மேல் அடுக்கில் கிட்டியுள்ளது; அவை வடமேற்கிலிருந்து இங்குத் தாக்க வந்த எதிரிகளைச் சார்ந்தவை என்பதை, யாரும் மறுக்க முடியாது; இவ்வெதிரிகளின் கல்லறைகளில் (இந்தியாவின் புறத்தே உள) இத்தகைய கருவிகள் கிடைத்துள்ளன. அவ்வாறே, மிகவும் உறுதி

வாய்ந்த போர்வாள் போன்ற படைக்கலன்கள் எல்லாம் சிந்துப் பண்பாட்டிற்கு அந்நியமானவை.

முன்னோடிகளில்லாமல் திடீரென்று எழும்பிய இந்நகரங்களின் முதிர்ச்சி ஒரு நூற்றாண்டுக்குள் ஏற்பட்டுவிட்டது. இது, புறத்தேயிருந்து வந்த அந்நியத் தூண்டுதலையே சுட்டுகின்றது. இங்கு உருவாகிய முறை சிந்துச் சமூகத்தின் மாற்றமற்ற உறுதியான நிலை மூலம் அவ்வட்டாரத்திற்கு உகந்த முறையாகத் தோன்றுகிறது; வரலாற்றுக்கு முற்பட்ட கிராமங்களின் சிதைவுகளை சிந்துப் பிரதேசத்தின் மேற்கிலும், வடமேற்கிலுமுள்ள பலூசிஸ்தானில் நாம் நோக்கும்போது, படிப்படியாக மெள்ளச் செல்ல வேண்டிய பரிணாம வளர்ச்சி மிகவும் துரிதமாக முற்றிவிட்டதோ என்று எண்ணத் தோன்றும். பலூசியை ஒத்த மட்பாண்ட வகையிலொன்று ஹரப்பா நகரினுள் அல்லாமல் அதற்குச் சற்றுக் கீழ்ப்பக்கத்தில் கிட்டியுள்ளது. இந்நகரங்களை நிர்மாணித்துக் குடியேறியவர்கள், பெருந்தொகையாகக் கூடிப் படையெடுத்துச் செல்லவில்லை. சிந்துவின் கட்டட அமைப்பும் பொதுவான தொழில்நுட்ப முறையும் தனிச் சிறப்பையும் தனித்தன்மையான பண்பையும் பெற்றவை; பெரிய அளவில் விரிந்த சுமேரியா போன்ற பிற நகரப் பண்பாடுகளிலிருந்து இரவல் பெற்றவையல்ல. அதே சமயத்தில் இங்கு கிட்டிய முத்திரைகளில் இரண்டு (கில்காமேஷ், எங்கீடு) சுமேரிய பண்பைக் காட்டி நிற்பினும், அவை உள்நாட்டிற்குரிய தொழில்நுட்ப முறையைக்கொண்டு உருவாக்கப்பட்டனவென்பதை மேலே கவனித்தோம். அவ்வாறு பார்க்கபோனால், சுமேரியர்கள்கூட டைக்ரஸ்-யுப்ரெடீஸ் நதிக்கரைகளின் பூர்வ குடிகள் அல்லர். துவக்கத்தில் அவர்கள் சில மலைப்பகுதிகளிலிருந்து வந்தவர்கள். சிக்குரத் எனப்படும் அவர்களுடைய முக்கியக் கோயில்கள், மண்-செங்கல் மேடைகளின் மீது, 70 அடி அல்லது அதற்கும் உயரமாக கட்டப்படும் செயற்கை மலைகளே. அகழ்விடும்பொழுது, மெசப்பட்டோமிய நகரத்திற்குரிய கீழடுக்குகளில் (ஹஸ்ஸுனா) கிட்டிய பூர்வகாலத்தின் மட்பாண்டங்கள் சிலவேளைகளில் ஈரானியப் பீடபூமியின், கி.மு. ஐந்தாம் ஆயிரமாண்டுக்கால விவசாயிகளை நோக்கிப் பின்சென்று குறிப்பாக ஜார்மோவைச் சுட்டுகிறது. எகிப்திலும் அவ்வாறே முதலில் உருப்பெற்ற, வலுவான எகிப்திய அரசுகள் புறத்தேயிருந்து வந்த மக்களால் தோற்றுவிக்கப்பட்டதாகத் தெரிகிறது. எகிப்தில் (கெபல்-எல்-அராக்) கண்ட வரலாற்றுக்கு முற்பட்ட ஒரு புதைபொருள் சின்னமாக கத்தி உறை, அச்சூழ்நிலைக்கு அபூர்வமானது; ஒரு விளையாட்டு வீரன், இரு சிங்கங்களை நெரித்துக்

கொல்லும் காட்சி மீண்டும், கில்காமேஷ் வகையை ஒத்திருக்கின்றது. இது, நைல் நதிப்புற நகர வளர்ச்சியின் ஆரம்ப காலத்திற்குரியதாக இருப்பினும், ஒரு வேற்றுமையை இதில் நோக்கவேண்டும். இங்கு காணப்படும் சிங்கம் நெரித்த வீரன் உடை தரித்துள்ளான்; அவ்வாறு எந்த எகிப்தியனும், எக்காலத்திலும் உடை தரிக்கவில்லை. சுமேரியாவிலும், இந்தியாவிலும் காணப்படும் சிங்க வீரர்கள் முழு நிர்வாணமாகக் காணப்படுகின்றனர். கலையில் காணப்படும் இத்தகைய அந்நியச் சாயங்கள், பெரும் பண்பாடுகளின் வித்துக்கள் புறத்தேயிருந்துதான் வந்தனவென்பதைத் தெளிவாகக் காட்டுகின்றன. இருந்தாலும் நாம் ஒப்பிட்டுப் பார்த்த இம்மூன்று ஆற்றுச் சமவெளிப் பண்பாடுகள் ஒவ்வொன்றும் வேற்றுமைகள் நிறைந்திருப்பினும் தனிச் சிறப்புள்ள நாகரிகங்களாக மலர்ந்துள்ளன; சாதகமான வட்டாரச் சூழ்நிலைகளே அத்தனைச் சிறப்பிற்குரிய காரணங்கள்.

இதன் சரியான விளக்கம், கீழ்க்காணுமாறு இருக்கலாமென்று எண்ணத் தோன்றுகிறது. இம்மாபெரும் ஆற்றுப்புறப் பண்பாடுகளை எழுப்பிய மனிதர்கள், குறைந்த நிலப்பரப்பிலிருந்து வந்திருந்தாலும் நல்ல வளர்ச்சியுற்ற பகுதிக்குரியவர்கள். இப்போது அப்பகுதி எங்குள்ளது என்று அறிய இயலாது. பின்னர் அந்த வளர்ச்சிக்குரிய சூழ்நிலை இல்லையெனக்கொள்ளல் வேண்டும்; இப்பழம் பெரும் நாகரிகங்கள் ஒவ்வொன்றும் எடுத்துக்காட்டும் விவசாயம், செங்கல் தயாரித்தல், கட்டடங்கள், கட்டட மனைத்திட்டங்கள், ஓரளவு போர்த்தந்திர முறைகள் ஆகியவை வளர்ச்சியுற்ற வட்டாரத்தை எடுத்துக்காட்டுகின்றது. இவற்றில் போர்த்தந்திரம், இரு காரணங்களுக்காகத் தேவைப்பட்டது. சில சமயங்களில், நீர்நிலைகளைப் போராடித்தான் பெற வேண்டும். பெரிய வண்டல் நிலச் சமவெளிகளின் நதிகள் ஒரு பாலைவனத்தின் ஊடே பாய்ந்து செல்லுங்கால் தோன்றும் விவசாயம் மட்டுமே உணவு சேகரிக்கும் பூர்வ குடிகளை, உணவு உற்பத்தி செய்யும் விவசாயிகளாக மாற்றியமைக்கப் போதாது, பிற்கால இந்திய வளர்ச்சி நிலைகளில் இதே பிரச்சினையை நாம் அடிக்கடி சந்திக்க வேண்டியிருந்தது. உணவு உற்பத்தியாளர்கள், உணவு சேகரிப்பவர்களைக் காட்டிலும் எப்போதும் வெகு விரைவாக ஜனத்தொகையைப் பெருக்கிக்கொள்வர்; மேலும் மேலும் புதிய எல்லைகளின்மீது ஆக்கிரமிப்பு நடத்துவர். ஆகவே, இயல்பாகவே இது இரு கூட்டத்தாருக்கிடையே ஆயுதச் சண்டைக்கு அடிகோலியது. அவ்வாறு நிகழும்போது, ஒரு குறிப்பிட்ட நிலையில்,

அடிமைகளை ஆளும் முறை கண்டுபிடிக்கப்பட்டதைத் தவிர்க்க முடியவில்லை. அதாவது, கத்தி முனையைக் காட்டித் தமக்குத் தேவையான அதிக உழைப்பை மிக விரைவாகப் பூர்த்தி செய்துகொள்ள முடிந்தது.

ஒருகால், இப்பெரும் பண்பாடுகளில் பூர்வீகத் துவக்கம் அல்லது குறைந்தபட்சம் பிற்கால வளர்ச்சிக்கு வித்தாக நிலவிய மூல முன்மாதிரிப் பண்பாடுகளின் சின்னங்கள் அனடோலியாவின் கேடால் ஹூயூக், பாலஸ்தீனத்திலுள்ள ஜெரிக்கோ ஆகிய இடங்களில் கண்டுபிடிக்கப்பட்டுள்ளன. இவற்றின் காலம் கி.மு. ஏழாவது ஆயிரமாண்டுக் காலம்வரை பின்னோக்கிச் செல்லக்கூடியது. இதில், முதலாவதாகக் கூறப்பட்ட இடம், வீடுகளைக் கச்சிதமாக ஒருங்கிணைத்துக் கட்டப்பட்ட ஒரு சிறு நகரம், பகைவர்கள் புகாமல் தடுக்க, நுழைவாயிலில் தொடர்ச்சியாக மேலே இழுத்துக்கொள்ளக் கூடிய ஏணிகளை அமைத்திருந்தார்கள். அப்போதுதான், அவர்கள் கூடை முடையும் வேலையிலிருந்து வளர்ச்சியுற்று மட்பாண்டத் தொழிலில் இறங்கிய நிலையில் இருந்தனர். கல்லில் உருவங்களைச் செய்து வழிபாடுகள் நிகழ்த்தினர். ஜெரிக்கோவில் மட்பாண்டங்கள் தோன்றுவதற்கு முன்னரே, சிறு கற்காலத்தில் இருந்த கல் மதில்களால் கட்டப்பட்ட கோட்டை கவனத்திற்குரியது. வாழ்க்கைக்கு மிகவும் அத்தியாவசியமான தண்ணீரைப் பெற, அவ்வறட்சிப் பிரதேசத்தில் அந்நீரூற்றுகளை விட்டால் வேறு வழி இல்லாததால் அந்தக் கோட்டை அத்தியாவசியம். அதுவும், இல்லாவிடில், அப்பிராந்தியம் வறட்சி நிலைபெறும். ஆனால், இவ்விரண்டு இடங்களில் எதுவுமே நைல், மெசப்பட்டோமியா அல்லது சிந்து ஆகிய நாகரிகங்களின் ஊற்றுவாய்களாகத் திகழ்ந்திருக்க வேண்டுமென்பதில்லை. அவற்றுடன் அப்படிப்பட்ட ஒரு நேரிடையான தொடர்பு பற்றி இதுவரை எதுவும் புலனாகவில்லை. காலத்திலும், கால இடையீட்டிலும் நிலவும் இடைவெளியைத் தொல்பொருள் ஆராய்ச்சி இயல் இட்டு நிரப்ப நீண்ட அவகாசம் வேண்டும். இருந்தாலும்கூட, வட்டார அளவில் சிறியனவாக அமையப்பெற்ற இப்பூர்வீகப் பயிர்க்குடி சமூகங்கள், பெரிய அளவில் நகர-ராஜ்ஜிய நிலைக்கு உயரக்கூடிய சூழ்நிலையைப் பெறாவிட்டாலும், பிற்காலத்தில் வளர்ந்து அற்புத நிலை எய்திய நதிப்புற பண்பாடுகளுக்கு இன்றியமையா கருப்பொருள்களாக விளங்கின.

3.4. சமூக அமைப்பு

சிந்து நகரங்களில் குடியிருந்த சமூகத்தின் தன்மையைப் பற்றிக் கூற முயல்வதற்கு முன், இரு நாகரிகங்களுக்கும் பொதுவாக விளங்கிய மற்றொரு சிறப்பியல்பையும் கவனிக்க வேண்டும். அது நேர்த்தியான குடியிருப்புகளுக்குப் பக்கத்தில், ஆனால் பணக்காரர்களின் மாளிகைகளிலிருந்து சற்று இடைவெளி விட்டு அமைக்கப்பட்டிருந்த 10 மீட்டர் உயரமான ஒரு மண் செங்கல் மேடையே ஆகும். அதுவே 'கோட்டை' மேட்டைக் குறிக்கிறது. இவ்விரு நகர்களிலும் காணப்படும் கோட்டை மேடுகள் ஒரே அளவும், செவ்வக வடிவமும் கொண்டவை. ஹரப்பாவின் கோட்டைமேடு தற்காலத்தில் செங்கல் சூளையாக உபயோகிக்கப்பட்டதால் சிதைவுற்றது. மொகஞ்சோதாரோவிலோ, அநேகமாக, கி.பி. இரண்டாம் நூற்றாண்டிற்குரிய பௌத்த நினைவுச்சின்னமான ஸ்தூபி அக்கோட்டைமேட்டின் ஒரு பாகத்தை இன்னமும் ஆக்கிரமித்துக் கொண்டுள்ளது. இக்கோட்டைமேட்டின் மீது கட்டப்பட்டிருந்த, கட்டடங்களின் திட்டமும், மனைப் பிரிவும், மற்றவைகளை யொட்டியவாறே இருந்தனவென்று வைத்துக்கொண்டால், தொடக்கத்தில் இக்கட்டடங்கள், சில பொதுக் காரியங்களை நடத்துவதற்காகப் பயன்பட்டிருக்க வேண்டுமேயன்றி, ராணுவ உபயோகத்திற்கல்ல என்பது தெளிவாகிறது. அரண்கள் பிற்காலத்தில் கட்டப்பட்டிருக்கலாம். மொகஞ்சோதாரோக் குடியிருப்பில், பல அறைகளையுடையதும், தொடக்கத்தில் பல மாடிகளைக் கொண்டதாகவும் விளங்கிய கட்டடங்கள், ஒரு திறந்தவெளி முற்றத்தைச் சுற்றியிருந்தன. அதில் கிட்டத்தட்ட 23' X 39' செவ்வக வடிவில், 8 அடி ஆழமும் உள்ள ஒரு குளம் இருந்தது. அக்குளம் நல்ல முறையில் செங்கற்களால் கட்டப்பட்டிருந்ததுடன், செங்கல் உறைகளில் நீர் புகாவண்ணம், இடைவெளி இல்லாது சாந்து பூசி இருந்தார்கள். குளத்தில் இறங்கிச்செல்ல இரு பக்கங்களிலும் கட்டப்பட்டிருந்த படிக்கட்டுகளின் மீது, தொடக்கத்தில் மரப்பலகைகளைப் பொருத்தியிருந்தார்கள். நன்கு கட்டப்பட்டிருந்த வடிகால் நீரை அப்புறப்புடுத்த உதவிற்று; இது அநேகமாகக் குளத்தைச் சுத்தப்படுத்தும் நோக்கில் கட்டப்பட்டிருக்கலாம். முற்றத்தைச் சுற்றியிருந்த அறைகள் ஒன்றிலிருந்து கிணற்றிலிருந்து தண்ணீரைச் சிரமத்துடன் இழுத்துப் 'பொய்கையை' நிரப்பினார்கள். மற்ற அறைகளில் இருந்த கதவுகள் நேருக்குநேர் பொருத்தப்படவில்லை. அறைகளில் ஒன்று அல்லது இரண்டு மாடிகள்வரை செல்லும்

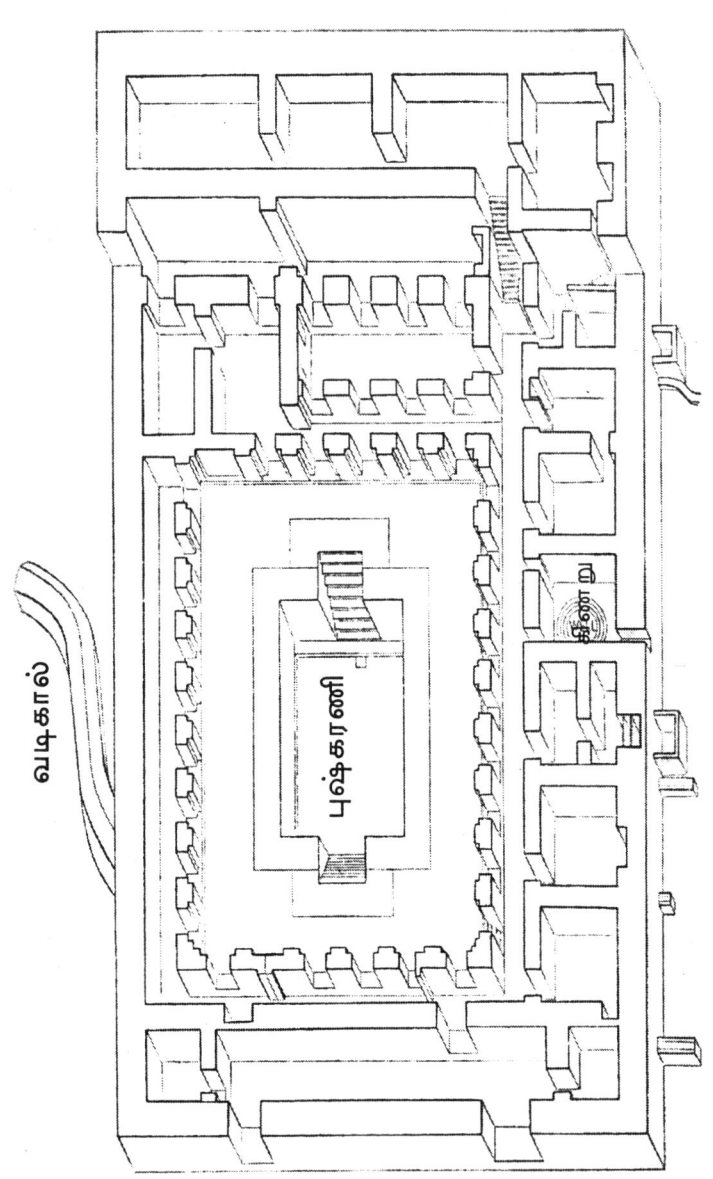

படம்-7 மொகஞ்சோதாரோவின் பெரும் பொய்கை அமைப்பு (மீட்கப்பட்ட அமைப்புத் திட்டம்).

படிக்கட்டுகள் காணப்படுகின்றன. ஒவ்வொரு வீட்டிலும் அருமையான குளியலறைகளும், கிணறுகளும் காணப்படுவதுடன், அக்கோட்டைமேட்டைக் கடந்தால் சிந்து நதியின் பிரவாகமும் உள்ள நிலையில், "இப்பெரும் பொய்கையை" ஏதோ புறத்தூய்மைக்காக கட்டப்பட்டதென்று நினைக்க முடியாது. நிச்சயமாக இதன் இலட்சியம், சிந்து நகரவாசிகள் முக்கியம் என்று கருதிய சில விரிவான சடங்குகளை நடத்துவதே.

பழைமையானதும், பிற்கால இந்திய நூல்களில் எழுதப்பட்டனவாயினும் தற்சமயம் வழக்கில் இல்லாததுமான தெய்வீகப் பொய்கைகளைப் பற்றிய குறிப்புகளுடன் ஒப்பிட்டுப் பார்ப்பதன் மூலம், இதன் தொடக்ககாலத்து நோக்கத்தை உறுதி செய்துவிடலாம். சமஸ்கிருதத்தில் புஷ்கரம், அதாவது 'தாமரைப் பொய்கை' என்று இதை அழைப்பார்கள். இத்தகைய செயற்கைக் குளங்களை வரலாற்றுக் காலம் முழுவதிலும் கட்டிய வண்ணம் இருந்தனர். ஆரம்பத்தில் தனித்தும், பின்னர் ஒரு கோயிலுடன் சேர்த்தும் கட்டப்பட்ட இக்குளங்கள் இன்றும் அவ்வாறே தொடர்வதைப் பார்க்கிறோம். அதுவல்லாது, இயற்கையாக தோன்றிய தாமரைக் குளம் இக்காரியத்திற்குச் சரிப்பட்டு வராதது, கண்கூடு. மத ரீதியில் பாவம் கழித்தல் தவிர, முற்கால இந்திய மன்னர்களும், குருமார்களும் பதவியேற்குமுன், ஞானஸ்தானம் செய்துகொள்ள, இத்தகைய புஷ்கரங்கள் தேவையுற்றன. இந்திய மன்னர்கள், புனித நீரை ஐரோப்பிய மன்னர்களைப்போல 'பூசிக்கொள்ளாமல்' தெளித்துக்கொண்டனர். மேலும், தலயாத்திரைகளில் இத்தகைய பொய்கைகளின் பல கட்டங்கள் க்ஷேத்திர ஸ்நானத்தின் முக்கிய அம்சங்கள் ஆகும். ஒரு யாத்திரைத் தலம், தீர்த்தம் என்ற பெயரைப் பெற்றதற்கு, ஆதியில் தண்ணீரைக் கடந்து கரையேற்றுதல் என்ற வழக்கம் காரணமாக இருந்திருக்கலாம். பிற்கால இந்தியாவில் கட்டப்பட்ட புனித தீர்த்தங்களுடன் மேற்கூறிய இரு சடங்கு அம்சங்களும் மொகஞ்சோதாரோவின் 'பெரும் பொய்கை'யை சரியானபடி இணைக்கின்றன. மிகத் தொன்மையான ஏட்டுக் குறிப்புகளில் இப்புஷ்கரங்களில் மூன்றாவது அம்சமாக விவரிக்கப்பட்டுள்ளவை பூர்வீக வளமைப் பெருக்கச் சடங்குகளுடன் தொடர்புடையது. பொதுவாக இத்தாமரைக் குளங்கள், தெய்வாம்சம் பொருந்திய ஜலகன்னிகை அல்லது சூனிய வித்தைகளில் கைதேர்ந்த ஜல மோகினிகளான அப்ஸரஸ் கூட்டங்களின் உறைவிடங்களாகும். இத்தகைய மாய மோகினிகள், உள்ளத்தைக் கொள்ளையிடும்

பேரழகிகளென்றும் ஆடவரை மயக்கிக் கூடலுக்குத் தூண்டுவரென்றும், கடைசியில் அந்த ஆடவரைக் கொல்வரென்றும் விவரிக்கப்பட்டுள்ளனர். இந்த ஜலகன்னியர் இசையிலும் நாட்டியத்திலும்கூட நன்கு பயிற்சி பெற்றவர்கள். தெய்வத்தன்மை பொருந்திய இக்கன்னியர் ஒவ்வொருவரும் தனித்தனிப் பெயர்களைப் பெற்றிருந்ததுடன், குறிப்பிட்ட ஒரு தலத்துடன் தொடர்புகொண்டவர்களாகவும் விளங்கினர். பண்டைய இந்தியாவின் பற்பல அரசகுல வம்சங்கள் குறிப்பிட்ட தேவ கன்னியுடன், இவ்வாறு காவியத் தலைவன்கொண்ட தற்காலிகக் கலவியின் மூலம் தோன்றிய வாரிசுகளாக நம்பப்படுகின்றன. இந்தத் தேவகன்னியர், புவியில் ஒரு மானிடனை கணவனாகப் பெற்று, இல்வாழ்வு நடத்தி, சாதாரண உலகவாழ்வை நிலைநிறுத்திக்கொள்ள முடியாது. இது, மொகஞ்சோதாரப் 'பெரும் பொய்கையைச்' சுற்றிச் சிறப்புமிகு கவனத்துடன் கட்டப்பட்டிருந்த அறைகளின் உபயோகங்களை விளக்கப் போதுமானது. புனித நீராடல் மட்டுமன்றி, கோட்டைச் சூழலுக்குச் சொந்தமான தாய்த்தெய்வத்தின் பெண் பிரதிநிதிகளான கன்னிகைகளுடன் கூடிக் களிப்பதும், ஆண்களுக்குரிய சடங்கின் ஒரு அம்சமாகும். இது நூற்றுக்கு நூறு உண்மை. சுமர் மற்றும் பாபிலோனிலுள்ள இஷ்டார் கோயில்களில், இத்தகைய நடைமுறை நிலவி வந்ததுடன் அதில் உயர் குடும்பத்துக் கன்னியரும் பங்கேற்கவேண்டியிருந்தது. ஒரே சமயத்தில் நித்தியக் கன்னியாகவும், வேசையாகவும் விளங்கிய இஷ்டார் தெய்வம் ஒரு தாய்த்தெய்வம். அதேபோது எந்தத் தெய்வத்திற்கும் மனைவி அல்ல; மேலும் நதித் தெய்வமாகவும் இவள் விளங்கினாள். உண்மையில் சிந்துவில் காணப்படும் கோட்டை மேடு மெசபட்டோமிய "சிக்குரத்"தின் சரி நேர்ப் படிவமாகும். இங்கு இடம்கொண்டிருந்த தாய்த்தெய்வத்திற்குரிய உறுதிச் சான்றுகள் குறைவென்றாலும், பயங்கரத் தோற்றத்தைத் தரும் கடுமட்கலப் பதுமைகள் அச்சான்றுகளை வழங்குகின்றன; தலை முழுவதும் மூடப்பெற்ற கனமான பறவை உருவ முகமூடிகளை அணிந்திருந்த மாதர்களை அவை எடுத்துக்காட்டுகின்றன. இந்த இரு நகரங்களிலும், சிந்துப் பண்பாட்டுக்கும் முந்திய கிராமங்களின் சிதைவுகளிலும் இவை காணப்படுகின்றன. இவற்றை விளையாட்டுச் சாமான்கள் என்றோ, பொம்மைகள் என்றோ அவ்வளவு சுலபமாக ஒதுக்கிவிட முடியாது; பிறப்பு-இறப்பு ஆகியச் சடங்குகளுக்குத் தலைமை வகித்த பெண் தெய்வத்தின் பிரதிநிதிகளாக அவை விளங்கியிருக்கலாம். தலைமை வகிக்கும் தாய்த்தெய்வத்திற்குப் பெரிய சிலை தேவைப்படவில்லை.

ஏனென்றால், உருவங்களின் துணையின்றியே, அத்தாய் தெய்வத்தின் சார்பில் தேவையான எல்லாச் சடங்குப் பணிகளையும் நடத்த தெய்வீகத் தாதியர்களே போதும்.

இப்போது, எகிப்து, மெசப்பட்டோமியா ஆகியவற்றின் நிலைமைகளுடன் இதனை ஒப்பிட்டுப் பார்க்கவேண்டும். எகிப்தின் பாரோ கொள்கையளவில் தெய்வீக அரசர்; அகில உலகத்திற்கும் ஏகபோகச் சக்கரவத்தி. உண்மையில் படைக்கலம் ஏந்திய பலம்பொருந்திய பிரபுத்துவ வர்க்கமும், அதையும்விடப் பெரிய குருமார் வர்க்கமும் ஒத்துழைத்ததனால் பாரோ ஆட்சி செய்யமுடிந்தது. குறுகிய நதிச் சமவெளியில் செல்லுபடியான பாரோவின் ஆட்சி முக்கியமான வேலையைச் செய்தது. உணவுடன் எல்லா மூலப் பொருள்களையும் கடுமையான பிரயத்தனத்துடனும், சமயத்தில் படையெடுத்து வென்றும், தருவிக்க வேண்டியிருந்தது. அவையாவன: மரம், உலோகக் கனிமங்கள் அல்லது உலோகங்கள் ஆகியவை. இவ்வாறு தருவித்த மூலப் பொருள்களைப் பிறகு, சரியானபடி பங்கிடவேண்டும். தகராறு ஏதுமின்றி வேலைப் பகிர்வும், பொருள் பங்கிடும் உத்தரவுகளுக்குக் கீழ்ப்படிந்து நிகழ வேண்டும்; தனிப்பட்ட கிராமங்கள் இவ்வுத்தரவுகளைப் பிறப்பித்து நடத்த இயலாது. கட்டளை பிறப்பித்தலும், ஒதுக்கீடு செய்தலும் தேவையுற்றபோது போர்த் தாக்குதலை நடத்துதலும், பாரோ மன்னனின் முக்கியக் கடமைகள் ஆகும். எனவேதான் அங்கு பெரும் பொருட்செலவில் பாரோவின் ஆட்சியையும், நினைவையும் தாங்கி நிற்கும் சின்னங்கள் கட்டப்பட்டன. (உம். பிரமிடுகள்). இதற்கு நிகராக ஒப்பிட சிந்துச் சமவெளியில் ஏதுமில்லை. எனவே இங்குத் தெய்வ அருள் பெற்ற போர் வேட்கைகொண்ட வேந்தர்களின் வம்சாவளி ஆட்சி சாத்தியமில்லையென நாம் கருதவேண்டியுள்ளது. சிந்துவில் கண்டெடுக்கப்பட்ட படைக்கலங்கள், வழக்கு மீறியவகையில் குறைவாகவும், வலுவற்றும் இருந்ததுடன் யாதொரு அரண்மனையையும் அடையாளம் கண்டுகொள்ள முடியவில்லை என்பதையும் நாம் ஏற்கெனவேயே, குறிப்பிட்டுள்ளோம். வாகைசூடிய வெற்றி வீரர்களின் நினைவு மண்டபங்கள் என்று கொள்ளத்தக்க சின்னங்கள் எதுவுமே மொகஞ்சோதாரோவிலோ, ஹரப்பாவிலோ கிட்டவில்லை. இங்கிலாந்தில் சில பிரபலமான தொல்பொருள் ஆராய்ச்சியாளர்கள், இவ்விரு பெரிய நகரங்களையும் ஒரு மாபெரும் சாம்ராஜ்ஜியத்தின் வடக்கு, தெற்குப் பகுதிகளின் இரு தலைநகரங்கள் என்று கருதுகின்றனர். சிந்துவை, எகிப்தின் பண்டைய

ஏகாதிபத்தியத்துடன் ஒப்பிடுவதோடு மட்டுமல்லாமல் இந்தியாவில் பெரிய முன்னேற்றம் நிகழ்ந்திருக்குமேயெனில், அதன் காரணம், வலுவான ஏகாதிபத்தியமே (ஆங்கில ஏகாதிபத்தியத்தைப்போல்) என்று, அநேகமாக ஏகாதிபத்திய உணர்ச்சியில், அவர்கள் இவ்வாறு கருதியிருக்கலாம். இக்கருத்திற்கு மேற்கொண்டு விளக்கம் அனாவசியம்.

மெசப்பட்டோமியப் பண்பாடு, சிந்து நாகரிகத்திற்கு மிகவும் நெருங்கியது. எகிப்தியர்களைப்போல் இவர்களுடைய பொருளாதாரம் நீடிக்க, அந்நிய வெற்றிகளோ, உள்நாட்டு விநியோக முறைக்குரிய வலுவான மத்திய அதிகார கேந்திரமோ அவசியப்படவில்லை. வாணிபமே, மெசப்பட்டோமியப் பொருளாதாரத்தில் (கிழக்கு மேற்கு ஆகிய திசைகளிலும், ஆப்பிரிக்கக் கடற்கரை நெடுகிலும், முக்கியப் பங்கை ஏற்றது. இருந்தபோதிலும், மெசப்பட்டோமிய நகரத்தில் சொந்தமாக நிலங்களுடன் வியாபாரத்தில் பங்கும் பெற்ற கணக்கற்ற கோயில்கள் இருந்தபோது, சிந்து நகரத்திலோ ஒரே ஒரு சிக்குரத்தை மட்டுமே காணமுடிகிறது; அத்துடன் ஒவ்வொரு குடும்பத்திலும் அல்லது வீட்டிலும் வணங்கப்பட்ட தெய்வத்தின் தன்மை எப்படியிருந்தாலும், பொதுவில் பின்பற்றப்பட்ட வலுவான அல்லது வசீகரமான வழிபாட்டு முறையின் சான்றுகள், எதுவும் கிட்டில. ஏராளமாக நிலம், அடிமைகள், கால்நடைகள், வாணிபப் பொருள்கள் ஆகிய சொத்துக்களை ஆண்ட மெசப்பட்டோமிய வணிகர்கள் மொத்த புகழுடன் விளங்கினர்; ஆனால் சிந்துவுடன் ஒப்பிடும்போது, அவர்களுடைய வீடுகள் ஆடம்பரமில்லாதவை; அவற்றில் சுகாதார வசதி மிகவும் சொற்பம். அவர்களுடைய வாரிசு உரிமைச் சட்டங்கள், ஒப்பந்தங்கள், கடன்கள், அடமானங்கள் பற்றி நாம் நன்கறிவோம்; சிந்துவிலோ, அத்தகைய ஆவணங்கள் எவையும் கிட்டில. சிந்து வணிகர்கள் ஈராக்கிய வணிகர்களுடன் வர்த்தகம் புரிந்தாலும், களிமண் பலகைகளில் ஒப்பந்தம் எழுதும் வழக்கத்தைப் பின்பற்றாதது உண்மையில் வியப்பூட்டுகிறது. சிறந்த அந்நியக் கருவிகளை இவர்கள் ஏன் கைக்கொள்ளவில்லை? விவசாய மேம்பாட்டிற்குரிய கால்வாய் நீர்ப்பாசனம், ஆழமான உழவு முறை ஆகியவற்றை ஏன் பயன்படுத்தவில்லை? சிந்து வணிகர்களில் சிலர் யூப்ரெடீஸ் சமவெளியில் கனமான ஏரைக்கொண்டு உழுது பயிராக்கிய பயிர்களை, நிச்சயம் கவனித்திருக்க வேண்டும். இதற்குரிய விடை ஒருக்கால், இவ்வாறு மாற்றங்களைச் செய்வதால் லாபம் ஒன்றுமில்லையென்று, சிந்து வணிகர்கள் கருதியிருக்கலாம் என்பதே. மொத்த நிலமும் ஒரு பெரும் கோயிலின் சொத்தாக இருந்ததுடன் அக்கோயிலும், குருமார்

அமைப்பும் அவற்றை நேரிடையாக நிர்வகித்திருக்க வேண்டும் என்பது புரிகிறது. இவ்வாறு ஒரு மரபை நிலைநாட்டிய பிறகு, மிகவும் பண்டைய குருமார்களைப் போலவே, இவர்களும் எல்லாப் புதிய கண்டுபிடிப்புகளையும் தடுத்திருக்கலாம். குருமார்களுக்கு மாறுதல் தேவையில்லை; வணிகர்களுக்கோ மாற்றத்தினால் லாபமில்லை. ஆற்றல் படைத்த, சமயச் சார்பற்ற ஒரு அரசர் மெசப்பட்டோமியாவை ஆண்டார். இஷாக்கு என்று அழைக்கப்பட்ட அம்மன்னர் நகரப்படைக்குத் தலைமைதாங்கிப் போரில் ஈடுபட்டு, முடிவில் ஒரு தெய்வீக அல்லது தெய்வாம்சம் பொருந்திய மன்னரானார். தன்னுடைய சொந்த நகரத்திலிருந்து கோயிலின் நிர்வாக விவகாரங்களில் மன்னர் அதிகம் தலையிடுவது இல்லை; ஆனால், போரில் கைப்பற்றிய நகரங்களைப் பொறுத்தவரையில் தன் விருப்பம்போல் எதையும் செய்தார். சிந்துப் பிரதேசத்தில், இவ்வகை மன்னரும் ஆண்டதற்குச் சான்றுகள் கிட்டவில்லை. அங்கு ஒரு மன்னரின் ஆட்சிக்கு அவசியமே ஏற்படவில்லைபோலும். அதிக அளவுக்குப் படை பலத்தின் துணையின்றியே முதன்மை நிலையில் உழவர்களிடமிருந்து உபரி தானியங்கள் பெறப்பட்டன. படைவீரமோ அல்லது போர் வன்முறையோ அல்லாமல், மதமே சிந்துச் சமூகத்தின் முக்கியமானக் கொள்கை பலமாக விளங்கிற்று. பிற்கால இந்தியச் சமூகத்தின் பல்வேறு காலகட்டங்களிலும், மீண்டும் மீண்டும் இந்த நிலையே தொடர்ந்து நின்றதைக் காண்கிறோம்; குருதி சிந்தும் போர்கள் படையெடுப்பு, வெற்றி முரசு, அராஜகம் போன்ற நிகழ்ச்சிகளைத் தொடர்ந்து மத அடிப்படையில் அமைதி காக்கும் தேக்கநிலையே வரலாற்றின் விதியாகத் திகழ்ந்தது. இத்தகைய தேக்கநிலை சிந்துச் சமூகத்தின் மீது நீண்ட காலத்திற்கு நிலைபெற்று நீடித்தது.

சிந்து வணிகர்கள் தங்களுடைய செல்வங்களை அம்மாளிகை வீடுகளில் கனமான சுவர்களின் பின்புறம் திரட்டிக் குவியலாக வைத்திருக்கலாம்; ஆனால், அம்மாளிகைகளில் எதுவும் ஒன்று மற்றவைகளை விஞ்சும் அளவில் பெரியதாகவோ முக்கியத்துவம் வாய்ந்ததாகவோ இல்லையாதலால், இவற்றில் ஏதும் ஒன்றைச் சரியானபடி, ஒரு அரண்மனையென்று கொள்ள முடியாது. ஈராக்கிய வணிகர்களுடன் ஒப்பிடும்போது, இந்திய வணிகர்கள் செலுத்தவேண்டிய வரி குறைவாகவும், நிகர லாபம் கூடுதலாகவும் நிர்ணயிக்கப்பட்டும் இருந்தன; இதை இந்த மாளிகைகள் எடுத்துகாட்டுகின்றன. தன்னையே பெரிய கூட்டாளியாகப் பிரகடனப்படுத்திக்கொள்ளும் ஒரு அரசன், வணிக லாபத்தின்

பெரும்பங்கையும் பறித்துக்கொள்ளவில்லை. இதற்கு ஏற்ப, சிந்து வணிகர்கள் திறமையான காவல் பாதுகாப்பையும் பெற்றிருக்கவில்லை. ஏன், காவல் ஏற்பாடுகளே அங்கு கிடையாதோ என்றும் எண்ணத்தோன்றுகிறது. நாம் முன்பு கூறியபடி, மிகவும் விசித்திரமான முறையில் தரம் குறைந்து, கனமாகவும், வெறுமையாகவும் காட்சி தந்த கட்டட அமைப்புகளின் மூலம் தங்களுடைய சொந்தப் பொறுப்பில் தங்களையும் தங்கள் செல்வங்களையும் காப்பாற்றிக்கொண்டார்கள். இதன் அழிவு நிகழ்வதற்கு முன்பேகூட இந்நகரங்களுக்குள் திருடர்களும், கொள்ளைக்காரர்களும் இயங்கியதைக் குறிக்கும் சான்று, தோண்டி எடுக்கப்பட்டுள்ள சிதைவுகளில் கிட்டியுள்ளது. வணிகர்களின் பதிவேடுகள் துணியாகவோ பனை ஓலையாகவோ அல்லது அவற்றைப்போல் மக்கி வீணாகக்கூடிய ஒன்றாகவோ இருந்திருக்கலாம். மிகக் குறைவான உள்நாட்டு வியாபாரங்களை எழுத்தில் பதிந்துகொள்வது அவசியமற்றதாகத் தோன்றியிருக்கலாம்; ஏனென்றால் அதற்கு ஞாபகசக்தியே போதுமானது. இதுவே பிற்கால இந்தியச் சமூகத்தின் ஒரு சிறப்பியல்பாகத் திகழ்ந்தது. வாய்மொழியிலேயே ஒப்பந்தங்கள் நடத்தப்பட்டு, அவ்வாறே வாக்கு சுத்தமாக நடந்துகொண்ட நாணயம், அந்நிய நோக்கர்களை பிரமிப்படைய வைத்தது.

தானியங்களைச் சேமித்துப் பங்கிடும் களஞ்சியப் பணியை அப்பெரிய கோயில் செய்திருக்கலாம். கோயில் சுற்றத்தின் ஒரு பாகமாகவோ அல்லது கோயிலுடன் தொடர்புடையதாகவோ அக்கோட்டைமேட்டுக் களஞ்சியங்கள் விளங்கியிருக்கலாம். இதன் பக்கத்தில், ஒரு வரிசையாக இருந்தாலும், சற்று அற்பத்தனமாகத் திட்டமிட்டுக் கட்டியிருந்த தொழிலாளர் குடியிருப்பில் வசித்த மக்கள், தானியங்களைக் குத்திப் புடைத்தோ, மாவாக அரைத்தோ உண்ணுவதற்கேற்ற முறையில் பக்குவப்படுத்தினர். மெசப்பட்டோமியாவில் ‘கல்லு’ (gallu)வைப் போன்ற ஒருவகையான கோயில் அடிமைகளாக இவர்கள் விளங்கியிருக்கலாம். தொழில் உற்பத்தி முறைகளில் கோயிலின் பங்கு எந்த அளவுக்கு இருந்ததென்று தெளிவாகவில்லையென்றாலும், சிந்துவுக்கு நிகராக விளங்கிய பிற நாகரிகங்களை வைத்து மதிப்பீடு செய்து பார்க்கும்போது, இப்பங்கு முழு அளவில் இருந்திருக்கவேண்டுமென்று எண்ணத் தோன்றுகிறது. இருந்தாலும், வணிகர்களின் முத்திரைகளைக் கவனிக்குமிடத்து, அவற்றில் ஒரு பெண்தெய்வத்தைக் குறிக்கும் உருவம் ஏதும் இல்லை. குலச்சின்னங்களைக் குறிக்கும் மிருகங்கள் அவ்வளவுமே ஆண் இனமாக இருப்பதுவும் குறிப்பிடத்தக்கது. இனங் கண்டுபிடிக்கப்பட்ட

ஓரிரு மனித உருவங்களும் ஆண்களாகவே உள. ஒருக்கால் இவ்வணிகர்கள், தங்களுக்கு மட்டும் உரியதோர் இடைநிலை இறை வழிபாட்டை வளர்த்துக்கொண்டிருக்கலாமென்றும், அதில் தாய்த்தெய்வத்திற்கு நேரிடையான பங்குகிடையாதோவென்றும், அவை எண்ணமிட வைக்கின்றன. அவ்வாறே நில வருவாயோடு ஒப்பிடும்போது அதற்கு நேர்மாறாக வாணிபத்தில் கிடைத்த மொத்த லாபம் எவருக்கும் பங்கீடு செய்யப்படாமல் வணிகர்களையே அடைந்தன.

இவ்வாறு திரட்டிய ஊகங்களைக்கொண்டு நாம் இவ்வளவுதான் கூறமுடியும். இந்த அமைப்பு பல இடங்களுக்குப் பரவவில்லையென்பது உண்மையே. சிந்துவின் வடக்கிலும், கடற்கரைப் பகுதிகளிலும் இதன் குடியேற்றங்கள் சிறியவை மாத்திரமல்ல. மிகக் குறைவு. கி.மு. மூன்றாவது ஆயிரமாண்டுக் கால முடிவில் சிந்துவின், முக்கிய நகர ஜனத்தொகையே குறையலாயிற்று. கடைசியாக, இந்நகரங்கள் அழிந்த பிறகு, எஞ்சி நின்ற சிந்துப் பண்பாடு யாதென்பது, தர்க்கப்பூர்வமான கேள்வியாகும். கைத்தொழில் திறன், வாணிபம் ஆகியவற்றுடன் தொடர்புள்ள மரபுகள் நிச்சயமாக எஞ்சியிருந்தன. பிற்கால இந்தியாவில் தோன்றிய கன எடைகளும், ஏறத்தாழ முகத்தல் அளவைகளும் (இவை அவ்வளவு தெளிவில்லை) பின்னோக்கிச் சென்று, மொகஞ்சோதாரோ, ஹரப்பா பண்பாட்டுடன் நேரடித் தொடர்புகொண்டுள்ளன. அவ்வாறே சில தெய்வீகக் கதைகள், புராணங்கள் முதலியன எஞ்சி நின்றதும் உறுதிப்பாடு; உ-ம் சுமேரியா-பாபிலோன், பைபிள் மாதிரிகளைப் போன்றதே, சம்ஸ்கிருத ஏடுகளைப் புரட்டிப் பார்க்கும்போது, இந்தியாவில் வழங்கும் யுகப்பிரளய ஊழிக்காலக் கதை, பழமையானவற்றில் கூறப்படவில்லை; பிற்காலத்திற்குரிய நூல்களிலேயே காணப்படுகிறது; ஆரியர் மேலும் ஆரியருக்கு முற்பட்ட மக்களின் பழமைகளையும், புதுமைகளையும் படிப்படியாக ஒன்றுசேர்த்து முற்போக்கு நோக்கில் உருவாக்கப்பட்ட பல்வேறு படைப்புகளில் இதுவும் ஒன்று; இவ்வாறு ஒருமைப்படுத்தப்பட்ட படைப்புகள், இந்திய இலக்கியத் துறையிலும், சட்ட இயலிலும் நாம் சாதாரணமாக எதிர்பார்க்கும் கருத்துக்களின் வரிசை முறையைச் சில சமயங்களில் தலைகீழாக ஆக்கியதைக் காண்கிறோம். எகிப்தில் மன்னர் குலவம்சங்கள் மாறி மாறி ஆட்சிபுரிந்தாலும், எகிப்தியர் வாழ்வின் அடிப்படைக் கட்டுக்கோப்பும், அமைப்புத் திட்டமும் ஆழமான மாற்றத்திற்குட்படாததைக் கவனிக்கவேண்டும். திடீரென அந்நிய நாடுகளில் படையெடுத்துப் புதிய உலோகச் சுரங்கங்களைக் கைப்பற்றியதாலும், அல்லது போரில்

தோற்ற ஏராளமான அந்நிய நாட்டு வீரர்களைக் கைதிகளாகப் பிடித்து வந்த உள்நாட்டில் அடக்குமுறை நடத்தியதாலும், விளைந்த அம்மாறுதல்கள், பாரோவின் அரசவை நிலையில் மட்டும் பாதித்தது வெளிப்படை. ஆயின், பொதுமக்கள் அன்றாட வாழ்வில் இவை எவ்வித மாற்றத்தையும் நிகழ்த்தவில்லை. எகிப்தையும் சில ஆரியர்கள் தாக்கினார்கள். மெசப்பட்டோமியாவில், அடுத்தடுத்துப் படையெடுத்தவர்களைத் தொடர்ந்து மொழியும், தெய்வ வழிபாடுகளும் மாற்றப்பெற்றாலும், நகரங்கள் அப்படியே நிலைபெற்றிருந்தன. மீறிப்போனால் சுமேரியா, பாபிலோன், அஸ்ஸிரியா, அல்லது, பாரசீகம் ஆகிய எதிலுமே தலைநகரங்கள் ஒன்றுக்கொன்று மாறிப் போயிருக்கலாம். ஆனால் எப்போது விவசாயத்திற்குரிய நீர்ப்பாசன அமைப்புகள் கவனிப்பின்றி பழுதடைந்தனவோ, அப்போதுதான் உற்பத்திக்குரிய விளைநிலம், பாலைவனமாகி, வாழ்வு, தடம்புரண்டு பழைய நகரங்கள் சீரழிந்தன. விவசாய அமைப்புகள் நிர்மூலமாக்கப்பட்ட ஒரே காரணத்தின் வாயிலாகவே, சிந்து நகரங்கள் கடைசியில் முற்றிலும் அழிந்துபோயிருக்க வேண்டும். இதைத் தவிர, இங்கு பாசனக் கால்வாய்கள் இல்லாததும் இரு பொருள்களைத் தருகின்றது. ஒன்று, இந்நதிகள் திசைமாறி ஓடியிருக்கலாம்; இவ்வாறு நதிப்பெருக்கு அடிக்கடி திசைமாறிச் செல்வது இயல்பே. இதனால், இந்நகரங்கள் துறைமுக முக்கியத்துவத்தை இழந்ததால், பழையபடி நகர மக்களுக்குத் தேவையான உணவு அளிப்பும், விநியோகமும், கடினமாகியிருக்கக்கூடும். இரண்டாவது, இதை வென்றவர்கள், முக்கியமாக விவசாயத்தையே தொழிலாகக்கொண்டவர்கள் அல்லர். அவர்கள் அணைகளைத் தகர்த்தனர். சிந்து மக்கள் அணைகளைக் கட்டி, வெள்ளப் பெருக்கைத் தடுத்து, நீர்ப்பாசனம் அமைத்து, வளம்பெற்றதை முன்பு கவனித்தோம். அணைகள் உடைந்ததும், சமவெளியின் பெரும்பகுதி விளைநிலங்களில் திட்டுத்திட்டாக மண் படிந்து, நீர்ப்பாசன முறை உபயோகமற்றும் போயிருக்கலாம். அதுவே, உணவு உற்பத்திக்குக் காட்டப்பட்ட சிவப்பு விளக்கு; ஏற்கெனவேயே நீண்டகாலத் தேக்கநிலையினால் நலிய ஆரம்பித்த சிந்து நகரங்களின் அழிவுக்கும் அதுவே, அறிகுறி. உண்மையான உயிரோட்டமுள்ள புதிய சமுதாயம் பழைமைகளையும், புதுமைகளையும் ஒருங்கிணைத்தவாறு மீண்டும் உருப்பெற வேண்டியிருந்தது.

நான்காம் அத்தியாயம்

ஆரியர்கள்

4.1. ஆரியர் பரிவாரம்

'ஆரிய' என்ற சொல் சம்ஸ்கிருதத்திலும், அம்மொழியிலிருந்து சென்ற பெரும்பாலான இந்திய மொழிகளிலும் 'சுதந்திரமாகப் பிறந்த', 'உயர் குணம் படைத்த' அல்லது 'மூன்று மேல்சாதி மக்களில் ஒருவர்' ஆகிய பொருள்களில் வழங்கப்படுகின்றன. வேறுபல சொற்களைப் போலவே, இச்சொல்லின் பொருளும் நூற்றாண்டுகள்தோறும் மாறிவந்தது. பிற்காலத்தில் மரியாதையைக் குறிக்கும் 'ஐயா' என்ற சம்பிரதாயச் சொல்லாகப் பயன்பட்டாலும், மிகப் பூர்வநிலையில் ஒரு இனமாகத் திரண்டெழுந்த ஒரு பழங்குடி அல்லது சில பழங்குடிக் கூட்டங்களைக் குறித்தது. இந்தியாவின் வரலாற்று நூல்கள் பல இந்த ஆதி ஆரியர்களுடன் ஆரம்பமாகின்றன. இந்தியப் பண்பாட்டு சாதனைகளின் உச்சநிலை ஒவ்வொன்றும் ஆரியர்களுடையதாகவே இருக்கவேண்டும் என்ற தப்பெண்ணத்தின் அடிப்படையில் இன்னமும் சில ஆசிரியர்கள், சிந்து மக்கள் ஆரியர்களே என்று சாதிக்கின்றனர். மறைந்துபோன நாஜி அடக்குமுறை ஆட்சி, 'ஆரியன்' என்ற சொல்லுக்குத் துணுக்குறச் செய்யும் இனவெறியை உள்ளடக்கியப் பொருளை வழங்கிற்று; இதற்குஅதிகார ரீதியில் வழங்கப்பட்ட தத்துவ விளக்கம் இக்குழப்பத்தை மேலும் அதிகப்படுத்தியது. இதன் விளைவாக, உண்மையில், ஆரியர்கள் என்போர் இருந்தார்களா? அவ்வாறு இருந்தனர் என்றால், அவர்கள் எவ்வகையான மக்கள்? இத்தகைய ஐயங்கள் தோன்றுகின்றன. இது இயல்பே.

மிகப் பெரிய மக்கள் கூட்டத்திற்கு இப்பெயர் பொருத்தமென்று எடுத்துக்காட்டும் ஒரே அம்சமே ஆரியர்களின் பல்வேறு தோற்றங்களில் சிறந்து விளங்குகிறது; அதுவே மொழிகளின் ஒரு பொதுக் குடும்பம், இம்முக்கிய மொழிகள் நேராக யுரேசியாக் கண்டத்தைக் கடந்து பரவிச்சென்றன. சம்ஸ்கிருதம், இலத்தீன், கிரேக்கம் ஆகிய மூன்றும் முதன்மை இலக்கியச் சிறப்புள்ள ஆரிய

மொழிகள். இலத்தீனிலிருந்து உரோமானிய மொழிப்பிரிவு (இத்தாலியன், ஸ்பானியம், பிரெஞ்சு, ருமேனியன்) தென் ஐரோப்பாவில் வளர்ந்தது. இதைத்தவிர, டூட்டோனிக் (ஜெர்மன் ஆங்கிலம், ஸ்வீடிஷ்) மற்றும் ஸ்லாவிக் (ருஷ்யன், போலிஷ்) ஆகியவை ஆரிய மொழிகளின் உட்பிரிவுகளாகும். இம்மொழிகளிலும் பல்வேறு விதமான பொருள்களுக்குரிய சொற்களுடன் ஆரியமல்லாத பிற மொழிகளில் அப்பொருள்களின் சொற்களை ஒப்பிட்டுப் பார்த்து இது உறுதி செய்யப்பட்டுள்ளது. ஐரோப்பாவில் வழங்கப்படும் பின்னிஷ், ஹங்கேரியன் மற்றும் பாஸ்க் போன்றவை ஆரிய மொழியினத்தைச் சார்ந்தவை அல்ல. ஹீப்ரு மற்றும் அரபு மொழிகள் முற்கால சுமேரியாவை நினைவுறுத்தும் பண்டையப் பண்பாடுகளிலிருந்து பெறப்பட்டவை, என்றாலும், அவை செமிட்டிக் மொழிகளே தவிர ஆரிய மொழிகளல்ல. அவ்வாறே ஆரிய இனத்தைச் சாராத மூன்றாவது பெரும் பிரிவு, சீனோ-மங்கோலிய இனமாகும்; இதில் சீனம், ஜப்பானியம், திபேத்தியன், மங்கோலியன் மற்றும் பல்வேறு மொழிகள் அடங்குகின்றன. இந்தியாவிற்கு இவை (சீன மங்கோலிய இனமொழிகள்) முக்கியமில்லாவிடினும் மொழிப்பிரிவு வரலாற்றிலும் பண்பாட்டிலும் சிறப்பான இடம் வகிக்கின்றது இந்தோ-ஆரிய மொழிகள் சமஸ்கிருதத்திலிருந்து தோன்றியவை. ஆரம்பத்தில் உருவான பாலிமொழி, மகதத்தில் பேசப்பட்டு வந்ததால் அதுவே மாகதி என்றும் அழைக்கப்பட்டு வந்தது; அவற்றுடன் பல்வேறு தனிமொழி இனங்களுக்கும் பொதுவாக விளங்கும் பிராகிருதமும் அவ்வாறு தோன்றியதே. இவற்றிலிருந்து நவீன மொழிகளான இந்தி, பஞ்சாபி, வங்காளி, மராத்தி போன்றவை தோன்றின. இருப்பினும் ஆரிய இனத்தைச் சாராத பல இந்திய மொழிகள் பண்பாட்டுச் சிறப்புடையதாக விளங்குகின்றன; அவை திராவிட இனத்தைச் சார்ந்த தமிழ், தெலுங்கு, கன்னடம், மலையாளம், துளு போன்ற மொழிகள், அவற்றுடன் எண்ணிக்கையில் பெருத்திருந்ததாலும் சிறிய வட்டாரங்களில் மட்டுமே பேசப்பட்டு வரும் பல்வேறு பூர்வகுடி மொழிகளும் உள; அவை இந்தியாவின் பூர்வீக நிலையில் இருந்த மொழிகளின் பூர்வீகத் தன்மையைப் பற்றி உணர்த்தவல்லன. இப்பூர்வீக மொழிகளையெல்லாம் ஒன்றுசேர்த்து 'ஆஸ்டிரிக்' இனம் என்று ஒருகாலத்தில் வழங்கப்பட்டது; ஆனால், முந்தாரி, ஒரான் தோடா போன்ற மொழிகளில் காணப்படும் வேற்றுமைகள், இவ்வாறு இனம் சேர்ப்பது அர்த்தமற்றது என்று உணரவைத்துவிட்டது. முக்கிய

கேள்வி இதுவே; ஒரு மொழியின் சமூகமோ, அல்லது மொழிப்பிரிவின் பொதுவான பூர்வீகமோ ஆரிய இனம் அல்லது ஆரியக்குடி வாழ்ந்ததை சரியெனக் காட்டுமா?

இனம் என்ற சொல்லை எவ்வளவுதான் கவனக் குறைவுடன் வரையறுத்திருந்தாலும்கூட, பொன்னிறமுள்ள ஸ்காண்டிநேவியனும், கரிய நிறமுள்ள வங்காளியும் ஒரே இனம் என்றால் அதை நம்புவதற்குக் கடினமாகவே உள்ளது. ஆகவே, ஒரு நூற்றாண்டுக்கு முன்னர் தலைசிறந்த ஐரோப்பிய மொழிவாணர்களில் சிலர், 'மண்டை ஓட்டுக் குவியலுக்கு நீள அகல விகிதாச்சாரங்களை அளவிடுவதைப்போல்' ஆரிய இனம்பற்றிப் பேசுவது, நகைப்புக்கு இடமாகும் என்று முடிவுசெய்தனர். ஆரியன் இன ஒற்றுமையைக் குறிப்பிடும் சொல்லாக அல்லது, மொழி சார்ந்த சொல்லாகவேக் கொள்ளவேண்டும். இருப்பினும் பூர்வகாலத்தைச் சேர்ந்த சில மக்கள் ஆரியர்கள் என்று தங்களை அழைத்துக்கொண்டதும், பிறரால் அவ்வாறு அழைக்கப்பட்டதும் மெய்தான். அக்கேயமனித் (Achaemenid) பேரரசனான முதலாவது டேரியஸ் (இறப்பு கி.மு. 486) தன்னுடைய கல்வெட்டுக்களில், ஒரு அக்கேயமனித் (ஹக்காமானிஸியா), பாரசீகன் (பார்ஸா), பாரசீகனின் புதல்வன், ஆரியப் பரம்பரையில் உதித்த ஆரியன் என்றெல்லாம் தன்னுடைய புகழாரங்களைப் பொறித்துள்ளான். ஆகவே, ஒருகாலத்தில் ஆரியர் என்போர் வரலாற்று ரீதியாக ஒன்றுகூடிய அக்கேயமனித் குலம் மற்றும் பாரசீகம் பழங்குடி ஆகிய இரு கூட்டங்களையுமே குறித்தனர். புனித வேதங்கள் போற்றும் தெய்வங்களுக்கு மரியாதை செலுத்தி வந்த மக்களே ஆரியர் என்று, இந்தியாவின் பழம்பெரும் நூற் சான்றான புனித வேதங்கள் உரைக்கின்றன. காலம் நிர்ணயிக்கப்பட்ட கல்வெட்டுக்கள், பதிவுச்சான்றுகள் ஆகியவற்றிலிருந்து துவங்கிப் படிப்படியாகப் பின்னோக்கிச் செல்வதின் மூலம், வேதங்கள் உட்பட எல்லாச் சான்று நூல்களையும் ஏதோ ஒருவழியாகச் செப்பனிட்டுக் காலவரிசையில் தொகுக்க முடியும். பிற்கால நூல்கள், ஒன்று தொன்மையான நூல்களைக் குறிப்பிடுகின்றன அல்லது தொன்மை நூல்களின் நகல்களாக விளங்குகின்றன. மொழியின் பண்டைக்காலச் சொல்வழக்கும், எழுத்து நடையும் காலத்தின் முதன்மையை நிரூபிக்கும். இவ்வழியின் வாயிலாக, ரிக்வேதமே முதலில் தோன்றியதென்றும் பின்னர் முறையே யஜுர்வேதமும் (வெள்ளை, கருப்பு ஆகிய இரு கிளைகளையுடைய) ஸாமவேதமும் தோன்றின என்றும், அதன் பின்னர் வெகுகாலம் கழித்தே, சூனிய வித்தைகளில்

அதிகக் கவனம் செலுத்திய அதர்வ வேதம் தோன்றியதென்றும் கருதப்படுகிறது. ரிக் வேதத்தின் பெரும்பகுதி கி.மு. 1500-2000க்கு இடையே இயற்றப்பட்டிருக்கலாம் என்று சொல்வது அறிவுப்பூர்வமான ஊகம்; அல்லது குறைந்தபட்சம், ரிக் வேதத்தில் குறிப்பிடப்பட்டுள்ள நிகழ்ச்சிகள், மேற்கூறியக் காலத்தில், பஞ்சாபில் நிகழ்ந்தன வென்றாவதுக்கொள்ளலாம். இருப்பினும், வேதிய ஆரியர்களும் இந்தியாவிற்கு வெளியிலிருந்த ஆரியர்களுக்கு ஒப்ப, ஆரியரல்லாதார் மற்றும் ஆரியருக்கு முற்பட்ட குடிகளுடன் சண்டையிட்டதைப் போலவே, இடைவிடாது, தங்களுக்குள்ளாகவும் ஒருவரோடு ஒருவர் போரில் மோதிக்கொண்டனர். ஆகவே, ஆரிய மொழிகளைப் பேசிய மக்களில் சிலர் மட்டுமே தங்களை ஆரியர்கள் என்று அழைத்துக்கொண்டனர் என்ற முடிவே, அறிவுப்பூர்வமானது. டேரீயஸின் புதல்வன் ஸெர்ஸெஸ் பேரரசனின் சேனையில் ஆரிய உதவிப்படைகள் (அதே பெயரில்) இருந்தன. மற்றும் பாரசீகர்களுக்கு முன்னோடிகளாயிருந்த மேதியர்கள், ஆரம்பக் காலத்தில் ஆரியர்கள் என்ற பெயரைப் பெற்றிருந்தனர். 'ஆரிய(தேச)த்தைக்' குறிக்கும் ஆரியானாம் என்ற சொல்லிலிருந்து ஈரான் பிறந்தது. ஆகவே, கிரேக்கர்கள், பாரசீகர்கள், மற்றும் பஞ்சாபில் வாழ்ந்த இந்தியர்கள் ஆகிய யாவரும் ஆரிய மொழிகளைப் பேசிவந்தபோது, அலெக்சாந்தர் காலத்து வரலாற்று ஆசிரியர்களோ, அக்காலத்தில் சிந்துநதியின் வலது கரையில் குடியேறியிருந்த அதே பெயருடைய சிறப்புப் பழங்குடிகளைக் குறிப்பிட மட்டுமே 'ஆரியர்கள்' என்ற சொல்லைப் பயன்படுத்தினர்.

பூர்வீக ஆரியமொழியைத் தொடக்கத்தில் பேசிய மக்கள் எத்தகையோர்? முன்பே சுட்டிக்காட்டியதுபோல் பூர்வீக மொழிகளில் ஒவ்வொரு வகையான பறவைக்கும், விலங்கிற்கும், சேவலுக்கும் மரம், செடி, கொடிகளுக்கும் தனித்தனியான பெயர்கள் இருந்தன. ஆனால் 'மரம்' 'விலங்கு' 'மீன்' ஆகிய பொதுப் பெயர்கள் அபூர்வமே. உதாரணமாக, மொழிநூல் ஆய்வாளர்கள் பல்வேறு ஆரியமொழிகளிலும் உள்ள 'மரத்தைக்' குறிக்கும் மூலச் சொற்களை ஒப்பிட்டுள்ளனர். அவ்வாறு ஒப்பிடுகையில் முற்றிலும் உள்நாட்டிற்குரிய சொற்களை விலக்கினர். அதிலிருந்து பிர்ச் அசல் ஆரிய மரமாக எண்ணத் தோன்றுகிறது. அவை, வடக்கு ஐரோப்பாவிலும் இமாலயப் பகுதிகளிலுமே வளர்கின்றன; ஆனால், வெப்பமான தட்பவெப்பத்தில் வளர்வது இல்லை. மீன் அநேகமாக ஸால்மென் (Salman) ஆக இருந்திருக்கலாம். இதே வழியில் ஆராய்ச்சியை வளர்த்துக்கொண்டே போகலாம். பூமியின்

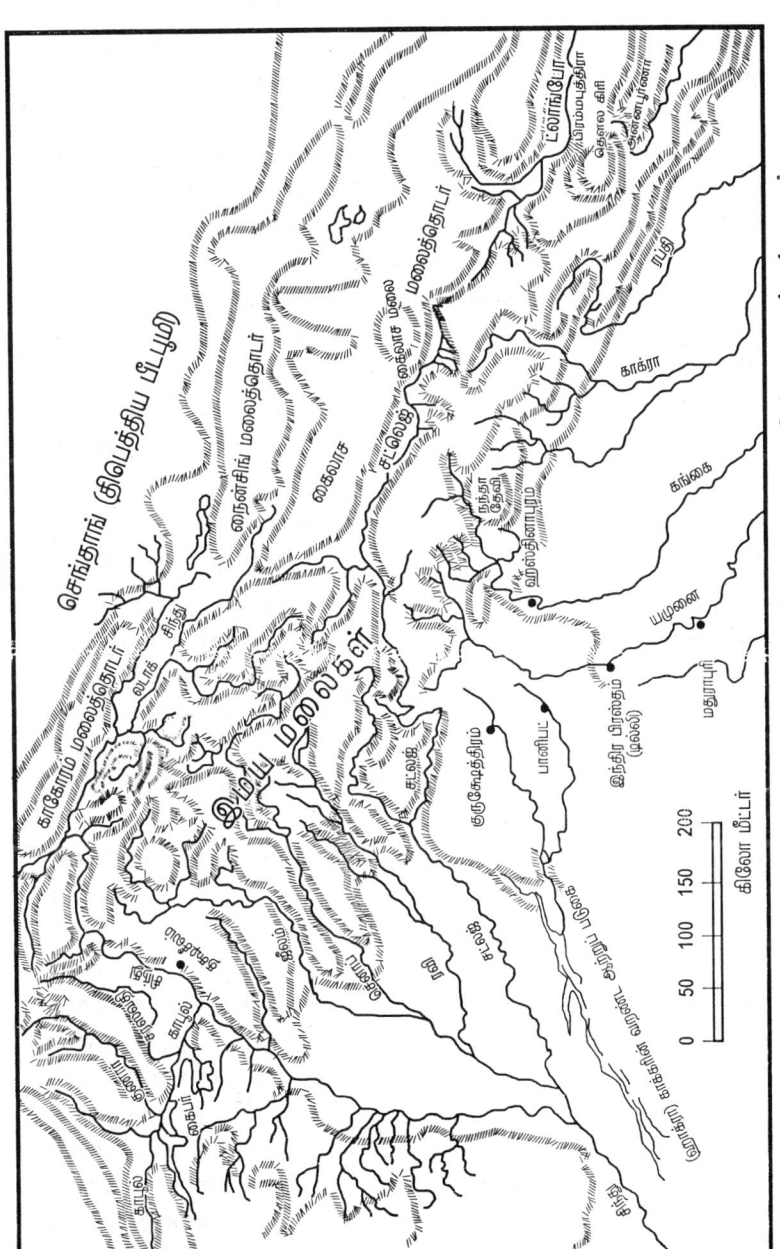

பஞ்சாபில் ஓடும் ஆறுகளும் யமுனை, கங்கை, ஆறுகளின் தொடக்கங்களும்

மேற்பரப்பில் தானாகவே முளைத்துப் படர்ந்த மரம், செடி, கொடிகள் (சாகுபடி செய்யப்பட்டதும், வெகுதூரம்வரை கொண்டுசெல்லப் பட்டதுமான வகைகளைத் தவிர,) மிருகங்கள், பறவைகள், மீன்கள் ஆகியவை நிலைபெற்றுள்ள இடங்களை அநேகமாக அறிவோம். இந்த ஆராய்ச்சிக்கு, ஒரு இடத்திலிருந்து மற்றோர் இடத்திற்குக் கொண்டு சென்று பயிராக்கப்பட்ட உள்ளூர் ரகங்கள் விதிவிலக்கு. உதாரணமாக, வரலாற்றுக் காலத்தில் தேயிலைக்குரிய சொல்லுடன்கூட தேயிலையும் சீனாவிலிருந்து வந்தது. ஆகவே தேயிலையை (டீ) ஒரு ஆரியச் சொல்லென்றோ, அல்லது பானம் என்றோ, அல்லது அதனால் சீனமொழி ஒரு ஆரியமொழியென்றோ அல்லது சீனாவே ஆரியர்களின் தாய்நாடு என்றோ நாம் முடிவு செய்யக்கூடாது. இத்தகைய தெளிவற்ற பொருள் மயக்கங்களையெல்லாம் நீக்கிவிட்டுப் பார்க்கும்போது முதலாவதான ஆரியர்களுடைய பூர்வீகம், யூரேசியாவின் வடக்குப் பிராந்தியங்கள் என்றும் அவர்கள் யூரேசியாவுடன் பரிச்சயம் உள்ளவர்கள் என்றும் முடிவுசெய்யலாம்.

இருந்தபோதிலும், மொழி இயல் சார்ந்த ஆராய்ச்சியின் எல்லையும் முக்கியத்துவமும் குறுகியவை. ஆயின், வியப்பூட்டும் வகையில் இரத்தபாச உறவைக் குறிக்கும் பெயர்த் தொகுதி ஆரிய மொழிகளில் ஒன்றாக உள்ளது. தந்தை, தாய், சகோதரன், மாமனார், விதவை ஆகிய பெயர்கள் மேற்கூறிய ஆரிய மொழிகளில் ஒத்தனவாக உள்ளன. இதிலிருந்து தொடக்கத்தில் நிலவிய பூர்வகாலச் சமூக அமைப்பு ஒன்றே என்றும், மக்கள் அனைவரும் ஒன்றாக வாழந்தார்கள் என்றும் முடிவுகொள்ளலாம். அதே நேரத்தில் பாதத்தைக் குறிக்கும் சொல் எல்லா ஆரிய மொழிகளுக்கும் பொதுச்சொல்லாக விளங்கினாலும், 'கை' பொதுவாக இல்லை. சமஸ்கிருதத்தில் மகளைக் குறிக்கும் 'துஹித்ரி' என்ற சொல் 'பால் கறப்பவள்' என்ற பொருளைத் தருவதுடன் பிற ஆரிய மொழிகளிலும் அச்சொல் பரவியுள்ளது. இது சில ஐரோப்பிய அறிஞர்களை ஆரியர்களின் குடும்ப வாழ்வைப் பற்றிய கவர்ச்சியானக் கற்பனைகளை உருவாக்கத் தூண்டியது. துரதிருஷ்டவசமாக, 'பால்' ஒரு பொதுப் பெயராக, எல்லா ஆரிய மொழிகளிலும் வழங்கப்படவில்லை. பழைய ஆரிய மொழிகளில் 'பசு', 'குதிரை' போன்ற பிராணிகளுக்குரிய பெயர்கள் பொதுவாக இருக்கின்றன. இதனால், அவர்களுடைய பொருளாதாரத்திற்கு இக்கால்நடைகளே ஜீவாதாரம் என்று அறிகிறோம். ஆயின் இம்முறையை அளவுக்கு மீறிப் பயன்படுத்தினால், முடிவுகள் நகைப்புக்கு

இடமாகிவிடும். வேறு சான்றுகள் கிட்டாத சமயத்தில் மட்டுமே இந்த ஆராய்ச்சி முறையைக் கைக்கொள்ளலாம்.

4.2. ஆரியர்களின் வாழ்க்கை முறை

வேறுபட்ட ஒரு மொழியைப் பேசும் ஒரு பெரிய மக்கள் சமூகத்தின் மீது இன்னொரு மொழியைத் திணிக்கவேண்டுமானால், அம்மொழியுடன் உயர்ந்த உற்பத்தி முறையும் உடன்செல்ல வேண்டும் என்பதை ஒரு பொது விதியாகக் கூறலாம். ஊர் ஊராகப் படையெடுத்துச் சுற்றித் திரிந்த ஒரு பழங்குடிக் கூட்டமாக ஆரியர்களைக் கருதமுடியாது. ஏனென்றால் இவர்களால் தாக்கப்பட்ட பெரும்பாலான பயிர்க்குடி நாகரிகங்கள் தோன்றிய பிரதேசங்களுடன் ஒப்பிடும்போது, இவர்கள் முதலில் புறப்பட்டு வந்த இடம் ஒரு பெரிய ஜனத்தொகையைக் காப்பாற்றக்கூடியதாக இல்லை; எவ்வாறு இவர்கள் மற்றவர் மீது ஆதிக்கம் செலுத்தித் தங்கள் மொழிகளைத் திணித்தனர்? பரந்த அளவில் பேசப்பட்டு வரும் பண்பாடு என்ற சொல்லுக்கு ஏற்ப இவர்களின் முக்கியப் பங்கு என்ன? இந்தியாவில் ஊறுகள் விளைவித்த ஆரியரைப் பற்றி ஏராளமாகக் கூறமுடியும். ஆவணச் சான்று, மொழி இயல் சான்று ஆகியவை கி.மு. இரண்டாயிரமாண்டுக் காலத்திலிருந்தே ஆரியர்கள் என்ற பெயர் இந்தோ-ஈரானிய மக்களுக்கே பொருந்தும் என்பதை உறுதியுடன் நிலைநாட்டுகின்றன. மேலே குறிப்பிட்ட அந்த ஆரியர்களை, கி.மு. இரண்டாயிரமாண்டுக் காலத்தில் வாழ்ந்த ஒரு நாடோடி-வீரர்குழு என்று தொல்பொருள் ஆராய்ச்சி கூறுகிறது. கால்நடைகளே அவர்களுடைய முக்கிய உணவாகவும் செல்வத்தின் அளவுகோலாகவும் விளங்கிற்று; யூரேசியக் கண்டத்தின் பரந்த புல்வெளிகளில் அவற்றை மேய்த்தபடி அவர்கள் வாழ்ந்தனர். குதிரையை ரதத்துடன் பூட்டும் முறையில் இன்னும் சற்றுத் திறமை வேண்டுமென்றாலும், போரை நடத்தும்போது தந்திரமாகத் தாக்கி விரைவில் வெற்றியடைவதற்கும், அவர்களே போரில் தலைசிறந்து விளங்கும் நிலையைப் பெறுவதற்கும் அது உதவியது. ஆரியப் பழங்குடி அமைப்பு தந்தைவழி மரபை அடிப்படையாகக் கொண்டது. பழங்குடி ஆரியர் சமூகத்தில், ஆணே ஆதிக்கம் பெற்றுச் சொத்தாளும் உரிமையையும் பெற்றிருந்தான். முற்பட்டு நிற்கும் ஆரியக் கடவுள்கள் யாவும் ஆண்களே; ஆனால் சில பெண்தெய்வங்களை பூர்வ காலத்திலிருந்தோ அல்லது பூர்வீகக் குடிகளிடமிருந்தோ எடுத்துக்கொண்டனர்.

ஆரியப் பண்பாடு என்று பேசும்போது அதன் பொருளைத் தெளிவாக்குவது அவசியம். கி.மு. மூன்றாவது ஆயிரமாண்டுக் காலத்தின் பெருநகரப் பண்பாடுகளுடன், ஒப்பிடும்போது ஆரியர்கள் நாகரிகமற்றவர்கள்; அவ்வுயர்ந்தப் பண்பாடுகளை அவர்கள் தாக்கியதோடு மட்டுமல்லாமல், அநேகத் தடவைகள் சின்னாபின்னமும் செய்துள்ளனர். ஒரு தொல்பொருள் ஆராய்ச்சி இயலில் அடிப்படையில், இதுதான் ஆரியப் பண்பாடு என்று சொல்லும்படியாக அத்தன்மையைக் காட்டும் மட்பாண்டங்களோ சிறப்பானக் கருவிகளோ இல்லை. உலக வரலாற்றில் இம்மக்கள் தமது ஈடு இணையற்ற இடப்பெயர்வாற்றலினால் (Mobility) முக்கியத்துவத்தைப் பெற்றனர். ஏனென்றால், அவர்களுடைய உணவு உடன்செல்லும் கால்நடைகளே. மேலும், போருக்குத் தேவையான குதிரை பூட்டிய ரதங்கள் மற்றும் கனரகப் போக்குவரத்திற்குரிய காளைவண்டிகள் முதலியன விரைவான இடப்பெயர்ச்சிக்கு உதவின. வளர்ச்சிபெற்ற மாபெரும் நாகரிகங்களுக்கு அப்பால், வெளித்தொடர்பே இல்லாத பெரும்பாலும் நலிந்துபோன கி.மு. மூன்றாவது ஆயிரமாண்டுக் காலத்தின் இயல்பைக் காட்டும். சிறு, சிறு பயிர்க்குடி சமூகங்களிடையே நிலவிவந்த தடைகளை மூர்க்கமாக உடைத்ததே, இவர்களுடைய முக்கிய சாதனை. அப்படித் தாக்கும்போது, தங்களுக்கு ஒத்துவரக்கூடிய தொழில்முறைகளை எவையாயினும் சரி, அவற்றைத் தங்களுடையதாக ஆக்கிக்கொண்டு மேலே முன்னேறிச் சென்றனர். அவ்வாறு தாக்குண்ட மக்களுக்கு, ஆரிய எழுச்சி ஏற்படுத்திய அழிவுகள் அநேக தடவைகள் ஈடு செய்யமுடியாத அளவில் இருந்தன. எனினும்கூட ஆரியப் படையெடுப்பிற்கும் எகிப்தியப் படையெடுப்பிற்கும் (பின்னால் அஸ்ஸிரியர்கள்) இடையே அடிப்படையான வேற்றுமை இருந்தது. கொள்ளையடித்த திரவியங்கள், திறைப் பொருள், தாமிரச் சுரங்கங்களை வெட்டியெடுக்கும் உரிமை அல்லது தன்னுடைய திட்டப் பணிகளுக்குத் தேவையான அடிமைகள் ஆகியவற்றைக் கொள்ளையடித்தவுடன் எகிப்திய மன்னன் பாரோ திரும்பிச் சென்றான். ஆனால், முற்றிலும் அழிக்கப்படாதவரையில், எகிப்தால் தாக்கப்பட்ட பிரதேசத்தின் வாழ்வு மீண்டும் பழைய முறையிலேயே தொடர்ந்தது. ஆனால், மிகவும் தொலைவில் உள்ளதும், படையெடுப்பினால் பாரோவுக்கு லாபம் பயக்காததுமான அத்தொன்மைக் குடியிருப்புகளின் வழியே ஆரியர் தாக்குதல் நடத்திச்சென்ற பிறகு, அந்த இடங்கள் அளவுக்கு அதிகமாகவே

சின்னாபின்னப்படுத்தப்பட்டன. அதன்பின்னர், மனித சமூகமும், மனித வரலாறும் அங்கு மீண்டும் தோன்றக்கூடுமேயானால், அவை முற்றிலும் மாறுபட்ட நிலையில்தான் முடியும். ஆரியப் படையெடுப்பிற்குப் பின் சிறு பயிர்க்குடிப் பண்பாடுகளின் தனிமைப்படுத்தப்பட்ட பழைய நிலையும், தன்னிறைவுள்ள பழங்குடி சமூகமும் இயலாததாயிற்று. ஒரு வட்டாரத்தில் பாதுகாக்கப்பட்ட ரகசியங்களாகவும், பெரும்பாலும் பொருளற்ற சடங்குகளுடன் கட்டுண்டும் இருந்த தொழில் நுணுக்கமுறைகள் பொது அறிவுகளாயின. ஒரு புதிய ஆரிய மொழியுடன் ஒன்றுதிரண்டதன் வாயிலாக, ஆரியர்களும் ஆரியர்களுக்கு முற்பட்டவர்களும் ஒருமைப்பாட்டு மரபைப்பெற்றுப் புதிய சமூகமாக உருப்பெற்றனர்.

மத்திய ஆசியாவிலிருந்து புறப்பட்ட இரு முக்கிய ஆரிய அலைகளில் ஒன்று, கி.மு. இரண்டாவது ஆயிரமாண்டுக் காலத்திலும், இரண்டாவது, அதன் இறுதியிலும் தோன்றின. இவை இரண்டும் இந்தியாவைப் பாதித்தன; ஒருக்கால், ஐரோப்பாவையும் சேர்த்தே பாதித்திருக்கலாம். இவை இரண்டுமே தீர்மானிக்கப்பட்டோ, திட்டமிடப்பட்டோ ஒரு தலைமைக் கட்டளைக்குக் கீழ்ப்படிந்தோ இயங்கவில்லை. குறிப்பாக அவர்களுடைய பூர்வீக நாட்டிலிருந்த (ஏறக்குறைய நவீன உஸ்பெகிஸ்தான்) புல்வெளி அவர்களுடைய கால்நடைகளையும் அவர்களையும் காப்பாற்றுவதற்கு போதுமானதாக இல்லை. இதற்குக் காரணம், அங்கு நீடித்திருந்த உக்கிரமான வறட்சி நிலையாக இருக்கலாம். அவர்களுடைய குடியேற்றம், எப்போதும், நிர்ணயிக்கப்பட்ட ஒரு திசையில் இல்லை. இந்தியாவில் ஊடுருவிய சிலர், சூடுபட்ட பூனையைப் போல் புறப்பட்ட இடத்திற்கே திரும்பிச் சென்றுவிட்டனர்; காரணம், எதிர்ப்பைச் சமாளிக்கமுடியாமல் இவர்கள் புறமுதுகுக் காட்டி ஓடியிருக்கலாம். அல்லது புதிய இடத்தின் சூழ்நிலைகள் இவர்களுக்கு ஒத்துவராமல் இருந்திருக்கலாம். கி.மு. இரண்டாவது ஆயிரமாண்டுக் காலத்தின் பிற்பகுதிக்குரிய ஹிட்டைட் முத்திரைகளில் காணப்படும் திமில் பருத்த இந்திய எருதுவின் மூலம் இதை நாம் அறிந்துகொள்ளலாம். ஹிட்டைட் மொழிக்கு ஆரிய அடிப்படை உண்டு. ஹிட்டைட் என்ற பொருளைத் தரும் **க்ஹத்தி** என்ற சொல்லுடன், சமஸ்கிருதத்தின் **க்ஷத்திரிய,** பாலியின் **க்ஹத்தியோ** என்ற சொற்கள் ஒருகால் நன்கு பொருந்திச் சொல்லலாம். அனடோலியாவில் குடியேறிய ஹிட்டைட் இனத்தார், அங்கிருந்த விவசாயிகளை வென்று அவர்களை ஆண்டுவந்தனர்.

அவர்களுக்கும் இந்தியாவுக்கும் இடையே நிலவிய தொடர்புகள் தொடர்ச்சியாகவோ, உறுதியாகவோ இல்லை. இந்தியாவுடன் இவர்கள்கொண்ட இடைக்கூட்டுறவுகள் எவ்வளவுதான் தொடர்பு விட்டுப்போனதாகவும், சுருக்கமானதாகவும் இருப்பினும்கூட, மற்றவர்களுக்கெல்லாம் முன்பாக, முதன்முதலில் இரும்பைப் பற்றி ஹிட்டைட் இனத்தார் அறிந்திருந்தது, (இவர்களுக்கு எந்தத் தொல்குடி இனத்தார் இந்த ரகசியத்தைக் கற்றுக்கொடுத்திருந்தாலும்) முக்கியமானது. ஏனென்றால், இந்தியாவில் நுழைந்த இரண்டாவது ஆரிய அலையின் வாயிலாக நாமும் இரும்பை உருக்கி எடுக்கும் அறிவைப் பெற்றோம்.

இந்தியாவுடன் தொடர்புகொண்டு அடுத்திருந்த அந்நிய ஆரியக் கூட்டம், பாரசீகத்தில் வாழ்ந்தது. பாரசீகர்களும், மித்தானியர்களும் கொண்டிருந்த ஆரியப் பேச்சுவழக்கு சம்ஸ்கிருதத்துடன் நெருங்கிய தொடர்பைப் பெற்றிருந்தது. ஒரு ஆரிய மொழியில் கண்டுள்ள இந்தோ ஆரியக் கடவுள்களை வணங்கிய மக்கள் ஏறக்குறைய கி.மு. 1400-ல் ஈரானில் உள்ள ஊர்மியே ஏரியின் அருகில் குடியேறி வசித்த விவரத்தை மித்தானியச் சான்றுகள் எடுத்துக்காட்டுகின்றன. கி.மு. ஆறாம் நூற்றாண்டில் ஜாராதுஷ்டிரன் (Zoroastser) தன்னுடைய மதத்தை நிலைநாட்டும்வரையில், இந்திரன், வருணன், மித்திரன் ஆகிய அதே கடவுள்களை பாரசீக மக்கள் வழிபட்டுவந்தனர். தீக்கடவுளான அக்னியை மட்டும் இரு மக்களும் பொதுவாக வணங்கினர். தெய்வத்தைக் குறிக்கும் ‘தேவா’ என்ற சம்ஸ்கிருதச் சொல், ‘அரக்கனை’க் குறிக்கும் ஈரானியச் சொல்லாயிற்று. ஜாராதுஷ்டிரிய வேதமான அவெஸ்தா, ஏழு நதிகள் பாயும் இடத்தை (அதுவே பஞ்சாப்; பிற இரு நதிகள் வற்றிவிட்டன) ஒரு பரிச்சயமான (ஆரிய) நிலப்பகுதியாக வர்ணிக்கிறது. இந்தோ-ஈரானியக் காவிய நாயர்களில் சிலர், இன்றுள்ள கிலான், மஜந்திரான் ஆகிய பகுதிகள் அடங்கிய காஸ்பியன் கரைகளிலிருந்து வந்தவர்களாவர். ஈரானிய ஆவணங்கள், யிமா அரசனுடைய ‘வார்’ எனப்படும் செவ்வக வளைவைப் பற்றிக் கூறுகின்றன. ஒருவர் பாவம் செய்தாலன்றி அதனுள் சாவோ அல்லது கடுங்குளிரோ நுழைய முடியாது; இது ஒரு குறுகிய காலவரையறைக்குட்பட்ட பொற்காலத்தின் அம்சம்போலும். பிறகு நல்வேந்தரான யிமா, தானே சாவை ஏற்றுக்கொண்டதின் வாயிலாக மீறப்பட்ட மதத்தடையின்-தண்டனையிலிருந்து மக்களைக் காப்பாற்றி

முதல் மனிதனாக மாறினார். ரிக்வேதத்தில் கூறப்பட்டுள்ள இந்திய யமனும் அவ்வாறே ஒரு முதல் மனிதரானார். தொன்றுதொட்டே அவர் இறப்பின் கடவுளாகவும், இறந்தவர்கள் அடையும் நரகத்தின் அதிபதியாகவும் விளங்கி, இன்றளவும் நீடித்து வருகிறார். பூர்வீகத்தில், இறந்துபோன இந்தோ ஆரியர்கள், யமனின் பாதுகாப்பிலிருந்த தங்களுடைய பிதுர் ஜனங்களை அடையச்சென்றனர். பிற்காலத்தில்தான் யமவேந்தர் நரகத்தின் அதிபதியாக, இறந்தவர்களுக்கு விதிக்கப்படும் சித்திரவதைகளுக்குத் தலைமைதாங்கினார்; அப்போது வேறு தெய்வங்கள் சொர்க்கத்தில் ஆட்சியைப் பிடித்துக்கொண்டன. உஸ்பெகிஸ்தானில் ரஷ்யத் தொல்பொருள் ஆராய்ச்சியாளர்கள், ஈரானிய மத நூல்களில் விவரிக்கப்பட்டுள்ள வாரைப்போலவே அச்சாகப் பூர்வகாலத்தில் விளங்கிய அதே நீள, அகல உயரத்தில் உள்ள செவ்வக வளைவுகளைக் கண்டுபிடித்துள்ளனர். இவற்றை நிர்மாணித்த வரலாற்றுக்கு முற்பட்ட மனிதர்கள், கல்சுவர்களுக்குள் உள்ள சிறு அறைகளில் வசித்தனர்; ஆபத்து நேரங்களில், கால்நடைகளை மத்தியிலுள்ள திறந்தவெளியில் அடைத்துவைத்தனர். இந்தோ-ஆரியப் பெருங்குடியேற்றத்திற்கு முன்னர், யிமா வேந்தரும் அவருடைய ஆட்சிப் பகுதியும் வரலாற்றுக்கு முற்பட்ட காலத்தில் நிலவியது நிதர்சனம். பின்னர் இதே வார், கிரேக்கர்களின் தெய்வீகக் கதைகளில் ஹிராக்ளிஸ் (ஹெர்குலஸ்-என்பது ரோமன் மரபு) சுத்தப்படுத்திய ஆஜியன் தொழுவங்களாக மீண்டும் தோன்றின.

கி.மு. 14-ம் நூற்றாண்டின் பிற்பகுதியின்போது, தென்னிந்தியாவில், ரிக்வேத பாசுரங்கள் சரியானபடி தொகுத்து ஒழுங்குசெய்யப்பட்டதுடன் எழுத்துவடிவம் பெற்றுக் குறிப்புரையும் வழங்கப்பட்டது. அதற்கு முன்னர் ரிக்வேத மூலத்தைச் செவிவழியே கேட்டு அப்படியே அசை உச்சரிப்புடன் ஒப்பிக்கும் வழக்கமே இருந்தது (இந்தியாவில் உள்ள சில பண்டிதர்கள் இன்றும் அவ்வாறு ஒப்பிப்பதைப் போலவே); ஆனால் பொதுவாக இது எழுத்துவடிவத்தில் பத்திரப்படுத்தி வைக்கப்படவில்லை. ஆகவே எல்லா வேத மரபுகளும் நீடித்திருக்க முடியாது என்பது புலனாகிறது. ரிக் வேதகால நடவடிக்கைகள் பஞ்சாப்பிற்குரியன. இம்மரபைக் காப்பாற்றிய புரோகிதர் குலம், இப்பிரதேசத்துடன்கொண்டிருந்த எல்லாத் தொடர்பையும் இழந்து பல நூற்றாண்டுகளாகிவிட்டதால், அதில் குறிப்பிட்டுள்ள வட்டாரப் பெயர்கள் அநேகமாக அர்த்தமற்றுப் போய்விட்டன. மொழியும் மாற்றம்பெற்றுவிட்ட காரணத்தால், ஊர்கள்,

நதிகள், ஜனங்கள் ஆகிய பெயர்களுடன்கூட பல முக்கியமானச் சொற்களுக்கு இன்றளவும் என்ன பொருள் என்று மொழிபெயர்த்துக் கூறுவதே கடினமாக உள்ளது. பைபிளின் பழைய ஏற்பாட்டுடன் ஒப்பிடும்போது, வேதத்தின் வரலாற்று மதிப்பு சொற்பமே. பைபிளில் கண்ட சிறப்பிடங்களுடன்கொண்ட தொடர்புகளை நிலைநிறுத்தி வந்த அம்மக்கள், எப்போதுமே அதை வரலாற்று உருவத்தில் அளித்தனர். பாலஸ்தீனத்தின் தொல்பொருள் ஆராய்ச்சி இயல் மிகவும் வளர்ச்சி பெற்றுவிட்டதுடன், இந்தியாவைவிட அதிக அளவுக்கு விஞ்ஞானப்பூர்வமாக நடத்தப்பட்டுவருகிறது; பல்வேறு பைபிள் நிகழ்ச்சிகளை அது நன்றாகவே உறுதி செய்துவிட்டது. இதற்கு எதிராக ஆரியரை எடுத்துக்கொண்டால், அவர்கள் எப்போதும் இடம்பெயர்ந்தவாறு இருந்தனர். அவர்கள் சென்ற இடங்களுக்கெல்லாம் நதிகளின் பெயர்களும், மலைகளின் பெயர்களும் கூடவே அழைத்துச்செல்லப்பட்டன. வேதங்களில் போற்றப்பட்ட புனித நதியான சரஸ்வதியின் பெயர் ஒருகாலத்தில் ஆப்கனிஸ்தானின் எல்மண்டு நதிக்கு வழங்கப்பட்டது. பழைய பாரசீகத்தில் அது ஹரஹவைதி என்றும் அஸ்ஸிரியாவில் அரக்கத்து என்றும் வழங்கப்பட்டது. பின்னர் அது கிழக்குப் பஞ்சாபில் ஓடி ரிக்வேதக் காலத்திற்குப் பிறகு அநேகமாக கி.மு. முதலாவது ஆயிரமாண்டுக் காலத்தில் வற்றிப்போன நதியின் பெயராகவும் விளங்கியது.

ஒரு எதிர்மறைச் செயலாக சிந்து நகரங்களின் அழிவை உறுதிசெய்ய மாத்திரமாவது, நல்லதாக வேறு சான்றுகள் இல்லாததால், இன்றைய வடிவிலுள்ள ரிக்வேதத்தை எடுத்து நோக்குவோம். அதில் குறிக்கப்பட்டுள்ள முக்கிய வேதக்கடவுள் நெருப்பைக் குறிக்கும் அக்னியே. மற்ற எல்லாக் கடவுள்களைக் காட்டிலும் அக்னி தேவனைப் போற்றும் பாசுரங்களே அதில் சிறப்பிடம் பெறுகின்றன. அடுத்த முக்கியத்துவத்தைப் பெறும் இந்திரன், நாம் வகுத்திருந்த இலக்கணங்களுக்குப் பொருந்தும் முதல் அலை ஆரியர்களைப் போல, மூர்க்கத்தன்மையும், தந்தைவழி மரபும்கொண்டு, வெண்கலக் காலத்தின் காட்டுமிராண்டிகளை நினைவுகூரும் ஒரு மானிடப் போர்த்தலைவனாகக் காட்சியளிக்கிறான். உண்மையில் இந்திரன் தெய்வப் பேறுபெற்று ஆரியர்களைக் களத்திற்கு இட்டுச்சென்ற பழையத் தலைமுறையின் தானைத் தலைவனா அல்லது ஒருக்கால் அவ்வாறு உருவான தீரமிக்க தானைத் தலைவர்களின் மனித வாரிசா என்பது, தீராத விவாதத்திற்குரியப் பிரச்சினையாகும். அதிக போதை தரும்

ஸோமா (தலையைக் கிறங்கவைக்கும் இம்மதுவைச் சரியானபடி எதுவென்று இன்னமும் இனம் கண்டுகொள்ள முடியவில்லை) என்ற மதுவைப் பருக அநேக தடவைகள் இந்திரன் அழைக்கப்பட்டுள்ளார்; தொடர்ந்து ஆரியத் தோழர்களை வெற்றிக்கு அழைத்துச் செல்லும்படியும் வேண்டப்படுகிறார். ஆரியப் பகைவர்களை முறியடித்த இந்திரன் 'நாத்திகர்கள் சேர்த்து வைத்திருந்த பெருஞ்செல்வங்களை'க் கொள்ளையடித்தான். அவன் சம்ஹாரம் செய்த அரக்கர்களின் பெயர்கள்: சம்பாரன், பிப்ரூ, அர்ஸஸானன் ஸுஷ்ணன் (மழையின்மையை எடுத்துக்காட்டும் அரக்க உருவமாக இவனைக் கருதலாம்) நாமுசி ஆகியோர். இப்பெயர்கள் பலவற்றின் உச்சரிப்பு ஆரியமற்றதாகத் தோன்றுகிறது. வேதங்கள் எடுத்துரைக்கும் புனைகதைகளிலிருந்து வரலாற்றுண்மைகளைப் பிரித்தெடுக்கும் வேலை எப்போதுமே கடினமாகும்; கவித்திறன் வாய்ந்த புகழ்ச்சிகள் களத்தில் பெற்ற சில போர் வெற்றிகளைக் குறிக்கலாம்; அல்லது கற்பனையாகவும் இருக்கலாம். நாமுசியின் படையிலிருந்தவர்கள் மானிடப் பெண்களா? அல்லது தாய் தெய்வங்களா? இந்த அரக்கனுக்கு இரு மனைவியர் இருந்தனரா? அல்லது இவ்வரக்கன் மெசப்பட்டோமிய முத்திரைகளில் மிகுந்து காணப்படும் இரு நதிகளுக்குரிய குலதெய்வமா என்று பல கேள்விகள் எழுகின்றன. இந்தியாவில் நுழைவதற்கு முன்பாகவே ஆரியர்கள் வேறு நகரப் பண்பாடுகளை நாசப்படுத்தியுள்ளனர். அப்யவர்த்தின சாயமானன் என்ற ஆரியத் தலைவனின் சார்பாக இந்திரன், ஹரியூப்பியாவில் மீதியிருந்த வாரசிகர்களை அழித்தான். அவ்வாறு அழிக்கப்பட்ட பழங்குடி விரிசிவாத்ஸகனின் 130 சிப்பாய்கள்கொண்ட கவசப் படையின் முன்வரிசையை இந்திரன் பானையைத் தூளாக்குவதுபோல் யாவ்யாவதி(ரவி) நதிக்கரையில் முறியடித்தான்; எதிரிப்படை மொத்தமும் 'பழைய துணியைப்போல்' கிழிந்தது. அதில் தப்பிய சிலர் நடுக்கத்தில் ஓட்டமெடுத்தனர். ஹரப்பாவில் உண்மையாக நிகழ்ந்த ஒரு போரையே இந்த உவமைகள் எடுத்துக்காட்டுகின்றன. ஆயின் இப்போர் இனி ஆரியப் பிரிவினர்களிடையே நிகழ்ந்ததா அல்லது ஆரியர்களுக்கும் ஆரியரல்லாதாருக்கும் நிகழ்ந்ததா என்பது தெளிவாகவில்லை. ஆரியருக்கு முற்பட்டோரின் நகரப் பண்பாட்டுக்குப் பின்னால் 'H' கல்லறை வருவதால் இது மேலடுக்கிலுள்ள ஆரியர்களின் இடுகாட்டைக் குறிக்கிறதோ என்று நம்பத் தூண்டுகிறது.

அதைப்போலவே, ஒருக்கால் ரிக்வேத நகரமான நார்மினியே மொகஞ்சோதாரோவாக இருக்கலாம் என்ற ஊகமும் எழுகிறது; ஆனால் அந்நகரம் தீக்கிரையானது என்ற தகவலைத் தவிர வேறு விவரங்கள் ஒன்றும் ரிக்வேதத்திலிருந்து பெறமுடியவில்லை. ஆரியர்களுக்கு முற்பட்டவர்கள் பல வேலி இருப்புகளையும், அரண் சூழ்ந்த இடங்களையும்கொண்டிருந்தனர். அவற்றில் சிலபருவத்திற்குரியன ('இலையுதிர்காலத்திற்காக'); மற்றவை 'பித்தளையினாலான' என்று வர்ணிக்குமளவுக்கு உறுதியானவை. பகைவர்கள் கருப்பாகவும் (கிருஷ்ணா-கருப்பு), சப்பை மூக்குடையவர்களாகவும் ('அனாஸஸ்'-நாசியற்ற) இருந்தனர். வளமைப் பெருக்கத்திற்குரிய வலுவான இடங்களை இந்திரன் தகர்த்ததை, 'கரிய கருவுடன் சூல்கொண்ட' என்று உவமை நயத்துடன் வர்ணிக்கப்பட்டிருக்கிறது.

'நதிகளை விடுவித்த' ஒரு தீரச் செயலுக்காக மீண்டும் மீண்டும் இந்திரன் போற்றப்படுகிறான். 19-ம் நூற்றாண்டில், ஹோமரின் ட்ரோஜன் அழிவு உட்பட எல்லாவற்றுக்கும் இறைநிலை தெய்வீகக் கதைகளையே காரணம் காட்டுவதற்கு ஏற்ப இங்கும் மழை பெய்வதன் காரணம் இந்திரனின் அருள் என்று பொருள் கூறப்படுகிறது. இந்திரன் மழைக்கடவுள் ஆனான்; வானில் மேகமாகக் குவிந்துள்ள மழையை அவனே விடுவிக்கிறான். இருப்பினும்கூட, வேதத்தில் மழைக்கடவுளை பார்ஜன்யனென்றும் அழைக்கிறார்கள். இந்திரனால் விடுவிக்கப்பட்ட நதிகளில் 'செயற்கையான தடுப்புகளை'ப் போட்டு 'ஓட்டத்தைத் தடை செய்தனர்'. அரக்கனாகிய விரித்ரன் 'ஒரு பெரிய பாம்பைப்போல் மலைச் சரிவின் குறுக்கே படுத்துக் கிடந்தான்.' இந்த அசுரனை இந்திரன் கொன்றதும், 'வண்டிச் சக்கரங்களைப் போல் கற்கள் உருண்டன.' 'இந்த அசுரனின் மூச்சற்ற உடலின்மீது நீர் பிரவாகமாக ஓடியது.' உவமை நயத்துடன் வர்ணிக்கப்படும் இச்சொற்கள் யாவும், அணையொன்று உடைக்கப்பட்டதைத்தான் புலப்படுத்துகின்றன. சிறந்த மொழியியல் அறிஞர்கள் விரித்ரா என்ற சொல்லுக்கு 'அடைப்பு' அல்லது 'தடை' என்ற பொருளைத்தான் கற்பிக்கின்றனரேயன்றி, 'அசுரன்' என்றல்ல. இவ்வீரச் செயல்புரிந்த இந்திரன் விரித்ராஹன், அதாவது விரித்ரனைக் கொன்றவன் என்று புகழப்படுகிறான். இச்சொல் ஈரானிய மொழியில் வெரெத்ராகனா என்று திரிந்து, ஜாரதுரஷ்டிர மதத்தின் பேரொளிக் கடவுளான அகுரமாஸ்தாவைக் குறிக்கிறது. தெய்வீகக் கதைகளும், உருவகச் சொற்களும் முடிவில் எவ்வழியில் சிந்து விவசாயம் அழிந்தது என்பதைப் பற்றி ஒரு தெளிவான தகவலைத் தருகின்றன.

அதேநேரத்தில் இந்திரன் விபாலி நதியில்(எதுவென்று கண்டுபிடிக்கவில்லை) வெள்ளம் கரைபுரண்டு ஓடியபோது சரியாக அதன் கால்வாய்க்குள் நீரைத் திருப்பிக் கட்டுப்படுத்தினான். சிறப்பு அணைகளின் மூலம் சில சமயங்களில் தற்காலிகமான வெள்ள நீர்ப்பாசன முறை, சிந்துவில் நடைமுறையில் இருந்ததை முன்பே கவனித்தோம். இதனால் ஒருபுறம் ஆரியர்களின் கால்நடைகளுக்கு ஒத்துவராதபடி அதிக அளவுக்கு நிலம் சகதியானதுடன், இவ்வாறு அணையிட்டுத் தடுக்கப்பட்ட நதிகளினால் நீண்ட பரப்பில் மேய்ச்சல் நடத்துவதும் இயலாது போயிற்று. அணைகளுடன் வருடாந்திர மழையளவு மிகவும் குறைவாக இருந்தமையால், சிந்து நகரங்களில் ஆரியர்களின் குடியேற்றம் பொறுமையுடன் நீடிக்கக்கூடிய வாய்ப்புக்களை இல்லையென்றே சொல்லவேண்டும்.

அடிக்கடி இல்லாவிடினும் குறிப்பாக பெயரிட்டு விவரிக்கப்படும் ஆரியரல்லாத மக்களில் பாணி என்போர் முக்கியமானவர்கள். இவர்கள், பொதுவாக, செல்வர்களாகவும், நம்பிக்கை துரோகிகளாகவும், பேராசையுள்ளவர்களாகவும், போரில் இந்திரனோடு எதிர்த்துப் போராட முடியாதவர்களாகவும் வர்ணிக்கப்படுகின்றனர். பிரபலமாக இருந்தாலும் பிற்காலத்திற்குரிய ஒரு ரிக்வேத பாசுரத்தில் இப்பாணிகளுக்கும், இந்திரனின் தூதாக அனுப்பப்பட்ட நாய்த் தேவதையான ஸரமாவுக்கும் (ஏரி காக்கும் ஒரு தாய்த் தெய்வம்) இடையே நிகழ்ந்த ஒரு உரையாடல் இடம்பெற்றுள்ளது. அவ்வுரையாடலின் வசனங்கள் மிகச் சாதாரண மந்திரங்கள்போல் ஓதுவதற்காகவன்றி உண்மையில் நடித்துக்காட்ட இசைவாக அமைந்தவை. ஆகவே, இது வரலாற்றுக்குரியதோர் சடங்கு முறைமை நிகழ்ச்சியைக் குறிப்பதாகிறது. இதைப்பற்றிப் பொதுவான முறையில், வேதிய விளக்கவுரைகள், பாணிகள் இந்திரனுடைய கால்நடைகளைத் திருடி ஒளித்து வைத்துவிட்டனர் என்று குறிப்பிடுகின்றன. தூதாகக் கருதப்படும் ஸரமா. இந்திரனுடைய அடியார்களான 'தேவர்(கடவுள்)களிடம்' அவற்றைச் சேர்ப்பித்துவிடும்படி உசாவினாள். உண்மையில் அப்பாசுரத்தில் திருட்டுப்போன கால்நடைகளைப் பற்றிய பேச்சே இல்லை. அதற்கு மாறாக, தேவர்களுக்கு வேண்டிய திறையைக் கால்நடைகளாகவே செலுத்தவேண்டுமென்று மிகவும் பண்பற்ற முறையில் நேரிடையாகவே விடுக்கப்பட்ட கட்டளையே அதில் காணப்படுகிறது; இதனால் வெறுப்படைந்த பாணிகள் அக்கோரிக்கையை நிராகரித்தனர். அதன் பின்னர், மோசமான விளைவுகளுக்கு ஆளாவீர்கள் என்று தேவர்கள் எச்சரித்தனர். இது ஆரியப்படையெடுப்பு நடைமுறை

வழக்கத்திற்கு மிகவும் ஒட்டினாற்போல் தோன்றுகிறது. பாணி என்பது ஒரு ஆரியப் பெயராகத் தெரியவில்லை. இச்சொல்லை ஆட்கொண்ட சம்ஸ்கிருதம், இதன் வாயிலாகப் பல முக்கியமான சொற்களை உருவாக்கியது. அவை சம்ஸ்கிருதத்திலிருந்து பிற்கால இந்திய மொழிகளிலும் எடுத்தாளப்பட்டன. வணிகர்களைக் குறிக்கும் ‘பனியா’ என்ற தற்காலச் சொல் சம்ஸ்கிருதத்திலுள்ள ‘வணிக்’ என்ற சொல்லின் திரிபே; அந்த ‘வணிக்’ என்ற சம்ஸ்கிருதச் சொல்லின் மூலம் ‘பாணி’; இதைத்தவிர வேறு ஒரு மூலச்சொல் இருப்பதாகத் தெரியவில்லை. சம்ஸ்கிருதத்தில் பணா என்றால் நாணயமாகும்; பொதுவாக வியாபாரப் பண்டங்களும், சரக்குகளும், ‘பணயா’ எனப்படுகின்றன. இந்திய நாணயங்களுக்குரியத் தொடக்ககாலம் எடை நிர்ணயமுறை, மொகஞ்சோதாரோவில் திட்டவட்டமாக வந்த எடைகளின் வரிசையை அப்படியே ஒத்திருக்கின்றதே தவிர பாரசீகம் அல்லது மெசப்பட்டோமிய முறையை ஒத்ததாக இல்லை. இதனால் ஆரியர்களின் கொடூரமான தாக்குதல்களுக்குப் பிறகு சிந்து மக்களில் சிலர் தப்பிப் பிழைத்து வாணிபம், தொழில் ஆகியவற்றின் பண்டைய மரபுகளைத் தொடர்ந்து கடைப்பிடித்திருக்கக்கூடும்.

ரிக்வேதம் நிலையான குடியேற்றங்களைப் பற்றியோ (தனிச் சிறப்புள்ள சிந்து நகரங்களை நீக்கிவிட்டுப் பார்க்குங்கால்) இயல், எழுத்து, கலை, கட்டட அமைப்புகள் ஆகியவை பற்றியோ ஒன்றும் கூறவில்லை. இசையென்பது சடங்குகளுக்காக ஓதப்படும் மந்திரங்களோடு கட்டுண்டு நின்றது. தொழில்நுட்பம் என்பது பெரும்பாலும் ரதங்கள், கருவிகள், படைக்கலன்கள் ஆகியவற்றை அமைத்துக் கொடுப்பதே. இவை, சிந்து நகரத்தைச் சேர்ந்தவர்களாகத் தோற்றமளிக்கும் த்வாஷ்டிரி தெய்வத்திற்கும், அவருடைய அடியார்களுக்கும் உரிய பணிகளாகும்; இருந்தபோதிலும், பழங்குடிக்குள்ளாக சாதிப்பிரிவோ, வர்க்க வேற்றுமையோ அக்காலகட்டத்தில் தோன்றவில்லை. கைத்தொழில் வினைஞர்கள் அப்போதும் ஒரு பழங்குடி அமைப்பின்கீழ் இயங்கிய சுதந்திர மக்களாகவே திகழ்ந்தனர்; பழங்குடிகள் மறையத் துவங்கிய அடுத்த காலகட்டத்தில் நிகழ்ந்ததைப் போல் அவர்கள் சாதியால் தாழ்த்தப்பட்டு, சமூக அந்தஸ்தை இழக்கவில்லை. நெசவு, பெண்களுடைய சிறப்புத் தொழிலாக விளங்கியது; பெண்கள் தறியில் வேலைப்பாடுகளமைந்த ஆடை நெய்ததுபோல ஆண் முனிவர்கள் பாசுரங்களை நெய்தனர்போலும்! மனிதனுடைய சமூக வாழ்வின் அங்கமாக சபா திகழ்ந்தது; இச்சொல் பழங்குடி அவையையும், களியாட்ட

விடுதியையும் குறித்தது. சபையானது பழங்குடி அவைக் கூட்டமாகவும், ஆண்களுக்கு மட்டுமே உரிய ஓய்வுநேர மனமகிழ் மன்றமாகவும் பயன்பட்டது. இப்பழங்குடி நெடு வீட்டில் அனைவரும் விரும்பும் சூதாட்டங்கள் நடத்தப்பட்டன. தனது வீட்டையும், குடும்பத்தையுமே முற்றிலும் புறக்கணிக்கும் அளவுக்குத் திருத்தமுடியாத அளவில் சூதாட்டத்தில் பற்றுக்கொண்ட ஒரு சூதாடி, மிகப் பழைய வேதத்தில் அடங்கிய பிரபலமான ஒரு பிற்காலப் பாசுரத்தில் காட்சியளிக்கிறான். ரதப் பந்தயங்கள், நாட்டியக்காரிகள், மல்லர்கள் பற்றிய குறிப்புகள் எப்போதாவது வருகின்றன. தாங்கள் வென்ற நகர நாகரிக மக்களைவிட ஆரியர்கள் குறைந்த பண்பாடும், காட்டுமிராண்டித்தனம் நிறைந்தும் காணப்பட்டது தெளிவாகிறது.

4.3. கிழக்குத் திசையில் முன்னேற்றம்

பிற்காலத்திய ரிக்வேதத்தில் காணப்படும் போர்ச் சாகசங்கள் தேவேந்திரனைப் பற்றியல்லாது மனிதர்கள், காவிய நாயகர்கள் அல்லது மன்னர்களைப் பற்றியே விவரிப்பதால், அவற்றை வரலாற்றுச் சார்புடையனவாக எண்ணத் தோன்றுகிறது. அவ்வகையில் நனி சிறந்த நிகழ்ச்சியாகத் திகழ்வது, பத்து மன்னர்கள் கூட்டணியை முறியடித்த சுதாஸின் (சுதாஹ் என்று உச்சரிக்கப்படுகிறது) போர் வெற்றி. பிஜவனனின் வாரிசு என்று அழைக்கப்பட்ட சுதாஸ், திவோதாசனின் புதல்வன் என்றும் கூறப்பட்டான். இதில் தாசா என்ற சொல் விகுதி விந்தையானது. இச்சொல்லை 'தேவர்களுக்கு அடிமை' என்று பிற்கால சம்ஸ்கிருத வழக்கில் மொழிபெயர்த்திருக்கலாம். ஆனால் ஆரம்பத்தில் தாசா அல்லது தாஸ்யு என்பது ஆரியரல்லாத விரோதிகளையே குறித்தது. இவர்களுக்குச் சிறப்பான நிறம் உண்டு (வர்ணம்-நிறம் என்பது பிற்காலத்தில் சாதியையும் குறித்தது). அதாவது கருப்பு (கிருஷ்ணா). அது ஆரியர்களிடமிருந்து அவர்களை வேறுபடுத்திக் காட்டிற்று. புதிதாக வந்த மக்களின் வெண்ணிறத்தோடு ஒப்பிட்டுப் பார்க்கும்போது ஆரியரல்லாதாரின் கருநிறத்தையே இது குறித்திருக்க வேண்டும். தொடர்ந்து பல வெற்றிகளுக்குப் பிறகே தாசா என்ற சொல், அடிமை அல்லது தாசன் (இந்த இரண்டு சொற்களும் இனப்பெயர்களிலிருந்து அப்படியே எடுத்துக்கொள்ளப்பட்டன) சூத்திர சாதியின் உறுப்பினர், ஊழியர் ஆகிய பொருள்களைப் பெற்றிருக்க வேண்டும்; தாஸ்யு என்ற சொல்வடிவம் 'கள்வர்' அல்லது 'கொள்ளைக் கூட்டத்தார்' என்ற பொருள்களைப் பெற்றிருக்கலாம். மிகவும் தொன்மையான அக்காலத்தில் ஆரிய

மன்னனுடைய பெயர் 'தாசா' என்று முடிவுற்றது ஏன்? இது கி.மு. 1500-க்குப் பிறகு ஆரியர்களுக்கும், ஆரியரல்லாத மக்களுக்கும் இடையே தோன்றிய இனக்கலப்பை அறிவுறுத்துகிறது. சுதாஸ் ஆண்டு வந்த பழங்குடி பாரதர்கள், அல்லது பாரதர்களின் ஒரு சிறப்புக் கிளையினரான திருத்ஸுக்கள் ஆவர். நவீனகால இந்தியாவுக்குச் சூட்டப்பட்ட ஆட்சிப் பெயர் பாரத்; இதன் பொருள், 'பாரதர்களின் நாடு.' இந்த பாரதர்கள் நிச்சயமாக ஆரியர்களே. இதனால், பண்டைக்கால ஆரியர்கள் நிறத் தூய்மையைப் பாராட்டவில்லை என்பது தெளிவு; பூர்வகுடி மக்களை அவர்கள் சுவீகாரம் செய்துகொள்வது எப்போதுமே சாத்தியமாக இருந்ததுடன், அவ்வாறே கடைப்பிடிக்கப்பட்டும் வந்தது தெளிவாகிறது.

சுதாஸின் எதிரிகள் பெயர்களும் தரப்பட்டுள்ளன. குறிப்பாக அயலார்களுக்கு, அப்போதிருந்த பழங்குடி, தலைவன் ஆகிய இரண்டும், நீண்டகாலத்துக்குப் பிறகும், ஒரே பதவியைக் குறிப்பனவாகவே தோன்றின. பத்துக்கும் மேற்பட்டு இருக்கின்ற இந்த எதிரிகளில் சிலர் ஆரியர்கள் என்பது நிச்சயம். பக்த என்னும் பெயர் நவீன பக்தூன் அல்லது ஆப்கானிய மற்றும் பாகிஸ்தானியப் பதானுடன் நெருங்கிய தொடர்புகொண்டதென்று ஊகிக்கப்படுகிறது. அவர்கள் ஒரு இந்தோ ஆரிய மொழியான பாஷ்தோ மொழியைப் பேசுகின்றனர். ஹிரோடாட்டஸ், பாக்தியர் என்ற இந்தியப் பழங்குடியைப் பற்றிக் குறிப்பிடுவதால், அம்மக்களுடைய ரிக்வேதகாலத்தின் பூர்வீகம் நம்பத்தகுந்ததாக உள்ளது. அடுத்து அலினா, மத்ஸியா முறையே தேனீ, மீன் ஆகியவற்றைக் குறிக்கின்றன; அவை இரண்டும் பழங்குடிகளின் குலச் சின்னங்களைக் குறிக்கும் பெயர்கள் என்பது தெளிவு. அவர்களில் அலினார்களைப் பற்றி எதுவும் தெரியவில்லை; ஆனால் மத்ஸியர்கள், வரலாற்றுக்காலத் தொடக்கத்தில், இன்றுள்ள பாரத்பூரின் அருகே குடியேறினர். அது ரிக்வேதிய யுத்த களத்திற்கு நேர் கிழக்கில் அமைந்துள்ளது. இவ்விஷயத்தில், பதஞ்சலி என்ற இலக்கண மேதை வடமேற்குப் பஞ்சாபிலிருந்து கி.மு. இரண்டாம் நூற்றாண்டில் எழுதும்போது, 'கிழக்கத்திய பாரதர்கள்' என்பது மிகைபடப் பேசுதலுக்கு உதாரணம் என்றார்: ஏனெனில் 'கிழக்கைத் தவிர வேறு இடங்களில் பாரதர்களே கிடையாது,' என்பது அவர் கூற்று. பொதுவாக இத்துடன் வேறுசில எடுத்துக்காட்டுகள் கிழக்கு நோக்கிய இயக்கத்தை உறுதிசெய்கின்றன. பத்து எதிராளிகளில் மற்றொருவரான சிக்ரு, முருங்கை மரத்தின் பெயரைப் பெற்றுள்ளார் (ஆனால் இதைச்

சிலர் முருங்கைக்காய் என்று மொழிபெயர்க்கின்றனர்). இன்றுள்ள கோத்திரப் பட்டியலில் இது காணப்படாவிட்டாலும், இப்பெயர் ஒரு பிராமண கோத்திரத்திற்குரியது என்பது மதுராவிலுள்ள ஒரு குஷானர் கல்வெட்டிலிருந்து தெரிய வருகிறது. இத்தகைய பழங்குடிப் பெயர்களில் பொதிந்திருக்கும் குலச்சின்ன இயல்புகளைப் பற்றி ஐயம் இல்லை. இருந்தபோதிலும், சுதாஸின் விரோதிகளில் ப்ருகு என்ற பெயர் காணப்படுவது மிகவும் வியப்பூட்டுகிறது. மொழி இயல் வாயிலாக இச்சொல் பிரிகியன் என்ற சொல்லுடன் தொடர்புடையது. ரிக்வேதத்தின் வேறொரு இடத்தில் இந்திரனுக்கு என்று ப்ருகுக்கள் அமைத்த ரதம் சிறப்புடன் மெச்சப்பட்டுள்ளது. பண்டைக்கால சமஸ்கிருத நூல்களிலிருந்து இன்றுவரை இப்பெயர் எஞ்சியுள்ளது. இது ஒரு புற கோத்திர உறவு காக்கும் பற்பல முக்கியமான பிராமண குலங்களில் ஒன்று என்பதைத் தவிர வேறு எதையும் எடுத்துக்காட்டவில்லை. இந்த ப்ருகுக்கள் இன்னமும் முக்கியமானவர்களாகவும், பலம் பொருந்தியர்வகளாகவும் திகழ்கின்றனர். அவர்கள் பிராமண அமைப்பிற்குள் காலம் கடந்து நுழைந்தாலும் மிகவும் வேகமாக முன்னணிக்குச் சென்றுவிட்டனர்.

அப்பத்து மன்னர்களும் நிகழ்த்திய சண்டையின் காரணம், அவர்கள் பருஷ்னி நதியின் திசையைத் திருப்ப முயன்றதே. இது அநேக முறைகள் திசைமாறி ஓடிய இக்கால ரவிநதியின் ஒரு பகுதியாகும். இவ்விஷயத்தில், இன்றும் சிந்து நதியமைப்பின் தண்ணீர்ப் பயன்பாடு பற்றிய சர்ச்சை இந்தியாவுக்கும் பாகிஸ்தானுக்கும் இடையே கடும் கோபாவேசப் பேச்சுக்குக் காரணமாக உள்ளது. ‘பசப்பும் குரல் படைத்த’ பூரூக்கள் சுதாஸின் எதிரிகளானாலும் அவர்கள் ஆரியர்கள் மட்டுமல்லர்; பாரதர்களுடன் நெருங்கிய உறவையும் உடையவர்கள். பிற்காலத்தில் நிலவிய மரபு, பாரதர்களையேகூட பூரூக்களின் கிளை வகுப்பாக ஆக்கியது. ரிக்வேத காலத்திற்குரிய அக்குலத்தின் முனிவர்கள் நடுநிலை தவறாமல் பூரூக்கள்மீது சாபங்களை இட்டதுடன் ஆசிகளையும் வழங்கியதை வெவ்வேறு பாசுரங்கள் எடுத்துக்காட்டுகின்றன; இதனால் இவர்களுக்கும் பாரதர்களுக்கும் இடையே நிலவிய வேற்றுமைகள் நிரந்தரமானவை அல்ல என்று அறியலாம். ஆரியர்களுக்கும், ஆரியரல்லாதார்களுக்கும் இடையே நிகழ்ந்த சண்டை வகையிலிருந்து அப்பத்து மன்னர்களின் சண்டை வேறுபட்டது. ஹரப்பா பிராந்தியத்தில் தங்கியிருந்த பூரூக்கள் பிற்காலத்தில் தங்களுடைய ஆட்சியை பஞ்சாப்வரை விரிவாக்கினார்கள்,

கி.மு. 327-ல் அலெக்சாந்தருக்கு பலமான எதிர்ப்பை அளித்தவர்களும் இவர்களே. பூரி என்ற குடும்பப் பெயரைக்கொண்ட பஞ்சாபிகள் ஒருக்கால் பழங்குடிகளான பூரு மக்களின் வாரிசுகளாகவும் இருக்கலாம்.

இப் பத்து மன்னர்களையும் வென்ற புகழை இசைத்துப் பாடும் புரோகிதரின் பெயர் வசிஷ்டர்- 'மிகச் சிறப்பானவர்'- இன்றளவும் பிராமணர்களின் புற கோத்திர உறவின் மரபைக் காக்கும் ஏழு பெரும் கிளைகளில் வசிஷ்டமும் ஒன்று. கௌசிக (ஆந்தை) கோத்திரத்தைச் சேர்ந்த விசுவாமித்திரரே தொடக்க நிலைப்பட்ட புரோகிதர் ஆவார். ரிக்வேத காலத்தில் புரோகிதம் என்பது தனிப்பட்ட சாதியின் சிறப்புத் தொழிலாக உயர்வு பெறவில்லை; சற்று வெளுப்பாக இருந்த ஆரியர்களுக்கும், கறுப்பாக இருந்த விரோதிகளுக்கும் இடையே காணப்பட்ட நிற வேற்றுமை ஒன்றே ரிக்வேத காலத்தின் சாதி வேறுபாட்டைக் குறித்தது. பண்டையக் கிரேக்க நாடு அல்லது ரோமைப் போலவே குடும்பம் அல்லது குலம் அல்லது பழங்குடிக்குரிய வழிபாடுகளை அக்கூட்டத்தைச் சேர்ந்த ஆடவனே கவனித்து வரவேண்டும். முதுநிலை அல்லது தேர்தல் அல்லது மரபு வாயிலாக அப்பணிகளுக்குரிய ஆடவன் தேர்ந்தெடுக்கப்பட்டான். யாகம் வளர்த்து பலியிடும்போது தேவையான பல சிறப்புப் புரோகிதப் பதவிகளின் பட்டியல் ஒன்று இருந்தாலும், அதன்படி புரோகிதப் பணியை ஏகபோகமாகக்கொண்ட பிராமண சாதி அப்போது தோன்றவில்லை. இருப்பினும், வசிஷ்டர், புரோகிதர்களில் புதிய பாணியைச் சேர்ந்தவராவார். ஒருகாலத்தில், முறையே கதிரோனையும், வானையும் குறித்த இரு வேதகாலத் தெய்வங்களான மித்திரன், வருணன் ஆகியோரின் விந்துவிலிருந்து அவர் தோன்றினார். அவருடைய தாயாரைப் பற்றிக் குறிப்பிடப்படவில்லை. ஆயின் அதற்கு முரணான விதத்தில்-அதே கதை விவரத்தில்-அவர் தேவ கன்னிகையான 'ஊர்வசியின் மனத்தில்' (அப்ஸரஸ்-நீர்த்தேவதை) பிறந்தார். முன் குறிப்பிட்ட இரு தெய்வங்களின் விந்துக்கள் விழுந்து ஒன்றுசேர்ந்த ஒரு கும்பத்திலிருந்தும் பிறந்தார்; ஒரு தாமரைத் தடாகத்தில் (புஷ்கரத்தில்) 'மின்னலால் சுற்றப்பட்டு'க் கண்டெடுக்கப்பட்டார். இக்கதை விவரம் ஒரே குழப்பமாகத் தோன்றினாலும், உண்மையில் முழுக்கமுழுக்கப் பொருந்துகையும், நேர்ப்பாடும் கொண்டது. இதன் பொருளாவது: வசிஷ்டர், ஆரியர்களுக்கு முற்பட்ட மக்கள் வணங்கிய ஒரு தாய்த் தெய்வத்தின் மனிதப் பிரதிநிதிகளின் வாரிசாதலால் அவருக்குத் தந்தை கிடையாது.

தந்தை மரபு வழியைப் பின்பற்றிய ஆரியர்களை எடுத்துக்கொண்டால், அவர்களுக்குப் போற்றுதற்குரிய தந்தையும் வேண்டும்; அதேநேரத்தில் ஆரியரல்லாத தாயும் ஏற்றுக்கொள்ளப்படுவதில்லை. இன்றும் வழக்கில் உள்ள மற்றொரு பிராமணப் பெருங்கிளையைக் குறிக்கும் கோத்திரத்தை நிறுவிய அகஸ்தியரும் இவ்வாறே ஒரு கும்பத்தில் பிறந்தவராவார். கும்பம் என்பது கருப்பையின் உவமானம்; ஆகவே அது ஒரு தாய்த்தெய்வமே. இந்த ஏழு பூர்வீக பிராமண கோத்திரங்களின் மூதாதையர்களான ஏழு ரிஷிகளும் வேதகாலத்தைவிடப் பழமையான சுமேரியா அல்லது சிந்துப் பண்பாட்டின் ஏழு ஞானிகள்வரை பின்னோக்கிச் செல்லக்கூடியவர்களாக இருக்கலாம்; இந்த எழுவர்களின் பெயர்கள், பிராமணியப் புனித நூல்கள் தரும் கோத்திரப் பட்டியல்களுடன் ஒத்துப்போகவில்லை. இப் பல்வேறு கோத்திரத் தொகுதிகளில் எட்டாவதாக உள்ள விசுவாமித்திரரே உண்மையான ஆரியர். இத்தகைய கும்பப் பிறப்பு முனிகளை ஆரியரின் மேல்நிலைப் புரோகிதக் குழுவில் ஆட்கொள்ளும் முறை, ஒரு அடிப்படை உத்தியாகும். ஆரியர்களுக்கும், பூர்வகுடி மக்களுக்கும் நிகழ்ந்த இனக்கலப்பால் வளர்ச்சியுற்ற நிபுணர்களின் ஒரு புதிய வர்க்கம் முடிவில் எல்லா ஆரியச் சடங்குகளுக்கும் ஏகபோக உரிமைகொண்டாடியது-அதுவே பிராமண சாதி. இன்று நம்மிடம் எஞ்சியுள்ள பழமையான புனித நூல்களை இந்தச் சாதியே பாதுகாத்து வைத்துள்ளது; இந்தச் சாதியே அவற்றைத் திருத்தியும் எழுதியது; இதனால் இயல்பாகவே தங்களுடைய முக்கியத்துவத்தை மிகைப்பட எழுதிக்கொண்டனர். எனினும், அவர்கள் செய்த பெரும் பணியினால் நிகழ்ந்த மகத்தான மாறுதல்கள் அரிதாகவே அறியப்பட்டுள்ளன: பகைவர்களாக இருந்த கூட்டங்களையும், அவற்றின் பல்வேறு புதிய தெய்வ வழிபாடுகளையும் சேர்த்துக்கொண்டு, எல்லோருக்கும் பொதுவான தெய்வங்களை வணங்கும் ஒரு சமூகமாக்கிய பணியே அது.

ஒரு புதிய பிராமணத் தொழில்முறைப் புரோகிதக் குழு உருவாகித் தேவையான சமயத்தில் ஆரியர்களானாலும் சரி, ஆரியரல்லாதவர்களானாலும் சரி, என்று ஒன்றுக்கும் மேற்பட்ட பல எசமானர்களுக்கு அவர்கள் ஊழியம் செய்தது பற்றிய ரிக்வேதச் சான்றும் உள்ளது. நூறு ஒட்டகங்கள் உட்பட பல தானங்களைப் பெற்றுக்கொண்டதற்காக, வாச அஸ்வயர் என்ற முனிவர் தாச அரசர்களான பல்பூதன், தாருக்ஷன் ஆகியோருக்கு நன்றி தெரிவித்துக்கொள்வதுடன், அவர்களுடைய பழங்குடிகளுக்குப் பல

வகையான வாழ்த்துக்களையும் வழங்கியுள்ளார். பண்டைய இந்தியாவின் மரபிற்கு அபூர்வமான ஒட்டகமும், கி.மு. 1200வரை இந்தியாவிற்கு வெளியில் உள்ள நாடுகளில்கூட பழக்கமானதற்குச் சான்றுகள் இல்லை. இக்குறிப்பு ரிக்வேதத்தில் அப்பாசுரத்திற்குரிய காலத்தை ஏதோ சுமாராகவாவது நிர்ணயிக்க உதவுகிறது. பல்பூதன், தாருக்ஷன் போன்ற பெயர்களுக்கு ஆரியத் தொனி இல்லாததுடன், அவை இதர சம்ஸ்கிருதப் படைப்புகளிலும் அறியப்படவில்லை. அவை யாவும் தோற்றுவிக்கும் பிறிதோர் கருத்து யாதெனில், வேதத்தில் விவரிக்கப்பட்டுள்ள அசுராதி அரக்கர்கள், வரலாற்றுக் கால அஸ்ஸிரியர்களாக இருந்திருக்க வேண்டுமென்பதே; அவர்களில், மூன்றாவது திகலத் பிலேசர் என்ற அரசர், எல்மாண்டு நதிவரையில் உள்ள ஆரியர்களின் ஆட்சிப் பகுதிகளைப் படையெடுத்து வெற்றிகொண்டார். வேறு ஒரு பாசுரத்தில், ஒரு ஆரிய முனிவர், தனக்கு அதரவு நல்கிய ‘பாணிகளின் தலைவனான பிரபுவுக்கே’ நன்றிசெலுத்தி வாழ்த்துகிறார்.

இந்தியாவில் முதலில் படையெடுத்து வந்தவர்களிடமிருந்து வேறுபட்ட ஆரியர்களே கிழக்கை நோக்கிச் சென்றார்கள். கூடுதல் உழைப்பிற்காக, ஒரு புதுவகைப் பழங்குடி, **தாசர்கள்** அவர்களுக்கு அடிமைகளாகக் கிடைத்தனர். மிகவும் உயர்நிலையில், திருப்பணிகளில் பயிற்சி பெற்ற புரோகித அணி, பழையன-புதியன, ஆரியர்-ஆரியருக்கு முற்பட்ட வழிபாட்டு மரபுகளை ஒருங்கிணைத்தவாறு உருவாயிற்று. அகழ்வாராய்ச்சி இயலின்படி இன்றளவும் இக்காலம் ஒரு வெற்றிடமாகவே உள்ளது. நாம் மீண்டும் அக்காலத்தை உருவாக்குவதற்கு ஏற்றவாறு, பாசுரங்களில் மிகவும் கவனத்துடன் விவரிக்கப்பட்டுள்ள ஒரே பொருள் ரதமே. உண்மையிலேயே, வேதகாலத்து ரதம் ஒருநாள் அகழ்வாராய்ச்சியின் வாயிலாக, பூமிக்கடியில் தோண்டியெடுக்கப்படும் என்று நாம் எதிர்பார்ப்பது மிகையானது. சிறப்பான ஆரியர்களின் மட்பாண்டம் என்று ஒன்று இல்லயெனினும், வடக்கில் (வண்ணம் பூசிய) சாம்பல் நிற மட்பாண்டங்கள் விரைவில் அவர்களுடையதுதான் என்று மெய்ப்பிக்கப்படலாம். இரண்டாவது ஆயிரமாண்டுக்காலம் முடிவுறும் காலத்தில்கூட ஆரியர்கள் அல்லது இந்தோ ஆரியர்களின் சிறப்பைக் குறிக்கும் தொழில்நுட்பம் எதையுமே தொல்பொருள் ஆராய்ச்சியாளர்களால் அடையாளம் காட்ட முடியவில்லை. மற்றெங்கிலும் அறியப்படாத சில சிறப்பான வேதகாலத் தெய்வங்கள் ஆரியர்களுக்கு முற்பட்டவர்களிடமிருந்து பெறப்பட்டிருக்கலாம் என்பது

ஒரு ஊகமே. புலர் காலையைக் காட்டும் உஷாஸ் என்ற தேவதை, இந்திரனுடைய படை ஆயுதங்களை அமைத்ததற்காக அவனுடைய பாராட்டைப் பெற்ற தொழிற்கலைஞர் தெய்வமான த்வாஷ்டிரி, தம் கடந்தகாலம் எப்படியிருந்தாலும் இந்தியாவில் ஒரு பெரிய எதிர்காலத்தை எதிர்நோக்கிய புகழ்பெறாத முற்கால விஷ்ணு, ஆகியவை முக்கியமானவை. இவற்றில் உஷாஸ், பியாஸ் நதிப்புறத்தில், இந்திரனுடன் நிகழ்த்திய போர் பிரசித்தமானது. அதில் அவளுடைய காளைவண்டி நொறுக்கப்பட்டு அப்பெண் தெய்வம் தப்பி ஓடுவதுடன் அச்சண்டை முடிவுற்றது. பிற்காலத்தில் இந்திரனும் திருதன் என்ற வீரனும் சேர்ந்து த்வாஷ்டிரியின் புதல்வரும், மும்முகம்கொண்ட அரக்கர் குல குருவுமான த்வாஷ்டிரரைக் கொன்றனர். அவருடைய தந்தையைப் போல் அவருக்கும் அதே பெயர் நிலைபெற்றிருந்தது. தலைகள் அறுபட்ட த்வாஷ்டிரரே அக்கொலையை விவரிக்கும் வேத பாசுரத்தை இயற்றியவராகையால், உஷாஸைப்போல் அவரும் சாகாவரம் பெற்றவர் என்று அறியலாம். அவருடைய மூன்று தலைகளும் மூன்று பறவைகளாகி, அவற்றில் இரண்டு மட்டும் பிராமண குலத்திற்குரிய பழங்குடிச் சின்னமாயின. மேலும் கூறுவதானால், உபநிஷத்துக்களைப் போதித்த உயர்ந்த ஞானிகளின் வரிசையில் த்வாஷ்டிரரின் பெயர் மிகவும் தெளிவாகச் சிறப்பிடம் பெற்றுள்ளது. இவ்வாறு புராணங்களைப் பற்றிய ஆழமான ஆராய்ச்சி நம்மை ஒரு முக்கியமான பிரச்சினையிலிருந்து மிகவும் விலகிச் சென்றாலும், மும்முக அரக்கனின் வதம் ஈரானியரின் தெய்வீகக் கதைகளில் இடம்பெறுகிறது; அதுபோலவே உஷாஸூம், கிரேக்கர்களின் ஈவோஸூம் தொடர்புடையவர்கள், ஆனால் இந்திரனுடைய விரோதிகள்மீது சற்றேனும் உறவை ஒப்புக்கொள்ளாத பிராமணர்கள், இந்திரனுக்கும் பகைக் கடவுள்களாக இருந்தவர்களைப் போற்றியவை வேதங்களில்கூட இடம்பெற்றுள்ளன.

4.4. ரிக்வேத காலத்திற்குப் பின் ஆரியர்கள்

எல்லா ஆரியர்களுமே கிழக்கை நோக்கிச் செல்லவில்லை; அம்முன்னேற்றமும் நிலையானதாக இல்லை. நிறைய ஆரியர்கள் இந்தியாவில் நுழைந்து, அவர்களுடைய முன்னோடிகளை மிகவும் தொலைவான இடத்திற்குத் துரத்தினர் என்று கூறுமளவுக்கு, அது அவ்வளவு எளிய விஷயமல்ல. குடியேற்றங்களையும், கிளை அமைப்புகளையும் நிறுவவேண்டிய அவசியம் இருந்தாலும், கி.மு.

நான்காம் நூற்றாண்டுவரை பஞ்சாபிலேயே நிலைபெற்றிருந்த பூருஸ் குடிகளைப் பற்றி நாம் முன்பே கவனித்தோம். அவர்களுடைய தொடக்கநிலை நிலப்பகுதி, மிகக் குறைவான எண்ணிக்கையுள்ள மேய்ச்சல்நிலப் பழங்குடிகளை மட்டுமே காப்பாற்றக்கூடியதாக இருந்தது. தெற்கே ஆட்சியை விரிவாக்கப் பாலைவனம் தடையாக இருந்தது. கிழக்கிலோ, யமுனையின் அருகில், அடர்ந்து பெரியதாக வளர்ந்திருந்த காடுகளை, இரும்பின் உதவியின்றி பயன்தரத் தக்க முறையில் அழிக்க முடியவில்லை; ஆனால், அது நீங்கலாகப் பஞ்சாபிற்கும் கங்கைச் சமவெளிகளுக்கும் இடையே தாழ்வான ஆற்றுப்பள்ளத்தாக்கின் மீதுள்ள குறுகிய நிலப்பரப்பிலும், அதுபோலவே இமாலயக் குன்றுகளின் வழியாகச் செல்லும் குறுகிய நிலப்பரப்பிலும் இருந்த அடர்த்தியற்ற காட்டைத் திருத்த, அநேகமாக நெருப்பே போதுமானதாக இருந்தது. ராஜஸ்தானிலிருந்து வெட்டி எடுக்கப்பட்ட தாமிரம் எளிதாகக் கிடைத்திருக்கலாம். ஆனால், இரும்புக்கனிகளின் சுரங்கங்கள் அதிலும் லாபகரமான முறையில் இயங்கக்கூடிய உயர்தரக் கனிமங்கள் மிகவும் தொலைவில் அமைந்திருந்தன. உலோகத் தொழிலும், உலோகங்கள் பற்றிய அறிவு மட்டும் போதாது; கனிமப் பொருள் அடங்கப்பெற்ற சுரங்கங்களை எப்படி அடைவதென்பதே முக்கியப் பிரச்சினை. இதன் பொருட்டு, ஆரியப் பழங்குடிகள் சிறு சிறு குழுக்களாகப் பிரிய வேண்டியிருந்தது. பெரும்பாலும் அவற்றைப் பற்றிய விவரங்களே தெரியவில்லை; பெயர்களைக்கூட அறிய முடியவில்லை. கிரேக்க அல்லது இந்திய நூல்களில் இதைப்பற்றிச் சில தற்செயலான குறிப்புகள் மட்டும் எஞ்சியுள்ளன.

கி.மு. 1000-800 காலத்திற்குரிய சில முடிவுகளை எடுக்க, யஜுர் வேதம் நமக்குத் துணைசெய்கிறது; அதன் விரிவுரை நூலான சத பத பிராமணம், தோராயமாக கி.மு. 600வரையிலுள்ள விவரங்களை அளிக்கிறது. காலத்தைப் பற்றி உறுதியாக அறிய முடியவில்லை; எண்ணற்ற சமூகங்கள் மற்றும் பழங்குடிகளின் பல்வேறு இனங்கள் இவைபற்றிய விவரங்களில் இருந்து இதைப்பற்றி நம்மால் ஊகிப்பதற்கு மட்டுமே இயலும். அலெக்சாந்தர் காலத்தில் வாழ்ந்த பஞ்சாபியப் பழங்குடிகளில் சிலர் அன்றும் அப்பழங்குடிக் குடும்பங்களின் தேவைக்கேற்றவாறு தானியங்களைப் பகிர்ந்துகொண்டு, மீதியான உபரியை எரித்தார்களே தவிர, வியாபாரத்தில் இறங்கிப் பண்டமாற்றுச் செய்யவில்லை. வேறு சில பழங்குடிகள் செல்வச்சிறப்பும், போர்க் குணமும் நிரம்பிய அரசுகளைத் தோற்றுவித்தனர். கி.பி. ஏழாம்

நூற்றாண்டின் ஆரம்பத்தில், ஹியூன்-ஸாங் என்ற சீன யாத்திரிகர், சிந்துவின் நடுப்பகுதிக்குக் கீழேயுள்ள பிரதேசங்களில் வசித்த பெரும்பான்மையான மக்கள் அன்றும் அநாகரிகமான பழங்குடிக் கூட்டுக் கலவித் திருமண வழக்கங்களைக்கொண்டு, மேய்ச்சல்நில வாழ்க்கை நிலையிலேயே இருப்பதைக் கண்டு வியப்படைந்தார். அம்மக்கள் அநேகமாகப் பிற்பட்ட வேதகாலத்திற்குரிய ஆபீரர்களின் வாரிசுகளாக இருக்கலாம்; ஆயின், அவர்கள், ஆரியர்களின் பழக்க வழக்கங்கள் சில சிறப்புமிக்க வட்டாரங்களில் வரலாற்றின் இடைக்காலம்வரை தங்கி நிற்க முடிந்தது என்பதையாவது நிரூபிக்க குறைந்தபட்சம் துணை செய்கிறார்கள். எந்த ஒரு காலகட்டத்திலும் மொத்தமாக இந்நாட்டின் நிலைமையைப் பற்றிய பொதுவான மதிப்பீடுகளைச் செய்வது இயலாது. நாம் முயன்று செய்யக்கூடியது ஒன்றே: முடிவாக, எல்லாப் பகுதிகளிலும் பரவிய அடிப்படை மாற்றங்களை உற்று நோக்குவதுதான்.

யஜுர்வேதச் சடங்குகள் போலவே யஜுர்வேத சமூகத்திற்கும் அடிப்படை மேய்ச்சல்நில வாழ்வே என்பதை மேலோட்டமாகப் பார்த்தாலேகூட புலனாகும். எனினும் (இன்றும் ஓதப்படும்) வேத பாயிர வேண்டுதல், விவசாயம் மற்றும் உலோகங்களின் முக்கியத்துவம் அதிகரிப்பதை நன்கு தெளிவாக்குகிறது; இது மிக ஆரம்ப நிலையிலிருந்த ரிக்வேத அமைப்பிற்குப் பொருந்திவருவதாக இல்லை;

“பால், அமுது, நெய், தேன், பொதுப் பந்தியில் மதுவும் உணவும் (ஸக்தியும், ஸபீதியும்), உழவு, மழை, போரில் வென்ற புதிய எல்லை, போர் வெற்றி, செல்வம், வளமைகள், பொருளாதார மேம்பாடு, கூழ், கஞ்சி, பசியினின்றும் விடுதலை, அரிசி, பார்லி, எள், மொச்சை, அகல் அவரை, கோதுமை, பயறு, தினை, சாமை, சாம்வா, மற்றும் காட்டு அரிசி எல்லாம் இந்த பலியின் மூலம் (யக்ஞும்) எனக்குப் பெருக அருளவேண்டும். கல், களிமண், குன்றுகள், மலைகள், மணல், மரங்கள், தங்கம், வெண்கலம், ஈயம், வெள்ளீயம், இரும்பு, தாமிரம், நெருப்பு, நீர், கிழங்குகள், தாவரங்கள், பயிரிட்டு விளையும் பொருள்கள், தானாகவே விளையும் பொருள்கள், மற்றும் பழக்கிய மிருகங்களும், பழக்காத மிருகங்களும் இந்த பலியின் மூலம் (யஞ்ஞும்) எனக்குப் பெருக அருளவேண்டும்.”

இதன் காலத்தை ஏறக்குறைய கி.மு. 800 என்று எடுத்துக்கொள்ளலாம். இது, இரும்புக் காலத்தில் உற்பத்திக்குரிய புதிய

பிரச்சினைகளை ஆரியர்கள் எதிர்நோக்க ஆரம்பித்ததை எடுத்துக்காட்டுகிறது. இவர்களுடன் ஒப்பிடும்போது, வெண்கலக் காலத்திற்குரிய ரிக்வேத மூதாதையர்களோ ஒரு செல்வச் செழிப்புள்ள நாகரிகத்தைக் கொள்ளையடிப்பதிலேயே திருப்தியடைந்தனர்; அதன் பிறகுதான் புதிய மேய்ச்சல் நிலங்கள் ஏதாவது தென்படுமா என்று தேடினர்.

அழிந்துபோன சிந்துப் பண்பாட்டு எல்லையின் கிழக்குப் பகுதியிலும், அதற்கப்பாலும் விரிந்துகிடந்த இடங்களிலும் வாழ்ந்த மக்களுக்கு நல்ல எதிர்காலம் இருந்தது. யமுனை நதிக்கு 50 மைல் தொலைவுள்ள பகுதிகள்வரை ஊடுருவிச் செல்வதற்கு ஆரியர்கள் சிறிதும் சிரமப்படவில்லை. இப்பகுதியில் இலேசான காடுகளைத் தீயிட்டு அழித்துவிடலாம். ஆனால் அவ்வாறு தீயிட்டுக் கொளுத்தி திருத்தப்பட்ட இடங்களில் குடியேற வேண்டுமானால், சாதாரணப் பழங்குடிக்கும் அப்பால் மேலான சமூக அமைப்பு தேவை. மிகவும் தாழ்த்தப்பட்ட சாதி-ஒரு பழங்குடிக்குள்ளாகவே வளர்ந்து உருவான சாதி-இப்போது சூத்ரா என்று அழைக்கப்படுகிறது; அது அநேகமாக ஒரு பழங்குடிப் பெயரிலிருந்து தோன்றியிருக்கலாம் (உ-ம் சிந்துவின் கீழ்ப் பகுதியிலிருந்து அலெக்சாந்தரை எதிர்த்துப் போரிட்ட ஆக்ஸிடிராகோய் என்ற பழங்குடி). இவர்கள் ஒட்டுமொத்தமாக ஒரு பழங்குடி அல்லது குலப் பரிவாரத்தைச் சேர்ந்த அடிமை வகுப்பினர் ஆவர். மற்ற மூன்று உயர் சாதிகளுக்குரிய குடியுரிமைகள் இல்லாததுடன் இவ்வகுப்பார் பழங்குடிக்குரிய கால்நடைகளுக்குச் சமமாகவே நடத்தப்பட்டு வந்தனர். அம்மூன்று உயர்சாதிகளும் சரியானவாறு ஆரியர்களாக ஏற்றுக்கொள்ளப்பட்டதுடன், அப்பழங்குடிக்குரிய முழு உறுப்பினராகவும் கருதப்பட்டனர்; க்ஷத்திரியர் (போர் வீரர் மற்றும் ஆட்சியாளர்), பிராமணர் (பிராமணப் புரோகிதர்), வைசியர் (விவசாயத்தின் மூலம் எல்லா உபரி உணவுகளை உற்பத்திசெய்தும், கால்நடைகளை வளர்த்தும் வந்த குடியானவர்கள்), வர்ணம் என்ற சொல், இந்நான்கு வர்க்கச் சார்புள்ள சாதிகளில் ஒன்றைக் குறித்து வழங்கலாயிற்று; இந்த நான்கு வர்ணங்களும் பழங்குடிக்குள் வர்க்கக் கட்டமைப்புகளாக ஆதிக்கம் பெறத் தொடங்கியபோது அந்த சமூகம் சொத்துரிமை முறைகளில் உயர்ந்த முன்னேற்றத்தையும் போதுமான அளவில் பெருவணிகப் பண்டமாற்றத்தில் ஈடுபடும் நிலையையும் அடைந்தது. ஆனால் ஒவ்வொரு தனிப்பட்ட ஆரியப் பழங்குடிக்கும் இந்நிலையை யதார்த்தமாகக் கொள்ள முடியாது. அவற்றில் பல, வர்க்க

வேற்றுமையின்றியே இயங்கின. வேறு சிலவற்றில், ஆரியர்- சூத்திரர் (சுதந்திரமுடையவர்-அடிமை) என்ற வேற்றுமை மட்டுமே நிலவியது. பண்டைய கிரேக்க நாட்டிலும் ரோமிலும் நிலவியதைபோல், சூத்திரர்கள் விலைக்கு வாங்கப்பட்டு விற்பனை செய்யப்படாதது இந்தோ-ஆரியர்களுடைய கருணையினால் அல்ல. சுருக்கமாகக் கூறினால், அந்த அளவுக்குச் சரக்கு உற்பத்தியும் தனியார் சொத்தும் இங்கு வளர்ச்சியடையவில்லை. கால்நடைகள் ஒருவகையான கூட்டுரிமையின்கீழ் பொதுவில் வளர்க்கப்பட்டு வந்ததை மிகவும் எளிதாக நிரூபிக்க முடியும். 'கோத்ரா' என்ற சொல்லின் மொழிபெயர்ப்பு 'பசுத் தொழுவம்' என்ற பொருள் வழங்கப்படினும், புறமரபு உறவு காக்கும் குலத்தையும் அச்சொல் குறிக்கின்றது. ஒரு கோத்திரத்திற்குரிய கால்நடைகளிலிருந்து வேறு கோத்திரக் கால்நடைகளைப் பிரித்துக்காட்ட சில சிறப்பான குறி, சுட்ட தழும்பு அல்லது காதிலுள்ள ஒரு வெட்டுக்குறி ஆகியன துணைபுரிந்ததாகத் தெரிகிறது. இவ்வாறாகச் சொத்தின் வடிவம் சமூக அலகைப்பெற்று கோத்திரத்திற்குச் சொந்தமானது. நேர் சந்ததி இல்லாமல் இறக்கும் ஒரு மனிதனுடைய சொத்து, அந்த கோத்திரத்தையே அடையவேண்டுமென்ற விதி பிற்கால நீதி சாத்திரங்களில் நிலைபெற்று வந்துள்ளதை நாம் கவனிக்கவேண்டும்.

சூத்திர சாதியின் நிலை, பிற்கால இந்திய சமூகத்தின்மீது ஒரு தனித்தன்மையான விளைவை ஏற்படுத்தியது. பண்டைய ஐரோப்பிய உணர்வில் (குறிப்பாக கிரேக்க-ரோமானிய வழியில்) அடிமைகளைச் சொத்துக்களாகக் கருதும் முறை, இந்தியாவின் உற்பத்திச் சாதனங்கள் உற்பத்தி உறவுகள் ஆகியவற்றில் எக்காலத்திலும் விரிந்த அளவுக்கு முக்கியத்துவம் பெறவில்லை. பறிமுதல் செய்யக்கூடிய உபரி உணவை எப்போதுமே சூத்திரர்களால் பயிர்செய்ய நேர்ந்தது. தனிமைப்படுத்தப்பட்ட ஒரு பழங்குடி அமைப்பை உடைத்து உருவாக்கப்போகும் வர்க்க உறவுள்ள பொதுச் சமூகத்தை, இச்சாதியின் வளர்ச்சி முன்கூட்டியே எடுத்துக்காட்டியது. சில பிராமணர்கள், ஒரே ஒரு பழங்குடி அல்லது ஒரே ஒரு குலத்திற்குமேல் பலருக்குப் புரோகிதக் காரியங்களை நடத்திவைத்த செயல், பல குழுக்களிடையே நிலவிய ஒருவகை நல்லுறவை எடுத்துக்காட்டுகிறது. பொருளாதார நிலையில், கீழ்நிலையில் இருந்த ஏழை பிராமணர்களில் சிலர், அநேகமாகச் சிறு சிறு குழுக்களாகப் பிரிந்து, தங்களுக்குச் சொந்தமான கால்நடைகளுடன் கிழக்கிலிருந்த அடர்ந்த காட்டை நோக்கி முன்னேறத் தொடங்கினார்கள். சில சமயங்களில், அவர்கள் தங்களைக்

காப்பாற்றிக்கொள்ளும் பொருட்டோ வேட்டைக்காகவோ தேவையான ஆயுதங்களைக்கூட எடுத்துச் செல்லாமலும், சொத்துக்களும் இன்றி தனி நபர்களாகவே சென்றனர். இதனால், பிறருக்குத் தீங்கு செய்ய நினைக்கும் சுபாவம் அவர்களிடம் இல்லை என்பது வெள்ளிடை. உணவைச் சேகரித்துக் காட்டுமிராண்டி வாழ்வு நடத்திய நாகர் இனத்தாருடன் உடன்பாடு கொள்வதில் அவர்களுடைய பணி முக்கியமானது. அவர்கள் அந்நாகர்களுடன் அநேக சமயங்களில் சேர்ந்துகொண்டோ அல்லது நட்புமுறையில் உடன்பாடுகொண்டோ வாழ்ந்தனர். இவர்களுடைய வறுமையும், வெளிப்படையான தீங்கற்ற சுபாவமுமே இவர்களுடய ஒரே பாதுகாப்பாக விளங்கியது. இதற்கு நேர்மாறான முறையில், வணிகர் கூட்டங்களோ, சமயம் நேரும்போதெல்லாம் ஆயுதங்கள் தாங்கிய க்ஷத்திரியர்களால் பாதுகாக்கப்பட்டனர்; பூர்வ குடிகளிடமிருந்து (நிஷாதா) அவ்வணிகர்களை க்ஷத்திரியர்கள் காப்பாற்றியிருக்க வேண்டும். அந்தச் க்ஷத்திரியர்கள் கூலிப் பட்டாளமாக வளர்ந்து தங்களுடைய பணிகளை யார் பொருட்டும் கூலிக்கு விடத் தயாராக இருந்தனர்.

யஞ்ஞத்தில் நிகழ்வுற்ற உயிர்ப் பலிகளைப் பற்றிப் புனித நூல்கள் முழுக்க முழுக்கச் சிறப்பிக்கின்றன. புனிதமான வேள்வித் தீயின் முன்னிலையில் இவை நிகழ்ந்தாலும், அக்னியைத் தவிர்த்து வேறு வேதகாலக் கடவுள்களுக்கும் கூட்டாக பலிகள் தரப்பட்டன. யாகச் சடங்கின் நிகழ்ச்சிப் பொழுதும், அந்நிகழ்ச்சியைச் சுற்றிய விவரமான செயல்பாடுகளும் மெதுவாக அதிகரித்து விரிந்தன. அப்போது பலியிடப்பட்ட விலங்குகளின் எண்ணிக்கையும் அவற்றின் வகைகளும், இந்நாளில் நம்பவே முடியாது என்று தோன்றுகிறது. யாகத்திற்குச் சிறந்தது என்று உயர்வாகக் கருதப்பட்ட பலி 'மிருகங்கள்'-மனிதன், காளை, ஆண் குதிரை முதலியன. ஆனால், கிட்டத்தட்ட எல்லா மிருகங்களும், பறவைகளுமே இத்தகைய யஞ்ஞங்களில் கொல்லப்பட்டனவென்று யஜுர்வேதமும், பிராமணங்களும் கூறுகின்றன. இவ்வாறு அரக்கத்தனமான உள்நோக்கத்துடன் யாகங்களில் செய்யப்பட்ட எல்லையற்ற படுகொலைகள், பொருளாதாரத்திற்கு அடிப்படையான வாழும் வழிகள் எல்லாம் தீர்ந்துபோகத் தொடங்கியதை நிரூபிக்கின்றன. முன்னர் நாம் நோக்கிய ஒரு வேதப் பாயிர வாழ்த்தின் மூலம், யாகப் பலியின் முக்கிய நோக்கம்-கால்நடைகள், உணவு மற்றும் வளமை பெருக வேண்டுவதே என அறிந்தோம். அத்துடன் இவை யாவும் வன்முறைச் செயல்களின் மூலமும் பெறக்கூடியவையே. போர்வெற்றிக்கு

யாகப்பலிகள் இன்றியமையாதனவென்று கருதப்பட்டன. பொதுவாகப் போரிடும் மன்னரின் வெற்றிக்கு அவை அவசியமாக இருந்தன. உதாரணமாக, அசுவமேத யாகம் என்றால் ஆரியப் பொருளாதாரத்திற்கு முக்கியமாக விளங்கிய ஒரு குதிரையைக் கொன்று தின்பதுதான் என்ற கருத்து மாறத் தொடங்கிவிட்டது. கொல்லப்படும் குதிரையுடன் மகாராணி கலவிபுரிய வேண்டுமென்றதோர் அருவருக்கத்தக்கதான வளமைப் பெருக்கச் சடங்கில், அக்குதிரை அநேகமாக முற்காலத்தில் சில யஞ்ஞங்களை நடத்திய ஒரு மூதாதை மன்னர் அல்லது அவருடைய பிரதிநிதிக்கு பதிலாளாகச் செயல்பட்டிருக்கலாம். அக்குதிரை பலியிடப்படுவதற்கு ஓராண்டு முன்புவரை அதன் விருப்பப்படி அலையவிடப்பட்டது. தன்னிச்சைப்படி செல்லும் அக்குதிரையை வேறு பழங்குடியினர் தடுத்து நிறுத்தினால், அதுவே போருக்குச் சவாலாக அமைந்தது. இடைவிடாதப் போர்களும் இடைவெளியற்ற யாகப் பலிகளும் பிராமணர்களின் யாகக் கட்டணத்தைப் பெருக்கியதுடன், க்ஷத்திரியர்களை ஓய்வில்லாமல் போரிட வைத்தது. யஞ்ஞம் என்பது ஆழமாக, அங்கீகரிக்கப்பட்ட சமூக நோக்கத்தை ஏற்கெனவே பெற்றுவிட்டது. ஒளிவுமறைவு இல்லாமல் வைதீகச் சடங்கு நூல்கள் விவரிப்பதாவது: "வைசியரைப்போல். . . அடுத்தவனுக்குக் கப்பம் செலுத்தவும், அடுத்தவனால் உண்ணப்படவும், அடுத்தவனின் இச்சைக்கு ஏற்ப கொடுமைப்படவும் வேண்டும். . . சூத்திரரைப்போல். . . அடுத்தவனுக்கு வேலையாள் இச்சைப்படி வேலையைவிட்டு நீக்கப்பட வேண்டும்; கொல்லப்பட வேண்டும்." ஒரு பழங்குடி மொத்தமும் சேர்ந்து நடத்திய யாக ஊர்வலத்தில் உழுது பயிர்செய்யும் இரு தாழ்ந்த சாதியினரும் "பணிந்து நடக்க வேண்டும்" என்ற நோக்கில் மேல்சாதியினர் இருவருக்கும் இடையில் சிறைக் கைதிகளைப்போல் அழைத்துச் செல்லப்பட்டனர். இதற்குப் பிறகும் சாதியின் வர்க்க அடிப்படையைக் குறித்து நாம் சந்தேகப்படத் தேவையில்லை. இருப்பினும் ஒரு பூர்வகால உற்பத்தி நிலையின் வர்க்க அமைப்பையே இது எடுத்துக்காட்டுகிறது. முதன்முறையாக விதிக்கப்பட்ட வரிகளைப் பலி என்று அழைத்தனர். ஏனென்றால், யாகம் நடந்தபோது பழங்குடி அல்லது குலம் கோத்திரத்தைச் சேர்ந்தவர்கள் தங்கள் தலைவனுக்காகக் கொண்டுவரப்படும் பரிசுகளாகவே இவை விளங்கின. இவ்வாறு பலிகள் வரிகளாக மாறிவந்த காலத்தில்தான் 'அரசனின் பங்கீட்டு அலுவலர்' (பாகதுகா) என்ற சிறப்பு அதிகாரிகள் இருந்ததாகத் தெரிகிறது. பரிசுகளாகக் கொண்டுவரப்படும் பலிகளைச் சரியானபடி பங்கிட்டுப் பழங்குடி மன்னர்களின் சுற்றங்களுக்கு

வழங்குவதும், அநேகமாக வரிகளை விதிப்பதும் இவர்களுடைய பணிகளாக இருக்கலாம்.

நகரங்கள் என்று பெயர் சொல்லும் அளவுக்கு அப்படி ஒன்றும் அப்போது கிடையாது. அபாயம் சூழ்ந்தபோது, ஒரு பழங்குடி அல்லது குலத்திற்குரிய மக்கள் எல்லோரும் வேலி அரண்கொண்ட பட்டி ஒன்றின் பின்புறத்தில் கூடுவார்கள். சாதாரணமாக அது குடித்தலைவனின் உறைவிடமாகவே இருக்கும். உலோகங்களுக்குப் பற்றாக்குறை இருந்ததாலும், பஞ்சாப் நதிகள் ஒன்று மாறி ஒன்று திசைமாறிப் புது வழியில் ஓடிக்கொண்டிருந்ததாலும் பெரிய அளவிலோ நிலையாகவோ ஓரிடத்தில் குடியேற முடியவில்லை. அக்கூட்டத்தின் மிகச் சிறிய அளவே கிராமம். பிற்காலத்தில் அது ஒரு ஊரைக் குறிக்கும் கிராமமானது. ஆனால் முதலில் கிராமம் ஒரு இரத்த உறவுக் கூட்டத்தையே (சஜாதா) குறித்தது; பழங்குடித் தலைவனுடைய ஆணைக்குட்பட்ட அதிகாரியான ஒரு கிராமணியின் தலைமையின்கிழ் செயற்பட்ட கிராமம் தனது கால்நடைகள், சூத்திரர்களுடன் அநேகமாக இடம்பெயர்ந்துகொண்டிருந்தது. கோடைப் பருவத்தில் ஒரு கிராமம் அதன் மனிதர்களையும், கால்நடைகளையும் தண்ணீருக்கு அருகாமையிலுள்ள நல்ல புல்வெளிகளை நோக்கி இட்டுச்செல்லும். மழை பெய்யும்போது அவர்கள் ஓரளவு வெள்ளம் அணுகாதவண்ணம் மேடான திடலை நோக்கித் திரும்பிச் சென்று, ஏதாவது சில தானியங்களைப் பயிரிடுவார்கள். ஒரே பழங்குடிகளைச் சேர்ந்த இரு கிராமங்கள் ஒன்றாகச் சந்திக்க நேர்ந்தால் அவை ஒரே பழங்குடியைச் சார்ந்திருப்பினும்கூட எப்போதும் நிகழ்வது, குழப்பமே. இதை 'சங்கிராமா' என்ற புதுச் சொல் எடுத்துக்காட்டுகிறது. இலக்கணரீதியில் இதன் பொருள் 'கிராமங்களின் சங்கமம்' என்று கொள்ளப்பட்டாலும் சம்ஸ்கிருதத்தில் அச்சொல்லுக்கு 'சண்டை' என்றே பொருள். ஒரு பழங்குடி அரசுக்கு (ராஷ்டிரா) உட்பட்ட பல கிராமங்கள், ஒரு பொதுவான யாகப் பலியின் காரணமாகவோ அல்லது ஒரு பொதுவான விரோதியை எதிர்ப்பதற்காகவோ மட்டுமே ஒன்றுகூடும். இத்தகைய மக்களுக்குரிய மன்னன், இவ்வாறு கூடிய பல்வேறு பழங்குடிக் குழு ஆட்சிகளுக்கு முதல்வனாக இருந்து தலைமைப் பதவியை ஏற்றான். பெரும்பாலும் ஒரு சுழற்சி முறையிலோ, தேர்தல் அல்லது வாரிசு உரிமையின் வாயிலாகவோ அப்பதவி கிட்டியது. 'ராஜன்ய' அல்லது 'அரசாளத் தகுதியான' என்ற சொல்லானது, 'இளவரசன்', 'மன்னன்' அல்லது பொதுவாக க்ஷத்திரியன் ஆகிய பொருள்களிலும் உபயோகப்பட்டு வந்தது. பழங்குடி வழக்கமும், பழங்குடிச் சட்டமும்

அரசுக்குரிய சிறப்புரிமைகளைக் கடுமையுடன் கட்டுப்படுத்தின. இருப்பினும், இடைவிடாத சண்டைகள் ஒரு மன்னனுடைய அதிகாரங்களைக் கூடுதலாக்கியதுடன் அரசுரிமை என்பது ஒரு குடும்பத்திற்குரிய ஏகபோக உரிமையாக்க உதவியது. இதனால் ஏற்படக்கூடிய போட்டி எதிராளிகள் இளவரசர்கள் பழைய தலைவர்கள், அல்லது வலுவான குழு ஆட்சியினர் (Oligarchs) ஆக யாராக இருந்தாலும் அவர்களைப் பெரும்பாலும் ஏதாவது ஒரு வழியில் அம்மன்னர் திருப்திசெய்து அடக்கிவைத்தார்; அல்லது அவர்களை நாடுகடத்தி (அபருத்தா) உள்நாட்டில் அமைதி காத்தார். இக்கட்டாய நாடுகடத்தல், பண்டைக்கால ஏதன்ஸின் ஆஸ்ட்ரசிஸம் (விசாரணையின்றித் தண்டிக்கும் சிறப்புரிமை) என்ற வழக்கிற்கு ஒப்ப இருந்தது தெளிவு. இது பல சதித்திட்டங்களுக்கு வழிவகுத்ததுடன், இதனால் பழங்குடிப் பிணைப்புகள் மேலும் தவிர்க்க முடியாத பலவீன நிலையையும் அடைந்தன. பழங்குடி ஒற்றுமை ஒன்றையே தனது முக்கிய படைபலமாகக் கருதாமல், அதைத் துறந்து, நேரான வர்க்க அடிப்படையைக்கொண்ட அரசியல் அமைப்பு விரைவில் எழுச்சிபெறும் நிலை நெருங்கியது.

4.5. நகர மறுமலர்ச்சி

மேலே விவரித்த சமூகத்தை நாகரிகம் வாய்ந்ததாக சொல்லமுடியாது. இந்திய நூல்களில் தலைசிறந்தவை வேதங்களே என்பது இன்னமும் பிராமணர்களுடைய கொள்கை. நடைமுறையில் அந்த உயர்வுநிலையை வேதங்கள் காப்பாற்றி வைத்திருக்கு மேயானால், இந்தியப் பண்பாடு பற்றி ஒரு நூல் எழுதவேண்டிய அவசியமே இல்லை. வைதீக சமூகத்தின் குறைபாடுகளும், முடிவற்ற சண்டைகளும் இல்லாமல், சமூக வாழ்வில் சில புதிய முறைகள் அத்தகைய உயர்வான பண்பாட்டு வளர்ச்சிக்கு அவசியமாக இருந்தது. யாகத் தீயில் காவுகொடுக்கப்பட்ட உயிர்பலிகளின் எல்லை மீறிய பெருக்கமும், அது உணர்த்தும் சமூகத் தத்துவமும், அச்சமூகத்தின் அழிவுப் பாதைக்கு வழிகாட்டின. ஒரு புதிய சமூகத்தின் முக்கிய விவரங்கள் அடுத்த அத்தியாயத்திற் குரியதாயினும், அதன் முதல்நிலைகளை நாம் தற்போது மதிப்பீடு செய்யலாம். சுருக்கமாக, கி.மு. முதல் ஆயிரம் ஆண்டின் முதலாவது கால்பகுதியில், நகரவாழ்வு என்பது வட இந்தியாவில் புதியதாகத் தோன்றி வளர்ந்தது. நாகரிக நடைமுறையொழுங்கு, வாணிபம் கி.மு. 700-லிருந்து துல்லியமாக எடை நிறுக்கப்பட்ட வெள்ளி நாணயப் புழக்கத்தை எடுத்துக்காட்டும் ஒரு கவனமான கணக்குமுறை, ஆகியவை தகுந்த கல்வி

அறிவில்லாமல் இயங்குவது இயலாது; அப்போது வழங்கப்பட்ட எழுத்துமுறை என்னவென்றும் அது எந்த அளவுக்குப் பயன்பட்டது என்றும் நாம் உறுதிசெய்ய வேண்டுவது எஞ்சி நிற்கிறது. பஞ்சாபின் பெரும்பான்மையான பகுதிகளில், நிச்சயமாகவே, கல்வி அறிவற்ற ஆரியப் பழங்குடிகள் வாழ்ந்தனர்; ஆனால், பஞ்சாபின் புதிய நகரங்களில் பிற்காலத்திய பிராமி எழுத்துமுறை குறைந்தபட்சம் ஆரம்ப நிலையிலாவது வழங்கிவந்திருக்கலாம் என்று உறுதியாக நம்பப்படுகிறது. மீதியுள்ள பகுதிகளைப் பொறுத்தவரையில், ராஜகிருஹம் போன்றதோர் நகரத்தில் ஒரு குடும்பஸ்தனுடைய புதல்வனுக்குப் புத்தர் உயர்ந்த ஒழுக்க நெறிகளை உபதேசித்த கி.மு. ஏழாம் நூற்றாண்டிலும்கூட, உண்மையில் இரு பெரிய நகரங்களுக்குமேல் சாத்தியமில்லை என்பதை நாம் நினைவில் கொள்ளவேண்டும். மற்றபடி, ஒருவரையொருவர் நன்கு அறிந்துகொள்ளக்கூடிய மக்கள் வாழும் ஊர்களாகவோ, அல்லது அலைந்து திரிவதற்கு ஒரு தெருவைக்கூடக் காணமுடியாத கிராமங்களாகவோதான் மீதமுள்ள பகுதிகளைக் கொள்ளவேண்டும். இன்று நமக்கு மிகவும் சாதாரணமாகத் தோன்றும் குடிமைப் பண்புகள் அச்சமூகத்திற்கு அயலானதாகத் தோன்றின. ஏனெனில் அப்பொழுதும் பழங்குடி சமூக வாழ்வின் மையமாகத் திகழக்கூடிய "ஆண்சபை" (சாந்தாகாரா) கூடும் வழக்கம் இருந்துவந்தது.

ஹரப்பா (வெற்றிக்குப் பின்னர் சில காலம்வரை ஆட்சிக்குட்பட்டிருந்தது), மொகஞ்சோதாரோ (வன்மையான திடீர்த் தாக்குதலினால் மீண்டும் எழாவண்ணம் அழிக்கப்பட்டது) ஆகிய நகரங்களின் இறுதி அழிவிற்குப் பின்னர் சிந்து எல்லையின் கிழக்கு ஓரங்களிலும், அதற்கப்பாலும் முதல் நகரங்கள் நிர்மாணிக்கப்பட்டன. அவ்வாறு தோன்றிய நகரங்களின் வளர்ச்சி எளிமையாகவே இருந்தாலும், அவை மேய்ச்சல் நிலப் பொருளாதாரத்தைவிட விவசாயத்தின் மீது அதிகக் கவனம் செலுத்தின. ஆயினும் அன்றும்கூட மேய்ச்சல்நிலப் பொருளாதாரமே முக்கியமாகத் திகழ்ந்தது. பன்னிரண்டு காளைகள் பூட்டப்பட்ட ஏர்களின் வரிசைகளைப் பற்றி யஜுர்வேதம் ஏற்கெனவே கூறியுள்ளது; அத்தகைய உழவுகள் இன்றுவரை உபயோகத்தில் உள்ளன. அவை ஆழமாகச் சால்களை ஓட்டவும், கெட்டி நிலங்களை மிருதுவாக்கவும் இன்றியமையாதனவாக இருந்ததுடன் நல்ல விளைச்சலுக்கும், மண்வளப் பாதுகாப்புக்கும் ஏற்றவை. அப்போது வெண்கலக் கருவிகளினால் முனையிடப்பட்ட வலுவான மரக் கலப்பைகளைத் தயாரிக்க முடிந்தாலும், கிழக்குப்

பஞ்சாபில், குறிப்பாக, ஆற்றுப்பள்ளத்தாக்கிற்கு அருகே கல்நிறைந் நிலங்களைப் பண்படுத்த இரும்பினால் செய்யப்பட்ட ஏர்முனையே உபயோகப்பட்டிருக்க வேண்டும். இந்த இரும்பு எங்கிருந்து வந்தது? வாட்கள் மற்றும் வேறு கருவிகளைத் தயார்செய்ய மிகுந்த அளவில் தாமிரம் தேவை. ஆயின் புதிய தாமிரச் சுரங்கங்கள் கண்டுபிடிக்காதபோது அக்கருவிகள் வெண்கலத்தால் செய்யப்பட்டிருந்தனவா?

ஏறக்குறைய, கி.மு. எட்டாம் நூற்றாண்டில் கிழக்கிலிருந்து கணிசமான அளவுக்கு உலோகங்கள் வரத் தொடங்கின. இந்தியாவிலேயே மிகவும் நேர்த்தியான இரும்பு, தாமிரக் கனிச் சுரங்கங்கள், கங்கைப் பள்ளத்தாக்கின் கிழக்குக் கோடியிலுள்ள தென்கிழக்குப் பீகாரில் இருக்கின்றன. (தால்பூம், மான்பூம் மற்றும் சிங்பூம் மாவட்டங்கள்) இப்பகுதிகளில் இன்றும் காடுகள் நிறைந்து கனமழை பெய்தபோதிலும், கங்கைச் சமவெளிக்குரிய சரியான பகுதியைப்போல் இங்குள்ள காடுகளை அழித்தாலும் லாபகரமான விவசாயம் சாத்தியமில்லை. ஆகவே இப்பகுதிகளைச் சுற்றி உருக்கு உலைகளும், உலோக வேலைகளும் நடந்தாலும் முற்றிலும் பூர்வநிலைக்குரிய பழங்குடி வாழ்க்கையே நீடித்து வந்துள்ளது. அப்பகுதியிலிருந்து அப்போது தாமிரம் வெட்டியெடுக்கப்பட்ட விவரத்தை நாம் அறிவோம். தாமிர கனிமச் சுரங்கங்களுக்கு அருகாமையில், காலநிர்ணயம் செய்யப்படாதவையும் பண்டையில் உலோகக் கலவையை உருக்கப் பயன்பட்ட அடுப்புகளுக்குரியவையுமான சூடேறிய செங்கல்களும், உலோக உருக்குகளும் நிறைய அகப்பட்டுள்ளன. அத்துடன் ஏறக்குறைய கி.மு. 1000-த்திற்குரிய தாமிரத்தினால் செய்யப்பட்ட பொருள்கள் கங்கைச் சமவெளி முழுவதிலும் ஏராளமாகக் கண்டுபிடிக்கப்பட்டுள்ளன. அவ்வாறு கிட்டினவற்றில் சில, ஈட்டிகளைப் போலவும், தோளில் அணியும் கோடரிகளைப் போலவும், அரைமனித உருவங்களைப் போலவும் அமைக்கப்பட்டிருக்கின்றன. மழுங்கலான முனையும் இரண்டு அடிவரை நீளமும்கொண்ட உருக்குப் பாளக் கெல்ட்டுகளை மிகவும் கனமானவையாதலின் அவற்றை எளிதில் கையாளக்கூடிய கருவிகளாகக் கருதமுடியாது. அவை வணிர்களால் பதுக்கி வைக்கப்பட்ட பொருள்கள் என்பது தெளிவு. அவற்றை அங்கு வாழ்ந்த பூர்வகுடிகளும் தயாரிக்கவில்லை. ஏனென்றால் தாமிரத்தைச் சுத்தப்படுத்துவதற்குத் தேவையான பக்குவமான நெருப்பு அந்நெருப்பிற்கு ஏற்ற நல்ல சூளைகள், ஆகியவற்றை அவர்கள் அறிந்திருக்கவில்லை. அத்தகைய

உலைகளில் நேர்த்தியான மட்பாண்டங்களையும் தயாரிக்கலாம். உண்மையில், அவை (உலைகள்) அத்தகைய மட்பாண்டச் சூளைகளிலிருந்துதான் முதலில் உருவாகியிருக்க வேண்டும். ஆனால், ஏராளமாகக் கிட்டிய இத்தாமிரக்கட்டிகளுடன் சேர்ந்து ஒரே ஒரு மட்பாண்டமும் அகப்பட்டுள்ளது. அது திருத்தமற்றும், மோசமாகச் சுடப்படும், காவி பூசப்பட்டும் உள்ளது. தோண்டி எடுக்கும்போதே அது தூளாகிவிடுகிறது. ஆகவே, சிந்து மக்கள், ஆரியர்கள், (இவர்கள் பொதுவாக வடக்கில் புழங்கிய சாம்பல் நிறப் பூச்சுள்ள பானைகளை உபயோகிக்கத் தொடங்கினர்) ஆகியோரின் குடியேற்றங்களை இங்குத் தவிர்க்கவேண்டும். அப்படிப் பார்க்கும்போது, இவ்வணிகர்கள், இடம்விட்டு இடம்பெயர்த்த ஆரியர்கள் என்று முடிவு செய்யவேண்டியுள்ளது. ஆரியர் வாழ்ந்த அஸ்தினாபுரத்தில் அகழ்வாராய்ச்சி நடந்தபோது காவிப் பூச்சுடைய அம்மோசமான பானைகள், சாம்பல் பூச்சுடைய பானை வகைகளுக்குக் கீழ் அடுக்கில், இயற்கை மண்படிவத்திற்குச் சற்று மேலாக அகப்பட்டுள்ளன. ஆகவே, எல்லா ஆரியர்களுமே பஞ்சாபில் குடியேறிக் கால்நடைகளை அபிவிருத்தி செய்துகொண்டு வாழ்ந்திருக்கவில்லை என்பது புலனாகிறது. கி.மு. இரண்டாயிரமாண்டுக் காலத்திற்குரிய மக்களில், குறிப்பாக, இரண்டாவது முக்கிய ஆரிய அலையைச் சேர்ந்த மக்களிடம், நிச்சயமாக, ஒரு புதுப்பொருளைக் கண்டுபிடிப்பவனுக்குத் தேவையான மனோதிடமும், துணிவும் நிறைய இருந்தன. இவர்கள் சிறந்த போர் வீரர்களாக இருந்ததுடன், உலோக வேலைகளைப் பற்றி, குறிப்பாக இரும்பு வேலைகளைப் பற்றி சிறிதளவு அறிந்தும் இருந்தனர். கி.மு. முதல் ஆயிரமாண்டுத் துவக்கத்திலேயே இவ்வறிவு ஆரியர்கள் இந்தியா வரும்வழியில் பயணம் செய்த ஆசியப் பகுதிகளிலும் நன்கு பரவியது. இந்த ஆரியர்களின் மூலமாகவே இரும்பு பற்றிய உலோக அறிவு இந்தியாவை அடையவேண்டியிருந்தது. அப்போது கங்கைப் பகுதி, அடர்ந்து வளர்ந்த காடுகளாக இருந்ததால், விவசாயக் குடியேற்றம் ஏற்றதாக இல்லை. எனவே, கிழக்கை நோக்கி சங்கிலியாக வளர்ந்த முக்கியமான ஆரியக் குடியேற்றங்கள், இமாலயக் குன்றுகள் நெடுகிலும் மெல்லிய கோடு கிழித்தாற்போல் தெற்கு நேபாளம் வரை நீண்டு சென்று, பின்னர் தென்திசையில் திரும்பி, பீகாரிலுள்ள சம்பாரன் மாவட்டம் வழியாகப் பெருநதியை அடைந்தன. காடுகளைத் தீயிட்டு அழித்ததின் வாயிலாக அந்நிலங்கள் திருத்தப்பட்டன. ஆனால், கங்கையின் அருகிலுள்ள பகுதிகளில் அவ்வாறு செய்வது சாத்தியமற்றதாக

இருந்திருக்க வேண்டும். கண்டக் நதிக்கு மேற்கேயுள்ள இமாலய அடிவாரத்தில், எவ்வாறு அந்தத் தொடக்கநிலைக் குடியேற்றம் தடையுற்றது என்பதைச் சதபத பிராமணத்திலுள்ள ஒரு பிரபலமான பாடல் விவரிக்கின்றது. அதன் காலம், கி.மு. 7-ம் நூற்றாண்டுக்குச் சற்று முந்தியதாக இருக்கவேண்டும். ஆனால் சம்பாரன் வழியாக தெற்கில் ஏற்பட்ட திருப்பம் ராஜ்கீர் குன்றுகளைத் தாண்டியிருந்த உலோகக் கனிகளை அடையும் பொருட்டே நிகழ்ந்திருக்க வேண்டும். பூர்வகாலத்தில் கங்கை மாநதிக்குத் தெற்கே ஏற்பட்ட முதல் குடியேற்றம் ராஜ்கீர் ஒன்றே.

நதிகள் பாயும் வண்டல் நிலப் பிரதேசங்களில் குடியேற்றம் செய்வது கடினமாக இருந்தாலும், முழுமையான வரலாற்றுத் தொடர்ச்சியுடைய முதல் நகரங்கள் எல்லாம் நதி முகங்களில் அமைந்துள்ளன என்பது தெளிவு: குருநிலத்திலுள்ள இந்திரப் பிரஸ்தம் (டில்லி) அஸ்தினாபுரம், கொசாம்பி (சமஸ்கிருதத்தில் கௌசாம்பி) ஆகியவை யமுனை நதிக்கரையிலும் பனாரஸ் (வாரணாசி, காசி) கங்கை நதிக்கரையிலும் புகழ்பெற்று விளங்கின. முதலாவது ஆயிரமாண்டுக்காலத் தொடக்கத்தில் நிறுவப்பட்ட அந்நகரங்களின் அடிப்படை அடர்ந்த காடுகள் சதுப்பு நிலங்கள் வழியே வேகமாகச் சுழன்று சென்ற இப்பெரு நதிகளில் அக்காலத்திற்கு முன்பே நிலவிய நதிப் போக்குவரத்து, உசாத்தியர், மமதா ஆகியோரின் பிராமணப் புகதல்வனான தீர்காதமஸ் தன்னுடைய வயோதிகப் பருவத்தில் நதி மாலுமியாக இருந்தார் என்று ரிக்வேதத்தின் பிற்காலச் சேர்க்கை விவரிக்கின்றது. நூறு துடுப்புகளையுடைய கப்பல்களைப் பற்றியும், அருகிலுள்ள கரையிலிருந்து ஆரம்பித்த மூன்று நாள் நீர்வழிப் பயணம் பற்றியும், அப்பழைய வேதம் குறிப்பிடுவதை நோக்கின், ஆரியர்களுக்குப் படகுகளைச் செய்யவும், செலுத்தவும் தெரியும் என்பது புலனாகிறது. அக்குறிப்புக்கு ஒரே விளக்கம்தான் உண்டு. அதாவது, இந்நதிப் பயணங்கள் மூலமாக ஆரியர்கள் கடலை அடைந்தார்கள் என்றும், துணிச்சல் நிரம்பிய பெயர் தெரியாத அப்புது முயற்சியாளர்கள் கி.மு. முதல் ஆயிரமாண்டுக்காலத் துவக்கத்திலேயே உலோகக் கனிமங்களைக் கண்டுபிடித்தனரென்றும் கூறலாம்; இல்லாவிடில் கங்கைக் கரையிலிருக்கும் காசிக் கோட்டையின் எட்டாம் நூற்றாண்டிற்குரிய பல மணல் குவிப்புத் துறைகளுக்குரிய சான்றுகளுக்கு வேறு வகையான ஒரு காரணத்தையோ, விளக்கத்தையோ கற்பிக்க முடியாது. உலோகக் கனிமச் சுரங்கங்கள் உள்ள இடம் ஒரு தடவை கண்டுபிடிக்கப்பட்ட பிறகு, இமயமலைக் குன்றுகளின் அடிவாரச்

சங்கிலிக் குடியிருப்புகள் நிலவழியின் மூலமாகவே முடிந்தவரை காடுகளைத் துளைத்துக்கொண்டும் இயன்றவரை திருத்திக்கொண்டும் கங்கைவரை விரிவது சுலபம். இக்கருதுகோள் திட்பமில்லாமல் தோன்றலாம்; ஆனால் அப்படி எண்ண வேண்டாம். கங்கை நதியில் தள்ளும் மீன்கள் குறைவற்ற செல்வம்; கரைக்கு அருகிலுள்ள காடுகளிலோ வேட்டைக்குப் பஞ்சமில்லை; அங்கு வேண்டியிருந்த தெல்லாம் துணிவான முயற்சியே.

விந்திய மலைக்குத் தெற்கே ஊடுருவிய ஆரியக் குடியேற்றத்திற்கும், அகஸ்திய கோத்திரத்திற்கும் சில தொடர்புகள் உண்டு. தெற்கிலுள்ள பெரிய கற்காலத்துடன் (மெகாலித்ஸ்) அத்தொடர்புகளை உறுதி செய்யலாமென்ற ஆர்வம் எழுந்தாலும், அதன் அடிப்படை இன்றளவும் தெய்வீகக் கதையின் கற்பனை வடிவிலேயே உள்ளது. மைசூர் மாநிலத்தில் பிரம்மகிரியில் உள்ள பெருங்கற்காலச் சான்றுகளுடன் ரெய்ச்சூர் மாவட்டத்தில் புதிய கற்காலத்தைச் சார்ந்த கால்நடை வளர்த்த மக்கள் விட்டுசென்றுள்ள இடுமண் மேடுகள் தொடர்புடையதென்பதைக் கற்கருவிகளினாலும், வரிசைப்படுத்தப்பட்ட மட்பாண்டங்களினாலும், நிரூபிக்கலாம். இந்த இடுமண் மேடுகள் மூன்றாவது ஆயிரமாண்டுக் காலம் முடிவுறுவதற்குச் சற்று முற்பட்டதாக இருக்கலாமென்று ரேடியோ கார்பன் முறையினால் கால உறுதி செய்யப்பட்டுள்ளது. இவர்கள் உபயோகித்த சாம்பல் நிறப் பாண்டங்களும் நர்மதாவில் இரண்டாம் ஆயிரமாண்டுக் காலத்திற்குரிய சிதறல் மண்ணடுக்குச் சான்றுகளாகக் கிட்டிய வேறு வகையான மட்பாண்டங்களும், அபூர்வமான வெண்கலத் துண்டும், சில பண்டைய நூல் வல்லுநர்களை, ஈரானியத் தொடர்புகள் பற்றிய கருத்துக்களைத் தெரிவிக்கத் தூண்டின. அவ்வாறெனில் பூர்வகாலத்தில் ஏற்பட்ட அப்பரவல் முறை புதிராகவே உள்ளது. சிந்துப் பகுதியின் நகரப் பண்பாடு உச்சக்கட்டத்தில் இருந்தபோது வந்த ஆரிய அலையின் முன்னோடிகள் அமைதியான முறையிலா நாடு முழுவதும் பரவிச் சென்றார்கள்? பிற்கால அலைக்குரியவர்கள் வெண்கல ஆயுதங்களைப் போரில் பயன்படுத்தக் கற்ற பிறகுதான் ஆரியர்கள் போர்த் தாக்குதல்களை ஆரம்பித்தார்கள், இதற்குத் துணையாக கங்கைப் பகுதியில் நிகழ்ந்த முதலாவது ஆயிரமாண்டுக் காலத்திற்குரிய ஆரம்பகாலப் புதுக் குடியேற்றங்களை அகழ்வாராய்ச்சிகள் தெளிவாக மெய்ப்பிக்கின்றன. ரெய்ச்சூர் மற்றும் மைசூரின் அகழ்வுகளுக்கிடையே தோன்றும் கலவைப் பாறையின் 'வடக்கத்திய உட்சறுக்கீடு' நில

அடுக்குகள் பிற்காலத்திற்குரியனவென்று நிர்ணயிக்கப்படுவதுடன், நம்மை இரும்புக் காலத்திற்கு இட்டுச்செல்லுகிறது. அதற்கு முரணாக, பாண்டுராஜர் திபியில் (மேற்கு வங்கத்தின் அஜை நதிக்கரையில்) கிட்டிய வெண்கலக் காலத்தின் (Chalcolithic) அகழ்வுச் சான்றுகள், ஒரு தொடர்ச்சியற்ற நிலையை எடுத்துக்காட்டுகின்றன. நர்மதாவில் இதற்கு இணையாகக் கிட்டிய சான்றுகளைப் போலவே, இவை இரண்டாம் ஆயிரமாண்டுக் காலத்தில் புது முயற்சிகளை மேற்கொண்டவர்களின் சிதறலான, நிலையற்ற குடியேற்றங்களையே எடுத்துக்காட்டுகின்றன. ஒருக்கால், இவை, ஆசிரியர்களுடையதாக இருக்கலாம். ஆனால், அத்திரஞ்சிக் கெராவின் சான்றுகளோ (கங்கைப் பகுதியின்) நிலையான குடியேற்றங்களை எடுத்துக்காட்டுகின்றன.

4.6. காவியக் காலம்

முதன்மையில் தோன்றிய இச்சிறு நகரங்களில், குறுநிலத்தில் எழுந்த இரண்டு (டில்லி, மீரட்) இந்திய மரபின் மீது அழிக்கமுடியாத அறிகுறிகளைப் பதித்துச் சென்றன. இருந்தாலும், காசி நகரே இறுதியாக ஒரு புண்ணியத் தலமாகியதுடன், இன்றும் பிராமணியத்தின் உறைவிடமாகவும் நிலைபெற்றுள்ளது. பஞ்சாபையும், உத்திரப்பிரதேசத்தையும் பிரிக்கும் எல்லைப்பகுதி வரலாற்றுக் காலங்களில் போர்த்துறைத் தந்திரங்களுக்கு முக்கியமாக விளங்கியது. இன்று இந்தியத் தலைநகராக விளங்கும் டில்லி, சில நூற்றாண்டுகளுக்கு முன்பிருந்தே அத்தகுதியைப் பெற்று வந்திருக்கிறது. தொன்மைக் காலத்திலிருந்தே குருக்ஷேத்திரத்திலுள்ள பானிப்பட்டில் நடைபெற்ற சிச்சயமான முடிவுகளைக்கொண்ட பல போர்கள் நாட்டின் வடக்குப் பகுதி முழுவதற்குமான ஊழாற்றலை உறுதிப்படுத்தின. இந்தியாவின் பெருங்காவியமான மகாபாரதத்தில் அடங்கிய அடிப்படை விஷயம். குருநிலத்தில் நிகழ்ந்த ஊழிக்காலப் போரே. அரசகுல வம்சாவளிப் பெயர்களை வரலாற்றுக்கால அரசர்கள்வரையில், கணக்கிட்டுப் பார்க்கும்போது, உண்மையில் அவ்வாறு ஒரு போர் நிகழ்ந்திருந்தால், அதன் காலம் ஏறக்குறைய கி.மு. 850 என்றுதான் கொள்ளமுடியும். அதனால் இவ்வாறு நடந்ததாகக் கருதப்படும் போரின் அளவு மிகவும் அற்பமானதாகவே இருந்திருக்கவேண்டும். ஆனால் இதற்கு வழங்கப்பட்ட இலக்கிய முக்கியத்துவமோ, கிரேக்கநாட்டில் நடந்த ட்ரோஜன் போரைப் போலவே மகத்தானது. குருக்ஷேத்திரத்திலுள்ள அஸ்தினாபுரத்தின் தொடக்கநிலை குடியேற்றம், பழைய வேதகாலத்தின்

பழங்குடிக்குரிய ஒரு சிறு கிளையினரால் துவக்கப்பட்டது. அஸ்தினாபுரம் II-ன் பூசி மெருகிட்ட சாம்பல் நிறப் பானைகளைப் பொதுவாக, ஆரியர்களுக்குரியனவென்று கொள்ளாமல், பூரு-குரு மக்களின் மட்பாண்டமாகவே கருதவேண்டும். 'பாண்டவர்கள்' என்று அழைக்கப்பட்ட ('பாண்டு புத்திரர்கள்') இரண்டாவது கிளையினர் இந்திரப்பிரஸ்தத்தில், (அநேகமாக, டெல்லியை அடுத்த புரானாகிலாவின் சுற்றுப்புறம்) காடுகளுக்குத் தீயிட்டு அழிக்கும் பழைய வழக்கத்தின்படி நிலத்தைச் சீர்செய்தனர். அது தீக்கடவுளான அக்னி தேவனுக்கு அளிக்கப்பட்ட மாபெரும் பலியாக கருதப்பட்டது. அத்தீவட்டத்திலிருந்து தப்பிக்க முயன்ற எல்லா ஜீவராசிகளும் வெட்டிக் கொல்லப்பட்டுத் திருத்தப்பட்ட புதிய நிலங்களில், உழவுத் தொழில் துவங்கிக் குடியேற்றம் நிகழ்வுற்றது. அடுத்தடுத்து வாழ்ந்த இரு உறவுக்கார அரசுகளும் பிறகு ஒருவரையொருவர் பழிதீர்த்து அழித்துக்கொள்ளும் வகையில், ஒரு போரை நிகழ்த்தின. அகில உலகத்தையும் (இதன் பொருள் இந்தியா) ஆளவேண்டும் என்ற நோக்கத்தில் பல லட்சக்கணக்கான மக்கள் அப்போரில் பங்குபெற்றதாகப் பிற்காலத்தில் வர்ணிக்கப்பட்டது. பிராந்திய ராஜ்ஜியங்கள் கவசங்களும், ஆயுதங்களும் தாங்கிய துணைப்படைகளைத் தொலைதூரத்திலுள்ள டெல்லிக்கு அனுப்பிவைத்ததாகக் கூறப்படுவதை உண்மையென்றே வைத்துக்கொண்டாலும், அக்காலத்தில் விளைந்த உணவு உற்பத்தி அவ்வாறு பெரும் படைகளைக் காப்பாற்றுமளவுக்குப் போதுமானதாக இருந்திருக்க முடியாது. உண்மையிலேயே, கி.மு. ஐந்தாம் நூற்றாண்டுவரை குலநிலத்தில் குருவம்சத் தலைவன் ஒருவனால் ஆளப்பட்ட பழங்குடி அரசு இருந்துவந்தது; பின்னர் அது வெகுவிரைவிலேயே முற்றிலும் அழிந்துவிட்டது. பிற்காலப் புலவர்களின் கற்பனையில் தவிர, குருவம்சத்தினர் எக்காலத்திலும் நாடு முழுவதையுமே தங்களின் ஆதிக்கத்திற்குள் உட்படுத்தியதற்குச் சான்றுகள் இல்லை. குருவமிச வாரிசான பரிக்ஷத்து மகாராஜா, சகலவிதமான அரச மரியாதைகளுடன் தக்ஷசீலத்தில் முடிசூட்டிக் கொண்டதாகக் கூறப்படுகிறது. ஆனால் நான்காம் நூற்றாண்டிற்கு முன்புள்ள தக்ஷசீலமோ ஒரு சிறு கிராமமாகவே இருந்துவந்தது. பின்னர் அது பரிக்ஷத்து என்பவர் இஸ்லாமலேயே, வரலாற்றில் நுழைந்துவிட்டது. மகாபாரதப் போருக்குப் பின்னர் குருவம்ச வழியில் வந்த நான்காவது மன்னர் வெள்ளம் ஏற்பட்டதால், அஸ்தினாபுரத்தை விட்டு வெளியேறிச் சென்றதற்குப் பொருத்தமாகச் சில அகழ்வாராய்ச்சிச் சான்றுகள் உள.

பூரு-குரு நிலத்தின் தலைநகரை விட்டு ஓடிப்போன அம்மன்னர், நதிவழியே சென்று, கொசாம்பியைத் தலைநகராகக் கொண்டார்.

மகாபாரதத்தின் முக்கிய அம்சம், தெய்வீகக் கதைக் கற்பனையான அப்பெரும் போர், பெருங்காவியமாக வளர்ச்சியுற்றதே. இலியத்தைப் போல் இதுவும் ஒரு உயர்ந்த வம்சம் அழிந்ததைக் குறிக்கும் புலம்பலுடன் ஆரம்பமாகிறது. இருந்தாலும் வென்றவர்கள் ஆண்டுவந்ததால் அவ்வெற்றி (ஜயா)களைச் சிறப்பித்து, ஒருவகையான வஞ்சப் புகழ்ச்சியுடன் அப்பாடல்கள் எல்லாம் அநேகமாக மாற்றப்பட்டிருத்தல் இயல்பு. ஜயா என்ற அச்சொல்லின் சேர்க்கை இன்னமும் அப்படைப்பில் காணப்படுகிறது, எந்த நிகழ்ச்சிகளைக் குறித்துப் பாடினாலும் (அக்காலத்தில், பிற நாடுகளில் நிலவியதைப் போலவே) அதற்கு முன்னுரையாக தெய்வீக வாழ்த்துப்பா ஒன்றை கிரேக்க நாட்டின் ஹோமரியத்தைப் போல் இங்கு வேத வழக்கு) அமைப்பது மரபு. இக்காவிய நிகழ்ச்சியை ஆதரித்த வள்ளல் ஒருவர் இருந்திருப்பாரேயானால், அவருடைய வம்சாவளி புகழுரைகளுடன் கூறப்பட்டிருக்கும். மரபின்மீது தங்களுடையஆதிக்கத்தை ஏற்படுத்திக்கொள்ள பிராமணர்களுக்கு இவ்வாழ்த்துப்பாக்கள் வசதியாக இருந்தன. பிராமணியம் தனது புரோகித சாதியைப் பெரிய அளவுக்கு வேறு ஆரியர்களிடமிருந்து பிரித்தெடுக்காதவரையில், பாடுவதைத் தொழிலாகக்கொண்ட பாணர்களே(சூதா) தொடக்கநிலைக் கவிஞர்களாகவும், பாடகர்களாகவும் விளங்கினர். பிராமணர்களால் திருத்தப்பட்டு இன்று நம்மிடையே புழங்கும் புதிய பதிப்பு. இந்த உருவத்தை கி.மு. 200-க்கும் கி.பி. 200-க்கும் இடையே பெற்றது. அதில் 80,000 பாடல்களும் சில உரைநடைத் தொகுப்புகளும் உள, தொடக்கத்திலிருந்த பாடல் உருவம் சீர் செய்யமுடியாத அளவுக்கு அழிந்து போய்விட்டது. ஆயினும் புதிய பதிப்பின் முகவுரைப் பாடல்கள், அப்பழைய உருவத்தில் மேலும் 24,000 பத்திகள் அக்காலத்தில் வழக்கில் இருந்ததைத் தெளிவுடன் கூறுகின்றன. புதிய பதிப்புருவ ஆரியர்கள், பலதரப்பட்ட வாசகர்களைக் கவர்வதற்காகப் புராணங்கள், தெய்வீகக் கதைகள் ஆகியவற்றிலிருந்து பொருந்தக்கூடிய பகுதிகளையெல்லாம் எடுத்து இத்துடன் சேர்த்தனர். இருப்பினும் குருநிலப் போருடன் எவ்விதத்திலும் தொடர்பற்ற பல கதை நிகழ்ச்சிகள், ஒரு கதைக்குள் அமைந்த பல கதைகளாகவும் பல்வேறு கதாபாத்திரங்களால் விவரிக்கப்படுவதைப்போலவும் புனையப்பட்டன. தகுந்த கதை அமைப்பைச் சேர்த்ததின் வாயிலாக, அச்சேர்க்கைகளின் விரிவாக்கம்

மிகவும் தத்ரூபமாகியது. சர்ப்ப அரக்கர்களாகிய நாகர்களைப் பூண்டோடு அழிக்க வேண்டுமென்ற எண்ணத்தில் மூன்றாவது ஜனமேஜயன் என்ற அரசன் ஒரு மாபெரும் யாகம் செய்தான். சர்ப்ப அரக்கர்கள் தங்களுடைய தவ வலிமையால் பாம்பு அல்லது மனித உருவத்தைப் பெற வல்லவர்கள்; அவர்களில் ஒருவர், ஜனமேஜயனின் தந்தையான இரண்டாவது பரிக்ஷத்தைக் கொன்றதாலேயே அந்த யாகத்தீ வளர்க்கப்பட்டது. அப்போர்க் கதைகளும், வேறு நிகழ்ச்சிக்குரிய கதைகளும், அக்காலத்தில் நீண்டநேரம் நிகழும் யாக பலிச் சடங்குகளின்போது திருப்பித் திருப்பிச் சொல்லப்பட்டன. அதாவது இன்று, வழக்கிலுள்ள மகாபாரதத்தில் முக்கியமாயிருப்பது அம்மாபெரும் யஞ்ஞம் பற்றிய விவரமே தவிர அப்பெரும் போர் பற்றிய விவரங்கள் அல்ல. இவ்வாறு புதிய சேர்க்கைகளினால் மகாபாரதத்தை விரிவாக்கம் செய்தமுறை... எவ்விதத்திலும் கி.பி. 2-ம் நூற்றாண்டோடு நின்றுவிட்டதாகக் கூறமுடியாது; அது 19-ம் நூற்றாண்டுவரையிலும்கூடத் தொடர்ச்சியுற்றது. இந்தியாவின் பல்வேறு பகுதிகளில் வழங்கப்படும் பல்வேறு விதமான பதிப்புகளையெல்லாம் ஒப்பிட்டு நோக்குவதின் வாயிலாக, கி.பி. நான்காம் நூற்றாண்டிற்குரியதான ஒரு மூலப் பிரதியைக் கிட்டத்தட்ட உருவாக்கக்கூடும். ஆனால், பூர்வகால மூலப் பாடல்களைத் திரும்ப உருவாக்கலாம் என்ற கேள்விக்கு இடமே கிடையாது.

பெரும்பாலான பிற்காலச் சேர்க்கைகள் வைதீகச் சடங்குகளிலிருந்தும், வைதீக மதத்திலிருந்தும் வேறுபட்ட மதத் தன்மைகளைக்கொண்டிருந்தன. பிராமணர்களுடைய பழைய கௌரவம் பௌத்த மதத்தால் முறி யடிக்கப்பட்ட பிறகு, அவ்வாறு இழந்த முக்கியத்துவத்தை இந்த வேறுபட்ட மத நோக்கத்தினால் பிராமணர்கள் திரும்பவும் பெற்றனர். இச்சேர்க்கைகளில் மிகவும் அற்புதமாக விளங்குவது பகவத் கீதை. அது பாரதப் போருக்குச் சற்று முன்பாக பகவான் கிருஷ்ணனால் உபதேசிக்கப்படுவதாகக் கருதப்படுகிறது. ஆயின், அந்தப் பகவானே பாரதக் கதைக்குப் புதியவர்; அப்போர் நடந்து பல நூற்றாண்டுகள் கழிந்தும் அந்தப் பகவானின் உயர்ந்த தெய்வீகத் தலைமை ஏற்றுக்கொள்ளப்படவில்லை. அதில் வழங்கும் சமஸ்கிருதம், கிட்டத்தட்ட கி.பி. மூன்றாம் நூற்றாண்டிற்குரியது. ஆனால் அவ்வாறு கிருஷ்ணன், பகவான் அந்தஸ்தைப் பெறுவதற்கு நீண்டகாலம் முன்பாகவே, மகாபாரதத்தின் முக்கியச் சம்பவங்கள், ஒருமைப்பாடுடைய பிராமண காவியமாக முதல் நிலைத்திருத்தம் பெற்று, மகாபாரதக் கதை அமைப்பின் மூலம் நிகழ்ந்துவிட்டது. உண்மையில் நம்மால்

உணரப்பட்டதற்கும் மேலாகவே அக்கதை அமைப்பு முக்கியமானது... அக்கதையின்படி பார்த்தால், உண்மைப் போருக்கு முன்பாக நடந்ததென்று கருதப்படும் ஜனமேஜயனின் யாகம் அக்காவியத்திற்குப் பொருத்தமற்றுள்ளதால் அது புறக்கணிக்கப்பட வேண்டும். பிராமணத் தந்தைக்கும் நாகர்குலத் தாய்க்கும் மகனாகப் பிறந்த ஆஸ்திகா என்ற இளைஞனுடைய அறிவாற்றலால் இத்தொடர்புபடாத விளைவைச் சாதிக்க முடிந்தது. மேலும், ஜனமேஜயனின் தலைமைப் புரோகிதரான சோமசிரவாசரும் அவ்வாறே ஒரு கலப்பு வம்சத்தில் தோன்றியவர். பிராமணர்களுடைய கடுமையான கொள்கைப்படி ஒரு பிராமணத் தந்தைக்கும் வேறு சாதிகளைச் சேர்ந்த தாய்களுக்கும் பிறந்த குழந்தைகளை, அவர்கள் ஒருபோதும் பிராமணர்களாக ஏற்றுக்கொள்வதில்லை. ஆகவே, அளவுக்கு மீறி விரிவாக்கப்பட்ட இக்காவியத்தைத் திருத்திய பிராமண ஆசிரியர்கள் தங்களுடைய முன்னோர்களின் பரிசுத்தமான ஆரியர்களினால் பாதிக்கப்படாத வம்சங்களைப் பற்றிக் கூச்சமின்றி தம்பட்டம் அடித்துக் கொள்வார்களேயானால் நாகர்களையும் அரக்கர்கள் என்றோ, தாழ்ந்த சாதியினர் என்றோ கொள்ளாமல் மிகவும் மரியாதைக்குரிய மக்களாகவே கொள்ளவேண்டும். அஸ்திகாவின் வம்சம் யாயாவரா ('நாடோடி') குலத்திற்குரியது. கி.பி. ஒன்பதாம் நூற்றாண்டுவரை அதே பெயரையுடைய ஒரு குலம் இருந்துவந்ததுடன், அது ராஜசேகரர் என்ற பிரபலமான நாடகக் கவி ஒருவரையும் தோற்றுவித்தது. அவர் பிராமணரல்லாதவர்; அல்லது. அவர் குறைந்தபட்சம் மராட்டியம் அல்லது ராஜபுத்திரப் பிரபு வம்சத்தைச் சார்ந்த சாஹமானா குலத்திற்குரிய பிராமணரல்லாத பெண்ணையாவது மணந்திருந்தார்.

அடுத்து, சர்ப்ப அரக்கர்களாகத் தோன்றினாலும் அதே சமயத்தில் மனித உருவையும் பெறக்கூடிய இந்த நாகர்கள் யார்? சிறப்பாக வளர்க்கப்பட்ட, சக்தி மிகுந்த யாகத்தீயில் விழுந்து கொல்லப்படும் அளவிற்குக் கொடியவர்களாக நாகர்கள் இருந்த அதே நேரத்தில், அந்நாகர் குலப்பெண்களோ பிராமணர்களின் மூலம் சட்டபூர்வமான, மிக மரியாதைக்குரிய குழந்தைகளைப் பெறக்கூடியவர்களாக இருந்தனர். இந்த நாகர்கள் யார் என்ற கேள்விக்குரிய விடையை நடப்புச் சான்றுகளைக்கொண்டே கண்டுபிடிக்கலாம். 'நாகா' என்ற சொல் காட்டில் வாழ்ந்த ஒரு பூர்வகுடியைக் குறிக்கும் ஒரு இனரீதியான சொல்லாக மாறியது வெளிப்படை இந்தியாவின் பூர்வகுடி மக்களில் பலர் (பூர்வகுடி மக்கள் மட்டுமல்லாமல் மற்றவரும்) இன்னமும் சர்ப்பத்தை

வணங்குகிறார்கள்; அல்லது நாகத்தைக்குலச் சின்னமாகக்கொண்டுள்ளனர்; இவர்கள் ஒருவருக்கொருவர் தொடர்புடையவர்களாகவோ அல்லது உறவினர்களாகவோ இருக்கவேண்டுமென்பது அவசியமில்லை. குறிப்பாக, இந்த நாகர்கள், குருநிலத்தில் ஆரியர்கள் முதலில் குடியேறிய சமயத்தில் அருகிலிருந்த காடுகளில் வாழ்ந்தனர். திறந்த அரைப் பாலைவன ஆற்றுச் சமவெளி அல்லது பாஞ்சாபிலிருந்த அடிவாரக் குன்றுகள் ஆகியவற்றைவிட கங்கைப் புறக் காடுகளே நாகர்களுக்கு உணவு சேகரிக்கும் வாழ்க்கைக்கு ஏற்றதாக இருந்தது. மேற்கில் வாழ்ந்த தாசா அல்லது சூத்திரர்களைப் போல் நாகர்களை வெல்வதற்கோ அவர்களைப் பழங்குடி அடிமைகளாக நிலைகுன்றச் செய்வதற்கோ இவ்வடர்த்தியான காடுகள் முட்டுக்கட்டைகளாக இருந்தன. அவர்கள் மிகச் சுதந்திரத்துடன் உணவைச் சேகரித்து வாழும் மக்களாக இருந்தவரையில் ஒருபோதும் தாழ்ந்த சாதி நிலையைப் பெற்றுச் சீரழியவில்லை. பழங்குடி ஆரியர்கள் எவருமே இடம் தராததால் அமைதியாக காட்டை நோக்கிச் சென்ற ஏழை பிராமணர்களைப் பற்றி வேதங்களே ஒப்புக்கொள்கின்றன. உணவைச் சேகரித்ததின் மூலம் அவர்களுடைய ஜீவனம் சாத்தியமாயிற்று. கூடப்போனால், உடன்கொண்டுசென்ற சில ஆநிரைகள் அதற்குத் துணையாக இருந்தன. பிராமணர்களின் கல்வி மரபு, கிறித்தவர்களின் காலம்வரை நடைமுறையில் செயல்பட்டு, இன்றும் கொள்கையளவில் கட்டாயமாகக் கருதப்படுகிறது. ஒவ்வொரு சீடனும் பன்னிரண்டு ஆண்டுகள்வரை இவ்வாறு காடுகளைத் திருத்திக் குடியேறிய ஒரு முதிய குருவிடம் தங்கி சிட்சை பெறவேண்டும். அவருடைய கால்நடைகளைப் பராமரிப்பதுடன், அந்தச் சீடர் எழுதப்படாத வேதத்தை மனப்பாடம் செய்தும், ஒவ்வொரு சடங்குகளைப் பற்றிய எல்லா விவரங்களையும் சரியானபடி அறிந்தும், முடிவில் சகலத்திலும் தேர்ச்சி பெற்ற பிராமண குருவாகத் தீட்சை பெறுகிறார். இந்த ஆரம்பநிலை குருகுல ஆசிரமங்களில், வேட்டையோ, விவசாயமோ நடைபெறுவது கிடையாது. மிகவும் பூர்வீகமான அக்காலத்தில் பூர்வகுடி மக்களான நாகர்களுடன் கலப்புமணம் செய்துகொள்வது அனுமதிக்கப்பட்டது. ஏனென்றால் குருகுல ஆசிரமங்கள் பிற்காலத்தில் நன்கு பிரபலம் ஆகும்வரை, அவ்வாறு ஊக்கமுடன் காட்டை நாடிச்சென்ற ஆரம்பநிலை பிராமணர் தங்கள் சாதிப் பெண்களையும் தங்களுடன் அழைத்துக்கொண்டு சென்றது அபூர்வம். அவர்கள் காட்டில் வாழ்ந்த நாகர்களுடன் சண்டையிடக் காரணம் ஏதுமில; அந்நாகர்கள் (இன்றுள்ள அஸ்லாம் நாகர்களைப்

போலல்லாமல்) சிறந்த போர் வீரர்களாகவோ, உணவு உற்பத்தியாளர்களாகவோ இல்லாமல் காடுகளில் ஆங்காங்கே சிதறி வாழ்ந்தனர். அஸ்தினாபுரம் 1-ல் கிட்டியவற்றில் மோசமாகச் சுடப்பட்டு, தரம் குன்றியும், காவிப்பூச்சும் உள்ள மட்பாண்டங்கள் அநேகமாகப் பிற்கால நாகர்களால் தயாரிக்கப்பட்டிருக்கலாம். காடுகள் திருத்தப்பட்ட பிறகு, படிப்படியாக நாகர்களும் விவசாயத்தில் இறங்கினர். குறைந்தபட்சம், ஒரு நாக வம்சம் குரு இனத்தாருடன் (கௌரவர்கள்) கொண்டிருந்த நட்பையும், சிறப்பான உறவையுமாவது மகாபாரதம் எடுத்துக்காட்டுகிறது. பாண்டு மக்களுடன் கொண்டிருந்த உறவு பற்றி அது ஒன்றும் கூறவில்லை. இந்த நாகர்களின் வாரிசுகள் தங்களுடைய தொடக்கநிலை வழிபாடுகளைக் கைவிடாமலிருந்தது இயல்பே. குரு இனத்தாரின் பெருமைகளைப் போற்றிப் பாடிக்கொண்டு முதலில் வந்த பாணர்களுடன் அவர்கள் நேசமாக வாழ்ந்தனர். முக்கியமான போர்க்கதையுடன் முற்றிலும் பொருந்தாவிட்டாலும்கூட, மகாபாரதக் காவியத்தின் ஆரம்ப அத்தியாயத்தில் நாகர்களுடைய வமிசாவளியும், தெய்வீகக் கதைகளும் உயர்ந்த இடத்தை பெறுகின்றன. இதற்கு நேர் மாறாக, யாது வீரனும் பாதி தெய்வமுள்ள கிருஷ்ணன், ‘எல்லா தெய்வங்களுக்கும் தெய்வமான, உயர்ந்த பதவியைப் பெற்றதை மகாபாரதத்தின் பல்வேறு பகுதிகளின் வாயிலாகத் தெளிவாக அறிய முடிந்தாலும், கிருஷ்ணனுடைய சகாப்தமும், வமிசாவளியும் அடங்கப்பெற்ற ‘ஹரிவம்சம்’ என்ற பிற்சேர்க்கையில் இந்தத் தெய்வம் நிலை தாழ்ந்திருந்தது. பிற்காலத்தில் தோன்றிய இந்திய விக்கிரகக் கலையில் பெரிய நாகம். வேறுபட்ட சந்தர்ப்பங்களுக்கு ஏற்றவாறு வேலை தேடிக்கொண்டது. அகில உலகும் தண்ணீரில் அமிழ்ந்து போகாமல் இருக்கும்வண்ணம் நாகம் தன் தலைமீது வைத்து உலகைத் தாங்குவதாகக் கருதப்படுகிறது. முடிவில், கிருஷ்ணனாக அவதரித்தவனும் பாற்கடலில் பள்ளிகொண்டவனுமான, திருமாலின் அவதரித்தவனும் பாற்கடலில் பள்ளிகொண்டவனுமான, அரியாசனமாகவும்கூட அது செயல்படுகிறது. அத்துடன் அதுவே, சிவனுக்கு மாலையாகவும், கணேசருக்கு ஆயுதமாகவும் பயன்படுகிறது. யாருக்கும் கட்டுப்படாமல், சுய உரிமையுடன் இயங்கும் தெய்வமாகவும் நாகம் போற்றப்படுகிறது. அதற்குரிய ஒரு சிறப்பான பண்டிகை நாளன்று. வைதீகப் பற்றுடையோர் நிலத்தைத் தோண்டும் வேலையையோ, உலோகத்தை உபயோகிக்கும் வேலையையோ செய்வதில்லை. அதேநேரத்தில், இந்திய விவசாயிகள் பெரிதும் விரும்பும் “வயல்களின் காப்பாளனாகவும்” (க்ஷேத்ரபாலா-

சிவனுக்கும் இப்பெயர் உண்டு) இருக்கிறது. இம்மாபெரும் பாரத காவியத்தில் குறைவானதும், நிச்சயமற்றதுமான வரலாற்று உள்ளடக்கத்தைவிட, ஒருவருக்கொருவர் பரிமாறிக்கொண்ட ஒருமைப்பாடுகளைப் பற்றி அளிக்கும் விவரங்கள் அதிக அளவுக்குச் சுவையானவை என்பதில் ஐயமில்லை.

ஒரு பண்பாட்டு முக்கியத்துவத்தைக் கருதியும், சாதாரண மகாபாரதத்திற்கு அளிக்கப்படும் தவறான விளக்கங்களைக் கருதியும், இதுவரை ஆராய்ந்ததைச் சுருக்கமாகத் தொகுத்து உரைப்பது மிகவும் அவசியம். இக்காவியத்திலுள்ள மூன்று பூர்வகாலக் கதைகளுக்கும் மூன்று வெவ்வேறு தோற்றுவாய்கள் உள்ளன; பூரு-குரு போரைக் குறிக்கும் நாட்டுப் பாடல்கள், பூர்வகுடி மக்களின் தெய்வீகக் கதைகள், யதுக்களின் தோற்றக் கதைகள். தொடர்பில்லாத இம்மூன்று கதைகளும் அன்றும் புராதன நிலையில் கூட்டுறவுள்ள சமூகம் ஏற்கும்படியாக எப்படியோ ஒன்றாகப் பொருத்தப்பட்டன. மகாபாரதப் போர் நிகழ்ந்த இடம், டெல்லி-மீரட்-மதுரா நிலப்பகுதிகளாகும். உலோகங்கள் குறைவாகக் கிட்டிய காலம் அது. அதிலும் குறிப்பாக இரும்பைப் பற்றி மக்கள் அறிந்திருந்தாலும் மிகுதியான அளவில் கிடைக்கவில்லை. வேதகாலத்திற்குப் பிற்பட்ட ஆரியர்கள். காட்டுவெளிகளில் உணவு சேகரிப்பவர்களாக வாழ்ந்த நாகர்கள், கிருஷ்ணருடைய புதிய வேதகாலத்திற்குரிய கால்நடை வளர்த்த ஆயர்கள், ஆகியோர் தங்களுக்குள் மூண்ட போரை நிறுத்திக் கொண்டிருப்பார்களேயானால் மிகவும் திறமையுள்ள, உற்பத்தித் தன்மை வாய்ந்ததொரு சமூகத்தை ஒற்றுமையுடன் உருவாக்கியிருக்க முடியும். உலோகங்களின் பற்றாக்குறையினால் அன்றையச் சூழ்நிலையில் போரும், சண்டையும் தவிர்க்க முடியாதவை என்றாலும், அம்மூவர்களில் (அதாவது பிற்கால ஆரியர்கள், நாகர்கள், கிருஷ்ணனுடைய புதிய வேதகால ஆநீரை மேய்ப்போர்) யாராவது ஒருவர் மற்றவரை வன்முறையால் வசப்படுத்திக்கொள்வதும் இயலாத செயல். இச்சூழ்நிலையை வெளிப்படுத்தும் வகையில் தொடர்பற்ற தெய்வீகக் கதைகள் ஒன்று கலக்கவேண்டியிருந்தன. கூட்டற்ற மனிதப்பண்புகளை ஒற்றுமைப்படுத்த கல்யபர்கள் துணைநின்றனர்; ப்ரிகு கோத்திரத்தைச் சேர்ந்த பிராமணர்கள் தெய்வீகப் புராணக் கதைகளை ஒருமைப்பாட்டு உணர்வில் ஒழுங்குப்படுத்தி எழுதினர். தொடர்பில்லாத பழங்குடி மக்கள் ஒருவருக்கொருவர் விட்டுகொடுத்த ஒருமைப்பாடு சிறப்புடன் செயல்பட்டதால், புதுச்சேர்க்கைகள் தோன்றி மகாபாரதம் விரிவடைந்தது.

இம்மாதிரியைப் பின்பற்றி வரலாற்றின் இடைக்காலம் முழுவதும் பல்வேறு புராண இலக்கியங்களும் சீரமைத்து எழுதப்பட்டன. பின்னர் கூட்டான மூடநம்பிக்கைகளை வைத்துக் குழுக்கள் உருவானபோதுதான் இந்த ஒருமைப்பாட்டு வளர்ச்சி தடைப்பட்டதுடன் அதனால் உற்பத்தித் தன்மையுள்ள சமூக வளர்ச்சியும் தோல்வியுற்றது. இத்தோல்வியை வெளிப்படுத்தும் வகையில் இஸ்லாமியர் பெற்ற சுலபமான வெற்றிகள் அமைந்துள்ளன. இஸ்லாமியரின் வருகையின்போது 'வாழு, வாழவிடு' என்ற மூதுரைக்குத் தர்க்க இயல், பொருள்முதல் யதார்த்தம், பொது உணர்வு ஆகியவை புறக்கணிக்கப்பட்டுப் 'புரோகிதர் வாக்கே பொன் வாக்கு' என்ற பொருள் விளக்கம் அளிக்கப்பட்டது; அது நீண்டகாலம் நீடித்தும் இயங்கியது.

ஐந்தாம் அத்தியாயம்

பழங்குடியிலிருந்து சமூகம் தோன்றுதல்

5.1. புதிய மதங்கள்

இந்நாட்டிற்கு வெளியே வாழும் பல கோடிக்கணக்கான மக்களுக்கு, சாதாரணமாக, இந்தியா என்றால் புத்தனின் நாடு என்றே பொருள்படுகிறது. பெரும்பான்மையான ஆசிய மக்களுக்கு இன்றளவும் மிக முக்கிய இந்திய சாதனையாக எப்போதும் விளங்குவது பௌத்த மதம் ஒன்றே தவிர, வேறு அரசியல் அமைப்போ அல்ல. விசேஷமான பொருள் ஏற்றுமதியோ அல்ல. இந்தியச் செல்வாக்கின்கீழ் பௌத்தர்கள் ஊக்கம்பெற்று வளர்ச்சியடையாதிருந்தால், பர்மா, தாய்லாந்து, கொரியா, ஜப்பான் மற்றும் சீனம் ஆகிய நாடுகளின் சிற்பக்கலையும், கட்டட அமைப்புக் கலையும், இதனால், உலகத்தின் கலையேகூட மிகவும் ஏழ்மையுற்றிருக்கும். மங்கோலியா மற்றும் திபேத்தின் பண்டைய இலக்கிய நூல்களில் பெருமளவுக்கு விரவியிருப்பது பௌத்த சமய நூல் தொகுதிகள். 1959-ம் ஆண்டுவரை திபேத்திய அரசியல் அதிகாரங்கள் முழுவதும் ஒருசில பௌத்தப் புள்ளிகளிடமும், அவற்றின் பிரதிநிதிகளின் வசமும் இருந்தன. இலங்கை, பர்மா, தாய்லாந்து, மற்றும் இந்தோ- சீனா ஆகிய நாடுகள், பௌத்தமத நம்பிக்கைகளைப் பின்பற்றுவதோடு மட்டுமல்லாமல் (அவர்கள் புரிந்துகொண்ட விதத்திற்கு ஏற்ப), அவர்களுடைய பல்வேறு வரலாறுகள் புலர்ந்தபோது அங்கு நிலவிய நாகரிகம் வாய்ந்த ஆன்மீகச் சிறப்புகளுக்கும் பௌத்த மதமே முக்கியக் காரணம் என்று கருதுகின்றனர். சீனாவில் நிகழ்ந்த பொருளாதார மாறுதல்களுக்கும் குறிப்பாக கி.பி. 5, 6 நூற்றாண்டுகளில் சீனக் கிராமங்களின் வளர்ச்சிக்கு, பௌத்தப் பள்ளிகளின் அதிகாரம் வாய்ந்த பங்கு மிகவும் இன்றியமையாதது என்று மிகச் சமீபகாலத்தில்தான் உணரப்பட்டது. புத்தரின் வாழ்க்கையோடு தொடர்புடைய நினைவுச் சின்னங்களை தரிசனம் செய்ய தூர தேசங்களிலிருந்து இந்தியாவிற்கு வரும்

யாத்திரிகர்கள் முன்னர் துணிவுடன் வந்த யாத்திகர்களைப் போலவே, இன்றும் வெம்மையான பாலைவனங்கள், வெண்பனி படர்ந்த மலைகள், புயல் அடிக்கும் கடல்கள் ஆகியவை தரும் துன்பங்களைத் தூசாக எண்ணித் துணிகின்றனர். பௌத்த மதம் மேலோங்கி நின்ற காலத்தில், மேற்கு நோக்கிய அதன் பரவல் கிழக்குத் திசையில் இருந்ததைவிட அதிகம் குறிப்பிடத்தக்கது. **பாமியானில் (ஆப்கானிஸ்தான்) இயற்கையான பாறையில் குடைந்து செதுக்கப்பட்ட 60 மீட்டர் உயரமுள்ள ஒரு மிகப் பெரிய புத்தர் சிலையே இதற்குப் போதுமான சான்று:** * மத்திய ஆசியாவிலுள்ள கணக்கற்ற சிதைந்த ஸ்தூபிகள் (அஸ்திகள் வைக்கப்பட்ட நினைவுச் சின்னங்கள்) இதே மேலும் உறுதிப்படுத்துகின்றன. மானிக்கேயனிய சமயத்தை (Manichaeanism) மட்டுமல்லாமல், அதற்கும் முன்பே கிறித்தவ மதம் உருவாவதற்கும் பௌத்த மதம் உதவியிருக்க வேண்டும். மரணக் கடல் கதைகள் (Dead Sea Scrolls) எழுதிய அறிஞர்கள் நல்ல யூதர்களாக இருந்தாலும், அவர்களிடம் காணப்படும் சிறப்பு இயல்புகள் பௌத்தர்களின் பூர்வீகத்தை எடுத்துக்காட்டுகின்றன. மயான பீடத்தின் உச்சியில் பள்ளி நிறுவி வசிக்கும் நடைமுறை. யூத சமயத்திற்கு விரோதமானது; ஆயின் அது புத்தமதத்திற்கு ஏற்புடையது. இப்பலாஸ்தீனியப் பள்ளியின் (அநேகமாக, எஸ்ஸீன்) ஆவணங்களில் குறிப்பிடப்பட்டிருக்கும் 'நேர்மைத் தத்துவ போதகர்' (Teacher of the Righteousness) புத்தரின் சிறப்புப் பட்டத்துடன் நன்கு பொருந்துகிறது. ஆகவே, அம்மலைச் சொற்பொழிவில் (ஸெர்மன் ஆன் தி மவுண்ட்) உபதேசிக்கப்பட்டவை. அவற்றை முதலில் கேட்டு மகிழ்ந்த பைபிளின் பழைய ஏற்பாட்டு மக்களைவிட, பௌத்த மதத்தினர்களுக்கே அதிகப் பரிச்சயமுடையதாகத் தோன்றுவதில் வியப்பில்லை. தண்ணீரில் நடத்தல், போன்ற ஏசுநாதரின் பேரதிசயங்கள், அதற்கு முன்பாகவே, புத்தருடைய வாழ்க்கையைச் சித்தரிக்கும் இலக்கியங்களில் இடம்பெற்றுவிட்டன. இந்த விஷயத்தில், "பார்லாமும் ஜோஸப்பத்தும்" என்ற தலைப்பில் வழங்கும் கிறித்தவச் சாமியாரின் கதை, புத்தர் வாழ்க்கைச் சரிதையை அப்படியே தழுவி எழுதப்பட்டதாகும். பாக்தாதின் அப்பாஸித் காலிப் அருண் அல் ரஷீதின் (அரேபிய இரவுகள் என்ற காவியத்தினால் இறவாத் தன்மை பெற்றவர்) கீழ் இருந்த பார்மஸைட் என்ற ஒரு முக்கியமான அமைச்சர்

* ஆப்கன் உள்நாட்டுப் போரில் தலிபான் தீவிரவாதிகளால் 28-11-2011 பாமியானில் இந்தச் சிலை குண்டு வைத்துத் தகர்க்கப்பட்டது. (மொ-ர்)

குடும்பத்தினர், ஒருகாலத்தில் நாவ்-பெஹார் பௌத்தப்பள்ளியில் பரம்பரை மடாதிபதிகளாக (பரமகா) இருந்தனர். இஸ்லாமிய மதத்தில் இவர்கள் புதியதாக சேர்க்கப்பட்டதால் அப்பழைய மதத்தின் சில கடவுள் மறுப்புக் கொள்கைகளைத் தொடர்ந்து கடைப்பிடித்தார்கள் என்ற சந்தேகத்திற்கு இலக்காயினர்.

பௌத்த மதம் உலகில் பரவிய முறை அசாதாரணமானது. இதில் உள்ள இரு அதிசயங்கள் மனத்தைக் கவரக்கூடியனவென்றாலும் அவை ஒன்றுக்கொன்று முரண்படுகின்றன. ஆயுத பலத்தையோ இந்திய அரசியல் செல்வாக்கையோ பயன்படுத்தாமல் இந்தியாவிற்கு வெளியே இம் மதம் பரவச் செய்யப்பட்டது. ஒரு மாபெரும் பௌத்த மதப் பேரரசர் என்ற காரணத்திற்காகவே அந்நிய மண்ணிலும் அசோகரின் (சமஸ்கிருதத்தில் 'அசோக' பெயர் பெரிதும் மதிக்கப்பட்டதே தவிர, அவர் பெற்ற படை வெற்றிகளுக்காகவோ அல்லது வேறு அதிகார விளம்பரங்களுக்காகவோ அல்ல. மத்திய ஆசியாவின் சில பகுதிகளுடன்கூட இந்தியாவையும் குஷானர்கள் ஆண்டனர். ஆயினும் அவர்கள் பௌத்த மதத்தைத் தவிர வேறு பல இந்திய வழிபாடுகளையும் சிவன் போன்ற கடவுள்களையும் ஆதரித்தனர், ஆனால், அக்கடவுளின் (சிவ) வழிபாடு பௌத்த மதத்தைப்போல் வெளிநாடுகளில் அந்த அளவில் பரவவில்லை. ஹான் அரச வம்சத்தின் மின்-டி-யிலிருந்து ஆரம்பித்து வரிசையாகப் பல சீனப் பேரரசர்கள் தங்களுடைய மரபுகளையும் மீறி பௌத்த மதத் தூதுவர்களைத் தங்கள் நாட்டிற்கு அழைத்தனர். இருப்பினும் பௌத்தம். தான் பிறந்த மண்ணைவிட்டு மறைந்தது; வடகிழக்கு இந்தியாவில் ஏதோ சில எல்லை ஓரங்களில் தென்படும் இதன் சுவடுகளும் மிக அற்பமானவை. அயல் நாடுகளில் இம்மதம் பெற்றுவந்த வெற்றிகளுக்கு முற்றிலும் மாறுபட்ட வகையில், உள்நாட்டில் இதன் ஒளி குன்றியது. இன்றும், படித்த இந்தியர்கள் பௌத்தமதம் என்றால் பொதுவாகத் துணுக்குற்று. அல்லது சினந்து- உலகப் பண்பாட்டிற்குத் தன் பங்காக இந்நாடு சிறப்புடன் வழங்கிய இந்த ஒப்பற்ற அளிப்பை- இந்நாட்டைவிட்டுக் கடந்து சென்றதோர் நெறி தவறிய கோட்பாடாகவே அதைக் கருதுகின்றனர். பௌத்த மதத்தின் உயர்வு, பரவல் மற்றும் அதன் நலிவு அடங்கப்பெற்ற 1500 ஆண்டுகளின் முழுச் சுழற்சியில், அரைநிலை மேய்ச்சல்நில ஆநிரை வளர்ப்புப் பழங்குடி வாழ்க்கையிலிருந்து இந்தியா முதலில் சர்வாதிகாரம் வாய்ந்த முடி அரசுகளாக மாற்றம்பெற்றுப் பின்னர் நிலப்பிரபுத்துவ அமைப்பை நிலைநிறுத்தியது தேற்றம். எனவே

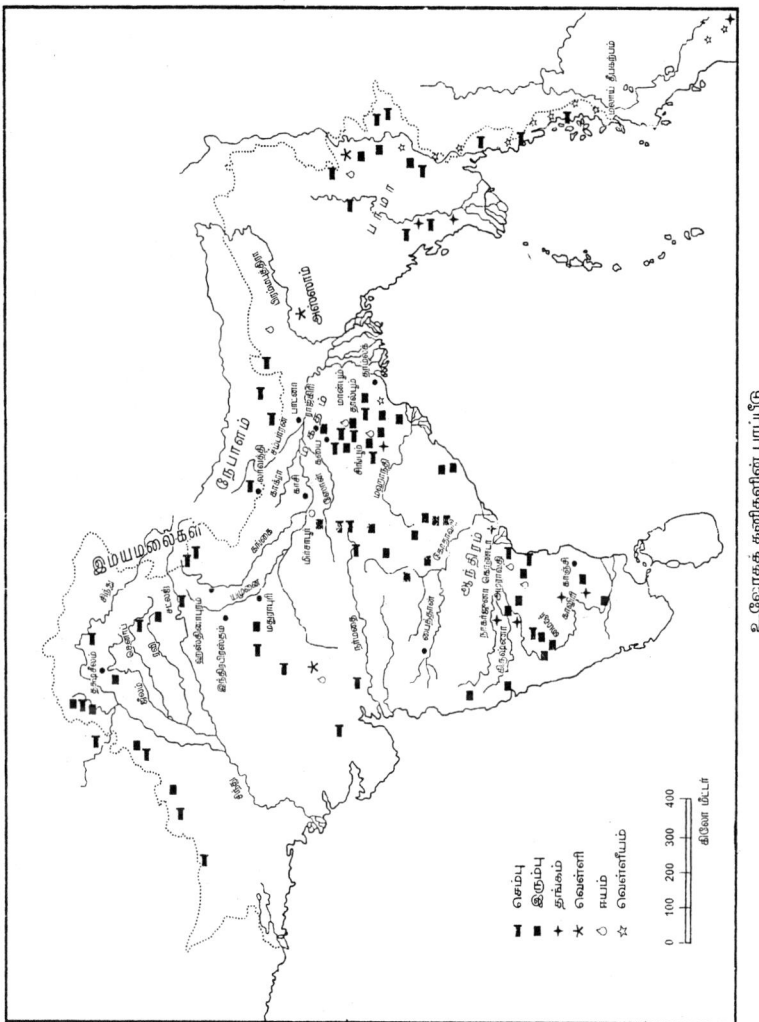

உலோகக் கனிகளின் பரப்பீடு

மேற்கூறிய வேறுபட்ட காலகட்டங்களில் இம்மதம், தான் தோன்றிய மண்ணிலே வகித்த வெவ்வேறு பங்குகள், இந்த நாகரிகத்தில் அக்கறைகொண்டுள்ள எப்படைப்பிலும் முக்கிய இடத்தைப் பெற்றாக வேண்டும். அதே சமயத்தில் உள்நாட்டிலும் வெளிநாட்டிலும் இத்தத்துவத்தில் இரண்டுபட்டுள்ள புதிதான வளர்ச்சியையும் நாம் விளக்க முயற்சி செய்யவேண்டும்.

கி.மு. ஆறாம் நூற்றாண்டில், சீனாவில் கன்பூஷியஸ் தத்துவமும், ஈரானில் **ஜாராதுஷ்டிரர்** தீவிரச் சீர்திருத்தங்களும் தோன்றின. அவ்வாறே, இந்தியாவிலும் கங்கைச் சமவெளியின் மத்தியில் முற்றிலும் புதிய சமய குருமார்கள் பலர் தோன்றினர். புத்தரும் அவர்களைப்போல் ஒருவரேயாயினும் அவர் வாழ்ந்த நாட்களில் மிகப் புகழ்வாய்ந்தவர் என்று கூறமுடியாது. போட்டியாகத் தோன்றிய சமயக் கொள்கைகளைப் பற்றிய விவரங்கள், பகைமை பாராட்டிய மதநூல்களின் ஓரவஞ்சகமான வெளியீடுகளின் வாயிலாகவே நமக்குப் பெரும்பாலும் தெரியவந்துள்ளன. இருந்தபோதிலும் ஜைனமதம் இன்றும் இந்தியாவில் எஞ்சியுள்ளது; இதன் தொடக்கக்கால ஆராய்ச்சி, இம்மத ஸ்தாபகர்களை புத்தருக்கு முற்பட்ட காலத்திற்குக் கொண்டு செல்லுகிறது. ஆசீவிகர்களைப் பற்றி மைசூர் கல்வெட்டுக்களின் மூலம் அவர்கள் 14-ம் நூற்றாண்டுவரையிலும் எஞ்சி நின்றனர் என்பது தெரியவருகிறது. அவ்விரு மதக்கிளைகளையும் பரப்பிய சமயக்குரவர்களில் மகாவீரர் (அவருக்கு முன்பாகவே, தீர்த்தங்கரர்களின் நீண்ட வரிசையை ஜைனர்கள் உரிமைகொண்டாடினாலும் அவர்களில், பார்சுவர் என்பவர் வரலாற்றுச் சார்புடையவராக இருக்கலாம்) மற்றும் மக்காலி கோசாலா ஆகியோர் முக்கியமானவர்கள். சமகாலத்தில் அதே இடங்களில் புத்தருடன் அவர்கள் தங்கள் தத்துவங்களை உபதேசித்தனர். புத்தரே தம்முடைய சமகாலத்தில் வாழ்ந்த பெரியார்களான ஆரியர்களின் காலாமா என்ற பழங்குடியைச் சேர்ந்த அலாரா மற்றும் இராமனின் மகனான உத்தகர் ஆகியோருடைய தனிக் கோட்பாடுகளை ஆட்கொண்டு அவற்றைப் பரப்பினார். ஆகவே பௌத்தமதத்தைச் சர்ச்சைக்கு அப்பாற்பட்ட ஒரு மாபெரும் ஸ்தாபகரின் தனிப்பட்ட சாதனை என்றோ, அல்லது அதன் அழிவுக்குக் காரணம் மனித இனத்தின் கோளாறுகள் என்றோ கருதுவதற்கில்லை. ஒரேசமயத்தில், ஒரு குறுகிய பிரதேசத்திலிருந்து எழுந்த பற்பல மதப் பிரிவுகள் மக்களைக் கவர்ந்து புகழ்பெற்று விளங்கியதன் காரணம், உண்மையில் அச்சமயப் பிரிவுகள் சில சமூகத்

தேவைகளை உணர்த்தியதுடன் பழைய நெறிகளினால் அத்தேவைகளை நிறைவேற்ற முடியவில்லை என்பதையும் வெளிப்படுத்துகின்றன. புதிய நெறிகளைத் தோற்றுவித்த எல்லா ஆசிரியர்களுக்கும் பொதுவாக உள்ள அம்சங்களையும், அம்மாணாக்கர்கள் சார்ந்த புதிய வர்க்கங்களையும் கவனித்துப் பார்ப்பதின் மூலம் அந்தச் சமூகத் தேவையை ஆராயமுடியும். படிப்படியாக வளர்ந்த பரிணாம வளர்ச்சி என்றும் சாதாரணத் தொடர்ச்சி என்றும் இவ்விஷயத்தைக் கருதுவோமேயானால், அப்புதிய மதங்கள் ஒரு பெரிய நாகரிகத்தை நினைவுகூறும் சின்னங்கள்கொண்ட சிந்துவிலோ, அல்லது பல நூற்றாண்டுகளுக்கு வைதீகப் பண்பாடுகளின் உறைவிடமாகத் திகழ்ந்து பின்னர் அவை நிலைபெற்ற வடமேற்குப் பிரதேசத்திலோ, புண்ணியங்களுக்கு ஏற்ற இடமும் அப்புண்ணியங்களினால் சுமையேற்றப்பட்ட காவியமான மகாபாரதம் நிகழ்ந்த இடமுமான குருநிலத்திலோ, கடைசியில் தெய்வமாக நிலை உயர்வதற்கு முன்பு புதுமையும் வலுவும் பெற்ற கிருஷ்ண வழிபாடு தோன்றிய மதுராவிலோ அல்லவா தோன்றியிருக்க வேண்டும்? மிகவும், புதியதும் பண்பாட்டைப் பொறுத்தவரையில் சற்றுப் பின்தங்கிய பிரதேசமுமான கிழக்குப் பகுதி, ஏன் மிகவும் முன்னேற்ற நோக்குடைய சமயத் தத்துவங்களை உருவாக்கியதில் முன்னணியில் நின்றது?

கி.மு. ஆறாம் நூற்றாண்டில் கங்கைச் சமவெளிப் பகுதியில் இருந்த புதிய வர்க்கங்களை மறுப்பதற்கில்லை. சுதந்திரமான உழவர்களும், விவசாயிகளும் இதில் ஒரு வர்க்கம். ஒரு பழங்குடிக்குள் வாழ்ந்த புதிய வேதகால ஆநிரை வளர்க்கும் வர்க்கமான வைசியர், விவசாயிகளாக மாற்றப்பட்டனர்; அவ்வாறு மாறியபோது விவசாயிகளுக்கு முன்பிருந்த பழங்குடிக் கட்டுப்பாடு உடைந்தது. வணிகர்கள் மிகுந்த சொத்துக்காரர்களாக மாறவே, பொதுவாகக் கிழக்கிலுள்ள நகரங்களில், மிகவும் முக்கியமானவர் சிரேஷ்டி எனப்பட்டார். அதற்கு முன்பு கேள்விப்படாத அச்சொல் 'மிகச் சிறந்த' அல்லது 'மிக முக்கியத்துவம் வாய்ந்த' என்ற பொருளைக் குறிக்கும் சொல்லிலிருந்து பிறந்தது. உண்மையில் சிரேஷ்டி என்பவர் பெரும் நிதியாளரோ, வங்கியாளரோ சில சமயங்களில் வியாபாரத் தொழிலினக் குழுவின் தலைவரோ ஆவார். அவர்களுக்கு நேரிடையான அரசியல் செல்வாக்கு இல்லாவிட்டாலும், சர்வாதிகார முடிவேந்தர்கள் அவர்களை மரியாதையுடன் நடத்தினர். இருந்தபோதிலும், ஒரு புதிய வர்க்கத்தின் முக்கியப் பொருட்குறிப்பாக விளங்குவது, கஹபதி (சம்ஸ்கிருதத்தில் கிருஹபதி) என்ற சொல்லின்

பொருள் 'வீட்டு யசமானன்' இனி அச்சொல் ரோமானிய வழக்குப்படி ஒரு குடும்பத்தலைவருக்கு (Pater Families) நிகராயிற்று. ஆரம்பத்தில் அச்சொல் வேதம்- பிராமணங்களில் குறிப்பிட்டுள்ள ராஜிய யாகங்களைத் தவிர வேறு சாதாரண யாகங்களைச் செய்வோரையும் விருந்தளிப்போரையும் குறித்து வழங்கலாயிற்று. இப்போது. அச்சொல் முதன்முறையாக எல்லா சாதிகளுக்கும் பொதுவான தந்தைவழி மரபு போற்றும் ஒரு பெரிய குடும்பத் தலைவனைக் குறிக்க ஆரம்பித்தது. முக்கியமாக, செல்வத்தை முன்னிட்டு, அக்குடும்பத் தலைவர் சமூக மதிப்பைப் பெற்றார். அச்செல்வம், வாணிபம், தொழில் அல்லது விவசாயம் ஆகியவற்றின் மூலம் திரட்டப்பட்டிருக்கலாம். ஆனால். கால்நடைகளின் எண்ணிக்கையைக்கொண்டு சொத்து செல்வத்தை அளவிடும் வழக்கு மறையலாயிற்று. இவ்வாறு சொத்துரிமை பெற்ற புதிய வர்க்கத்தின் செயல் குழு உறுப்பினரான கஹபதிக்குத் தன்னிடமுள்ள செல்வங்களைத் தன் இச்சைப்படி செலவுசெய்யும் உரிமையிருந்தாலும், தன் குடும்பத்தினர்களைக் காப்பாற்றவேண்டிய தார்மீகக் கடமையுடன் அவனுடைய உறவுக் கூட்டத்தின் வாரிசுரிமைச் சட்டங்களுக்கும் கட்டுப்பட வேண்டியிருந்தது. ஆனால், அப்போது அவன் யாதொரு பழங்குடிக் கட்டுப்பாடுகளுக்கும் உட்படவில்லை. சாதி மற்றும் ரத்த உறவுகளின் பிணைப்புகள் அப்புதிய வர்க்க நிலையைச் சிறிது காலத்திற்கு மதிப்பிழக்கச் செய்தாலும், படிப்படியாகக் காலம் முன்னேறியபோது, அப்பிணைப்புகள் வலுக் குன்றின. கிருஹபதி என்ற சொல்லின் பழைய பொருளைப் போலல்லாது கோத்ரம் என்ற சொல்லின் பழைய பொருள் நன்கு நிலைபெற்றுள்ளது. இருந்தாலும், கோத்திரம் (பசு வளர்ப்பு) என்ற அச்சொல் முன்பு புற மரபு மணஉறவு வைத்துக்கொள்ளும் ஒரு குலப்பிரிவைக் குறித்தாலும், பின்னர் தந்தைவழி மரபைக் கடைப்பிடிக்கும் ஒரு கஹபதியின் பெருங் குடும்பத்தையும் குறிக்கலாயிற்று. விவசாயிகளும் வணிகர்களும் இடைவிடாத போர்களினால் அல்லலுற்றனர் ஒவ்வொரு போர்களுக்கு முன்பும் யாகத் தீ வளர்த்து பலிகள் இடுவது தவறாமல் நிகழ்ந்தது. ஒரு வணிகன், தன்னைச் சேர்ந்த பழங்குடியுடன் அப்பிராந்தியத்திற்கு அப்பால் வாழும் மக்களுடனும் நட்புறவுடன் இருப்பது அவசியமாயிற்று; ஆனால், கள்ளர் பயமற்ற பாதுகாப்பான வாணிபத்திற்கேற்ற போக்குவரத்து வழிகளும் அவனுக்கு வேண்டியிருந்தது. அந்தத் தேவையை ஓரளவுக்காவது நிறைவேற்ற வேண்டுமானால். 'ஒரே அகில முடியாட்சி' (Universal

Monarchy) வளர்ச்சியை நோக்கிய ஒரு பெரிய இராஜ்ஜியம் உருவாக வேண்டும் அதுவே சில்லறைப் போர்களுக்கு முற்றுப்புள்ளி வைக்கவும், நாடு முழுவதிலும் நல்ல பாதுகாப்பை நல்கவும் உதவும். ஏனெனில், வியாபாரம் என்பது, எப்போதுமே அரசியல் ரீதியான எல்லைகளுக்கு அப்பால் விரியக்கூடியது.

சுதந்திரமான விவசாயி குத்தகையாளர், சொந்த நிலச் சாகுபடியாளர் (கஸ்ஸகா, கர்ஷகா), இருந்தனரென்பதை, கஹபதி, சிரேஷ்டி ஆகியவர் உறுதியாக எடுத்துக்காட்டுவதுடன் மூல நூல்களிலிருந்தும் இது தெளிவாகிறது. அடிமை உழைப்பு பெரிய அளவில் கிடைக்கவில்லை என்பதை முன்பே விளக்கியுள்ளோம். உணவைச் சேகரித்து வாழ்ந்தவர்களும் குறைவு; அவர்களும் ஒழுங்காக விவசாயத்தில் ஈடுபட்டுக் கடுமையுடன் உழைப்பதில் நாட்டம் செலுத்தவில்லை. அவர்கள் இருந்த காடுகள் மற்றவர்களால் திருத்தப்பட்ட பிறகுதான். பெரும்பாலும் அவர்கள் உணவு உற்பத்தியில் ஈடுபட ஆரம்பித்தனர். நிலப்பிரபுத்துவ காலத்திலும், நவீன காலத்திலும் ஏற்பட்ட பஞ்சங்கள் அவர்களை உணவு உற்பத்தியில் ஈடுபட வைத்தன. (இப்பஞ்சங்களே இவர்களை ஒரு நிலையான பிழைப்பூதியத்திற்காக சுதந்திரத்தை விலைபேசத் தூண்டின. அப்பூர்வ குடியிலிருந்து ஹாரி போன்ற 'அடிமை' சாதிகள் உருப்பெற்றன. கடந்த இம்முறை தொடர்ந்திருந்தாலும் அவர்களுடைய உழைப்பு திறமையற்றும் உற்பத்தித் தன்மையற்றும் இருந்தது. ஒருவருக்கொருவர் தொடர்பு வைத்துக்கொள்ளாமல், சிறு சிறு குழுக்களாகப் பிரிந்து, தங்களுடைய சொந்த முயற்சியால் காடுகளைத் திருத்த ஆரம்பித்து, முன்னேறிச் சென்ற 'ஆரியப் பழங்குடி மக்களிடமிருந்தே எப்பொழுதும் உண்மையான விவசாய வர்க்கத்தைப் பெறவேண்டியிருந்தது.' இவ்வாறு உபரி உணவுகளை உற்பத்தி செய்வதற்காக விவசாயிகள் வர்க்கம் ஊக்கம் பெற்றார்கள் என்று கொள்வோமோயானால் அந்த உபரிகளை விற்பதின் மூலமே பெற்றுக்கொள்ள முடியும். உபரி உணவைப் பங்கிடும் கூட்டான குலக்கட்டுப்பாடு இருக்கும்வரை மேற்கூறியபடி உபரியை வியாபாரம் செய்ய இயலாது. அதேபோல், கால்நடைகளின் கூட்டுப் பராமரிப்போ பழங்குடி சபைகளின் கீழ்க் கட்டுப்பட்ட மறு நில விநியோகமோ இருக்கக்கூடாது. சுருக்கமாகக் கூறுவதானால், பண்ணை மாடுகள், நிலம், நில உற்பத்தி ஆகியவற்றில் தனியார் சொத்துரிமை உருப்பெற்றால்தான் வியாபாரம் தோன்றும். இந்த விஷயத்தில், பஞ்சாப் தன்னுடைய

மாற்றமின்மையை-அதாவது கூட்டு ஒற்றுமைப் பண்பை கைவிடவில்லை. பிராமணங்களில் கூறப்பட்ட அதே குலத்தலைமை அரசன்கீழ் அடங்கிய பழங்குடி வாழ்க்கைமுறை இங்கு நீடித்தது. யஜுர்வேத முடியாட்சிமுறை, தனியார் குடும்பங்களின் தடையற்ற விவசாய உற்பத்திகளுக்கு பலமான முட்டுக்கட்டைகளைப் போட்டது. அது விவசாயிகளுக்குப் பொறுக்கமுடியாத சுமையாக இருந்தது. அவர்களுக்கு அமைதியான ஆட்சியும், குறைவான வரிகளும் தேவை. யஞ்ஞங்களுக்கு வேண்டிய ஆவினங்களும், பிற கால்நடைகளும், கணக்கற்றவாறு விலை தரப்படாமலேயே கைப்பற்றிச் செல்லப்பட்டன. இராஜ்ஜிய ஹோமத் தீயில் பலியிடப்பட்ட விவரங்களைக் குறிக்கும் பாலிக்கதைகள் இவற்றை எடுத்துக்காட்டுகின்றன. முறையான விவசாயத்திற்குப் பொறுக்கமுடியாத தொல்லைகள் நேர்ந்தன. ஏதோ சில பிராமணப் புரோகிதர்கள் மட்டுமே தொடர்ந்து பயனடைந்து வந்தனர். (பாசேனாதி, பிம்பிசாரன் போன்ற கி.மு. ஆறாம் நூற்றாண்டு மன்னர்கள், அத்தகைய பிராமணர்களுக்கு முழுக் கிராமங்களையே தானங்களாக வழங்கியுள்ளனர்.) எனவே, புதிதாக எழுந்த எல்லா மதப் பிரிவுகளுமே எந்தச் சடங்காக இருந்தாலும், குறிப்பாக வைதீகச் சடங்குகளை எதிர்த்துப் போராடின; யாக பலிகளை வன்மையுடன் கண்டித்தன. அது இயல்புதானே. அந்த எதிர்ப்பு அணியில், உதாரணமாக, பூரண கஸ்யபர், மற்றும் பெலாத்தியின் புதல்வன் சஞ்சயர் ஆகிய பிராமண ஆசிரியர்களும் இருந்தனர்.

நரபலிகளைப் பற்றிய பட்டியல் யஜுர்வேதத்தில் காணப்பட்டாலும், சதபத பிராமணம் தோன்றிய காலத்திலேயே நரபலிகள் பிராமணங்களிலிருந்து வழக்கொழிந்துவிட்டன. இருப்பினும், கோட்டைவாயில், நகரவாயில் போன்ற வலுவான தளங்களைப் பகைவர்கள் வெல்லாதிருக்கவும், நதி வெள்ளங்கள் அணைகளை அடித்துக்கொண்டு செல்லாமல் இருக்கவும், எப்போதாவது நிகழ்த்தப்படும் நரபலிகள் மிகவும் அவசியமாகக் கருதப்பட்டன. அதன்பொருட்டு பலியிடப்படும் மனிதனை அஸ்திவாரத்தில் புதைத்து மேலே புதிய கட்டடத்தை எழுப்புவார்கள். ஆனால், அது போன்ற தவிர்க்க முடியாத காரணங்களுக்காக நடத்தப்பட்ட அத்தகைய அபூர்வமான நரபலியை வைதீகச் சடங்குக் கொள்கை வெறுத்து ஒதுக்கியது. குதிரைகளைப் பலியிடுவதும் மிக அபூர்வமாகவே நடைபெற்றது. இரண்டாம் நூற்றாண்டின் குறுகிய காலப்பகுதியில் அது வியர்த்தமாக மீண்டும்

தலைதூக்கி அடங்கியதைத் தவிர, உண்மையில், கங்கைச் சமவெளிப் பிரதேசத்தில் நிகழ்வுற்ற குதிரை பலிகளுக்குரிய சான்றுக் குறிப்புகள் இல. ஆவின வளர்ப்பையே முக்கியமாகக்கொண்ட சமூகத்தில் வேதகால முறைப்படி நிகழ்ந்த யாகங்களின் பிரதான பலிகளாக விளங்கியவை ஆநிரைகளே. ஆறாம் நூற்றாண்டுச் சமயச் சீர்திருத்தங்கள் எவ்வாறு இவற்றையும் முற்றிலும் வழக்கொழியச் செய்தன என்பதை, இன்னமும் முழு அளவில் கடைப்பிடிக்கப்பட்டு வரும் பசுவதை, மாட்டு இறைச்சி உண்ணுதல் போன்றவைகளுக்கு உள்ள இந்துமதத் தடையின் மூலமாக நன்கு அறியலாம். இருப்பினும், போதிய மேய்ச்சல் நிலங்கள் இல்லாத ஒரு நாட்டில் இன்றும் இத்துடன் நீடிப்பது மதியீனம்; சிக்கனமற்றது; கால்நடைகளுக்குத் தீங்கானதும்கூட இன்று ஆசாரப் பற்றுள்ள நவீன இந்து, மாட்டிறைச்சி உண்ணுதலை மனித இறைச்சி உண்ணுதலுக்குச் சமமாகக் கருதினாலும், வேதகாலத்து பிராமணர்களோ யாகத்தில் வெட்டப்பட்ட மாடுகளின் இறைச்சியை நிலையான உணவாகக் கொண்டு கொழுந்தனர். நன்கு அறியப்பட்ட சதபத பிராமணத்தின் பிரபலமான பாடல் பகுதியில் பசுமாடு, வண்டிமாடு (அனடு; பொலிகாளைகளைப் பற்றிய குறிப்பு இல்லை) ஆகியவற்றின் இறைச்சியை ஏன் உண்ணக்கூடாது என்ற சர்ச்சை அடங்கியுள்ளது. இந்தச் சர்ச்சை, ஒளிமறைவு இல்லாமல் பிராமணர்களுக்கு இன்று வெறுப்பூட்டும் வகையில் யாக்ஞவல்கியரைத் தலைவராக்கொண்ட பிராமணக் குழுவின் வாசகங்களினால் இவ்வாறு முற்றுப்புள்ளி வைக்கப்படுகின்றது; "எல்லாமே சரியே, அவை என்னுடம்பில் சதையை வளர்ப்பதால் நான் தொடர்ந்து அவற்றை உண்பேன்." வேதங்களைச் சேர்ந்த பல்வேறு பிராமணங்களில் பின்னர் உபநிடதங்கள் இணைந்தமைக்கு நேரிடையான ஒப்புகை இல்லாவிட்டாலும், வைதீக இலக்கியங்களின் உள்ளடக்கம் முற்றிலும் மாறிவிட்டது. இவ்வாறு மாறிய உள்ளடக்கத்தில் **யஞ்ஞும்** என்ற சொல்லுக்குத் திருத்தமான முறையில் தெய்வீக அடிப்படையில் ஆன்மீகமாக விளக்கம் தரப்பட்டது. உதிரத்தை உலையாக வைத்துக் கால்நடைகள் வெட்டப்பட்ட கள வேள்வியை இன்று அச்சொல் குறிப்பதாக இல்லை. உபநிடதக் கருத்துக்கள் வைதீகத்துடன் இணைந்தபோதே இம்மாற்றம் நிகழ்ந்துவிட்டது, சிந்துவிற்கு மேற்கிலும், அல்லது அதன் அருகிலும் தங்களின் படிப்புகளை முடித்த உபநிஷத பிராமணர்கள், இப்போது அசுவபதி கைகேயா, பிரவாகன ஜெய் வாலி போன்ற கிழக்கத்திய க்ஷத்திரியர்களிடம் கூடச் சென்று யாகத்தில்

அடங்கிய 'உட்பொருளை'க் கற்றுக்கொண்டனர். பிரம்மா என்ற புதிய கருத்தொன்று ஆங்கே எழுந்தது. அது வரையறைக்கு அப்பாற்பட்ட தெய்வீக சாராம்சமென்றும், அதை அடைவதொன்றே எல்லா மனித முயற்சிகளிலும் மிக உயர்வானதென்றும் கொள்ளப்பட்டது. மற்றக் கருத்துக்களைப் பொருத்தவரையில் ஆறாம் நூற்றாண்டிற்குரிய வேறு கங்கைப்புறத் தத்துவ ஞானிகளின் உள்ளத்தில் எழுந்த அதே கேள்விகளையே உபநிஷதங்களும் எழுப்பின; ஆன்மா என்று ஒன்று இருக்குமேயானால், அந்த ஆன்மாவின் இயல்பு என்ன? இறப்பிற்குப் பின் மனிதனுக்கு நேர்வது என்ன? மனிதனுக்கு மிகவும் உயர்ந்த நன்மையைத் தருவது எது? இக்கேள்விகளை எழுப்புமிடத்து, பௌத்த மதத்தையோ, அல்லது வேறு ஒரு பிராமணிய மத எதிர்ப்பு சமயத்தையோ குறிப்புக் காட்டாததால், தொன்மையான உபநிஷதங்கள் யாவும் பௌத்த மதத்திற்கு முற்பட்ட காலத்திலிருந்தே வழங்கப்பட்டிருக்க வேண்டுமென்று பலர் கருதுகிறார்கள். சதபத பிராமணத்துடன் சேர்ந்த ஒரு உபநிஷதத்தில் 'காசியின் அஜாதசத்ரு' என்ற முற்கால வேந்தனொருவனின் பெயர் குறிப்பிடப்பட்டுள்ளதால் அக்கூற்றை (உபநிஷதங்கள் பௌத்தத்திற்கு முந்தியன என்பதை) நிலையான உண்மை என்று கொள்ளமுடியாது. ஏனென்றால், சமகாலத்தில் வாழ்ந்த புத்தருக்கு அவ்வேந்தர் மிக இளையவராவார். மேலே கவனித்த புதிய சமயக் கொள்கைகள் எல்லாம் முழுத் தெளிவைப் பெறாமல் கி.மு. ஆறாம் நூற்றாண்டில் பேசப்பட்டு வந்தன.

பொருளாதார அடிப்படையில்தான் மாட்டு இறைச்சிக்குத் தீட்டு (மதத் தடை) உருவாக்கப்பட்டது என்பதை நிரூபிக்க இரண்டே மேற்கோள்கள் போதுமானவை. புத்தரால் கூறப்பட்டதாக வழங்கும் பண்டைக்காலப் பாடல் தொகுதியில் காண்பதாவது, "கால்நடைகள் நமது நண்பர்கள்; பெற்றோர்களைப் போலவும், உற்றார் உறவினர்களைப் போலவும் விளங்கும் இவைகளே உழவுத் தொழிலுக்கு அடிப்படை. இவை உணவையும், பலத்தையும், உடற்பொலிவையும், இன்பத்தையும் அளிக்கின்றன. இதை அறிந்த பண்டைய பிராமணர் கால்நடைகளைக் கொள்வதில்லை" (சுத்தநிபாதம், 295-96). அத்தீட்டு விதிக்கப்பட்ட ஆரம்ப காலத்தில், மாட்டுறைச்சி உண்ணுதல் பாவம் என்ற பிரச்சினையே கிடையாது. ஹூனானில் நிகழ்ந்த விவசாயிகள் கிளர்ச்சியைப்பற்றி மார்ச், 1927-ல் வெளிவந்த மா சே துங் அறிக்கை கூறுவதாவது, "விவசாயிகளுக்கு உழவு மாடுகள் அரிய மேழிச்செல்வம்;

இப்பிறவியில் கால்நடைகளைக் கொல்பவர்கள், மறுபிறவியில் கால்நடைகளாகப் பிறப்பது உறுதியென்று, மதக் கொள்கைகள் போதிப்பதால், உழவு மாடுகளை எப்போதும் கொல்லக்கூடாது." மாவோ அதிகாரத்திற்கு வருமுன், இம்மதத் தடை ஒன்றைத்தவிர, விவசாயிகளால் வேறு எம்முறையிலும் கால்நடைகள் கொல்லப்படுவதைத் தடுத்து நிறுத்தமுடியவில்லை. உழவர்களின் சங்கங்கள் எழுச்சியுற்றபோது, கால்நடை நலன்களைப் பாதுகாக்கக் கொள்கை வகுத்தார்கள்; நகரங்களிலும் அவை கொல்லப்படுவதைத் தடுத்து நிறுத்தினார்கள். சியாங்டன் என்ற நகரில் இருந்த ஆறு மாட்டு இறைச்சிக் கடைகளில், ஐந்து மூடப்பட்டுள்ளன. ஒன்று மட்டும் நோய் அல்லது தள்ளாமையினால் கொல்லப்பட்ட மாடுகளின் இறைச்சியை மாத்திரமே விற்கிறது. ஏங்ஷான் கோட்டம் முழுவதிலும் கால்நடைகளைக் கொல்வது தடுத்து நிறுத்தப்பட்டது. ஒரு உழவனின் பசு கால் ஒடிந்து நடக்கத் தடுமாறினாலும்கூட அதைக் கொல்லவேண்டுமானால் விவசாயச் சங்கத்தின் அனுமதி தேவை. சீனத்து உழவர்கள் பசும்பால், வெண்ணெய், பாலாடை அல்லது தயிர் போன்றவற்றை உபயோகப்படுத்துவது இல்லை, இதுவே, அநேகமாக, அவர்களுடைய நிலைக்கும், இந்திய உழவர்களுடைய நிலைக்குமுள்ள வேறுபாட்டை எடுத்துக்காட்ட வல்லது.

பிரபஞ்ச முடியாட்சிக்கு இணைப் போக்காக கட்டுப்பாட்டுடைய ஒரே சடங்கைக்கொண்ட தனி மதம் தோன்றியிருக்க வேண்டும். இப்பிரபஞ்ச முடியாட்சியை அமைப்பதற்கு வன்முறைப் பயன்பட்டிருக்க வேண்டும். நாம் விவாதித்துக்கொண்டிருக்கும் சமூகத்தில் வன்முறையை உபயோகிக்காமல் அத்தகைய அமைப்பை உருவாக்க இயலாது. ஆனால் பொதுவான பிணைப்புக்குத் தவிர்க்க இயலாது என்று எண்ணப்பட்ட பொதுச் சடங்குகளை ரகசியமாக நடத்த விரும்பிய குழுக்களுக்கு நெருக்கமான கங்கைப் புறக்காடுகள் புகலிடம் அளித்திருக்கலாம்; இன்னமும் இந்தியாவில் இத்தகைய ரகசியச் சடங்குகள் எஞ்சியுள்ளதையும் காண்கிறோம். புதியதாக எழுந்த கிழக்கின் சமயக் குரவர்கள் எல்லா சடங்கு ஒழுக்கங்களுக்கும் அப்பால் நின்று, மிகத் தாழ்ந்த சாதியினராக இருந்தாலும் பொருட்படுத்தாமல் அவர்கள் கைகளிலிருந்து தீட்டென்று கருதப்பட்ட சமைத்த உணவைப் பெற்று உண்டும் அல்லது சுத்தமில்லாத உணவு மிச்சத்தைக்கூட உண்டும் பலமான மதத்தீட்டுக்களை உடைத்தனர். இன்று இந்த விஷயம் அதிசயமாக இருக்காது. ஏனென்றால், அந்தக் காலத்தில் பெரும்பாலான

இந்தியர்கள் சுத்தமில்லாத சோற்றையோ தாழ்ந்த சாதி மக்கள் சமைத்த உணவையோ உட்கொள்வதற்குப் பதிலாகப் பட்டினியே கிடப்பார்கள் அல்லது பட்டினிச் சாவை மேற்கொண்டார்கள் என்ற விஷயங்களை எல்லாம் இக்கால மக்கள் அறிந்திருக்கமாட்டார்கள். இவ்வாறு புதிய சமய சித்தாந்தக் குழுக்களை உருவாக்கிய பல்வேறு தலைவர்களும், அவர்களைப் பின்பற்றிய துறவிகளும் (சாதாரண சமய ஆதரவாளர்கள் அல்லர்) பெரும்பாலும், யாசகம் எடுத்தே வயிற்றுப்பாட்டைக் கவனித்துக்கொண்டார்கள். அது அடிப்படையில் பழையபடி உணவு சேகரித்து வாழும் நிலைக்குத் தாழ்வுற்றதையே குறித்தது. காட்டில் தனிமையான தவ வாழ்வைப் பலர் தொடர்ந்து விரும்பிவந்தனர். அவர்கள் அங்கு எதையும் கொல்லாமல், தாவரங்கள் அளித்த இயற்கை உணவைப் புசித்து வாழ்ந்தனர். இத்தகைய தீவிரமான தவசிகள் உப்பை மட்டுமே மனிதக் கரங்களிலிருந்து பெற இசைந்தனர். பிரம்மச்சரியம், சொத்துக்களைப் புறக்கணித்தல் போன்ற உயரிய நெறிகளைப் போற்றிய புதிய சமய ஆசிரியர்கள், சொத்து சேர்த்துக்கொண்டிருந்த சமூகத்தில் ஹோமம் வளர்த்த பேராசைக்காரப் புரோகிதர்களைவிடச் சிக்கனமானவர்கள் என்று கருதப்பட்டதில் ஆச்சரியமில்லை. யஜுர்வேத பிராமணர்களும், பிற்காலப் பிராமணர்களும் எல்லையற்ற அளவில், விலைமதிப்புள்ள தானங்களைப் பெற விழைந்தனர்; புராணகாலத்து மன்னர்களிடமிருந்து அவ்வாறு பிராமணர்கள் ஏராளமாக யானைகள், கால்நடைகள், ரதங்கள், அழகான அடிமைப் பெண்கள், நிறையத் தங்கக் காசுகள் ஆகியவற்றை உண்மையாகவே பெற்றுக்கொண்டதாக உரிமை கொண்டாடினர். பிராமணர்களின் வாழ்க்கை நடைமுறைகளின்மீது இப்புதிய தவ ஒழுக்கமுறை (Ascetism) பதித்த கூர்மையான அறிகுறி அழிக்க முடியாதது; அதன் பின்னர் பிராமணிய இலக்கியங்களில் வறுமையும், தவமும் காலமெல்லாம் உயிர் நெறிகளாகப் போற்றப்பட்டன. வறுமையால் நலிவுற்ற பிராமணர் ஒருவர் தாழ்ந்த சாதியைச் சேர்ந்த ஒரு யானைப் பாகனிடமிருந்து தீட்டுப்பட்ட உணவைப் புசித்ததை உபநிஷதங்களும் கூறுகின்றன. அவ்வாறே மற்றொரு பிராமணனும் உளவறிய ஆடிப்பாடி நடித்துக்கொண்டு, நாயைக் குலச்சின்னமாகக்கொண்ட பழங்குடிகளிடமிருந்து தீட்டுப்பட்ட உணவைப் புசித்தான். கிழக்கத்திய மக்கள் யஞ்ஞத்தை முற்றிலும் கைவிட்டுவிட்டார்களென்றாலும், கொள்கையளவில் மட்டும் அது இருந்தது; கடைசியில் பிற்கால பிராமணர்கள், தங்களுடைய பிழைப்பைக்

காப்பாற்றிக்கொள்ளும் நிமித்தம் எல்லாச் சாதிகளுக்கும் புரோகிதர்களாக ஊதியம்புரிய ஒப்புக்கொண்டதுடன், புதிய தெய்வ வழிபாடுகளைப் பழைய முறைகளுடன் இணைத்துக்கொண்டனர்; வேதங்களுக்கு உதட்டளவில் எப்பொழுதும் மரியாதை செலுத்தினர்.

5.2. இடைப்பட்ட நெறி

பிற்காலத்தில் வளர்ந்த முக்கியமான இந்தியத் தத்துவ சிந்தனைகளின் வேர்களை கி.மு. ஆறாம் நூற்றாண்டில், தெள்ளத்தெளிவாகக் காணலாம். "கம்பளிச் சடையன்" (கேசகம்பலி) என்று அழைக்கப்பட்ட அஜிதா, எல்லா விவரங்களையும்கொண்ட முழுமையான பொருள் முதல்வாதக் கருத்துக்களைப் போதித்தார். நற்செயல்களும் அறங்களும் ஒருவனுக்கு இறுதியில் எந்த ஆதாயத்தையும் தராது. அவன் எதைச் செய்தாலும் செய்யாவிட்டாலும் இறப்பின்போது, அவன் உடல் இயற்கை மூலக் கூறுகளுடன் கலக்கின்றது. எஞ்சி நிற்பது ஏதும் இல்லை. நன்றும் தீதும், அறமும் கருணையும் ஆகியவை எல்லாம் மனித விதிக்குச் சம்பந்தமில்லாதவை. லோகாயத சிந்தனையின் பலனாக கொடூரமான நடைமுறைக் கொள்கைகளாக வளர்ச்சியுற்ற மகத ஆட்சிக்கலை, அஜிதாவிற்குப் பெருமளவு கடன்பட்டுள்ளதோ என்று எண்ணத் தோன்றுகிறது. இருப்பினும், இந்தியப் பொருள் முதல்வாதக் கொள்கையில், 'சார்வாகா' என்ற பெயரே தலைசிறந்து விளங்குகிறது; ஆனால் அவர் போதித்த அசல் அறிவுரைகள் தொலைந்துவிட்டன. பின்னர், பகுதா காத்யாயணர் என்பவர், மேலும் மூன்றை அழிக்க முடியாத இயற்கை மூலக் கூறுகள் அடங்கிய பட்டியலில் சேர்த்தார் (சாதாரணமாக இவை நிலம், நீர், காற்று, ஒளி என்று எடுத்துக்கொள்ளப்படுகின்றன). அதாவது இன்பம், துன்பம், வாழ்வு, என்பன. இவற்றையும் ஆக்கவோ, அழிக்கவோ இயலாது. வாள்வீச்சு என்பது வாழ்விற்கு முற்றுப்புள்ளி வைக்கக்கூடியது என்று தோன்றினாலும், அது சதைக்கும், எலும்புக்கும் இடையேயுள்ள உடலிகளில் (Molecules) செலுத்தக்கூடிய உலோகத்தின் சாதாரண நுழைவுதான். அது மனிதனை விஞ்சிய சக்தியாகிவிடாது. இதுவே, பிற்காலத்தில் உருவான வைசேஷிகா சிந்தனைகளின் துவக்கமாக இருந்திருக்கலாம். யாக்கையிலிருந்து ஆன்மா வேறுபட்டதென்றும், யாக்கை உறவுகளால் ஆன்மா பாதிக்கப்படுவதில்லையென்றும் கருதிய சாங்கிய சித்தாந்த நெறிக்கு, காஸ்ஸப (காஸ்யப) பிராமணர் கோத்திரத்தைச் சேர்ந்த பூரணர்

வித்திட்டிருக்கலாம். அவருக்குப் பிறகு அவரைப் பின்பற்றியவர்கள் 'ஒவ்வொரு பிறவியிலும் ஒரு குறிப்பிட்ட யாக்கையைச் சார்ந்த ஆன்மா, உடலின் செயலைக் கருதாது, மிகப் பெரியதும் மாற்றங்களுக்குட்படாததும், முன்பே முடிவு செய்யப்பட்டதுமான மறுபிறவிச் சுழற்சியில் சிக்கி வெளிவர வேண்டும்' என்ற கொள்கையைக்கொண்ட மக்கலி கோசாலா என்ற குருவுடன் சேர்ந்துகொண்டனர்.

ஜைன மகாவீரர், தம்முடைய முன்னோடியான பார்சுவர் தோற்றுவித்ததாகக் கருதப்படும் நான்கு விதிகளைக் கடைப்பிடித்தார். அவை கொல்லாமை (அகிம்சை), பிறர் பொருள் விழையாமை, தனக்கென்று தனிப்பொருள் கொள்ளாமை, உண்மையுடைமை ஆகிய நான்கே; அத்துடன் அவர், ஐந்தாவதாக பிரம்மச்சரியத்தையும் சேர்த்துக்கொண்டார். மிக உயர்ந்த லிச்சாவிப் பழங்குடி இனத்தில் தோன்றிய க்ஷத்திரியராக இருப்பினும், மகாவீரர் உடலைக் கடுமையாக வருத்தித் தவம் புரிந்தும், இடைவிடாது தியானித்தும், கடைசியில்தான் விழைந்த ஞானப் பேரொளியைப் பெற்றார். துறவிக்குப் பார்சுவர் அனுமதித்த மூன்று கோவணத் துண்டுகளைக்கூட இவர் புறக்கணித்துவிட்டு, முழு நிர்வாணமாகவே சுற்றியலைந்தார். இவரைப் பின்பற்றியவர்கள், நீரில் உள்ள உயிர்கள் இறந்துவிடுமோ என்று அச்சத்தால் தண்ணீரை வடிக்கட்டாமல் பருகவே மாட்டார்கள். சிறிதளவு கவனக் குறையும் உயிர்கள் கொல்லப்படக் காரணமாகலாம். உள்ளே இழுக்கப்பட வேண்டிய சுவாசக் காற்றைக்கூட, சிறு துணியின் மூலம் வடிக்கட்டப்பட வேண்டுமென்றிருந்தது. இதன் நோக்கம் சுகாதாரம் அல்ல; ஆயின், காற்றில் மிதக்கும் உயிர்கள் பாதுகாக்கப்பட வேண்டுமென்பதே. நீண்ட காலத்திற்குக் கடும் வெய்யிலிலும் மழையிலும், ஒருவர் தமது உடலை வாட்டிக் கடுந்தண்டனைக் குள்ளாக்கிக்கொள்வதை ஜைனர்கள் மட்டுமின்றி, அக்காலத்தில் வாழ்ந்த பிற சமயத்தலைவர்களும், சமயக்குழுக்களும் கடைப்பிடித்து வந்தனர். கோசாலாவும் நிர்வாணமாகச் சுற்றித் திரிந்தார்; ஆனால் அவர் குடித்தார்; உணர்ச்சிப் பெருக்குள்ள பாலுணர்வுச் சடங்குகளைக் கடைப்பிடித்தார். அவற்றின் துவக்கம், பூர்வகால வளமைப் பெருக்க வழிபாடுகளிலிருந்து (Fertility cults) எடுத்துக்கொள்ளப்பட்டது என்பது தெளிவு. பின்னர் எழுந்த தந்திரீகச் சடங்குகளின் துவக்கமும் அவ்வாறே பெறப்பட்டதெனினும், எப்போதும் அவை நடைமுறையில் கடைப்பிடிக்கப்படவில்லை; அவை பெரும்பாலும், தெய்வீக இணைவு விளக்கங்களாகவும், தீதற்ற மாற்று

ஏற்பாடுகளின் அடையாளக் குறிப்புகளாகவும் வலுவிழந்தன. எப்போதுமே, ஒதுக்கமான பகுதியில் எஞ்சி வாழக்கூடிய மக்களில் ஒரு சாராருக்கு, ஏவல், பில்லி சூனியம், வளமை பெருக்கச் சடங்கு ரகசியமான பழங்குடி வழிபாடுகள் ஆகியவை அத்தியாவசியமாகத் தோன்றியதை, நாம் ஒருபோதும் மறந்துவிடக்கூடாது. அதிகாரப்பூர்வமாக நாகரிகமான 'மதத்தை' கற்றுணர்வதில் அதிருப்தியுற்ற மக்கள், இத்தகைய ரகசியச் சடங்குகளைப் பண்டையிலிருந்து இஸ்லாமியர் காலந்தொட்டும், அதற்குப் பின்னரும் தொடர்ந்து கற்றதுடன், கடைப்பிடித்தும் வந்தனர். சிறப்பான சித்திகளைப் பெறுவதற்காகவோ குறைந்தபட்சம் ஒரு குறுக்குவழியில் முழுமையை அடைவதற்கோ, அவர்கள் அவற்றைக் கடைப்பிடித்தனர். கோசாலாவின் செயல்கள், ஆபாசமான தன்னிச்சை உணர்வுகள் என்று அவர் வாழ்ந்த நாட்களிலேயே கருதப்பட்டன. ஆனால், அவை எதிராளிகளின் அபாண்டமான பழிச்சொற்கள். பழங்குடிச் சார்புள்ள மருத்துவனின் சடங்குகள், தவ வாழ்வில், மெய்வருத்த நிலைகளின் வாயிலாக, பல குறிகளை இட்டுச்சென்றுள்ளன; நீண்ட காலத்திற்கு உணவையும் நீரையும் மறுத்து தவநிலை புகுதல், மூச்சைக் கட்டுப்படுத்தல், வழக்கு மீறிய நிலையில் உடலைப் பலவித கோணங்களில் வளைத்தவாறு வைத்திருத்தல். இவைகளும் இவ்வாறே வேறு அறிவிற்குப் பொருந்தாத உடற்பயிற்சிகளும் தெய்வீக சித்திகளை அருளக்கூடியவை என்று கருதப்பட்டன. உண்மையான தேர்ச்சிகளைப் பெற்றவர்கள் தங்களுடைய இசைப்படி பிறர் கண்களுக்குப் புலப்படாமல் மறையக்கூடியவர்கள் என்றும், வானில் பறக்கக்கூடியவர்கள் என்றும் எண்ணப்பட்டது. பிற்கால யோகப்பயிற்சிகளும், யோகாசன நிலைகளும் இப்படித்தான் வளர்ச்சியுற்றன. கடுமையான உடலுழைப்பும், தசைகளை வருத்தி வேலைகளைச் செய்தலும் இல்லாது வாழும் மக்களுக்கு- குறிப்பாக, சூடான தட்பவெப்ப நிலையில் வாழும் மக்களுக்கு- வரம்புகளுக்குட்பட்ட யோகப்பயிற்சிகள், நல்லதோர் உடற்பயிற்சி முறையாகும். அதிகபட்சம் ஒருவர், இதனால் சாதாரணமாகத் தன்னியல்புடன் இயங்கும் உடலை ஓரளவுக்குக் கட்டுப்படுத்தவும், நல்ல ஆரோக்கியத்தையும் பெறமுடியுமே தவிர, தெய்வீகச் சக்திகளைப் பெறமுடியாது.

பௌத்தம் இருவிதத் தீவிர நிலைகளுக்கு இடையே நின்றது. ஒன்றில் வரம்பற்ற முறையில் தனிப்பட்ட தன்னிச்சை உணர்ச்சிகள் மிகுந்துநின்றன. இரண்டாவதில், அதே அளவில் தனித்தன்மை ஓங்கியிருந்தாலும், முற்றிலும் அபத்தமான முறையில் உடலை

வாட்டிக்கொள்ளும் தவ ஒழுக்கத்தை வலியுறுத்தியது. இதன் காரணமாக, பௌத்த மத வளர்ச்சி நிலையாக இருந்ததுடன், ‘இடைப்பட்ட நெறி’ என்றும் அழைக்கப்பட்டது.

பௌத்தமதத் தத்துவத்திற்கு அடிப்படையாக விளங்குவது அஷ்டாங்க மார்க்கம் என்ற எட்டு ஆரிய சத்தியங்கள் ஆகும். அந்த எட்டில் முதலாவது, நற்காட்சி (ஸம்யக் திருஷ்டி), இவ்வுலகம் துன்பம் நிரம்பியது; கட்டற்ற விருப்புகள்; பேராசை, காமம் மேலும் தன்னுடைய இன்பத்தையே பெரிதாக எண்ணும் இயல்பும்கொண்ட மனித இனத்தால் இத்துன்பங்கள் தோன்றுகின்றன. இந்த அவா அறுத்தல், யாவர்க்கும் அமைதிகாட்டும் வழியாகும். இந்த முடிவான அமைதியை நோக்கிச் செல்லும் மார்க்கமே எட்டு ஆரிய (உயர்ந்த) உண்மைகள், அந்த அளவிற்குட்பட்ட முதல் உண்மையே நற்காட்சி. இரண்டாவது உண்மை நல்லூற்றம் (ஸம்யக் சங்கல்பம்); பிறரை ஏமாற்றிப் பொருளையும், பலத்தையும் அதிகரித்துக்கொள்வதோ, புலனுணர்வுகளிலும், ஆடம்பரங்களிலும் தன்னை மறந்து ஈடுபடுதலும் கூடாது. மனப்பூர்வமாக மற்றவர்களை நேசிப்பது மட்டுமன்றி மற்றவர்களுடைய மகிழ்ச்சியைப் பெருக்கவேண்டும்; இதுவே சரியான திட்டமாகும். மூன்றாவது உண்மை நல்வாய்மை (ஸம்யக் வாக்கு); பொய்ச் சொற்கள், பழிச் சொற்கள், கண்டனச் சொற்கள், பயனற்ற வீண் மொழிகள் மற்றும் இவை போன்ற நா மீறிய தவறான பேச்சுக்கள்; சமூக அமைப்பிற்குத் தீங்கு விளைத்திடும்; சண்டையைத் தோற்றுவித்து வன்முறைக்கும் கொலைபுரியவும் வித்திடும். ஆகவே, சரியான பேச்சு என்பது வாய்மையுடைத்ததாகவும், ஒருவருக்கொருவர் சுமுகமான நட்பை வளர்க்கக்கூடியதாகவும், நன்மதிப்புடையதாகவும், சீர்தூக்கிய அளவுடனும் இருத்தல் வேண்டும். நான்காவது உண்மை நற்செய்கை (ஸம்யக் கர்மம்); கொலைபுரிதல், திருடுதல், பிறர் மனை விழைதல் போன்ற உடலின் பிற செயல்கள், சமூகத்திற்குப் பெருங்கேடுகளை விளைவிக்கும். ஆகவே கொல்லாமை, களவாமை, கூடாப்புணர்ச்சி விரும்பாமை மற்றும் இவைபோன்ற பிறருக்கு நன்மை பயக்கும் நற்செயல்கள் அத்தியாவசியமானவை. ஐந்தாவது உண்மை, நல்வாழ்க்கை, (ஸம்யக் ஆஜீவம்); ஒரு சமூகத்திற்குத் தீங்கு விளைவிக்கும் வகையில், ஒரு மனிதன் பிழைப்பு நடத்தக்கூடாது. (உ-ம்) மது விற்பனை, கசாப்புக் கடை போன்றவை. தூய்மையும் நாணயமும் நிரம்பிய முறைகளை மட்டுமே ஒருவன் கடைப்பிடிக்க வேண்டும். ஆறாவது உண்மை நல்லூக்கம் (ஸம்யக் வியாயாமம்); தீய எண்ணங்களில் மனதைச்செலுத்த இடம் கொடாதிருத்தல், மனதில் ஏற்கெனவேயே குடியிருக்கும் தீய எண்ணங்களை அகற்றுதல், விரைவுடன் நல்லெண்ணங்களை மனதில் தோற்றுவித்தல், மனதில்

ஏற்கெனவேயே குடியிருக்கும் நல்லெண்ணங்களை நிறைவாக்குதல் ஆகியவை. இவ்வாறு தமக்குத் தாமே விதித்துக்கொள்ளும் வினைநுட்பமான மன ஒழுங்குக் கட்டுப்பாடுகளே இந்த எட்டு உண்மைகளில் ஆறாவதாக விளங்குகிறது. ஏழாவது உண்மை, நற்கடைப்பிடி (ஸம்யக் ஸ்மிருதி); எப்போதும், இவ்வுடல், அழுக்குள்ள கூறுகளால் ஆனது என்ற உள்ளுணர்வுடன் இருத்தல், உடலில் ஏற்படும் இன்பதுன்ப உணர்வுகளை, அடிக்கடி பரீட்சித்துப் பார்த்தல், சுயமாகத் தன்னுடைய மனத்தையே சோதித்தல், யாக்கைப் பிணைப்புகளிலிருந்தும், பாச உறவுகளிலிருந்தும் நேரும் கேடுகளை எண்ணித் தியானித்தல், இவ்வாறு நேரும் கேடுகளை அகற்றுவதற்குரிய வழிகளை எண்ணித் தியானித்தல் ஆகியன. எட்டாவது உண்மை, நல்லமைதி (ஸம்யக் சமாதி); இது மிகவும் கவனமுடன் நுணுக்கமாக வளர்க்கப்பட்ட ஒருமுகப்படுத்தும் மனப்பயிற்சியாகும். சுருங்கக் கூறினால் கிரேக்கர் உடலுக்கு 'உடற்பயிற்சித்துறை' (Gymnastics) எவ்வாறோ, அவ்வாறே பௌத்த மதத்திற்கு இது முக்கியமானது.

மதங்களில் இதுவே, மிகவும் சமூக நோக்குடையதாக விளங்கியது, தெளிவு. இதன் பல்வேறு நெறிகளின் நடைமுறை வழிகள் மிக்க கவனமாக வளர்க்கப்பட்டதுடன், புத்தராலேயே உபதேசிக்கப்பட்டதாகக் கருதப்படும் நீண்ட ஆருளுரைகளாக விளக்கம் செய்யப்பட்டன. பிரம்மச்சரியம் போன்ற சிறப்புக் கட்டுப்பாடுகள் துறவிகளுக்கு மட்டுமே உரியன; இம்மதத்தைப் பின்பற்றும் ஒரு சாதாரண மனிதனை இவை கட்டுப்படுத்தா. பௌத்த சங்கம் நிறுவப்பட்டது. துல்லியமாக, பழங்குடி சபா மன்றங்கள் இயங்கிய அதே முறைகளில், பௌத்தர்கள் கூட்டங்கள் நடத்தினார்கள். பௌத்தர்களின் **சங்கத்தில்** (கட்டளை), புத்தருடைய வாழ்நாளின்போது இருந்த துறைகளின் மொத்த எண்ணிக்கை, 500-க்கு மேல் இருக்க முடியாது. அவ்வாறே அவர் இறக்கும்வரை, ஒருசமயத்தில் கூட. அவர்கள் எல்லாரும் ஓரிடத்தில் கூடியதற்கான நம்பத்தகுந்த சான்று ஒன்றும் கிடையாது. சங்கத்தின் விதிகள் புத்தரின் அங்கீகாரம் பெற்றவை என்று காட்ட, பௌத்த மதத் திரு நூலின் முக்கிய அங்கமான சிறப்பு வினயம் ("கட்டுப்பாடு") அடங்கிய பிரிவு முழுவதும் புத்தரின் பெயரில் வகுக்கப்பட்டிருந்தன. இவற்றின் துவக்கம் பிற்காலத்துக்குரியது என்பது தெளிவாக இருப்பினும் புத்தரின் மறைவுக்குப் பிறகு உடனடியாக வகுக்கப்பட்டவையே இவை. புத்தருடைய வாழ்நாளிலும் அல்லது அவருடைய முடிவுக்குப் பிறகு நீண்டகாலம்வரையிலும் கூட, அவசியம் ஏற்பட்டால் சங்கத்தின் மற்றவர்களின் குறுக்கீடு இன்றி ஐந்தாறு பிக்ஷுக்கள்கொண்ட கூட்டம், சில சிறப்பான ஒழுக்க விதிகளைத் தங்களுக்கென்று வகுத்துக்கொண்டு, பின்பற்ற அனுமதிக்கப்பட்டனர். அதேசமயத்தில் அவர்கள் பௌத்த மதத்தின் அடிப்படைக்

கொள்கைகளுக்கு மரியாதை செலுத்த வேண்டும். குறைந்தபட்சம், ஒரு பிக்ஷுவுக்கு அனுமதிக்கப்படும் சொத்துக்களாவன: ஒரு திருவோடு, ஒரு கமண்டலம், மிஞ்சிப்போனால் கறையோ, பூவேலைகளோ இல்லாத மூன்று அரைவேட்டிகள் (பல கந்தைகளால் ஒட்டுப்போட்ட துணியை வைத்துக்கொள்வது பெரிதும் விரும்பப்படுகிறது); மற்றும், ஒரு எண்ணெய்த்தூக்கு, சவரக்கத்தி, ஊசி-நூல், ஒரு தடி ஆகியவை. மிகவும் பலவீனமானவர்கள், சாதாரண மிதியடிகளை அணியலாம். ஒரு நகரிலோ, கிராமத்திலோ அவர் சோற்றுக்காகப் பிச்சை எடுக்கலாமென்றாலும் (நாவின் ருசியை மிகவும் கட்டுப்படுத்தும் நோக்கில்) அவ்வாறு பிச்சையில் திரட்டிய மிச்சப்பட்ட உணவுகளைக் கதம்பமாக்கி, மதியத்திற்குள் ஒரு வேளை மட்டுமே உண்ணலாம். கிருகபதியுடன் அவர் வீட்டில் பிக்ஷு ஒருவர் ஒருநாள் இரவுப்பொழுதைக் கழிக்கவும் அனுமதி இல்லை. (பின்னர் மூன்று இரவு கள் அல்லது அதற்குக் குறைவாகக் கழிக்கலாம் என்று திருத்தம் செய்யப்பட்டது.) ஊர்க் குடியிருப்புகளுக்கு வெளியேயுள்ள வனம், குகை (தொடக்கத்தில் இயற்கைக் குகை), மரத்தடி, பறவைகளும், மிருகங்களும் தின்பதற்காகப் பிணங்கள் எரியப்படுகின்ற அல்லது. எரிக்கப்படுகின்ற மயானக் கொல்லை, ஆகிய இடங்களே பிக்ஷுக்கள் தங்குவதற்கு உகந்தவை. சில மந்திரச் சக்திகளைப் பெறவேண்டுமென்பதற்காக மனிதனையே பலியிடுவது போன்ற மிகவும் கொடூரமான பூர்வகாலச் சடங்குகள் இத்தகைய இடங்களில்தான் நடைபெற்றுவந்தன. இத்தகைய ஈமப்புறங்காட்டின் பயங்கரக் காட்சிகளினால் பிக்ஷுக்கள் மனம் தளராமல் கொடிய இடர்களை உறுதியுடன் சமாளித்து, வெற்றியடைய வேண்டுமென்று இவ்வாறு பணிக்கப்பட்டது. மழைக்காலத்தில் மட்டும் மூன்று அல்லது நான்கு மாதங்கள்வரை ஒரே இடத்தில் தங்க அனுமதியுண்டு. மற்ற எல்லாச் சமயங்களிலும் நடந்துசென்று (தேர், யானை, குதிரைவண்டி அல்லது பொதிக்குதிரை ஆகிய சவாரிகளை உபயோகிக்கக்கூடாது) மக்களுக்குப் போதனை செய்யவேண்டும். புத்தரைப் போலவே, ஆரம்ப காலத்தில் வாழ்ந்த பிக்ஷுக்கள் உணவு சேகரிப்பதில் வல்லவர்களாயிருந்தனர். வேற்று மனிதர்களிடமிருந்து தீட்டுப்பட்ட உணவுகளைப் பிச்சையாகப் பெறுவது பற்றி அவர்கள் நடத்திய விவாதங்களே அதற்குத் தக்க சான்றுகளாக விளங்குகின்றன; காடுகளின் வழியே நீண்ட பயணங்களை மேற்கொள்வதும் அவர்களுக்குப் பெரிய சிரமமாகத் தோன்றவில்லை. பொதுவாக அவர்கள் வணிகச் சாத்துக்களுடன் (Caravans) சேர்ந்து செல்வார்கள். ஆனால், அப்போதும் இரவு நேரங்களை அம்முகாமுக்கு வெளியேதான் கழிக்கவேண்டும். ஒரு புத்தபிக்ஷு. லாபத்தைக் கருதி கூலி வேலையையோ அல்லது விவசாயத்தையோ செய்யஅனுமதிக்கப்படவில்லை; யாசித்தோ அல்லது உயிரைக்

கொல்லாமல் காட்டில் விளையும் உணவைச் சேகரித்தோ உயிர்வாழ வேண்டும். அவ்வாறு வாழ்வதின் மூலமே, பிக்ஷுக்கள் தம்முடைய சமூகக் கடமைகளில் தங்குதடையின்றிக் கவனம் செலுத்தமுடியும். எல்லோருக்கும் சரியான வழியைக் காட்டித்தான் முன்னின்று அழைத்துச் செல்லும் சமூகக் கடமையே அது. புத்த பிக்ஷுவிற்கு முக்தி என்பது பிறவிச் சுழற்களிலிருந்து பெறக்கூடிய விடுதலை-நிர்வாணம்; இந்த அரூப இலட்சியம், ஒருபோதும் முழு விளக்கத்தைப் பெறவில்லை.

ஆன்மா இருக்கிறதா, இல்லையா என்ற கேள்விகளுக்கு புத்தர் விடையளிக்க மறுத்துவிட்டார். இருப்பினும், மறுபிறவி, கூடுவிட்டுக் கூடுபாய்தல் (உயிர் எவ்வகை உடலில் கலந்து புனர்ஜன்மம் கொள்கிறது என்பது பொருட்டல்ல) போன்ற கொள்கைகள் புத்தருடைய காலத்தில் இயற்கை என்று எண்ணத் தோன்றுகிறது. வேதங்களிலும், உபநிடதங் களிலும் இவை கிடையாது. இறந்த மனிதன், மீண்டும் ஒரு குலச்சின்ன மிருகமாகத் திரும்பி வருவான் என்ற பழங்குடிக் கருத்துக்கு இது ஒருபடி மேலாக விளங்கினாலும், இக்கருத்தின் வளர்ச்சி நமக்கு மிக முக்கியமானது. மனிதன் மறுபிறவியில் குறிப்பிட்ட குலச்சின்னமாகப் பதவி இறக்கப்படுதல் ஒரு பழங்குடிக்குரிய கட்டாயமாகவும், அம்மனிதனின் சுயேச்சையான விருப்பிற்கு, அப்பாற்பட்டதாகவும் இருந்தது. பௌத்த மதத்தினருடைய உயிர்ப் பெயர்ச்சியோ, கன்மத்தை, அதாவது ஒரு பிறப்பில் ஒருவன் செய்யும் வினைகளைப் பொருத்து அமைகிறது. நல்வினையுடைய கன்மம் என்பது, திரண்ட செல்வங் களையும், அமோக விளைச்சலையும் மட்டுமின்றி, கடன் அடைப்படு வதைப் போன்றோ அல்லது விதை கனியாவதைப் போலவோ, சரியான நேரத்தில் இன்பத்தைத் தரவல்லது. மண்ணில் தோன்றிய எல்லா உயிரினங்களும் கன்மங்களுக்குக் கட்டுப்பட்டவை. இறந்தபின், அவை கன்மத் தகுதியைப் பொறுத்து வேறு கூட்டில் புகுந்து மறுபிறவி எய்துகின்றன. அதாவது நல்வினையாக (நற்கன்மம்) இருந்தால் நல்ல உடலும், தீவினையாக (தீய கன்மம்) இருந்தால் அற்பமானதும், இழிவானது மான உடல், அதாவது ஒரு பூச்சியாகவோ, கால்நடையாகவோ உடல் கிட்டும். இக்கன்ம வினைகளுக்குக் கடவுள்களும் விதிவிலக்கல்ல. தன்னுடைய முற்பிறப்புக் கன்மங்கள் முழுமையாகச் சுற்றி முடிக்கும் போது, இந்திரனே கூட வானுலகப் பதவியிலிருந்து இறங்கிப் புவியில் ஊனெடுக்க வேண்டும். அதுபோலவே ஒரு சாதாரண மனிதனும் தெய்வங் களில் ஒன்றாக வானுலகில் பிறந்து. இந்திர பதவியை வகித்து சொர்க்க

இன்பங்களில் திளைத்து, கற்ப ஆயுளைப் பெறமுடியும்; ஆனால், அக்கற்பம் நிலையானதல்ல. புத்தரும், உண்மையிலேயே பேரொளி பெற்ற பிக்ஷுக்களும் பிறப்பு, இறப்பு, மறுபிறவி என்ற முடிவில்லாத சங்கிலித் தொடரிலிருந்து விடுதலைப் பெற்றனர். அஷ்டாங்க மார்க்கமும் நடுவழியும்கொண்ட பௌத்தம், பொருள்களையோ உலகப் பற்றையோ சாராது, வெறுப்பு, விருப்பின்றி, கருணை வடிவுற்று, தனிப்பட்ட ஆசைகளின் போட்டிகளினால் நிலைகுலைந்து நிற்கும் மனிதர்களுக்கு நல்வழி காட்டித் துணைசெய்யும் தூய்மையான வாழ்வு. இதில் தேர்ச்சியுற்றுச் சிறந்த யாசக பிக்ஷுக்கள் முடிவில் கிட்டும் பிறவி வேண்டா நிலையை எய்துவர்.

5.3. புத்தரும் அவருடைய சமூகமும்

புத்தருடைய வாழ்க்கையைப் பற்றிச் சுருக்கமாக எழுதுவது, உபயோகமான ஆய்வு. பின்னால் எழுந்த புராணக் குவியலின்கீழ் புதைத்து வைக்கப்பட்ட தொடக்கநிலைக் கருவை எட்டக்கூடியதோடு அல்லாமல், அந்த ஆய்வுச் சித்திரம், அவர் வாழ்ந்த காலத்தின் சமூக நடப்பையும் அறியவைக்கும். இம்மதத்தை நிறுவியவர் கௌதமர் என்ற இயற்பெயருடன் பிறந்து, தான்கொண்ட சமயக் கடமையின் காரணமாக சித்தார்த்தராக உயர்ந்தார். அவர் சாக்கியரின் இனம் பிரித்துக்காட்ட முடியாத சிறிய க்ஷத்திரியப் பழங்குடியைச் சேர்ந்தவர். இச்சாக்கியர்கள், ஆரிய மொழியைப் பேசி வந்ததுடன், தங்களை ஆரியர்கள் என்றே கருதிவந்தனர். கி.மு. ஆறாம் நூற்றாண்டின் பிற்பகுதியைச் சார்ந்த ஹக்காமனிஷ்யப் பேரரசான முதலாவது டரீயஸின் ஈலமொழி (Elamite Version) கல்வெட்டு சாக்கா எனும் தெளிவான பாலிமொழிப் பெயரைக்கொண்ட பழங்குடியின் மீது அவர்கொண்ட வெற்றியைக் கூறுகிறது. இவ்விருவர்களுக்கும் இடையே நேரிடையான தொடர்புகள் இல்லாமலிருக்கலாம்; ஆனால், இச்சாக்கியர்களுடைய ஆரியப் பூர்வீகம் நம்பக்கூடியதாக உள்ளது. இப்பழங்குடிக்குள் பிராமணர்களோ அல்லது சாதி-வர்க்க அமைப்பு முறையோ இல்லாததுடன், இச்சாக்கிய இனத்தார் உயர்ந்த வைதீக மத ஒழுக்கமுடையவர்களாகவும் தோன்றவில்லை. தேவைப்பட்ட நேரத்தில் ஆயுதம் தாங்கிப் போராடும் க்ஷத்திரியர்களாயினும், சாக்கியர்கள் பயிர்த்தொழிலையும் செய்தனர். புத்தருடைய தந்தை உட்பட எல்லா சாக்கியர்களும் ஏர் பிடித்து உழுதவர்களே. தவிரவும், தங்களுடைய ஆட்சிப் பகுதிகளுக்கு அப்பாலும் சில வணிகக் குடியேற்றங்கள் (நிகாமா) அவர்களுக்கு இருந்தன. சாக்கிய குலத்தலைவன் சுழற்சி

முறையினால் தேர்ந்தெடுக்கப்பட்டான். அதுவே, புத்தரைப்பற்றிய பிற்காலக் கதைகளில், அவரை இளவரசராகவும், மிகப் பெரிய அரண்மனைக்குரிய சுகபோகங்களில் திளைத்தவரென்றும் எழுத வைத்தது. உண்மையில், ராஜான்யா என்ற பட்டம் ஒரு குலத்தலைவனாகத் தேர்ந்தெடுக்கப்படத் தகுதியுடைய எந்த க்ஷத்திரியரை வேண்டுமானாலும் குறிக்கும். பொதுவாக சாக்கியர்கள், சுதந்திரமாகத் தங்ளுடைய சொந்தப் பிரச்சினைகளை நிர்வகித்துக் கொண்டார்களெனினும், வாழ்வையும், சாவையும் நிர்ணயிக்கும் அதிகாரத்தைப் பெறவில்லை. அத்தகைய அதிகாரம் இவர்களுடைய பெரு எசமானரான கோசல மன்னரிடம் (அப்போது ஆண்ட பாசேனாதி: சமஸ்கிருதத்தில் பிரசேனாஜித்) இருந்தது. அவருடைய மேலாதிக்கத்தை சாக்கியர்கள் ஏற்றுக்கொண்டனர். அவர்கள் இவ்விஷயத்தில், மல்லர், லிச்சாவி போன்ற ஆரியப் பழங்குடிகளிலிருந்து வேறுபட்டிருந்தனர்; இம்மல்லர், லிச்சாவி ஆகியோர் பலம்வாய்ந்த குடிகளாக விளங்கியதுடன், முழுமையான சுதந்திரம் பெற்றிருந்து போர்க்குணம் நிரம்பிய குழு ஆட்சி(ஆலிகார்க்கி)களாக இயங்கி, சமகாலத்து கிரேக்கக் குடியரசுகளுக்கு ஒப்ப வாழ்ந்தனர். இவர்கள் மீது வெளி அரசர்களின் மேலதிகாரம் செலுத்தமுடியாது. இவர்களும், தங்கள் ஆட்சிக்குழுவைச் சுழற்சி அடிப்படையில் தேர்ந்தெடுத்துக்கொண்டனர். புத்தருடைய பிறந்த ஆண்டு நமது கால ஆராய்ச்சிக்கு விலைமதிப்பற்ற புள்ளி விவரமாகவும், ஆதாரக் குறிப்பாகவும் விளங்கவல்லது. புத்தர், எண்பதாவது வயதில் இறந்தார். அவர் இறந்த ஆண்டை கி.மு. 543 என்று கணக்கிடும் ஒரு இந்திய மரபு உள்ளது. சான்றுகளுடன் பொருத்திப் பார்க்கும்போது, அதில் விளக்கமின்றி அறுபது ஆண்டுகள் கூடுதலாகக் கணக்கிடப்பட்டிருப்பது தெரிகிறது. இவ்வாறு கூட்டிய அறுபது ஆண்டுகள், பொதுவாக இந்தியர்களும், பிற ஆசிய மக்களும் கணக்கிடும் ஒரு முழுமையான அறுபது ஆண்டு சுழற்சியாகிய பிரபவாதி ஆண்டுகளாக இருக்கலாம். ஆகவே, கி.மு. 483 என்று கணக்கிடுவது பிற்கால நிகழ்ச்சிகளின் காலவரிசையுடன் பொருத்தமுடையதாகத் தோன்றுகிறது. இந்தியப் பனை ஓலைச் சுவடியில், புத்தரின் இறப்பிற்குப் பிறகு ஆண்டுக்கு ஒரு புள்ளி வீதம் குறித்து வைத்திருந்தார்கள், பின்னர் அது நன்கு அறியப்பட்டதோர் சீன ஆண்டில், கேண்டன் நகருக்கு எடுத்துச்செல்லப்பட்டது. பின்னால் கூறிய ஆண்டுக் கணக்கிற்கு, இது தக்க சான்றாக உதவுகிறது.

சாக்கியர்களின் சிறு பிரதேசம், பூர்வீகத் தன்மை வாய்ந்ததாகவும், வளம்குன்றியதாகவும் இருந்தது. இன்றுள்ள இந்திய-நேபாள எல்லையின் இரு பக்கங்களிலும், பஸ்தி, கோரக்பூர் ஆகிய மாவட்டங்களை ஒட்டி அப்போது அது அமைந்திருந்தது. இவர்களுக்கு அடுத்தாற்போல் வாழ்ந்த கோலியர் குடிமக்களும் புத்தரின் உபதேசங்களைக் கேட்டவர்களே. ஆகவே புத்தரின் உடல் தகனம் செய்யப்பட்ட பிறகு, இந்தக் கோலியர் அச்சாம்பலில் பங்குக்கு உரிமை கொண்டாடினர். ஆயினும், அப்போது அவர்கள் ஒரு பழங்குடி வாழ்விற்குரிய மிகத் தொடக்க நிலையிலேயே இருந்தனர்; கோல் என்றால் இலந்தை என்று பொருள். இலந்தை மரமே அவர்களுடைய பழங்குடிக் குலச்சின்னம். சிலர் காளையைச் சின்னமாகக்கொண்டு, அதற்குரிய சடங்குகளைத் தனிப்படப் பற்றிவந்தனர். எனவே, கோலியர்கள் எல்லோரும் பூர்வகுடி மக்களாகவே கணக்கிடப்பட்டு வந்ததுடன் அநேகமாக அவர்கள் இனரீதியாக நாகர்களுடன் சேர்த்து எண்ணப்பட்டனர். ஆகவே, ஆரியர்களான சாக்கியர்களுக்கும் கோலியர்க்கும் ரோகிணி நதிநீர் காரணமாக மூண்ட போரில் ஆரியர்களுடைய எல்லாப் போர் விதிகளையும் மீறிய சாக்கியர் நீரில் நஞ்சைக் கலந்தபோது, அவர்களுக்கு மனச்சாட்சி உறுத்தாததில் வியப்பு இல்லை. புத்தரே கூட, சால மரத்தோப்பில் பிறந்தவராவார். சால மரங்கள், லும்பினியெனும் தாய்த் தெய்வத்திற்குரிய புனித விருக்ஷங்கள்; அம்மரங்களுக்கு அருகிலிருந்த சாக்கியர்கள் பதவி வகிக்குமுன் ஸ்நானச் சடங்குகள் செய்யும் புஷ்கரத்தில் (படிகள் கட்டிய செயற்கைத் தாமரைக்குளம்) நீராடி முடித்த பின்னர், புத்தரின் தாயார் அவரை ஈன்றார். சால மரம் சாக்கியர்களின் குலச்சின்னமாகும். ஆகவே, தாயாராகிய மாயா, (கௌதமர் பிறந்த ஒரு வாரத்தில் இறந்துவிட்டார்) அப்போது வழக்கிலிருந்த எல்லா நோன்புகளையும் அங்கு நோற்றார். எக்காலத்திலும் எல்லா வகுப்புப் பெண்மணிகளும் கடைப்பிடிப்பதைப்போலவே, வரலாற்றுக் காலங்களிலும் நோன்புகள் இருந்தன. இன்றும் அந்த இடத்தில், அதே பெயரையுடைய அந்த தெய்வம் (உரும்மினி தேவி) புத்தரை முழுவதுமாக மறந்துவிட்ட மக்களால் வணங்கப்பட்டு வருகின்றது.

சாதாரண சாக்கியகுல க்ஷத்திரியர் வழக்கப்படி, வாலிபரான கோதமருக்கு ஆயுத வித்தை, குதிரையேற்றம், தேரோட்டம் போன்ற போர்ப் பயிற்சிகளும், பழங்குடி மரபுகளும் பயில்விக்கப்பட்டன. அவருக்கு, கச்சானா என்ற சாக்கியகுல நங்கையை மணம் செய்துவைக்கப்பட்டது; அவருக்கு ராகுலன் என்ற மகன் பிறந்தான்.

ஆனால் அச்சமயத்தில் புத்த தத்துவங்களின் எழுச்சி, வாழ்வுப் பிரச்சினைகளைத் தீர்த்து வைப்பதிலும், மனிதர்களைப் பிடித்திருந்த துயர்களைப் போக்குவதிலும், காரணங்கள் என்னவென்று அறிவதிலும் மக்களை ஈடுபடவைத்தன. அவற்றால் கோதமர் தூண்டப்பெற்றார். ராகுலன் பிறந்த சிலநாட்கள் கழித்து, தனது 29-வது வயதில், அவர் வீட்டையும், குலமக்களையும் துறந்து, தலைமுடியை மழித்தெறிந்து, தவசிகளுக்குரிய துவராடை பூண்டு, மனிதர்களுடைய துன்பங்களுக்கு விடுதலை தேடும் முயற்சியைத் தொடங்கிவிட்டார். கிட்டத்தட்ட ஆறு ஆண்டுகள்வரையில், அன்றுள்ள பல்வேறு சமயத் தலைவர்களிடம் வழிகாட்டும்படி வேண்டியபின்னர், அவர்களிடம் அதிருப்தியுற்று தமக்குத்தாமே நேரிடையான சோதனைகளிலும் இறங்கினார். பின்னர் உடனே சராசரி இரவலர் வாழ்வைப் புறக்கணித்துவிட்டு மிகத் தீவிரமாக உடலை வருத்திக்கொண்டு தவம் புரிந்தார். சில சமயங்களில், மனித அரவமே இல்லாது தனித்துவிடப்பட்ட நடுக்காட்டிற்குள் சென்று தவம் செய்தார். அவர் கயாவின், நிரஞ்சரா நதிக்கரையின் மீதுள்ள அரசமரத்தின் கீழ் அமர்ந்தபோது, சம்போதி ஞானம் பிறந்தது. இதற்குப் பிறகு அம்மரம், அநேகமாக வழிபாட்டுக்குரிய புனித மரமாகத் திகழ்ந்து, பின்னர் ஓர் பெரிய யாத்திரைத் தல மையமாக ஆகியதுடன் இலங்கை, சீனம் போன்ற தொலைவு நாடுகளுக்கு இம்மரக்கிளைகள் கொண்டுச்சென்று நடப்பட்டன. உடலை வருத்தும் தீவிர தவ வாழ்வைக் கைவிட்டதனால் புத்தரிடம் நம்பிக்கை இழந்து, அவரை விட்டுச்சென்ற பழைய சீடர்களுக்குக் காசியை அடுத்துள்ள சாரநாத்தில் (இசிபட்டணா) புத்தர் முதல் உபதேசத்தை அருளினார். இதற்குப் பிறகு தம்முடைய ஆயுளில் மீதியிருந்த நாற்பத்தி ஐந்து ஆண்டுகளையும் தமது கொள்கைகளை உபதேசம் செய்வதற்காகக் கால்நடையாகவே சுற்றினார். மழையின் காரணமாகக் கட்டாய ஓய்வு நாட்களைத் தவிர, கால்நடை தொடர்ந்தது. சில சமயங்களில், சில முக்கியமான சமூகப் பிரச்சினைகளுக்கு விடை வேண்டும்போது, ஆளரவமே இல்லாத ஒரு தனியிடத்திற்குச் சென்று சிந்தித்து முடிவு எடுத்தார். பிற்காலத்தில், ஆனந்தர் என்ற இளவயதுச் சீடர், இவருடன் சென்று, இவருடைய எளிமையான அன்றாட நடைமுறைகளை அனுமதித்தவரை புத்தரின் நலன்களை கவனித்துக்கொண்டார். புத்தருடைய போதனைகள் அவர் வாழ்நாட்களில் எழுத்து வடிவம் பெறவில்லையென்றும், அவையெல்லாம் ஆனந்தரின் நினைவிலிருந்து திருப்பிக் கூறப்பட்டன

என்றும், மரபு உள்ளது. புத்தர், பெரும்பான்மையான அறவுரைகளையும், மற்ற எல்லா இடங்களைக் காட்டிலும் கோசல நாட்டுத் தலைநகராகிய சாவத்தியிலேயே நிகழ்த்தினார். புத்தரின் பயணங்கள், கொசாம்பிக்கு அப்பால் வெகுதூரம் தொடர்ந்து இருக்கமுடியாது; அப்படியிருந்தால் அநேகமாக அவை யமுனைக் கரையிலுள்ள மதுராவோடு நின்றிருக்க வேண்டும். இருப்பினும், குருநிலத்திற்கு அவர் ஒன்றுக்கு மேற்பட்ட முறைகள் சென்றுள்ளார். இதன் எதிர்த் திசையைப் பொறுத்தவரை, ராஜ்கீர், கயா ஆகிய நகரங்களின் வழியே அடிக்கடி சென்றார். கங்கைக்குச் சற்றே தென்புறமாகவுள்ள, மிர்சாப்பூர், அருகே, புதிய குடியேற்றம் நிகழ்ந்த தட்சிணகிரிக்கும் விஜயம் செய்தார். இவருடைய நம்பத்தக்க உருவத் தோற்றம் அறியப்படவில்லை. சமகாலத்திற்குரிய உருவப்படங்கள் ஒன்றுமே இல்லை. உண்மையில் புத்தர் இறந்து பல நூற்றாண்டுகள்வரையிலும்கூட, ஒரு மரம் அல்லது அவருடைய அடிச்சுவடுகள் அல்லது பார்ஹத் போன்ற சிற்பங்களில் காணப்படும் தர்மச்சக்கரம் ஆகியவற்றாலேயே, நினைவுகூரப்பட்டார். எளிமையானதும், குறைவானதுமான உணவுடன் நெறி புகட்டும் யாத்திரை வாழ்வு, நீண்டகாலத்திற்கு அவரது ஆரோக்கியத்தைப் பாதுகாத்தது. அவர் நோய்நொடிகளுக்கு ஆளாகியதாகச் சான்றுகள் இல்லை. புத்தர் தம்முடைய முதுமைச் சரீரத்தைப்பற்றி, “பழுதடைந்து சிதைந்துபோன ஓட்டைவண்டி” போல உறுப்புக்கள் சேர்ந்துள்ள உடல் என்று நகைச்சுவையாகக் குறிப்பிட்டுள்ளார். இருப்பினும், தனது 79-வது வயதில், துணிவு குறைந்த சீடர்கள், நதியை கடப்பதற்குப் பரிசல்களையும், படகுகளையும் எதிர்பார்த்து நிற்க, இவரோ பாட்னாவில், கங்கை நதியை நீந்தியே கடந்ததாகத் தெரிகிறது. ராஜ்கீரிலிருந்து சாவத்தி செல்லும்வழியில், மல்லர் நாட்டிற்குரிய குசிநாரா என்ற இடத்தில் இவரை மரணம் தழுவிக்கொண்டது.

புத்தருடைய வாழ்வில் துணிகரச் செயல்களும், ஆபத்தும் சூழாமல் இல்லை. தக்கிணாகிரி(தென்மலை-மிர்சாப்பூர்)யிலும், மதுராவின் அருகிலும் கொடிய யக்ஷர் வழிபாடுகள் நிலவிவந்தன. அவர்கள் அவ்விடங்களின் வழியே செல்லும் அயலார்களைப் பிடித்துப் புதிரான கேள்விகளைக் கேட்பார்கள். விடைகள் திருப்தி தராவிட்டால், அவர்களைப் பலியிடுவார்கள். இந்த யக்ஷர்களில் (அவர்களுடைய மனிதப் பிரதிநிதிகள் என்று கொள்ளப்படுகிறது) சிலரை நல்வழிப்படுத்திய புத்தர், ரத்தம் சிந்தாத மாற்றுப் பலிகளைக் கடைப்பிடிக்கவைத்தார். இவர் பிக்ஷுவின் உடையில் இருந்தாலும், இவருடைய பெரிய மனிதத் தோற்றத்தையும், கவர்ச்சியான

உடற்கட்டையும் கண்ணுற்ற மாமன்னர் பிம்பிசாரர், இவரைப் போர்ப்பயிற்சி பெற்ற க்ஷத்திரிய வீரர் என்பதை உறுதி செய்துகொண்டப் பிறகு, அப்போது பிரபலமாகாமல் இளமை முறுக்குடன் இருந்த புத்தருக்கு மகதப் படையின் தலைமைப் பதவியை அளிக்க முன்வந்தார். அதை மறுத்த பிறகும், புத்தரும், அம்மன்னரும் நட்புடன் திகழ்ந்தனர். இவருடைய சாதியையும், பிரம்மச்சரிய விரதத்தையும் பொருட்படுத்தாமல், தன்னுடைய அழகுத் திருமகளை புத்தருக்கு மணம் செய்துகொடுக்க மாகந்தியர் என்ற பிராமணர் முன்வந்தார். அவளை மணக்க மறுத்ததன் காரணத்தால், புறக்கணிக்கப்பட்ட அப்பேரழகியின் நீண்ட பகையைப் புத்தர் சம்பாதித்துக்கொள்ள நேர்ந்தது. பின்னர் வேறொரு இளவரசனை மணந்துகொண்ட அப்பெண், புத்தரைப் பழிவாங்க முயற்சி செய்தாள். போட்டி சமயத் தலைவர்களால் தவறான குற்றச்சாட்டுகள் எழுப்பப்பட்டன; திடகாத்திரம் நிரம்பிய மனிதன் பயிர்த்தொழிலையோ வேறு உற்பத்தி தொழிலையோ செய்ய வேண்டுமென்று எண்ணியவர்கள் வெறுப்பை உமிழ்ந்தனர். சட்டத்திற்குப் பணியாத கொடிய கொள்ளைக்காரனான அங்குலிமாலா, வழிபோக்கர்களைப் பிடித்துக்கொள்வதனால் நாட்டைவிட்டுத் துரத்தப்பட்டவன், அவன் புத்தரையும் அச்சுறுத்த நெருங்கியபோது, புத்தர் அவனை நல்வழிப்படுத்தினார். பின்னர் அவன் சங்கத்தில் சேர்ந்து ஒரு துறவியாகவே தன்னுடைய கடைசிக்கால வாழ்வைக் கழித்தான். அக்காலத்தில் பெரும்பணக்காரனாகவும், வணிகப் பெருவள்ளலாகவும் விளங்கிய சுதத்தன், ('அனாத பிண்டிகா', அதாவது அனாதைகளுக்கு அன்னமிடுபவன் என்று தன்னை அழைத்துக்கொண்டான்) சாவத்தி நகருக்கு வெளியே, இளவரசன் ஜேதனுக்குச் சொந்தமானதோர் நந்தவனத்தை வாங்கி, அந்த இடத்தை மண்ணே வெளியில் தெரியாதவாறு வெள்ளித் துண்டுகளால் தரையை இழைத்து, புத்தருக்கும் அவருடைய சீடர்களுக்கும் மாரிக்கால ஓய்வு இல்லமாக வழங்கினான். குடித்தலைவர் (கஹபதி) அடங்கிய வர்க்கங்களின் பல வணிகர், செல்வர் இல்லத்து ஆடவரும் பெண்டிரும், கன்மம், மறுபிறப்பு ஆகியவற்றின் சக்தியில் கட்டுண்டு அமைதிகாண விரும்பிய சாதாரண குடிமகனுக்குப் புத்தர் வகுத்தளித்த கடமைகளை மிகக் கவனமாகக் கேட்டனர். மகிழ்ச்சியுடன் ஒற்றுமையாக வாழ்ந்த தம்பதியர் மீண்டும் மறுபிறப்பில் கணவன்-மனைவியராகவே பிறக்கவேண்டும் என்று வேண்டியபொழுது புத்தர் செய்த உபதேசத்தைப் பற்றிய அழகிய கதை ஒன்றுள்ளது. ஒழுக்கம் நிரம்பிய குடும்ப வாழ்வின் எளிய கடமைகளைச் செய்துவரும்போது

இது சாத்தியமாகும் என்று புத்தர் மறுமொழி வழங்கினார். புத்தருடைய வாழ்நாளில், அவருடைய முக்கியமான சீடர்களாக விளங்கியவர்களில் சாரிபுத்தர், மொக்கல்லானர் போன்ற பிராமணர்கள் சஞ்சயரை விட்டகன்று சங்கத்தில் சேர்ந்தபோது, புத்தரைவிட மிகுந்த புகழுடன் விளங்கினர். ஆரம்பகாலத்தில் தத்துவங்களை உருவாக்கி, அமைப்புகனை நிறுவி, பௌத்த மத சங்கங்களை வளர்த்ததில் இவர்கள் பெரும் பங்கை ஏற்றனர். ஆனால், சமூகத்தின் மற்ற எல்லாப் பிரிவினர்களும்கூட புத்தருக்கு சீடர்களாக அமைந்திருந்தனர். பௌத்தச் சங்கத் தலைவர்களின் மரபு வரிசையில் முதல் இடத்தைப் பெற்றவர் உபாலி. அவர் சங்கத்திற்குள் சேர்வதற்கு முன்பு, சாதியில் தாழ்ந்த நாவிதராக இருந்தவர் (ஆனால், அவர் சாக்கியர் என்பதும் கிட்டத்தட்ட உறுதி). புத்தருடைய ஒன்றுவிட்ட சாக்கியச் சகோதரரான தேவதத்தன் கூடுதலான புற ஒழுக்கக் கட்டுப்பாடுகளும், குறைவான சமூக உறவுகளுமே துறவிகளுக்கு வேண்டும் என்று விரும்பினான். அந்த அளவுக்கு ஒரு சமூக உணர்வற்ற விதியை ஏற்றுக்கொள்ளாத தன்னிகரற்ற தலைவரை, அவன் கொல்ல முயன்றதாக அவன்மீது ஒரு பழியும் உண்டு. தோட்டி, நாய் தின்னும் புலயர் போன்ற தாழ்ந்த சாதி மக்களை, புத்தரே முன்னின்று பௌத்த சங்கத்தில் சேர்த்துக்கொண்டார். அவர்கள் உயர் மதிப்புள்ள பிக்ஷுக்களாக கௌரவிக்கப்பட்டனர். பிக்ஷுணிகளுக்கென்று அவர்களுடைய தனி அமைப்பைக்கொண்டதோர் பௌத்த சங்கம் நிலவிவந்தது. பழங்குடிக் குலத்தலைவர்கள் நிலையிலிருந்து அப்போது மிகப் பெரிய முடிவேந்தர்களாக உயர்ந்த கோசல, மகத மன்னர்கள் இருவருமே உரிய மரியாதைகளுடன் புத்தருக்கும் பேராதரவை நல்கினர். சுந்தன் என்று அழைக்கப்பட்ட கருமான் ஒருவன், காளான்களைக்கொண்டு சமைக்கப்பட்ட உணவை, புத்தருக்கு விருந்தாகப் படைத்தான். அது மூப்பெய்திய புத்தரின் உடலுக்கு ஒத்துக்கொள்ளாததால் முன்பு குணமாயிருந்த சீதப்போக்கு நோய்க்குத் திரும்பவும் ஆளானார். ஆசானின் கடைசி நோயும் அதுவே. ஆனால், ஒழுக்கம் பற்றிப் புத்தர் நிகழ்த்திய சிறப்புச் சொற்பொழிவில் பணக்கார வணிகர்ளுக்கும், உயர்குடும்பத்து இளவரசர்களுக்கும் அளித்த மரியாதையை அக்கொல்லனுக்கும் அளித்தார்.

பண்டைய பௌத்தமதத் திருமறை நூலான சுத்த நிபாதத்திலிருந்து பெறப்பட்ட கதை அளிக்கும் தகவல், பயனுள்ள விவரங்கள்கொண்ட அறிக்கையாக விளங்குகிறது. அதிலிருந்து பௌத்தமதம் பரவியது பற்றியும், சமகால இந்தியாவைப் பற்றியும் தெரியவருகின்றன. பாவரி என்ற பெயருடைய கோசல

பிராமணர் சாவத்தித் தலைநகரை விட்டுத் தென்புல வணிக வழிக்கும் கீழே (இன்றுள்ள தக்காணமாகிய தட்சிண பாதம்) ஏற்பாரை நாடிச்சென்றார். ஒருசில இளவயதுச் சீடர்களுடன் மூலா, கோதாவரி ஆகிய இரு நதிகளும் கலக்கும் இடத்தில், அவர் குடியேறினார். அது அசகாஸின் ('குதிரைக் குலத்தோர்', இப்பழங்குடி, பின்னர் சாதவாகனர்களாக உருவெடுத்தது) ஆட்சி எல்லையில் இருந்தது. அவர் காட்டில் விளையும் மூங்கிலரிசி, கொட்டைப் பருப்புகள் ஆகியவற்றையும், மண்ணில் விளையும் கிழங்குகள், வேர்கள் ஆகியவற்றையும் உண்டு, உணவு சேகரிப்பின் மூலம் உயிர்வாழ்ந்தார். கடைசியில் அந்தப் பிராந்தியத்தில் முழு அளவுள்ள கிராமம் உருவாயிற்று. அந்தக் கிராமத்திலிருந்து கிட்டிய உபரிகளை வைத்துக்கொண்டே, வைதீக முறைப்படி, பெரிய அளவு யஞ்ஞ பலிகளில் ஒன்றை (யாகம்) நடத்த, பாவரி ஏற்பாடு செய்தார். தானங்களைப் பங்கிட்டு முடித்த பிறகு எதிர்பாராதவிதமாகத் தோன்றிய ஒரு பிராமணரால் அது குழப்பத்தில் முடிந்துவிட்டது. தமக்கு தானம் கொடுக்க வக்கில்லாத பாவரியை அவர் சபித்தார். பின்னர் இதற்குத் தீர்வுகாணும் நிமித்தம், பாவரி தமது சீடர்களில் பதினாறு பிராமணர்களை வடக்கில் இயங்கிய புத்தரிடம் அனுப்பினார். ஏனெனில் வணிகவழியின் தென்கோடிவரை பரவியிருந்த புத்தரின் புகழிலிருந்து அவர் ஒருவரே இச்சாபத்தின் விளைவை முறியடிக்கக்கூடியவரென்று பாவரி கருதினார் என்று தோன்றுகிறது. இச்சீடர்கள், முதலில் தக்ஷிணபத வணிகவழி முடிவடையும் (ஆசிரமத்திற்குத் தென்கிழக்கில் அமைந்துள்ள) பைத்தானை அடைந்தனர். பின்னர் அநேகமாக அவ்வழியே செல்லும் வணிகச்சாத்தின் (Caravan) உதவியால் அவுரங்காபாதைக் கடந்து, நர்மதாவின் கரையிலுள்ள மகேஸ்வருக்கும், பிறகு அங்கிருந்து உஜ்ஜயினி, கோநாத்தா (எந்த ஊர் என்று உறுதியாகவில்லை; ஆயின் அது கோண்டர் பழங்குடி நாடு), பீல்சா, கொசாம்பி, சாகேதா (பைசாபாத்) ஆகியவற்றைக் கடந்து சாவத்தியை அடைந்தனர். அங்கிருந்து சேதவ்யா, கபிலவாஸ்து (சாக்கியத் தலைமையிடம்), குசிநாரா, பாவா (இரண்டும் மல்லத்தைச் சேர்ந்தது), போகநகர், வைசாலி (லிச்சாவியின் அன்றைய தலைநகரம்; இன்றைய பாசார்), ராஜ்கீர் ஆகிய நகர்களுக்குச் செல்ல வடக்கு வணிகவழி (உத்தராபதம்)யின் கிழக்குப் பிரிவில் சேர்ந்தனர். கடைசியில் அவர்கள், ராஜ்கீருக்கு வெளியேயிருந்த ஒரு கல்லறைச் சைத்தியத்தில் புத்தரைக் கண்டுபிடித்தார்கள். அப்போது, அவரிடம் கேட்கப்பட்ட கேள்விகளில் சில இவ்வுலகத்தை மூடியிருப்பதும், பேரொளியைத்

தடுத்து நிறுத்துவதும் எது? வாழ்வில் தோன்றும் முட்டுக்கட்டைகளிலிருந்து மனிதனை விடுவிப்பது எது? உலகத்தில் எல்லா நிறைவுகளையும் அடைந்து திருப்தியுறுபவன் யார்? ஞானிகள், க்ஷத்திரியர்கள், பிராமணர்கள் மற்றும் வேறு மக்கள், ஆகியோரை தெய்வங்களுக்குப் பலி நடத்தும்படி நெருக்குவது எது? உலகத்தின் பல்வேறு துன்பங்களுக்குரிய தோற்றுவாய் எது? உண்மையான ஞானி, தத்துவக் கேள்விகளில் தேர்ச்சியுற்றவனா? அல்லது (வைதீக) சடங்குகளில் தேர்ச்சியுற்றவனா? ஆசைகளிலிருந்தும் ஐயத்திலிருந்தும் தன்னை விடுவித்துக்கொள்ளும் ஒருவனுக்குக் கிடைக்கக்கூடிய முக்தியின் தன்மை என்ன? இக்கேள்விகளெல்லாம் ஆரம்பகால உபநிடதங்களின் உருமாதிரிகளே.

இக்கேள்விகள், அந்தக் காலகட்டங்களில் பீரிட்டெழுந்த ஆன்ம உணர்ச்சிகளை வெளிப்படுத்துகின்றன. நாம் எடுத்துக்கொண்ட நூற்சான்றில் பைத்தானிலிருந்து சாவத்திவரை செல்லும் தென்வணிக வழியைப் பற்றிய விவரம் குறிக்கப்பட்டுள்ளது. அக்காலத்தில் மகதத்தைவிட, கோசலமே சிறப்புற்றிருந்தது; தவிர, கொசாம்பியிலிருந்து காசிக்கும், அங்கிருந்து மேற்கொண்டு கிழக்கு நோக்கியும் நிலவழி செல்லும் நேரிடையான வணிகப் போக்குவரத்து மிகவும் பிரபலமாகவில்லை. கி.மு. ஆறாம் நூற்றாண்டின் இடைப்பகுதிவரை, கோதாவரி நதிப்பகுதியில் விவசாயமே தோன்றவில்லையென்று தெளிவாகிறது. அதன்பிறகுதான் கிராமக் குடியேற்றம் வெகுவிரைவாகப் பரவியது. அநேகமாக அதற்குக் காரணம், இரும்பும், இரும்பைப் பயன்படுத்தும் அறிவும், கனமான வடக்கத்திய ஏரும் அப்பொழுதுதான் அப்பிரதேசங்களை அடைந்தன. இவ்விதமாக, தக்காணம் வரலாற்றுக்கு முற்பட்ட காலத்திலிருந்து விழிப்படைந்த காலத்தை ஓரளவுக்குச் சரியானவாறு, புத்தருடைய வாழ்க்கை பற்றிய குறிப்புடன் பொருத்தி நிர்ணயம் செய்யமுடிகிறது. இது தற்செயலாக, நர்மதாவின் கரையிலுள்ள மகேஸ்வர், பிராவரா-முலாப் பண்பாடுகளுக்கு இட்டுச்செல்லும் கோதாவரிச் சந்திப்பிற்கு அருகேயுள்ள நெவாசா ஆகிய இடங்களில் அகழ்வுச் சான்றுகளுடன் பொருந்தி நிற்கின்றது. அத்துடன் தென்பகுதிகளின் அகழ்வுகளில் இடையே தோன்றும் கலவைப் பாறைகளின் உட்சறுக்கீட்டைக் காட்டும் நில அடுக்கையும் அது விளக்குகின்றது. நெவாசாவிலிருந்து பிரவார சங்கம்வரையில் உள்ள பிராந்தியம் வரலாற்றுக் காலம் முழுவதிலும் தென்புல பிராமணர்களுக்குப் புண்ணிய இடங்களாக விளங்கி வந்ததற்குச் சான்றுகள் உள. மகாராஷ்டிர ஞானியாகிய ஞனேஸ்வரர், ஆலந்தியில்

உடன்வாழ்ந்த பிராமணர்களின் கொடுந் தொல்லைகளிலிருந்து தப்பி, கி.மு. 13-ம் நூற்றாண்டில் இங்குதான் அடைக்கலம் புகுந்தார். அவர் பகவத்கீதையை சீர்வரிசையுடன் மொழிபெயர்த்து, விளக்கவுரை எழுதியதே, அவர் செய்த குற்றம். இப்படைப்பு நூல், மராத்திமொழிக்கு அதன் உருவத்தை அளித்ததுடன், பிற்காலத்தில் எல்லா சாதி மரபுகளுக்கும் நீண்டகாலம் ஊக்கத்தையும் நல்கியது. ஆனால், ஒரு புது மொழிக்குரிய ஊக்கமும், விவசாயக் குடியேற்றத்திற்குரிய தூண்டுதல்களும் இல்லாவிட்டால், அப்பிராந்தியத்தில் கீதையும், கீதை மொழிபெயர்ப்பும் எழுதவேண்டிய அவசியமே இருந்திருக்காது. மொழி, விவசாயம் ஆகிய வளர்ச்சிகளுக்குரிய ஊக்கம் வடக்கிலிருந்து பெரிய அளவுக்கு கி.மு. ஆறாம் நூற்றாண்டில் தெற்கே வந்தடைந்தன.

சாதி, செல்வம், தொழில் ஆகியவற்றைக் கருதாமலும், எந்தவிதமான சடங்குகளுக்கு முக்கியத்துவம் தராமலும், ஒரு குடும்பத் தலைவர், விவசாயி ஆகியோருக்குரிய கடமைகளை, பௌத்தமதத் திருமறை நூல்கள் வகுத்தளித்தன. அவை, பிராமணர்களுடைய வெளிப் பகட்டுகளையும், சிறப்புச் சடங்குகளையும் எதிர்த்துக் கைதேர்ந்த முறையில், ஆனால் எளிய சொற்களில் வாதிட்டன; சமூக அந்தஸ்தை நிலைநிறுத்துவதற்காக சாதி போற்றப்பட்டு வந்திருக்கலாம்; ஆனால் அது நிலையானதல்ல; மேலும் அதன் உட்கருத்தும் நியாயமானதாக இல்லை. அவ்விதமே, சடங்குகளும் நல்வாழ்வுக்குப் பொருத்தமற்றிருந்ததுடன் தேவையற்றதுமாயிருந்தன. ஏறக்குறைய அத்திருமறை நூல்கள் யாவும் புத்தருடைய சொற்பொழிவுகளிலிருந்தும், உரையாடல்களிலிருந்தும் பெறப்பட்டனவாகக் கருதப்பட்டன; அன்றாடப் பேச்சுவழக்கிலும், எளிய நடையிலும் அவை எழுதப்பட்டதுடன், அவற்றில் தெய்வீகப் புனைவுகளோ, பேராசை நோக்கங்களோ காணப்படவில்லை. அவை சமகால சமுதாயம் முழுவதற்குமே எடுத்துரைக்கப்பட்ட புதுவகை மத இலக்கியமாகத் திகழ்ந்ததுடன் சித்துவேலையில் கைதேர்ந்த சில குருமார்களின் தனிச் சொத்தாக இருக்கவில்லை. இவை எல்லாவற்றையும் காட்டிலும் மிக முக்கியமானது, புத்தரோ ஊர்பேர் தெரியாத அவர் சீடர் ஒருவரோ சர்வாதிகார மன்னனுக்குரிய புதிய கடமைகளைத் துணிவுடன் முன்மொழிந்ததேயாம்; கொள்ளைக்காரர்களாலும் சமூகவிரோத சக்திகளினாலும் அல்லற்படும் நாட்டில், சாதாரணமாக வரிவசூல் செய்வதால் ஒருவன், கடமையாற்றும் மன்னனாகிவிடமாட்டான். கொள்ளைகளையும், கலகங்களையும் ஒருபோதும் ஆயுத பலத்தினாலோ, மிகக்கொடிய தண்டனைகளினாலோ அடக்கிவிட

முடியாது. வறுமையும் வேலையில்லாத் திண்டாட்டமுமே, ஒரு சமூகக்கேட்டின் அடிப்படை. அறம், நன்கொடை ஆகியவற்றால் அதைக் களையமுடியுமென்று எண்ணினால், அவை கையூட்டுக்களாகவே இருக்கும்; மேலும் அவை தீவினைக்குரிய பரிசுகளாகவும், தீவினைக்குரிய தூண்டுகோல்களாகவும் மட்டுமே அமையக்கூடும். விவசாயத்தையும் கால்நடை வளர்ப்பையும் நம்பி வாழும் மக்களுக்கு விதைகளையும் உணவுகளையும் அளிப்பதே சரியான வழி. வியாபாரத்தை நம்பி வாழும் மக்களுக்குத் தேவையான முதல்களைக் கொடுத்து உதவுதல் வேண்டும். அரசுப் பணி ஊழியர்களுக்குச் சரியாகவும் ஒழுங்காகவும் சம்பளம் தரவேண்டும். அப்போதுதான் அவர்கள் ஒரு ஜனபதத்தின் மக்களைக் கொடுமையுடன் கசக்கிப் பிழியும் வழிகளைக் கடைப்பிடிக்காமல் நடந்துகொள்வார்கள். இவ்வாறு இத்திட்டங்களின் வாயிலாக நிறைந்த செல்வங்களைத் திரட்டவும் ஜனபதத்தைக் கொள்ளையர்களிடமிருந்தும், திருடர்களிடமிருந்தும் காப்பாற்றவும் முடியும். அவ்வாறு உற்பத்தித் தன்மையும், திருப்திகரமும் நிரம்பியதோர் சூழ்நிலையில், ஒரு குடிமகன் தன்னுடைய குழந்தைகளை வசதியுடனும், மகிழ்ச்சியுடனும், வறுமையும், பயமும் இல்லாமலும் வளர்த்துவர முடியும். கருவூலத்திலிருந்தோ, தனியார் நன்கொடையிலிருந்தோ பெறக்கூடிய உபரி நிதிக் குவிப்புகளைக் கிணறுகள், குளங்கள் வெட்டுதல், வணிகப் போக்குவரத்துச் சாலை மருங்கில் தோப்புகள் அமைத்தல் போன்ற பொதுப்பணித் துறைகளில் செலவழிப்பதே சிறந்த திட்டமாகும்.

இது, வியப்பூட்டும் ஒரு நவீன அரசியல் பொருளாதாரத் திட்டத்தின் அம்சம். வைதீக யஞ்ஞங்கள் நிகழ்ந்த பூர்வகாலத்தில் அப்பொழுதுதான் காடுகளை அழித்தவாறு முன்னேறிவந்த அந்தச் சமூகத்தில் அத்திட்டம் வழிநடத்தப்பட்டதை எண்ணும்போது இது, மிக உயர்ந்த வரிசையில் வைத்து எண்ணப்படவேண்டியதோர் அறிவுத்துறைச் சாதனையாகும். இப்புதிய தத்துவம் மனிதன் சுயக் கட்டுப்பாடுகளை வளர்த்துக்கொள்ள வகைசெய்தது. விஞ்ஞானம், தொழில்நுட்பங்கள் ஆகியவற்றின் வாயிலாக இயற்கையைக் கட்டுப்படுத்துவதன் மூலம் விளையும் ஆதாயங்களை, எல்லா மனிதர்களுக்கும் சமமாக, ஒவ்வொரு தனி நபருக்கும் உரிய தேவைகளைப் பொருத்துப் பங்கிட்டு அளிப்பதை மாத்திரம் அதனால் செய்ய இயலவில்லை.

ஏதோ கண்காணாத கிராமம் ஒன்றில் புத்தரின் ஆவி பிரிந்தபோது, ஒரே ஒரு சீடர் மட்டுமே அருகில் இருந்து அவரை கவனித்துக் கொண்டார். அப்போது அவர் பிறந்த குலமாகிய சாக்கியப் பழங்குடியினர் படுகொலை செய்யப்பட்டனர். அவரை ஆதரித்துவந்த பெருவேந்தர்கள் இருவரும், பரிதாபகரமான சூழ்நிலைகளில் இறந்தனர். பேராற்றலுடன் விளங்கிய அவருடைய மாணவர்கள் சாரிபுத்தனும் மொக்கல்லனாவும் ஏற்கெனவே நிர்வாணம் எய்திவிட்டனர். இருப்பினும், பௌத்த சமயத்தின் வளர்ச்சி தொடர்ந்து நடைபெற்றது. ஏனென்றால், வேகமாக வளர்ந்து செல்லும் ஒரு சமுதாயத்தின் தேவைகளுக்கு மேன்மையுடன் அது பொருந்தி நின்றது.

5.4. யதுக்களின் கரிய வீரன்

கோடிக்கணக்கான இந்தியர்களுக்கு ஒரு ‘உண்மை மதமாக’ இந்த நூற்றாண்டுவரை எஞ்சியுள்ள சமய நம்பிக்கை பல்வேறுபட்ட அம்சங்கள் ஒன்றுகலந்த கிருஷ்ண வழிபாடேயல்லாது, பௌத்த மதம் அல்ல. மனித தெய்வமாக விளங்கும் கிருஷ்ணனைத் துயரங்களிலிருந்து தன்னை மீட்கும்படி யார் வேண்டுமானாலும் பிரார்த்திக்கலாம். ஆனால், மனித குருவாக விளங்கிய புத்தரை அவ்வாறு வேண்டிக்கொள்ள முடியாது. இவ்விருவர்களுடைய முயற்சிகள் யாவும் எதிரெதிராக அமைந்திருந்தாலும், பிற்காலத்தில் கிருஷ்ணனின் பெயரைத் தாங்கிநின்ற கோட்பாடுகளில் பெரும்பகுதியும் பௌத்த மதத்திலிருந்து கடனாகப் பெறப்பட்டிருந்தன. அவ்வாறே பட்டப் பெயர்களும் (பகவத், நரோத்தமர், புருஷோத்தமர்) கடன் பெற்றவையே. புத்தரோ வரலாற்றுக்குரிய மனிதராக விளங்குகிறார்; ஆனால், எண்ணற்ற கிருஷ்ணர்களில் யாரையுமே வரலாற்று ரீதியாகக்கொள்ள முடியாது. அக்கிருஷ்ணர்களைப் பற்றிய தெய்வீகக் கதைகளையும், புராணங்களையும் ஒன்றுசேர்த்து, எல்லாம்வல்ல ஒரு கரிய தெய்வம் உருவாயிற்று. பிற்காலத்தில் புனையப்பட்ட கணக்கற்ற தெய்வீகக் கதைகளினாலும், மனித குருவாகிய புத்தருக்குப் படிப்படியாக தெய்வீக அந்தஸ்துகள் அளிக்கப்பட்டதாலும் பௌத்த மதம் நலிவுற்றது. ஆனால், முழுக்க முழுக்க அத்தெய்வீகக் கதைளைக்கொண்டே கிருஷ்ண வழிபாடு நிறுவப்பட்டதுடன், அக்கதைத் திரட்டுகளே அவ்வழிபாடுகளின் வளர்ச்சிக்கு பலத்தையும் அளித்தன. மிக எளிமையான சொற்களையும், நேரான வாதங்களையும்கொண்டு தெளிவுடனும், அடக்கமுடனும் போதிக்கப்பட்ட ஆரம்பகால பௌத்தமத அருளுரைகளைப் போல், கிருஷ்ணரின்மீது போலியாக போதனைகள்

ஏற்றிக் கூறப்பட்டுள்ளன. அறிவொளி வீசும் சம்ஸ்கிருதத்துடன், முரண்பாடுகளுக்கெல்லாம் சிகரம் வைத்தாற்போல் விளங்கும் நூலான கீதை, வாசகர்களுக்குக் கிட்டத்தட்ட எல்லாச் செயல்களுக்குமே வக்காலத்தை அனுமதிக்கும் அதே நேரத்தில், அதன் விளைவுகளை உதறித்தள்ள உதவுகிறது. இத்தெய்வமும் இதேபோல் முரண்பாடு நிரம்பியது. எல்லா மனிதர்களுக்கும் எல்லாமுமாக இருந்து, பெரும்பாலான பெண்களுக்கு சர்வ ரட்சகனாகவும் விளங்கும் இத்தெய்வம் பல்வேறு உருவங்களும் உடையது. தெய்வாம்சம் நிரம்பியதும், விரும்பத்தக்கதுமான ஒரு குழந்தைதான் குறும்பு நிரம்பிய ஆயர்குலப் பாலகன் ஆயர்பாடியிலுள்ள எல்லாக் கோபியர்களுக்கும் உரிய காதலன்; எண்ணற்ற பெண் தேவதைகளின் கணவன்; வர்க்கபேதம் பாராட்டாது பலதரப்பட்ட நங்கையர்களுக்கு ஆண்தன்மை மிக்க பள்ளியறைக் காதலர்களில் தலைசிறந்தவன்; இருப்பினும் ராதாவுக்கு மட்டுமே தெய்வீகக் கலவியை அளிப்பவன்; ஆயினும், அவனே இன்பம் நினையாது உலகு துறந்த தவசிகளில் சிறந்தவன். எக்காலமும் நிலைபெறும் பேரமைதியின் உருவம். ஆனால் தன் தாய்மாமனைக் கொன்றபோதும், வேறோருவருடைய யாகத்திற்குச் சிறப்பு விருந்தாளியாக வந்து கௌரவித்த சிசுபாலனின் தலையை அறுத்தபோதும், முரட்டுத்தனம் நிரம்பிய போக்கிரி; உலகியல் ஒழுக்கங்களையெல்லாம் தோற்றுவித்தவன் அவனே. இருப்பினும் குருக்ஷேத்திரப் போரில் (எதிர்பாராதவிதமாகத் தோன்றிச் சிக்கல்களை விடுவிக்கும் தெய்வமாகத் தோன்றிய அதே நேரத்தில் ஒரு இழிந்த தேரோட்டியாகவும் பாத்திரங்களை ஏற்று) நெருக்கடிகள் ஏற்பட்ட கட்டங்களில் அவர் வழங்கிய ஒவ்வொரு யோசனையும் நற்பண்பு, நடுவுநிலைமை, வீரர் மரபு ஆகிய விதிகளுக்குப் புறம்பாக இருந்தது. கீதையினுடைய போலித்தனமான வாதங்களுக்காக கைதேர்ந்த சந்தர்ப்பவாத நிலையையும், எவ்வளவுதான் உண்மை மதபற்றுள்ள ஒருவர் மறைக்க முடியும் என்பதையும் எடுத்துக்காட்டும் ஒரு மாபெரும் உதாரணமாக, கிருஷ்ணரின் வீர காவியம் முழுவதும் விளங்குகிறது. ஒற்றுமை உணர்வில் ஒன்றுகலந்த மேன்மையான சமூக உறவுகளுடன் பொருந்திய புராதன உற்பத்தி நிலை, அதன் மதத் தத்துவம் ஆகியவற்றைக் கிருஷ்ணரின் சகாப்தம் விவரிக்கின்றது.

கிருஷ்ணருடைய வீர காவியம், குறைந்தபட்சம் 12-ம் நூற்றாண்டுவரை, அதாவது ஆச்சாரியார் ஸ்ரீராமானுஜரின் வைணவச் சீர்திருத்தங்களின் காலம்வரை நீண்டு முழுமை பெறக்கூடியது. நாம் கி.மு. நான்காம் நூற்றாண்டுவரை செல்லும் கதையை மட்டுமே

தற்போது எடுத்துக்கொள்வோம். அவன் வழக்கமாக உபயோகிக்கும் சக்ராயுதம் ஒன்றே, கிருஷ்ணனைப் பற்றி அறிவதற்குரிய தொல்பொருள் ஆராய்ச்சிச் சான்றாக எடுத்துக்கொள்ளக்கூடியது.

படம்-8 சக்கரைப் படை எறியும் தேராட்டி. மீர்சாப்பூர் குகைச் சித்திரம், ஏறத்தாழ கி.மு. 800.

தட்டையான கனத்த சக்கரம் போன்ற இவ்வாயுதத்தை விட்டெறிந்தால் பகைவர்களின் தலையை அறுத்து வீழ்த்துமளவுக்கு அது கூர்மையானது. இது வேதகாலத்திற்குரியது அல்ல; புத்தர் தோன்றுவதற்கு வெகுகாலம் முன்பே, இது வழக்கொழிந்து போய்விட்டது. ஆனால், மிர்சாப்பூர் மாவட்டத்தில் (உண்மையில் அது பௌத்தர்களுடைய தக்கிணகிரியாகும்) காணப்படும் ஒரு குகைச் சித்திரத்தில் ஒரு தேரோட்டி அது போன்றதோர் சக்ராயுதத்தால் (அச்சித்திரத்தை வரைந்த) பூர்வீகக் குடிமக்களைத் தாக்கும் காட்சி உள்ளது. ஆகவே, ஏறக்குறைய அதன் காலம் கி.மு. 800 என்று கொள்ளலாம்; உத்தேசமாக, அதே காலத்தில்தான் முதன்முதலாகக் காசியிலும் குடியேற்றம் ஆரம்பமானது. அத்தேரோட்டிகள், கங்கையைத் தாண்டியுள்ளப் பிரதேசத்தில் இரும்புக் கனிமங்களைத் தேடிச்சென்ற ஆரியர்களாக இருக்கலாம். அக்குகைச் சித்திரங்களும் அவர்கள் தேடிச் சென்ற ஹெமாடைட் என்ற செந்நிற இரும்புத் தாதுவால் வரையப்பட்டிருந்தன. இதற்கு நேர்மாறாக ரிக்வேதத்தில் வரும் கிருஷ்ணனோ ஒரு அரக்கனாகவும், இந்திரனுடைய (ஆரியர்களின் படைத் தெய்வம்) பகைவனாகவும் உள்ளான்; அத்துடன் கருப்புத் தோலைக்கொண்ட, ஆரியருக்கு முற்பட்ட பகைமை பூர்வ குடிகளின் இனரீதியான நிலையையே அவனுடைய பெயராக விளங்கிவந்தது. அவன் ஒரு வீரன் என்பதும், பண்டைய

வேதத்தில் குறிப்பிடப்பட்டுள்ள ஐந்து முக்கிய ஆரிய மக்களில் (பஞ்ச ஜனா) ஒருவரான யது எனும் பழங்குடிக்குரிய அரைநிலைத் தெய்வமாகப் பிற்காலத்தில் விளங்கியதும், கிருஷ்ணபுராணத்திற்கு அடிப்படை. ஆனால், இவர்களுக்கும், பஞ்சாபியப் பழங்குடிகளுக்கும் இடையறாது நிகழ்ந்துவந்த சண்டைகளில் அவ்வப்போது அவர்கள் ஏற்றுக்கொண்ட நிலைமைகளுக்கு ஏற்ப, இந்த யது மக்கள் மாறி மாறி வேதகாலத்து முனிவர்களின் சாபத்திற்கும், வாழ்த்துக்கும் இலக்காயினர். இழிந்த குலத்தினனாகவும், தேவர்களுக்கு விரோதியாகவும் விளங்கிய கிருஷ்ணன், தன்னுடைய தாய்மாமனான கம்சனின் பார்வையிலிருந்து தப்பி உயிர் பிழைப்பதற்காக கோகுலத்தில் (இடையர்களுடைய கம்யூன்) ஊட்டி வளர்க்கப்பட்டான். மேலும் விவரிப்போமாயின், அவனை இவ்விடமாற்றம் வரலாற்றுக்குரியவர்களாகவும், கிறித்துவர்களின் காலம் துவங்கியபோது வாழ்ந்துவந்து, இன்றுள்ள அஹீர் சாதியின் பூர்வீகக் குல முதல்வர்களாகவும் இருந்த ஆபிரர் எனும் ஆநிரை வளர்ப்புக்கால மக்களோடு உறவு ஏற்படுத்த வகைசெய்கின்றது. தன் சகோதரி தேவகியின் மகனால் (சில பதிப்புகளில், மகள் என்று உள்ளது) கம்சன் கொல்லப்படுவான் என்று அசரீரி கூறியது. அதற்கிணங்க தேவகியும், அவள் கணவன் வாசுதேவனும் சிறைவைக்கப்பட்டனர். வாசுதேவனுக்கு மகனாகப் பிறந்த கிருஷ்ணன், கோகுலத்தில் வளர்க்கப்பட்டான். இவன் கோகுலத்தின் ஆநிரைகளை இந்திரனிடமிருந்து மீட்டான். மதுராவின் அருகில் யமுனையில் அமைந்திருந்த ஒரு வசதியான குளத்திற்குச் செல்லும் வழியை மறித்துக்கொண்ட பல தலைகளையுடைய காளியா என்ற கொடிய விஷநாகத்தை மிதித்துத் துரத்தினான்; ஆனால், கொல்லவில்லை. பிறகு, கிருஷ்ணனும், அவனைவிட பலசாலியான அண்ணன் பலராமனும் சேர்ந்துகொண்டு, கம்சனின் அழிவுக்குரிய சாபத்தை நிறைவேற்றுவதற்கு முன்னால், கம்சன் ஏவிய அடிமை அரக்கர்களையெல்லாம் மற்போர் அரங்கில் கொன்றனர். இந்நிகழ்ச்சி குறித்து நாம் எப்போதும் நினைவில் கொள்ளவேண்டியது என்னவென்றால், சில பூர்வீக சமூகங்களில் ஒரு சகோதரியின் மகனே குடும்ப வாரிசாகவும், ஒரு குலத்தலைவரை அடுத்துப் பட்டத்திற்கு வரக்கூடியவனாகவும் திகழ்கிறான் என்பதே. மேலும் ஒரு குலத் தலைவர் அடிக்கடி தன்னுடைய வாரிசுகளினால் பலியிடப்படுகிறார் என்றும் தெரியவருகிறது. எனவே, கம்சனின் இறப்பு, ஒரு பூர்வகால வழக்கிற்குரிய நற்சான்றாக விளங்குவதுடன், தாய்வழி மரபுடைய சமூகத்தில் ஆடிபஸ் (Oedipus) புராணக்கதை நிகழ்ந்தால் என்னவாகுமென்றும் எடுத்துக்காட்டுகிறது.

அடுத்தபடியாக கிருஷ்ணன், தன்னுடைய பழங்குடிகளுக்கு வெளியே மேற்கொண்ட சாகசம், தாய்த்தெய்வங்களைப் பற்றியது. அவர்களில் ஒருத்தியான பூதனாவை, (பின்னர் அநேகமாக ஒரு மகமாயி தெய்வமாயிருக்கலாம்) அவள் விஷமிட்ட முலைப்பால் கொடுக்க யத்தனித்தபோது, குழந்தையாக இருந்த கிருஷ்ணன் அவளைக் கொன்றான். மதுராவைச் சூழ்ந்த பிரதேசங்களின் சில பகுதிகளில் பூதனாவின் பெயர் நிலைபெற்றிருப்பதால், இந்திரனோடு நடத்திய சண்டையில் உஷாஸ் உயிர்ப்பிக்கப்பட்டதைப் போலவே, இவளும் கொல்லப்பட்ட பிறகு உயிர்ப்பிக்கப்பட்டிருக்க வேண்டும். கிருஷ்ணன் வளர்ந்துவந்த கோகுலம், (கம்சனிடமிருந்து தப்புவதற்காக) பருவத்தையொட்டிய பூலிப் பெயர்ச்சி அல்லது நிலையான இடமாற்றத்தைக் கருதி, மதுராவிலிருந்து, யமுனா நதியின் அக்கரையிலுள்ள காட்டிற்கு, அதாவது பிருந்தாவனத்திற்குக் குடிபெயர்ந்தது. பிருந்தாவனம் என்றால் வனதேவதைக் கூட்டத்தின் காடு என்று பொருள். இன்னமும் கிருஷ்ணன், ஒவ்வொரு ஆண்டிலும் ஒரு குறிப்பிட்ட தினத்தில் அவ்வனதேவதையை மணந்து கொள்கிறான். அவ் வனதேவதைக்குப் பிரதிநிதியாகப் புனிதமான துளசிச்செடி பயன்பட்டு வருகிறது. ஆண்டுதோறும் விடாமல் தொடர்ந்து நடைபெறும் இச்சடங்கு தெளிவுடன் எடுத்துக்காட்டுவது, இத்தேவதையின் மானிடக் காதலன் தொடக்கத்தில் பலியிடப்பட்ட ஒரு வழக்கம் கிருஷ்ணரால் முறியடிக்கப்பட்டது என்பதே. தாய்தெய்வங்களுடன் பூண்ட திருமணங்களும், வனதேவதைகளுடன் விளையாடிய காதல் லீலைகளும் கட்டுக்கடங்காமல் வளர்ந்து சென்று, வீரியவானாகிய இக்காவியத் தலைவனின் சட்டப்பூர்வமான மனைவிமார்கள் (விருந்தா, ராதா நீங்கலாக) மொத்தம் 16108 என்று கணக்கிடப்பட்டுள்ளது. இவர்களில் சிலர், உதாரணமாகக் 'கரடி' குலத்தலைவனின் மகளாகிய ஜாம்பவதியைப்போல், பூர்வீகமானதும், அந்நியமானதுமான பழங்குடிகளைச் சேர்ந்தவர்களாக இருந்தனர். ருக்மணி ('பொன்னாகியவள்') உறவுகொண்டிருந்த போஜர்களும் முரட்டுப் பழங்குடிகளாகவே இருந்தனர். ஆயிரக்கணக்கான பெயர் அறியப்படாத 'மனைவிமார்கள்' யாவரும், சாதாரணமாக வழங்கப்பட்ட அப்சரஸ்கள், ஜல தேவதைகள் போன்றோராவர். இதன் விளைவாக, கிருஷ்ண வழிபாடு சமாதான முறையிலேயே வட்டார வழிபாடுகளுக்குள்ளும் ஊடுருவிச் செல்லமுடிந்தது. நடந்ததாகக் கூறப்படும் அம்மகாபாரதப் போருக்குப் பிறகு, முப்பத்தியாறு ஆண்டுகள் கழிந்து யதுக்களைச் சேர்ந்த

பண்டைய இந்தியா
உள் படங்கள்

படம்: 1.   ஒரு கிராமக் குடிசை, அம்பர்நாத்.

படம்: 2. மாட்டுக் கொட்டிலைப்போல் தோன்றும் கோரையால் வேயப்பட்ட குடிசை. மண்பூச்சும், கற்களும்கொண்ட சுவர்கள். - சக்கன்

படம்: 3. அடுப்பெரிக்கச் சாணத்தை வரட்டியாகத் தட்டப்படுகிறது. பூனா. இழந்த மண் சத்தை ஈடுசெய்யும் மிகவும் அத்தியாவசிய எருவாக விளங்கும் சாணம், தொடர்ந்த காட்டழிப்பினாலும், விறகுப் பஞ்சத்தினாலும் இவ்வாறு வீணாகிறது.

படம்: 4. தட்டுமுட்டுச் சாமான்களுடன் எருமை. ஜுன்னாரின் நானாகாட் கணவாயைக் கடந்தபின் தோன்றும் காட்சி. 2000 ஆண்டுகள் கழிந்தபிறகும் இந்தக் காட்சியில் மாறுதலே இல்லை.

படம்: 5.

படம்: 6.

பெண்கள் மட்டுமே உபயோகித்து வந்த வட்டு எந்திரம் (இடம்) உபயோகிக்கத் தயாராக உள்ளது. (வலம்) எந்திரத்தின் முட்டு பாகமும், குழி பாகமும், (தற்போது உலோகத்தால் உறையிடப்பட்ட) உராய்வுத் தடை அமைப்பும்.

ஒரு கம்பைப் பொருத்திச் சுற்றும் வேகமான தண்டச் சக்கரம். கருவேல மரத்தில் நயமுடன் செய்யப்பட்ட திருகு முளையைத் தாங்கலாக வைத்து அதன் மீது உள்ளீடாகப் பொருந்திய தளக்கல்லின் மேலுள்ள சக்கரம் நெளிவில்லாமல் சீராகச் சுழலும்படி கவனமாகப் பொருத்தப்பட்டிருக்கிறது முனைத் திருகை ஓரிடத்திலிருந்து கழற்றி வேறு இடத்தில் வைத்துச் சுலபமாகப் பூட்டலாம். மரத்தாலான பொருந்துகைப் பள்ளத்தில் கம்பு பொருத்தப் பட்டிருக்கிறது.

படம்: 7. பூனாவைச் சேர்ந்த ஒரு தற்காலக் குயவர் ஒரு மரத் துடுப்பைக்கொண்டு ஒரு பானையை பெரியதாக உருவாக்குகிறார்; பானையின் உள்பக்கமாக ஒரு குமிண் கல்லைக் கொடுக்கிறார். இதன்மூலம், பூனாவில் கிடைக்கும் மோசமான களிமண்ணைத் தட்டிச் சீராக்கி ஏற்றதாகச் செய்கிறார். இப்பாண்டங்கள், சுராய் ஜாடிகள் ஆகும். படத்தின் முன்பு தெரியும் பண்டைய வகை ஜாடிகள் துடுப்பால் தட்டப்பட்டு அகலமாக்கப்பட்டுள்ளன. உள்ளூரில் கிடைக்கும் மோசமான களிமண்ணைக்கொண்டு பிசைந்து நேராகச் சுற்றமுடியாது.

படம்: 8. பெருமளவு உற்பத்திக்கு ஏற்ற குயவுச் சக்கரம்; பூனா ஒரே அளவுள்ள சீரான கலயங்களைத் தயாரிக்கிறது. இதில் ஏதும் ஒரு அச்சுக் கருவியோ, வார்ப்போ பயன்படுத்துவது கிடையாது. முழுக்க முழுக்க குயவருடைய கைவிரல்களைக் கொண்டே உருவம் பெறுகிறது. சக்கரத்தில் படிந்துள்ள மொக்கிலிருந்து உருவாக்கம் பெற்ற பச்சைப் பானையைப் பிரித்தெடுப்பதற்கு மட்டும் நீரில் நனைத்ததொரு நூல் நரம்பு பயன்படுகிறது.

படம்: 9. மெள்ளத் திரும்பும் வட்டு எந்திரம். இதைப் பெண்கள் மட்டுமே கையாள்கிறார்கள். பெரிய நீர்ச்சுரையின் அடிப்பாகங்களான இவை மூன்று கட்டங்களில் செய்யப்படுகின்றன. இவை கரடுமுரடாக உள்ளதைப் படத்தில் பார்க்கலாம். பின்னர், ஆண்கள் இவற்றைத் துடுப்பால் தட்டியவாறு உருவத்தைத் திருத்திச் செப்பனிடுவார்கள்.

படம்: 10. மாசோபாவின் மட்கலக் கோயில்கள். எருமை அரக்கனாகிய மாசோபா, கால்நடைகளின் தெய்வமாகவும் கருதப்படுகிறது. மையத்தில் உள்ளது இக்காலத்தியது மற்ற கோயில்கள் புராதன மிக்கவை. கந்தாலீ வட்டாரத்தில் இன்று வழக்கற்றுப்போன 'தவ-ஆசிரமம்' அல்லது குடில் வகையைப் பார்த்துக் கட்டப்பட்டிருக்கிறது.

படம்:11.திமில் பருத்த தெய்வீக இந்திய எருது; சிவனுக்கு அர்ப்பணமான காளை; காசி, 1937. அசோகனால் ஒரு கட்டளை மூலம் பாதுகாக்கப்பட்ட சந்தகா இவ்வகையைச் சேர்ந்ததே. இன்று இம்மாடுகள் இஷ்டம்போல் வீதிகளில் திரிந்து தொந்தரவுகளைத் தருகின்றன. இவைகளின்மீது எண்களைக் குத்திப் பதிவு செய்ய வேண்டும்.

படம்: 12.இன்று இந்தியாவின் தரமான கறவைமாடாக விளங்கும் எருமை. இது தெய்வீகமாகக் கருதப்படாததுடன் வேதகாலத்திற்குப் பின்னரும் பழக்கத்திற்குக் கொண்டுவரப்படவில்லை. கங்கைச்சமவெளியிலுள்ள சதுப்பு நிலங்களையும் காடுகளையும் இவையில்லாவிட்டால் அழித்திருக்க முடியாது. சேறு மிகுதியாகும் உளை மண்ணில் (நெல் வயல்கள்) சாதாரண மாடுகள் உழ இயலாதபோது இவற்றைப் பூட்டி உழுவார்கள்.

படம்: 13.பண்டரிபுரத் திருவிழாவில் பல்லக்கு இழுக்கும் புனிதக்காளை. இது சிந்து முத்திரை மாதிரியில் உள்ளதைப்போல் தோன்றுகிறது. இந்த மாட்டின்மீதுள்ள பூவேலை செய்யப்பட்டுள்ள சால்வையில் நவீனகாலப் பாணியில் கில்-காமேஷ் புலியின் கழுத்தை நெரிப்பது சித்திரிக்கப்பட்டுள்ளது.

படம்: 14.ஜுன்னாரில் உள்ள கணேசாலேனா பௌத்த குகைகளுக்கு அருகே வழக்கில் உள்ள குஷான மாதிரியிலிருந்து தோன்றிய இக்காலத்தியக் கலப்பை.

படம்:15. குஷானர் காலத்துக் கலப்பைச் சிற்பம் (ஏறத்தாழ கி.பி. 200) செங்குத்தான கைப்பிடி மரமும், வளைந்த நுகத்தடியும். போதிசத்துவரின் முதல் நிஷ்டையைக் காட்டும் சிற்பத்திலிருக்கும் ஒரு விவரம். காந்தாராப் புடைப்பியல். லாகூர் மியூசியம்.

படம்:16. பரம்படித்தலும், விதைத்தலும். விதைக் குழாய்களைக் கொண்டு பெண்கள் விதைக்கிறார்கள்.

படம்:17. மாடுகளைப் பிணைத்துச் சோளத் தாள்களைப் போரடிக்கிறார்கள்; தலேகான். பைபிள் காலத்து மதத் தடைக்கு ஏற்ப மாடுகளுக்கு வாய்மூடிகளை அணிவித்து இருக்கிறார்கள்.

படம்: 18. தோல் பதனீட்டாளர்கள் சுண்ணாம்புத் தொட்டியில் எருமைத் தோலை ஊறவைக்கின்றனர். இவர்கள் தாழ்ந்த சாதியைச் சேர்ந்தவர்கள். இவர்கள் வேறு சாதியிலிருந்து பெண்ணெடுப்பது இல்லை. சாதாரணமாக இவர்கள் தீண்டத்தகாதவர்களாகக் கருதப்படுகிறார்கள்.

படம்: 19

சரக்கேற்றிச் செல்லும் பொதிக் கழுதைத்தொடர், நானாகாட் கணவாயிலிருந்து கீழே இறங்குகின்றன. இக்காட்சி ஏறக்குறைய சாதவாகனர் காலத்தை அப்படியே நினைவு படுத்துகிறது. முதுகில் பொருந்தியுள்ள சேணங்களின் முட்கள் சாய்வாக அமைக்கப்பட்டுச் சரக்குமூட்டை நழுவாமல் காக்கின்றன. பழங்காலத்தில் ஓடையாக இருந்த இடத்தில், கோணல்மாணலாகப் போடப்பட்டுள்ள செயற்கைப் படிகள். ஜுன்னாரிலிருந்து வெங்காயமும், உருளைக் கிழங்கும் இவ்வாறு ஏற்றி வரப்பட்டு கொங்கணத்தில் புன்செய் தானியங்களுக்குப் பண்டமாற்று நடக்கிறது. பிறகு, தானியங்கள் விற்பனைக்காக மேலேயுள்ள கணவாய்க்குக் கொண்டுசெல்லப்படுகின்றன.

படம்: 20.

படத்தில் உள்ளதைப் போன்ற ஒருவகைப் பாய்மரக் கப்பல் மூலம் இந்துமகா சமுத்திரத்தைக் கடந்து கடல் வணிகம் நடைபெற்றது. போரோ புதூர், ஜாவா, ஏறத்தாழ கி.பி. 800.

படம்: 21.ஏறத்தாழ கி.பி. 1600-க்குரிய சான்றுப்படுத்த முடியாத ஒரு கையெழுத்துப் பிரதியிலிருந்து இச்சித்திரம் எடுக்கப்பட்டது. காஷ்மீர் பிரதேச நிலப்பிரபுத்துவச் சுமை கூலி (?)

படம்: 22. ஒரிஸ்ஸாப் பஞ்சம், 1944.

படம்: 23. ஓரான் கோஷ்டி நடனம்.

படம்: 24. மரத்திலிருந்து குடையப்பட்ட முரசத்தில் முழக்குப்போடும் மூரிய இளைஞர்கள்.

படம்: 25. தேயிலைத் தோட்டத்தைச் சேர்ந்த பழங்குடித் தொழிலாளிகளின் விழா. தேயிலைத் தோட்டம் அஸ்ஸாமில் இருந்தாலும் ஒரிஸ்ஸா, பீகார், மத்தியப்பிரதேசம் ஆகிய மாநிலங்களிலிருந்து இத்தொழிலாளிகள் தருவிக்கப்படுகின்றனர். படம் 23, 24-ல் உள்ள தொடக்கத்தியப் பழங்குடி நடனங்களின் கட்டுப்பாடற்ற, இயற்கையான பாவனைகளோடு ஒப்பிடும்போது, இவர்களிடம் தோன்றும் சிரம பாவங்கள் கவனத்திற்குரியது.

படம்: 26. கால்வாய்களில் மீன்பிடிக்கும் நச்சாரி இனப்பெண்கள், அஸ்ஸாம்.

படம்: 27. அடிமரத்தைக் குடைந்து செய்த படகில் கால்வாயில் மீன் பிடிக்கும் காரோ மக்கள்.

படம்: 28. பீல் சகோதரிகளின் அரவணைப்பு. மூடி முக்காடிட்டுள்ள மணமான அக்காளை மணமாகாத இளையவள் வரவேற்கும் காட்சி. ராஜஸ்தானத்து பீலர் கன்னிகள், மார்பில் துணி உடுத்துவது வழக்கமல்ல.

படம்: 29. மிஜு மிஷோனிப் பெண்கள் நீர் தூக்கிச் செல்லும் கடைந்த பெரிய மூங்கில் குழாய்கள், அஸ்ஸாம்.

படம்: 30. தொன்னை தைக்கும் ஜுவாங் மங்கையர்.

படம்: 31. மஹாதிற்கு அருகிலுள்ள பாலே பௌத்த குகைகளின் எதிரேயுள்ள காட்டில், கோலிப் பழங்குடியைச் சேர்ந்த வில்லாளி. மூங்கில் பிளாச்சியால் செய்த வில்; பிரம்பினாலான நாண்; குட்டையான அம்பில் பொருத்தப்பட்டுள்ள கூரான ஈட்டிகள் நெருங்கிய தூரத்தில் மரணம் விளைவிக்கக்கூடியது. படத்திலுள்ள இந்த வேட்டைக்காரர் இரண்டாவது உலகப் போரில் இந்தியப் படையில் பணியாற்றியவர். ரோம் போன்ற வெளிநாடுகளைப் பார்த்தவர். ஆனால், பூர்வகுடி வாழ்க்கைக்கே இவர் திரும்பிவிட்டார், போர்ப்பணி புரிந்ததற்கு இவரிடம் காணப்படும் ஒரே அடையாளம் இடையில் உள்ள வழக்கத்திற்கு மாறுபட்டுத் தூய்மையாக உள்ள இடைத்துண்டுதாம்.

படம்: 32. ஜுவாங் இளைஞர் கலப்பையைத் தூக்கிச் செல்கிறார். ஏர்முனையின் சிறிய கொழு மட்டும் உலோகத்தால் ஆனது.

படம்:33. சவோரா இளைஞர் ஈச்சமரத்திலிருந்து கள் இறக்குகிறார்.

படம்: 34. பீலர்கள் கோதுமை உமியை நீக்கிப் பதர் தூற்றுகிறார்கள். உழவர்கள் கையாளும் ஒரு சாதாரண முறை, ராஜஸ்தானம்.

படம்: 35. பீலர் குடிசையில் வரையப்பட்டுள்ள சுவர்ச் சித்திரம், ராஜஸ்தானம்.

படம்: 36. வார்லி உழவர்கள் காய்ந்த இலைகளில் தீ மூட்டுகிறார்கள். மலைச் சரிவுகளில் இவ்வாறு தீ மூட்டிச் சாம்பலில் விதைக்கும் இடப்பெயர்வுச் சாகுபடியின் காட்சி, மகாராஷ்டிரம். சாதாரணமாக உழவர்கள் இதே முறையைக் கையாண்டுதான் நெற்பயிருக்கு ஏற்ற நாற்றங்கால்கள் அமைக்கின்றனர்.

படம்: 37. பானைகள் தயாரிக்கப்படுவதற்கு முன்னர் மக்கள் வாழ்ந்த இடங்களிலிருந்து கிட்டிய சிறு கற்காலக் கருவிகள். பெரும்பாறைகள் அல்லது பெருவகைக் கற்கருவிகளின் தொடர்பே இல்லாதவை. மென்மையான தோல்களுடைய மிருகங்களை வேட்டையாடிய மனிதர்களுக்குரியது. இவற்றில் சில அறுவை வைத்தியத்திற்குரியன. அநேகமாகக் காயடிப்பதற்காக இருக்கலாம்.

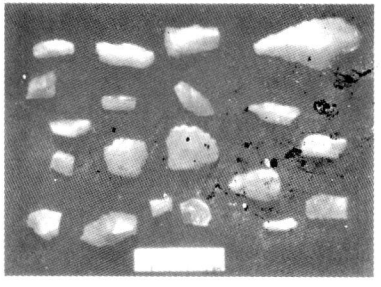

படம்: 38. வரந்தையிடப்பட்ட பெரும்பாறைகளுடன் மலைப்பாங்கான இடங்களில் கிட்டிய சிறுகற்காலக் கருவிகள். இது தக்காணத்துப் பெருங்கற்படைகளை எடுத்துக்காட்டுகின்றன. இச்சிறு கற்கருவிகள் திரட்சியாகவும், நுணுக்கமற்றும் இருந்தாலும், கல்லைத் துண்டாக்கும் முறையில் மிகவும் முன்னேற்றம் பெற்றிருந்ததை வெட்டில் தென்படும் அழுத்தமும், வளைவுள்ள ஓரங்களும் எடுத்துக்காட்டுகின்றன.

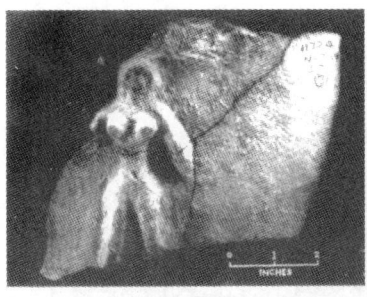 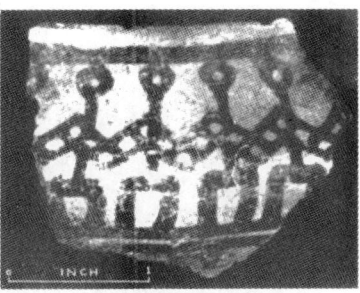

படம்: 39. நிர்வாண மங்கையின் உருவ முகப்புள்ள ஜாடித்துண்டு, மகேஷ்வர். (நாவ்தா தொலீ அகழ்விடங்கள்) கி.மு. 2000 இது ஒரு தாய்தெய்வத்தைச் சித்திரிப்பது கண்கூடு. தானாகவே ஒரு கருப்பையை உருவகப்படுத்திக்கொண்டு பானை வடிவத்தில் இந்தத் தெய்வம் காட்சி தருகிறது.

படம்: 40. சித்திரம் தீட்டப்பட்ட பானைத் துண்டு, கைகளைக் கோத்து ஆடும் பெண்டிர்களைக் காட்டுகின்றது. (நாவ்தா தொலீ அகழ்விடங்கள்) கி.மு. 2000. பருவமழை முடிவு அடையும் காலத்தில் இத்தகைய கும்மியாட்டம், முற்காலக் கர்ப்பதானச் சடங்கின் எச்சமாக, இன்றும் நடை பெறுகின்றன.

படம்: 41. மொகஞ்சோதாரோவின் அம்மிக்கல்லும், குழவிக்கல்லும். தாழ்வான முனைகளை முழங்கால்களுக்கிடையே பற்றிக்கொண்டு அரைக்கப்படுகின்றன. தானியங்களை மாவாக்கப் பயன்பட்டது. கல்லுரல், சிந்துப் பண்பாட்டு வழக்கில் இல்லை.

படம்: 42. வரலாற்றுக்கு முற்பட்ட காலத்திற்குரிய பெருங்கற்படைச் சின்னம். போலாய் என்ற பெண் தெய்வத்தின் கோயிலாகக் கருதி மக்கள் இன்றும், இதைத் தொழுது வருகின்றனர். வில் வடிவமான வளைக்குள் வைக்கப்பட்டுள்ள, சிவப்பு நிறம் பூசிய, முட்டைவடிவுள்ள மிருதுவான கல். அந்தத் தெய்வத்தைக் குறிக்கிறது. மேலேயுள்ள தொப்பிக்கல் ஏழு அடி நீளமுள்ளது இதைத் தட்டினால் மணியின் நாதம் ஒலிக்கிறது. இன்னமும் கடைப்பிடிக்கப்பட்டு வரும் சடங்கான மற்றொரு கல்லால் இதைத் தேய்க்கும்போதும் அதே நாதத்தை ஒலிக்கின்றது. எவ்விதமான உலோகக் கருவிகளின் உதவியுமின்றி இது அமைக்கப்பட்டது.

படம்: 43. 'போதி-சமாதி' என்று அழைக்கப்படும் செவ்வக வடிவுள்ள ராஜ்கீர் கல்லறை இதுவே. புத்தர் அடிக்கடி நிஷ்டை புரிந்த பாசனக சைத்தியத்தையும், பாவரி கதையில் குறிப்பிடப்பட்டிருக்கும் இடத்தையும் இது எடுத்துக்காட்டுகிறது. ஆனால், இது புத்தர் காலத்திற்கும் முற்பட்டதாகத் தோன்றுகிறது. இது அநேகமாக ஆரியர்காலத்து வரலாற்றுச் சின்னமாக இருக்கலாம். இது ஒரு காவல் மாடமாகவும், முரசுக் கட்டடமாகவும் இருந்தது. ஒரு வழிபாட்டுத் தலமாகவும் இருந்திருக்கலாம். இதற்குப் பின்னால் வரலாற்றுக் காலத்துக்கு முற்பட்ட ஒரு இயற்கைக் குகை உள்ளது.

படம்: 44. அகழ்வு வேலைகள் நடக்கும் மொகஞ்சோதாரோவின் தோற்றம், 1925-26.

படம்: 45. மொகஞ்சோ-தாரோக் கோட்டைமேட்டின் மீதுள்ள பெரும் பொய்கை. பிற்காலத்துப் புஷ்கரத்தின் (தாமரைக்குளம்) மூல முன்மாதிரி.

படம்: 46. பாய், துடுப்புகள், சுக்கான் அல்லது திருப்புகைத் துடுப்பு ஆகியவற்றுடன்கூடிய படகின் சித்திரம் பொறித்த, சிந்து முத்திரை.

படம்: 47. பலிபீடத்தைச் சித்திரிக்கும் சிந்துமுத்திரை. கீழ் வரிசையில் அங்கியணிந்துள்ள ஏழு உருவங்களும் தொடக்கத்தில் பிராமணர்களின் கோத்திரங்களை உருவாக்கிய சப்த (ஏழு ரிஷிகளாகக் கொள்ளலாம்; இவற்றின் தலைப்பாகைகள் இயற்கை தெய்வங்களைக் குறித்தாலும்கூட, இதில் எட்டாவது ரிஷியாகத் தோன்றுபவர், அரசமரத்தின் கீழே மூன்று கொம்புகளையுடைய தெய்வத்திற்கு ஆராதனை செய்கிறார். இவருக்குப்பின்னால் ஒரு புராண விலங்கு நிற்கிறது. வெள்ளாட்டுக் கொம்புகளும், மீன்தலையும், செம்மறி ஆட்டின் உடலும், அநேகமாக கூரிய நகங்களையும் உடைய ஒரு கதம்ப இனப் பிராணி. பலிபீடத்தின் கீழே இருப்பது மனிதத் தலையின் உருவமாகத் தோன்றுகிறது.

படம்: 48. காளை மனிதனைச் சித்திரிக்கும் சிந்து முத்திரை. கொம்புப் புலியைக் கொல்லும் சுமேரிய எங்கிடுவுக்கு ஒப்பானது.

படம்: 49. சற்றுக் கச்சலாக உள்ள சிந்து வீரன் இரு புலிகளை நெரித்துக் கொல்கிறான். இது மெசப்பட்டோமிய வீரன் கில்காமேஷ் இதே மாதிரி சிங்கங்களை நெறிக்கும் சித்திரத்திற்கு நிகரானது.

படம்: 50. புலி-மனிதன் உருவைக் காட்டும் சிந்து முத்திரை. சிங்கமனிதனாக உருவெடுத்த விஷ்ணுவின் மூல முன்மாதிரி (நரசிம்ம அவதாரம்).

படம்: 51. மெசப்பட்டோமியாவிலிருந்து வந்த பித்தான் முத்திரை. மீனுடலைக்கொண்ட கடற்கன்னிகையும், இளைஞனும். இந்த உருவங்கள் சிந்து முத்திரையில் காணாவிட்டாலும், மச்சாவதாரமாகத் தோன்றிய விஷ்ணுவின் உருவரைக் கருத்துணர்விற்கு இது வித்திட்டது.

படம்: 52. உருட்டு முத்திரை: ஒரு சிங்கத்தையும் காளையையும் நின்ற நிலையில் பற்றிக்கொண்டிருக்கும் இரு தாடிவீரர்கள்; ஆக்கேடியர்களின் காலம். கி.மு. 3000.

படம்: 53. உருட்டு முத்திரை; நிர்வாணப் பெண் தெய்வம்; இறக்கைகள் கட்டிய விதானத்தில், ஒரு திமில் பருத்த எருதின்மீது கொலு வீற்றிருக்கும் இஷ்டாராக இருக்கலாம். புடைசூழ்ந்து நிற்கும் உருவங்களில் ஒன்று எகிப்திய மாதிரியில் உடை உடுத்துள்ளது. கி.மு. 2000-த்தின் இடைக்காலத்தில் சிரியா. வேத இலக்கிய வர்ணனைகளில் விவரிக்கப்படும் உஷாஸ் என்ற தெய்வத்துடன் சில அம்சங்களில் நிர்வாணக் கோலத்திலிருக்கும் இப்பெண் தெய்வம் பொருந்திச் செல்கிறது.

படம்: 54. உருட்டு முத்திரை; சிங்கங்களோடு போரிடும் வீரர்கள்; சுமேரிய வகை. ஆரம்ப அரசகுலத் தோற்றம். கி.மு. 3000-த்தின் இடைப் பகுதி.

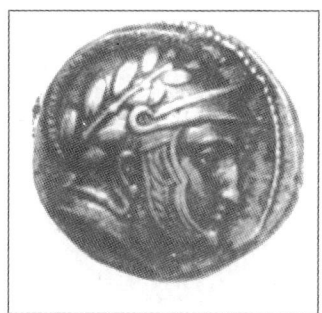

படம்: 55. மாவேந்தர் அலெக்சாந்தரின் பஞ்சாப் படையெடுப்பு, கி.மு. 326-ல் போரஸின் தோல்வி ஆகியவற்றின் நினைவையொட்டி வெளியிடப்பட்ட தங்கப்பதக்கம். பாபிலோனிலிருந்து (?)

படம்: 56. ஸொபைட்டஸின் (சௌபூதி) திருஉருவ நாணயம். மாவேந்தர் அலெக்சாந்தரோடு சமகாலத்தில் வாழ்ந்த இந்திய மன்னர். நாணயத்தின் பாணியும் கண்டுள்ள விஷயமும் கிரேக்க முறைக்குரியது.

படம்: 57. காபூல் பள்ளத்தாக்கின் கீழ்ப்பகுதியின் பியூக்கலாவோட்டீஸ் (புஷ்கராவதி) வெள்ளி நாணயம். பக்கலாவதி தேவதா, அம்பி என்று நாணயத்தில் பொறிக்கப்பட்டுள்ளது. 'புஷ்கராவதி தேவதை' என்பது இதன் பொருள். கையில் தாமரை மலரை ஏந்தி நிற்கும் அம்பிகையாக நகரத்தின் காவல் தெய்வம் காட்சி அளிக்கின்றது.

படம்: 58. பியூக்கலாவோட்டீஸ், அம்பி நாணயத்தின் மறுபக்கம். இதில் தோன்றும் ரிஷபம் அந்நகரத்தின் ஒரு அருட்சின்னமாகக் கொள்ளலாம். அதன் எழுத்துக்கள்: கரோஸ்தியில் உஸபே; கிரேக்க மொழியில், டாரஸ், 'காளை'.

படம்: 59. முதலாவது ஆண்டியோக்கஸ். கிரேக்க-பாக்டிரியன், ஏறக்குறைய கி.மு. 261-247 அல்லது 246.

படம்: 60. டெம்ட்ரியோஸ் கிரேக்க-பாக்டிரியன்.

படம்: 61. யூக்ராடைடஸ், கிரேக்க-பாக்டிரியன். புது அரச வம்சத்தைத் தோற்றுவித்தவர். மெட்ரியோசின் பெரும் எதிரியாக விளங்கினார். ஏறத்தாழ கி.மு. 175-ல் அவரது ஆட்சியைக் கவர்ந்துகொண்டார்.

படம்: 62. சியால்கோட் மன்னர் மினாந்தரின் நாணயம். (ஏறத்தாழ கி.மு. 180-160) 1940-ல், பூனாவின் ஒரு திறந்தவெளிச் சந்தையில், அரை ரூபாய்க்குச் சமமாகப் புழங்கி வந்தபோது கண்டுபிடிக்கப்பட்டது.

படம்: 63. வடக்கின் தகவு எடைக்குச் சமமாக, இலச்சினை பொறித்த வெள்ளி நாணயம். பிற்கால மௌரியர் அல்லது சுங்கர் வெளியிட்ட நாணயமாக இருக்கலாம்.

படம்: 64. ராஜுவுலாவின் நாணயம். மதுராவிலுள்ள சிங்கத் தலைச் சிற்ப பீடத்தில் இந்த இந்தோ-ஸ்கைதிக் மகா க்ஷாத்ரபாவைப் பற்றிக் குறிப்பிடப்பட்டுள்ளது. மதுரா ஜில்லாவில் புழங்கிவந்த இவருடைய நாணயங்கள் கிரேக்க ராஜகுமாரனான ஸ்தரதோ (முதலாமவர்) ஸோடனுடைய நாணயங்களைப் போல் உள்ளன.

படம்: 65. நாகபாணரின் திருஉருவ வெள்ளி நாணயம். மகாராஷ்டிரத்தின் சாகா க்ஷத்ரபா. இவருடைய தலைநகர் நாசிக் அல்லது அதன் அருகில் இருந்தது. இவருடைய காலம் தெளிவாகவில்லை. ஆனால், கி.பி. 119-24 ஆண்டுகளுக்குரிய கல்வெட்டுகளில் இவரைப் பற்றி குறிப்பிடப்பட்டுள்ளது.

படம்: 66. ஒரு சாதவாகன குமாரரின் வெள்ளி நாணயம். ஏறக்குறைய கி.பி. 126-ல் சாதவாகனர்கள் மேற்கு தக்காணத்தை மீட்டு வெற்றியுற்றபோது அவர்களின் இளவரசர்கள் நாகபாணரின் நாணயத்தையே மீண்டும் தொடர்ந்து புழக்கத்தில் விட்டார்கள். ஆனால், இந்த நாணயத்தில் உள்ள இளவரசரின் உருவம் யாருடையது என்பது புலனாகவில்லை.

படம்: 67. சஷ்தானர்; சாகா க்ஷாத்ரபரும், மால்வாவின் மகாக்ஷாத்ரபருமாகவும் விளங்கியவர். இவருடைய தலைநகரம் உஜ்ஜயினி, (ஏறத்தாழ கி.பி. 126 அல்லது ஏறத்தாழ கி.பி. 150) பெரும்பாலாக இவருடைய நாணயங்களின் பின்பகுதியில் சைத்தியத்தின் சின்னம் உள்ளது கவனத்திற்குரியது; இம்மரபு ஆந்திர வம்ச மன்னர்களின் நாணயங்களிலிருந்து ஆட்கொள்ளப்பட்டிருக்கலாம். அவர்கள் வெளியிட்ட நாணயங்களில் சைத்தியச் சின்னத்துடன் அநேகமாக ஒரு மரம். கிராதி அமைப்புச் சின்னங்களும் இடம்பெறும். தட்சசீலம், வடமேற்கு இந்தியா ஆகிய இடங்களில் வெளியிட்ட சில நாணயங்களிலும் சைத்தியத்தின் சின்னம் தோன்றுகிறது. சேஷ்தானருக்குப் பின் தோன்றிய மன்னர்கள், நாணயங்களின் பின்புறத்தில் அடிக்கப்படும் ஒரு தகுநிலைச் சின்னமாக இதை நிலைப்படுத்தினர்.

படம்: 68. முதலாவது தாமஜதாஸ்ரியின் வெள்ளி நாணயம். மாஸ்வாவின் சாகாக்ஷாத்ரபர், ஏறத்தாழ கி.பி. 150-ஏறத்தாழ கி.பி. 178.

படம்: 69. ஜீவதாமன், தாமஜதாஸ்ரியின் புதல்வன், ஏறத்தாழ கி.பி. 178-198-ல் ஆட்சிபுரிந்த சாகா மகா க்ஷாத்ரபர்.

படம்: 70. முதலாவது ருத்ரசிம்மன். தாமஜதாஸ்ரியின் சகோதரன். சாகாக்ஷாத்ரபர், கி.பி. 180-196 அல்லது 197. நன்கு தேதியிடப்பட்ட இவருடைய நாணயங்கள், ஜீவதாமனுடன் நிகழ்த்திய அதிகாரப் போட்டிக்குச் சான்று தருகின்றன.

படம்: 71. குஷான வம்சத்தின் முதலாவது கனிஷ்கர். ஏறத்தாழ கி.பி. 120-லிருந்து ஏறத்தாழ 144-50வரை.

படம்: 72. குஷானர் ஹுவிஷ்கா. ஏறத்தாழ கி.பி. 150-162.

படம்: 73. விரிஷ்ணிப் பழங்குடி அமைப்பு வெளியிட்ட ஒரே வெள்ளி நாணயம், கிழக்குப் பஞ்சாபில் தோன்றிய இவர்கள், யது வம்சத்துக் கிருஷ்ணரின் வாரிசுகளாகக் கூறிக்கொண்டனர். இக்கூற்று மெய்யோ அல்லது கற்பனையோ. இந்நாணயத்தில் ஒரு தூணும், அதன் தலைப்பாகத்தில் சிங்க-யானைக் கூட்டு உருவமும் பொறிக்கப்பட்டுள்ளன. பஞ்சாபின் ஹோசியார்பூரிலிருந்து எடுக்கப்பட்டது. கி.பி. 3-வது நூற்றாண்டு.

படம்: 74. முதலாவது சந்திரகுப்தரும், லிச்சாவி அரசி குமாரதேவியும் சேர்ந்துள்ள குப்தரின் தங்க நாணயம். ஏறத்தாழ கி.பி. 320-ஏறத்தாழ 330.

படம்: 75. யாழுடன்கூடிய சமுத்திர குப்தர். குப்த நாணயம், ஏறத்தாழ கி.பி. 330-380.

படம்: 76. இரண்டாவது சந்திரகுப்தர், வில்லாளி உருவம் தாங்கிய தங்க நாணயம். குப்த நாணயம், ஏறத்தாழ கி.பி. 380-415.

படம்: 77. முதலாவது குமார குப்தர் குதிரைமீது ஏறியவண்ணம் ஒரு காண்டாமிருகத்துடன் சமர்புரியும் காட்சி. குப்தர்களின் தங்க நாணயம், அச்சமரில் அதன் கொம்பை மட்டும் உடைத்து அதைக் கொல்லாமல் தப்பவிட்டார். அந்த நினைவின் நிமித்தம் இந்நாணயம் வெளியிடப்பட்டது. காலம் ஏறத்தாழ கி.பி. 415-445.

படம்: 78. சாமந்தசேனரின் வெள்ளி நாணயம். போர்க்கொடி தூக்கிநிற்கும் நிலப்பிரபுத்துவகாலக் குதிரை வீரன்.

படம்: 79. அசோகர் தூபியின் மீதிருந்த காளைக்கன்று. மெருகேற்றப்பட்ட மணற்பாறையில் செதுக்கப்பட்டது. ராம்பூர்வாவிலிருந்து கி.மு. 3-ம் நூற்றாண்டு.

படம்: 80. ஸ்தூபக் கிராதிகளின் புறத் தோற்றம். செம்மணற் பாறையில் செய்யப்பட்டது. மத்திய இந்தியாவின் பார்ஹட்டிலிருந்து, கி.மு. 2-ம் நூற்றாண்டின் சுங்கர்களுக்குரியது.

படம்: 81. அனாதபிண்டிகா என்ற சாவத்தியின் ஒரு செல்வமிக்க சிரேஷ்டின், புத்தருக்காக ஜேட்ட மன்னரிடமிருந்து ஒரு தோட்டத்தை விலைக்கு வாங்கினார். நகர்ப்புறத்திற்கு வெளியில் புத்தரின் புகலிடமாக அத்தோட்டம் விளங்கியது. அந்நிலத்தைக் கொடுக்க மனமில்லாத ஜேட்டன், தரைகளில் பொற்காசுகளைப் பதிக்கவேண்டுமென்று விளையாட்டிற்குக் கூறியதை உண்மையாகக்கொண்ட அனாதபிண்டிகாவின் பணியாட்கள் அவ்வாறே இலக்கிட்ட நாணயங்களைப் பதிக்கின்றனர். தோட்டத்தை அளிப்பதற்கு நடுவில் அடையாளமாக ஜேட்ட இளவரசர் கமண்டல நீரை புத்தருக்கு தாரைவார்க்கிறார். இதில் புத்தரின் சிற்பம் இல்லை. ஒரு கிராதியுள்ள தெய்வ பீடத்திலிருந்து தோன்றியிருக்கும் மரமே புத்தரைக் குறித்தது. பார்ஹட்டின் மணற்பாறைச் சிற்பத்திலிருந்து (கி.மு. 2-ம் நூற்றாண்டு).

படம்: 82. நாக நாகினியரின புடைசூழ நாகராஜன் எராபாத்ரன் ஒரு தெய்வ பீடத்திலிருந்து தோன்றியுள்ள வேலமரத்தின் முன்பு தண்டனிடுகிறான். காஸ்யப புத்தரின் காலத்தில் மனித உருவம் எடுக்கும் சக்தியை ஒரு சாபத்தின் வாயிலாக இழந்தான். உலகில் அடுத்த புத்தர் அவதாரம் எடுக்கும்வரை அச்சாபத்திற்கு விமோசனம் இல்லை. சாக்கிய முனிவர் நிர்வாணமுற்ற சேதியறிந்தும் அவன் அப்புதிய புத்தரின் முன் பாம்பின் உருவில் வருகிறான். புத்தர் அமர்ந்திருந்த ஆறு வேல மரங்களருகில் வந்த மறுகணமே அவன்தன்னுடைய மனித உருவத்தை மீண்டும் பெற்றான் பார்ஹுட் சிற்பம்-கி.மு. 2-ம் நூற்றாண்டு.

படம்: 83. சாஞ்சிப் பெரும் ஸ்தூபியின் வடக்கு வாயில் தோற்றம், கி.பி. 1-ம் நூற்றாண்டுத் துவக்கம்.

படம்: 84.மாயா தேவி புத்தரின் அன்னை. தாமரை மலரில் வீற்றிருக்கும் அன்னைக்கு யானைகள் திருமுழுக்குச் செய்கின்றன. இத்தோற்றம் பிற்காலத்தில் கஜலக்ஷ்மி என்று உருவ விளக்கம் செய்யப்பட்டது; அதாவது விஷ்ணு நாராயணரின் மனைவியாகிய லக்ஷ்மி. சாஞ்சி பெரும் ஸ்தூபியின் கிழக்கு வாயிலிலிருந்து எடுக்கப்பட்டது.

படம்: 85. நாளாகிரி என்ற மதம்பிடித்த யானையை புத்தர் அடக்கும் காட்சி. தொடர்ச்சியாகச் செல்லும் இக்கதைக் காட்சியின் இடது பக்கத்தில் மதம்பிடித்த நாளாகிரி ராஜ்கீர் தெருவில் தோன்றி மக்களை மிதிக்கின்றது. வலப் பக்கத்தில், புத்தர் அமைதியான குரலில் போட்ட ஒரு அதட்டல் நாளாகிரியைச் சாந்தப்படுத்தியது. அமராவதியின் சிலைவட்டுப் புடைப்பியலிலிருந்து - கி.பி. 2-ம் நூற்றாண்டு.

படம்: 86. கார்லே சைத்திய குகையின் உட்புறத் தோற்றம். கைவளைவுகள் மரத்தால் ஆனவை. முன்பு வண்ணம் தீட்டப்பட்டு அலங்காரத் தோற்றத்திற்கு மட்டுமே அக்கைகள் அமைக்கப்பட்டிருந்தன. ரேடியோ கார்பன் முறையில் பரிசோதித்தபோது அம்மரங்களின் காலம் கி.மு. 280-க்கு 150 ஆண்டுகள் முன்னும், பின்னுமாக இருக்கலாம். நாம் சந்தேகிப்பதற்கு மேல் இன்னமும் பழமை வாய்ந்தது.

படம்: 87. சைத்தியா குகையிலிருந்த ஒரு தூண் முடிச்சிற்பம்; கார்லே. பிரம்மச்சரிய விரதம் பூண்டு காடுகளில் தஞ்சமுற்று ஒன்றுகூடிய சங்கத்துறவிகளின் சங்கத்தில், இவ்வாறு காதல் ஜோடிகளின் சிற்ப அலங்காரம் மிகுந்த வியப்பை அளிக்கின்றது.

படம்: 88. 13-வது தூணின் முடிச்சிற்பம்; கார்லே. கோயில் கூடத்திற்கு வெளியே கிட்டத்தட்ட முழு இருட்டில் இது இடம் பெற்றுள்ளது. ஒரு பெண், குதிரை மீது அமர்ந்திருக்க, ஆனால், அந்த ஆண்மகனோ ஒரு சூரிமாவின்மீது அமர்ந்துள்ளான். அந்தத் தூண், தெனுகாகதாவிலிருந்து வந்த தமதயன் என்று அழைக்கப்பட்ட கிரேக்க யவனனால் அளிக்கப்பட்டது. இச்சிற்பம் பௌத்த இந்திய வடிவத்தில் உள்ளது. இத்தூண்கள் யாவும் ஒரே சமயத்தில் முடிவுற்றதாகத் தோன்றவில்லை. பல நூற்றாண்டுகள் வரை ஸ்தபதிகளின் வேலைகள் சிறப்பு உதவி நிதி கிடைத்ததற்கொப்ப தொடர்ந்து இயங்கியவண்ணம் இருந்தன. இந்தத் தூண் கி.பி. 1-வது நூற்றாண்டிற்குரியது. ஒருகால் சற்றுப் பின்னரும் இருக்கலாம் சைத்தியக் கூடத்திற்கும், மடாலயத்தின் வேறு பகுதிகளுக்கும் இதன் முன் முகப்புத் தோற்றம் இசைவாகவில்லை. ஆனால், ஐந்து அடுக்கு மாளிகையின் உள்முற்றத்தை இது சித்திரிக்கிறது.

படம்: 89. மிதுன ஜோடி, கார்லே.

படம்: 90. மாரனின் அரக்கப்படை. கீழ் வரிசையிலுள்ள இரு படைவீரர்கள் கிரீஸ்-உரோமோனிய வகைப் போர்க் கவசங்களை அணிந்துள்ளதை கவனிக்கவும். இடப்பக்க வீரர்கள் அணிந்துள்ள மார்புக் கவசத்தின்மீது அணிந்துள்ள பட்டைக் கவசம் தலைகீழாக மாறியிருப்பது. இத்தகைய கவச உடைகள் இந்தியப் படை வீரர்களுக்குப் புதிது என்பதுடன், பொதுவாக இதைச் செதுக்கிய சிற்பிகளும் இதை அறிந்திருக்க வில்லையென்பதும் புலனாகிறது காந்தாரச் சிற்பம்-கி.பி. 2, 4, நூற்றாண்டுகளுக்குரியது.

படம்: 91. பாஜாவிலுள்ள இந்திரசபா குகையில் தும்புருவரைச் சித்திரிக்கும் சிறியதோர் தூண்தலைச் சிற்பம். கி.மு. முதலாம் நூற்றாண்டாக இருக்கக்கூடும்.

படம்: 92. புத்தமடாலய குகையின் நிலவறை. சிர்வால் கி.பி. முதல் நூற்றாண்டு (?) நிலைவாயிலுள்ள குகைகுழிகள், கனமான சட்டங்கள் பொருத்தப்பட்ட பலமான மரக் கதவையும், பூட்டிச் சங்கிலியை உள்ளே மாட்டும் தாள் அமைப்பையும் குறிக்கின்றன. சாளர சன்னலமைப்பும் இருந்தது.

படம்: 93. சைத்தியா குகை எண் 1-ன் முகப்பிலுள்ள ஒப்பனைச் சிற்பங்கள், கோண்டேன். ஒரே நேரத்தில் இரு பெண்களுடன் குலவிக் கொண்டிருக்கும் க்ஷத்திரியனின் ஆறடி நீள வில்லை கவனிக்கவும். கி.மு. 2-ம் நூற்றாண்டு.

படம்: 94. உயர்த்திப் பிடிக்கப்பட்டுள்ள அட்சய பாத்திரம், அமராவதிப் பெரும் ஸ்தூபியிலுள்ள சிற்பச் சிலைவட்டிலிருந்து எடுக்கப்பட்டது. கி.பி. 2-ம் நூற்றாண்டு. 19-ம் நூற்றாண்டில் இப்பெரும் ஸ்தூபி நாசம் செய்யப்பட்டது. நாசமான சலவைக் கற்களைச் சுண்ணாம்புக் கற்கள் ஈடுசெய்கின்றன.

படம்: 95. புராணகால விலங்குகளை வேட்டையாடுதல். அமராவதியின் ஒப்பனைச் சிற்பத்திலிருந்து ஒரு காட்சி. தற்போது இந்தப் புடைப்பியல் சிற்பம் இங்கிலாந்து மியூசியத்தில் உள்ளது.

படம்: 96. எருமை அரக்கன் மகிஷாசுரனைக் கொல்லும் துர்க்கை (மஹிஷாசுர மர்த்தனி) மாமல்லபுரம்.
கி.பி. 7-ம் நூற்றாண்டின் முற்பகுதி.

படம்: 97. எல்லோராவிலுள்ள கைலாசர் குகை. மலையில் குடையப்பட்ட இக்கோயில் ராஷ்டிரகூட மன்னர் முதலாவது கிருஷ்ணரால் (அகாலவர்ஷா்) 8-ம் நூற்றாண்டின் பிற்பகுதியில் கட்டப்பட்டது. பழுதடைந்திருந்த இதன் வெளிப்பக்கம், மிகவும் பிற்காலத்தில் அதாவது கி.பி. 1780-ல், இந்தூரின் அகல்யாபாய் ஹோல்காரால் செப்பனிடப்பட்டு, குழைகாரையைப் பூசிச் சிற்ப ஒப்பனை செய்யப்பட்டது. இப்புகைப்படத்தில் தோன்றாத இம்மலையின் உச்சியில், பிற்பகுதிக் கற்காலக் குடியேற்றம் நிகழ்ந்த இடம் இருக்கிறது.

படம்: 98. தவத்தில் ஆழ்ந்துள்ள புத்தர். மணற்பாறையில் செதுக்கப்பட்டது. கி.பி. 5-ம் நூற்றாண்டு. ஸாரநாத்தில் இருந்து எடுக்கப்பட்டது.

கடைசி மனிதன் இறக்கும்வரை ஒருவரையொருவர் வெட்டிக்கொண்டு மடிந்த பிறகும் நீண்டகாலம்வரை கிருஷ்ண வழிபாடு தொடர்ந்து பல இடங்களில் பரவிவந்தது. கி.மு. ஆறாம் நூற்றாண்டில் சூரசேனர்கள் மதுராவைக் கைப்பற்றினரென்று தெரியவந்துள்ளது. இடைக்காலத்தில் தோன்றிய யாதவர்கள் அல்லது ஜாதவர்கள் ஊதியத்திற்காக பிராமணர்கள் அளித்த புரட்டான வம்சாவளியால் கிருஷ்ணனுடையே யதுக்களுடன் பொருத்தப்பட்டுத் திடீர் உயர்நிலையை அடைந்தவர்களாவார். இருப்பினும்கூட, யதுக்களுக்கு உறவற்றவர்களாக இருந்தும் சூரசேனர்கள், மதுராவை மையமாகக்கொண்டு வளர்ந்தோங்கி வந்த கிருஷ்ண வழிபாட்டைப் பாதுகாத்தனர். தந்தைவழி மரபைப் போற்றிய ஆரியர்களைச் சில தாய்வழி மரபுகொண்ட பூர்வகுடி மக்களுடன் ஒன்றாகச் சேர்க்கச் செய்யப்பட்ட முயற்சியின் முக்கியப்படியாக, இக்கரிய தெய்வத்தின் திருமணங்கள் எடுத்துக்காட்டுகின்றன. நாம் எப்போதுமே நினைவில் கொள்ளவேண்டியது என்னவென்றால், உணவு சேகரிக்கும் மக்கள் உணவை உற்பத்திசெய்யும் மக்களாக உயர்வடைவதோடு மட்டுமல்லாமல், ஒரு சூழ்நிலையைப் பொருத்து ஆரியர்களும்கூட உணவு சேகரிப்பவர்களாக நிலை தாழ்ந்துபோகவும் முடியும் என்பதையே. இந்த இருவித நிலைகளிலுமே, இந்த இருவகையான மக்களுக்கும் இடையே, ஒருவர்க்கொருவர் பரிமாறிக்கொண்ட தெய்வ வழிபாடுகளின் வாயிலாக, இனக்கலப்பு சாத்தியமாயிற்று. இத்தெய்வீகத் திருமணங்கள், வேறுபட்ட மனித இனங்கள் ஒன்றுபட்டுக் கூடியதைப் பிரதிபலித்துக் காட்டுகின்றன. இதனால் விளைந்த கூட்டுறவு சமூகம், சூழ்நிலையை நன்கு பயன்படுத்திக் கொண்டு முன்னேற்ற அறிவுடன், அதிக அளவு உற்பத்தித் தன்மையைப் பெற்றிருந்தது.

இதற்கு முற்பட்ட காலத்திற்குரியதோர் கிருஷ்ணனின் சாகசம், இவனுடைய உயர்வைத் துரிதமாக்கியது. கோகுலத்திற்குரிய கால்நடைகளை இந்திரனிடமிருந்து காப்பாற்றுவதற்காக அவன் மேற்கொண்ட நடவடிக்கைகளே அவை. அப்போர் மும்முனைகளில் நடைபெற்றதாகத் தோன்றுகிறது. ஏனெனில் நாகர்களில் பெரும்பாலோரை இந்திரன் காப்பாற்றியதால் கிருஷ்ணனும், குரு இனத்தாரின் ஒரு பிரிவைச் சேர்ந்த பாண்டு புத்திரர்களும் சந்தர்ப்பம் கிட்டியபோதெல்லாம் நாகர்களைத் தாக்கினர். பார்க்கப்போனால், மகாபாரதத்திற்கே கிருஷ்ணன் அந்நியமாகக் காணப்படுகிறான். இக்காவியத்திற்குள் அவன் பிற்காலத்தில்தான் ஊடுருவினான்.

நிலத்தைத் திருத்துவதற்காகப் பாண்டவர்கள் காண்டவாக் காடுகளை எரித்துக்கொண்டிருந்தபோது அவன் அவர்களுடன் சேர்ந்து கொண்டதாக அக்காவியம் கூறுகிறது. எவ்வாறு மகாபாரதத்தில் பொருந்துகைக்கு உடன்படாத நாகர்களின் கதைகள் ஒருமைப்பாட்டு முயற்சியை தெளிவாக எடுத்துக்காட்டுகின்றனவோ, அவ்வாறே ரிக்வேதத்தில் யதுக்களின் தெளிவற்ற நிலையும், கிருஷ்ணனின் கரிய நிறமும் பூர்வகுடி மக்களுடன் ஆரியர்கள்கொண்ட ஒருமைப்பாட்டு முயற்சியின் மற்றொரு படியாக இருக்கலாம். இவ்விரு வகையான கதைகளையும் ஒரே காவியம் ஏற்றுக்கொண்டிருப்பது எவ்வாறு சாத்தியமாயிற்று என்றால் மகாபாரதத்தை ஆதரித்த மக்கள் மேற்கூறிய இரு சாரார்களிடமிருந்தும் உருப்பெற்றிருக்க வேண்டும். இந்திரனுடன் நடத்தப்பட்ட அச்சண்டையின் விளைவு கவனத்திற்குரியது. நான்காம் நூற்றாண்டின் பிற்பகுதியில் படையெடுத்து வந்த கிரேக்கர்கள், அரைதெய்வமும், அரை மனிதனும்கொண்ட ஒரு இந்தியக் கடவுளின் வழிபாட்டைக் கண்ணுற்று, உடனே அதைத் தங்களுடைய ஹிராக்ளீஸிற்குச் (ஹெர்குலஸ்) சமமாகக் கருதினர். அதுவே பஞ்சாப் சமவெளியின் ஒரு முக்கிய வழிபாட்டுக்குரிய தெய்வமாக இருந்தது; ஆனால் ‘டையனைஸஸ்’ (**Dionysos** - இந்திரனுக்கு நிகரான கிரேக்க தெய்வம்) என்ற தெய்வம் குன்றுகளில் வணங்கப்பட்டு வந்தது. இந்த ஹிராக்ளீஸ்தான் இந்தியக் கிருஷ்ணன் என்பதில் ஐயமில்லை. ஈடு இணையற்ற விளையாட்டு வீரர் மரபில் தோன்றிய கிரேக்கர் காவியத் தலைவன் ஹிராக்ளீஸ், சூரியனுடைய சாபத்தால் எரிந்து கருப்பானான்; ஹைதராவைக் (காளியனைப்போல் பல தலைகளையுடைய நாகம்) கொன்றான்; பல்வேறு தேவகன்னியர்களைக் கற்பழித்தான் அல்லது மணம்புரிந்துகொண்டான். இதைத் தவிர, கிருஷ்ணனுடைய மரணம் நிகழ்ந்த விதம், இந்தியர்களுடையதைவிட கிரேக்கர்களின் தெய்வீகக் கதைகளுக்கே மிகவும் பொருத்தமுடையதாக உள்ளது. காட்டில் வாழ்ந்த ஜாரன் என்ற வேடனால் எய்த அம்பொன்று குதிகாலில் தைக்கவே மனித வடிவில் இருந்த யதுகுல வீரனாகிய கிருஷ்ண பரமாத்மா உயிர் துறந்தார். உண்மையில் அந்த வேடன் கிருஷ்ணனுடைய மாற்றாந்தாய் மகனே. ஆனால், அத்தகையதோர் காயம், எவ்வாறு உயிருக்கே ஆபத்தாக முடிந்திருக்கும் என்பது, இந்தியர்களுக்கு இன்னமும் புரிந்துகொள்ள முடியவில்லை. அக்கில்லீஸ் கதையுடன் வேறு பல பூர்வீக கிரேக்க தெய்வீக புராணக் கதைகள் இத்தகைய விசித்திர மரணம் ஒருவகையான சடங்கு பலியின் காரணத்தால் நிகழ்ந்திருக்க வேண்டுமென்று எடுத்துக்காட்டுகின்றன. ஒரு சகோதரன் (அல்லது

குடித் தலைமையின் வாரிசுக்குரியவர்) மூலம் கையாளப்பட வேண்டிய விஷ ஆயுதத்தால் காவியத் தலைவனாகிய பலியாள் மரணமடைய வேண்டுமென்பதே அச்சடங்கு விதி. வெற்றித் திருமகன் டையனைஸாஸ் என்று கிரேக்கர்களால் புரிந்துகொள்ளப்பட்ட அம்மற்றொரு தெய்வம், வேதகாலத்து இந்திரனாகவே இருத்தல் வேண்டும். ஒரு மடாக்குடியனாகவும், போர் வெறியனாகவும் சித்திரிக்கப்பட்டுள்ள இந்திரனுடைய கதாபாத்திரம், ரிக்வேதம் முழுவதிலும் மதம் பிடித்தலைகிறது. இந்தக் கிரேக்கச் சான்றின் மகத்துவம் வாய்ந்த ஒரு உட்கருத்து கவனிக்கப்படவே இல்லை. அதாவது, யதுக்களின் இனமே பூண்டற்றுப் போய்விட்டபோதிலும், அக்கிருஷ்ண வழிபாடு, இந்திர வழிபாட்டை நல்ல சாகுபடிக்கேற்ற பஞ்சாப் நிலப்பகுதிகளை விட்டு வெளியே துரத்தி அனுப்பிய விவரமே அது. மேலும், இதுபற்றி நோக்குமிடத்து, இந்திரன் டையனைஸாஸ் (கிரேக்கச் சான்றில் உள்ளபடி) தனது 'வெற்றி'க்குப் பிறகு இந்தியாவிற்கு இரும்பு மற்றும் வேறு உலோகங்கள் பற்றிய அறிவையும், உழவு மாடுகளின் உபயோகத்தையும், வீடுகட்டும் கலையையும் கொணர்ந்து தந்தாலும்கூட, இந்திர வழிபாடு வழக்கற்றுப் போனதைத் தவிர்க்க முடியவில்லை.

கிருஷ்ணன் எவ்வாறு இந்திரனை வெளியேற்றினான் என்பது பற்றிய வரலாற்று அடிச்சுவடுகள், காலவரிசை, தெளிவான விவரப்பட்டியல் ஆகியன, துரதிருஷ்டவசமாகக் கிட்டாமலேயே போய்விட்டன. ஆனால் இதற்குரிய காரணங்கள் தெளிவாகத் தெரிகின்றன. ஆநிரை மேய்த்து வாழும் முறையிலிருந்து மக்கள் விவசாயத்தின் மூலம் வாழ்க்கை நடத்த ஆரம்பித்தனர். வைதீக யாகங்களும் இடைவிடாத போர்களும் ஆநிரை மேய்த்து வாழும் முறைக்குப் பொருத்தமாயிருக்கலாம். ஆயின், விவசாயத்தின் மூலம் பிழைப்பவர்களுக்கு அவை அதிகப்படி செலவாகவும் பொறுக்கமுடியாத தொல்லையாகவும் தோன்றியிருக்கக்கூடும். கிருஷ்ணனோ கால்நடைகளை இரட்சிப்பவன்; ஓமத் தீ வளர்த்து, கால்நடைகளை பலியிடும் யாகங்களில் இந்திரன், வருணன், பிற வேதியக் கடவுள்கள் அழைக்கப்படுவதைப்போல் இவனையும் அழைப்பது வழக்கமல்ல, யதுக்கள் தங்களுடைய மூதாதையர் தெய்வத்திற்கு எவ்வகையான பலிகளையோ நடத்தி வந்திருக்கலாம்: ஆனால், வேறு பழங்குடி மக்களும் அவற்றைத் தொடர்ந்து பின்பற்றி வந்தனர் என்று கருதுவதற்கு இடமில்லை. இதற்கு மாறாக, புதிதாக விவசாயத் தொழிலுக்கு மாறிய ஆநிரை வளர்ப்பு மக்கள், இந்திரனுக்கு பதிலாக கிருஷ்ணனையே விரும்பி வந்ததில்

ஐயமில்லை. ஆரியருக்கு முற்பட்டோரும் (உணவு சேகரித்தோர்) ஆநிரை மக்களிடம் (உற்பத்தி முறையை) கற்றுக்கொள்ள ஆரம்பித்ததுடன் மணஉறவும்கொண்டபோது தாங்கள் அதுவரை வணங்கிவந்த எண்ணற்ற வட்டாரப் பெண் தெய்வங்களையெல்லாம் வசதியாக கிருஷ்ணனுக்கு மனைவிகளாக ஆக்கினர். விவசாயத்தை மட்டுமே தொழிலாகக்கொண்டவர்கள்-பஞ்சாபில் சற்று மெதுவாகவே முன்னேற்றம் பெற்றவர்கள்-சங்கர்ஷணன் என்று அழைக்கப்பட்ட கிருஷ்ணரின் அசுர சகோதரனாகிய பலராமனால் அமைதியுற்றனர். ‘உழவாரம் ஏந்தி நின்றவனாகிய’ இவனுடைய சிறப்பிற்குரிய போராயுதம் கலப்பை. அது கிருஷ்ணருடைய சக்ராயுதத்திற்கு ஒப்பானது. உழவர்களுக்கு மட்டுமே பொருந்திய ஒரு சட்டப்பூர்வ தெய்வமாக விளங்கியதோடல்லாமல் இத்தெய்வத்தின் மூலம் பூர்வகுடிகளாக நாகர்களும் இவற்றுடன் சேர்த்துக் கொள்ளப்பட்டனர். நாகங்களின் முழுமுதற் கடவுளாகிய ஆதிசேஷனின் அவதாரமாகவே இவன் எப்பொழுதும் கருதப்பட்டு வந்துள்ளான். ஆழ்கடலிலிருந்து இப்புவியைத் தூக்கிநிறுத்தித் தன் தலைமீது தாங்குபவன் இந்த ஆதிசேஷனே என்றும் கூறப்படுகிறது. (நாகர்களை மனிதர்களாகவும், தெய்வங்களாகவும், சர்ப்பங்களாகவும் சித்திரிக்கும் வழக்கத்தை பௌத்தப் புராணங்களால்கூடத் தவிர்க்க முடியவில்லை. நாகர் பழங்குடிகளைப் புத்தர் பௌத்த மதத்திற்கு இழுத்தார்; கொடிய விஷப் பாம்புகளைப் பழக்கினார்; இயற்கை மூலக்கூறுகளால் தாக்கப்பட்டபோது, முசிலிந்தா போன்ற நாக தெய்வங்களால் புத்தர் காப்பாற்றப்பட்டார். இழிவான, கவர்ச்சிக்குரியதோர் ‘நல்ல நாகமாகவும்’ முற்பிறப்பில் அவர் அவதரித்துள்ளார். மிகப் பிரபலம் வாய்ந்த பௌத்த மடாலயங்களான நாளந்தா, சங்காஸ்யா போன்றவை, பூர்வீகத்தில் நாகர்கள் வழிபாடுகள் நிகழ்த்திய திருத்தலங்களிலிருந்து உருப்பெற்றன. அசல் தெய்வமாகிய நாகம், சிறப்பான தினங்களில், ஒரு சாத்வீக குணம் பொருந்திய பாம்பின் வடிவில் காட்சி அளித்து பௌத்த பிக்ஷுக்கள் வழங்கும் பிரசாதங்களைப் பெற்றுக்கொள்ளும்.) இப்போது ஒரு கேள்வி எழுகிறது. அயலான பழங்குடிகள், தங்களுக்குச் சொந்தமில்லாத தெய்வத்தை ஏன் வணங்கத் தொடங்கினார்கள்? மதுராவில் இருந்த பழங்குடிகள் அதன் கிழக்கில் இருந்த மகதர்களின் படையெடுப்பிலிருந்து தம்மைக் காப்பாற்றிக்கொள்ள எண்ணி மேற்கு நோக்கி ஓடியதாகக் கருதப்படுகிறது; அவ்வாறு தஞ்சம்புகுந்த நிலப்பகுதிகளில் யாதுக்களுக்கும் பிற பழங்குடி இனத்தாருக்கும் ஒரு மணவுறவு நிகழ்ந்திருக்கலாம் என்பதே இக்கேள்விக்குரிய விடையாக எண்ணத் தோன்றுகிறது.

தங்களை ஆரியர்கள் என்று கருதிவந்த எல்லா மக்களுக்கும் இடையே அடிப்படையான வேறுபாடுகள், ஏற்கெனவேயே ஆரம்பித்துவிட்டன. மேற்படிப்பிற்காக, பிராமணர்களும், க்ஷத்திரியர்களும் கங்கைப் பிரதேசத்திலிருந்து புறப்பட்டு, உத்தராபத வணிகவழியின் வடமேற்கு முடிவிலுள்ள பகுதிகள்வரை (தக்ஷசீலமும் அதற்கு அப்பாலும்) சென்றனர்: யஞ்ஞும், பிராமணர்களின் வைதீக மந்திர சாத்திரங்கள், சரியான ஆரிய நடைமுறைகள், மருத்துவம், பிழையற்ற சம்ஸ்கிருதம் ஆகியவற்றைக் கற்றுத் திரும்பினர். ஏனெனில் கிழக்கத்தியர்கள் தங்கள் வணிகச் சாலைகளில் செல்லும்போது பயன்படுத்திய எளிய பேச்சுவழக்கில் ஆரிய அடிப்படை இருந்தாலும் எண்ணற்ற சிக்கல்கள் நிறைந்த சம்ஸ்கிருத இலக்கணமோ, வைதீகதொனியின் ஏற்ற இறக்கமோ இல்லை. அவர்களுடைய கொச்சை உச்சரிப்பு, சொற்றொடரிலக்கண அறிவின்மை, பட்டிக்காட்டுக் குரலமுத்தம், ஒளிவுமறைவே இல்லாமல் பெரும்பாலும் நாகரிகமற்ற சொற்களின் பிரயோகம் ஆகியவை, சொல்லத்தகாத முறையில் நகைப்பிற்குரிய பேச்சு வழக்காக மேற்கில் தோன்றியிருத்தல் வேண்டும். இருப்பினும் இப்பிராந்திய மக்கள், தஷசீலத்திலும், அதன் சுற்றுப்புற ஊர்களிலும் நல்மாணாக்கர்களாக ஏற்றுக்கொள்ளப் பட்டதுடன், அவர்களுடைய சாதி, குலம், கோத்திரம் பற்றி யாரும் நெருக்கமான விசாரணைகளையும் செய்யவில்லை. இதை உபநிடதங்களும், பௌத்தமத மூலநூல்களும் உறுதிசெய்கின்றன. எல்லைப் பகுதியில் வசித்த மேல்வகுப்பினர் வெள்ளைச் சருமத்தைப் பெற்றிருந்தனர். ஒரு கருப்பன் ‘அங்காடியில் கருப்பு அவரைகளைக் குவித்திருப்பதுபோல் அமர்ந்திருப்பதைப் பார்த்தால்’ அநேகமாக ஒரு பிராமணனாக இருக்கமுடியாது என்றே மேற்கில் நம்பினார்கள். அதேசமயம், கருப்பு நிறமானாலும் அறிவுசால் மகனைப் பெறுவதற்காகக் கிழக்கத்தியப் பிராமணர்கள், சிக்கல் நிரம்பியதொரு சிறப்புச் சடங்கு முறைக்குட்பட்டிருக்கலாம், என்று பிரகதாரண்யக உபநிடதம் விவரிக்கின்றது. சாதி முட்டுக்கட்டைகள் இல்லையென்று தெரியவரும் பட்சத்தில், நிறத்தடை கிடையாது. சருமத்தின் நிறம் எப்படியிருந்தாலும் (ஐரோப்பியக் கூந்தல் நிறத்தைப் போல்) ஒரு பெண்ணின் அழகு பாராட்டப்பட்டு வந்தது. இதற்கு எதிராக, எல்லைப் பகுதிகளில் சாதி ஒழுக்கங்கள் அவ்வளவாகப் பாராட்டப்படாததால், கிழக்கிலுள்ளோர், மத்ரர், காந்தாரர், காம்போஜர் ஆகியோரை ஒழுக்கமற்றவர்களாகவும், காட்டுமிராண்டி களாகவும் நினைக்க ஆரம்பித்தனர். வடமேற்கு எல்லைக்கோடியில் உண்மையில் இருவித சாதிகளே நிலவின: ஆரியர், தாசர் என்ற இரு

பிரிவுகளே அவை. ஆரியா என்றால் 'தன்னுரிமை படைத்த' என்றும், தாசா என்றால் 'அடிமை' என்றும் பொருள் கொள்ளப்பட்டது. இதில் ஒரு பிரிவைச் சேர்ந்தவர்கள் மற்றொன்றுள் சிறிதுகூட சந்தடி செய்யாமல் மாறிப்போக முடியும். அதாவது, தொலைவு பட்டதாகவும், குளிர் நிரம்பியும் உள்ள இப்பிரதேசங்களில் உணவு சேகரிப்பு முற்றிலும் கடினமாயிருக்கவே, இங்கு இன்றியமையாததாக இருந்த உணவு உற்பத்தி, சில வகைகளில் பண்டைய கிரீஸ் உரோமானிய முறையை ஒத்திருந்த அடிமை முறையை ஊக்குவித்தது. அதே நேரத்தில் கிழக்கத்தியப் பகுதிகளை எடுத்துக்கொண்டால், அங்கு அடிமை முறையே கிடையாது. ஆனால் கடுமையான சாதி வேறுபாடுகள் பலதரப்பட்ட தொழில்களில் படிப்படியாக வளர்ந்து நிலைபெற்றன. குரு-நிலத்திற்குக் கிழக்கே வசித்த பிராமணர்கள், நாகர்களுடன்கொண்ட கலப்புத் திருமணங்களை ஓரளவுக்கு அனுமதித்து இருக்கலாம் அல்லது அதைக் குறைந்தபட்சம் மன்னித்துவிட்டிருக்கலாம். ஆனால் பெஷாவர் அல்லது பால்க் பகுதிகளைச் சேர்ந்த ஒரே குடும்பத்தின் சகோதரர்களில் ஒருவர் வேளாளராகவும், அதே குடும்பத்தைச் சேர்ந்த மற்றொருவர் ஒரு படை வீரராகவோ (சாதி வேலைகளில் மிகவும் இழிதொழில் புரியும்) நாவிதராகவோ இருந்தாலும், அவர் பிராமணருக்குரிய தொழிலைச் செய்தபோது கிழக்கில் உள்ளவர்கள் பழித்துரைத்தனர். ஆனால் வடமேற்குப் பிராந்திய குடும்ப சகோதரர்கள், அவரவர் விருப்பத்திற்கு ஏற்ப, அத்தொழில்களைக் கேவலமாகக் கருதாமல், தத்தம் வேலைகளை மாற்றிக்கொண்டு வாழ்ந்திருக்கவும் கூடும். வடமேற்கு எல்லைப்புறத்துப் பெண்கள் அடங்கி, ஒடுங்கி நடக்கவில்லை; புதியவர்கள் முன்னிலையில் வெட்கமோ, முதியவர்கள் முன்னிலையில் பணிவோ காட்டுவதில்லை. ஆயின், பெண்மணிகளுக்கு அந்நடத்தைகள் இன்றும் கூட அவசியமானவை என்று பண்பாடுள்ள நற்குல இந்தியர்களால் எதிர்பார்க்கப்படுகிறது. ஆண், பெண் இருபாலாரும் இறைச்சி உண்டனர்; கடுமையான மதுபானங்கள் பருகினர்; பலர் பார்த்து மகிழும்படி ஆடையற்ற நிலையில் ஆடல் நிகழ்த்தினர். இத்தகைய பழக்கவழக்கங்கள் எல்லாம் கிழக்கத்தியப் பிராமணர்களுக்கு ஆபாசமாகத் தோன்றியது தெளிவு. வடமேற்குப் பிராந்தியத்தில் நிலவிய பெண்ணுக்குப் பரிசம்போடும் (வரதட்சணை கொடுக்கும் வழக்கத்தின் எதிர்ப்பதம்) முறையைக் கிழக்கத்தியர்கள் இழிவாக எண்ணினர். அதைப்போலவே மகாபாரதத்தில் கிருஷ்ணனுடைய ஜனங்கள் கடைப்பிடித்த இன்றும்கூட வரலாற்று ரீதியான ஆபிரர்கள் நடத்திவருவதுமான, கடத்தல்முறைத் திருமணங்களும் இழிவாகவே

எண்ணப்பட்டன. கடைசியில், இவ்விருவகையானத் திருமணங்களையும் ஆரியமற்றவை என்று கருதி முடித்த பிராமண நூல்கள் அவற்றைத் தடைசெய்தன. இருப்பினும் கூட மத்ரர், பாலிகர் ஆகிய வகுப்புப் பெண்களின் பேரழகும் அன்புள்ளமும், கற்பும் பழமொழிகளைப் போல் பிரபலமானவை. இப்பிரதேசங்களில் போர்க்களத்தில் தன் கணவன் உயிரிழந்த செய்தி கேட்ட விதவை, அப்பிணத்தோடு உடன்கட்டை யேறுவதற்கும் துணிவாள். சதீ என்ற இக்கொடிய வழக்கத்தைப்பற்றி கிழக்கில் அப்போது எவரும் அறியவில்லை. நிலப்பிரபுத்துவ காலத்தின் துவக்கம்வரை அதாவது கி.பி. ஆறாம் நூற்றாண்டு வரையில்கூட, அது கிழக்கில் பரவாமல் இருந்துவந்தது. கிழக்கத்திய மாணாக்கர்கள் சாதிச்செருக்கும், பிரிவு உணர்ச்சியும் கொண்டு, அப்பொழுதும் பட்டிக்காட்டுத் தன்மைகளை விட்டுவிடாமல் இருந்ததைப்பற்றி மேற்கத்திய மனிதர்கள் என்ன நினைத்தனர் என்பதற்குச் சான்று ஏதும் எஞ்சவில்லை. ஆனால் துணிவுள்ள தாழ்ந்த சாதி இளைஞர்கள் கிழக்கிலிருந்து மேற்கே சென்று, பிராமண மந்திர தந்திரங்களைப் பயின்றுமுடித்த பின்னர், கடைசியாகத் தங்களை பிராமணர்கள் என்று கூறி (அவர்களுடைய பூர்வ குல வண்டவாளங்கள் பற்றி அறியப்படாத ஒரு இடத்தைத் தேர்ந்தெடுத்துக்கொண்டு) ஏமாற்றி பிழைத்துவந்தது நன்கு தெரியவருகின்றது. அவர்களுடைய எல்லைப்புற வாழ் ஆசிரியர்கள், தொழிலின் மீதிருந்த சாதிக் கட்டுப்பாட்டைப் பாராட்டாததால் அது உண்மையில் பூர்வகால வர்க்க வேற்றுமை என்பதால்-மேற்படியாரின் ஏமாற்றுவேலை நிரம்பவும் எளிதாக அமைந்தது.

உத்திராபதம் செல்லும் சாலையின் எதிர்த் திக்கிலும், அதே அளவுக்குப் போக்குவரத்து அதிகமாகவே இருந்தது. புத்தருக்குப் பூரண ஞானோதயம் பிறந்து, சரியாக எட்டு வாரங்கள் கழிந்ததும், பியூக்கலாவோட்டீஸ் (புஷ்கராவதி) அல்லது பால்க்கிலிருந்து புறப்பட்டுச் சென்ற இரு சரக்குவண்டி வணிகர்கள் புத்தரின் தொண்டரானார்கள். அவர்கள், அப்போது ஒரிஸ்ஸாவிலிருந்து ராஜ்கீர் செல்லும் வழியில் பௌத்த கயாவைக் கடந்து சென்று கொண்டிருந்தனர். இச்சகோதரர்கள், முறையே தபுஸ்ஸா, பல்லுகா என்று அழைக்கப்பட்டனர். அப்பெயர்கள் உலோக வியாபாரத்துடன் உள்ள தொடர்பை உணர்த்தவல்லன: அவற்றில் ஒன்று காரீயம் அல்லது வெள்ளீயத்தையும் மற்றொன்று செம்பையும் உணர்த்தும். காஷ்மீரிகள் என்று குறிப்பால் உணர்த்தும் எடுப்பான மூக்கும், மெல்லிய உடலமைப்பும்கொண்ட கப்பினர் என்ற க்ஷத்திரியர் காஷ்மீரத்திலிருந்து புறப்பட்டு வந்து கிழக்கில் ஒரு புத்த

பிக்ஷுவாகத் தொல்சிறப்புப் பெற்றார். அவர் இயற்றியதாகக் கருதப்படும் பாலிமொழிப் பாடல்கள் தவத்திற்குரிய கோட்பாட்டைவிட ஹெலனீய மதவிரோதக் கருத்தையே தெரிவிக்கின்றன. வெகு தொலைவில் இருந்த பிம்பிசாரனுடன் பரிசில்கள் மாற்றிக்கொண்ட புக்குசர் என்ற தட்சசீல 'மன்னர்' முதுமையில் புத்தரைக் காண்பதற்கு மகதத்தைநோக்கி வந்தபோது தான் மேற்கொண்ட முதற் பயணத்திலேயே மரணம் குறுக்கிட்டதால் அதுவே அவருடைய கடைசிப் பயணமாகவும் முடிந்தது. புத்தரைச் சந்தித்த ஒரு வாரம் கழித்து, பசு ஒன்று முட்டி அவர் உடலைக் கிழித்துக் கொன்றது என்று அக்கதை உரைக்கின்றது.

பூர்வீகத் தோற்றங்களில் வேற்றுமைகள் மிகுந்து காணப்பட்ட சமூகத்தைப் பழங்குடிப் பிரிவுகளாக அல்லாமல், ஒரே சமூகமாகத் தோற்றுவித்த பிணைப்பு, பொதுவான சடங்கு வழக்கங்களோ அல்லது பொதுமொழியோ அல்ல; ஒருவர்க்கொருவர் விட்டுக்கொடுக்கும் பரிமாற்ற உணர்ச்சிகளின் வாயிலாகப் பொதுத் தேவைகளைப் பூர்த்தி செய்துகொள்ளும் முறையே ஆகும். அச் சமூகத்தின் உருவாக்கம் உத்திராபதம், தட்சிணாபதம் வணிகச் சாலைகளின் வழியே நடந்த கூட்டுறவின் பலனாகக் கிழக்கத்தியரின் தத்துவங்கள் பல இடங்களுக்குப் பரவிச் சென்றமை தெளிவு. ஒரு மாறுபட்ட சூழ்நிலையின் காரணமாக வைதீக மொழியும், சடங்குகளும் வீழ்ச்சியுற்றபோதிலும், தொலைவிலுள்ள இடங்களுக்கும் பரவிச்சென்ற ஆரியர்களையும், அவர்களுடைய கலப்புக் கிளை இனத்தார்களையும் பண்ட உற்பத்திமுறை ஒன்றுசேர்த்து வைத்தது. அப்போது தோன்றிய புதிய தெய்வங்களும் புதிய சமயக் கொள்கைகளும் மனிதர்களுடைய மனத்தைக் கொள்ளைகொண்டன.

5.5. கோசலமும் மகதமும்

கி.மு. ஆறாம் நூற்றாண்டின் புதிய சமயத் தத்துவங்கள் ஒரு கோட்பாட்டை முறைப்படுத்தியதுடன் பழங்குடி நிலைக்கு அப்பால் அதைப் பலரறிய போதனைசெய்தன; சமயத்துறையில் தோன்றிய கோட்பாட்டிற்கு இணையாக அரசியல் வானிலும் ஒன்று உதயமாயிற்று. எல்லா மக்களுக்கும் உரிய உலகளாவிய அரசாங்கத்தை நிர்மாணிப்பதற்கு ஒன்றிணைந்த இயக்கமாக அது செயல்பட்டது. சமயச் சார்புள்ளதும், சமயச் சார்பற்றதுமான இவ்விரு இயக்கங்களின் அடிப்படைகளும் ஒன்றே; அதாவது குடும்பத்தலைவர், வணிகர், விவசாயி ஆகியோரின் புதிய தேவைகள். குறிப்பாக, சமணம், பௌத்தம் ஆகிய மதங்களுக்குரிய

பெரிய மடாலய விதிமுறைகளை வகுத்த சமயப் பெரியார்கள், தங்களுடைய சங்கங்களுக்குப் பழங்குடிகளுக்குரிய அமைப்புகளே சரியாகப் பொருந்தி வரக்கூடியது என்றெண்ணி அவற்றையே மாதிரிகளாகக்கொண்டனர். அவ்வாறிருக்க, அரசியல் கொள்கைகளை வகுத்த தத்துவ அறிஞர்களோ பழங்குடிக்குரிய குறுகிய மனப்பான்மைகளை உடைப்பதற்குச் சர்வாதிகாரமும், முழுமையான பலமும் வாய்ந்த முடியாட்சியை நிறுவுவது ஒன்றே வழியென்று கருதினர். இம்மாறுதலைப் பண்டைய கிரேக்கர்கள், ஹோமர் காலத்து அரண்மனைச் செங்கோல் ஆட்சியிலிருந்து பீஸிட்ராடிட் (Peisitratid) காலத்தின் கொடுங்கோன்மை ஆட்சிக்கு வந்ததாகக் கொள்ளக்கூடும். அவ்வாறு முழுமை பலம்வாய்ந்த பேரதிகாரத்தை நிர்மாணிக்கும் நீண்ட போராட்டத்திற்குப் பின்னணியாக உணர்ச்சிக்கு இடம் கொடுக்காததும், கனிவற்றதும், எதற்கும் பணியாத வகையில் கணக்கிடப்பட்டதும், தருக்கவாயிலாக வகுத்து முறைப்படுத்தப் பட்டதும், கவனமுடன் காரண காரியங்களுக்குப் பொருந்தியதுமான ஒரு அரசியல் கொள்கை ஆக்கம்பெற்று வந்தது. பிறருக்கு நன்மை செய்வதாக கூறிக்கொள்ளும் சாக்குப்போக்குகளோ அல்லது ஒழுக்கத்தைப் பற்றிய பாசாங்கோ, இதில் ஒருபோதும் இல்லை. சமகாலத்தில் வாழ்ந்த மதத் தலைவர்களைப் போலவே நன்கு சிந்திக்கும் திறன்பெற்ற இப்புதிய அரசியல் தத்துவ அறிஞர்களும் முக்கியத்துவம் பெற்று விளங்கினர். இத்தகைய அறிஞர் மரபில் மிகச் சிறந்து விளங்கியவரும், கடைசியாக வந்தவருமான கௌடில்யரின் கருத்துரைகளாக அமைந்த **அர்த்தசாஸ்திரம்** என்ற ஒரே ஒரு நூலில் மட்டும் இவர்களின் பெயர்கள் அடங்கியுள்ளன. அந்நூலைப் பற்றி அடுத்த அத்தியாயத்தில் விரிவாக நோக்குவோம். இப்பெயர்ப் பட்டியல் மனதைக் கவர்வதாக உள: பாரத்வாஜர், காத்யாயனர், பராசரர், உஷானஸ், பிரஹஸ்பதி ஆகியன, பிராமணர்களுக்குரிய நற்பெயர்கள்; அக்காலத்தில் நிலவிய பழம்பெரும் சமய உட்பிரிவுகளைப் போலவே இப்பெயர்களில் சில, முற்றிலும், தனித்தனியான உபதேச மரபுகளைப் போற்றும் சீடர் குழாங்களை எடுத்துக்காட்டுகின்றன ஒரு 'பாகுதந்தீயின் புதல்வர்', கிஞ்சால்கர், கௌனபதாந்தா, பிஸுனா, விசாலாக்ஷா, வாதவ்யாதி, தீர்க்க காராயனர் போன்றோர் க்ஷத்திரியர்களாகத் தோன்றுகின்றனர்; இந்த க்ஷத்திரியர்களின் மரபில் வந்த சீடர் குழாங்களில் முக்கியமாக விளங்கியது ஆம்பீ எனும் பெயரைத் தாங்கி நின்றது.

இங்கு தரப்பட்டுள்ள பெயர்ப்பட்டியல் முழுமையானதல்ல. இவர்களில், யாருடைய உபதேசங்களும் முழுமையாக இன்று எஞ்சி நிற்கவில்லை. எனினும், அர்த்தசாஸ்திரத்தில் இவர்கள் ஒவ்வொருவருடைய கருத்துக்களும் தேவைப்பட்டபொழுது மேற்கோள்களாக இடம்பெற்று விவாதிக்கப்படுகின்றன. சட்டக்கொள்கைகள் அடங்கிய பழைய தீர்ப்புகளைச் சரியான முறையில் பகுத்துப் பார்க்கும் ஒரு சட்ட இயல் வல்லுநரைப் போலவே, பொருத்தமான கருத்துக்களை அர்த்தசாஸ்திரம் ஆராய்ந்துள்ளது. இந்நூலில் எந்த இடத்திலும் தீர்க்க காராயனர் தவிர, மற்றப் பெயர்களின் வரலாற்றுச் சான்று ஏன் தெளிவாக இல்லை என்பதற்குக் காரணம் உள்ளது. தம்முடைய மதக் கருத்துக்களினால் மக்களை வெல்வதற்கும், அவற்றை அவர்கள் புரிந்துகொள்ளச் செய்யவும் பலதரப்பட்ட மக்களிடையே சமயப் பெரியார்கள் வெளிப்படையாகவும், பரவலாகவும் தங்கள் கருத்துக்களை வெளியிட வேண்டும். ஆனால், அதைப் போன்றதோர் விளம்பரத்தை அரசியல் தத்துவ அறிஞர்கள் செய்யமுடியாது. அரசாங்கக் கொள்கைகளைப் பற்றிய ஆலோசனைகளை ரகசியமாக வைத்துக்கொள்வதின் வாயிலாகவே அவை பயனுள்ளதாயிருக்க முடியும்; அவை, பொறுக்கி எடுக்கப்பட்ட சிலர் மட்டுமே அறியக்கூடியனவாக இருக்கவேண்டும். முழுமை மாற்றம் விழைந்து, புதியதோர் சமூகத்தை உருவாக்க வேண்டுமென்ற பணியில் முழுமூச்சுடன் தங்களை ஈடுபடுத்திக்கொண்டு, இரவலர்களாகவே வாழ்ந்த கி.மு. ஆறாம் நூற்றாண்டின் மாபெரும் சமய ஆசான்களுடன் ஒப்பிட்டுப் பார்க்கும்போது, பிற்கால இந்தியாவில் சாதாரணமாக மலிந்திருந்த புல்லுருவிச் சந்நியாசிகளும், தலைக்கனம் நிரம்பிய சமயத் தலைவர்களும் துச்சமானவர்களே. போர், சதியாலோசனை, கொலை, நம்பிக்கை துரோகம் போன்ற கி.மு. ஆறாம் நூற்றாண்டிற்குரிய கதைகளுக்கும் ஒரு அரசியலமைப்பின் கண்காணிப்பின்றி, பலம் வாய்ந்த, பிற்காலக் கொடுங்கோல் ஆட்சி எடுத்துக்காட்டும் அதேமாதிரியான செயல்களுக்கும் இடையே இருந்த வித்தியாசம் எதுவெனில் முற்றிலும் புதியதோர் சமூக நிலையை அடைவதற்குரிய முதற் கண்டுபிடிப்பாக ஆறாம் நூற்றாண்டு முடியாட்சிகள் விளங்கின என்பதுவே; நெடுநாட்களுக்கு முன்பாகவே உறுதியாகிவிட்ட சமூக அஸ்திவாரத்தின்மீது எவ்விதமான விளைவுகளையும் ஏற்படுத்தாமல் இடைக்காலக் ‘கீழ்த்திசைச் கொடுங்கோலர் ஆட்சி’யானது மேல்மட்டத்தில் மட்டுமே மாற்றங்களைச் செய்தது.

கி.மு. ஏழாம் நூற்றாண்டிலேயே அல்லது ஒருக்கால் இன்னமும் ஒரு நூற்றாண்டு முன்பாகவேகூட, பதினாறு முக்கியமான ஜனபதங்கள் (ஆட்சி நிலப்பகுதி) நிலவி வந்தனவென்று மரபின் வாயிலாக அறிகிறோம். ஆறாம் நூற்றாண்டின் முடிவிலும், ஐந்தாம் நூற்றாண்டின் துவக்கத்திலும் இப்பதினாறிலும் முக்கியமாக, நான்கு மட்டுமே எஞ்சி நின்று, அதிகாரத்தின் தலைமை இடத்தைப் பெறவேண்டிய இறுதிக் கட்டப் போர்களில் ஈடுபட்டவாறு இருந்தன. அவற்றில் பலம் பொருந்திய இரு பழங்குடிச் சிறு குழு ஆட்சிகளான லிச்சாவி அல்லது வஜ்ஜி ('ஆநிரை மேய்க்கும் நாடோடி' என்ற சொற்பொருள் இவர்கள் சற்றுப் பிற்காலத்தில் குடியேறிய மக்கள் என்பதை எடுத்துக்காட்டுகிறது.) மற்றும் மல்லம், ஆகியவை ஒரு சர்வாதிகார மன்னரை ஏற்றுக்கொள்ள மறுத்தன. இவ்விரு பழங்குடிகளும் தங்களுடைய விவகாரங்களைப் பழங்குடி மன்றங்களின் மூலமாக நிர்வகித்துக்கொண்டு வந்ததுடன், இடைவிடாமல் போர்ப் பயிற்சிகளையும் நடத்தி வந்தன. இவர்களது பழங்குடிக் குழு அரசியல் அமைப்பு, நீதிக்கும், நடுநிலை நேர்மைக்கும் கீர்த்திப் பெற்று விளங்கிற்று; ஆனால், இவை இரண்டுமே விவசாய மக்களைக் கீழ்ப்பட்டவர்களாக வைத்து உயர் குடியுரிமையுள்ள மேல் வகுப்புப் பிரிவை வளர்த்தன. (இவ்விவசாயிகள் எல்லாருமே பழங்குடிக் குழு உறுப்பினர்கள் அல்லர்) மேலும், குழு ஆட்சி உறுப்பினர்கள் தனியார் சொத்துரிமையினால் ஒருவரையொருவர் பிரிந்துகொண்டு செல்லவும் ஆரம்பித்துவிட்டனர். லிச்சாவியின் தலைநகரமும், மன்றம் கூடும் இடமாகவும் விளங்கிய வைசாலியே இன்றுள்ள பஸார் ஆகும்; மல்லத்திற்குப் பல்வேறு கிளைகள் இருந்தன. அவற்றில் பாவா, குசிநாரா இரண்டும் சிறிய நகரத் தலைமையிடங்களை ஒத்திருந்தன. அவசியம் நேருங்கால் வல்லமை வாய்ந்த படையைப் போரில் நிறுத்துவதற்கு ஒவ்வொரு பழங்குடிகளாலும் முடிந்தது. அவை கி.மு. 5-ம் நூற்றாண்டின் துவக்கத்தில் அச்சுறுத்தும் வலுவில் சென்று தாக்கும் நாடுகளின் கூட்டணியாக விளங்கின. இவை பிற ஆட்சி நிலப்பகுதிகளை வெற்றிகொண்டதோ அல்லது தங்கள் சுதந்திரத்தை இழந்ததோ எதுவாயினும், இவற்றின் முக்கியத்துவத்தைப் புறக்கணிப்பது முடியாது. ஏனெனில் இவ்விரு கூட்டத்தினரும் தெற்கு நோக்கிச் சென்ற உத்தராபதா வணிகவழியின் ஒரு பகுதியை ஆக்கிரமித்துக்கொண்டிருந்தனர். இப்பகுதி நேபாள எல்லையிலிருந்து ஆரம்பித்துத் தெற்கே சம்பாரன் மாவட்டத்தின் வழியாக கங்கைவரையிலும், பின்னர் ஆற்றைக் கடந்து, எல்லோருக்கும்

இரும்பும், தாமிரமும் உற்பத்தி செய்து அளித்த உலோகக் கனிமங்கள் பொதிந்திருந்த பகுதிகள்வரை, வியாபித்திருந்தது. அவர்களுக்கு வடமேற்கே கோசலமும், தெற்கிலும், தென்கிழக்கிலும், மகதமும் இருந்தன. இவையிரண்டும் முழுமை பலம்பெற்ற முடியரசுகளாகும். (மற்ற 16 ஜனபதங்களைப் போலவே), 'கோசலர்கள்', 'மகதர்கள்' என்ற பன்மைச் சொற்றொடர்களே வழக்கிலிருந்து, முறையே, இந்த நாடுகளை எடுத்துக்காட்டுவதன் வாயிலாக இவையும் பழங்குடிகளாகவே திகழ்ந்திருக்க வேண்டும். இருப்பினும் பௌத்தர் அல்லது ஜைனர் மதங்களின் சான்று நூல்களிலோ அல்லது பழங்குடிக்குரிய மன்றங்களிலோ, கூட்டங்களிலோ, கோசலர், மகதர் பற்றிய ஒருமைக் குறிப்புகள் எந்த இடத்திலும் காணப்பெறவில்லை. ஆரம்பத்தில், 'மகதன்' என்ற சொல்லுக்கு 'பாணன்' என்றும் பின்னர், 'வணிகன்' என்றும் பொருள் வழங்கப்பட்டது. இது தொடக்கத்திலிருந்த ஒரே பழங்குடி, நாளடைவில் இருவகைக் குழுக்களாகப் பெருகியதை எடுத்துக்காட்டுகிறது. பிராமண வைதீக நூல்கள் மகதர்களை, ஒரு கலப்பு சாதியாகக் குறிப்பிடுகின்றன. ஜனபதம் என்ற சொல்லுக்குச் சொல் சரியான பொருள் 'ஒரு பழங்குடியின் காலடி' என்பதே. பின்னர் இதே சொல், 'நாடு', 'அரசு' அல்லது 'ஒரு மாநிலம்' என்ற பொருளிலும்கூட வழங்கப்பட்டது. அநேகமாக இதுவே, கங்கைச் சமவெளியில் நிகழ்ந்த மாறுதல்களின் போக்கு எவ்வாறு இருந்தது என்பதை எடுத்துக்காட்டவும் உதவுகிறது.

ஒரு நுண்ணிய வேற்றுமையுடன், இந்த ஆரிய மற்றும் ஆரியராக்கப்பட்ட பழங்குடிகள் கி.மு. ஆறாம் நூற்றாண்டின் கிரேக்கப் பழங்குடி அரசுகளுடன் ஒப்பிடக்கூடியவை. ஆர்ஜீவஸ், பீவோஷுயா, லாசிடாமோனீயா போன்றவை இவற்றைவிட மிகவும் வளங்குன்றியது, குறுகியதுமான நிலப்பகுதிகளாக இருந்தாலும்கூட, அப்பொழுதே நிலத்தில் தனியார் சொத்துரிமையை வளர்த்துக்கொண்டுவிட்டதாகத் தோன்றுகிறது. இந்தியப் பழங்குடி நிலங்களோ, எப்போதும் பரப்பில் அகண்டவை; இங்குப் பொதுவாக இடம்பெயர்கிற சாகுபடி நிகழ்ந்துவந்ததுடன், இந்நிலங்கள் பழங்குடிச் சொத்தாகப் பிரிக்கப்படாமல் ஆட்சி நிலப்பகுதியாகவே இருந்துவந்தன. ஒரு நிலத்தில் ஒரே குடும்பம் நீண்டகாலம் தொடர்ந்துப் பயிரிட்டு வந்தாலும்கூட, பழங்குடி மன்றம் அந்நிலத்தை மறு உரிமை செய்துகொடுக்கும் முறையான அதிகாரத்தைப் பெற்றிருந்தது. இதற்கு எதிராக முழுமை பலம் வாய்ந்த முடியரசுகளின் செயலாற்றலுக்கோ, நிலையான உரிமை நிர்ணயிக்கப்பட்ட தனியார் சாகுபடி நிலங்களிலிருந்து

வசூலிக்கப்படும் முறைப்படியான வரிகளே அடிப்படையாக இருந்தன.

இவ்விரண்டு பெரும் முடியரசுகளில் கோசலமே மிகத் தொன்மையானது. ஆறாம் நூற்றாண்டின் துவக்கத்தில் இதுவே மிகவும் பலம் பொருந்தி விளங்கியதென்பது நிச்சயம். ஆறாம் நூற்றாண்டுக்குரிய கோசலத்தின் தலைநகரம் சாவத்தியில் அமையப்பெற்றிருந்ததாலும், இதற்குத் தெற்கேயுள்ள சாகேதத்தில் இருந்த பண்டைய அயோத்தியா (‘கைப்பற்ற முடியாத’) நகரமே, கோசலத்தின் பழம்பெரும் முக்கிய நகரமாகும். அப்போது சீரமைப்புக்கு உட்படாமல் அடர்ந்த காடுகளாகவே இருந்த இந்த அயோத்தியாவிலிருந்துதான் தெய்வீகக் காவியக் கதாநாயகனாகிய இராமன் நாடு கடத்தப்பட்ட தண்டனையை வலிய ஏற்றுக்கொண்டு தனது பயணத்தைத் தொடர்ந்தான். இவ்வாறு கூறப்படுகின்ற இராமன் நாடு கடந்துசென்ற வழிதான் பிற்காலத்தில் நீட்சியுற்றுத் தெற்கு வணிகவழிவரை பெரியதாக விரிந்தது. இதுவே தற்காலத் தக்காணத்திற்கு பெயர் அளித்த தட்சிணாபதம். ஆறாம் நூற்றாண்டு வாணிபத்திற்குரிய இரு முக்கிய சாலைகளின் சந்திப்பாக விளங்கிய சாவத்தியைப் பற்றி பாவரியின் கதை எடுத்துக்காட்டுகிறது. இதைத் தவிர, தொடர்ந்து நிகழ்ந்த பல போர்களுக்குப் பிறகு (பனாரஸ்) காசியைக் கைப்பற்றிக்கொண்ட கோசலம் கங்கையின் மீதும் ஆணை செலுத்திவந்தது. காசி, ஒரு பழங்குடி அமைப்பாக இருந்தது பற்றிய விவரம் ஒருபோதும் அறியப்படாததால், இவ்வெற்றி ஏழாம் நூற்றாண்டிற்குரியதாக இருக்கவேண்டும். நல்லோனான ‘காசிராஜன் பிரம்மதத்தன்’, பற்றிய சில புராணக் கதைகள் மாத்திரமே இந்த இடம் முக்கியத்துவம் வாய்ந்தது எனத் தெரிவிக்கின்றன. இதன் முதலாவது ஆயிரமாண்டுக் காலத்தின் துவக்கம் தற்போது தொல்பொருள் ஆராய்ச்சியின் வாயிலாக உறுதியாகிவிட்டது. இவ்வெற்றிக்குப் பிறகு இந்த ராஜ்ஜியம் காசி-கோசலம் என்ற பெயரில் சேர்ந்தே வழங்கலாயிற்று; காசி ஒரு முக்கிய நதித் துறைமுகமாக விளங்கியது இதன் காரணம். பருத்தி ஆடை, பட்டு (டஸூர்) போன்ற காசித் தயாரிப்புகள் பல ஏற்கெனவேயே கீர்த்தி பெற்றிருந்தன. செங்காவிச் சாயமான காஷாயம், பௌத்தர்களுடைய அங்கிகளுக்கு முதன்முதலாக நிறத்தை வழங்கியது; மிகப் பிரசித்திபெற்ற காசிக் கத்தாய் என்ற பெயரில் இன்றளவும் அதன் புகழ் நிலைபெற்றுள்ளது. அச்சமயத்தில்கூட காசியிலிருந்து புறப்பட்டு நதிவழியே கடலை அடைவது துணிகரம் நிரம்பிய

கப்பலோட்டிகளுக்கு சாத்தியமே. சில சமயங்களில் டெல்டாப் பகுதிகளுக்கு அப்பாலும்கூட சென்று வாணிபத்தில் ஈடுபட்டனர். சந்தேகமின்றி இவர்களுக்கு நிலையானதும், இலாபகரமிக்கதுமான வாணிபப் பொருள் உப்புதான்.

மகதநாடு முக்கிய வணிகவழியுடன் நன்கு பொருந்தியிருக்கவில்லை. தெற்கே கங்கையைக் கடந்துசெல்லும் அவ்வழி மகதத்தோடு முற்றுப்பெற்று நின்றுவிடுகிறது. மகதத்திற்கு அப்பால், அப்போது வழி திறக்கப்படாத காடுகளே அமைந்திருந்தன. இருந்தாலும், பின்னர் மகதமே இந்தியாவின் முதல் 'உலகளாவியதோர் முடியரசாகவும்' பேரரசாகவும் வளர்ச்சியுற வேண்டியிருந்தது. இதற்குக் காரணம் ஒரு வணிகச்சாத்து வழி மட்டும் அல்ல; உலோகக் கனிமத்தை வெட்டியெடுக்கும் தொழிலின்மீதுகொண்ட ஆதிக்கமும் முக்கியமானது. இதற்குப் பொருந்தினாற்போல் இதன் தலைநகரமாகிய ராஜ்கீர் (ராஜக்ருஹா அரசனின் இல்லம்) கங்கையின் தெற்கேயுள்ள ஒரே பண்டைய ஆரியக் குடியிருப்பாக விளங்கியது. ராஜ்கீரின் அருகிலுள்ள குன்றுகளில் வடக்குக்கோடி தார்வார் தெரிபாறைகளும் அடங்கியிருந்தன; மண்ணியல் (Geological) பாணியில் உருவாகியிருந்த இவ்வமைப்பில் இரும்பு எளிதாகக் கிட்டியது. அப்பாறைகளின் மீது ஆக்சைடுகளாக உறைந்துகிடந்த ஏராளமான இரும்புத் துகள்களை எவ்விதமான சுரங்கவேலையுமின்றி சுரண்டிக்கொண்டு போகலாம்; மேலும் அடுப்புக் கரியை வைத்துக்கொண்டே இதை உருக்கிப் பிறகு உச்ச வெப்பநிலையில் சம்மட்டியால் தட்டி, வேண்டிய கருவிகளையோ, பாத்திரங்களையோ செய்துகொள்ளலாம். ராஜ்கீரின் மற்றொரு இடவசதி, அதன் தற்காப்பு வசதிகள் அமையப்பெற்ற சுற்றுவட்ட மலைச் சூழல்; இருபத்தி ஐந்து மைல்கள் சுற்றளவுக்கொண்ட இம்மலைச் சூழல் ராஜ்கீரின் உள்நகரக் கோட்டைக்குரிய வெளி அரண்களாகத் திகழ்ந்தது. சரியான ராஜ்கீர் நகரம், ஏறத்தாழ ஒரு சதுர மைல் பரப்புடன் மூன்றாவது மதில் சூழலுக்கு இடையே அமைந்திருந்தது. இவ்வாறு அரண்கள் சூழ்ந்த நிலப்பரப்பில் பொருந்தியிருந்த அருமையான நீரூற்றுக்களிலிருந்து குளிர்நீரும், வெந்நீரும் கிட்டின; கூடவே மதில்களுக்கு இடையே அருமையான மேய்ச்சல் நிலமும் அமைந்திருந்ததால் எவ்வளவு காலத்திற்குத்தான் இக்கோட்டையைப் பகைவர்கள் முற்றுகையிட்டாலும் அதைத் தாங்கி வெல்லும் சக்தியை ராஜ்கீர் பெற்றிருந்தது. இச்சூழலுக்குத் தென்கிழக்கே இருந்த கயா மகதத்தின் ஒரு காலனியாக விளங்கியது. அதற்கப்பால் உள்ள பூர்வகாலக் காடுகளைத் துணிவுடன் கடந்துசென்ற புது முயற்சியாளர்கள், தென்கிழக்குக்

குன்றுகளில் தாமிரம், இரும்பு ஆகிய உலோகக் கனிமங்களின் உறைவிடங்களைக் கண்டுபிடித்தனர்; இந்தியாவின் மிக உயர்ந்த கனிமவளப் பகுதிகளும் இவைதாம். உலோகக் கனிமம் வெட்டியெடுக்கப்பட்டு, அந்த இடத்திலேயே சுத்தம் செய்யப்பட்டு, மத்திய கங்கைச் சமவெளிப் பகுதியில் பேரம் செய்வதற்கான உலோகங்களாக வந்தவழியே எடுத்துச்செல்லப்பட்டன. இதற்குக் காரணம், உலோகக் கனிமங்கள் அமைந்திருந்த மலைப்பாங்கான நிலப்பகுதிகளைப்போல் இலாபகரமான சாகுபடியைச் செய்ய முடியாது. ஆகவே மகத அரசு, காட்டைத் திருத்தவும் புதிய நிலங்களைச் சாகுபடியின் கீழ் கொண்டுவரவும் உலோகங்களைப் படிப்படியாக உபயோகித்து வந்தது. இவ்வாறு உலோக பயனீடே மகதப் பேராணையின் ஊற்றுக்காலாக விளங்கியது.

கவனிக்கப்பட வேண்டிய எல்லா ஜனபதங்களும், மக்கள் பரிவாரங்களும், இப்பதினாறில் அடங்கவில்லை என்பது வெளிப்படை. பெரும்பாலான நிலப்பகுதிகள் வெட்டப்படாத காடுகளால் சூழ்ந்திருந்தன. உணவைச் சேகரித்து வாழ்ந்த சிறுபான்மைக் காட்டுமிராண்டி மக்கள் அக்காடுகளை ஆக்கிரமித்துக் கொண்டிருந்தனர். அப்பொழுதும், கற்கோடரிகளையே (பாசானா முக்காரா) அக்காட்டுமிராண்டிகள் ஆயுதங்களாகப் பயன்படுத்தி வந்தனர். காடுகளின் வழியே செல்லும் வணிகச் சாத்துக்களுக்கு இவர்கள் அபாயம் விளைவித்தனர். நாளுக்கு நாள் இந்த அபாயங்கள் பெருகியவாறு இருந்தன. மிக முக்கியமாக விளங்கிய இரு வணிக வழிகளிலும்கூட பழங்குடிக் காடுகள் நெடுந்தொலைவுவரை விரிந்து, ஜனபதங்களைப் பிரித்தது. இக்காடுகளின் வழியாகச் செல்லும் வண்டித் தொடர்கள் பொதுவாக, பலமான பாதுகாப்புகளுடன் ஜாக்கிரதையாக செல்லவேண்டியிருந்தது. சாக்கிய குலத்தில் புத்தர் தோன்றியிருக்காவிட்டால், சாக்கியர் போன்ற அற்பமான பழங்குடியைப் பற்றி நாம் அறிந்துகொண்டிருக்க நியாயமில்லை. மற்றவர்களில் ‘அல்லகப்பாவின் பூலிகள்’ போன்ற பழங்குடி, புத்தரின் அஸ்திகளில் பங்குகேட்கும் அளவுக்கு அக்காலத்தில் சிறப்புற்றவர்களாக விளங்கினாலும், அந்த ஒரே ஒரு குறிப்புக்கு மேல் அவர்களைப் பற்றிய வேறு விவரங்கள் தெரியவில்லை. ஒரு ஜனபதத்தின் பெயராகவும், ஒரு நகரத்தின் பெயராகவும் விளங்கிய மிதிலைக்குரிய பழங்குடிகள் அற்றுப்போய்விட்டனர்; நேராக இக்ஷ்வாகு வம்சத்தில் தோன்றிய இதன் கடைசி மன்னனாகிய சுமித்திரன் ஏறத்தாழ புத்தர் பிறந்த சமயத்தில் இறந்துவிட்டான். மிதிலையைக்

கோசலம் வெற்றிகொள்வதற்கு முன்பே, விதேகத்தை மிதிலை கைப்பற்றியதோ, அல்லது இவை இரண்டையுமே கோசலம் வெற்றிகொண்ட பிறகே, மிதிலை விதேகத்துடன் சேர்ந்ததோ, எப்படியிருப்பினும் ஆறாம் நூற்றாண்டின் இடைப்பகுதியில், இவை இரண்டுமே சுதந்திரத்துடன் இயங்கவில்லை என்பது தெளிவு. கங்கைக்குக் கிழக்கே அதன் இரு கரைகளிலும் திகழ்ந்த அங்கத்தை மகதம், தன்னுடன் சேர்த்துக்கொண்டுவிட்டது. அங்கத்தின் தலைநகராகிய சம்பா (பாகல்பூர்), மகத மன்னன் பிம்பிசாரனால் யாகம் செய்துவைக்கும் ஒரு வைதீக பிராமணப் புரோகிதனுக்கு மானியமாக அளிக்கப்படும் அளவிற்கு ஒரு சிறிய கிராமமாகச் சுருங்கிப் போயிருந்தது.

சாதாரணப் பழங்குடி மக்களுக்குமேல் சிறப்புற்று விளங்கிய சாரதவாகர் (Caravaneers) அல்லது வைதேஹிகர் என்று அழைக்கப்பட்டவர்கள், வணிகர்களாக விளங்கிவந்தனர். வைதேஹிகர் என்ற பெயருக்கு, 'விதேக குலத்தைச் சார்ந்த பழங்குடி' என்று பொருள். எல்லா வணிகர்களும் ஒரு குறிப்பிட்ட பழங்குடி அல்லது ஜனபதத்திற்குரியவர்களாக வாழ்வது நீடிக்காவிட்டாலும், விதேக குலம் பழங்குடிகள் மறைந்து போய்விட்டாலும் இச்சொல்வழக்கு, ஒரு குறிப்பிட்ட பழங்குடிக்குரிய தொழிலினக் குழுவாக இருந்த இத்தொழிலின் மூலத்தை எடுத்துக்காட்டுகிறது. தட்சசீலத்தில் ஆரம்பித்து, மகதத்தின் எல்லைக்கோடிவரை இச்சாரதவாஹர் வணிகர் கூட்டம் நீண்ட சங்கிலியைப்போல், இவ்வணிகவழியில் நீண்டு இயங்கியது. இதில் துணிவு மிகுந்தவர்கள், நன்கு அறியப்பட்ட எந்த ஜனபத எல்லைக்கு அப்பாலும், குறிப்பாக, தக்காண மார்க்கத்தின் வழியாகவும் சென்றார்கள். வியாபாரம் என்பது இப்பொழுது பூர்வகால முறையில் குறிப்பிட்ட உறவுகளைக்கொண்ட 'வர்த்தகக் கூட்டாளி'களிடையே நடக்கும் பேரங்களாக இல்லை. ஒருக்கால், அப்போதும் ஏதோ சில காட்டுமிராண்டிக் கூட்டங்கள் அப்பூர்வகால ஏற்பாடுகளைப் போற்றிவந்திருக்கலாம் அவ்வளவே. தோண்டி எடுக்கப்பட்ட நாணயங்களை பரிசீலித்துப் பார்க்கும்போது ஒழுங்கான முறையில் நாணய வெளியீடுகள் கி.மு. ஏழாம் நூற்றாண்டு முடிவடைவதற்கு முன்பாகவே ஏற்பட்டுவிட்டதாகத் தோன்றுகிறது. வெள்ளி நாணயங்களுக்குரிய கிழக்கத்திய உலோகத் தகவு மதிப்பு, 3.5 கிராம் எடையுள்ள ஒரு கார்ஷா பணமாக, மகதத்தில் வழங்கப்பட்டது. அதே சமயத்தில் ஒரே இடத்தில் மட்டுமே கண்டுபிடிக்கப்பட்டுள்ள கோசலத்திற்குரிய நாணயங்களின்

தகவு மதிப்பு 3/4 கார்ஷாபணம் என்று அறிகிறோம். இந்த எடைகளுக்குரிய மூலவேர் சிந்து சமவெளிப் பண்பாட்டை நோக்கிச் செல்கின்றது. உண்மையில், சிந்துப் பண்பாடு, இதே பரிமாணமுள்ள துல்லியமான எடைக்கற்களைத் தயாரித்து, தட்சசீலத்தின் நாணயங்களின் தகவு மதிப்பு கிராமுக்குச் சற்று மேற்பட்டு ஒரு அந்நிய எடைமுறைக்குரியதாயிருந்தது. அதன் எடை, ஏறத்தாழ வரலாற்றுக்கால இந்தியாவில் வெளியிடப்பட்ட ரூபாயின் எடைக்குச் சரியாக இருந்தது. அதாவது ஒரு கார்ஷாபணம் என்பது 32 குன்றிமணி எடை எனில் வளைக்கப்பட்ட தண்டுபோன்ற எல்லைப்புறப் பிரதேசத்தின் நாணயத்தின் எடை 100 குன்றிமணி ஆகும். தொடக்கத்தில் வணிகர்களாலேயே வெளியிடப்பட்ட நாணயங்கள், எதுவும் குறிகளே இல்லாமல், வெறும் வெள்ளிகளாகவே இருந்தன. அவற்றைப் புழக்கத்தில் விடும்போது, அவர்களின் குழுக்கள் எடைகளை ஒழுங்காகச் சோதித்தார்கள். இவ்வாறு பரிசோதனை செய்யப்பட்டதற்கு அடையாளமாக அதன் ஒரு பக்கத்தில் சின்னஞ்சிறு குறிகளைப் பொறித்தார்கள்; இக் குழுஉக்குறிகளைப் புரிந்துகொண்ட மக்களுக்கு, இவ்வெள்ளியின் தூய்மைக்கும் எடைக்கும் உத்திரவாதம் அளித்தன. இக் குழுஉக்குறிகள், உத்தராபதத்தையும் தாண்டி, ஆப்கனிஸ்தான், ஈரான் ஆகிய நாடுகளிலும் பரவியிருந்தன. சில சமயங்களில், இத்தகைய குறியீடுகள் ஆக்கேயமெனித் டரீயஸின் பெயரால் வெளியிடப்பட்ட தங்க நாணயங்களின் (டரீக்குகள்) மீதும் காணப்படுகின்றன. இவை எல்லாம், அநேகமாக, காந்தாரத்தில் புழங்கிவந்ததாகத் தோன்றுகிறது. நாணயங்களில் பொறிக்கப்பட்ட சில குறிகளும்கூட, சிந்து வரிவடிவங்களிலிருந்து பெறப்பட்டிருந்தன. அநேகமாக, கடந்த அத்தியாயத்தில் நாம் குறிப்பிட்ட பாணி என்ற இந்துக் குடிமக்களின் சந்ததியினரால் இவை தோன்றியிருக்கலாம். தொடக்கத்தில் நாணயங்களாக வெளியிடப்பட்ட வெள்ளித் தகடுகளின் மறுபக்கம் வெற்றிடமாகவே இருந்தது. இவ்வாறு வெற்றிடமாக விடப்பட்ட பக்கத்தில், ஆறாம் நூற்றாண்டில் தோன்றிய மன்னர்கள், தங்களுக்குச் சொந்தமான குறிகளைப் பொறிக்கும் ஏற்பாட்டைச் செய்தனர். இவ்வாறு ஒழுங்கு செய்யப்பட்ட நாணய வெளியீட்டு முறையின்கீழ், கோசலத்திற்குரிய நாணயங்களில் நான்கு குறிகளும், மகதம், மற்றும் இதர நாடுகளுக்குரியனவற்றில் ஐந்து குறிகளும் அடங்கியிருந்தன. இக்குறிகளைக்கொண்டு, பல்வேறு அரச வம்சங்களை நாம் வேறுபடுத்திக் காட்டமுடியும்; அத்துடன், ஏறத்தாழ ஒவ்வொரு

அரச வம்சங்களிலும், எத்தனை எத்தனை மன்னர்கள் இருந்தனர் என்பதையும் கூறமுடியும்; ஆனால் அப்பொழுதும் தனியாக ஒரு மன்னரின் பெயரைக் கண்டுபிடிப்பது என்ற விஷயம் அவ்வளவு எளிதாக இல்லை; பொதுவாக, இது ஒரு ஊகத்தைப் பொருத்த விஷயமாகவே விளங்குகிறது. வன்முறை மூலம் மாறிய அரசகுல வம்சங்களை, நாணயங்களின் புதிய மறுவெளியீடுகளின் வாயிலாக அறிந்துகொள்ளலாம்; பதவி துறந்த மன்னரின் நாணயங்கள் எதுவும் அரண்மனைக் கருவூலத்தில் இருந்தால், அவற்றைப் புழக்கத்தில் விடுவதற்கு முன்னர், ஒரு புதிய வம்சத்து அரசர், தனக்குச் சொந்தமான குறிகளை அவற்றின்மீது பொறித்து வெளியிட்டார்.

இயந்திரங்களில் அடிக்கப்படும் தற்கால நாணயங்களைப் போல் அவற்றின் எடைகள் சரியானவாறு பொருந்தியிருந்தன; மிக நுண்ணிய வேறுபாடுகள் சகித்துக்கொள்ளும் அளவில்தான் இருந்தன. இவ்வகையான நாணயங்கள் மிகவும் கவனமுடன் எடை நிறுக்கப்பட்டு, ஒழுங்கான முறையில் அடிக்கப்பட்ட விதம், சரக்கு உற்பத்தியின் வளர்ச்சியை நன்கு புலப்படுத்துகின்றன. (குறிப்பாக காசிக்கு அருகேயுள்ள) கிராமங்களில் மொத்தமாகக் குடியேறியிருந்த கூடை முடைவோர்கள், குயவர்கள், கம்மியர்கள், நெசவாளிகள் போன்றோரைப்பற்றி நாம் படித்திருக்கிறோம். இக்கைவினைஞர்கள் இரத்த உறவுள்ள தனிக் குழுக்களாக இருந்தாலும் வர்க்க ரீதியில் தொழிலினக் குழுக்களையும் (சிரேனீ) உருவாக்கினர். இவற்றின் அமைப்புகள், இவர்களுடைய பூர்வகாலத்திலிருந்து பெறப்பட்ட பழங்குடிக் குழுக்களைப்போல் விளங்கியிருத்தல் இயல்பே. இன்னமும் அரைப் பழங்குடி நிலையில் வாழும் அஸ்ஸாம் போன்ற பகுதிகளில் இக்குழுமுறை செயல்பட்டு வருவதைக் காணலாம். இவ்வகைத் தொழில் இனக் குழுக்களின்வசம் சொத்துக்கள் குவிந்திருந்தன. ஆயின், எந்த உறுப்பினரும் இதில் தனியுரிமையைக் கொண்டாட முடியாது; ஆனால் தலைவனோ அல்லது அக்குழுக்குரிய அவையோதான், தேவைப்படும்போது இச்சொத்துக்களை ஒரு குழு உறுப்பினருக்கோ அல்லது ஒரு வெளிநபருக்கோ அல்லது வெளி அமைப்புகளுக்கோ பிரித்துக்கொடுக்க முடியும். மிகவும் வறிய நிலையிலுள்ள இந்தியத் தொழில் சாதியினரிடையே இவ்வழக்கம் இன்றும் தொடர்ந்து நடைபெற்று வருவதை நாம் பார்க்கின்றோம். இதன் மூல முன்மாதிரியை, நாம் இப்போது பேசுகின்ற காலத்திலிருந்தோ அல்லது இதற்கும் முன்பிருந்தோ கூட, படிப்படியாக இக்காலம்வரை ஆராய்ந்து பார்ப்பது கடினமல்ல; பிற்பட்ட வேதகாலத்

தொழிற்கலைஞர் சாதாரணமாக, இடம் மாறியவண்ணம் இருந்த கிராமத்தின் ஒரு வைசிய சாதி உறுப்பினராகத் திகழ்ந்தனர். கி.மு. 7 அல்லது 6-ம் நூற்றாண்டிலும்கூட, நகரங்களின் உற்பத்திகள் யாவும் அருகிலுள்ள நகரங்களில் செலவாகவில்லை. பெரிய அளவில் துணிமணிகள், உலோக சாமான்கள் முதலியன, நீண்ட தூரங்களுக்குக் கொண்டுசெல்லப்பட்டன. இயற்கைப் பொருள்களில் உப்பை எடுத்துக்கொண்டால், பஞ்சாபில் தோண்டியதைப்போல் அவ்வளவு எளிதாக பீகாரில் இதை வெட்டி எடுக்க முடியவில்லை. எனவே, உப்பைத் தேடியவாறு (கடலை நோக்கிக் கீழே) நெடுந்தூரத்திலிருந்து கொண்டுவருவதும் அவசியத் தேவையாயிருந்தது. காடுகளிலிருந்து கிட்டிய மூங்கில், முக்கியமான விளைபொருளாகும். கூடைகள் முடைவதற்கும், கட்டுமான வேலைகளுக்கும், இது மிகவும் அவசிய வணிகப்பொருளாக விளங்கியது. காட்டின் மற்றொரு விளைபொருள் சந்தனம்; உடலுக்கு குளிர்ச்சியைக் கொடுக்கும் வெப்பாற்றியாகவும். உடலின் தூய்மையைக் காக்கவும் பயனுற்ற சந்தனத்திற்கு, முக்கியமாக, சோப்பு கண்டுபிடிக்கப்படாத நிலையில், ஸ்நானத்திற்காக ஏகப்பட்ட தேவை இருந்துவந்ததில் வியப்பில்லை. (வெப்பமான தட்பவெப்ப நிலையில் இது ஒரு ஆடம்பரம் என்று சொல்வதைவிட அவசியத் தேவை). இவ்வெல்லாச் சாதனங்களும், வியாபாரச் சரக்குகளும் ஒரே நேரத்தில் 500 அல்லது அதற்கும் மேற்பட்ட காளை மாட்டுவண்டிகளில் ஏற்றியனுப்பப்பட்டன. இவ்வண்டிச் சக்கரங்களில் ஆரைகள் இணைக்கப்பட்டிருந்தன; இச்சக்கரங்களின்மீது பொருத்தப் பட்டிருந்த பதனிடப்படாத தோல் பட்டையங்கள் உத்தராபதத்தின் மிருதுவான மண்சாலைகளில் செல்ல ஏற்றதாக இருந்தன.

நேராகவும், அகன்றும் இருந்த வடக்கத்திய வண்டித் தடங்களுடன் ஒப்பிட்டுப் பார்க்கும்போது, தட்சிணாபத நாடுகளின் வழிகள் மலைப்பாங்காகவும் கடக்கமுடியாத கணவாய்கள் நிறைந்துமிருந்தன; மேலும் அப்பாதைகள் சீரற்றும், தொடர்பற்றும் இருந்ததுடன் கரடுமுரடாகவும், கல்லும், முள்ளுமாகவும் இருந்தன. ஆகவே, அப்பிரதேசங்களில், பொதிசுமக்கும் மிருகங்களையும், தலையில் ஏற்றிக்கொண்டு செல்லும் சுமைக் கூலிகளையுமே, சரக்குவண்டிகளுக்குப் பதிலாக அமர்த்த வேண்டியிருந்தது. வணிகப்பொருள்களைப் பரிமாற்றம் செய்துகொள்ள வேண்டுமானால், உள்நாட்டில் உபரிஉணவு, தோல் போன்ற பிற பொருள்களும் மிகுந்திருக்க வேண்டும். இதற்கு நல்ல உத்தரவாதம் கொடுக்கக்கூடியது (நிலம், கால்நடை போன்றவற்றில்) தனியார் சொத்துரிமை முறையும் ஒருமுகப்படுத்தப்பட்ட உழைப்பாளர் வர்க்கமுமே. பொதுவாக,

சூத்திரர்களே சில சமயங்களில் அடிமைகளாகவும், அல்லது கூலியாட்களாகவும் இருந்து உழைப்பை நல்கினர். நாகரிகம் முதிராத காட்டுப் பிரதேசத்தில் வியாபார பேரங்கள், பழங்குடித் தலைவர்கள் மூலமாகத்தான் நடைபெற வேண்டியிருந்தது; வணிகர்களுக்கு அளிக்கவேண்டிய உபரிகளை ஒரு குலத் தலைவனே சேகரித்தான். ஒரு குறிப்பிட்ட உறவிடையே நிகழ்ந்த ‘வர்த்தகக் கூட்டாளிகள்’ என்ற பழங்குடிப் பூர்வ நிலையிலிருந்து முன்னேறிய குலத் தலைவர்களோ அல்லது சிறு குழுக்களோ, கடைசியில் அவ்வாறு பெற்ற புதிய சொத்துக்களினால் பழங்குடியைச் சேர்ந்த மற்றவர்களிடமிருந்து விடுபட்டுச் சென்றார்கள்; இக்கூட்டுப்பிரிவு படிப்படியாக வளர்ந்து அணுகுவதற்கு எளிதாக இருந்த பற்பல பழங்குடிக் குழுக்களில் தொடர்ந்தது. அச்சமயத்தில் குதிரை ஒரு விலையுயர்ந்த வாணிபப் பொருளாக விளங்கியபோது, குதிரை சவாரி பழக்கமானது. கி.மு. ஆறாம் நூற்றாண்டுக்கு முன்பாகவே குதிரைகள் தக்காணத்தை அடைந்துவிட்டன. இவற்றைவிட விலைமதிப்புடன் விளங்கிய யானைகளோ, அரண்மனை மற்றும் படைத்துறை உபயோகங்களுக்கு மட்டுமே ஒதுக்கப்பட்டதால் ஒரு சாதாரண வாணிபப் பொருளாகத் திகழவில்லை. நாம் தற்போது விவரிக்கும் இச்சமூகம், சாதியால் அமிழ்ந்தும், திக்கற்றும், உணர்ச்சியற்றும், கிராமம் முழுவதுமே ஜடமாகிப் போவதற்கு மிகவும் முற்பட்ட காலத்திற்குரியதாகும். பின்னர் பன்னிரண்டுநூற்றாண்டு களுக்குள்ளாகவே அத்தகைய ஜடமான சமூகத்தையும் அத்துடன் பொருந்தியதோர் களையற்று விளங்கிய இயற்கை நிலக்காட்சியையும் **(Landscape)** நாம் பெற்றோம். ஏற்கெனவேயே நிகழ்வுற்ற வலிய போர்த் தாக்குதல்களினால் விளைந்த பலன்கள் ஆசைகளைத் தூண்டுமளவுக்கு அதிகமாக இருந்தன. தங்குதடையற்ற வர்த்தகப் பரிவர்த்தனைக்கு உறுதியளிக்கும் வகையில், வலிமை நிரம்பியதோர் வல்லரசின் தேவையும் அதிகரித்தது. ஆகவே பல்வேறு குழுக்களிடையே நடைபெறும் ‘பரிவர்த்தனைகள்’ சட்டத்தின் மூலம் கட்டுப்படுத்தப்பட வேண்டியிருக்கும் என்பதைச் சொல்லத் தேவையில்லை.

இப்போது நாம் செல்லும் பாதையிலிருந்து சற்று விலகி, ஒரு கொள்கையளவில் நிற்கக்கூடிய நிலைமையை ஆராய்வோம். எழுச்சி பெறவேண்டிய புதியதோர் அரசின் முக்கியக் கருவியான படைக் கேந்திரம், பலம் பொருந்தியதாகவும், நல்ல பயிற்சியுடையதாகவும், போர்த்தொழிலையே பிழைப்பாகக் கொண்டவர்களின் அமைப்பாகவும் விளங்க

வேண்டும். பழங்குடி எல்லையைத் தாண்டி சமூகத்திற்கு சேவைபுரியும் ஒரு படைக்கு ஆள் சேர்க்கும் விஷயத்திலும், அதன் போர்ச் செயலிலும் பழங்குடிச் சிறப்புரிமை, பழங்குடிச் சட்டம் அல்லது நம்பிக்கைகள் ஆகியவை தடையாக இருக்கக்கூடாது; மிக ஒதுக்கமாக வாழும் ஒரு பழங்குடி, அச்சமூகத்தை அங்கீகரிக்க மறுக்கும். இத்தகைய படை, ஒரு பழங்குடித் தலைவன் சமயங்களில் ஈடுபடும் போர் நடவடிக்கைகளுக்காகத் திரட்டப்படும் பழங்குடி லெவியாகச் (Tribal Levy) செயல்பட முடியாது. கவனமான கட்டுப்பாடு, இடைவிடாத படைப் பயிற்சி, ஒழுங்கான சம்பளப் பட்டுவாடா, அரசாங்கச் செலவில் அளிக்கப்பட்ட நல்ல படைக் கருவிகள், ஆகியவை தவிர இப்படைகளைப் போர் முக்கியத்துவம் வாய்ந்த கோட்டைக் காவலில் தகுந்த வசதிகளுடன் அமர்த்த வேண்டியிருந்தது. ஒரு முறையான வரிவிதிப்பு இல்லாமல் இவை சாத்தியமாகாது; சாதாரணமாக, இவ்வரிவிதிப்பிற்குப் பழங்குடிக் குழு ஆட்சிகள் உடன்படா. லிச்சாவியையோ அல்லது மல்லாவையேகூட எடுத்துக்கொள்வோமேயானால், இவ்வகையில் நிலையான படையமைப்பை உருவாக்கியதாகவோ அல்லது முழுக்க முழுக்க அப்படை வீரர்கள் அவர்கள் கொடுத்த சம்பளத்தில் வாழ்க்கையை நடத்தியதாகவோ சரித்திரம் இல்லை. தனியார் சொத்துரிமை என்ற அஸ்திவாரத்தின் மேல் எழும்பியிருக்கும் விரிந்த சமூகத்திற்கு ஆதரவு தரும் பிரஜைகளாகத் தங்களைக் கருதிக்கொள்ளாமல் இயங்கி வரும் பல்வேறு கூட்டுரிமைக் குழுக்களிடையே நிலவும் முட்டுக்கட்டைகளை உடைத்தெறிவது சட்டத்தால் தடுக்கப்படாத சர்வாதிகார முடிமன்னர் ஒருவரால் மட்டுமே இயலும். மாறுபட்ட சந்தர்ப்பத்தில் மக்கியவல்லி (Machiavelli) இந்த வழியைத் தேர்ந்தெடுத்தார்; அவருடைய கொள்கை நூலாகிய, 'இல் பிரின்ஸிபே'யின் மூலம் இத்தாலிய நகரங்களை ஒற்றுமைப்படுத்தவேண்டுமென்ற எண்ணத்தில், கடுமையான பூசல்களைக்கொண்டிருந்த அந்நகரங்களின்மீது தாக்குதல்களை நிகழ்த்தி மேலாட்சி செய்யவேண்டுமென்று அரசனுக்கு ஆலோசனை நல்கியதுடன் மக்கியவல்லி நிறுத்திக்கொண்டார். பரோக்கில் (Baroque) முன்பாகவே மறுமலர்ச்சி இயக்கம் நுழைந்துவிட்டிருப்பினும் இவரோ, இவர் ஆதரித்துவந்த வேட்பாளர் சீஸர் போர்ஜியாவோ (Cesare Borgia) அல்லது எந்த ஒரு இத்தாலியரோ, பிற்கால நிலப்பிரபுத்துவ இத்தாலியின் உற்பத்தி அமைப்புகளை மாற்றவேண்டிய அவசியத்தை உணரவில்லை. மகதத்தின் அரசியல் தத்துவஞானிகள் முன்மொழிந்த கடுமை

தனியாத நடைமுறையாட்சி எந்த ஒரு போர்ஜியாவையும் பின்வாங்கச் செய்யும்; ஆனால், இவர்கள் வெளிப்படையாக அறிவித்த முக்கிய இலட்சியம், நாட்டின் அமைப்பை மாற்றுவதே. இவர்களுடைய மன்னரின் முக்கியக் கடமையையும் ஒரு நாட்டின் இலாபத்திற்குரிய ஆதாரமும் அரசின் ஏகபோகமுமான சுரங்கத்தொழில் மற்றும் உலோகத் தொழில்களின் துணைகொண்டு அடர்ந்த காடுகளை அழித்துச் சீர்திருத்துவதிலும், எல்லாத் தரிசு நிலங்களையும் சாகுபடியின்கீழ் கொண்டுவருவதிலும்தான் அடங்கியிருந்தன. இவ்வகையான அரசுரிமை, பழங்குடி உரிமையையும், சொத்துப் பங்கீட்டையும், ஒதுங்கிய தன்மைகளையும், தகர்க்கவேண்டியிருந்தது. அதன் பின்னர் அப்பழங்குடி அமைப்பு விவசாய சமூக அமைப்பாக முழு வளர்ச்சி பெற்றுவிட்டதால் பின்னால் ஆட்சிக்கு வந்த மன்னர்கள் மாற்றத்திற்கு வழியில்லாத அடித்தள மக்களை ஆண்டனர். இந்த விவாதத்தை முடிப்பதற்கு முன், இதே தன்மையுடைய நிகழ்கால உதாரணங்களை எடுத்துக்காட்டலாம். சில கிழக்கு ஐரோப்பிய நாடுகள், சீனம், புதிதாக விடுதலைபெற்ற சில ஆப்பிரிக்க நாடுகள், அரபுக்கூட்டு நாடுகள் ஆகியவற்றின் சில தலைவர்கள் நாட்டைப் புதியதோர் கட்டத்திற்கு இட்டுச்செல்ல வேண்டுமென்றால், அது சோஷலிச வழியாக இருந்தாலும் சரி, அல்லது பூர்ஷுவா ஜனநாயக வழியாக

படம்-9 புத்தருக்கு சமகாலத்தில் வாழ்ந்த கோசலப் பேரரசர் பசேனாதி வெளியிட்ட வெள்ளி நாணயங்களின்மீது பொறிக்கப்பட்டிருந்த இலச்சினைகள். இவை அநேகமாக அரைகுறையாக இருந்தாலும் ஒன்றோடொன்று கலந்திருந்தமையாலும் பல வேறுபட்ட மாதிரிகளை ஒப்பிட்டு இந்த இலச்சினைகள் மீட்கப்பட்டன. கோசலர்களின் நாணயங்களில் நான்கு இலச்சினைகளைப் பொறித்தனர் என்பதையும், அவற்றின் தகவு எடை 3/4 கார்ஷா பணம் என்பதையும் கவனிக்கவேண்டும்.

இருந்தாலும் சரி, சர்வாதிகார ஆட்சியை வலியுறுத்திவருவதைக் காண்கிறோம். கடைசியாக நிகழ்ந்த கியூபா புரட்சியின் காலம்வரையில் பொதுவாக, இலத்தீன் அமெரிக்கக் குடியரசுகள், வேறுவிதமான சர்வாதிகாரத்தைப் பின்பற்றின. அவை தமது

வர்க்க நிலையை ஒருபோதும் மாற்றிக்கொள்ளவில்லையென்றாலும் இதன் சாதனையெல்லாம் ரோமானிய பேரரசர்களில் மேம்பட்டவர்களைப் போல், ஆளும் வர்க்கத்தின் பேராசைகளைக் கட்டுப்படுத்தி வைத்திருந்ததோடு சரி.

மகதம், கோசலம் ஆகிய இருநாட்டு மன்னர்களும் (கி.மு. 600) மேற்படித் தேவைகளில் பெரும்பாலானவற்றை நிறைவேற்றி வைத்தனர். இவர்கள் இருவருமே தாழ்ந்த பிறப்புடையர்களாக இருந்ததுடன், இவர்களைக் கட்டுப்படுத்த ஒரு பழங்குடி அல்லது ஒரு பழங்குடிக்குரிய சபை இல்லை. மகதன் பிம்பிசாரனின் வமிசாவளியைப் பற்றி எதுவுமே பாலி ஆதாரங்களில் காணோம்; ஆனால், சம்ஸ்கிருதப் புராணங்கள், இவனை சிசுநாகர் வம்சத்திலிருந்து தோன்றியவனாகச் சித்திரிக்கின்றன. இதற்குப் பத்து தலைமுறைகளுக்குப் பிறகுதான் அரண்மனையும், மன்னர் குலமும் சிசுநாகர் என்று முடிவுற்றது நிச்சயம். பெயரில் காணப்படும் நாகா என்ற விகுதி வேதகாலத்துச் சொல்வழக்கிற்குப் பொருந்தாது. ஒரு பூர்வகுடி இனத்தையோ,அல்லது குறைந்தபட்சம் ஒரு பூர்வகால வழிபாட்டையோ குறித்து வழங்கப்பட்டிருத்தல் வேண்டும். நாகர் என்ற அரசகுலத்தைப் பற்றி பிராமணர்களின் குறிப்புகள், மிகவும் தாழ்ந்தநிலை க்ஷத்திரியர்களான, ‘க்ஷத்திரபந்து’ என்று வெறுப்புடன் பேசுகின்றன. எப்படி இருந்தாலும், போர் வெற்றிக்காக எப்போதாவது நிகழ்த்தப்படும் யஞ்ஞத்தைத் தவிர, மற்றபடி நாகர்கள் வைதீக வழக்கங்களில் ஆழ்ந்த பற்றுக்கொண்டவர்களாக வாழவில்லை என்பது தெரிகிறது. உண்மையில் பௌத்தர்களுக்கு முன்தொட்டே மிகவும் பிரபலமுடன் விளங்கியதோர் ராஜ்கீர் கோயில் (மணியார் மத்) நாகர் வழிபாட்டிற்காக அர்ப்பணிக்கப்பட்டிருந்ததுடன், அதன் நற்பெயர், பல நூற்றாண்டுகள்வரை பாதுகாக்கப்பட்டு, அது அழியுந்தொட்டும், நிலைபெற்றும் வந்தது. மகதத்தில் பிம்பிசாரனுக்குச் சைனியன் என்ற சிறப்புப் பட்டப்பெயரும் உண்டு. எந்த ஒரு பழங்குடியின் தொடர்பும் இல்லாமல் ஒழுங்கும், நிரந்தரமும் பெற்றதோர் படையைத் திரட்டிய முதல் மன்னர் இவர்தான் என்பதை அப்பெயர் எடுத்துக்காட்டுகிறது. கோசலன் பசேனாதியோ, வைதீகப் புகழுடைத்த இக்ஷ்வாகு அரசகுல வம்சத்தின்மீது உரிமைகொண்டாடினான்; ஆனால், அந்த உரிமை இவனுடைய வாழ்நாட்களிலேயே இவனது நாட்டிலேயேகூட ஒப்புக்கொள்ளப்படவில்லை. இதே இக்ஷ்வாகு வம்சத்தைச் சேர்ந்தவர்களாகக் கூறிக்கொள்ளும் சாக்கியர்களின்மீது அவர்களது வாழ்விற்கும் சாவிற்கும் அதிகாரியாக இவன் மேலாதிக்கம்

செலுத்திவந்தபோது, ஒரு சாக்கியப் பெண்ணைத் தனக்கு மணமுடித்துத் தருமாறு கோரவே, சாக்கியர்கள் சங்கடத்திற்கு உள்ளாயினர். முடிவில் நாகமுந்தா என்ற அடிமைப் பெண் மூலமாக மகாநாம சாக்கியருக்கு மகளாய்ப் பிறந்த வாசப-கத்தியா என்ற அழகியை மன்னனிடம் அனுப்பி ஏமாற்றினார்கள். மீண்டும் இவ்வழகியின் தாயார் பெயர், பூர்வகுடிப் பிறப்பை மீண்டும் எடுத்துக்காட்டுகிறது. பிற்காலத்தில் இந்த ஏமாற்றின் குட்டு உடைப்பட்டது. இருந்தாலும், இக்கலப்பின் மூலம் தோன்றிய விதூதாபனே பட்டத்துக்குரிய இளவரசனாகத் திகழ்ந்தான். பசேனாதியின் பட்டத்து ராணியான மல்லிகா, ஒரு பூந்தோட்டக்காரனின் மகளாவாள்; ஆகவே அவளை ஒரு தாழ்ந்த சாதியென்றே கொள்ளவேண்டும். இருந்தாலும், ஏதோ ஒருசில பிராமணர்களைத் தவிர, கிழக்குப் பகுதியிலும்கூட அக்கால சாதிமுறை அவ்வளவு கட்டுப்பாடாகப் பின்பற்றப்படவில்லை.

பிம்பிசாரனுக்கு ஒருபடி மேலே சென்று பிரதம போர்த் தளபதியைக் குறிக்கும் சேனாபதி என்ற புதிய பதவியை உருவாக்கிய பசேனாதி அப்பதவியை அவனுடைய மைந்தனும், வாரிசுமாக விளங்கிய விதூதாபனுக்கு வழங்கினான். ஆகையால், அவன் எப்போதுமே, விதூதாப-சேனாபதி என்றே குறிக்கப்படுகின்றான். இவனுக்கு முன்பாக சேனாபதி (படைத் தலைவன்) என்று யாரும் அழைக்கப்பட்டதாகத் தெரியவில்லை. ஒரு பூர்வீகப் பழங்குடித் தலைவனைப் போலவே, தானே முன்னின்று படையை நடத்திச்செல்லும் பொறுப்பும் அதன் நிர்வாகமும், ஒரு மன்னரின் வசம் இருந்தது. இருப்பினும், மல்லா பாந்துலா என்பவன், கோசலப் படையில் சர்வ வல்லமை பொருந்தியவனாக விளங்கி வந்தான்; இவன் அரசு அதிகாரத்தைத் தவறான வழியில் பறித்துக்கொள்ள முயன்றதாகப் பழிசுமத்தப்பட்டு, பசேனாதியின் உத்தரவுக்கிணங்க, வஞ்சனையாகக் கொல்லப்பட்டான். இது ஒரு தவறான தீர்ப்பே; ஏனெனில் இவனைக் கொன்ற அதே நேரத்தில், இவனுடைய மருமகனாகிய தீககாராயனாவை ஒரு உயர்ந்த அமைச்சர் பதவியில் நீடிக்க அனுமதித்தான். ஆட்சிக்கலைத் தத்துவத்தில் வல்லாராய் விளங்கிய இவர்தாம், சம்ஸ்கிருதத்தில் தீர்க்க (நீண்ட) சாராயணர் என்று குறிக்கப்பட்டிருந்தவர் என்பதில் ஐயமில்லை. (வேறு பெயர்களிலும்கூட இந்த உச்சரிப்பு மாற்றம் நிகழ்ந்துள்ளது; (உ-ம்.) அசோகரின் இராணி சாருவசியின் பெயர் காலுவாகி என்று குறிக்கப்பட்டதோடு மட்டுமல்லாமல், க்ஷாமேந்திரன் என்ற காஷ்மீரத்துப் புலவர் இயற்றிய அவதான கல்பலதா

என்னும் பௌத்த கதைக் கவிதையில், சாராயனா என்ற பெயரைத்தான் குறிப்பிடுகின்றார்). இருந்தபோதிலும், அந்த நேரத்தில் கோசலமோ, அல்லது மகதமோ தங்களுக்குள் போரைத் துவங்கவில்லை. ஒப்பிட்டுப் பார்க்கும்போது, இவ்விரு மன்னர்களும் அவ்வளவு தாக்கும் குணம் நிரம்பியவர்களாகத் தோன்றவில்லை. புதிய சமயத்துறைக்குரிய தத்துவ ஞானிகளை, இந்த இரு மன்னர்களும் பெருமகிழ்ச்சியுடன் ஆதரித்துவந்தனர். இவர்கள் இருவருமே, புத்தருக்கு நெருங்கிய சகாக்களாகவும், ஆர்வலர்களாகவும் விளங்கி வந்ததாகக் கூறப்படுகிறது; ஆனால் அச்சமயத்தில் வாழ்ந்த சில வைதீக பிராமணர்கள் உட்பட, முக்கியமான எல்லாச் சமயப் பிரிவுகளுக்கும் அதே அளவு பெருந்தன்மையுடனும், ஈகை உணர்வுடனும் ஆதரவுகளை நல்கிவந்தனர். இவர்களுக்கிடையே ஒரு திருமண உறவும் இருந்தது. பசேனாதியின் சகோதரியே பிம்பிசாரனின் பட்டமகிஷி; சிலர், பசேனாதியின் மகளே பிம்பிசாரனின் மருமகள் எனக் குறிப்பிடுகின்றனர். இவ்விருவர்களுடைய படைகளும், காட்டில் வாழ்ந்து வந்த காட்டுமிராண்டிக் குடிகள் மற்றும் ஒருக்கால் சிறு ஆரியப் பழங்குடிகள் ஆகியோருடன் இடைவிடாது போர் நிகழ்த்தி வந்தனர். போர் வெற்றியை வேண்டி இவ்விரு மன்னர்களும், பெருஞ்செலவினையுடைய யஞ்ஞங்களை

படம்-10 இலச்சினைகள் பொறியிடப்பட்ட மகதவகை வெள்ளி நாணயங்கள், ஏறத்தாழ கி.மு. 480-ல் அஜாத சத்ருவினால் வெளியிடப்பட்டிருக்கலாம். இவைகளில் ஐந்து இலச்சினைகள் பொறிக்கப்பட்டிருந்தன. இவை புதியனவாக வெளியிடப்பட்ட போது ஏறக்குறைய 54 குன்றிமணி எடைகள் வெள்ளி இருந்தன. இது கார்ஷாபனாவின் முழுமைத் தகவு எடை. இது சிந்து சமவெளியிலிருந்து தொடரப்பெற்ற எடைமுறையாகும்; இந்தியாவிற்கு வெளியே இம்முறை அறியப்படவில்லை.

நடத்தினர். அதற்குரிய வைதீகக் கட்டணங்களாக, முழு கிராமங்களையுமே அவர்கள் வழங்கியது குறிப்பிடப்பட்டிருக்கிறது. அரண்மனை வேள்வித் தீயில் பலியிடுவதற்காக, நஷ்டஈடு ஏதும் தரப்படாமல், எண்ணற்ற கால்நடைகள் கவர்ந்து செல்லப்பட்டபோது, வேதனையும், பீதியும்கொண்ட உழவர் வர்க்கத்தைப் பற்றிய

விரிவான வர்ணனைகள் இன்றும் நிலைபெற்றுள்ளன. எனவே முன்மாதிரியாகத் திகழ்ந்த இவ்விரு மன்னர்களும், ஒரு புதிய வர்க்க சமுதாயத்திற்கு முற்றிலும் பொருந்தாத, தீய வைதீக வழக்கங்களிலிருந்து, இன்னமும் முழுமையான விடுதலை பெறவில்லை.

தவிர்க்கமுடியாத ஒரு சண்டையை நோக்கி முதல் அடி எடுத்துவைத்தவர், பிம்பிசாரனின் மகனான அஜாதசத்ரு. இவ்வரசகுமாரன், பெயர் விவரமற்ற ஆட்சிக்கலை வித்தகர் ஒருவர் துணைகொண்டு, தன்னுடைய சொந்தத் தகப்பனைச் சிறைவைத்தான். முதிய பிராயமும், நற்குணமும் பொருந்திய பிம்பிசாரன், பட்டினிப் போடப்பட்டு இருண்ட நிலவறையில் மாண்டான். ஒருவேளை, இத்தந்தைக் கொலையைக் கண்டு பௌத்தர்கள் துணுக்குற்றாலும், இந்த அஜாதசத்ருவை நீதியும், திறமையும் வாய்ந்த மன்னனாகவே குறிப்பிடுகின்றனர்; ஒரு முக்கியமான உபநிஷதத்தில், இவன் ஒரு சிறந்த தத்துவ ஞானி அரசனாகத் தோன்றியுள்ளதைப்பற்றி ஏற்கெனவே குறிப்பிட்டுள்ளோம். காசி ஜனபதத்தைச் சேர்ந்த ஒரு கிராமம், தன்னுடைய தங்கையின் சீதனத்தின்கீழ் அடங்கியிருந்தும், அதைத் தள்ளுபடி செய்து, எதிர் நடவடிக்கையை பசேனாதி மேற்கொண்டான். போர் முக்கியத்துவம் வாய்ந்த இந்த இடத்தை இழக்க மகதர்கள் விரும்பவில்லை; நதியைக் கடந்து எதிரியின் நாட்டிற்குள் செல்லும் ஒரு குறுக்குப் பாலமாக இது அமைந்திருந்தது. இதன் வாயிலாக கங்கை வழியையும் வணிகக் கிளைவழி ஒன்றையும் தடைசெய்து நிறுத்த முடியும். அஜாதசத்ரு தொடர்ந்து நடத்திய சண்டைகளில் பெற்ற வெற்றிகளின் வாயிலாக, இந்த ஜனபதத்தில் மகதர்களின் மேலாதிக்கத்தை நிலைநிறுத்திக்கொண்டான். எதிர் நடவடிக்கைகளை எடுப்பதில் கோசலர்களும் சளைக்கவில்லை. முதலமைச்சராக விளங்கிய தீககாராயனர், தன்வசமிருந்த அரசுரிமைச் சின்னங்களை விதூதாபனிடம் கொடுத்து, ஏற்கெனவேயே எல்லாப் படைகளுக்கும் முதல் தளபதியாக விளங்கிய இவனையே, கோசல அரியணையில் அமர்த்தினார். ஒரு வேலைக்காரியைத் தவிர, எல்லோராலும் வஞ்சிக்கப்பட்ட முதியோன் பசேனாதி, அடைக்கலம் நாடித் தன் மருமகனிடம் ஓடினான். அரசகுல அகதியாக இவன் வந்து சேர்வதற்குள் இரவு வந்துவிடவே, ராஜ்கீரின் கோட்டைக்கதவுகள் மூடப்பட்டுவிட்டன; மறுநாள் காலையில் கோட்டைத் திறக்கப்படுவதற்கு முன்பாகவே, களைப்பினால் சோர்வுற்ற பசேனாதி, மகதத் தலைநகர் கோட்டைச் சுவர்களுக்கு வெளியே மரணமெய்தினான். தனது

மாமனின் உடலுக்கு, இறுதிச் சடங்குகளைப் பிரமாதமாக நடத்திய அஜாதசத்ரு, அதன்பிறகு கோசல அரியணையின்மீதும் உரிமை உடையவனானான்.

இருந்தாலும், உடனடியாக, அந்த உரிமையை அவனால் நிலைநாட்டிக்கொள்ள முடியவில்லை; விதூதாபனை மட்டுமல்லாது, மல்லா, லிச்சாவி போன்ற சுய உரிமை பெற்றிருந்த வலுவான பழங்குடிகளையும் அடக்கி ஒடுக்கவேண்டியிருந்தது. ஜனநாயகத்தின் எச்சங்களாகவும் படை ஆதிக்கத்திற்கு பெரும்முட்டுக்கட்டைகளாகவும் விளங்கிய இப்பழங்குடிகளே, மற்றவர்களைப் பார்க்கிலும் ஒரு முடியரசருக்கு மிக அபாயகரமானவர்களாகத் தோன்றினர். இதே வகையான பிரச்சினைகள் விதூதாபனுக்கும் இருந்தன. தனது முன்னோர் குலமரபுக்கு அவமதிப்பு நிகழ்த்திய காரணத்தினால் இவன் சாக்கியர்களைப் படுகொலை செய்தான் என்பது வெளிவேடம். உத்தராபதத்தில் தன்னுரிமை கொண்டாடிவந்த பழங்குடி குழுக்களின் சுதந்திரத்தை முறியடிக்கவேண்டுமென்று தோன்றியதோர் பொதுவான இயக்கத்தின் ஒரு அம்சமே அப்படுகொலை. இக்காலத்திற்கு முன்பாகவே லிச்சாவிகள் வடக்கிலிருந்து முன்னேறி, கங்கையைத் தங்கள் கட்டுப்பாட்டின்கீழ் கொண்டுவந்ததுடன், இப்பெருநதி மீது நடந்த எல்லா வியாபாரங்களிலிருந்தும் தண்டல் வசூலித்தனர். மகத மன்னனும் கங்கையின் மீதுள்ள தனது முழு உரிமையைக் கூறி, தண்டல் வசூலித்ததால் இந்த இருமுனை வரிகளைப்பற்றி வணிகர்கள் கசப்புடன் முறையிட்டுக்கொண்டிருந்தனர். ஆகவே, பாடலிபுத்திரத்தில்(பாட்னா) கங்கையுடன் கண்டக் மற்றும் ஸோன் (இந்நதி கி.பி. 15-ம் நூற்றாண்டுவரை இந்த இடத்தில்தான் கங்கையுடன் கூடியது) நதிகள் கூடும் திரிவேணி சங்கமத்தின் அருகே, காவலிடப்பட்ட கழியரண் ஒன்றை நிறுவினர். புத்தர், தன்னுடைய கடைசிப் பயணத்தின்போது அன்றளவும் முற்றுப்பெறாமல் இருந்து இக்காவல் அமைப்பின் வழியாகக் கடந்து சென்றுள்ளார். ஒரு ஒளிமயமான எதிர்காலம் இங்கு ஏற்படப்போகிறதென்று, புத்தர் தீர்க்கதரிசனத்துடன் கூறியதாகக் கொள்ளப்படுகிறது, அதன்பின்னர், அவ்வாறே நூறு ஆண்டுகள் சென்றதும் இந்த இடத்தில் மகதத்தின் தலைநகராக பாட்னா தோன்றியபோது, இவ்வாக்குப் பலித்தது. ஏனெனில் ராஜ்கீர் அமைந்திருந்த இடம் மாறுபட்ட ஆட்சித் தேவைகளுக்கு ஏற்றதாக இல்லை. லிச்சாவிகள், மல்லாவுடன் உடன்பாட்டைச் செய்துகொண்டு, அஜாதசத்ருவின் போர் நடவடிக்கைகளைச் சமாளித்து வந்தனர். ஆனால், ஒரு சதித் திட்டத்தின் வாயிலாக லிச்சாவிப் பழங்குடியும், அந்நேச ஒப்பந்தமும்

உள்ளிருந்தபடியே உடைக்கப்பட்டன. 'கூடயிருந்துகொண்டே குழிபறிக்கும்' இச்சதித் திட்டத்தைப் பற்றி மாபெரும் மகத ஆட்சிக்கலை நூல் மிகக் கவனமுடன் விவரிக்கிறது. அஜாதசத்ருவின் பிராமண அமைச்சர் ஒருவர், அவனால் அவமதிக்கப்பட்டதாக நடித்தவாறு (முதலாவது டரீயஸ் மன்னனின் அமைச்சரான ஸொபைரஸ் பாபிலோனியர்களிடம் சென்றதைப் போலவே) லிச்சாவிகள் பக்கம் சென்றடைந்தார். லிச்சாவி, மல்லா ஆகிய பழங்குடிக் குழுக்கள் பிராமணர்கள் இல்லாதிருப்பினும், வைதீக வழக்கங்களை அவர்கள் கடைபிடிக்காவிடினும் புதிய விருந்தாளியின் அந்தஸ்து, கௌரவம், மகத மன்னனின் உள்நோக்கத்தைப் பற்றி இவர் கொண்டிருந்ததாக நம்பப்பட்ட அறிவு ஆகியவற்றைக் கருதி, இவருக்கு நல்ல வரவேற்பை அளித்தனர். இந்த நம்பிக்கையைச் சாதகமாகப் பயன்படுத்திக்கொண்ட இவர் குழு ஆட்சி உறுப்பினர்களுக்கிடையே சிண்டுமுடிந்து ஒருவரையொருவர் பகைத்துக்கொள்ள வைத்தார்; ஒதுக்கப்பட்ட பங்குகளுக்கு மேல் இன்னமும் தரவேண்டுமென்று கேட்க ஒவ்வொரு லிச்சாவிகளையும் தூண்டிவிட்டார்; பழங்குடி கூட்டங்கள், கூட்டுப்படைப் பயிற்சிகள் பழங்குடி நீதிமன்றம் போன்ற அமைப்புகளைப் புறக்கணிக்கச் செய்தார். திறைகளாகவும் வரிகளாவும், பெற்ற செல்வத்தைக் குழு ஆட்சி உறுப்பினர்கள் தங்களுடைய தனிப்பட்ட சொத்துக்களாக வைத்துக்கொண்டதால் இப்பழங்குடிகளின் சீர்கேடுகள் முன்னமேயே தொடங்கிவிட்டன; அவ்வாறில்லாவிடில், இத்தகைய கூடயிருந்து 'குழிபறிக்கும்' சதிகள் சாத்தியமாயிருக்காது. இவ்வாறு ஒரு ஒற்றரை அஜாதசத்ரு அனுப்புவதற்கு முன்பாகவே பழங்குடிக் குழுக்களில் உட்பிளவு ஏற்பட்டுவிட்டதென்பதை லிச்சாவிகளின் குலத்தில் தோன்றி ஒப்பற்ற மதத்தலைவராக எழுச்சிபெற்ற மகாவீரர் போன்றார் மூலம் நிரூபிக்கலாம்; அவ்வாறே, மல்லர் குலத்தில் பிறந்த பந்துலா, காராயனர் போன்றோர், ஒரு பழங்குடி அமைப்பிற்கு வெளியே சென்று அரசவைப் பதவிகளை வகித்திருக்கின்றனர். இந்தச் சுதந்திரப் பழங்குடிகளின் சிறப்பானவற்றில் திறமைசாலிகளான குடிமக்களுக்குக்கூட வாழ்க்கை நிறைவுடையதாக இல்லை. படிப்படியாகச் சீர்குலைந்துபோன லிச்சாவிகள் கடைசியில், தங்களுடைய பிரச்சினைகளைத் தீர்த்துக்கொள்ளவல்ல குழுக் கூட்டங்களைக் கூட்டுவதையும் நிறுத்திக்கொண்டனர். இந்த நேரம் பார்த்து, மகதத்தின் ரகசிய உளவாளி அஜாதசத்ருவுக்குத் தகவல் அனுப்பவே, அவனும் திடீரென்று படையுடன் தோன்றித் தயாரிப்பில்லாமல் சிதறியிருந்த எதிரிகளை எளிதில் வென்றான்.

மல்லர்கள் பெற்ற இறுதித் தோல்வியைப் பற்றிய விபரங்களை அறியமுடியாவிட்டாலும், அதன் பின்னர், விரைவிலேயே இவர்களும் அழிந்தார்கள் என்பதில் ஐயமில்லை. இவர்கள் எப்படி வேரறுக்கப்பட்டனர் என்பதற்குச் சான்று 'மல்லா' என்ற சொல் 'மல்யுத்தம்' செய்பவன், குத்துச்சண்டை பயில்பவன் என்ற பொருளில் வழங்கத் தலைப்பட்டதே. ஏனெனில் மல்லா பூர்வகுடியினர், தேகப்பயிற்சியில் மிகவும் விருப்பமுடையவராக இருந்தனர். மேற்குப்புறத்திலும் மல்லர் என்ற பழங்குடியினர் வாழ்ந்தனர்; அவர்களுக்கும், கங்கைப்புற மல்லர்களுக்கும் உள்ள உறவு விவரங்கள் தெரியவில்லை. இதற்கு 150 ஆண்டுகள் சென்ற பின்னர், சிந்து நதியின் மையப் பகுதிகளில் இந்த மேற்குப்புற மல்லர்கள் அலெக்சாந்தரின் படையால் படுகொலை செய்யப்பட்டனர். அஜாதசத்ருவின் படையெடுப்பிற்குப் பிறகும் சில லிச்சாவிகள் எஞ்சி நிற்கவே செய்தனர். ஆகவே, பழங்குடி மக்களைப் பூண்டோடு அழிக்க வேண்டுமென்பதல்ல; அவர்கள் கடைப்பிடித்து வந்த ஒருவகைப் பழங்குடி வாழ்க்கை முறையை அழிக்க வேண்டுமென்பதுதான் அப்போரின் அடிப்படை. மகதத்தின் சூழ்ச்சித்திறன் வாய்ந்த பிராமண அமைச்சர், வசக்காரா என்ற செல்லப் பெயராலேயே குறிக்கப்படுகின்றார். 'பிறரைத் தன்வசப்படுத்தக்கூடியவன்' என்பதே அப்பெயரின் பொருள். மேற்கூறிய, ஒப்பற்ற சதித்திட்டத்திலிருந்தே அவருக்கு அப்பெயர் கிட்டியிருக்க வேண்டும். பழங்கால ஆட்சிக்கலை வல்லார்களில் இவர் முக்கியமானவர் என்பதில் ஐயம் வேண்டாம். நம்மால் கண்டுகொள்ள முடியாத அதிகாரபூர்வமான பெயரின் கீழ், இவருடைய கருத்துக்களும், கொள்கைகளும் மேற்கோள்களாக அர்த்த சாத்திரத்தில் இடம்பெற்றிருக்க வேண்டுமென்பது உறுதி.

எதிர்பாராமல் மகதத்திற்கு அடித்த ஒரு குருட்டு யோகத்தால், கோசலர்களுடையப் பிரச்சினை தீர்வாகியது. விதூதாபன் கவனக் குறைவாக தன்னுடைய படையினை ராப்தி நதியின் வறண்ட மணற்படுகையில் முகாம் போட்டுவிட்டான். திடீரென்று தோன்றிய கடுமையான இடிமழையும் வெள்ளமும் நதியில் போடப்பட்டிருந்த கோசலப் பாசறைகள் முழுவதையுமே அடித்துக்கொண்டு போய்விட்டன; இது, சாக்கியப் படுகொலைக்கு பதில் வஞ்சத் தீர்வாகக் கருதப்பட்டது. இதன் பிறகு ஒரு மன்னனோ அல்லது ஒரு படையோ, அஜாதசத்ருவின் உரிமைக்குப் போட்டியாக, வெற்றிடமான கோசலத்தின் அரியணைப் பதவியைப் பிடிப்பதற்கு எஞ்சி நிற்கவில்லை.

இந்த நிகழ்ச்சிகளையெல்லாம் இன்றுள்ள ஆதாரங்கள் அளிக்கும் கோர்வையான வரலாற்றுக் கதைகளோ என்று நாம் எண்ணவேண்டாம். முதலாவதாக, பல்வேறு கதை, புராணங்களிலிருந்து துண்டுதுண்டாக விவரங்களைச் சேகரிக்க வேண்டும்; பிறகு சரியானவாறு அவற்றை வரிசைப்படுத்தி ஒன்றாகப் பொருத்த வேண்டும். நாட்டுப்புற வர்ணனையோ அல்லது போர், போர் ஏற்பாடு பற்றிய விவரங்களோ, தற்போது எஞ்சவில்லை. எவ்வளவு தூரம்வரை அஜாதசத்ரு, தன்னுடைய ஆட்சியை விஸ்தரித்தான் என்ற விவரம்கூட நமக்குத் தெரியாது; ஆனால், இனியும் நிறைவேற்றவேண்டிய பெரும் பொறுப்புகளைத் தன்னுடைய வாரிசுகளுக்காக அவன் விட்டுவைத்திருந்தான் என்பது நிச்சயம். இங்குமங்குமாகப் பல இடங்களில், அவந்தியின் மன்னன் பிரத்யோதன் மகதத்தின்மீது படையெடுக்க முயன்றதைப் பற்றிய குறிப்புகள் உள. இதன் காரணமாக, அஜாதசத்ருவின் முக்கிய அமைச்சர்களான வசக்காரரும், சுநீதரும் தலைநகரான ராஜ்கீர் நகரில் கோட்டையை பலப்படுத்தினர். பலமும், வளமும் பொருந்திய அவந்தி இராஜ்ஜியம், பதினாறு 'பெரிய ஜனபதங்களில்' ஒன்றாகத் திகழ்ந்து வந்தது; தெற்கு நோக்கிச் செல்லும் வணிகவழியில்தான் இதன் தலைநகரமாகிய உஜ்ஜயினியும் அமைந்திருந்தது கண்கூடு. கடைசியில், இதை மகதம் வென்றது; ஆனால் எவ்வாறு, இந்த மகத மன்னன், இதை வென்றான், தெரியவில்லை. யமுனைக் கரையில் கொசாம்பியைத் தலைநகரமாகக்கொண்ட வத்ஸா (வம்சா) இராஜ்ஜியமும், பதினாறு ஜனபதங்களின் பட்டியலில் இருந்தது. இதன் மன்னனான உதயணன், உஜ்ஜயினியின்மீது கொண்டிருந்த நெடுநாள் பகைமையைப் பற்றியும் அவனுடைய இராணியான பேரழகி வாஸவதத்தையுடன் இணைத்து புனையப்பட்ட புத்துணர்ச்சியூட்டு பல கவர்ச்சியானக் காதற்கதைகளின் கதாநாயகனாகப் புகழ்பெற்றதையும் நாம் நன்கு அறிவோம். ஆனால், எவ்வளவு காலம் இவனது இராஜ்ஜியம் நீடித்தது என்பதைப் பற்றியோ, அல்லது கடைசியில் மகதம் இதை எவ்வாறு கைப்பற்றியது என்ற விவரங்களோ தெரியவில்லை. குருமக்கள், சூரசேனர்கள், மத்ஸ்யர்கள் (இவர்கள் அநேகமாக ரிக் வேதகாலத்தில் போர் உடன்படிக்கை செய்துகொண்ட பத்து பழங்குடி மன்னர்களின்வழி வந்தவர்களாக இருக்கலாம்) ஆகியவை. இப்பதினாறு ஜனபதங்களுக்குள் அடங்கிய பழங்குடி இராஜ்ஜியங்களைக் குறிக்கும். மதுராவை ஆண்ட சூரசேனர்களின் புகழை கிரேக்கர்கள் அறிந்திருந்தாலும், நான்காம் நூற்றாண்டிற்குப் பிறகு இந்த இராஜ்ஜியங்களின் சுவடு இருந்த இடமே தெரியவில்லை.

கி.மு. 470-க்கு மேற்படாமல், அதற்கு அறுபது ஆண்டுகளுக்குச் சற்று முன்பாக ஒரு காலகட்டத்தில் (பண்டைய இந்திய வரலாற்றிற்குரிய காலக்கணிப்பில் இது வியக்கத்தக்க திட்பநுட்பம்!) மகதத்தின் ஆதிக்கம் மேலோங்கிய நிலையில் இருந்தாலும், கங்கைச் சமவெளியின் மாபெரும் வல்லரசாகத் திகழவில்லை. வளம் மிகுந்த உலோகக் கனிமங்கள் அடங்கியிருந்த இடங்களையும், வடகிழக்கு கோடியிலிருந்த இரு முக்கியமான வணிகவழிகளையும் முழுமையாகத் தன்வசப்படுத்திக்கொண்டு உருவானதோர் முழுமை பலம்வாய்ந்த முடியரசு, இன்னமும் ஒரு பெரும் பணியைச் சமாளிக்க வேண்டியிருந்தது. அதாவது பெருங்காடுகளைச் சீர்ப்படுத்தி கலப்பையைக்கொண்டு முறையான விவசாய சாகுபடியின்கீழ், அதிக அளவுக்கு உற்பத்தி நிலப்பரப்பை உயர்த்துவதே அப்பணி. குறிப்பிடும்படியானதோர் படை வலுவுள்ள போட்டி இராஜ்ஜியம் ஏதும் இல்லையென்றாலும், எண்ணிறந்த சிறு பழங்குடிகள் இன்னும் வசப்படுத்தப்படாமல் எஞ்சி நின்றன. 'மண்ணுலகம் முழுவதையும்' ஒரு குடையின்கீழ் கொண்டுவரும் வரையில் போர் ஆக்கிரமிப்புகள் ஓய்வதற்கில்லை. அதாவது இந்தியர்கள், வடக்கின் பனி மலைகளிலிருந்து, 'நான்கு சமுத்திரங்கள்' சூழப்பெற்ற ஒரு நாட்டையே, 'மண்ணுலகு முழுவதும்' என்று குறிப்பிடுகின்றனர். இவ்வாறு, பழங்குடி அமைப்பை உடைத்து உருவாகவேண்டிய ஏகபோக அமைப்பிற்குரிய இலட்சியம் நிறைவேறுவதற்கு மேலும் இரண்டு நூற்றாண்டுகள் பிடித்தன. பிறகு முற்றிலும் ஒரு புதிய பிரச்சினை எழுந்தது: தனிச் சிறப்புடைய நற்பண்பு, ஒழுக்கநெறி ஆகியவற்றைப் போற்றியவாறு அக்குடிமக்கள் வாழ ஆரம்பித்த அதே சமயத்தில், எல்லாச் சட்டங்களையும், ஒழுக்க வரையறைகளையும் இரக்கமின்றிப் புறக்கணித்துச் செயலாற்றும் ஏகபோக முடியரசு எவ்வளவு காலம் நீடிக்க முடியும்? இந்த முரண்பட்ட மரபுக்குள் பொதிந்து நிற்கும் பொருளியல் உண்மையாவது, அரசுக்கும், வணிகருக்கும் இடையிலும் தனியார் நிர்வாகத்திற்கும் அரசாங்கத்தின் நேரடிக் கண்காணிப்பின்கீழ் நடைபெற்ற உற்பத்திக்கு இடையிலும் நிலவிய முரண்பாடுடைய நலன்களே. பழைய பிரச்சினையாக இருந்த விவசாய சமூகத்தை நோக்கிய பழங்குடி நிலைமாற்றம் அப்போது முழுவதும் தீர்வு காணப்பட்டுவிட்டதால், ஒருகாலத்தில் அது வரலாற்றில் இடம்பெற்று இருந்ததையே மக்கள் மறந்துவிட்டிருந்தனர்.

ஆறாம் அத்தியாயம்

அகண்ட மகதத்தில் அரசும் மதமும்

6.1. மகத வெற்றியின் நிறைவு

கி.மு. ஐந்து, நான்கு ஆகிய நூற்றாண்டுகளை, வடக்கின் மெருகேற்றிய கரிய மட்பாண்டங்களின் மேம்பாட்டுக் காலம் என்று இந்தியத் தொல்பொருள் ஆய்வாளர்கள் அழைப்பார்கள். ஏறத்தாழ ஆறாம் நூற்றாண்டில், ஒரு உயர்வாக மட்பாண்டம், முதன்முதலில் வாணிபப் பீங்கானாக (அநேகமாக மது, எண்ணெய், போன்றவைகளுக்காக) தயாரிக்கப்பட்டதை இது விவரிக்கின்றது. கிறித்தவ காலம் தொடங்குவதற்கு ஓரிரு நூற்றாண்டுகளுக்கு முன்பாகவே இது வழக்கொழிந்து போயிற்று. இவ்விரு நூற்றாண்டுகளுக்குரிய ஒரு ஏட்டுத் தொகுதியோ, சான்றுகளோ, அல்லது தெளிவுடன் கால உறுதி செய்யப்பட்ட கல்வெட்டுக்களோ, எஞ்சி நிற்கவில்லை. ஆனால் கி.மு. 327-ல் அலெக்சாந்தர் நிகழ்த்திய பஞ்சாப் படையெடுப்பு, முதன்முதலாக ஒரு வரலாற்று ரீதியான காலத்தை உறுதி செய்தது. இப்படையெடுப்பு, இந்திய வாழ்வு, பண்பாடு மற்றும் இந்திய வரலாற்றின்மீது நிலையான மாறுதல்களை ஏற்படுத்தவில்லை. மேலும், இந்தியக் காட்சிகளைத் தங்களுக்குத் தோன்றியவண்ணம் எழுதிய கிரேக்கர்களின் குறிப்பு நூல்கள், இன்றியமையாத ஆதார அடிப்படைகளைத் தருகின்றன. பெரும்பாலான வெளிநாட்டார்களைப் போலவே, கிரேக்க நோக்கர்களும், இந்தியாவை அயற் பண்புடையதாக மட்டுமல்லாமல், விநோதமானதாகவும் கற்பனை செய்தார்கள் என்பதை நாம் ஒருபோதும் மறந்துவிடக்கூடாது: யானைகளைப் போல் பழக்கப்படுத்தக்கூடிய சில அசாதாரண, நம்பமுடியாத மிருகங்கள் இருந்தனவாம். மரங்களில் கம்பளம் (பருத்தி) விளைந்தது. இந்தியக் கோரைகள் (மூங்கில்) இராட்சத உயரம் வளர்ந்திருந்தன. இந்தியாவில் தயாரிக்கப்பட்ட வெண்ணிறப் படிகம் - சர்க்கரை - தேனைவிட ருசிமிக்கதாயிருந்தது.

இந்தியர்களுக்குச் சாதாரணமாயிருந்த சிறு ஓடைகள்கூட அவற்றின் அருகில் இவர்கள் தங்கி வாழ்ந்த காலத்தில் நம்பத்தகாத அளவுள்ள பெருநதிகளாகவும் (நைல் நதியுடன் ஒப்பிட்டாலும்கூட) வேகமான நீர்ச்சுழல், தேடிக் கண்டுபிடிக்க முடியாத நீளம், மூழ்கி அளவிட முடியாத ஆழம்கொண்டதாகவும் கருத்தைக் கவர்ந்தன. மிகக் குறைந்தபட்ச உழைப்பில், ஆண்டுக்கு இரண்டு அல்லது மூன்று போகம்வரை நல்ல விளைச்சலைத் தரும் நிலவளம் கிரேக்கர்களைப் பிரமிப்பில் ஆழ்த்தியது. கிரீஸ் நாட்டின் பாறை நிலப்பகுதிகளில் ஆண்டுக்கு ஒரு போகம் அறுவடை செய்வதற்குள்ளாக அவர்களுடைய முதுகுகள் ஒடிந்து போய்விடும். அமைப்பு ரீதியில் அடிமைச் சொத்துரிமை முறையின்றி இதை திறம்படச் சமாளித்து வந்த இந்தியர்களைக் கண்டு இவர்கள் திகைப்புற்றார்கள். இந்த அடிமை அமைப்பு முறையில்லாத பட்சத்தில், பிளாட்டோ போன்ற மிகச் சிறந்த கிரேக்கத் தத்துவ ஞானிகள் தனியுரிமை நகர அரசுகளின் வாழலாந்தன்மையைக் கற்பனையில்கூட எண்ணிப் பார்த்திருக்க முடியாது. புரட்டு வாதங்களும், எல்லையற்ற வழக்குச் சிக்கலும்கொண்ட கிரேக்கர்களின் குடிமை வாழ்வோடு ஒப்பிடும்போது சாட்சியுடன்கூடிய, எழுத்து வாயிலானதோர், கையெழுத்திட்ட ஒப்பந்தம் இல்லாமல் வெறும் வாய்ப்பேச்சாலேயே முடிவு செய்துகொண்ட இந்தியர்கள், அப்படியே வார்த்தை தவறாது நாணயமுடன் நடந்துகொண்ட முறை கவனத்திற்குரியது; 'உண்மையில் இந்தியர்களுக்குப் பொய்யே பேசத் தெரியாது!' என்று அரீயன் கூறுகிறார். சான்று நூல் விளக்கத்திற்கு இவற்றையெல்லாம் அனுமதிக்க வேண்டியுள்ளது; அதிலும் குறிப்பாக, டையடோரஸ் சிக்யூலஸ் போன்ற தத்துவஞானி ஒரு இலட்சிய நிறைவுள்ள சமுதாயத்தை உருவாக்க இதுபோன்ற உதாரணங்களையே தேடியலைந்து இத்தகைய கிரேக்கப் பயணியின் குறிப்புகளைத் தவறாகவே பொருள் விளக்கம் செய்தார். சாதாரணமாக சந்தேகப் பிராணிகளான கிரேக்கர்கள், இந்தியாவைப் பற்றி ஏறத்தாழ எல்லாவற்றையுமே நம்பக்கூடியவர்களாக இருந்தனர்.

சுமார் கி.மு. 518ல் முதலாவது டரீயஸ் பெற்ற வெற்றியிலிருந்து சிந்துவுக்கு மேற்கேயிருந்த பிராந்தியம் பாரசீகப் பேரரசின் இருபதாவது சத்ரபியாக விளங்கி வரலாயிற்று. ஆக்கேயமெனித் மாகாணங்களில் இதுவே மிகவும் இலாபகரமானதாக விளங்கியிருக்க வேண்டுமென்று தோன்றுகிறது. ஹிராடாட்டஸ் கூறியதற்கேற்ப, ஆண்டுதோறும் தங்கத் துகள்களாகப் பெறப்பட்ட திறைப்பொருள் மட்டுமே 360 டலண்ட்,

அதாவது ஏறக்குறைய 9 டன்- வியப்பிலாழ்த்தும் இப்பொற் செல்வங்கள், மேலை சிந்துநதிப் பகுதியின் ஆற்று மணல்களிலிருந்து அரித்தெடுத்துக்கொண்டு செல்லப்பட்டதுடன், திபேத் அல்லது காஷ்மீர் மேட்டு நிலங்களின் கனிவள ஆற்றுமணற் படிவங்களிலிருந்தும் அள்ளிக்கொண்டு செல்லப்பட்டன. இச்சத்ரபியிலும் இதைச் சுற்றியிருந்த பிரதேசங்களிலும் தயாரிக்கப்பட்ட கம்பளமும், உயர்வகைக் கம்பள ஆடைகளும் இந்தியாவிலும்கூட மிகப் பிரசித்தமாயிருந்தன. இப்பிராந்தியத்தைச் சேர்ந்த சில துணைப்படைகள், ஸெர்க்ஸீஸின் (Xerxes) தலைமைப்படையில் சேர்ந்து போரில் ஈடுபட்டுவந்துள்ளன; ஆகவே, அலெக்சாண்டர் தோன்றுவதற்கு வெகுகாலம் முன்பாகவே கிரீஸ் மக்கள் இந்தியாவைப்பற்றி அறிந்து வைத்திருந்தனரென்பது வெள்ளிடை. இம்மாகாணத்தின் முக்கிய வர்த்தகத் தலமாக விளங்கிய புஷ்கராவதி நகரம் இன்று சார்சத்தா என்று அழைக்கப்படுகிறது; இதையே கிரேக்கர்கள் பியூக்கலாவோட்டீஸ் என்று குறித்துள்ளனர். இதற்குப் பொருள் நாம் ஏற்கெனவேயே சிந்துப் பண்பாட்டில் ஆராய்ந்த புஷ்கரத்திற்கு இசைந்த 'செயற்கையாக கட்டப்பட்ட தாமரைக் குளத்துடன்' இயைபுடையது. இந்நகரத்தைக் குறிக்கும் நாமறிந்த ஒரு நாணயம் இந்தோ- கிரேக்கர் உறவுக்காலத்தையும், உருவ அமைப்பையும் எடுத்துக்காட்டுகிறது. இதன் ஒரு முகப்பில் திமில் பருத்த அழகியதோர் எருதும், மறு முகப்பில் கையில் ஒரு தாமரை மலரைத் தாங்கியவண்ணம் புஷ்கராவதியின் தாய்தெய்வமாகிய அம்பியும் தோற்றமளித்துப் பண்டைய நினைவுகளைப் புலப்படுத்துகின்றன. சிந்துவின் கிழக்குப் பக்கத்தில் மாபெரும் பண்பாட்டுக் கருவூலமாகவும், வர்த்தகத் தலமாகவும் அமைந்திருந்தது. தக்சிலா என்ற தட்சசீலம்; ஆனால் அது ஒருக்கால், பழங்குடிக்குரிய காந்தாரா ஜனபதத்தின் ஒரு பிரிவாகவே இருக்கலாம். இலச்சினை பொறிக்கப்பெற்ற ஏராளமான நாணயக் குவியல்கள் தட்சசீலத்தில் தோண்டியெடுக்கப்பட்டுள்ளன. இவை, அலெக்சாந்தர் காலத்திலும் வடமேற்கு எல்லைப் பிரதேசங்களில் மதக நாணயங்களே செலாவணியில் பெருமளவு இருந்துவந்ததைப் புலப்படுத்துகின்றன. நன்கு தரப்படுத்தப்பட்ட நாணயங்களும், அதிக அளவில் நாணய அச்சடிப்பும், அஜாதசத்ருவுக்குப் பிறகு ஆட்சிக்கு வந்த மன்னர்களின் காலத்திலிருந்து சிறப்புடன் இயங்கின; (இந்நாணயக் குவியல்களை ஆராய்ந்து பார்க்குமிடத்து) கி.மு. ஐந்தாம் நூற்றாண்டின் இறுதியிலிருந்து தொடர்ச்சியாக உத்தராபத வாணிபங்கள் எல்லாவற்றிலும் மகதம் ஆதிக்கம் செய்யத் தொடங்கியதை அறிந்துகொள்ளலாம்.

ஆக்கேயமெனித் பேரரசு வெற்றியை அலெக்சாந்தர் முழுவதும் நிலைநாட்ட, அதன் கடைசி எல்லையான சிந்துவரை அவன் வெற்றிக்கொள்ள வேண்டியிருந்தது. பாரசீகக் கருவூலத்தில் குவிந்து கிடந்த செல்வங்களின் உதவியால் தன்னிகரற்று விளங்கியதோர் இராணுவ அமைப்பை உருவாக்கித் தன் ஆணையின்கீழ் வைத்திருந்த, அம்மாவீரனின் தணிக்கமுடியாத பேராவல்கள், தொடர்ந்து பாரசீகத்தில் பெற்றுவந்த சுலபமான வெற்றிகளினாலும் சிந்து நதியைத் தாண்டியுள்ள காவிய சுவாரஸ்யமிக்கதோர் நாட்டின் வெளிப்படையாக செல்வக் கொழிப்பினாலும் உரம்பெற்றன. முப்பது நாட்கள் முற்றுகைக்குப் பிறகு சார்சத்தா விழுந்தது, இம்முற்றுகைக்கு எதிராக எடுக்கப்பட்ட பாதுகாப்பு நடவடிக்கைகளைக் கோட்டையைச் சுற்றியுள்ள அகழிகளைத் தோண்டிப் பார்த்த தொல்பொருள் ஆய்வாளர்கள் உறுதி செய்துள்ளார்கள். சிந்துவைக் கடந்து வந்ததும் எதிர்ப்பே இல்லாமல் பெற்ற முதற்பயன்கள் ஊக்கம் தரக்கூடியதாயிருந்தன. சண்டையே இல்லாமல் சரணாகதியடைந்த தட்ஷசீல மன்னன் ஆம்பி, ‘இருவருக்கும் இங்கு ஏராளமாக உள்ளபோது, சண்டை எதற்கு?” என்று கூறி திறைகொடுக்க முன்வந்தான். நகரக் கட்டட அமைப்பிலோ, வீடுகளிலோ, அப்போதும் தட்சசீலப் பண்பாட்டையும் செல்வக் கொழிப்பையும் காண்பதரிதாகவே இருந்தன. அலெக்சாந்தரின் மாசிடோனியத் தலைநகரம் பெல்லா எப்படி இருந்ததோ அதைப்போலவே, தட்சசீல நகரமும் மாட்டுக் கொட்டில்களைத் திரட்டி வைத்தாற்போல், ஏழ்மையான தோற்றத்தைத் தந்தது. கிரேக்கப் படைக்கு நன்கு ஓய்வெடுக்கும் வாய்ப்பு தட்சசீலத்தில் கிட்டினாலும், நல்ல தரவு அடிப்படையைப் (Supply base) பெற்றிருந்தாலும், மேலும், பலமுடன் விளங்கிய இந்திய அண்டை அயலார்களை எதிர்த்தவாறு தங்கள் தரப்பில் தட்சசீலர்கள் போரிட்டபோதிலும், கிரேக்கர்களுக்கு உண்மையான இடர்ப்பாடுகள் உடனடியாகவே அடுத்து ஏற்பட்டன. சுய உரிமையுடைய பழங்குடி நகரங்களை ஒன்றன்பின் ஒன்றாக அடக்கி ஒடுக்கவேண்டியிருந்தது; உயர்வும், தரமும் வாய்ந்த போர்த்தளவாடங்கள் கிரேக்கர்கள் வசம் இருந்தாலும் பழங்குடி நகரங்கள் ஒவ்வொன்றையும் வெற்றிகொள்ளக் கடுமையாகப் போராடவேண்டியிருந்தது. அன்றும் இந்தியர்கள் ரதங்களைப் போரில் ஈடுபடுத்தினர்; ஆனால், 21 அடி நீளமுள்ள ஈட்டிகள் (ஸரிஸ்ஸ) தாங்கிய மாசிடோனியக் குதிரைப் படைக்கு முன்னால் அவை தாக்குப்பிடிக்க முடியவில்லை. சமயங்களில் படை அணிவகுப்பில்

தளபதிகளின் அதிகாரத்தை எடுத்துக்காட்டுவதைத் தவிர, மற்றபடி எல்லைப்புறப் பிரதேசங்களில் அலெக்சாந்தர் கடந்துசென்ற பிறகு தேர்ப்படையைப் போரில் நிறுத்தும் வழக்கம் நின்றுவிட்டது. தாக்குதல் நிகழ்த்திய கிரேக்கப் படைவீரர்கள் வெண்கலக் கவசம் அணிந்திருந்தனர்; கிரேக்கர்களோடு ஒப்பிடும்போது, இங்கு கிட்டிய உலோகங்கள் மிகக் குறைவாகையால், கேடயம், தோலால் செய்யப்பட்ட உடற்கவசம், ஒருக்கால், உலோகத் தலைக்கவசம் தவிர வேறு கவச அணிகள் இந்தியப் படைவீரர்கள்வசம் இல்லை. இந்திய யானைகளைச் சரியானபடி கையாண்டிருந்தால், பெரிய தரைப்படை வியூகங்களையும் அவை உடைத்து முன்னேறிச் சென்றிருக்கும். இதன் கட்டுப்பாடு மிகவும் முக்கியமானது. ஏனெனில் புண்பட்ட யானைகள் மிரண்டு ஓடும்போது பகைவர்களை மிதித்து நசுக்குவதைப் போலவே தன் தரப்பு வீரர்களையும் மிதித்துத் துவைத்துவிடும்; ஆகவே, தாக்குதலில் ஈடுபடும் யானைகள் எதிராளிகளை நெருக்கமாகச் சூழ்ந்துகொள்ளும்வரை மறைவரிப் புரவிப்படை, வில்லாளர், காலாட்படை ஆகியவற்றால் திரையிட்டாற்போல் கொண்டுசெல்வது அவசியம். விற்போரில் இந்தியர்கள் சிறந்து விளங்கியது தெளிவு. நான்கு முழு நீளமிருந்த அவ்வில்லிலிருந்து குறிவைத்து எய்யப்படும் அம்பு கேடயங்களையும், மார்புக் கவசங்களையும் துளைத்தவாறு ஒரு கிரேக்கப் போர்வீரனின் நெஞ்சில் பாய்ந்து கொல்லும் ஆற்றல் வாய்ந்தது. அலெக்சாந்தர் அவ்வாறு பெற்ற மிகவும் பலமான காயம். நெருங்கிய இடத்திலிருந்து இவ்வாறு எய்யப்பட்ட அம்பினால் ஏற்பட்டதே. அவனுடைய மார்புக் கவசத்தைத் துளைத்துக்கொண்டு விலாவில் ஆழமாக இறங்கியிருந்த அக்காயம் மிகுந்த வேதனையைத் தருவதாகவும், ஏறக்குறைய உயிருக்கே ஆபத்து விளைவிக்கக்கூடியதாகவும் இருந்தது. தாக்க வந்த பகைவர்களை எதிர்த்த இந்தியப் பழங்குடிகள் ஒன்றுசேர்ந்து அணி திரட்டாவிடினும், போரே அவர்களது பொழுதுபோக்காக இருந்தது. எதிர்த் தாக்குதலுக்கு க்ஷத்திரியர்கள் உதவினர்; இக்காலகட்டத்தில் க்ஷத்திரியர்கள் தங்கள் நகரத்திற்காக மட்டும் அல்லாது, ஊதியம் கருதியும் மற்றைய நகரங்களில் பணியாற்றத் தொடங்கினர். அவ்வாறு இயங்கிவந்த தொழில் வாயிலான க்ஷத்திரியப் படைகள் ஒரு சரணடைவுக்குப் பிறகு ஒப்பந்தப்படிப் படைக்கலங்கள், கொடிகள் முதலியவற்றுடன் திரும்பிச் சென்றுகொண்டிருக்கையில், அலெக்சாந்தர் தான் வழங்கிய காப்புரிமையை மீறித் திரும்பிச் சென்றுகொண்டிருந்த அப்படையின்மீது

திடீரென்று தாக்குதல்களைத் தொடுத்து, அதன் கடைசி மனிதன் சாகும்வரை எல்லோரையும் படுகொலை செய்தான். அவனுடைய வாழ்க்கை வரலாற்றை எழுதிய ஆசிரியர்கள் இந்த நம்பிக்கைத் துரோகத்தை ஒருபோதும் மன்னிக்கத் தயாராக இல்லை.

சிந்துநதி அமைப்பில் அடுத்த நதி இக்கால ஜீலம் (கிரேக்கமொழியில்- ஹைடஸ்பஸ்). இது பூரு இனத்தாரின் ஆட்சி நிலப்பகுதியைச் சுற்றியிருந்தது. வேதகாலத்திலிருந்தே பூரு மக்கள் இப்பிரதேசத்தில் குடியேறியிருந்தனர். அப்பழங்குடிப் பெயரால் தலைவனும் போரஸ் என்றே கிரேக்கர்களால் அழைக்கப்பட்டான். போரஸ், அலெக்சாந்தரின் இந்தியப் படையெடுப்பில் கிரேக்கர்களை எதிர்த்து மாபெரும் தனிப்பட்ட படையை ஒன்றுதிரட்டிப் போரில் நிறுத்தியவன். ஆனால், தந்திரத்தை உபயோகித்து அலெக்சாந்தர் ஜீலம் நதியைக் கடந்தான். பூரு இனத்து உயர்குடி மக்கள், அலெக்சாந்தரைத் தடுத்து நிறுத்தத் தேர்ப்படையுடன் விரைந்தோடிச் சென்றதும், ஒரு நுண்ணிய புரவிப்படை வினையாற்றலினால் அத்தேர்ப் படை முறியடிக்கப்பட்டது. போரஸ் மன்னனை எதிர்த்து நடந்த முக்கியம் வாய்ந்த கடும்போர் ஒருநாள் முழுவதும் நீடித்தது. பூரு இன மக்கள் போரில் கொல்லப்பட்டனர். மாபெரும் இந்தியத் தலைவன் தன்னைவிட வலுவாற்றல் நிரம்பிய ஒரு படையுடன் தீரமுடன் போர்புரிந்து பலமான விழுப்புண்களைப் பெற்று, கௌரவமாகச் சரணடைந்த பின்னர் அப்போர் முடிவுற்றது. இப்போர் நடவடிக்கையின் விளைவைப் பற்றி ப்ளூடார்ச் மிகச் சிறந்த முறையில் வர்ணித்துள்ளார்.)

“ஆனால், இப்போர் மாசிடோனியர்களின் துணிவைத் தளரவைத்ததுடன், மேற்கொண்டு அவர்கள் இந்தியாவில் முன்னேறுவதையும் தடுத்து நிறுத்தியது. 20,000 காலாட்களையும், 2,000 குதிரைகளையும் மட்டுமே போர்க்களத்தில் நிறுத்திய எதிரியைத் தோற்கடிக்கக் கடுமையாகப் போராடவேண்டியிருந்ததை உணர்ந்த அவர்கள், கங்கைப் பகுதியை நோக்கி முன்னேற வேண்டுமென்ற அலெக்சாந்தரின் திட்டத்தை எதிர்த்ததற்குத் தகுந்த காரணங்கள் இருந்ததைக் கருதினர். கங்கையின் அகலம் 32 பர்லாங்குகள் என்றும், ஆழம் 600 அடிகள் என்றும், அதன் எதிர்க் கரைகளில், கூட்டம் கூட்டமாகப் பகைவர்கள் குழுமியிருந்தனரென்றும், அவர்களுக்குத் தகவல்கள் கிடைத்தன. மேலும், கங்காரிதர், ப்ரயஸ்யர் (ப்ராச்யா

'கிழக்கத்திய மக்கள்' ஆகியவர்களின் மன்னர் 80,000 குதிரைகள், 2 லட்சம் காலாட்கள், 8,000 ஆயுதந்தாங்கிய தேர்கள், 6,000 போர் யானைகள் ஆகியவற்றுடன் கிரேக்கர்களின் வரவை எதிர்பார்த்துக் கொண்டிருப்பதாகவும் கூறப்பட்டது. இது, இவர்களை தைரியமிழக்கச் செய்வதற்காக கூறப்பட்ட தற்புகழ்ச்சிப் பிரசாரம் அல்ல. ஏனென்றால், இதன் பிறகு சிறிது காலத்திற்குள்ளாகவே, இப்பகுதிகளை ஆண்ட சாண்ட்ரோ கோட்டோஸ் (சந்திரகுப்த மௌரியர்) ஒரே சமயத்தில் 500 யானைகளை ஸெலூகாஸிற்குப் (அலெக்சாந்தரின் படைத் தளபதி. இவன், அலெக்சாந்தர் இறந்த பிறகு, அவர் வென்ற கீழைப் பகுதிகளை ஆண்டுவந்தான்) பரிசாக வழங்கினான்; இவன் 6 லட்சம் படைவீரர்களைக்கொண்டு இந்தியா முழுவதையும் அடக்கியாண்டான்."

கங்கையின் ஆழம் மிகைப்படுத்தப்பட்டுள்ளது; ஆனால், மழைவெள்ளம் கரைபுரண்டு ஒடும்போடு இதன் அகலத்தை மைல்களைக்கொண்டுதான் அளக்கவேண்டும். அக்காலத்தில் வீறும் விரிவும் பெற்று ஏகபோகமாக வளர்ந்த பேரரசின் கட்டுப்பாட்டிற்குள்ளான கீழைச் சமவெளிகள் முழுவதற்குமே கனமான நதிப் போக்குவரத்து வழிக்கு உயிர்நாடியாக யமுனையும், கங்கையும் திகழ்ந்து வந்ததால், போட்டி மனப்பான்மையினால் ஒற்றுமையில்லாதிருந்த பழங்குடி ஆட்சிக்குட்பட்டிருந்த எந்த ஒரு பஞ்சாப் நதியைக் காட்டிலும் இவ்விரண்டு நதிகளும் சிறந்த முறையில் பாதுகாக்கப்பட்டிருத்தல் வேண்டும். புகழுக்கும் ஆதிக்கத்துக்கும் எவ்வளவுதான் அவாவிருப்பினும் புத்திசாலியான ஒரு படைத்தலைவனுக்குப் போரஸுடன் நிகழ்த்திய போர் கடைசியாகப் பெற்றதோர் கசப்பு அனுபவமாக விளங்கிற்று. நீடித்துச் சண்டையிட்டு அலுத்துவிட்ட இவனுடைய படைவீரர்கள் கலகம் புரிய ஆரம்பித்தனர். இந்தியப் பகுதியில் இருந்த சிந்துவில் ஒரு சத்ரபி(மாகாணம்)யை உருவாக்கிய அலெக்சாந்தர், அதற்குத் தலைவனாக போரஸை நியமித்தான். சிந்து நதியின் வழியாக மிதவையில் கொணர்ந்த இமாலயத் தேவதாரு மரங்களினால் கப்பற்படைத் தொகுதியொன்று கட்டப்பட்டது. மறைந்தொழிந்த சிந்துப்பண்பாட்டின் பழங்கால வணிகவழியின் மூலம், கிரேக்கப் படை, மாறிய திசையில் தனது பயணத்தைத் துவங்கியது. கிரேக்கப் படைகள் ஒருங்கிணைந்து சென்ற இவ்வழி நெடுகிலும் ஓயாமல் பழங்குடிப் படைகளுடன் போர் நிகழ்த்த வேண்டியிருந்தது. ஏராளமான படுகொலைகளுக்குப் பிறகு பழங்குடிகளின் நகர் அரண்கள்

வலுவிழந்தன. வெறுப்படைந்த இவ்வெற்றி வீரன், களைப்படைந்த தனது படைகளை ஈரானின் அபாயமிக்க கடற்கரை வழியாக பாபிலோனுக்கு இட்டுச்சென்றான், அவற்றில் பாதியை பாலைவனத்தில் பறிகொடுத்தான். வரலாற்றில் அரும்பெரும் வீரசாகசங்களைப் புரிந்து பிரகாசித்த இப்போர்த் தலைவனின் வாழ்க்கை பாபிலோனை அடைந்ததும், மிகையான குடிப்பழக்கத்தாலும், மலேரியாக் காய்ச்சலாலும் முடிவுற்றது. ஆனால், அலெக்சாந்தர், எரி நட்சத்திரம் போல் ஒளிவீசிய தனது குறுகிய வாழ்நாட்களுக்குள்ளாகவே, புராணக் கதைகளிலும், வீர காவியங்களிலும் சாகாவரம் பெற்று உயர்ந்து நின்றான்.

இந்திய மரபில் இந்நிகழ்ச்சிகளுக்கு முக்கியத்துவம் அளிக்கப்படவில்லை; ஏனெனில் இது எவ்விதமான நிலை மாற்றத்தையும் செய்யாமல் கடந்துசென்றதால், இதை ஒரு படையெடுப்பு என்றோ அல்லது இன்னும் சற்றுச் சரியாகக் கூறுவோமேயானால் சூறையாடல் என்றோ கூறவேண்டும். இருந்தாலும், சில தனிப்பட்ட கொள்கைகளில் ஊறிய அந்நிய வரலாற்று ஆசிரியர்கள், இதை மட்டுமே பண்டைய இந்திய வரலாற்றில் நிகழ்ந்த மாபெரும் சம்பவமாக இன்றும் சித்திரித்துக் காட்டுவதைப் பார்க்கிறோம். இதைத் தொடர்ந்து உடனடியாக, சற்றும் எதிர்பாராத வகையில் நேர்ந்த துணைப் பயன் மிகவும் முக்கியமானது; இந்நாடு முழுவதையும் மௌரியர்கள் விரைந்து வெற்றிபெறுவதற்கு இது அடிகோலியது. ஒவ்வொரு சிறு சிறு ஜனபதத்திலும் நெருங்கிப் போரிட்டு, வெல்வதற்கரிய பழங்குடிகளை ஒன்றன்பின் ஒன்றாய் வென்று, மேற்கு பஞ்சாபை வலுவிழக்கச் செய்த ஒரு கடும்பணியை கிரேக்கர்கள் புரிந்து மகதப்படைக்கு உதவினார்கள். மாசிடோனியத் தாக்குதலும், விற்பனைக்காகவோ அல்லது சள்ளை மிகுந்த குற்றேவல் வேலைகளுக்காகவோ போரின் பின்னர் ஏராளமான கைதிகளை அடிமைகளாக எடுத்துக்கொள்ளும் கிரேக்கரின் வழக்கத்தினால் மௌரியப் பேரரசின் உருவாக்கத்திற்கு முட்டுக்கட்டையாக விளங்கிய சுதந்திரப் பழங்குடி உருவாக்கங்கள் பெரும்பாலும் தகர்ந்துவிட்டன. மேற்குப் பஞ்சாபின் கால்நடைகள், கொள்ளையாகவும், படையெடுப்பாளர்களுக்குரிய உணவாகவும் கவர்ந்து செல்லப்பட்டன; இந்த சூறையாடல்களுக்குப் பிறகு நேர்ந்த இழப்புகள், பழங்குடி மேய்ச்சல்நில வாழ்க்கையைக் கடினமாக்கின. அலெக்சாந்தர் திரும்பிச்சென்ற ஐந்து ஆண்டுகளுக்குள்ளாகவே, போரஸ், தன்னுடைய புதிய சத்ரபியிலிருந்து மூலைமுடுக்கிற்குத் தள்ளப்பட்டான்; கடைசியாக,

ரிக் வேதகாலத்துப் பூரு பழங்குடி வரலாற்றிலிருந்து மறைந்தே போயிற்று. தட்சசீலத்தோடு சேர்த்து பஞ்சாப் முழுவதையுமே, சந்திரகுப்த மௌரியன் கைப்பற்றிக்கொண்டான்; ஏறத்தாழ கி.மு. 305-ல் ஆப்கனிஸ்தானம் வரை விரிந்துசென்ற காந்தாரத்தின் எஞ்சிய பகுதிகள் மேலும் சில சண்டைகளுக்குப் பிறகு ஸெலூகாஸ் நிகேடரிடமிருந்து மீட்கப்பட்டன. ஸெலூகாஸிற்கும் வெற்றியடைந்த மௌரியனுக்கும் திருமண உடன்படிக்கை நிகழ்ந்தது என்றும். அதில் ஸெலூகாஸ் 500 யானைகளைப் பரிசாகப் பெற்றான் என்றும் ப்ளூடார்ச் விவரித்துள்ளார். அலெக்சாந்தர் வென்ற பகுதிகளைத் தங்களுக்குள் கூறுபோட்டுக்கொண்ட பழைய உடனொத்தத் தளபதிகளுடன் ஸெலூகாஸ் போர் நிகழ்த்துவது எளிதாயிற்று; ஆனால் அதற்குப் பிறகு துணைபுரிவோர் யாருமின்றி அவன் தனியனாக இந்தியாவுடன் போர்புரிய முடியாமல் திரும்பிச் செல்லவேண்டியதாயிற்று. இங்கு, இந்தியாவைப் பற்றி அவ்வப்போது எடுத்தாளப்பட்டுள்ள கிரேக்கர்களின் குறிப்புரைகள் பெரும்பாலும், பாடலிபுத்திர அரசவையில் இருந்த ஸெலூகாஸின் தூதுவனிடமிருந்து பெற்றவையே. மெகஸ்தனீஸ் என்ற இத்தூதுவன் எழுதிய ஒருசில துண்டுக் குறிப்புகள் மட்டும் பிற நூல்களில் மேற்கோள்களாக எஞ்சியிருக்கின்றனவே தவிர, மூலப் பிரதிகள் எல்லாமே தொலைந்துவிட்டன. ஸெலூகாஸின் மகளைச் சந்திரகுப்தனுடைய மகனான, பிந்துசாரனுக்குத் திருமணம் செய்து கொடுக்கப்பட்டதாகக் கூறப்படுகிறது. இதில் இரண்டு ஆட்சேபங்கள் இருந்தாலும், நடக்கமுடியாத செயலாக இதைக் கருதமுடியாது. அதாவது, கீரிஸ் நாட்டுத் திருமண விதிகளும், இந்தியச் சாதி அமைப்பும், இத்திருமணத்தை அனுமதித்திருக்க முடியாது என்பதே அம்மறுப்புக் கருத்துகள். முதலாவதாக, மூர்க்கத்தனம் நிரம்பிய எல்லைப்புற கிரேக்கர்களான மாசிடோனியர்கள், ஏதன்ஸ் போன்ற தனியுரிமையுடைய நகர- அரசுச் சட்டங்களைக் கடைப்பிடிப்பது வழக்கமில்லை. இதற்கு அலெக்சாந்தரே முன்மாதிரியாக இரு பாரசீக இளவரசிகளை மணந்துகொண்டிருக்கிறார். இரண்டாவதாக, மகத மன்னர்களுக்கு சாதி ஒரு பொருட்டல்ல; அதிலும் மௌரியர்கள், பூர்வீகக் குடிகளாகவோ அல்லது கலப்பு வம்சத்தினராக இருந்து ஆரியர்களாக்கப்பட்டவர் களாதலால், சாதி முறையைக் கடைப்பிடிப்பதில் இவர்கள், மகதர்களைவிட மோசமானவர்கள். மௌரியா என்ற பெயர், (பாலி: மோரியா) பழங்குடிக் குலச்சின்னமான மயிலைக் குறிக்குமேயன்றி இது

வேதகால ஆரியர்களைக் குறிக்காது. அசோகருக்கு முதல் அரசியாக இருந்தவள், சாஞ்சி அல்லது பில்சாவைச் சேர்ந்த ஒரு வணிகரின் புதல்வியே. (சிறிது காலத்திற்கு கிர்நாரை ஆட்சி செலுத்திவந்த வைசியன் புஷ்யகுப்தன், அசோகரின் 'ராஷ்டிரியா' ஆவான். இதற்குப் பிறிதோர் இடத்தில் 'ராஷ்டிரா வரிகளை வசூலிக்கும் ஆட்சித் தலைவர்' என்று பொருள் கூறப்பட்டுள்ளது. இதை 'மைத்துனன்' என்றுதான் மொழிபெயர்க்க வேண்டும்.) அசோகருக்கு ஒரு மாசிடோனியா அல்லது கிரேக்க- பாரசீக மாற்றாந்தாய் இருந்தாள் என்பது உண்மையாகவே இருக்கலாம்; ஆனால் அசோகரின் அன்னை ஒரு யவனப் பெண்ணாக இருக்கமுடியாது.

சந்திரகுப்தரின் படைகளும், பின்னர், பிந்துசாரனின் படைகளும் நாடு பூராகவும் விரிந்திருந்த நிலப்பகுதி முழுவதிலும் சென்று போர்க்கொடி உயர்த்தின. மைசூர் பீடபூமியின் முனையிலிருந்த குடகு (Coorg) மற்றும் வயநாட்டு (Wynaad) மலைக்காடுகள் மட்டுமே இவர்களைத் தடுத்து நிறுத்தியிருக்கலாமென்று எண்ணத் தோன்றுகிறது. தட்சிணாபதா வணிகம் நிகழ்ந்துவந்த போதிலும், பெரும்பாலான தீபகற்பப் பகுதிகள் அன்றளவும் முழு வளர்ச்சி அடையாமல் இருந்தன. மௌரியர்களின் கைப்பற்றுதலுக்குப் பிறகும், மைசூரில் உள்ள பிரம்மகிரியில், வரலாற்றுக்கு முற்பட்ட காலத்திற்குரிய பெருங் கற்படைகளை எழுப்பும் வழக்கம் தொடர்ந்து அதிகமாகியதே தவிர குறையவில்லை; இதற்குக் காரணம், உள்நாட்டிற்குரிய பழங்குடிகள் இரும்பின் கிட்டுந்தன்மையைப் பயன்படுத்திக்கொண்டு புதிய முறையில் விவசாயக்குடிகளாகத் தங்களை உடனுக்குடன் மாற்றிக் கொள்ளவில்லை என்றே நினைக்கவேண்டியிருக்கிறது. கேரளாவின் தொப்பிக்கற்கள், மைசூரின் பெருங் கற்படைகளுக்குச் சற்றுப் பிந்தியன; ஆகவே, தென்கோடிப் பகுதிகளை வெல்வதால் மௌரியர்களுக்கு ஒரு பயனுமில்லை. இதற்கு வெகுகாலம் முன்பாகவே தக்காண தீபகற்பத்தைச் சுற்றியவாறு கப்பல்கள் சென்றுகொண்டிருந்தன. ஸொபாரா (அநேகமாக பைபிளில் வரும் ஓஃபிர்), ப்ரோச் (பரூகச்சா; கிரேக்க மொழியில் பரேகஸா) போன்ற துறைமுகங்களும், அவற்றின் விலைமதிப்பற்ற, கடல்கடந்த வியாபாரங்களும் மகத ஆணைக்குட்பட்டு நிகழ்ந்தன. இதன் விளைவாக, பாடலிபுத்திரம் அகில உலகத் துறைமுகமாக உருவாயிற்று. பீகாரின் தென்கிழக்கே, தாமிரச் சுரங்கத் தொழில் பெரிதாக வளர்ந்தது; தாமிரத் துறைமுகம் என்று பெயர் பெற்ற தம்லுக்கின் வழியாக இந்த உலோக

வியாபாரம் நடைபெற்றது. பர்மாவுடனும், இந்தோனேசியத் தீவுகளுடனும் நடைபெற்று வந்த கடல்கடந்த வணிகத்தைப் பற்றியும் ஐயமில்லை. அவற்றின் மதிப்பு எவ்வளவு என்ற விவரம் மாத்திரம் நமக்குத் தெரியவில்லை. சீனத்துப் பட்டாடைகள், (பல்க்கின் குறுமென் மயிரடர்ந்த தோலாடைகளைப் போல்) நிலவழியின் மூலமாக மகதத்தை அடைந்த வியாபாரப் பொருளாகும்; அதைப்போலவே, மத்திய தரைக்கடலின் பவழங்கள், அலெக்சாந்திரியாத் துறைமுகம் வழியாக ஏற்றுமதியாகி, இங்கு மக்களிடையே நல்ல தேவையை ஏற்படுத்தியது. அஸ்ஸாமில் படிந்திருந்த வெள்ளியை எடுக்கும் வேலை ஏற்கெனவேயே தொடங்கியாகிவிட்டது; ஏனென்றால் மேற்கத்திய உலோக இறக்குமதி, பெருகிச் சென்ற நாணயச் செலாவணியின் தேவையைப் பூர்த்திசெய்யப் போதுமானதாக இல்லை. இதற்கு மாறாக வங்காளத்தில் ஆற்றுநீர் கிட்டிய சில துண்டுதுண்டான இடங்களில் மட்டுமே நிலம் திருத்தப்பெற்றுச் சாகுபடி நடந்தது. ஏறத்தாழ கி.மு. 270-ல் சந்திரகுப்தரின் பேரர் அசோகர் ஒரிஸ்ஸா(கலிங்கம்) மீது பேரழிவுள்ள போரை நிகழ்த்திய சமயம் அவ்வெற்றிக்கு உபயோகமானது என்று சொல்லத்தக்க வழியில் பின்னர் அது ஒரு இராஜ்ஜியமாக வளர்ச்சி பெற்றது.

கற்காலத்துக் காட்டுமிராண்டிகளிலிருந்து, அரிஸ்டாட்டிலின் மூலக் கருத்துக்களைப் பற்றி கேட்டும், அறிந்தும் வைத்திருந்த விவரமான மக்கள்வரை, பலதரப்பட்ட பிரஜைகளைக் கொண்டதோர் கதம்பப் பேரரசாக மகதம் விளங்கியது கண்கூடு. குறைந்தபட்சம், தட்சசீலம், உஜ்ஜயினி ஆகிய இரண்டும் இதன் துணைத் தலைநகரங்கள்; பொதுவாக, இவற்றின் ஆளுகை, இராஜப் பிரதிநிதிகளாக நியமனம் பெற்ற இளவரசர்களின் பொறுப்பில் விடப்பட்டன; ஆட்சி நலன்களைக் கருத்தில் கொண்டுதான் இத்தலைநகரங்களும் இந்த நியமனங்களும் ஏற்பட்டன. தனது தந்தையாகிய பிந்துசாரனுக்கு அரசப் பிரதிநிதியாக இருந்த அசோகர், தட்சசீலத்தில் தோன்றிய ஒரு பெரிய மக்கள் கிளர்ச்சியை அடக்கியதாகக் கூறப்படுகிறது. இப்பிரதேசத்திலிருந்துதான் பாணினி என்ற மாபெரும் சம்ஸ்கிருத இலக்கண மேதை தோன்றினார். மொழி இயல் துறையில் இவர் பெயர் முதன்மையாக இன்றும் விளங்குகிறது. பெரிய பண்பாட்டு மையமாகத் திகழ்ந்த இந்நகரத்தின் முதன்மை நிலை வெகுவிரைவிலேயே மறைந்து போயிற்று. ஆகவே பேரார்வம் படைத்த தட்சசீலத்து அறிஞர்கள் மகதத் தலைநகராகிய பாட்னாவை நோக்கிச் செல்ல ஆரம்பித்தது இயல்பே. சிறிது காலம்வரை வாணிபமும் சற்று

நொடிந்து போனாலும், இந்த விஷயத்தில், குஷானர்களின் கீழ் ஒளிமயமான எதிர்காலம் தட்சசீலத்தை எதிர்நோக்கியிருந்தது. ஆனால் இலாபத்திற்குரிய பெரும் வாய்ப்புக்களைத் தட்சிணாபதமே அளித்தது; தாமிரமும், வெள்ளியும் பற்றாக்குறையாக இருந்தாலும் அங்கிருந்து ஏராளமான அளவில் தங்கமும், இரும்பும் கிடைத்தன. படை ஆக்கிரமிப்பிற்கு வெகுகாலம் முன்பாகவே, இங்கு வந்தடைந்த வணிகர்களும், துறவிகளும் முதன்முறையாகப் பெரிய அளவில் பண்டமாற்று மாறுதல்களுக்கும், அவ்வாறே கன்னி நிலத்தின் மீது முதல் பயிர் சாகுபடிக்கும் வித்திட்டனர். கார்லேயில் உள்ள பெரிய சைத்தியத்தில் காணப்படும் மரவேலைகள், ரேடியோ கார்பன் பரிசோதனையின் மூலமாக, கி.மு. 280-க்குரியனவென்று கால உறுதி செய்யப்பட்டுள்ளன. ஆனால் இன்று இடிந்துகிடக்கும் இம்மடாலயத்திற்குரிய முதல் குகைகள், இதற்கும் நூறு ஆண்டுகளுக்கு முன்பாகவே குடையப்பட்டிருத்தல் வேண்டும். முன்பாக வந்த அம்மடத்துத் துறவியுடன் வந்த பௌத்த மதச் சார்புள்ள கிரேக்க வணிகர்கள் இதற்கு அருகிலுள்ள தெனுகாகதா என்ற கிராமத்தில் குடியேற்றப்பட்டனர். அசோகரின் பௌத்த மத தூதுகோஷ்டியில் ஆப்கனிஸ்தானுக்கு அப்பாலிருந்து வந்த தம்மரக்கிதா என்ற கிரேக்கரும் இருந்தார். இவ்விரண்டும் தனித்தனியான நிகழ்ச்சிகள் அல்ல என்பதைப் பௌத்த மடாலயக் குகைகளில் உள்ள "சிங்கமுகச்சிலை"களின் முழுத் தொகுதியைக்கொண்டு எடுத்துக்காட்டலாம். இதில் மிகவும் ஆய்வுக்குரியது, தெனுகாகதாவில் கிரேக்கக் குடிமகனால் அளிக்கப்பட்ட கார்லே மாடத் தூபியொன்றின் மீதுள்ள சிலையே. இது சிற்றுருவப் படிமத்திலிருந்தோ, படத்திலிருந்தோ படியெடுத்துச் செதுக்கப்பட்டதென்பது தேற்றம். படியெடுப்புக்குரிய மூலவடிவம் அலெக்சாந்திரியாவிலிருந்து தருவிக்கப்பட்டிருத்தல் வேண்டும். கி.மு. இரண்டாம் நூற்றாண்டின் தொடக்கத்தில் படையெடுத்து வந்த மினாந்தர் என்ற கிரேக்க அரசரால் இதன் தொடர்ச்சி பாதுகாக்கப்பட்டது. அலெக்சாந்திரியாவில் பிறந்தவராக இருந்தாலும், இவர் பௌத்த மத போதகர்களை ஆதரித்து வந்தார். தன்னுடைய நாணயங்களின்மீது பாலி மொழியில் 'தம்மகா'வென்றும் கிரேக்கமொழியில் 'திகாயஸ்' என்றும் தான்கொண்ட பெயரைப் பொறித்து வெளியிட்டுள்ளார். இரு மொழிகளிலும் இதன் பொருள் 'அறம்' என்பதாம், பிற்காலத்தில் எழுந்த, 'மன்னன் மினாந்தரின் வினாக்கள்' (மிலிந்த பன்ஹோ) என்ற பாலிநூல்

இவனது அழியாப் புகழை விவரிக்கின்றது. இது, ஓரளவுக்கு புத்திக்கூர்மையான உரையாடல்களின் மூலம் பௌத்த மதக் கோட்பாடுகளைப் பற்றி எடுத்துரைக்கின்றது. மிலிந்தன் என்ற இவனுடைய இந்தியப் பெயர், கி.பி. 2-ம் நூற்றாண்டில் வாழ்ந்த தெனுகாகதா மருத்துவனுக்கு இடப்பட்டது. கார்லே சைத்தியத்திற்கு இவனும் ஒரு தூபியை வழங்கியிருக்கிறான். இந்தியச் சிறுவர்களுக்கு மிக அபூர்வமாக இப்பெயரை இடும் வழக்கம் இன்றும் உள்ளது. கிரேக்க, இந்திய பண்பாடுகளுக்கிடையே இருந்த உடன் உறவுகளைப் பற்றிய பிரச்சினைகளை விளக்குவதற்கு இது துணைபுரியக்கூடும்.

விரிந்த எல்லைகளைக் கொண்ட முழு இந்திய வெற்றியும், ஒரு விரிவானப் பண்பாட்டு ஊடுருவலும், கி.மு. மூன்றாம் நூற்றாண்டின் தொடக்கத்தில் நிறைவேறின. இந்த இலட்சியத்தை அடைய, கடுமையான அரசியல் தத்துவங்கள், எவ்வாறு நடைமுறையில் திட்டமிட்டுச் செயல்படுத்தப்பட்டன என்பதை இப்போது நாம் மிகவும் கவனமுடன் ஆராயவேண்டும்.

6.2. மகத ஆட்சிக்கலை

கங்கைச் சமவெளி மன்னர்கள், கி.மு. ஆறாம் நூற்றாண்டில் எழுந்த எல்லாப் புதிய சமயத் தலைவர்களின் போதனைகளையும் பரிவுடனும், பாராட்டுடனும் கேட்டு ரசித்திருக்கலாம். ஆனால், இவை. தன் சொந்தத் தந்தையையே கொன்ற அஜாதசத்ரு போன்றதோர் இளவரசனின் செயலைத் தடுத்து நிறுத்த உதவவில்லை. அதைப்போலவே, சக்கரவர்த்திக்கு வழங்கப்பட்ட கருணை உணர்வுள்ள உபதேசங்களான முழு வேலைவாய்ப்புத் திட்டம். விவசாயிகளுக்குக் கால்நடைகளையும், விதைகளையும் அளித்தல், வியாபாரிகளுக்கு மூலதனம் தருதல் போன்ற கொள்கைகள். கி.மு. ஐந்து, நான்கு நூற்றாண்டுகளில் விரிந்துகொண்டிருந்த மகத அரசின் நடைமுறை வழக்கத்திற்கு, உண்மையில் பொருத்தமில்லை. இதைத் தொடர்ந்து மகத அரசியல் கொள்கைக்கு அடிப்படையாயிருந்த ஆட்சிக்கலை நூலை உன்னிப்பாக ஆராய்ந்து நோக்கவேண்டும். இந்த நூலைப் பற்றி ஏ.பி. கீத் கூறுவதாவது: “பிளாட்டோவின் **‘குடியரசு’** அல்லது அரிஸ்டாட்டிலின் **‘அரசியல்’** அல்லது பொது அறிவும் உலகுபற்றிய மதிநுட்பமும்கொண்ட ஸெனாஃபன் (Xenophon) இயற்றிய **‘ஏதன்ஸ்’ அரசியல் அமைப்பு’** பற்றிய கட்டுரை ஆகியவற்றைவிட

மிகச் சிறந்ததென இந்தியா காட்டும் ஒரு நூல் **அர்த்தசாஸ்திரம்.** மற்றவற்றோடு ஒப்பிடமுடியாத அளவில் உயர்ந்தது." அரிஸ்டாட்டிலின் அரசகுல மாணாக்கன் அலெக்சாந்தர் என்றாலும் நன்கு கற்றறிந்த ஸ்டாகிரைட் தன் உபாத்தியாயரின் ஆட்சி இயல் கருத்துக்களை செயல்படுத்தவில்லை. ஏதன்ஸின் ஜனநாயகம் குறுகிய காலம் செயல்பட்டுப் பின்னர் தோல்வியுற்றது; அதன் அரசியல் அமைப்பு நடைமுறை விவேகம் நிரம்பியதாகக் கருதியவர்கள் பிளாட்டோவின் நெருங்கிய நண்பர்கள். இவர்களில் நிகீயாஸ், அல்கிபயாடஸ், கிரித்தியாஸ் போன்றோர். மேற்குடி வகுப்பினர்களைச் சேர்ந்தவர்கள் என்பதுடன் சாக்ரட்டீஸின் மாணாக்கர்களாகவும், ஆர்வலர்களாகவும் விளங்கிய இவர்களும் மற்றவர்களும் அடிக்கடி அவருடைய உரையாடல்களில் (Dialogues) இடம்பெற்றுள்ளனர்; ஆனால், சாக்ரட்டீஸ் கூறிய குடியரசு (Republic) இலட்சியத்தை நடைமுறையில் கொண்டுவருவதற்கு உருப்படியாக ஒரு முயற்சியும் இவர்கள் எடுக்கவில்லை. இதற்கு எதிராக, நாம் விவரிக்கின்ற இந்திய அரசியல் சமுதாயம், எவ்விதமான தங்குதடங்கலில்லாமல், சிறிய, பூர்வீகத் தொடக்கங்களிலிருந்துதான் இறுதி இலக்கு நன்கு வளர்ந்தது. ஏட்டளவில் படிப்பதற்கு கிரீஸின் கருத்துக்கள் சிறப்பாகவே இருந்தன. ஆனால் இந்தியாவின் ஆய்வு நூலோ, மிகவும் சிறப்பாக நடைமுறையில் செயல்படுத்தப்பட்டதுடன், இது எழுந்த காலத்திலேயே எங்குத் தோன்றியதோ அங்கேயே செயலாக்கப்பட்டும் வந்தது.

அரசியல் கொள்கை, ஆட்சி நிர்வாகம் பற்றிய விவரங்களை அளிக்கும் சான்று நூல் சமஸ்கிருதத்தில் எழுதப்பட்ட இந்த **அர்த்தசாஸ்திரமாகும்.** சில நூற்றாண்டுகள்வரை முழு இருட்டில் இருந்த இந்நூல், மீண்டும் 1905-ம் ஆண்டு, வெளி உலகுக்குக் கொண்டுவரப்பட்டது. சாணக்கியரென்றும், கௌடில்யரென்றும் அழைக்கப்படும் இதன் ஆசிரியர், கி.மு. நான்காம் நூற்றாண்டின் முடிவில், சந்திரகுப்த மௌரியரின் பிராமண அமைச்சராகத் திகழ்ந்தவராவார். இவருடைய கல்வி கேள்விகள் தட்சசீலத்தில் நிகழ்ந்ததாகவும் கூறப்படுகிறது. இவர் ஒரு முன்கோபி என்றும், சூழ்ச்சித் திட்டங்கள் வகுப்பதில் வல்லார் என்றும், இவரே சந்திரகுப்தரை நிலையாக மகத அரியணையில் ஏற்றிவைத்தார் என்றும் பலவாறாக எழுதப்பட்ட பிற்காலப் புராணக் கதை, வீரகாவியம் ஆகியவற்றால் இவருடைய கீர்த்தி

மேலோங்கிற்று. இந்த வழியில் கி.பி. நான்காம் நூற்றாண்டின் பிற்பகுதியில் விசாகதத்தனால் முத்திராராக்ஷசம் என்ற சம்ஸ்கிருத நாடகம் எழுதப்பட்டது. இந்த நாடகம் அளிக்கும் குழப்பமான சூழ்ச்சிகளைப் பற்றிய விவரங்கள் முழுக்க முழுக்கப் போலியானதாகவும், இயல்புக்குப் புறம்பானதாகவும் தோன்றுவது கண்கூடு; எப்படியென்றால், கொலையுண்ட நந்த மன்னரின் சிறந்த அமைச்சர்கள், இயல்பு மீறிய வகையில் முதுகெலும்பற்ற பாத்திரமாக இந்நாடகத்தில் சித்திரிக்கப்பட்டுள்ள சந்திரகுப்த மௌரியரின் புதிய ஆட்சியை ஆதரித்து, இவர் பக்கமாகச் சாய்வதே முரண்பாடாயுள்ளது. இதற்கு முற்றிலும் மாறுபட்ட வகையில், சாணக்கியர் நூலில் விவரிக்கப்பட்டிருந்த இராஜ்ஜியம் எந்த ஒரு குறிப்பிட்ட காலத்திலிருந்தவைகளிலிருந்து மிகவும் வேறுபட்டிருந்தமையால் அர்த்தசாத்திரத்தின் நம்பத்தக்க நிலை முதலில் சந்தேகத்திற்குள்ளாகியது. நீண்ட விவாதங்களுக்குப் பிறகு, இந்த சந்தேகங்கள் களையப்பட்டன என்றாலும், இரண்டு முக்கியமான விஷயங்களை ஆழ்ந்து நோக்குவது நலம். இதன் ஆசிரியர், மௌரிய சாம்ராஜ்ஜியத்தின் ஆட்சிமுறையைப் பற்றி இதில் விவரிக்கவில்லை? ஆனால், பொதுவாக பல அரசுமுறைக் கொள்கைகளையும், அரசியல் தத்துவங்களையும் எடுத்து ஆய்வுரை செய்கிறார்; 'இந்நூல், ஆட்சிக்கலைத் தத்துவங்களைப் பற்றி முன்பே எழுதப்பட்டிருந்த அறிஞர்களின் பல்வேறு புராதனப் படைப்புகளை ஒன்றுசேகரித்து உருவாக்கப்பட்டதாகும்; மண்ணுலகம் முழுவதையும் வென்று (ஒரே தலைமை ஆணையின் கீழ்) நிலைநிறுத்த வேண்டுமென்ற இலட்சியத்திற்காக இது எழுதப்பட்டது. இரண்டாவதாக, இப்போது நம்வசமுள்ள பதிப்பில் ஏறத்தாழ மூலவடிவத்தின் நாலில் ஒரு பங்கு முதல் ஐந்தில் ஒரு பங்குவரை தொலைந்துபோய்விட்டது. முழுப் பிரிவு என்று ஏதும் ஒன்று தொலையாவிடிலும் இதை மறு பகர்ப்பெடுத்து எழுதும்போது, ஒவ்வொரு பாகத்திலும் துண்டுதுண்டாகச் சில பகுதிகள் விட்டுவிடப்பட்டன. இராஜ்ஜியம், படைத்துறை ஆகியவற்றின் தன்மைகள் பிற்காலத்தில் மிகுந்த அளவுக்கு மாற்றம் பெற்றுவிட்டதால் இதில் கொடுக்கப்பட்டிருந்த ஆட்சிமுறை மற்றும் போர் வழக்கங்கள் பெரும்பாலும் நடைமுறைக்குப் பொருந்தவில்லை. பல நுண்ணிய கலைச்சொற்கள்கூட என்னவென்று புரியவில்லை. இதில் படை அமைப்பு, போர்த்தந்திர உபாயங்கள் அடங்கிய பகுதிகளே அதிக அளவில் பாதிக்கப்பட்டவை. உழையர் (Retainers) படைவீரர்,

அதிகாரிகள் ஆகியோருக்குப் பணமாக முறைப்படி சம்பளம் அளித்துவந்த மாபெரும் நிரந்தர மகதப்படை, கி.மு. இரண்டாம் நூற்றாண்டுக்குப் பிறகு மறைந்தது. பிற்காலத்தில் எழுந்த தந்திரோபாயப் படை அமைப்புகளும் கூட முற்றிலும் மாறுபட்டவையே.

அர்த்தசாத்திரம் என்ற தலைப்பு, 'பொருளாதார லாப விஞ்ஞானம்' என்ற பொருளைத் தருகிறது; இது தனி மனிதனுக்கல்லாது மிகச் சிறப்பு வாய்ந்ததோர் அரசுமுறைக்குரியதாகும். இந்த லாப நோக்கம் எப்போதுமே தெள்ளத் தெளிவாக இருந்துவந்தது. இந்த நோக்கத்தை அடைவதற்குரிய வழிவகைகளுக்கு நேர்மைத்திறனைக் கற்பிக்கும் முயற்சி அவசியமில்லை. ஒழுக்கநெறியைப் பற்றியோ பிறர்க்கென வாழுந்தகைமை பற்றியோ இதில் அணுவளவேனும் பாசாங்கு கிடையாது. வேண்டாமைகளை விவாதிக்கையில், அவற்றினால் ஏற்படக்கூடிய செலவுகளையும் நிகழக்கூடிய பின்விளைவுகளையும் கருத்தில்கொண்டு பார்க்கும்போது, எவ்வளவுதான் கொடூரமானதாகவோ, வஞ்சனை நிரம்பியதாகவோ இருந்தாலும் அவ்வழிமுறைகள் நடைமுறைக்குப் பொருந்தி நிற்பதால், அவ்வேண்டாமைகள் துச்சமென எண்ணப்பட வேண்டும். இதற்கு நேர்மாறாக, ஒரு குடிமகன் கடுமையான ஒழுக்கமுறைகளுக்குட்பட்டே நடக்க வேண்டியிருந்தது; பண்டைய இந்திய வரலாற்றில் வேறு எந்தக் காலகட்டத்திலும் இவ்வளவு சிறந்த அரசாட்சி நிகழ்ந்தது இல்லை. 'நாட்டுக்கு ஒரு சட்டம்; வீட்டுக்கு ஒரு சட்டம்' என்று இதை எளிமைப்படுத்தி இறுதியில் இது வழக்கொழிந்து போனதற்குரியதோர் காரணமாகக் கற்பிக்கப்பட்டாலும், கி.பி. பன்னிரெண்டாம் நூற்றாண்டுவரை நாட்டின் மூதறிஞர்கள் இதன் நறுக்குத் தெறித்தாற்போல் அமைந்த வாதங்களுக்காகவும், கரடுமுரடான உரைநடைக்காகவும் இதைத் தொடர்ந்து கற்றுவந்தனர். எல்லா இந்திய இலக்கியங்களுக்கும் மத்தியில், இப்படைப்பு தனித் தன்மையுடன் விளங்குவதற்குக் காரணம், இழிவான வெற்றுரைகளிலிருந்து முற்றிலும் விடுபட்டு நிற்பதுடன், இதன் வாதங்களிலும் சற்றேனும் போலித்தனம் காணப்படாததே. முடிவாக இது புறக்கணிக்கப்பட்டதின் காரணம், முற்றிலும் மாறுபட்டதோர் சமுதாய எழுச்சியே. (மகத ஆட்சிக்கலை பெற்ற வெற்றியின் காரணமாகவே அப்புதிய எழுச்சியும் உருவாகியது) எனவே, அப்புதிய சமுதாயத்திற்குப் பின்னர் அம்முறைகள் பொருந்தக்கூடியதாக இல்லை.

ஒவ்வொரு அரசுமுறையும் சில வர்க்க அடிப்படைகளை ஆதாரமாகக்கொண்டுள்ளன. அளவுக்கு மீறிப் பெருகிச்சென்ற யஞ்ஞச் சடங்குகளுடன்கூடிய பிராமணங்களின் பழங்குடி அரசுமுறையில், க்ஷத்திரிய குல ரத்த உறவுக் கூட்டங்கள் ஆதாரமாக விளங்கின. இவை வைசியர்களையும், சூத்திரர்களையும் அடக்கிவைக்கவும், அடுத்த பழங்குடிகளை எதிர்த்து சண்டை புரியவும், தங்களுடைய மன்னருக்கு ஆதரவாய் நின்றன. பின்னர் இடைக்கால இந்தியாவில் அரசுகளுக்கு பலம்வாய்ந்த நிலப்பிரபுத்துவ வர்க்கம் ஆதாரமாகத் திகழ்ந்தது; இந்த வர்க்கம் வரிகளை வசூலித்ததுடன், படைக்கு வேண்டிய குதிரைகளையும், அதிகாரிகளையும் அளித்தது; நேரடிக் கண்காணிப்பின்கீழ் தனிப்பட்ட விசுவாச ஊழியர்களை ஆற்றலுடன் ஒருங்கிணைத்து உருவான இந்த வர்க்கம் ஒரு சங்கிலிபோல் ஜமீன்தார்களுக்குக் குடிக்காணிகளையும் குறுநில மன்னர் / ஜமீன்தார்களுக்கு உழையர்களையும், பெருநில மன்னருக்குக் குறுநில மன்னர் / பிரபுக்களையும் ஒருங்கே பிணைத்தன. அர்த்தசாஸ்திரக் கொள்கைகள் நடைமுறைக்குக் கொண்டுவரப்பட்ட அக்காலத்திலும்கூட ஆரியர்களைச் சார்ந்த மேய்ச்சல்நிலப் பழங்குடிகள் முற்றிலும் ஒடுக்கப்படவில்லை. இருப்பினும், நிலத்தில் உருவான தனியார் சொத்துரிமையின் காரணத்தால் விளைந்த உட்புற நெருக்கடி, படிப்படியாக இவர்களைச் சிதற அடித்தது. பெருமளவில் நிலவிய பூர்வகுடிக் காடுகள் இன்னமும் அழிக்கப்பட வேண்டியிருந்தால் இவை அமைந்திருந்த நிலங்களில் தனிப்பட்டவர்கள் உரிமை கொண்டாடுவதற்கில்லை என்பது இயல்பே. கௌடில்யரின் அரசுமுறை, இன்று நமக்குச் சற்றும் நம்புதற்கரியதாகத் தோன்றுகிறது. ஏனென்றால் கௌடில்யர் விவரிக்கும் அரசாங்கமே காடுகளை வெட்டி, நிலத்தைச் சீர்திருத்தும் பணியில் ஒரு முக்கிய நிறுவனம் என்பதுடன், பெரிய அளவில் விவசாய சாகுபடி நடத்தும் ஒரு நில உடைமையாளராகவும், முதன்மையாக விளங்கிய கனரகத் தொழில் அதிபராகவும், வாணிபப் பொருள்களைத் தயார்செய்யும் மிகப்பெரிய உற்பத்தியாளராகவும் விளங்கிற்று. கொள்கையளவில், ஆளும் வர்க்கம் என்பது, அரசு நலனுக்காக அரசாங்கமே உருவாக்கியதென்று கூறமுடியாவிட்டாலும், குறைந்த பட்சம், ஆட்சிமுறையில் அதன் ஆதிக்கம் மேலோங்கியிருத்தல் வேண்டும்; மேல்நிலையிலும், கடைநிலையிலும் இருந்த ஆட்சிப் பணித்துறை அலுவலர்களின் தொகுதி; எல்லா சாதிகளிலிருந்தும், பலதரப்பட்ட பூர்வீகங்களிலிருந்தும் திரட்டப்பட்ட அலுவலர்களுடன்கூடிய

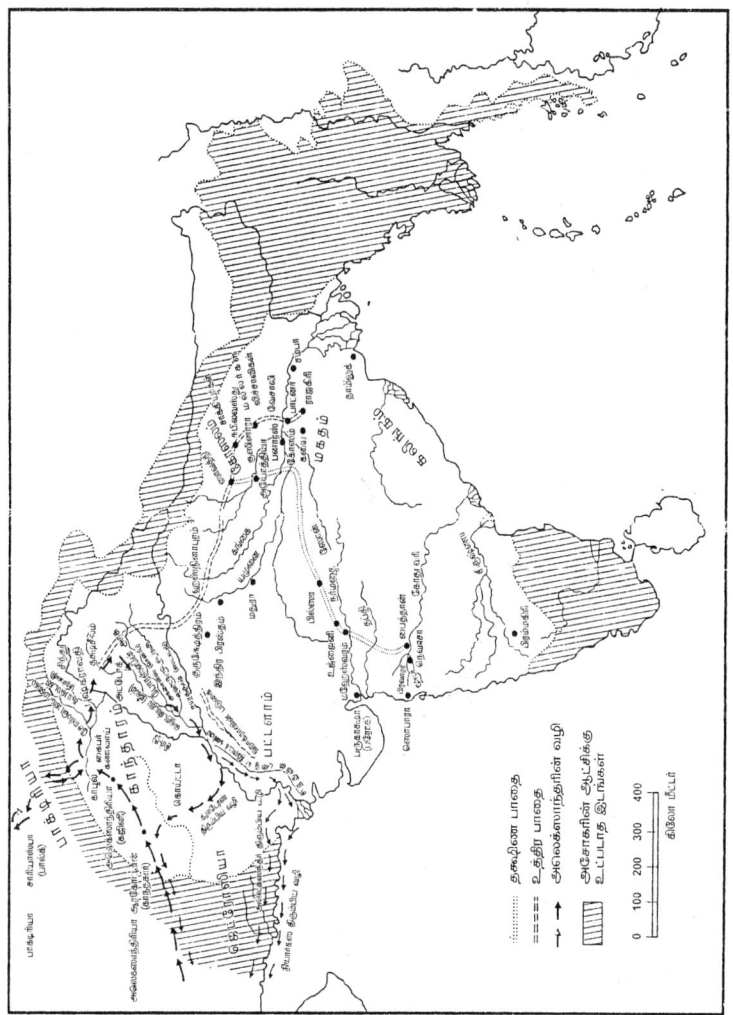

மௌரியப் பேரரசும் அலெக்ஸாந்தரின் படையெடுப்பும்

ஐந்து இலட்சம் போர்வீரர்கள் (கி.மு. 300-ல்) கொண்டதோர் மிகப்பெரிய நிரந்தரப் படை; இரண்டாவது படையாக உளவாளிகள், ரகசிய ஒற்றர் பிரதிநிதிகள் ஆகியோர் அடங்கிய ரகசியத் துணைப்படையும் முக்கியமானது; ஆக, இவர்கள் யாவரும் புதிய அரசுமுறையின் தூண்களாக விளங்கினர். இரு பிரிவாகயிருந்த ஆட்சிப் பணித்துறையின் பெருக்கத்தைப் பற்றி அர்த்தசாஸ்திரத்திலிருந்தே தெளிவுடன் அறிந்துகொள்ளலாம். அவை, சாதிகளாக மாறினவென்று கிரேக்க குறிப்புகள் உரைக்கின்றன; ஒரு சாதி சமூகத்தில் இது இயல்பே. பணித்துறைக்குரிய இவ்விரு சாதிகளும் மகதப் பேரரசிற்குப் பிறகு எஞ்சியிருக்கவில்லை. இருந்தபோதிலும், சில நூற்றாண்டுகளுக்குப் பிறகு, இராஜ்ஜியத்தில் பதிவாளர்களாகவும், எழுத்தாளர்களாகவும் பணிபுரிந்த, முரண்பட்ட பல்வகைக் கலப்பினங்களிலிருந்து, அவ்வாறு காயஸ்தா என்ற சாதி உருவாயிற்று.

உளவு வேலைகளையும், உள் உளவாட்களை ஈடுபடுத்துவதையும் பெருமளவில் எல்லா இடங்களிலும் அர்த்தசாத்திரம் சிபாரிசு செய்கிறது. ஒவ்வொரு செயலிலும் அடங்கிய ஒரே நோக்கம், நாட்டின் பாதுகாப்பும், அரசுத்துறை இலாபமுமேயாகும். இந்நூலை முழுவதும் படித்தோமேயானால், எந்த ஒரு இடத்திலும் மறைபொருள் சார்ந்த ஒழுக்க இயல் பற்றிய பிரச்சினைகளை எழுப்பவுமில்லை; ஆராயவுமில்லை. சிறிதும் மனத்தளர்ச்சிக்கு இடம் தராமல், கொலை, விஷம், பொய்க் குற்றச்சாட்டு, புரட்டுவேலை ஆகியவற்றை அரசனின் ரகசிய ஆட்கள் திட்டமிட்டுத் தேவைப்படும் சமயங்களில் பயன்படுத்த வேண்டும். அதேநேரத்தில், நாட்டின் வழக்கமான சட்ட ஒழுங்கு ஏற்பாடுகள் தீவிரமான கண்காணிப்புடனும், கடுமையுடனும் சாதாரணக் குடிமகன்பால் செயல்பட்டன. இத்தகைய அரசுமுறைக்குத் தன்னுடைய சொந்த நிர்வாகத்தைத் தவிர வேறு நிலையான அடிப்படை இருக்க முடியாது; அதுவும் ஒற்றர்களின் பலத்த கண்காணிப்பின்கீழ் செயல்பட வேண்டும். கையூட்டு வாங்கும் அரசாங்கச் சிப்பந்திகளுக்கெதிராக எல்லா முன்னெச்சரிக்கை நடவடிக்கைகளையும் விவரித்த பின்னர், சாணக்கியரே, 'அரசாங்க வருவாயைத் தின்னும் அதிகாரிகளைக் கண்டுபிடிப்பதென்பது, நீரில் நீந்தும் மீன்கள் எவ்வளவு தண்ணீர் குடித்தன என்று கணக்கெடுப்பதைப்போல் அவ்வளவு கடினமானது' என்று துயருடன் ஒப்புக்கொள்கிறார். ஒரு அரசு இயந்திரத்தை உடமையாகக்கொள்வதற்கு முன்பாகவே, ஒரு புதிய வர்க்கம், ஒரு சமூகத்தின் உண்மை அதிகாரத்தைக் கைப்பற்றியதென்று கூறுவது, அர்த்தசாத்திர சமூகத்தின் இயல்பு அல்ல.

இந்தியாவிற்கும் சீனாவிற்கும் இடையே, அதனதன் வளர்ச்சிப்போக்கில் ஒரு முக்கிய வேற்றுமையை இங்கு உன்னிப்பாகக் கவனிக்கவேண்டும். சின்-ஹ்ஸி-ஹ்வாங்-டீ (கி.மு. 221) என்ற முதல் சீனப் பேரரசரின் முதலமைச்சர், ஒரு வணிகரே. நாளடைவில், வணிக வர்க்கத்தின் தகுநிலை குறைந்தாலும் முறையான தேர்வு திட்டத்தின் அடிப்படையில், சீனாவின் நிர்வாகத் துறைக்குள் நுழைந்த உறுப்பினர்கள் மூலம், இதே வர்க்கம், உண்மை அதிகாரத்தைத் தன்வசம் நிலைநிறுத்திக்கொண்டது. இந்தியாவை எடுத்துக் கொள்வோமேயானால், ஆரம்பநிலை சிரேஷ்டிகளுக்கு, அவர்களுடைய செல்வத்தின் காரணமாகச் சில சலுகைகள் தரப்பட்டாலும், புதிய கங்கைப்புற அரசின் தோற்றத்திற்கு வழிவகுத்த கஹபதி-விவசாயி-வணிகர் வர்க்கம் அமைச்சரவை ஆலோசனைகளில் இடம்பெறவில்லை என்பதுடன், அவ்வாறு சிரேஷ்டிகளுக்கு வழங்கப்பட்ட சிறு சலுகைகளும்கூட, அவர்களுடைய நிலப்பிரபுத்துவ வாரிசுகளுக்கு அனுமதிக்கப்படவில்லை என்பதையும் கவனிக்கவேண்டும்.

ஒரு அரசின் முதல் தலைமைப் பொறுப்பு, அதிகார அடையாளம், உருவம் ஆகியவற்றைக் குறிப்பதே மன்னர் பதவி. அக்காலத்து அரசுரிமைக்குச் சில சிறப்பான தகுதிகள் தேவையாயிருந்தன. அரசருடைய பல்வேறு நிர்வாக அலுவல்களுக்குரிய பொருத்தமான காலக் கூறுகளாக இரவு, பகல் பாராமல், ஒவ்வொரு நிமிடமும் ஒதுக்கப்பட்டது; பொதுநல அறிக்கைகள், ரகசிய அறிக்கைகள் ஆகியவற்றைக் கவனமுடன் கேட்டல்; அமைச்சரகக் குழு, கருவூலம் மற்றும் படைத்தலைவர்களுடன் ஆலோசனை நடத்துதல்; ஓய்வுக்குரிய இடைவேளைகள், தூக்கம், சாப்பாடு, கேளிக்கை அல்லது அந்தப்புரச் சிற்றின்பம் ஆகிய எல்லாமே கடுமையான கால அட்டவணையினால் கட்டுப்படுத்தப்பட்டன. 'கீழ்த்திசைக்குரிய ஆடம்பரக் கேளிக்கைகளில் மூழ்கிக் கிடக்கும்' மன்னர்களின் நிலைக்கு, மிகவும் மாறுபட்டிருந்த ஒரு அர்த்தசாத்திர மன்னர், தன்னுடைய ஆட்சியில் உள்ள எல்லோரைப் பார்க்கிலும் கடுமையுடன் உழைக்கும் நபராகத் திகழ்ந்தார். எல்லா அரசர்களாலும் இக்கட்டுப்பாடுகளைத் தாக்குப்பிடிக்க முடியாது: அதிலும் குறிப்பாக, விஷம், கொலைகாரர்களின் கத்தி இவைகளுக்கெதிராக, எல்லாச் சமயங்களிலும் மிகவும் விரிவான முன்னெச்சரிக்கைகளை அவர்கள் கடைப்பிடிக்க வேண்டியிருந்தது. இதன் விளைவாக ஏற்படும், அரண்மனைப் புரட்சிகள், வம்ச மாறுதல்கள் ஆகியவற்றை திடீரென்று நாணய இலச்சினைகளில்

கண்ணுறும் மாறுதல்களினால் உறுதி செய்யலாம். இரு தலைமுறைகளுக்குப் பிறகு, அஜாதசத்ருவின் வம்சம், மக்கள் கிளர்ச்சியால் பதவி இழந்தது. புதிய அரசன், சுசுநாகர், (சம்ஸ்கிருதம்: சிசுநாகர்) தனக்குரிய புது நாணயங்களை வெளியிட்டதுடன், புழக்கத்திலிருந்த பழைய நாணயங்கள் மீதும் தன்னுடைய இலச்சினைகளைப் பொறித்தார். இவருடைய வாரிசுகள், பெருமளவில் இலச்சினை பொறிக்கப் பெற்ற நாணயங்களின் காலத்திற்குக் கட்டியம் கூறினார்கள். இதன் பிறகு, உத்தராபதா (வடக்குப் பாதை) வணிகவழி நெடுகிலும் மகத வாணிபமும், செலாவணியுமே மேலோங்கியிருந்ததை ஏராளமான அளவில் தட்சசீலத்தில் தோண்டியெடுக்கப்பட்ட நாணயங்கள் உறுதி செய்கின்றன. அடுத்ததாகத் தாழ்ந்த படியிலிருந்து நந்தா அல்லது நந்தினி என்றழைக்கப்பட்ட உறவுக்கார அரசகுலம், பிறகு ஏற்பட்ட அமைதியான மாறுதலைத் தொடர்ந்து ஆட்சிக்கு வந்ததை, நாணயங்களின் அதே 'அரசுரிமை ஆழி' (சக்கரம்) இலச்சினைகள் புலப்படுத்துகின்றன. இவர்களுடைய வளமை என்றும் மறக்காமல் புகழ்பெற்றது. இக்காலத்தில்தான், அதாவது கிட்டத்தட்ட புத்தர் இறந்த நூறு ஆண்டுகள் கழித்து, மகதத் தலைநகரம் இறுதியாக பாட்னாவிற்கு மாற்றப்பட்டது: இது உலகிலேயே பெரிய நகரமாக (ஒன்று அல்லது இரண்டு நூற்றாண்டுகள்வரை நிலைபெற்று) விளங்கியது. திடீரென்று அநேகமாக, மகாபத்ம நந்தா என்ற பெயருடையவன், பேராற்றலுள்ள நந்த வம்சத்து மன்னனாக உயர்ந்து, வன்முறையற்ற வழியிலேயே அரியணையைக் கைப்பற்றிக்கொண்டான். மகாபத்மனுடைய கடைசிப் புதல்வனின் கொலை, சந்திரகுப்த மௌரியருக்கு முடியுரிமையைக் கொணர்ந்தது.

அரியணைச் சச்சரவு என்பதை அரசுரிமையின் அற்பமான தொழிற் சங்கடம் என்று சாணக்கியர் கருதினார். இதில் ஒழுக்கத்தைப் பற்றியோ, பெற்றோரைத் தெய்வமெனப் போற்றும் தகைமையைப் பற்றியோ சிந்தனையில்லை. இதற்கு அவர்தம் முன்னோடி ஒருவரின் முதுமொழியை மேற்கோள் காட்டுகிறார்: "இளவரசர்கள், நண்டுகளைப்போல், அப்பன் விழுங்கிகள்." முன்னாசிரியர்களின் பற்பல கருத்துக்கள், நடுநிலை உணர்வுடன் ஆழ்ந்து ஆராயப்பட்டுள்ளன: ஒரு இளவரசனைப் பயில்விக்கும் முறைகள், அவனுடைய வேளைக்கேடான பேராவல்களைச் சோதித்தல், அவனுடைய ரகசியமான தீயொழுக்கங்களையும், விருப்பங்களையும் உளவறிதல், தேவைப்படும் காலத்தில் தடுத்து நிறுத்துதல் முதலியன. இதன் அடுத்த அத்தியாயத்திலேயே எவ்வாறு நாடு

கடத்தப்பட்ட, (அபருத்தா), அடுத்த பட்ட உரிமையுள்ள இளவரசர்கள், தந்தையின் முன்னெச்சரிக்கை நடவடிக்கைகளை ஏமாற்றியவாறு குறுக்குவழியில், அரியணையைக் கைப்பற்ற வேண்டும் என்ற ஆலோசனைகள் வழங்கப்பட்டுள்ளன. பெயர்களோ குறிப்பாக சில வரலாற்று உதாரணங்களோ தரப்படவில்லை. இருந்தாலும், இக்காலகட்டத்தில், அபருத்த இளவரசர் என்றால் பண்டைய நாட்களில் நிலவியதைப் போல் சிறு சிறு பழங்குடி இராஜ்ஜியங்களிலிருந்து அவரை நாடுகடத்துவதோடு நின்றுவிடுவதில்லை என்பது இத்தறுவாயின் மூலம் தெளிவாகிறது. முழுமை பலம்பொருந்திய அரசின் அதிகாரப் பெருக்கமும், புது முடியரசுகளின் ஆட்சி நிலப்பரப்பின் விரிவாக்கமும் இதையே குறிக்கின்றன: உரோமானியச் சட்டத்தின்கீழ், எவ்வாறு உடமைகளும், அரசியல் உரிமைகளும் பறிக்கப்பட்டு தீவாந்திர சிட்சைக்கு (அட் இன்சுலம்) உள்ளானார்களோ, அதைப்போன்று ஒருமுறையில் இவர்கள் தண்டனைபெற்று அடக்கி ஒடுக்கப்பட்டார்கள்; அல்லது, அநேகமாக எல்லாக் குடியுரிமைகளையுமே இழந்து தனியாக ஒரு தீவில் காவல் வைக்கப்படுவதைப் போன்று (Deportatus adinsulam) தண்டனையும் பெற்றிருக்கலாம்.

அரசகுல மாறுதல் எதுவுமே, மகதத்தின் நிலையான ஆட்சி விஸ்தரிப்பைச் சற்றேனும் பாதிக்கவில்லை. எந்த உள்நாட்டுச் சண்டையும் வெளிநாட்டு அல்லது உள்நாட்டு அரசுமுறைக் கொள்கைகளைத் தடங்கல் செய்யவில்லை. அவ்வாறு அரண்மனைச் சூழ்ச்சிகளும் அத்தகைய தடங்கல்களை உருவாக்குமோ என்று அர்த்தசாத்திரம், ஒருபோதும் எண்ணிப்பார்க்கவில்லை. அப்படி எதுவும் ஏற்படாதவண்ணம், ராஜாங்கம் ஒருங்கிணைந்த முறையில் மிக நன்றாக அமைக்கப்பட்டிருந்ததே அதற்குக் காரணம். அர்த்தசாத்திரத்தின் 11-வது பாகம், (படி எடுத்து எழுதும்போது, அநேகமாக விஷயங்கள் சுருக்கப்பட்டிருக்கலாம்) இன்னமும் முழுமை பலம்வாய்ந்த இராஜ்ஜியங்களாகத் தோற்றமெடுக்காத நிலையில் தனியுரிமையுடனும், பலத்துடனும் படையுடனும்கூடிய உணவு உற்பத்தியாளர்களாக விளங்கிய பழங்குடிகளை எவ்வாறு திட்டமிட்டு உடைக்க வேண்டுமென்பதை உரைக்கின்றது. இதற்கு கையாளவேண்டிய முக்கிய உத்தி, உள்ளிருந்தவாறே அவர்களுடைய பாதுகாப்புகளை பலவீனப்படுத்திச் சிதற அடிப்பதே; அத்துடன் தனியார் சொத்துரிமை அடிப்படையில், அப்பழங்குடி மக்களை, வர்க்க சமூகத்தின் அங்கத்தினர்களாக மாற்றவேண்டும். ஆகவே தலைவர்களுக்கும் தீவிரமான

பழங்குடிப் பற்றுள்ள தனி நபர்களுக்கும் பணமாகவோ அல்லது கடும்போதை தரும் மது வகைகளாகவோ லஞ்சம் வழங்க வேண்டும். அல்லது அவர்களிடையே தனிப்பட்ட பேராசைகளை வளர்க்கவேண்டும். உளவாளிகள், ரகசிய ஒற்றர் பிரதிநிதிகள், பிராமணர்கள், சோதிடர்கள், உயர்ந்த குலத்திற்குரிய தோற்றத்தைத தரும் பெண்கள், நாட்டியக்காரிகள், நடிகைகள், பாடகிகள், வேசிகள் போன்றோர் மூலம் உட்பூசல்களைத் துவக்கி வைக்கவேண்டும். பழங்குடியின் முதுநிலை உறுப்பினர்களைப் பழங்குடி பொதுவிருந்தில் (ஏகபாத்திரம்) சேர்ந்து உண்பதையும், சற்றுத் தாழ்ந்தநிலையில் உள்ள குடிகளுடன் கலப்புமண உறவு வைத்துக்கொள்வதையும் தடை செய்யவேண்டும்; அதே சமயம், தாழ்வுநிலை உறுப்பினர்களைப் பொதுவிருந்தையும் கலப்புமண உறவையும் வற்புறுத்துமாறு தூண்டவேண்டும். ஒரு பழங்குடிக்குள் அங்கீகரிக்கப்பட்ட சமுதாயப் படிநிலைகளை, எல்லா வகையான உட்புறக் கிளர்ச்சிகளின் மூலம் தலைகீழாகப் புரட்டவேண்டும். அரசின் ஒற்றர் பிரதிநிதிகள், பழங்குடி வழக்கத்தின்படி நிலங்களிலிருந்தும், வருவாய்களிலிருந்தும் பெறக்கூடிய சிறு பங்கை ஏற்காமல் அதிகம் கேட்டுக் கிளர்ச்சி புரியுமாறு இளையோர்களுக்கு தூபம்போடுவது எளிது. பதுங்கியிருந்தோ விஷமிட்டோ பழங்குடி உறுப்பினரைக் கொலைசெய்து, (அப்பழியை அப்பழங்குடிக்குள் நன்கு அறியப்பட்ட எதிராளிகளின்மீது சுமத்திவிடலாம்.) பின்பு, எதிராளியிடமிருந்து தலைவர்கள் கையூட்டுப் பெற்றுக்கொண்டுவிட்டதாக வதந்திகளைக் கிளப்பிவிடவேண்டும். பழங்குடிக்குள் சச்சரவுகளைப் பகிரங்கமாகவே வளர்க்க இவை ஏதுவாகும். பிறகு அர்த்தசாத்திர அரசுமுறையைப் பின்பற்றும் மன்னர், படைகளைத் திரட்டிக்கொண்டு வந்து இதில் நேரிடையாகத் தலையிடுவார். பழங்குடி அமைப்பு துண்டாடப்படும்; பழங்குடி குழு உறுப்பினர்கள், தனித்தனியாக 5 முதல் 10 குடும்பங்களுக்கு மேற்படாத அளவில், அவர்கள் மறுபடியும் ஒன்றுசேர்ந்து போர்புரிய சூழ்ச்சி செய்யமுடியாதவாறு, மிகத் தொலைவான இடங்களுக்கு நாடுகடத்தப்படுவார். உண்மையில், பழங்குடிகள் எனப் பெயரிடப்பட்டவர்களில் இரு சாரார் இருந்தனர். கம்போஜர், சௌராஷ்டிரர் போன்ற க்ஷத்திரியர்கள் போர்த் தொழிலுடன் வேளாண்மைத் தொழிலையும் (விவசாயம், வணிகம்) செய்துவந்தனர். இரண்டாவதாக, லிச்சாவி, விரிஜி, மல்லா, மத்ரா, குக்குரா, குரு,

பாஞ்சாலா போன்றோர். இவர்கள் போர்த் தொழிலை மட்டுமே செய்துவந்த க்ஷத்திரிய ஆலிகார்க்குகள் (Oligarchs) (குழு ஆட்சி அமைப்புடையோர்-தாழ்வான தொழில்களைச் செய்து வீரம் துறக்கத் தயாராக இல்லை) லிச்சாவிகள் அல்லது வஜ்ஜிகளின் பழங்குடிக் குழுவை அஜாதசத்ரு ஏற்கெனவே ஒழித்துவிட்டார்; இருப்பினும் அப்பழங்குடி பூண்டோடு அற்றுப் போய்விடவில்லை. நேபாளத்தில் உள்ள சில கல்வெட்டுக்கள், இப்பெயர் ஏறத்தாழ ஆயிரம் ஆண்டுகளுக்கு எஞ்சி நின்றதை எடுத்துக்காட்டுகின்றன. கி.பி. நான்காம் நூற்றாண்டுக்குரிய முதலாவது சந்திரகுப்தருடைய குலப் பெருமையைப் பேசுவதற்குக்கூட லிச்சாவி ‘இளவரசி’ குமாரதேவியுடன் அவர் புரிந்த திருமணத்தைத் தவிர வேறொன்றும் சிறப்பாகக் கிடைக்கவில்லை. மகதப் பேரரசரான மகாபத்மநந்தர், எல்லா க்ஷத்திரியர்களையும் பூண்டோடு ஒழித்துவிட்டாரென்றும், அதன் பின்னர், நற்பண்புள்ள ஒரு க்ஷத்திரியர்கூட எஞ்சவில்லையென்றும், பிராமணப் புராணங்களின் ஒரு பாசுரம் கசப்புணர்ச்சியுடன் புலம்புகின்றது. இது கிழக்குப் பஞ்சாபில் குரு, பாஞ்சாலர், மற்றும் வேறு புதிய- வேதகாலப் (Neo vedic) பழங்குடிகளை மட்டுமே குறிக்கும்; ஏனெனில் இதன் பின்னர், புராணங்கள், பாடல் தொகுதிகள் ஆகியவற்றில் இவர்களைப் பற்றிய விவரங்களை ஒன்றும் காணோம். அப்படியும் எஞ்சியிருந்தவர்களை அலெக்சாந்தர் அநேகமாக அழித்துத் தீர்த்தான். சாணக்கியர் வாழ்ந்த காலம்வரை, மத்ரர்களோ, கம்போஜர்களோ மகதத்துடன் நேரிடைத் தொடர்புகளைக் கொள்ளவில்லை; ஆனால் சாணக்கியர் எல்லைப்புறத்திலுள்ள ஒரு தட்சசீல பிராமணராகையால், இம்மக்களைப் பற்றிய அந்தரங்க விஷயங்களைக் கட்டாயம் அறிந்திருக்கக்கூடியவரே. ஆகவே, பண்டைய லிச்சாவிகளுக்கு எதிராக அஜாதசத்ருவின் பிராமண அமைச்சராகிய வசக்காரர், நடைமுறையில் சாதித்த சூழ்ச்சிகளைப் போன்றவைகளை அடிப்படையாக வைத்து, நீண்டகாலம் முதற்கொண்டே நிலைநிறுத்தப்பட்ட தத்துவங்களைக் காலத்திற்கேற்றபடி, புத்துருவம் செய்து, அதன் சாரத்தைத் தருகிறது இந்நூல். மிகப் பெரியதாகவும், வெல்வதற்கரியதாகவும் இருந்த மௌரியப்படை, போர்க்களத்தில் மிகச் சுலபமாகவே எதிரிகளைப் பந்தாடிவிட முடியுமென்றாலும், தொடக்கக்காலத்து மகத மன்னர்கள், யூகமுடன் செயலாற்றும் உளவு நடவடிக்கைகளையே விரும்பினர். இதற்கு ஆட்களோ, பணமோ அதிகம் தேவைப்படாததால் நிர்வாகச் செலவும் குறைவு. கடைசியாக, வேறுசில பழங்குடிகள், இன்னமும் ஆடு மாடுகளை மேய்த்துக்கொண்டு ஆங்காங்கே நாடோடிகளாகத்

படம்-11. மௌரியர்களுக்கு முன்பு இருந்த கடைசி மகத மாவேந்தராகிய மகாபத்மநந்தாவின் இலச்சினைகள் பொறியிட்ட வெள்ளி நாணயங்கள். இவ்வேந்தன் ஐந்து சுதந்திரமான 'ஆரிய'ப் பழங்குடிகளை இறுதியில் வென்றழித்த புகழைப் பெற்றான். இவ்வாறு அழிக்கப்பட்ட பழங்குடிகளில் அநேகமாக குரு இன மக்களும் ஒன்று. காலம், ஏறத்தாழ கி.மு. 350.

திரிந்து வந்தனர். இவர்கள் நிலையாக ஓரிடத்தில் குடியேறி விவசாயம் செய்யாததுடன், ஒரு அரசை அச்சுறுத்தும் வகையில் போதுமான அளவு படைபலமும் இவர்களிடம் இல்லை. கி.மு. மூன்றாம் நூற்றாண்டு இந்திய மக்களிடையே நிலவிய ஏழு முக்கியப் பிரிவுகளில் இந்த ஆநிரை வளர்க்கும் ஆயர்நில மக்களும் ஒன்று, என மெகஸ்தனீஸ் குறிப்பிடுகின்றார். கடும் போதையூட்டும் மது, விஷம் போன்ற அர்த்தசாத்திர முறைகள் பண்டைய மகதத்தைப்போலவே, அதே காரணங்களுக்காக, அமெரிக்க ஐக்கிய நாடுகளில் 'செவ்விந்தியர்களுக்கு' எதிராகப் பயன்படுத்தப்பட்டது.

6.3. நில நிர்வாகம்

இந்தியக் கிராமப்புறங்களின் பிற்கால சித்திரத்தை மனதிலிருத்திப் பார்ப்போருக்கு, அர்த்தசாத்திரம் அயலானதாகவும், போலியானதாகவும் தோற்றமளித்திருக்க வேண்டும். நிர்வாகத்தின் அடிப்படை அளவுக்கூறு ஜனபதம் எனப்படும். இதைத் தற்போது மாவட்டம் என்று பொருள்கொள்ளலாம். 'ஒரு பழங்குடியின் இருப்பிடம் என்ற தொடக்ககாலத்துப் பொருள் தற்போது பொருந்திவரக்கூடியதல்ல. பல சந்தர்ப்பங்களில், பழங்குடிக்குரிய குடியிருப்பாளர்கள் பெருமளவில் விரிந்திருந்த உழவர்குலத்துடன் ஒன்றுபட்டிருந்தனர். ஒரு மாவட்டத்திற்கும் அடுத்த மாவட்டத்திற்கும் தொடர்பில்லாதவாறு பெருங்காடுகள் பிரித்தன; உணவைச் சேகரிப்பதின் மூலமே பிழைப்பை நடத்திவந்த ஆதவீகர் என்ற காட்டுமிராண்டி மனிதர்கள் இக்காடுகளில் வசித்து வந்தனர். ஆனால், ஒரே ஜனபத எல்லைக்குட்பட்ட கிராமங்களுக் கிடையேயிருக்கும் காட்டில், சாதாரணமாக, இத்தகைய கொடிய மனிதர்களின் தொல்லை கிடையாது; மாறாக, இக்காடுகள் விறகு,

மரம், தட்டைப் புல், வேட்டை, மேய்ச்சல்வெளி ஆகியவற்றை அளிக்கவல்லன. அந்நியர்களின் படையெடுப்போ காட்டுமிராண்டிகளின் சூறையாடலோ நிகழாமல் தடுக்கும் பொருட்டு, ஒவ்வொரு ஜனபத எல்லைகளிலும் பலத்த காவல்கள் போடப்பட்டன. காட்டுமிராண்டிகளின் நடவடிக்கைகளையும், திட்டங்களையும், சந்நியாசிகளைபோல் மாறுவேடத்துடன் திரிந்த சிறப்பு ஒற்றர்கள் வேவுபார்த்து அறிவித்தார்கள். பழங்குடி அமைப்பைப் பெற்றிருந்த காட்டுக் குடியினர், போரில் வல்லவர்களாக இருந்ததுடன், உணவு உற்பத்தியாளர்களாக மாறும் பக்குவத்தையும் பெற்றிருப்பார்களேயானால், சென்ற அத்தியாயத்தில் விவரித்த பிரகாரம் வஞ்சகமான முறைகளினால் அழிக்கப்பட்டனர். இவ்வாறு தொடர்பில்லாது அமைந்திருந்த இராஜ்ஜியத்தின் ஜனபதங்களின் உட்புற எல்லைகள், அடுத்துள்ள இராஜ்ஜியங்களின் வெளி எல்லைகளைப்போல், கி.மு. மூன்றாம் நூற்றாண்டுவரை முக்கியமானதாக விளங்கின. ஜனபதங்களுக்கு இடையே செல்லும் வியாபாரச் சரக்குவண்டிகளுக்கு நுழைவு வாயில்களிலும், கடவு வாயில்களிலும் சுங்கவரித் தீர்வைகள் விதிக்கப்பட்டன. சரியானவாறு முத்திரையிடப்பட்ட உத்தியோகப் பூர்வமான கடவுச் சீட்டின் உதவியின்றி ஒருவர் ஒரு ஜனபத எல்லையைக் கடக்கமுடியாது; தகுந்த காரணங்களுக்கு மட்டுமே வழங்கப்பட்ட இச்சீட்டைப் பெறுவதற்குச் செலுத்தவேண்டிய கட்டணமும் மிக அதிகம். நிர்வாகப் பணிகளை நிறைவேற்ற, அந்தந்த ஜனபதத்தைச் சேர்ந்த மாண்புமிகு அமைச்சர்களும் தல அதிகாரிகளின் குழுவும் உண்டு. எப்போதாவது, உயர்ந்த ஆளுநர் பதவியை அயலானோர்களும் வகித்துவந்ததை சந்திரகுப்த மௌரியருக்குக்கீழ் செயலாற்றிய துஷாஸ்பா போன்ற பாரசீகர் உணர்த்துகின்றார்; ஆனால், பிற்காலத்தில், வேகமாக இந்தியர்களாக்கப்பட்ட அந்நியர்களின் நீண்ட மரபுவரிசை கிர்நாரில் இதே பதவியை வகித்துவந்தது; இப்பகுதிகளில் நிலைபெற்ற ஆற்றல் வாய்ந்த ஒரு ஈரானியக் குடியேற்றமே இதற்குக் காரணமாக இருக்கலாம்.

ஜனபதங்கள் ஒவ்வொன்றிலும் நிர்வாகம் இரட்டிப்பாகியது. மேல்மட்ட அதிகாரிகள் அரசவை அமைச்சருக்குரிய தகுநிலையைப் பெற்றிருந்தனர். இவர்களுக்குக் கீழேயிருந்த அதிகாரிகள் நிர்வாகக் குழுக்களில் அங்கம் வகித்தனர் (இதை கிரேக்கர், பஹூ முக்கியா என்று குறித்தனர்). உயர்ந்த பதவிகளில் அமர்த்தப்பட வேண்டியவர்கள், கவனமுடன் பொறுக்கியெடுக்கப்பட்டனர்;

இவர்களுக்குப் பொன், மங்கை, மது, தீயொழுக்கங்கள் அல்லது புகழார்வம் போன்ற வழிகளில் ஆசையைத் தூண்டிவிட்டு, இவர்களுடைய புத்திக்கூர்மை, நாணயம், மனஉறுதி, விசுவாசம், மற்றும் பலவீனம் ஆகியவற்றை உள் உளவுத்துறைப் பிரதிநிதிகளின் மூலம் சோதித்தறிந்த பின்னர் தேர்ந்தெடுக்கப்பட்டனர். இவர்கள் ஒவ்வொருவருடைய சிறப்பியல்புகளும், குறைபாடுகளும் ரகசியப் பதிவேடுகளில் குறிக்கப்பட்டன; ஒவ்வொரு அதிகாரியும், அவர்களுடைய பதவிக்காலம் முடியுந்தொட்டும் ஒற்றர்களால் கண்காணிக்கப்பட்டு வந்தனர். விஷயமறிந்த ஞானிகளாகவோ, வேண்டுதல் முடித்துக்கொண்ட பக்தர்களாகவோ, ஒரு சாதாரணக் குடிமகனாகவோ, மாறுவேடம் பூண்டிருந்த ஒற்றர்கள் மக்கள் கருத்துக்களை அறிந்துவந்தனர்; தேவையானால் அவற்றை உருவாக்கிக் கொடுப்பதிலும் இவர்கள் உதவி செய்தனர். இது, சில நவீன நாடுகளில் நடைபெற்றுவரும் பொதுஜன அபிப்பிராய வாக்கெடுப்பு முறைகள், பத்திரிகை ஆசிரியர்களின் தலையங்கப் பிரசாரங்கள் ஆகியவற்றின் பதிலியாக விளங்கிற்று. ஆட்சிப் பணித்துறையின் பெருக்கம், கீழ்நிலையில் ஒவ்வொரு கிராமங்களிலும் அல்லது நகரத்தின் தெருக்கள் அடங்கிய தொகுதிகள் ஒவ்வொன்றிலும் உள்ள பதிவாளர்வரை விரவியிருந்தது. இத்தகைய ‘பாதுகாவலர்’ (கோபர்) ஒவ்வொருவரும், பிறப்புகள், இறப்புகள், மற்றும் அவரவர் பதிவுகளுக்குட்பட்ட பகுதிக்குள் நுழையும் மன்னர்களின் நடமாட்டம், கடவு பற்றிய முழு விவரங்கள் ஆகியவற்றைப் பதிவுசெய்யக் கடமைப்பட்டவராவார்கள். அந்நியர்கள், விருந்தினர், சுற்றித்திரியும் யாத்ரீகர்கள், வணிகர்கள், திடீர்ப் பணக்காரர்கள், அல்லது சந்தேகப்படும்படியான நடத்தையுடையவர்கள், ஆகியவர்களைப் பற்றி உடனுக்குடன் மேலிடத்திற்குத் தெரியப்படுத்த வேண்டுவதுடன், இவர்களைக் கூர்ந்து கண்காணித்தலும் வேண்டும். வியாபாரிகளின் ஒவ்வொரு சரக்குவண்டித் தொடரிலும், ஒற்றர்கள் இருந்தனர். அரசர் சகலமும் அறிந்த இறைவன். அவனுடைய ரகசிய ஒற்றர் பிரதிநிதிகளின் பார்வையிலிருந்து எதுவுமே தப்பமுடியாது. அரசு நலன் அல்லது முக்கியத்துவம் வாய்ந்த செய்தி விவரங்கள், உடனுக்குடன் தூதுவன் அல்லது பழக்கப்பட்ட புறாக்களின் மூலம், தலைமையிடத்திற்கு அனுப்பப்பட்டன; பின்னர் இதே முறையில், தலைமையிடத்திலிருந்து தக்க அதிகாரிகளுக்கு ஆணைகள் பிறப்பிக்கப்பட்டன.

ஜனபத நிலங்கள், முக்கியமாக இரு வகைகளாகப் பிரிக்கப்பட்டிருந்தன. **ராஷ்டிரா** நிலத் தீர்வைகளுக்குட்பட்டிருந்த நிலங்கள், ஒருவகை; மற்றொரு வகையான **சீதா** நிலங்களில் அரசின் நேரிடையான மேற்பார்வையில் குடியேற்றமும் பயிரேற்றமும் நிகழ்ந்தன. இவற்றில் முதல் வகை, தொடக்கத்திலிருந்த ஆரியப் பழங்குடிக் குடியேற்றங்களிலிருந்து வளர்ச்சியுற்றது. இப்பழங்குடிகள் சாதாரணமாகவே தங்களுக்கென

படம்-12 'பழங்குடிக்குரிய' வெள்ளி நாணயங்கள். நேரடியான மன்னர்களில்லாத (இவர்கள் விஷயத்தில்) இரண்டாவது மௌரியப் பேரரசரான (ஸெலூகஸ் நிகேடரை வென்ற) பிந்துசாரரின் மேலாதிக்கத்தின்கீழ் இருந்த பழங்குடிகளால் இவை வெளியிடப்பட்டன. இத்தகைய நாணயங்கள், இந்தியாவின் 'குடியுரிமை நகரங்களைப் பற்றிய' (Free Cities) மெகஸ்தனீஸ் குறிப்புடன் பொருந்திச் செல்கின்றன.

ஒரு சிறிய நகரத் தலைமையிடத்தைக்கொண்டிருந்தனர்; இதனைச் சுற்றியிருந்த பண்ணை நிலங்களில் விளைச்சல் இவர்களுக்குத் தேவையானவற்றை அளித்துவந்தன. பேரரசரின் அதிகாரத்திற்கு ஊறுவிளைவிக்கும் வகையில் நடந்துகொள்ளாதவரையில், பண்டைய மரபுகளின் பிரகாரம் இவற்றை நிர்வகிக்க அவர் அனுமதித்தார். கிரேக்கக் குறிப்புகளில் காணப்படும் 'குடியுரிமை நகரங்கள்', இந்த ராஷ்டிர அமைப்புகளில் இருந்தன. கிரேக்கர்கள் இவற்றை, அரிஸ்டாட்டில் கருதிய மக்களின் விருப்பத்திற்கிணங்க ஆட்சிபுரிந்த ஆலிகார்க்குகளின் (குழு ஆட்சி) 'குடியுரிமை அரசு' என்ற உணர்வின் அடிப்படையில் புரிந்துகொண்டனர். இவற்றில் சில மௌரியக் கூட்டாட்சித் தலைமையின்கீழ் மத்தியக் கருவூலத்தின் தம்பட்டச் சுவட்டுடன் தங்களுக்குச் சொந்தமான நாணயங்களை வெளியிட்டார்கள்; அரசவம்ச நாணயங்களின்மீது ஒரே தலைமை ஆணையைக் குறிக்கும் சக்கரக் குறிகளைப் பொறிப்பதற்குப் பதிலாக, இவற்றின்மீது சிறு மனிதச் சித்திரங்கள், கேடயம், அம்புகள் ஆகிய சுவடுகளைப் பொறித்தனர். தற்போது, மன்னரின் சிறப்பு மந்திரி ராஷ்டிரத் தீர்வைகளைத் திரட்டினாலும்கூட, பழைய மரபுகளை ஒட்டியே இவை

நிர்ணயிக்கப்பட்டிருந்தன. சில கிராமங்கள் ஒரே தொகுப்புத் தீர்வையாக இவற்றைச் செலுத்தின; தனியொருவருக்குரியப் பங்கை குடியிருப்பாளர்களே தமக்குள் முடிவு செய்துகொண்டனர். அறுவடையில் ஆறில் ஒரு பங்கு முக்கியத் தீர்வையாகும். 'படைத்துறை உணவுப் பங்கீடுக்குரிய' ஒரு வரி, பழங்குடிக் காணிக்கையாகப் பெறப்பட்டது. அதுவே முதலில் தல ஆட்சி வரி விதிப்புகளுக்கு ஆதாரமாக விளங்கியது. பழங்குடிக்குரிய யஞ்ஞங்களின்போது, அரசருக்குப் பாரம்பரியமாக அளிக்கப்படும் காணிக்கைகளிலிருந்து பலி (வரி) உருவாயிற்று. ஆண்மகவின் பிறப்பு, பொதுப் பேரவையின் ஒருங்கழைப்பு போன்ற தறுவாய்களில் குழுத்தலைவனுக்கு அளிக்கப்படும் நன்கொடைகளிலிருந்து வரிகள் தோன்றின. குழுத்தலைவனும், (பயிற்சிபெற்ற ஆர்வப்படை வீரர்கொண்ட) பழங்குடிப் படைகளும் சில அடுத்தடுத்து மறைந்து போயின. இருப்பினும்கூட, புதிதாகத் தோன்றிய அரசு, பழைய வரிகள் யாவற்றையும் ஒன்றுவிடாமல் முறைப்படி வசூலித்து வந்தது; அத்துடன் பழத்தோட்டங்களுக்கு ஒரு வரியும், பெயரளவில் மந்தை வரியும் விதித்தது. இப்பெயரளவு மந்தை வரியென்பது, கால்நடைகள் பயிர்களை மேய்ந்துவிடுமேயானால், அதற்குச் செலுத்தவேண்டிய சிறு ஈட்டுத்தொகையாகும். அரசின் செலவில் நீர் வழங்கீட்டு வாரியம் (அணைகள், கால்வாய்கள், நீர்த் தேக்கங்கள்) கட்டப்பட்டது. இதை ஈடுகட்ட, இந்த வாரியம் நிலவரிக்கு மேல்வரியாக (Cess) நீர்வரியை வசூலித்தது. சில வரிகள் கல்வெட்டுகளின் மூலம் உறுதி செய்யப்பட்டுள்ளன: லும்மினி கிராமத்தில் அசோகர், பலிக்கு விலக்களித்ததுடன், அறுவடையின் ஆறு பங்கிலிருந்து எட்டுப் பங்காகத் தீர்வையையும் குறைத்தார். ('புத்தர் இங்கு அவதரித்தார் என்ற காரணத்திற்காக') நிலப்பிரபுத்துவ காலத்தில், தனிப்பட்ட மானியங்கள், இனாம் முதலியவை பிரபுத்துவச் சிறப்புரிமைகளாக மீண்டும் தோன்றின; அல்லது நீடித்தன.)

சீதா நிலங்களின் நிலைமைகள் முற்றிலும் வேறுபட்டிருந்தன. விரைவிலேயே சாகுபடிக்குரிய சீதா நிலங்களின் பரப்பு விகிதம் பெருமளவில் விரிந்து சென்றது. இதைக் கவனித்துத்தான் கிரேக்க பார்வையாளர்கள், (இவர்கள் படிப்படியாகச் சீரழிந்துகொண்டிருந்த உத்தராபத நிலவழியைவிட்டு கங்கை நதிவழியாகப் பாட்னாவை வந்தடைந்திருக்க வேண்டும்.) எல்லா நிலங்களும் இந்திய அரசனுக்கே சொந்தமானவை என்று நம்பினர் போலும்! தரிசு நிலங்களில் நேரிடையாகக் குடியேற்றம் நிகழ்த்துவதில் அர்த்தசாத்திர மன்னர் மும்முரமாக ஈடுபட்டு வந்தார். மன்னரே காட்டை வெட்டி மேடாக்கியோ அல்லது கன்னி

நிலங்களில் முதல் சாகுபடிக்கு வித்திட்டோ தரிசு நிலங்களில் குடியேற்றம் ஏற்படுத்தினார். இவ்வாறு குடியேறியவர்கள் ஜனபத எல்லைக்கு வெளியிலிருந்து உள்ளே நுழைந்த வந்தேறிகளாக இருக்கக்கூடும். இவர்களுக்குச் சிறப்பான வகையில் ஊக்கம் அளிக்கப்பட்டது. அல்லது சீதாநிலத்தில் குடியேறியவர்கள், அரசரின் அதே ஆட்சி நிலப்பகுதியிலிருந்தே கூட பலவந்தமாக வெளியேற்றப்பட்ட சூத்திரர் குடும்பங்களாகவும் இருக்கலாம். நெருக்கமான நகரத்துச் சேரிகளிலிருந்தோ அல்லது மக்கள்தொகை கூடிய கிராமங்களிலிருந்தோ இவர்கள் வந்திருக்கலாம். கலிங்கப் படையெடுப்பின் விளைவைப் பற்றி அசோகரால் விவரிக்கப்பட்ட ஒரு நுண்ணிய வினைச்சொல்லின் (அபாவா) வாயிலாக சில பகுதிகளில் புதிதாக வெற்றிகொண்ட பிரதேசத்திலிருந்து பலவந்தமாகப் புதுக்குடிகள் வைக்கப்பட்டதை நாம் அறிகிறோம். இந்தப் புதிய கிராமத்துக் குடிகள் அடிமைகளாகவோ பண்ணை ஆட்களாகவோ இல்லை; தன்னுரிமை பெற்றிருந்த குடியானவர்களாக இவர்கள் கருதப்பட்டாலும், வருமான நஷ்டம் ஏற்படுவதைத் தடுக்க மனம்போன போக்கில் செயலாற்றுவதற்குக் கட்டுப்பாடு இருந்தது. இப்புதிய கிராமங்கள் ஏறத்தாழ மூன்று மைல்கள் பரப்புடையதாகவும், கிராமங்களின் எல்லைகள் மிகத் துல்லியமாக வரையறை செய்யப்பட்டும் இருந்தன; ஆயின், எல்லா நிலங்களுமே இவ்வாறு நேரிடையாகத் திருத்தப்பட்டுவிட்டனவென்று கூறமுடியாது. ஒரு கிராமக் குடியிருப்பின் அளவு, 100 முதல் 500 சூத்திர உழவர் (கர்ஷகர்) குடும்பங்கள் ஆகும். ஒருவர்க்கொருவர் நன்கு பாதுகாத்துக்கொள்ளும் வண்ணம் ஒவ்வொரு கிராமங்களிலும் இந்த அளவில், குடியிருப்புகள் பிரிக்கப்பட்டன. 10, 200, 400, 800 கிராமங்கள்கொண்ட பிரிவுகள் ஒவ்வொன்றிலும் நிர்வாகத் தலைமையிடங்கள் அமைக்கப்பட்டிருந்தன. அநேகமாக, இத்தலைமையிடங்களில் கோட்டைக் காவல்படை இருந்துவந்தது மெய்யாக இருக்கலாம். இவ்வகையில், ஒரு பெரிய (800 கிராமங்கள்) காவல் தலைமையிடத்தைக்கொண்ட நகரமாக, சிசுபால்கார் நிர்மாணிக்கப்பட்டிருக்கலாம்; இவ்விடத்தில் கண்டுள்ள முழு விவரங்களுடன் இன்னமும் அர்த்தசாத்திரத்தை ஒப்பிட்டுச் சரிபார்க்க வேண்டியிருந்தாலும், தொல்பொருள் ஆராய்ச்சியின் வாயிலாக இந்நகரத்தின் காலம் கி.மு. மூன்றாம் நூற்றாண்டு என்பது உறுதி.

ஒவ்வொரு அரசுரிமை கிராமங்களிலுமுள்ள நிலங்களின் அனுபவ உரிமை ஒரு குடியானவனின் வாழ்நாள் வரையில்தான் செல்லுபடியாகும். ஆனால், ஒரு நிலத்தை அவனே முதலில் வெட்டிச் சீர்திருத்தி ஒழுங்குடன் சாகுபடி செய்துவருவானேயானால் அனுபவ

மாற்றம் இன்றி அவன் வாரிசுகளுக்குப் போய்ச் சேரும். அனுபவம் பெற்றவர் அந்நிலத்தைத் தக்க அனுமதியில்லாமல் உரிமை மாற்றம் செய்யமுடியாது; யாரும் ஒருவர் சாகுபடி செய்யாமல் நிலத்தைத் தரிசாகப் போட்டிருந்தால், வேறு ஒருவருக்கு அது ஒப்படைக்கப்பட்டு விடும். புதுக் குடியிருப்புகள் நிறுவப்படும்போதும், முதன்முறையாக நிலம் சீர்திருத்தப்பட்டு தண்டப்பயிர் எழுப்பும்போதும், பயிர்கள் சாவியுற்றபோதும், சீதா வரிகளுக்கு வஜா அளிக்கப்பட்டது. மற்றபடி, சாதாரண நிலைமையில், ராஷ்டிரா நிலங்களைவிடச் சீதா நிலங்களின் வரிகள் மிகுந்த சுமையுடையனவாகவே இருந்தன; குறைந்த அளவுத் தீர்வை, அறுவடையில் ஐந்தில் ஒரு பங்காகவும், அரசு நீர்ப்பாசனத் துறையின் கீழிருந்த நிலங்களில் அதிகபட்சத் தீர்வையாக மூன்றில் ஒரு பங்கு அறுவடையும் வரிகளாக வசூலிக்கப்பட்டு வந்தன. மரம், காட்டின் விளைபொருள், மீன், வேட்டைத் தொழில், யானை ஆகியவை அரசுக்கென்றே ஒதுக்கப்பட்டன. யானைகள் வசித்துவரும் காடுகள் அழிக்கப்படவில்லை. யாராகிலும் ஒருவர் யானையைக் கொன்றுவிட்டதாகக் குற்றம் மெய்ப்பிக்கப்பட்டால், அவர் மரணத் தண்டனைக்குள்ளாவார். படைக்கு யானை மிகவும் முக்கியமானதாக விளங்கியது. அத்துடனன்றி, கனரகப் போக்குவரத்திற்கும் பாலங்கள் கட்டுவதற்கும், மற்றும் வேறு சுமை நிரம்பிய துணைவேலைகளுக்கும் இது பயனுற்றது. எல்லாவற்றிற்கும் மேலாக, யானை ஒருவருடைய சமூக அந்தஸ்தை உயர்த்தியது. அதிகாரிகள், கால்நடை வைத்தியர்கள் மருத்துவர்கள், அரசவைத் தூதுவர்கள் போன்றோரின் பணிக்காலம்வரை சீதா நிலங்கள் ஒதுக்கப்பட்டன; ஆனால், அவற்றின்மீது உடைமை உரிமைகளைக் கொண்டாட முடியாததுடன், இதை அடைமானமாகக்கூட வைக்கமுடியாது. நெடுங்காலமாகச் சாகுபடி செய்யப்பட்டுவந்த நிலம், குடியற்றுப் போய்விட்டால். (அக்குறிப்பிட்ட ஜனபதத்திற்குரிய) அரசுரிமை நில அமைச்சரின் நேரடி நிர்வாகத்தின்கீழ் விவசாய சாகுபடி நடைபெற வேண்டும்: இங்கு ஊழியம் புரிய கூலியாட்களும், தண்டனைப் பெற்ற அடிமைகளும் அமர்த்தப்பட்டனர் இவ்வாறு அவர்கள் தண்டனைகளையும், அபராதங்களையும், உழைத்து நிறைவேற்ற அனுமதிக்கப்பட்டனர். பெரிய அளவில் இவ்வாறு அடிமைக் கைதிகளின் தண்டனை உழைப்பு நிகழவில்லை; எனினும், வரையறுக்கப்பட்ட நிபந்தனைகளுக்குட்பட்டு தண்டனை பெற்ற அடிமைகளை விற்கலாம். உடலுழைப்பைத் தவிர வேறு

எதையும் அளிக்க முடியாதவர்களுக்குப் பொதுவாக, சாகுபடிக்குரிய தரிசு நிலங்கள் பாதிக்குப் பாதி என்ற பங்கு விகிதத்தில் (குடிவார அடிப்படையில்) உரிமை செய்துகொடுக்கப்பட்டன, பங்கில் விதை நெல்லுக்குத் தள்ளுபடி வழங்கப்பட்டது; அவ்வாறு அரசின் பங்காக அளக்கப்படும் தானியங்களை, குடிவாரம் பெற்றவர்களின் குடும்பத்துப் பெண்கள் அரைத்துத் தரவேண்டுமென்று பணிக்கப்பட்டனர். அரசப் பிரதிநிதிகள் மூலம் உழவுக்கருவிகள், காளைமாடுகள் முதலியவற்றை இவர்களுக்கு வழங்கியிருக்கக் கூடுமென்று தோன்றுகிறது. யதேச்சையாகவே, பீகாரில் இவ்வாறு பாதிக்குப் பாதி பயிரைப் பிரித்துக்கொள்ளும் குடிக்காணி வழக்கம் நிலப்பிரபுத்துவ காலத்திலும் எஞ்சி நின்றது. பின்னர், இவ்வழக்கம் எங்கெல்லாம் நிலவிவந்ததோ, அங்கெல்லாம் இவற்றை நிலப்பிரபுக்களின் குடிவார உரிமைகளாக, ஆங்கிலேயரின் ஆட்சி ஊர்ஜிதப்படுத்தியது. இந்த எச்சம் நம்மை மீண்டும், மாற்றம் விழையாத இந்தியா, என்ற கருத்திற்கு இட்டுச்செல்கிறது. அப்படியானால், மௌரியர் காலத்திலும், அல்லது அதற்கு முன்னரும் ஒரு அரசாங்கத்திற்கும், குடியானவர்களுக்கும் இடையே நிலப்பிரபுக்கள் போன்ற இடைத்தரகர்கள் இல்லை என்ற விஷயத்தைப் புறக்கணித்தவர்கள் ஆவோம். சீதா நிலங்களில் அளிக்கப்பட்டு வந்த ஒரே சலுகையைப் பற்றிப் பார்க்குமிடத்து, ஐந்தில் ஒரு பங்கு என்ற விதிப்பைக்கூட அளிக்கமுடியாத படைவீரர்களுக்கும் மாஜிப் படைவீரர்களுக்கும் இந்த விகிதாச்சாரம் மேலும் சற்றுத் தளர்த்தப்பட்டது; இத்தகைய பிரிவினர்கள் தொடர்ந்து நிலப்பிரபுத்துவ காலத்திலும் இச்சலுகையைப் பெற்று வந்தனர்; கடைசியில் இப்பிரிவு தனி வர்க்கமாகவே உருபெற்றுப் படைக்குத் தேவையான புது வீரர்களைத் திரட்டி அனுப்பி வந்தது.

அனாதைகள், முதியோர், மெலியோர், விதவைகள், கர்ப்பிணிகள் இவர்களைக் காப்பாற்றுவதற்கு யாரும் இல்லாமல் போய்விட்டால் அரசரே கவனித்துப் பார்த்து வந்தார். ஆனால், இந்த இரட்சிப்பின் தன்மை, தந்தை தன்னுடைய பிள்ளைகளைக் கவனிப்பது போலல்லாமல், ஏறக்குறைய ஒரு எசமானன் தன்னுடைய கால்நடைகளைக் கவனிப்பதுபோல் இருந்துவந்தது. எக்காரணத்தை முன்னிட்டும் சீதா கிராமத்துக் குடியானவர்கள் எந்தவிதமான கூட்டம் போடுவதற்கும் அனுமதி தரப்படவில்லை; ஆனால், ஒரு கிராமத்தில் ஒரே ஜாதி இரத்த உறவுக் கூட்டம் (சஜாதா) இருக்குமேயானால், அதற்கு மட்டும் விலக்கு அளிக்கப்பட்டது. அதைப்போல், இன்றியமையாத பொதுப்பணி (அணைக்கரை, வடிகால் கால்வாய்கள்) வேலைகளுக்குக் கலந்து பேசி, கூடி

வேலைசெய்ய அனுமதியளிக்கப்பட்டது. கடப்பாடுள்ள சமூக நலப்பணிகளுக்குத் தேவையான உழைப்பையோ, காளைமாடுகளையோ குறித்த காலத்திற்குள் அளிக்காதவர்கள், யாராக இருந்தாலும் தண்டனைக்குள்ளாக்கப்படுவர். வேறு எந்தச் சந்தர்ப்பத்திலும் எந்த ஒரு தொழிலாளர்களின் சங்கமோ அல்லது வாணிபத் தொழிலினக் குழுவோ புதிய சமய போதகர்களில் ஒருவரோ, மதமாற்றம் செய்ய விரும்பும் புது நெறிப் பிரசாரகர்களோ, யாருமே அரசுரிமை கிராமத்திற்குள் நுழைய அனுமதி இல்லை; அதிகப்பட்சம், மத போதகரல்லாத சந்நியாசி மட்டும் கடந்துசெல்ல அனுமதிக்கப்பட்டனர். (இதன் காரணமாகவே, பௌத்தம் அல்லது ஜைன மதக் கதைகளில், சீதா நிலங்களைப் பற்றிய குறிப்புகள் ஒன்றும் காணப்படவில்லை. புத்தரும் மகாவீரரும் வாழ்ந்தது, ராஷ்டிரா அல்லது பழங்குடிக்குரிய நிலக்குடி முறையின் காலமாகும்; சரியாக அசோகருக்கு முன்னர் இடைப்பட்ட இரு நூற்றாண்டுகளிலுமே, இவர்களுடைய சமயத் தொண்டர்கள், அரசுரிமை கிராமங்களுக்குள் செல்வதற்கு அனுமதி மறுக்கப்பட்டது; இதே காலத்தில்தான் அரசின் நேரிடையான சுரண்டல் முறையும் உச்சகட்டத்தில் இருந்தது.) முதலில் ஒருவர் தன்னை அண்டியிருக்கும் குடும்பத்தினர்களுக்கு ஏதும் ஒரு தகுந்த வழியைச் செய்யாமலும், சொத்துக்கள் யாவற்றையும் பிரித்துக் கொடுக்காமலும் உள்ளபோது, சீதா கிராமவாசி, மடத்துத் துறவியாகச் (பரிவ்ராஜகா) செல்வதற்கு அனுமதியில்லை. நோன்பாற்றும் கன்னிமாட வாழ்க்கைக்கு இந்தக் கிராமத்துப் பெண்கள் ஒருவரையும் திருப்பமுடியாது. ஒரு குடியானவர் வரிவிதிப்பிற்குட்பட்ட கிராமத்தைவிட்டு வரிவிலக்குப் பெற்ற கிராமங்கள், அவை ராஷ்டிரா வகையாக இருந்தாலும் சரி, அல்லது (மிகக் குறைவாக இருந்த) தனிப்பட்ட குருகுல ஆசிரமங்களில் ஒன்றாக இருந்தாலும் சரி, அங்குக் குடிமாற்றம் செய்துகொள்ள முடியாது; இவ்வாறு தரிசு நிலங்களில் தனியே நிறுவியிருந்த குருகுலங்களுக்கு, படிப்பிற்காகவும், சுயதேவைகளுக்காகவும் பிராமணர்களுக்கு வரிவிலக்கு அளிக்கப்பட்டது, பாணர்கள், நாட்டியக் கலைஞர்கள், கோமாளிகள், நாட்டிசைப் பாவலர்கள், நாடோடி பாடகர்கள் போன்ற எந்தவிதமான பொழுதுபோக்குக் கலைஞர்கள் யாருக்குமே அரசுரிமை கிராமத்திற்குள் நுழைய அனுமதி கிடையாது. உண்மையிலேயே, பொதுக்கூட்டங்கள் நடத்துவதற்கோ, கேளிக்கை ஆட்டங்கள் அல்லது விளையாட்டுப்

பந்தயங்கள் நடைபெறுவதற்கோ, ஏற்றதான கிராம அரங்குகள் எதையுமே கட்டமுடியாது. கிராமங்களைத் திக்கற்ற நிலையில், சமூகத்திலிருந்து ஒதுக்கிவைத்து, அவர்களுடைய கவனமெல்லா வற்றையும் முழுமனதாக வயல்வேலைகளில் மட்டுமே குறியாக இருக்கச்செய்வதிலிருந்துதான், அரண்மனையின் கருவூலத்திற்கு வேண்டிய நிலவருவாயே பெருகுகிறது; பலவந்த உழைப்புக்கு (விஷ்டி); ஆட்களும் கிட்டுகின்றனர்; தானியங்கள், எண்ணெய் போன்ற வேறு திரவப்பொருள்கள் ஆகியன வளங்குன்றாமல் கிடைப்பதற்கு ஏதுவாகும் என்று சாணக்கியர் கூறுகிறார். கி.மு. நான்காம் நூற்றாண்டிற்குரிய கிரேக்க ஆசிரியர்கள், கண்ணுக்குத் தெரியும் தூரத்தில் இரு படைகள் கோரமாகச் சண்டை போட்டுக்கொண்டிருந்தாலும் கூட, இக்குடியானவர்கள் (ஜியார்ஜாய்), எவ்விதமான உணர்ச்சியும் இன்றி மட்டுமீறிய அசட்டையுடன் தங்களது வயலில் சாலோட்டிக்கொண்டிருந்த விந்தையைப் பற்றி வியப்புடன் குறிப்பிட்டுள்ளனர். இதில் அதிசயப்படுவதற்கு ஒன்றும் இல்லை; ஏனென்றால், போரின் விதிமுறைகளின்படி ஆயுதம் இல்லாத சூத்திரக் குடியானவர்களுக்கு பாதுகாப்பு அளிக்கப்பட்டது. தவிர அவர்களுடைய வாழ்க்கை முறையில் யார் வென்றாலும் தோற்றாலும் எவ்விதமான மாறுதலும் ஏற்படமுடியாது. மறுபடியும் இது, காலத்தைப் பற்றிய சிந்தையில்லாத கிழக்கத்தியர் என்ற கருத்தின் ஒரு அம்சமாக எடுத்துக்கொள்ளப்படுகிறது. உண்மையில் அசைவே இல்லாத கிராமிய வாழ்வின் மடமையைத் திட்டநோக்குடன் போற்றி வளர்ப்பதுதான் தொடக்ககால இராஜ்ஜியக் கொள்கையாக இருந்துவந்தது. பின் இந்த ஜடமான கிராமங்கள் தம்மை உருவாக்கிய அரசுமுறையில் எஞ்சி நின்றதோடு மட்டுமில்லாது அந்த அரசை அழித்துவிட்டதுடன், இந்த நாட்டின்மீது அழிக்க முடியாத அறிகுறிகளையும் விட்டுச்சென்றுள்ளதைப் பார்க்கிறோம்.

நிலத்தை வெட்டிப் பண்படுத்தும் பணிகள், இராஜ்ஜியத்தில் ஏகபோகமாகத் திகழவில்லை. அப்பணிகளைத் தங்களுடைய சொந்த முயற்சியாக எடுத்துக்கொண்டு யார் வேண்டுமானாலும் காட்டிற்குள் செல்லலாம்; சாதாரணமாகத் தொழில்ரீதியாகக் குழு (சிரேணீ) ஒன்று அமைக்கப்பட்டு, ஓரிடத்தைத் தற்காலிகமாகவோ நிரந்தரமாகவோ பற்றிக்கொண்டு, காடு திருத்தும் வேலை ஆரம்பமாயிற்று. இவர்கள் திருத்தும் காட்டுப்பகுதிகள், ராஷ்டிரா அல்லது சீதா தீர்வைகளுக்குட்பட்ட நிலப்பரப்பில் அடங்கியிருக்குமே யானால், அதனதன் விகிதங்களுக்கு ஏற்றவாறு அவர்கள் வரி

செலுத்தவேண்டும். அப்படியில்லாவிட்டால், இடைவிடாது விரிந்துகொண்டு செல்லும் ஜனபத எல்லைக்கு அப்பால்-தற்காலிகமாக-அவர்கள் இருந்திருக்க வேண்டும்; ஆகவே, அப்பகுதி அரசரின் அதிகார வரம்பிற்கு அப்பாற்பட்டதாகும். இதன் பொருள், ஆயுத பலத்தைக் காட்டியோ நேரடிப் பேச்சுவார்த்தை மூலமாகவோ, காடுகளில் வசித்துவந்த ஆதிவாசிகளை (ஆதவிகா) எதிர்த்து நிற்கவேண்டும் என்பதே. இரண்டுமே நடக்கக்கூடியன; ஏனென்றால், சாதாரணமாக, சிரேணீகள் வியாபாரத்தில் ஈடுபட்டிருந்ததுடன், அவ்வப்போது பொருள் உற்பத்திகளையும் செய்துவந்தனர். மேலும் போர்க்களங்களில், கூலி ஒப்பந்தங்களுக்குட்பட்டு இவர்கள் துணைப்படைகளைத் திரட்டி அனுப்பினார்கள். ஆனால், எந்த அளவுக்கு, இவர்கள் ஆதவிகர்களின் முன்னேற்றத்திற்கு தூண்டுகோல்களாக இருந்தனரென்பது, ஊகத்திற்குரிய விஷயமாகும்; ஆனால், வேவுகாரர்களாகவும், படைக்கு உதவும் சாரணர்களாகவும் ஆதவிகர்களையும் கூலிக்கு அமர்த்திக்கொள்வது, அர்த்தசாத்திர அரச வழக்கமாயிருந்தது. இத்தேவைகள் இவர்களுடைய எதிர்கால நாகரிக முன்னேற்றத்திற்கு நிச்சயமாக உதவியிருக்க வேண்டும்.

அண்டைநாட்டு மன்னர்களை எதிர்த்து வலுத் தாக்குதல்களைத் தொடுப்பதற்காக எல்லாவிதமான சூழ்ச்சி நடவடிக்கைகளைப் பற்றியும் அர்த்தசாத்திரம் விவரிக்கின்றது: சர்வதேச ஒப்பந்தங்கள், போர், விஷம், படைக் கிளர்ச்சிக்குத் தூண்டுதல், உள்ளிருந்தபடியே அடுத்துக் கெடுத்தல் போன்றவை. ஒருகாலத்தில் வாய்ப்பேச்சின் மூலமாகவே செய்துகொள்ளப்பட்டு வந்தாலும்கூட, வாக்குத் தவறாமல் நிறைவேற்றப்பட்ட உடன்படிக்கைகள், சந்தர்ப்ப நலனைப் பொறுத்து, இப்போது எந்த முகாந்திரமும் இல்லாமல் மீறப்பட்டு வந்தன. நாடு வெல்லும் வலுத் தாக்குதல்களின் இலட்சியம் நேரிடையாகக் கப்பம் பெறுவது அல்ல என்றாலும் சாதாரணமாகப் பண்டையக் காலத்தில், இந்த இலட்சியத்திற்காகவே படையெடுப்புகள் நிகழ்ந்தன என்பதை வரலாறு விளக்கவல்லது. ஆனால், வேறு இடங்களைப் பொருத்தவரையில் இது சரியாக இருக்கலாம். தோற்றுப்போன மன்னர் பணிந்து வரக்கூடியவராக இருந்தால் (இல்லாவிட்டால் அவர் பிழைக்க முடியாது) பழையபடி அவர் திரும்பவும் அரியணையில் அமரமுடியும்; முன்பு கிட்டிய நில வருவாய்களுக்குப் பழுது ஏற்படாமல் அதிகாரிகளும் நிலைப்பர். முக்கியமாகப் போரில் வென்ற அரசர் புஞ்சைக்காட்டு நிலங்களில் ஏகபோக உரிமையை நாடினார். அந்நிலங்களில், வென்றவரின் சார்பாகக் கன்னி நிலத்தைப் பண்படுத்தும் பணி, குடியேற்றம், சுரங்கத்தொழில் ஆகியவை நடந்தன.

முடியுமானால், போரின் உதவியில்லாது, அண்டைநாட்டு மன்னருடன் சாதாரண உடன்படிக்கை மூலமாகவே இந்த உரிமைகள் பெறப்பட்டன. கி.மு. 4, 5-ம் நூற்றாண்டிற்குரிய மகத அரசின் அரசியல்- பொருளாதாரம், விஞ்ஞானப்பூர்வமாக அணுகப்பட்டது தெளிவு. மற்ற அரசர்கள் பொறுக்கமுடியாத அளவுக்கு வரிகளை விதித்துத் தங்களின் பிரஜைகளையே கொன்றனர். ஆனால் அர்த்தசாத்திர மன்னர், நேரிடையாகவே அரசின் வருவாய்களைப் பெருக்கிக்கொள்வதின் மூலம் வரிக்கொடுமையைத் தவிர்த்தார். இந்தியர்கள் என்றால் பஞ்சாபில் வாழ்ந்தவர்களையே மனதில் இருத்திக் குறிப்பிடும் கிரேக்க ஆசிரியர்கள், இந்தியர்களுக்கு உலோகத் தொழில் பற்றியோ தொழில் நுணுக்கமுறைகளைப் பற்றியோ அதிகம் தெரியாது என்றும் நீர்ப்பாசனத்திற்குரிய பாரசீகச் சக்கரம் (நோரா) பற்றிக்கூட அறிந்திருக்கவில்லையென்றும், குறிப்பிடுகின்றனர். அக்கால மகதத்தைப் பற்றிய அயல்நாட்டு ஆசிரியர்களின் மதிப்புரையில் (அது எஞ்சியிருக்கவில்லை), இத்தகைய பழியுரை எதையுமேகொண்டிருக்க முடியாது. அர்த்தசாத்திர இராஜ்ஜியத்தில், சுரங்க வேலைகளும், பலதரப்பட்ட நீர்ப்பாசன முறைகளும் குறிப்பிடத்தக்க முறையில் முன்னேற்றம் பெற்று உச்சநிலையில் இருந்தன. நாட்டு வருமான வளர்ச்சியை முக்கியமாகக் கருதி அரசின் நேரிடையான நிர்வாகத்தின்கீழ், சீதா நிலங்களிலிருந்த இயற்கை வளங்களை அதிக அளவுக்கு முடிந்தவரை பயன்படுத்தி வந்ததே இதற்கு அத்தாட்சி.

மௌரியர்களுக்கும் பிறகு பாரம்பரியமான முக்கிய வரி, அறுவடையிலிருந்து எடுத்துக்கொள்ளப்பட்ட 'அரசனுடைய ஆறாவது பங்கு' ஆகும். இம்மாற்றம் நிகழ்ந்த காலம் எப்போது என்பதை உறுதியுடன் கணிக்க முடியவில்லை. ராஷ்டிரா, சீதா நிலங்களுக்கிடையே இருந்த வேறுபாடுகள் விரைவிலேயே மறைந்தன. முந்தியச் சொல்லுக்கு 'நாடு' என்றும், 'தேசிய இனம்' என்றும் பொருள் விரிந்தன. அரசும் ராஷ்டிரா விகிதத்தின்படியே தொடர்ந்து நில வருவாயைப் பெற்றுவந்தது. இது, குடியானவர்களிடமிருந்து நேரிடையாகவோ ஒரு புதிய வர்க்கமாகத் திரண்டெழுந்த இடைத்தரகர்களான நிலப்பிரபுக்களாலோ வசூலிக்கப்பட்டது. பின்னால் கூறப்பட்டோரின் விஷயத்தில், குத்தகைதாரர்கள் சீதா விகிதம் அல்லது பாதிப் பங்கு விகிதத்தில் அளக்கவேண்டியிருந்தது. இவ்வாறு செலுத்தப்பட்ட குத்தகைப் பாதிப் பங்கிலிருந்து அரசுக்குப் போய்ச் சேரவேண்டிய ஆறில் ஒரு

பங்கைக் கழித்த வித்தியாசத்தை நிலப்பிரபுக்கள் (இடைத்தரகர்கள்) பெற்றுவந்தனர். மௌரியர்களின் காலத்திலேயே இந்த முறை வேர்விட்டிருந்தாலும், பிற்கால அரசு இயக்கங்களுக்கு இடைத்தரகர் வர்க்கமாகத் திகழ்ந்த இந்நிலப்பிரபுக்களே அஸ்திவாரமாக விளங்கினர். இதன் கட்டுக்கோப்பு ஒரே சீராக இல்லாவிடிலும், நடைமுறையில் நிலப்பிரபுத்துவ வர்க்கத்தின் உரிமைகள் தெளிவாக அங்கீகரிக்கப்பட்டு வந்தன. அத்துடன், வெளித் தோற்றத்திற்கு அதே முடியரசு முழு அதிகாரம் நிரம்பியதாகக் காணப்பட்டாலும், அரசைக் காக்கும் கடமை இந்த வர்க்கத்திற்கு இருந்ததால், அப்போது அந்த அரசே அவர்களுடைய வசமாயிற்று.

6.4. அரசும் பண்ட உற்பத்தியும்

கவனத்திற்குரிய வேறொரு நுணுக்க விவரத்திலும், நன்கு அறியப்பட்ட வேறு பண்டைக்காலத்தோடு-அது இந்தியாவோ அல்லது வேறெங்கிலுமோ-ஒப்பிட்டுப் பார்க்கும்போது அர்த்தசாத்திர அரசுமுறை வேறுபட்டு நின்றது புலனாகும்; அதாவது, அரசு பெரிய அளவில் பண்ட உற்பத்தியில் ஈடுபட்டிருந்தது. அரசின் முக்கிய வருவாய், சீதா நிலத்திலிருந்து பெறப்பட்டு வந்ததை நாம் முன்பு கவனித்தோம். இந்த நிலத்திலிருந்து நான்கில் ஒரு பங்கு அல்லது அதற்குச் சற்று அதிகமான விகிதத்தில் பெறப்பட்ட அறுவடைத் தானியங்கள் அரசுப் பண்டகச்சாலைக்குப் போய்ச் சேர்ந்தன. ராஷ்டிராத் தீர்வைகள் இதைவிடக் குறைவாக இருப்பினும், அவைகளும் பெரும்பாலாக, தானியங்களாகவே அளக்கப்பட்டன. இவற்றை உபயோகப்படுத்துவதற்கு முன்னால், குத்திப் புடைக்கப்பட வேண்டும். அநேகமாக இவை, மாவாகவும் அரைக்கப்பட்டிருக்கலாம். சமையலுக்கேற்ற எண்ணெய்யைப் பெறுவதற்கு எண்ணெய் வித்துக்களைச் செக்கில் கொடுத்து ஆட்டவேண்டும். அவ்வாறே, பருத்தியிலிருந்து விதை நீக்கியப் பஞ்சுகளையும், பின் நூலிழைகளையும் தயாரிக்கவேண்டும்; கம்பளிகளைத் தரப்படுத்திப் பதனம் செய்து கம்பள விரிப்புகளைத் தயார் செய்யவேண்டும். மரங்களை வெட்டிச் செதுக்கியும், அறுத்தும் பலகைகளையும், உத்திரங்களையும் தயார் செய்யவேண்டும்; இன்னும் இதைப்போல் எவ்வளவோ. அரண்மனைப் பண்டகச்சாலைக் கண்காணிப்பாளர்கள், அரசு மேற்பார்வையின்கீழ், இவை எல்லாவற்றையும் நிர்வகித்து வந்தனர். பெரும்பாலாக, வயல்வேலைகள் இல்லாத பற்றாக்குறை மாதங்களில், உள்ளூர் ஆட்களைக்கொண்டே

(ஆண், பெண்-இருபாலாரும்) இத்தொழில்கள் யாவும் செய்து முடிக்கப்பட்டன; இவர்களுக்குச் சாப்பாடு தவிர அதற்குமேல் ஒரு சிறு தொகை மாதாந்திரக் கூலியாகத் தரப்பட்டது. இத்தொழில் நடைமுறைகளின் முழு விவரங்களையும் அர்த்தசாத்திரம் எடுத்துரைக்கின்றது; இதன் ஒவ்வொரு கட்டத்திலும் சாதாரணமாக ஏற்படக்கூடிய பொருள் சேதாரங்கள் பற்றியும், சராசரி ஒரு தொழிலாளியின் செய்பொருள் ஆக்கத்திறன் அளவு பற்றியும், கடைசி கட்டத்தில் பண்டம் தயார் நிலையில் உள்ளபோது, அது இருக்கவேண்டிய சரியான எடை வீதம் அல்லது முகத்தல் அளவைக்கூறு பற்றியும் இந்நூல் கணக்கிட்டுள்ளது; ஆட்சிக்கலை நூல் என்பதைவிட, தொழிற்சாலைக்குரிய உற்பத்திக் கையேட்டைப் படிக்கிறோம் என்ற உணர்வே நமக்கு ஏற்படலாம். இவற்றையெல்லாம் முறைப்படி பதிந்துவைத்துக்கொள்ளும் திட்டத்தினால் ஏமாற்று வேலை கடினமாயிற்று; திறமை குன்றிய அரசு அதிகாரியின் கவனக் குறைவால் எந்த அளவுக்கு நாட்டு வருவாய் நஷ்டமாகின்றதோ, அந்த வீதப்படி அவருக்கு அபராதம் விதிக்கப்பட்டது. அதைப்போலவே வரவுசெலவுத் திட்டத்தில் குறிப்பிடாத புதிய வழிகளைக் கண்டுபிடித்தோ, புதிய சிக்கனத் திட்டங்களுடன் மேலும் திறனுள்ள தொழில் நடைமுறைகளையோ கடைப்பிடித்து, திட்ட மதிப்பீட்டிற்குமேல் வருவாயைப் பெருக்கிக் காட்டும் சாமர்த்தியமுள்ள ஒரு அதிகாரிக்கு உரிய முறையில் சன்மானமும் வழங்கப்பட்டது. இதைத் தவிர, வரவுசெலவுத் திட்டங்கள் வகுப்பதில் அரசுப் பண்டகச்சாலைகள் முக்கியப் பங்கை ஏற்றன. இவை ஒவ்வொன்றிலும் மழைமானிகள் பொருத்தப் பட்டிருந்தன. இவ்வாறு மழை அளவைப் பதிந்துகொள்ளும் பதிவேடுகளின் வாயிலாக, நிலங்களைத் தரம் பிரித்து அவற்றின் நில வருவாய் மதிப்பீடுகளைச் செய்வது எளிதாயிற்று.

இவ்வாறு தயாரித்து முடிக்கப்பட்ட சரக்குகள் பிறகு விற்கப்பட்டன. இதன் பெரும் பகுதி, ராணுவம் போன்ற அரசுத் துறைகளின் வேறு பிரிவுகளுக்குச் சென்றன. ஆனால், இது வெறும் புத்தகமாற்றுக் கணக்காக அல்லாமல், முழுக் கணக்குவைப்பு முறையுடன்கூடிய விற்பனையின் மூலமே அந்தந்தப் பிரிவுகளுக்குப் போய்ச் சேர்ந்தன. படைவீரர்களுக்கு அரசு அளித்துவந்த சம்பளம் கணிசமான அளவில் இருந்தாலும், அவற்றின் பெரும் பகுதி, சம்பளத்திற்கு வேலைபார்க்கும் அரசுப் பிரதிநிதிகளின் மூலம் கீழ்க்கண்ட முறையில் திரும்பிப் பெறப்பட்டது: போர் முகாமிட்டிருக்கும் சமயங்களில் இவர்கள் வியாபாரிகளின் வேடத்தில் சென்று, தம் சரக்குகளை இரட்டிப்பு விலைக்கு

விற்பார்கள்; பின்பு அடக்கவிலைக்கு மேற்பட்ட இலாபத்தைக் கருவூலத்திற்கு அனுப்பிவிடுவார்கள். ஒவ்வொரு அரசுப்பணி ஊழியர்களுக்கும், ரொக்கமாகச் சம்பளம் தரப்பட்டது; இச் சம்பளவீதத்தைப் பற்றிய முழு விவரப் பட்டியல் ஆழ்ந்த கவனத்துடன் தயாரிக்கப்பட்டிருக்கிறது: ஆண்டுக்கு 48,000 பணங்கள் என்பது நாட்டின் உயர்ந்தபட்ச சம்பளம். பிரதான ராஜகுரு, ஆட்சிப் பேரவைத் தலைவர், மகாராணி, ராஜமாதா, பட்டத்திற்குரிய இளவரசர், முதல் படைத்தலைவர் ஆகியோர் இந்த உயர்ந்த சம்பளம் பெற்றனர். ஆண்டுக்கு 60 பணங்கள் என்பது குறைந்தபட்சக் கூலி. இதை அரசு நடத்தும் தொழில்களுக்கும், போர் முகாம்களுக்கும் தேவையான கடுப்பூட்டும் சள்ளை வேலைகளைச் செய்யப் பெருமளவில் தேவைப்பட்ட அடிமட்டத் தொழிலாளர்கள் பெற்றனர். இது விஷ்டி என்று அழைக்கப்பட்டது; இத்தகைய உழைப்பைப் பெறுவதில் ஒரு வலுக்கட்டாய அடக்குமுறையின் அம்சம் இருந்தது; இருப்பினும், இக்கடுமையான உழைப்பிற்கு ஊதியம் அளிக்கப்பட்டது; ஆனால், நிலப்பிரபுத்துவ முறையின்கீழ் கூலியில்லாத ஊழியக் கடமையையே இச்சொல் (விஷ்டி) குறித்தது. உழவர்களும், கைவினைஞர்களும் பொதுமக்கள் நன்மை என்ற போர்வையின்கீழ் ஒரு மன்னர் அல்லது ஒரு வட்டாரப் பெருங்குடிப் பண்ணையாருக்குச் செலுத்தவேண்டிய வரிக்குப் பதிலாகவோ, வரிக்கு மேலாகவோ இந்த உழைப்பைச் செய்யவேண்டியிருந்தது. போக்குவரத்து இல்லாத நாட்டுப்புறங்களில் சுமைதூக்கும் வேலையையும், மற்றும் சாலைகள், நீர்ப்பாசனக் கால்வாய்கள், கோட்டை அகழிகள், அணைக்கரைகள் ஆகியவற்றைக் கட்டும் வேலைகளையும், இவ்வகையைச் சேர்ந்த உழைப்பாளர்கள் செய்தனர். கடுமையான வேலைகளைச் செய்யக்கூடிய இத்தொழிலாளிகளின் குறைந்தபட்சத் தேவைகளைச் சரிக்கட்டி ஓராண்டு ஜீவனத்திற்குரிய வருமானமாக, இந்த 60 வெள்ளிப்பண சம்பள வீதம் எடுத்துக்காட்டுகிறது; தன்னை அண்டியுள்ளவர்களுக்குச் சோறுபோடவும் இதில் சற்று மீதியிருக்கலாம். (இது மாதத்திற்கு 17.5 கிராம் எடையுள்ள வெள்ளியாகிறது; ஏறத்தாழ சரியாக இதே வீதத்தில் ஆங்கிலேயர்களின் கிழக்கிந்தியக் கம்பெனி 18-ம் நூற்றாண்டின் ஆரம்பத்தில் வாழ்ந்த அடிமட்ட இந்தியத் தொழிலாளிகளுக்குச் சம்பளம் தந்தது.) தச்சர்களுக்கும், கைவினைஞர்களுக்கும் அரசு ஆண்டுக்கு 120 பணம் வீதம் வழங்கியது. பயிற்சிக் காலத்தை முடித்த கனரக ஆயுதங்களைத் தாங்கும் நிரந்தரப் படைவீரர் ஆண்டுக்கு 500 பெற்றார். அரசின் பணித்துறையைச் சேர்ந்த

எழுத்தர்களும், கணக்கர்களும் இதே வீதத்தைப் பெற்றனர் (பிரிவுப் படைத்தலைவர்கள் முதுநிலைக் கண்காணிப்பாளர்கள் போன்றோருடைய சம்பள வீதம் இதைவிடக் கூடுதலாக இருந்தது வெளிப்படை.) சுரங்கத்தொழில் வல்லுநர், பொறியாளர் போன்றோர் ஆண்டுக்கு 1000 பணம் பெற்றனர். பலவிதமாக மாற்றுவேடங்கள் பூண்டு செயலாற்றும் திறன்பெற்ற மேல்நிலை ஒற்றர்களுக்கும் இதே வீதம் கிட்டியது; அவ்வாறே, சந்தேகத்திற்கு சிறிதும் இடந்தராது கிருகபதி, வணிகர் அல்லது போதகர் போல் வாழ்ந்துவந்த ஒற்றர்களுக்கும் கிட்டியது. இவ்வகை ஒற்றர்கள், உண்மையில், எந்த வர்க்கத்தைப்போல் வாழ்க்கையை நடத்துகிறார்களோ, அதே வர்க்கத்திற்குரிய அன்றாடப் பொழுதுபோக்குகளைக் கடைப்பிடிக்க வேண்டுமென்று கோரப்பட்டனர்; ஆனால், அதற்கென்று ஏதும் பிரத்தியேகமான ஈட்டுப்படிகள் தரப்படவில்லை. இதனால், ஒரு மகதநாட்டு கிருகபதியின் குறைந்தபட்ச வாழ்க்கைத்தர அளவுகோள் ஆண்டுக்கு 1000 பணம் என்று எடுத்துக்கொள்ளலாம் அல்லவா! கீழ்நிலை ஒற்றர்களான கொலையாளிகள், துணிகரக் கயவர்கள், நஞ்சு கலப்போர், பிச்சைக்காரப் பெண்-வேவுகாரி (இவர்களுக்கு அரண்மனை முதல், சாதாரண இல்லம்வரை, பெண்கள் வசிக்கும் எல்லா இடங்களுக்கும் தங்குதடையில்லாமல் செல்வதற்குரிய நுழைவுரிமை இருந்தது) ஆகியோருக்குக் கிட்டியது 500; தமது பொறுப்பின்கீழ் உள்ள கிராமம் அல்லது கிராமங்களின் தகவல்களை அறிவிக்கும் பதிவாளர்களும் இதே வீதத்தைப் பெற்றனர். அரசவைத் தூதுவர்களுக்கு அவர்கள் மேற்கொண்ட பயண தூர விகிதாச்சாரத்தை யொட்டிய சம்பள வீதம் தரப்பட்டது; நீண்டதூரம் பயணம் செல்லும் விரைவுத் தூதர்களுக்கு இரட்டிப்பு வீதம் தரப்பட்டது. அரசுப் பணியில் இருக்கும்போது முடமானவர்களுக்கும், பணிபுரியும் காலத்தில் இறக்க நேரிட்ட ஊழியர்கள், அதிகாரிகள் ஆகியோரின் ஆதரவற்ற மனைவி மக்களுக்கும் முறைப்படி ஓய்வூதியத் தொகை வழங்கப்பட்டது. நீண்டகால சேவைகளைப் பாராட்டி, அரிசி போன்ற தானியங்களின் உருவத்தில் சம்பளப் படியும், துணிமணிகள் போன்ற பரிசுகளும் சிறப்பு போனஸ்களாக வழங்கப்பட்டன. ஆனால் நிரந்தரமாக நாட்டு வருவாய் தடைப்பட்டுப் போகுமளவுக்கு எதுவும் வழங்கப்படவில்லை; ரொக்கப் பணத்திற்கு நெருக்கடி ஏற்பட்டால், மன்னர், பண்டகச்சாலைப் பொருள்கள் எதையுமே தன் விருப்பம்போல் பரிசில்களாக எடுத்துக் கொடுக்கலாம். ஆனால் நிலத்தையோ, முழு கிராமங்களையோ, தானமாக வழங்கமுடியாது. பிம்பிசாரர், பசேனாதி ஆகியோர் யஞ்ஞம் செய்துவைத்த பிராமணப்

புரோகிதர்களுக்கு முழு கிராமங்களையுமே தானம் வழங்கியுள்ளதைப் பார்க்கும்போது, சாணக்கியர் போன்ற பிராமண அமைச்சர் பிறப்பித்த தடை உத்தரவு அதிசயமாகத் தோன்றுகிறது. அம்மன்னர்களில் பசேனாதி என்பவர் இளவரசர் அல்லது துணைப்படைத் தலைவர் ஒருவருக்கும் அபூர்வமாக ஒரு கிராமத்தை மானியம் வழங்கியுள்ளார். இவ்வாறு வாரிசுரிமையுடன்கூடிய நில மானியங்களை எதிர்த்து, அர்த்தசாஸ்திரம் திட்டவட்டமாக எச்சரிக்கை செய்தது; பின்னர், இதுவே, நிலப்பிரபுத்துவ முறையின்கீழ் இயங்கிய சமூக நியதியாக மாறிவிட்டது. எந்த மகத அரசு ஊழியரும் அதிகபட்சம் எதிர்பார்க்கக்கூடியது, சீதா நிலத்துண்டு அனுபவங்களையே. இவ்வாறு அனுபவ உரிமையுள்ள நிலத்தில் அரசு சிப்பந்திகள் முடமாகவோ, மூப்பின் காரணமாக வேலை நீக்கம் பெற்றவர்களாகவோ இருந்தால் வரிவிகிதம் குறைக்கப்படலாம்; மற்றபடி இவர்கள் மற்றவர்களைப்போல் பொது நிபந்தனைகளுக்குக் கட்டுப்பட்டவர்களே. ஆனால் இந்த அனுபவ நிலங்களில் ஆண்டு தவறாமல் சாகுபடி நடக்கவேண்டும். தீர்வைகளும் ஒழுங்கு தவறாமல் கட்டப்பட வேண்டும்.

மகத அரசு மிக வலுவானதோர் பணப் பொருளாதாரத்தைக் கொண்டு இயங்கி வந்தது என்று மேற்கூறியவற்றிலிருந்து புலனாகிறது. பணம் அல்லது கார்ஷா பணம் என்ற சொற்கள், சில தவறான அர்த்தங்களுக்குக் காரணமாயின. ஏனெனில், பிற்காலத்தில் இவை செப்பு நாணயங்களைக் குறித்தன. அர்த்தசாத்திரப் பணமோ வெள்ளி என்பதை இதே நூலின் மேற்கோள்கள், மற்றும் இதே காலத்திற்குரிய எண்ணற்ற அகழ்வுச் சான்றுகளின் மூலமாக அறியப்படுகிறது; இக்காலத்திற்குரிய அகழ்வுகளில் ஏராளமாகத் தோண்டியெடுக்கப் பட்டனவெல்லாம் 3.5 கிராம் தகவு எடையுள்ள வெள்ளி நாணயங்களே; அவற்றில் ஒன்றுகூடத் தங்கநாணயம் இல்லை; செம்பினாலானவை மிகக் குறைவு. நாம் மீண்டும் சந்திரகுப்தரின் மாபெரும் படையின் அளவை நினைவுறுத்திப் பார்க்குமிடத்து, அதிலும், போர் முகாமில் அமர்த்தப்பட்டிருந்த ஏவலாட்கள், கடுப்பூட்டும் சள்ளை வேலைகளைச் செய்யும் விஷ்டி உழைப்பாளிகள், மற்றும் இதர சேவகர்கள் அடங்கிய பிரிவைத் தவிர்த்துவிட்டபிறகும் கூட செலாவணியின் தேவை எந்த அளவுக்கு விரிந்திருக்க வேண்டுமென்பது புலனாகும். ஆட்சிப்பரப்பில் அடங்கிய எல்லாச் சுரங்கத் தொழில்களையும் அரசாங்கம் கட்டுப்படுத்தியது

என்ற விஷயத்தை வலியுறுத்தியாக வேண்டும். கனிமவளத் தேட்ட ஆய்விலிருந்து, சுத்திகரிப்புவரை எல்லாவற்றையும் நிர்வகித்து வந்த சுரங்கத் தொழில் வல்லுநர்களுக்கு வழங்கப்பட்ட முதல்தரமான சம்பள வீதமே, இதை எடுத்துக்காட்டுகிறது. அரசின் ஏகபோகத்தைப்பற்றிக் குறிப்பிடும் சாணக்கியரின் மேற்கோள்: “நாட்டின் கருவூலம், சுரங்கத் தொழிலை நம்பியுள்ளது; நாட்டின் படை, கருவூலத்தை நம்பியுள்ளது;” எவனொருவன் நாட்டின் கருவூலத்தையும் படையையும் வைத்திருக்கின்றானோ, அவனால் இப்பரந்த மண்ணுலகு முழுவதையுமே வெல்லமுடியும். அப்போது பஞ்சாபில் வாழ்ந்த இந்தியர்களுக்கோ, பொதுவாக இக்காலம்வரையில் உள்ள இந்திய அரசியல்வாதிகளுக்கோ, கனரகத் தொழிலின் இந்த அடிப்படை, அநேகமாகப் புரியாவிட்டாலும்கூட, கிரேக்கர்களுக்கு இது கட்டாயம் புரிந்திருக்கவேண்டும். பலவகையான தரங்களைக்கொண்ட உலோகக் கருக்களை இந்நூல் வேறுபடுத்திக் காட்டியது. அவற்றை உருக்கிச் சுத்தப்படுத்தும் வழிமுறைகளையும் அர்த்தசாத்திரம் விளக்கிய விதம் சுருக்கமாக இருந்தாலும், அதன் பரிசீலனைகள் நுண்ணியவை. இதில் கருவிகளையும், பாத்திரங்களையும் மற்றபடி உபயோகத்திலுள்ள ஆபரணங்களையும் அரசே செய்து வந்ததாக எங்கேயும் குறிப்பைக் காணமுடியவில்லை; வியாபாரிகள், கைவினைஞர் தொழிலினக் குழுக்கள், பொற்கொல்லர்கள், தனிப்பட்ட தயாரிப்பாளர்கள் ஆகியோருக்கு அரசு பெருமளவில் உலோகங்களை விற்றது. வெள்ளி நாணயங்களையும் தனிப்பட்டோர் செய்யலாம்; அதற்கு, முதற்கண் அவர்கள் உலோகக் கலவையும், தகவு மதிப்பும் சுத்தமாக உள்ளதா என்பதை நாணயச் சாலையில் கொடுத்துச் சரிபார்க்க வேண்டும். அதன் உலோகத் தகவு மதிப்பு திருப்திகரமாக இருக்குமேயானால், அவற்றின்மீது சரியான இலச்சினைகள் பொறிக்கப்படும்; பின்னர் அந்தந்த நாணயங்களின் மீது குறிக்கப்பட்டுள்ள செலாவணி மதிப்பின் சட்டபூர்வமான ஒப்புதல்களை அந்நாணயங்கள் பெற்றுப் புழக்கத்தில் விடப்படும். கள்ள நாணயங்களை அடிப்பது கடும் குற்றமாகக் கருதப்பட்டது. துணிமணிகள், பானைகள், கூடைகள் ஆகியனவற்றைத் தனிப்பட்டவர்களே தயாரித்து விற்றார்கள் என்பது தெரிய வருகிறது. தனிப்பட்ட பண்ட உற்பத்தியாளர்களுக்கும், அரசுக்கும் இடையே நிலவி வந்த உறவுகள் யாவை?

வணிகர்களும், வியாபாரிகளும், அரசிலிருந்தோ வேறு ஏதும் மூலவகையிலிருந்தோ, கிடைக்குமளவுக்கு எதுவாயினும் வாங்குவதற்கு இயலும். உபரி தானியங்கள் எஞ்சியிருந்தால், உழவர்கள் அவற்றைத் தங்களது விருப்பம்போல் வாங்குவோர்கள் யாரிடமும் விற்றுத் தீர்க்கலாம். அல்லது உபயோகமான பொருளுக்காக பண்டமாற்றுச் செய்துகொள்ளலாம். ஒவ்வொரு ஜனபதத்தைச் சேர்ந்த அரண்மனைப் பண்டகசாலைகளிலும், தானியங்கள் மற்றும் உணவுப் பொருள்கள் மட்டுமன்றி, எந்த நேரத்திலும் நெருக்கடி நிலைமைகளைச் சமாளிப்பதற்காகக் கயிறுகள், மரங்கள், கருவிகள் போன்றவற்றையும் நிலையான கையிருப்பில் வைத்திருக்கவேண்டுமென்று பணிக்கப்பட்டது. பஞ்சம், தீ விபத்து, வெள்ளம், பயிர்களில் பூச்சி விழுந்து மேனி குன்றிய ஆண்டு ஆகிய சமயங்களில் அளிக்கப்படும் துயருதவிகள் இப்பண்டகசாலைகளிலிருந்து எடுத்துக்கொள்ளப்பட்டன. சாவத்தியின் அருகில் அகப்பட்ட செப்புப் பட்டயத்திலும், போக்ராவிலிருந்து பெறப்பட்ட பழுதுற்ற சுண்ணாம்புப் பாறைப் பாளத்திலும் காணப்படும் கல்வெட்டுக்கள் உண்மையில், இத்தகைய பண்டகசாலைகள் இருந்த விஷயத்தை மட்டுமல்லாது, இவற்றின் சேமநல இருப்பு, இடருதவி பற்றிய செயல்துறைக் கட்டளைகளையும் நிரூபிக்கின்றன. இச்சேமநல இருப்புக் கணக்கிலுள்ள சரக்குகளுக்குமேல் எஞ்சிய எல்லாவற்றையும் விற்கமுடியும். இவற்றை வாங்கிய பிறகுதான் வியாபாரிகளுக்குத் தொந்தரவுகள் ஆரம்பமாகின்றன. கடுமை நிரம்பிய ஒரு ஆணையாவது: எந்தப் பண்டத்தையும் அது உற்பத்தியாகும் இடத்திலேயே (தனியார் வர்த்தகர்) விற்பனை செய்யக்கூடாது; இந்த ஆணை எடுத்துக்காட்டுவது யாதெனில், வாங்கப்பட்ட மூலப்பொருள்கள் எப்படியாவது சில பண்டமாக்கப்பட்டதுடன், அப்பண்டங்கள் பொதுவாகத் தொலைவு இடங்களுக்கு விற்பனைக்காகக் கொண்டுசெல்லப்பட்டன என்பதே. தயாரிப்பு அல்லது போக்குவரத்தின் மூலமாக வியாபாரி சாமானின் விலைமதிப்பை உயர்த்தவேண்டும்; இதில், நாணயப் புழக்கத்தையும், சரக்குப் புழக்கத்தையும் தாராளமான அளவில் நிலைநிறுத்தவல்ல போக்குவரத்து மதிப்பே முக்கியமாக கருதப்படுகிறது. வியாபாரிகளின் கையிருப்பு, விற்பனைச் சரக்கு ஆகியன மேற்பார்வை செய்யப்பட்டதுடன், காலத்திட்டப்படி எல்லா எடைகளும் கொள்கலன்களும் (உரிமைக் கட்டணத்துடன்) பரிசோதிக்கப்பட்டன. சாத்து வணிகர்கள் காட்டுமிராண்டிகள் குழுமியிருந்த காடுகளின் வழியாகக் கடந்து ஒரு ஜனபதத்திலிருந்து

அடுத்த ஜனபதத்திற்குச் செல்லவேண்டியிருந்தது. இக்காட்டுமிராண்டிகளிடமிருந்து நடுவழி ஆபத்துகளைச் சமாளிக்கச் சரக்குவண்டிகளைத் தாங்களாகவே காப்பாற்றிக்கொள்வதற்குத் தேவையான படைக் கருவிகளை வணிகர்கள் உடன் கொண்டுசெல்லலாம். தனிப்பட்ட காரணங்களை முன்னிட்டு, உரிய கட்டணத்தைச் செலுத்தி அதற்கான உத்தரவு சீட்டைப் பெறாதபட்சத்தில், அடுத்த ஜனபத எல்லையை அடைந்த உடனேயே, இப்படைக் கருவிகளை அங்குள்ள அரசுப் படைக்கலப் கொட்டிலில் (Armoury) ஒப்படைத்தாக வேண்டும்; தீவிரமான காவல் வேலையைச் செய்யாதபோது, நிரந்தரப்படைவீரர் நகரத்திற்குள் ஆயுதங்களைக் கொண்டுசெல்ல முடியாது. சரக்கு ஊர்திகள், ஒரு ஜனபதத்திற்குள் நுழைவதற்கும், கடப்பதற்கும் மீதான சந்தை வரிகளையும், சரக்குகளுக்குரிய சுங்கத் தீர்வைகளையும் கட்டியாக வேண்டும். கள்ளக்கடத்தலும், பொய்யான விலைமதிப்பீட்டுச் சாற்றுதலும் ஆபத்தானது மட்டுமல்ல மிகக் கடினமானதும்கூட; ஏனென்றால், குறைந்தபட்சம் சரக்கு ஊர்தி வணிகக்குழுவில் ஒருவராவது, அரசு ஒற்றர் பணித்துறையைச் சேர்ந்தவர் ஒரு வேவுகாரராக இருப்பார்; அவருக்கு வணிகக் குழு நடத்தும் ஒவ்வொரு பேரங்களைப் பற்றியும் தெரிந்திருக்கும். இவர்கள் உடனுக்குடன் இத்தகவல்களை எல்லைக் காவல்துறைத் தலைவனுக்கு முன்கூட்டியே அனுப்பிவிடுவார்கள். இதனால் வண்டிகளில் சரியானபடி என்ன சரக்குகள் கொண்டுவரப் பட்டிருக்கின்றன என்பதை வணிகர்களுக்கே இத்தலைவன் அறிவிக்கக்கூடுமாதலால், முறைப்படியான சுங்கத் தீர்வை அறிவிப்பிற்காக எல்லைக் காவல்துறைத் தலைவன் காத்து நிற்கவேண்டியதில்லை. இறக்குமதி செய்யப்பட்ட இச்சரக்குகளைப் பொதுச்சந்தை கூடும் ஒரு குறிப்பிட்ட இடத்தில் உரிய விலையில் விற்கவேண்டும்; இவ்விலையில் நல்ல இலாபம் அனுமதிக்கப் படுவதால், அவ்விலைக்குமேல் விற்கமுடியாது. விற்பனையாகாத சரக்குகளைத் தல அதிகாரிகளே தங்களுக்கு வந்தடைந்த சரியான தகவல்களையொட்டி, அவர்கள் நியாயம் என்று நம்பும் விலையில் விற்பனைக்கு வைத்தனர். இக்காலத்து வியாபாரிகள் செய்வதைப்போல, அன்றைய வியாபாரிகள், எந்த அத்தியாவசியப் பண்டத்தையும் பதுக்கிவைத்து, வேறு எங்கிலும் கொள்ளை இலாபம் அடிப்பதோ அல்லது அதிக விலைக்கு இரகசிய முறையில் விற்பதோ முடியாது.

தொழில் உற்பத்திகளைச் செய்யும் வணிகர்களுக்கிருந்த கட்டுப்பாடுகளில், தொழிற் பயிற்சியுடைய வேலையாட்களை அமர்த்திக்கொள்வதிலிருந்த கட்டுப்பாடே மிகவும் கடினமாக இருந்தது. கைவினைஞர்கள், சுதந்திரமாகச் செயல்பட்டு வந்ததுடன்,

தங்களுக்குள் பலமான தொழில் இனக்குழுக்களை அமைத்துக் கொண்டிருந்தனர்; தன்னுரிமையுடன் வாழும் சூத்திரரை அடிமை வேலைக்காக விற்கமுடியாது. எல்லைப் பகுதிகளிலும், கிரேக்கர்கள் ஆண்ட பகுதிகளிலும் ஆரியர்-தாசர் வர்ண வேற்றுமை மட்டுமே நிலவி வந்ததாக இந்தியர்கள் எண்ணியதைப் போலவே, கிரேக்கர்களும் இந்தியாவில் எந்த உருவத்திலுமான அடிமைமுறையை இனங்கண்டு கொள்ளவில்லை. தண்டனைகளை உழைப்பால் நிறைவேற்றிய அடிமைகளைப் பற்றி ஏற்கெனவேயே கவனித்தோம். விலைக்கு வாங்கப்பட்டு குற்றேவல் புரியும் குடும்ப அடிமைகள், மகிழ்விக்கும் அடிமைப் பெண்கள் போன்றோர் மொத்தமாக ஒரு வர்க்கமாகவே திரண்டிருந்தனர். ஆனால், இவர்களில் யாரையும், எந்த வகையிலும் இழிவுபடுத்துவதோ அல்லது வெறுப்பூட்டும் பணிகளைச் செய்யுமாறு ஏவுவதோ இயலாது; இதை மீறும்வகையில் வலுக்கட்டாயம் செய்தலோ, அவ்வாறே கற்பழிப்பு, உயிர்வதை போன்ற கொடுஞ்செயல்களுக்கு உள்ளாக்க யத்தனித்தலோ அவர்களின் உடனடியான விடுதலைக்கு வித்திட்டுவிடும். அடிமையோ விடுதலை பெற்றவரோ எவராயினும் அவர்களின் குழந்தைகள் சுதந்திர உரிமையை உடையன; அக்குழந்தைகளை விற்பது இயலாத காரியம். அடிமைகள், ஏதும் சொத்துக்களை வைத்திருந்தால், அவற்றை எசமானர்கள் பறித்துக்கொள்ள முடியாது. அவன் அல்லது அவள் விடுதலைக்குரிய விலையை ஈடுகட்டும் நோக்கில், எந்த அடிமையின் உழைப்பும், அதன் சட்டப்பூர்வ விலைமதிப்பாகக் கணக்கிடப்பட்டது. மிகவும் நடுவுநிலை பொருந்திய தொழில் ஒப்பந்தச் சட்டத்தால் தொழிலாளர்களின் கூலிகள் பாதுகாக்கப்பட்டன; இச்சட்டம் இத்தொழிலாளர்களையும், அவர்களுடைய ஊழியப் பணியை ஒப்பந்தம் செய்து கொண்டவர்களையும் ஒருங்கே கட்டுப்படுத்தியது. இதற்கும் மேலாக, துணிவுகொண்ட மனிதர்களுக்குப் பரவலாயிருந்த பெருங்காடு புகலிடம் அளித்தது. அக்காட்டு நிலப்பகுதிகளில் தன்னுடைய ஆட்சிப் பரப்பை ஜனபதம் விஸ்தரிக்காதவரையில், அங்கு உணவு சேகரித்து வாழ்வது தொடர்ந்து சாத்தியமானதுடன், அரசு அல்லது வரித் தொந்தரவுகள் இல்லாமல், காட்டுவாசிகளுடன் நல்லுறவு பூண்டு, புதிய துண்டு நிலங்களைத் திருத்திச் சாகுபடி செய்யமுடிந்தது. அரசுடன் சச்சரவின்றி ஒத்துப்போகும் வணிகர்களுடைய நலன்கள் பெருமளவில் பாதுகாக்கப்பட்டாலும், சட்டத்தின் பொதுவான நோக்கில் அவர்கள் பிறவிப் போக்கிரிகளே. ஆகவே வணிகர்களைக் கவனமாகக் கண்காணித்தும், கட்டுப்படுத்தியும், அவ்வப்போது தண்டித்தும் வராவிட்டால், பொதுநல விரோதிகளாவர்

என்பது சட்டத்தின் நோக்கு. பௌத்தர்களின் நோக்கத்திலிருந்து இதைவிட மேலானதாக கவனத்தை ஈர்க்கும் வகையில் வேறுபட்ட ஒரு கருத்தை எண்ணிப் பார்ப்பதற்கில்லை.

எல்லா விஷயங்களுக்கும் ரொக்க மதிப்பீடுகள் இருந்தன என்று அபராதப்பட்டியலின் வாயிலாக அறிகிறோம். அர்த்தசாத்திரத்தின் தரமான மொழிபெயர்ப்பில் இப்பட்டியல் ஒன்பதரைப் பத்தி நிரல்கொண்ட பொருட்குறிப்பாக நீண்டு செல்கிறது. சட்டமறுப்புச் செயல்களும் இதில் அடங்கியுள்ளன; அப்படியில்லையென்றால், இவை பாவங்களாகவோ, கெட்ட நடத்தைகளாகவோ கருதப்பட்டிருக்க வேண்டும். சடங்குகளை நடத்திவைக்கும் பிராமணப் புரோகிதர்களும் பிற தொழில்களைப் போலவே. சட்டப்பூர்வமான ஒப்பந்தங்களுக்குக் கட்டுப்பட்டவர்களாவர். சிறு சட்டமறுப்புக் குற்றத்திற்குள்ளான தவசிகள், அபராதம் செலுத்துவதற்குக் கைப்பணம் இல்லாவிட்டால், மன்னருக்குத் தனிப்பட்ட பிரார்த்தனைகள் செய்யவேண்டுமென்று விதிக்கப்பட்டது. வேசித் தொழில் புரிவது குற்றமோ, பாவமோ அல்ல; மாறாக, இது ஒரு அரசுத்தொழில் நிறுவனமாகவே இயங்கியது; இதற்கென்று ஒரு தனிப்பட்ட அமைச்சரே நியமிக்கப்பட்டிருந்தார். சரக்கு வியாபாரம்-அல்லது மிகவும் சாதாரண தன்மையுடைய சக பணித்துறை ஊழியங்களைப்போல் பொதுமகளிர்க்குரிய ஒழுங்குமுறை விதிகள் நிறைவுடையதாக இருந்தன. இவர்கள் குறிப்பிட்ட அளவுக்குப் பணம் சம்பாதித்ததும், ஓய்வுபெற்றுச் சமூக மதிப்பைப் பெற்றனர்; பிற்காலத்தில் எண்ணப்பட்டதைப்போல், இத்தொழில் அக்காலத்தில் இழிவாகக் கருதப்படவில்லை யென்பதையும் குறிப்பிட வேண்டும். ஆனால் அரசுக்குத் தரவேண்டிய கடனை அடைத்தாக வேண்டும். அரசவையிலிருந்து ஓய்வுபெற்ற முதிய அணங்குகள், அரசுப் பணித்துறையில் மேற்பார்வைச் சீமாட்டிகளாகத் திரும்ப நிலைமாற்றம் கொள்ளமுடியும். இவ்வாறே மதுபானத்திற்கு ஒரு தனி அமைச்சரகம் செயல்பட்டு, மதுவின் உற்பத்தியிலிருந்து விற்பனைவரை எல்லாவற்றையும் கவனித்து வந்தது. அரசு, குறிப்பிட்ட மேற்பார்வை அதிகாரியின்கீழ், எல்லாச் சூதாட்ட விடுதிகளையும் நடத்திவந்தது. குடிமை வாழ்வின் ஒவ்வொரு அம்சத்திலும் ரொக்கப் பணப்புழக்கம் ஊடுருவியிருந்ததைச் சான்றாகக் கூறுவதற்கு இந்த உருவங்களைவிடச் சிறப்பானவை இல. ஆயினும், பெருமளவு மக்கள் சீதா கிராமங்களில் ஜடங்களைப்போல் வாழ்ந்தனர்; கடும் உழைப்பிலிருந்து இம்மக்களின் கவனம் திரும்பாதவாறு எல்லா எச்சரிக்கை நடவடிக்கைகளும் எடுக்கப்பட்ட விஷயத்தை நாம் மறந்துவிடக்கூடாது. விபச்சாரம், மதுக்கடை,

சூதாட்ட விடுதிகள் எல்லாம் பெருநகரங்களிலும், சிறு நகரங்களிலும் இருந்த நகரங்களின் சலுகைகளேயன்றி நாட்டுப்புறங்களில் இவை பொதுவல்ல. மகத அரசும், அதன் சமூகமும் எல்லாவற்றையுமே சம மதிப்புள்ள பணமாகப் பொருள் மதிப்பீடு செய்ததாகக் கூறும்போது, அது முக்கியமான நகர வாழ்க்கை, சாத்துவணிகர் கூட்டம், அரசு அதிகாரிகள் ஆகியோருக்கு மட்டுமே பொருந்தும்; அரசுரிமை நிலத்தில் குடியேற்றுவதற்காக (நாடுகடத்திக் கொண்டுவரப்பட்ட கீழ்நிலை உழவர்களுக்கு அல்ல.)

6.5. அசோகரும் மகதப்பேரரசின் உச்சநிலையும்

பிந்துசாரரின் மகனும், சந்திரகுப்த மௌரியரின் பேரனுமாகிய அசோகர் (சம்ஸ்கிருதம்: அசோகா- 'துக்கமில்லாத') ஏறத்தாழ கி.மு. 270-ல் அரியாசனத்தில் அமர்ந்தார். இதுவரை பொருளுணரப்பெற்ற இந்தியக் கல்வெட்டுக்களில், இவருடைய அரசகட்டளைச் செய்திகளே மிகவும் பழமை வாய்ந்தவை. புராணங்களில் இங்குமங்குமாகச் சிதறிக்கிடக்கும் இவருடைய வாழ்க்கை விவரங்கள் சிலவற்றைத் தொகுத்துக் கதை வடிவமாக்குவது வீண்முயற்சி. இவர் தமது ஒன்றுவிட்ட சகோதரர்களைக் கொன்று அரியணையைக் கைப்பற்றியதாகக் கூறப்படுகிறது. முப்பத்தாறு ஆண்டுகளுக்குக் குறைவில்லாமல் நீடித்த அவருடைய அரசாட்சியின் முதல் எட்டாண்டுக் காலம், கடுமையான கொடுங்கோன்மை நிரம்பியதாக இருந்ததாம். கைதிகளைச் சித்திரவதை செய்வதற்கென்றே பிரத்தியேகமாக, பாட்னாவிற்கு அருகே, அவரால் நிறுவப்பட்டதாகக் கூறப்பட்ட 'மண்ணுலக நரகம்' என்ற புராணத்தன்மை வாய்ந்த இடம். பல நூற்றாண்டுகள் கழிந்த பின்னரும் பார்வையாளர்களுக்குக் காட்டப்பட்டு வந்தது. மண்ணுலகத்திற்குரிய 'நரக'மென்பது, சாதாரணமான மகதச் சிறைக்கொடுமைகளையே குறிக்கும்; குற்றங்கள் ஐயத்திற்கு இடமில்லாத வகையில் நிரூபணம் செய்யப்பட்ட குற்றவாளிகள் தங்கள் செயலைக் குறித்து வருந்திக் கீழ்ப்படியாத பட்சத்தில் குற்றவாளிகள் சிறையில் கடுமையான வேலைகள் புரிவது தவிர சித்திரவதைகளையும் அனுபவித்தனர். நிலப்பிரபுத்துவக்காலத் தொடக்கத்தில் சித்திரவதை நடத்தும் வழக்கம் மறைந்து, மீண்டும் பிற்கால நிலப்பிரபுத்துவத்தின்கீழ் தலைதூக்கியது. கி.மு. 5-ம் நூற்றாண்டில் மகதத்தை ஆண்ட காலாசோகர் வெளியிட்ட அதே நாணய இலச்சினைகளைப் பின்னர் 200 ஆண்டுகள் கழித்து மாமன்னர் அசோகரும் தன்னுடைய நாணயங்களில் பொறித்துள்ளதால், இவ்விரு அசோகர்களைக் குறித்து நிலவிய

குழப்பங்களைப் பல வரலாறுகள் எடுத்துக்காட்டுகின்றன. இரண்டாம் அசோகரின் காலத்திலும், அதற்குப் பின்னரும்கூட, இவ்விருவகையான நாணயங்களும் செலாவணியில் இருந்தன; ஆகவே சிசுநாக மன்னர், காலாசோகர், அதாவது 'பழைய அசோகர்', என்று அழைக்கப்பட்டிருத்தல் இயல்பு. மௌரிய அசோகர், பியதசி ('இன்பமூட்டும் தோற்றமுள்ள') என்றும்

படம்-13. சிசுநாகரின்(வெள்ளி) நாணயங்கள். இவற்றில் மேலேயுள்ள தொகுதி காலாசோகர் (ஏறத்தாழ கி.மு. 420) என்று அறியப்பட்ட ஒரு மன்னருடையது. ஐந்தாவது இலச்சினை, ஏறக்குறைய மௌரிய அரசர் அசோகருடையதைப் போலவே உள்ளது. பிற்கால ஆட்சிகளின்போது முற்கால மன்னர்கள் வெளியிட்ட நாணயங்களும் புழக்கத்தில் இருந்தன. இருப்பினும், போரின் வாயிலாகப் புதிய மன்னர்கள் வென்றால், அப்போது தங்களுக்குரிய சின்னங்களை அப்பழைய நாணயங்களின்மீது பொறித்து வெளியிட்டனர். கீழ்வரிசையில் அவ்வாறு ஒரு மன்னரின் தனிப்பட்ட சின்னமாக விளங்கும் ஒரு நந்தியின் (நந்தின்) இலச்சினையுடைய நாணயம், மௌரியர்களுக்கு முற்பட்ட காலத்தில் அடிக்கடி காணப்படுகிறது. இது மிகவும் செழிப்பான ஒரு நீண்ட ஆட்சியைக் குறிக்கும். அநேகமாக, இந்தச் சின்னமே செல்வமிக்க 'நந்தா' மன்னர் அல்லது வம்சத்தினர் காவியக் கீர்த்தி பெறக் காரணமாகயிருந்தது.

தேவானாம்பியா என்றும் ('தேவர்களுடைய அன்பைப் பெற்றவன்') தம்முடைய பெயர்களை வெளியிட்டுக்கொண்டார். இரண்டாவதாகக் கூறப்பட்ட சிறப்புப் பெயர் (தேவனாம்பிய) பொதுவாக அரசர்களுக்குரிய பட்டப்பெயரைக் குறித்தது; ஆனால் தெய்வீக உரிமையுள்ள அரசுடைமையை இது குறிப்பதாக எடுத்துக்கொள்ளக் கூடாது; 'ஒரு அப்பாவி', 'மந்தபுத்தியுள்ளவன்' என்ற வேறு பொருள்களும் இச்சொல்லுக்கு உண்டு. மஸ்கி (மைசூர் மாநிலம்), மற்றும் குஜர்ரா ஆகிய இடங்களில் கண்டுபிடிக்கப்பட்டுள்ள அதே மாதிரியான கல்வெட்டுக்கள், அரசக்கட்டளை தகவல்களைப்

படம்-14.சந்திரகுப்தர், பிந்துசாரர், அசோகர் ஆகிய முதல் மூன்று மௌரிய மாவேந்தர்களின் நாணயங்கள். இம்மன்னர்கள் ஒவ்வொருவரும் வெளியிட்ட நாணயத் தொகுதிகளில் ஒவ்வொன்று மட்டுமே இப்படத்தில் இடம்பெற்றிருக்கின்றன. அசோகர் மட்டுமே பல டஜன் கணக்கில் வெவ்வேறு விதமான வகையில் நாணயங்களை வெளியிட்டார். இவருடைய நீண்டகால அமைதி நிறைந்த ஆட்சியின்கீழ் பல நாணயச் சாலைகள் திறம்பட இயங்கிவந்தன. இருந்தாலும்கூட, சந்திரகுப்தருக்குப் பிறகு வெளியிடப்பட்ட மௌரிய வெள்ளி நாணயங்களில் திடீரென்று தாமிர கலப்பு கூடுதலாகக் காணப்படுகிறது; தகவு எடைகளும் சற்று குறையத் தொடங்கின. இது பண்டைக் காலத்தில் ஏற்பட்ட பணவீக்கத்தையும், செலாவணியில் இருந்த நாணயத் தட்டுப்பாட்டையும் புலப்படுத்துகின்றது.

பிறப்பித்தவர் அசோகர்தாம் என்பதை நிர்ணயிக்கின்றன; பியதசி என்பது சரியாக அசோகரையே குறிப்பதும் இவற்றிலிருந்து தெளிவுடன் விளங்குகிறது. மாமன்னரின் பௌத்தமத மாற்றம், சங்கத்திற்கு அளித்த ஏராளமான நன்கொடைகள் ஆகிய காரணங்களினால், அசோகரின் பெயர், பௌத்தமதச் சான்று நூல்களில் (சம்ஸ்கிருதம், பாலி, சீனம்) இறவாத்தன்மை பெற்றிருப்பினும் கட்டுக்கதை அம்சம் நிறைந்துள்ளது அவர் வரலாறு. இப்பேரரசரின் நாணயங்கள் ஒரு பெயரோ, அல்லது வாசகமோ பொறிக்கப்படாமல், இலச்சினை பொறிக்கப்பட்ட பிற நாணயங்களைப் போலவே வெறும் சின்னங்களை மட்டுமே

கொண்டிருந்ததால், சமீபகாலம்வரை அவற்றை இனம்கண்டு கொள்ள முடியவில்லை.

அசோகர் முடிசூட்டிக்கொண்ட நாளிலிருந்து எட்டு ஆண்டுகள் கழித்து கேடான கலிங்கப் படையெடுப்பிற்குப் பிறகு, திடீரென்று தோன்றிய மனமாற்றத்தைப் பற்றி அவரே குறிப்பிட்டுள்ளார். இப்போரில் கொல்லப்பட்டோரின் எண்ணிக்கை ஒரு லட்சம்; போர் உடன் நிகழ்வுகளினால் இறந்தவர்களின் எண்ணிக்கையோ இதைவிட பன்மடங்கு அதிகம்; ஒரு லட்சத்து ஐம்பதாயிரம் மக்கள் நாடு கடத்தப்பட்டனர். இதை அபவஹ என்ற வினைச்சொல் குறிக்கின்றது; இது அர்த்தசாத்திர அரசுரிமை நிலங்களில், நாடுகடத்திக் கொணர்ந்த பலவந்தக் குடியேற்றத்தைக் குறித்த சொல்லுடன் பொருந்திச் செல்கின்றது. இப்போர் வெற்றிதாம் மௌரியர்களுக்குரிய இறுதிப் பெரும்போர் நடவடிக்கை. இதன் பிறகு எஞ்சியிருந்த கலிங்கர்களுக்கு தந்தையைப்போல் விளங்கிய அசோகர், சிறப்பான ஆதரவுகளை அளித்தார். ஏறத்தாழ இச்சமயத்தில்தான், மத ஆசிரியர்களின் கருத்துக்களால் கவரப்பட்டுத் தாமே பௌத்தராகவும் மாறினார். இம்மதமாற்றம் கி.பி. 327-ல், கிறித்துவ மதத்தைத் தழுவிக்கொண்ட உரோமானியப் பேரரசன் கான்ஸ்டன்டைனின் மதமாற்றத்துடன் நிரம்பவும் இணைத்துப் பேசப்படுகிறது; ஆயின், இது அரசுடன் உறவுகொண்ட ஒரு பொதுச் சமய வழிபாட்டை ஏற்படுத்தாததுடன், புறச்சமயங்களை (பாகனிஸம்) ரோமாபுரியிலிருந்து துடைத்தெறிந்த அரசாங்க மதமான கிறித்துவத்தைப்போல், இந்தியாவின் பிற மதங்களின் வளர்ச்சியைத் தடுத்து நிறுத்தவில்லை. மாறாக, அசோகரும், அவர் வாரிசுகளும், பிராமணர்கள், ஜைனர்கள், ஆஜீவிகர்கள் போன்றோருக்கும் தாராளமாக நன்கொடைகளை வழங்கினார்கள். தம்முடைய ஆட்சிப்பகுதியில் இடைவிடாது மேற்பார்வைப் பயணங்களை மேற்கொண்ட அசோகர், மதிப்பிற்குரிய முதியோர்களைச் சென்று பார்த்துவருவதை வழக்கமாகக் கொண்டிருந்ததுடன், எல்லா மதச்சார்புள்ள பிராமணர்களையும், தவசிகளையும் நேரில் கண்டார். தகைமையுடையோர் எம்மதத்தவரானாலும், அவர்களுக்குப் பணமும், பரிசில்களும் தந்து உதவினார். அடிப்படையான மாறுதல் இந்திய அரசர் தன்னுடைய குடிமக்கள்பால்கொண்டிருந்த மனப்பான்மையில் நேர்ந்ததே தவிர அது மதத்தன்மையுடையதாகத் தோன்றவில்லை; 'நான் செய்யும் கடும் முயற்சிகள் யாவும், எல்லா ஜீவராசிகளுக்கும் நான் செலுத்தவேண்டிய கடனைக் குறிப்பதற்கான பிரயத்தனங்களேயாகும், வியக்கும் வண்ணம் புதியதாகவும்,

இலட்சிய எழுச்சி மிக்கதாகவும் விளங்கிய இந்த அரச பதவி.' ஆட்சிக்கலைத் தத்துவத்திற்கு முற்றிலும் அயலானதாக உளது; அங்கு, அரசர் சர்வாதிகார அரசின் சின்னமாகத் திகழ்ந்தார். அர்த்தசாத்திர மன்னர், யாருக்கும், எதுவும் கடன்பட்டிருக்கவில்லை திறமையுடன் அரசின் இலாபங்களைப் பெருக்கி, அதுவே தம்முடைய இறுதிக் குறிக்கோளாகவும்கொண்டு ஆட்சி செய்வதே, அவருடைய கடமை. ஆறாம் நூற்றாண்டில், மகத சமயங்கள் வெளியிட்ட சமூகத் தத்துவங்கள், இறுதியில், அசோகர் காலத்தில் அரசுச் செயலமைப்புத் திட்டத்தில் ஊடுருவின.

இக்கூற்றுக்கு இணங்க, பௌத்தமதக் கொள்கைகளைப் பரப்புவதற்காகவும், பிரசாரம் செய்வதற்காகவும் அசோகர், அரசகட்டளைத் தகவல்களைப் பொறித்து வெளியிட்டதாகக் குற்றம் சாட்டப்படுகின்றார். பௌத்தர்கள், பிராமணர்களின் போலித்தனங்களை அம்பலப்படுத்தியவாறு இருந்தாலும், ஜைனம், ஆஜீவிகம் போன்ற சம முக்கியத்துவம் வாய்ந்த இரு பெரும் சமயங்களைத் தங்களுடைய இறைமை இயலுக்குரிய தீவிரப் போக்கால் வெறுத்து ஒதுக்கினாலும் எல்லா வகையான புறச்சமயத்துறைகளுக்கும் ஊரறியச் செய்த அசோகரின் பேருதவிகளைப் பார்க்கும்போது, இக்குற்றச்சாட்டு நியாயமானதாகத் தோன்றவில்லை. இருந்தாலும், தன்னை ஒரு பௌத்தர் என்று அவர் கூறிவந்தது மெய்யே. இவர், புத்தருடைய சாம்பல் கொண்டுசென்ற இடங்களிலெல்லாம், ஏராளமான அளவில் ஸ்தூபிகளையும் புனித தலங்களில் மற்ற பௌத்த நினைவுச்சின்னங்களையும் கட்டியதாக நம்பப்படுகிறது. இவற்றையெல்லாம், பெருமளவுக்குத் தொல்பொருள் ஆய்வு உறுதி செய்துவிட்டன. அவருடைய தூண்களும், அரசகட்டளைக் கல்வெட்டுக்களும், அதே காலத்திற்குரிய பெரிய வணிகவழிகளின் மீதுள்ள முக்கியச் சாலை சந்திப்புகளிலும், அல்லது புதிதாக நிறுவப்பட்ட நிர்வாகத் தலைமை இடங்களுக்கு அருகிலும் அமைக்கப்பட்டிருந்தன. இவற்றில் புத்தரின் வாழ்க்கையில் சிறப்பான நிகழ்ச்சிகளைக் குறிக்கும் இடங்கள் பெரும்பாலாக, பழைய உத்தராபதாவில் இருந்தன; ஆயினும் வேகமாக விரிந்த கங்கைப்புறக் குடியேற்றம் இப்பழம்பெரும் வணிகவழி, படிப்படியாகப் புறக்கணிக்கப்பட்டதற்குக் காரணமாயிற்று. மத உட்பிளவுகளைப் பற்றிய சிறப்பு அரசகட்டளையொன்று, பௌத்த சங்கத்திற்குரியது. அது பௌத்தர்களுடைய கல்வி, ஒழுக்கம் போன்ற விஷயங்களில் சிறந்த புத்திமதிகளை அளித்ததற்குமேல், ஏதும் ஒரு சிறப்புரிமையைப் பள்ளித் துறவிகளுக்கு வழங்கவில்லை. சங்கத்தின் விரைவுமிகு வளர்ச்சி, பெரிய இடத்து ஆதரவு

ஆகியவற்றின் விளைவுகளினால், சங்கம் சற்று இளக்கம் பெறத் துவங்கியது கண்கூடு. அசோகருடைய ஆட்சிக்காலத்தில் சம்பிரதாய முறையில் நடைபெற்ற மூன்றாவது பௌத்த திருச்சபைக் கூட்டமும், இலங்கை, மத்திய ஆசியா, அநேகமாகச் சீனா போன்ற எல்லா அண்டை நாடுகளுக்கும் பௌத்தமதத் தூதுவர்களை இவர் அனுப்பிவைத்ததும், வரலாற்று வாயிலானதாகத் தோன்றுகிறது. மிகவும் புராதன நிலைப்பட்ட உருவத்தில், பாலிமொழியில் உள்ள பௌத்தமதத் திருமறைநூல், புத்தரின் மறைவுக்குப் பிறகு உடனடியாகத் திரட்டப்பட்டதென்று கூறப்படுகிறது; ஆனால், இன்றுள்ள அதன் உள்ளடக்கம், அசோகரின் காலத்திலோ, அக்காலத்திற்கு சமீபத்திலோதான் பெறப்பட்டிருக்க வேண்டுமென்று தோன்றுகிறது. இந்நூல், இலங்கை, பர்மா, தாய்லாந்து ஆகிய நாடுகளில் காப்பாற்றி வைக்கப்பட்டுள்ளது. இந்த அரசகட்டளைத் தகவல்கள் தனிப்பட்ட பௌத்தமத ஆர்வத்திற்குமேல் ஆழமாகவே ஒரு அரசின் அடிப்படைக் கொள்கை முற்றிலும் மாறுபட்ட நிலையைச் சுட்டுகின்றன. இதன் முதல் முக்கிய அடையாளக் குறிப்பு அரசின் இலாப நோக்கற்ற (பௌத்தத் தூபிகளைத் தவிர மற்ற) பொதுப்பணி வேலைகளில் தெரியவருகின்றது. பாடலிபுத்திரத்தில் அமைந்திருந்த அசோகரின் பேரழகு மிக்கப் புது அரண்மனையும், எழில்மிகு கட்டடங்களும், சுகபோகங்களையும், வெளிப்பகட்டுகளையும் எடுத்துக்காட்டுவதாகத் தோன்றலாம்; எந்த ஒரு அரசனும் அவ்வாறு கட்டுவது இயல்பே. அர்த்தசாத்திர அரண்மனையோ அதன் உபயோகத்தன்மைக்கும், தற்காப்பிற்குமே சிறப்பிடம் தந்தது; தவிர அது மர வேலைப்பாடுகளுடன் கூடியதாயிருந்தது. அசோகரின் அரண்மனையோ, மிகுதியாகக் கற்களால் கட்டப்பட்டிருந்ததுடன் அக்கற்கள் கண்ணாடிபோன்ற பளபளப்பான தோற்றத்தைக்கொண்டிருந்தன. இப்புதிய சிற்பப் பாணி, மெருகேற்றம், அழகிய கன்றுத்தலைச் சிற்பங்கள் ஆகியன, அதன் பிறகு, பரந்த அளவில் தூண்களில் பயன்படுத்தப்பட்டன; இவை, ஆக்கேயமெனித் கட்டிடங்களிலிருந்து எடுத்தாளப்பட்டிருப்பதாகக் கொள்ளப்படுகின்றன. அசோகருக்கு, முதலாவது டரியஸின் ‘அபதன’ அரண்மனை, ஒரு மாதிரியைத் தந்தது என்றும், கட்டடக் கலைஞர்களைக்கூட அங்கிருந்தே தருவித்தாரென்றும் ஊகிக்கப்படுகின்றது. ஆயின், அது 2000 மைல்களுக்கு அப்பால், கி.மு. 500-க்கு முன்பே கட்டப்பட்டு கி.மு. 330-ல் அலெக்சாந்தரின்

கேளிக்கை விருந்தின்போது தீக்கிரையாகிவிட்டதால் அக்கூற்றை அப்படியே நேருண்மையென்று எடுத்துக்கொள்ள முடியாது. சிறந்தது எனினும், சற்றே பிந்திய சாஞ்சிநிலை வாயிலையும் நான் சேர்த்துக்கொண்டு கூறும் அசோகரின் கலை வேலைப்பாடுகள், நன்கு முதிர்ச்சியுற்றிருந்த மரவேலைகளின் நுணுக்க மரபு, அப்படியே கல்லில் செதுக்கப்பட்டுள்ளதை எடுத்துக்காட்டுகின்றன. கார்லே, கொண்டேன் மற்றும் வேறு குகை மடாலயங்களின் தோற்ற அமைப்பைக் கவனிக்கும்போது, பல அடுக்குத் தளங்களைக்கொண்ட அவ்வீடுகள் பெரும்பாலும் மரத்தால் கட்டப்பட்டிருந்ததை எடுத்துக்காட்டுகின்றன. பௌத்தர்களின் கலைப்பாங்குச் சிறப்பை எடுத்துக்காட்டும் வில் வளைவுகள்கூட, தொடக்கத்தில் மரத்தில்தான் அமைக்கப்பட்டிருந்தன. ஒரு சமயத்தில், அசோகரின் பேரெழில் அரண்மனையென்று தவறாகக் கருதப்பட்ட பிற்கால மௌரியர்களின் சபாமண்டபத்தின் பழங்காலச் சின்னங்கள், பாட்னா நகர்ப்புறத்திலுள்ள குமரஹார் அகழ்வாராய்ச்சியில் துலக்கப்பட்டுள்ளன. அம்மண்டபத்தின் தரைத்தளம், உட்பகுதிக் கூரை, வெளிக்கூரை, கீழ்க்கட்டு மானங்கள், வடிகால்கள் உட்பட, யாவும் கன மரத்தினாலானவை. களிமண் விளிம்புக்கரைக் கட்டுடன், மண்ணில் செங்குத்தாகப் புதைத்து நிறுத்தப்பட்டுள்ள கனமான அடிமரங்களின்மீது பேரழகுடன் மெருகேற்றப்பட்ட கல்தூண்கள் நிற்கின்றன. இன்று மரங்கள் கழிக்கப்பட்டுச் சூனியமாகக் காட்சி அளிக்கும் இப்பிரதேசத்தில், முன்னர் ஏராளமான அளவில் மரங்கள் கிடைத்தன. கி.பி. ஏழாம் நூற்றாண்டுவரையிலும், பீகாரைச் சுற்றியிருந்த சதுப்புநிலப் பிரதேசங்களின் வழியாகப் பல மைல்களுக்கு நீண்டு செல்லும் பாதைகள், கழிமரங்கள் அல்லது செதுக்கிய மரங்களை அருகருகே இணைத்துப்போட்டு அமைக்கப்பட்டிருந்தன. அது உன்னத நிலையிலிருந்த சமயம் பாட்னாவின் கோட்டைச் சுவர்கள், மரத்தினால் கட்டப்பட்டு மண்ணால் பூசப்பட்டிருந்தன.

இந்தியப் பண்பாட்டின் பெருமதிப்பிற்குரிய பகுதியாக, இந்தியக் கலை வேலைப்பாடுகளும், கட்டடக் கலையும் சிந்துச் சமவெளிக் கட்டடங்களை நீக்கிவிட்டுப் பார்க்கும்போது, அசோகர் காலத்திலிருந்து தொடங்குவதாகக் கூறலாம். பாட்னாவில் சிதைந்து போயிருந்த அசோகரின் அரண்மனைத் தோற்றத்தைக் கண்ட கி.பி. நான்காம் நூற்றாண்டுச் சீன யாத்திரிகர்களும்கூட அதைக் கட்டியவர் அசுரரோ தேவரோ

என்றெண்ணி வியந்தனர். அரசாங்கத்திற்கு எவ்விதமான இலாபமும் இல்லாததும் ஆயினும் மிகவும் முக்கியமானதுமான பொதுப்பணித்துறை வேலைகளை மேற்கொண்டு ஏராளமான அளவில் அசோகர் செலவு செய்தார். தமது பேரரசைச் சுற்றி அநேக இடங்களில் மனிதர்களுக்கும், மிருகங்களுக்கும் மருத்துவமனைகளை நிறுவினார்; அரசின் செலவில் எல்லோருக்கும் இலவச மருத்துவ வசதி கிட்டியது. நிழல் தரும் மரங்களும், இறங்கித் தண்ணீர் பருகுவதற்கு ஏற்பப் படிக்கட்டுகளை அமைத்துக் கட்டப்பட்ட கிணறுகளும், பழத் தோட்டங்களும், பயண விடுதிகளும், எல்லா முக்கிய வணிகச் சாலைகளின் வழியே செல்லும் ஒவ்வொரு யோஜனை தூரத்திலும் (ஐந்திலிருந்து ஒன்பது மைல் மூலச்சொல், ஒரு நீண்ட மாட்டுவண்டிப் பயணத்தில் நுகத்தடியில் பூட்டப்பட்ட காளைகள் இளைப்பாறத் திரும்பவும் அவிழ்க்கப்படும்வரை செல்லக்கூடிய தூரத்தைக் குறித்தது) முறைப்படி அமைக்கப்பட்டிருந்தன. இப்புதிய அமைப்புகள் யாவும் வணிகர்களுக்கு கிட்டிய வரப்பிரசாதங்களாகும்; ஏனெனில் குறிப்பாக, அசோகருடைய ஆட்சி எல்லையில் மட்டுமல்லாது, எல்லைகளுக்கு அப்பாலும் உள்ள பல்வேறு வியாபாரச் சந்திப்புகளிலும் இவைகள் அமைக்கப்பட்டிருந்தமையால் கால்நடை மற்றும் பொது மருத்துவ வசதிகள் கிட்டின. நாம் சென்ற ஒரு அத்தியாயத்தில் கவனித்த பௌத்த மதக் கோட்பாட்டின்கீழ் செயலாற்றவேண்டிய ஒரு நற்குணமிக்க சக்கரவர்த்தியின் கடமைகள் தற்போது சரியாகப் பொருந்திச் செல்கின்றன. இவற்றில் ஏதும் அரசுக்கு இலாபம் கிட்டும் வழியில்லாதவரையில், அர்த்தசாத்திரம் இத்தகைய பணிகளையெல்லாம் கற்பனைகூட செய்யவில்லை. இருப்பினும், கடுமை நிறைந்த இந்நூலும்கூட முதியோர், முடவர் மற்றும் அனாதைகளுக்கு உதவவேண்டிய அவசியத்தை வலியுறுத்தியுள்ளது.

இதனால், பேரரசர் அசோகர், அறப்பணிகளுக்காகவும் புண்ணிய காரியங்களுக்காகவும் நிர்வாகக் கடமைகளைப் புறக்கணித்துவிட்டார் என்று பொருள் கொள்ளமுடியாது. சந்திரகுப்தரின் விரிவான படையெடுப்புகளையும், பிந்துசாரரின் தொடர்ச்சியான போர் ஆக்கிரமிப்புகளையும், மற்றும் துணைக்கண்டம் முழுவதிலும் விரிந்துசென்ற மாபெரும் சாம்ராஜ்ஜியத்தையும் பார்க்கும்போது சில காலமாகவே காலதிட்ட அறிக்கைகளைச் செவியுறும் இராஜ்ஜிய நடைமுறைகள் புறக்கணிக்கப்படுவதைப் பற்றி அசோகரே பல தடவை குறிப்பிட்டுள்ளது இயல்பே. அசோகர் உரைப்பதாவது: ‘நான் எல்லா நேரங்களிலும் அரசுப்பணி

அறிக்கைகளை வாங்கிப் பரிசீலனை செய்வேன்; மதிய உணவு மேசை, உட்புற இல்லம் (அந்தப்புரம்), படுக்கை, கழிப்பிடம், அணிவகுப்பு மேற்பார்வை, அரண்மனை நந்தவனம் அல்லது வேறு எந்த இடமாக இருந்தாலும்கூட மக்களின் நிலைகுறித்த அறிக்கைகளை உடனுக்குடன் என்னுடைய கவனத்திற்குக் கொண்டுவரலாம். புறக்கணிக்கப்பட்டுவந்த அர்த்தசாத்திர இராஜ்ஜியக் காலதிட்ட அட்டவணைகள், தற்போது இழந்த காலத்தை ஈடுசெய்யும் புத்துணர்வுடன் திரும்பக் கடைப்பிடிக்கப்பட்டன. இருப்பினும்கூட சாணக்கியருடைய ஆட்சி நிர்வாகம், தீவிரமான மாறுதல்களுக்குள்ளாகியது. (பிந்துசாரருடைய ஆட்சித் துவக்கத்தில் சாணக்கியர் ஓய்வு பெற்றுவிட்டதாக ஒரு ஆதாரப்பூர்வமற்ற மரபு உளது) தற்போது, அரசரே நேரிடையாகத் தன் ஆட்சிப் பகுதிகளைச் சுற்றிப்பார்க்கும் மேற்பார்வைப் பயணங்களை ஐந்து ஆண்டுகளுக்கொருமுறை மேற்கொண்டார். இத்தகைய பயணங்களில் அந்த ஐந்தாண்டு காலத்தில் பெரும் பகுதி கழிந்திருக்குமாதலால் இது மழைக்காலம் நீங்கலாக, மற்றபடி ஓய்ச்சல் ஒழிவில்லாத அலைச்சலையே எடுத்துக்காட்டுகிறது. சாதாரணமாக, இதற்கு முன்பு, அரண்மனைப் பயணங்கள் என்றால், அவை வேட்டைபோன்ற தனிப்பட்ட இன்ப நலன்களுக்காகவும், படையெடுப்பு முகாம்களுக்காகவும் இருந்தன. அவ்வாறே இராஜ்ஜியத்தின் மேல்மட்ட அதிகாரிகளும், தங்களுடைய நிர்வாக வரம்பிற்குட்பட்ட பிரதேசங்களில் ஐந்தாண்டுகள்தோறும் மேற்பார்வைப் பயணங்களை மேற்கொள்ளுமாறு பணிக்கப்பட்டனர். இதற்கு மேலாக முழுமையான அதிகாரங்களைப் பெற்ற புதிய வர்க்கம் தோன்றியது; இப்புதிய வர்க்கத்தின் மேற்பார்வையாளர்கள், அதிகாரிகளையும், சிறப்பு நிதிகளையும் கட்டுப்படுத்தி வந்தனர். இப்புதிய வர்க்கத்திற்கு இடப்பட்ட பெயர் தர்மமகாமாத்திரர் என்பதாகும். இதை, 'நீதி அமைச்சர்' என்றும் மொழிபெயர்க்கலாம். இதுவே, பின்னர், அறம் மற்றும் சமயத் துறையின் முதுநிலைக் கண்காணிப்பாளராகப் பொருள்கொள்ளப்பட்டது. இச்சொல்லுக்கு அசோகர் காலத்திற்கு பொருந்திவரக்கூடிய சரியான மொழிபெயர்ப்பு, 'நடுநிலை மேலாளர்' என்பதே. இந்த நடுநிலை அறம் (Equity) என்பது நியாயத்திற்கும், நீதிக்கும் அடிப்படையென்று கொள்ளத்தக்க விதிமுறைச் சட்டங்களுக்கும், பொதுமரபுச் சட்டங்களுக்கும் அப்பாற்பட்ட கொள்கையாகும். இது தொடக்கத்தில் வழங்கப்பட்ட 'தம்மா' என்ற சொற்பொருளுடன் சரியாகப் பொருந்திச்சென்று, 'தம்மக' என்பதன் மினாந்தரின் கிரேக்க

மொழிபெயர்ப்பான, 'திகாயஸ்' என்பதையும் சரியெனக் காட்டுகிறது. சட்டத்திற்குக் கீழ்ப்படியும், மக்கள் கூட்டங்கள், இனப் பிரிவுகள் ஆகியோரின் முறையீடுகளைப் பரிசீலிப்பதும், அவர்கள் நல்லமுறையில் நடத்தப்பட்டு வருகிறார்களா என்பதை கவனிப்பதும், இப்புதிய தர்மமகாமாத்திரர்கள் செய்யவேண்டிய கடமைகளின் ஒரு அம்சமாகும்; ஆனால், அவ்வாறு செய்யும்போது அவ்வகை மக்கள் கூட்டங்கள், இனப் பிரிவுகள், யாவருக்கும் உரிய தனிக் குழுக்கோட்பாடுகள், வழிமுறைகள் போன்றவற்றையும் ருசுப்படுத்திக்கொள்ள வேண்டுமென்றும் கோரப்படுகிறார்கள். தன்னுடைய மேற்பார்வைப் பயணங்களின்போது, பேரரசரே, இதை நிறைவேற்றி வைத்தார். பூர்வகுடிமக்களின் குழுச் சட்டமும், பூர்வகுடிக்குரிய குழு மதமும் ஒன்றுதான். அர்த்தசாத்திர ஜனபத மக்கள் குறிப்பாக கிராமவாசிகள்-பூர்வீகத்தன்மை வாய்ந்தவர்கள் என்பது உறுதிப்பாடே. தரிசோட்டும் முதல் உழவிலிருந்து, அறுவடை முடித்துப் பதர் நீக்கும் பருவம்வரை, விவசாயத் தொழிலில் ஒவ்வொரு வேலைகளைத் தொடங்குவதற்குப் பீடிகையாகச் சில சடங்குகள் (இன்றுப் போலவே அன்றும்) முக்கியமானதாகக் கருதப்பட்டன. இதில் உள்ள பல சடங்கு ஒழுக்கங்கள் பெரும்பாலும் உணவைச் சேகரித்து வாழ்ந்த சமூகத்திலிருந்து எடுத்துக்கொள்ளப் பட்டவையே. குறுகிய வட்டாரத்திற்குரியதும், சில சமயங்களில் ஒன்றுக்கொன்று முரண்பாடுடையதுமான அத்தகைய சமய நம்பிக்கைகளைச் சரியானவாறு உணவு உற்பத்தி செய்யத் தொடங்கிய ஒரு பெரிய சமூகத்துடன் பொருத்திச் செல்வது எப்படி என்பதே அப்போதைய பிரச்சினை. பௌத்த மதத்தின் நோக்கமும் அதுவேதான். இருப்பினும், அது யாகம், மற்றும் சடங்குப்பூர்வமான எல்லா உயிர்க்கொலைகளையும் கண்டனம் செய்தது. இந்நிலையில், யஞ்ஞங்களைப் புறக்கணித்த அர்த்தசாத்திரமோ, நச்சுப்பாம்பு, சுண்டெலி போன்ற தொல்லைகள் அல்லது கொள்ளை நோய் முதலியனவற்றை ஒரு ஜனபதத்திலிருந்து அகற்றுவதற்கு பில்லிசூனிய வழிமுறைகளைப் பயன்படுத்தி வந்தது.

அசோகர் எல்லா உயிர்க்கொலைகளையும் தடை செய்யவில்லை. ஒரு தனிப்பட்ட பட்டியலில் கண்ட சில மிருகங்களுக்கும் பட்சிகளுக்கும் மாத்திரமே பாதுகாப்பு அளிக்கப்பட்டது. இதற்குக் காரணம் தெரியவில்லை. எனினும், அவை குலச்சின்னங்களாக இருந்தமையால் பாதுகாக்கப் பட்டிருக்கலாம் என ஊகிக்கலாம். எருதுகள், பசு, காளை விருப்பப்படி (இன்றும்கூட) திரியவிடப்பட்ட சந்தகா

பொலிகாளை நீங்கலாக, முதலியன காப்பாற்றப்படவில்லை. இவ்வாறு தன்னிச்சையாக மேயவிடப்பட்ட பொலிகாளைகள் தெய்வீகமானவைகளாயினும் இனப் பெருக்கத்துக்கு மிக அவசியமானதாகக் கருதப்பட்டன. அங்காடிகளிலும், முக்கியச் சாலை சந்திப்புகளிலும் மற்ற எல்லா இறைச்சிகளையும் போலவே மாட்டு இறைச்சி அன்றளவும் மிக தாராளமாகக் கிடைத்தது. சைவ உணவுமுறைக்கு, மன்னரே உதாரணமாகத் திகழ்ந்து, அரண்மனையில் இறைச்சி உண்ணுதலை அடியோடு நிறுத்திப் பெரும்பாலும் அதை அற்றுப்போகும்படி செய்தார். யஞ்ஞத்தைப் போலவே, களியாட்ட வெறிக் கூத்துக்களின் (சமாஜம்) சில அம்சங்கள், அரசகட்டளை வாயிலாகத் தடை செய்யப்பட்டன; இத்தகைய வெறிக் கூத்துக்கள் (சமாஜம்), குற்றங்களுக்கும், வருந்ததக்க மிகைச் செயல்களுக்கும் வித்திடும் வகையில் மட்டுமீறிய மதுபானக் குடிக்கும், தங்குதடையற்ற சிற்றின்பச் சேர்க்கைகளுக்கும் உரமிட்டு வந்தன; இதில்கூட, சிலவகையான சமாஜங்கள் தீமை இல்லாதவை என்றும் தேவையானவைதான் என்றும் பேரரசரே ஒப்புக்கொள்கிறார். இதன் ஒரு உருவமாக விளங்கிவரும், ஹோலி-வசந்தவிழா இன்றும் நம்மிடம் தங்கி வந்துள்ளதை கவனித்தோம். இதன் பெரும்பாலான ஆபாசக் கூறுகள் சட்டத்தின் உதவியினாலும், பொதுஜனக் கருத்துக்களினாலும் மட்டுப்படுத்தப்பட்டுவிட்டன. வேட்டைக்காக மிருகங்களை விரட்டிப் படுகொலை செய்யவோ நிலத்திருத்தம் என்ற பெயரில் காடுகளுக்குத் தீவைப்பதோ முழுமையாகத் தடை செய்யப்பட்டன. இவை பௌத்தர்களின் மனப்போக்கை அனுசரித்து எடுக்கப்பட்ட நடவடிக்கைகள் அல்ல; குடியிருப்புகளின் நலன்களை முன்னிட்டும், இயற்கை வளப் பாதுகாப்பை முன்னிட்டும் இந்த நடவடிக்கைகள் அத்தியாவசியமானவை. பிராமண மரபுடைய மகாபாரதத்தின் பிற்சேர்க்கையில் இத்தடைக்கட்டளை, சாகுந்தறுவாயில் இருக்கும் பீஷ்மரின் வாய்மொழியாகக் கூறப்பட்டுள்ளது. அவர், காடுகளைத் தீயிட்டு அழிப்பது கொடிய பாவச்செயல் என்று வர்ணித்துள்ளார். இதே காவியத்தின் புகழ்மிக்க பாண்டவ வீரர்களோ, பகவான் கிருஷ்ணனுடைய உதவியுடன் இதே முறையில் காடுகளை அழித்து, டில்லி நகர் இருக்கும் இடத்தைச் சீர்செய்திருக்கின்றனர். ஆகவே, இச்சந்தர்ப்பத்தில், பீஷ்மருடைய புத்திமதி பொருத்தமாக இல்லை. இதன் மெய்ப்பொருள், வேதகால ஆரிய வாழ்க்கைமுறை அப்போது முழுமையாக வழக்கொழிந்து போயிற்று என்பதே; சமூகம் ஒரு புதிய திருப்பம் பெற்று, நில உடைமை உற்பத்தி

முறையின் இறுதிக் கட்டத்தை அடைந்துவிட்டதால், அப்போது பழைய மேய்ச்சல்நில வாழ்க்கையின் முரட்டுத்தனமான பழக்கவழக்கங்கள் பொருந்திவரக்கூடியதாக இல்லை. சிறைக் கைதிகளின் நல்வாழ்வை கவனித்து வருமாறு, தர்மமகாமாத்திரர் களுக்குச் சிறப்பு உத்தரவுகள் பிறப்பிக்கப்பட்டன. அப்போது தண்டனைக்காலம் முடிவடைந்த பின்னரும், சிறை விலங்கிலிருந்த பல குற்றவாளிகள் விடுவிக்கப்பட்டனர். பிற சிறைக்கைதிகளின் திக்கற்ற குடும்பத்தினர்களுக்கு உதவி புரியுமாறு, தர்மமகாமாத்திரர்கள் கட்டளையிடப்பட்டனர். சிரச்சேத தண்டனைகளுக்குள்ளான கைதிகள், தங்களுடைய சொந்தப் பிரச்சினைகளைத் தீர்த்துக்கொள்வதற்காக மூன்று நாட்கள் அவகாசம் தரப்பட்டனர்; ஆனால் சிரச்சேத தண்டனையை ஒழிக்கவேண்டுமென்ற பிரச்சினை எழவில்லை.

அரசுரிமை அதிகாரத்திற்கெதிராக, முதல் அரசியலமைப்புக் கட்டுப்பாடுகளான, முதல் மக்களுரிமைச் சட்டங்களாக (Bills of Rights) அசோகருடைய அரசகட்டளைகள் அமைந்திருந்தன. குறைந்தபட்சம், ஆண்டுக்கு மூன்று தடவையாவது, இந்த அரசகட்டளைகளைப் பெரிய பொதுக்கூட்டத்திற்கு மத்தியில் படித்து கவனமுடன் விளக்கவேண்டுமென்று அதிகாரிகளுக்கு இடப்பட்ட சிறப்பு உத்தரவின் வாயிலாக இவை தெளிவாகின்றன. இம்மாபெரும் மாறுதலுக்கு, அவசியம் என்ன என்ற கேள்வியை நாம் இப்போது எடுத்துக்கொள்வோம். எண்ணிக்கை விரிந்து செல்லச்செல்ல அதற்கு ஏற்ப தரத்திலும் உயர்ந்து விளங்கிய சீர்திருத்தங்களுக்கு அசோகரின் சீர்திருத்தம், நல்லதோர் உதாரணம். கிருகபதிகள், உழவர்கள், கைவினைஞர்கள் ஆகியோரின் எண்ணிக்கையும், ஜனபதத்தின் நிலப்பரப்பும் பலவாறாகப் பெருகிச் சென்றன. நிலத்தீர்வை விதிப்பவராக இருந்த ரஜ்ஜுகர், ஆங்கிலேயர் ஆட்சிக்காலத்தில் இருந்த கலெக்டருக்குச் சமமாக விளங்கி, பல்லாயிரக்கணக்கான குடிமக்களை நிர்வாகம் செய்தார். ஜனபத எல்லைகளுக்கிடையே இருந்த அகண்ட இடைவெளி குறுகிக்கொண்டே போனதுடன் வணிகவழிகளும் காட்டின் வழியாகச் செல்லும் சிறு குறுகிய பாதைகளாக இல்லை. காடுகளில் வசித்தவாறு ஊறு விளைவித்துக் கொண்டிருந்த காட்டுமிராண்டிகளின் எண்ணிக்கையும் குறைந்து வந்தன. அவர்களால் தற்போது தொந்தரவு ஏற்பட்டதேயொழிய, உண்மையான அபாயம் நீங்கிவிட்டது. எல்லைகளுக்கு அப்பால் இருந்த நாடுகளுக்கு அனுப்பியதைப் போலவே, அசோகர், இவர்களிடமும் 'தம்மா' தூதுவர்களை அனுப்பினார். துணிவுமிக்க தனியார் கூட்டம் எண்ணிறந்த அளவில் காட்டிற்குள் பிரவேசித்து,

அங்குள்ள நிலங்களை வெட்டிச் சீர்திருத்தம் செய்து, சாகுபடியில் சேர்க்கத் துவங்கியதால், முன்புபோல் ராஷ்டிரா, அல்லது சீதா என்றவாறு நிலத்தைத் தரம் பிரிக்கும் வேலை கடினமாயிற்று. மாபெரும் மகத சாம்ராஜ்ஜியத்தின் சைனியம் தேவைக்குமேல் விளங்கியதுடன், முன்புபோல், அதே அளவில் அத்தகைய பெரும்படையை நிர்வகிப்பதும் வீண் செலவாக எண்ணப்பட்டது. தன்னுடைய 'நடுநிலை ஆட்சிக்கு'ப் பிறகு, படையென்பது அணிவகுப்பிற்காகவும், பொதுமக்கள் பார்வைப் பொருளாகவும் இருந்ததாக அசோகரே கூறுகிறார்.

ஒன்றுக்கொன்று முற்றிலும் வேறுபட்ட அமைப்புடன்கூடிய மூன்று பெரும் பிரிவுகளாக இந்த நாடு விளங்கியது. பஞ்சாபும், பேரரசின் மேற்குப் பகுதியும் அந்நியத் தாக்குதலுக்குரிய திறப்பாக விளங்கியதால், அங்கு ஒன்று அல்லது ஒன்றுக்கு மேற்பட்ட தனித்தனியான பிராந்தியப் படைத் தலைமையுடன்கூடிய படை விழிப்புடன் இருப்பது அவசியமாயிற்று. ஆகவே, இப்பிராந்தியப் படைத்தலைவர்கள் பின்னர் தாங்களாகவே மன்னர்களென அறிவித்துக்கொண்டு முடிசூட்டிக்கொள்ள ஆசைப்பட்டிருத்தல் இயல்பு. அல்லது, இவர்கள் கிரேக்கர், சாகா அல்லது வேறு மத்திய ஆசிய இனத்தார்களினால் துரத்தப்பட்டிருக்கலாம். அசோகருக்குப் பிறகு, ஏறத்தாழ ஐம்பது ஆண்டுகளில் இவ்விரண்டுமே நிகழ்ந்துள்ளன. இரண்டாவது பிரதேசம், கங்கையின் மையப் பகுதிகள்; எதிரிகளின் ஆக்கிரமிப்பு பஞ்சாபில் நிகழாத வரையில், இங்குப் படைக்குத் தேவை ஏற்படவில்லை. இது அன்றும்கூடச் சீர்வளம் பெற்றுச் செல்வம் கொழித்து விளங்கிற்று. இருப்பினும் உலோகத் தொழிலில் அரசுகொண்டிருந்த ஏகபோக உரிமை, படிப்படியாக மறைந்து போயிற்று. பீகாரிலுள்ள தாமிரச் சுரங்கத்தைத் தோண்டித் தோண்டி நீர்மட்டத்தை அடையத் தொடங்கிவிட்டார்கள்; நீரை வெளியேற்றும் விசைக் குழாய்களோ கிடையாது. ஆகவே, இவ்வேலை தடைப்பட்டது. மகதத்திலிருந்து பெற்ற இரும்பு, பெருகிச்சென்ற நாட்டுத் தேவைகளுக்குப் போதுமானதாக இல்லை. தக்காணத்தில் இருந்த புதிய இரும்புக் கனிவளங்கள் கண்டுபிடிக்கப்பட்டுத் தொழில் வளர்ச்சி ஓரளவுக்கு ஆரம்பமாகிவிட்டது. (இதை பாவரியின் கதை எடுத்துக்காட்டுகிறது.) மகதப் படையெடுப்பிற்கு முன்பாகவே, வடக்கத்தியர்களின் தனியார் துறை வியாபாரமாக இத்தொழில் வளர்ச்சி ஆரம்பமாகிவிட்டது. அலெக்சாந்தருக்கு ஏறத்தாழ நூறு ஆண்டுகளுக்கு முன்பாகவே இந்திய எஃகுவிலிருந்து

தயாரிக்கப்பட்ட மிகச் சிறந்த போர் வாள்கள், ஆக்கேயமெனித் அரசவைக்குக்கூட அனுப்பப்பட்டன, மேம்பட்ட உலோகத் தொழிலிலிருந்து தயாரிக்கப்பட்ட இதன் வற்றாத தேவையைச் சமாளிக்கவேண்டுமாயின், ஆந்திரம், மைசூர் ஆகிய பிராந்தியங்களில், இங்குமங்குமாகச் சிதறிக் கிடந்த, தரமிக்க உலோகக் கனிப்பொருள்களைத் தோண்டியெடுப்பதின் மூலமே பூர்த்தி செய்யமுடியும். ஆனால், இப்புதிய கனிவளப் பகுதிகள் மிகத் தொலைவான காடுகளில் அமைந்திருந்ததால், அவற்றை நாடிச்சென்ற புது முயற்சியாளர்களின் மீது மகத அரசு, தன்னுடைய கொடுமையான அரசுப் பணித்துறை நிர்வாகக் கெடுபிடியைக் காட்ட முடியவில்லை. மூன்றாவது பிரதேசம், தீபகற்பம். இங்குள்ள நிலப்பகுதிகள் மகதச் சூழ்நிலையிலிருந்து முற்றிலும் மாறுபட்ட வகையில் அமையப் பெற்றிருந்ததாலும், சிறந்த நிலவளப் பகுதிகள் துண்டுத் துண்டாக இருந்ததாலும், மகத நாட்டுச் சீதா நிலங்களைப்போல், அதே வழியிலான குடியேற்றம் இங்குச் சாத்தியமாகவில்லை. மகதப் பேரரசின் இம்மூன்றாவது பகுதிகளின் எதிர்கால வளர்ச்சி என்பது, அதனதன் புதிய மக்கட்தொகைப் பெருக்கம், புதிய மொழிகளின் உய்வு, புதிய அரசுகளின் தோற்றம் ஆகியவற்றைப் பொறுத்திருந்தது. அசோகர் வாழ்ந்த காலத்தில் அவர் ஆட்சிக்கு உட்படாத இந்தியா மற்றும் சில காட்டுப்பழங்குடி அல்லது பழங்குடித் தன்மை வாய்ந்த குழுக்களைத் தவிர, வேறு வம்சாவளி மரபுள்ள இராஜ்ஜியத்தை ஒப்பிட்டுச் சொல்வதற்கில்லை. மேற்கு எல்லைகளுக்கு அப்பால் இருந்த கிரேக்க இனத்தாரை மட்டுமே மன்னர்களாக அசோகர் குறிப்பிடுகிறார். நூறு ஆண்டுகளில் அவருக்குச் சொந்தமான கலிங்கத்தில் வெற்றிக்கொடி நாட்டிய காரவேலன் உட்பட எவரையும் அவர் மன்னர் என்று குறிக்கவில்லை. கடைசியில், காட்டழிப்பு என்பது மகதத்தில்கூட பெருகிச்சென்ற வெள்ளங்களையும், குறைந்துசென்ற பயிர் விளைச்சலையும் குறித்தது; காட்டைச் சீர்திருத்திக் கொண்டு செல்லும்போது, முதலில் சீராக்கப்பட்டனவெல்லாம் நல்ல விளைநிலங்களாக இருந்தன; மற்ற நிலங்களிலோ பாசன வசதிகளைப் பெறமுடியவில்லை. வெள்ளம், பயிர்நோய், குறைந்த மழை போன்ற காரணங்களினால் ஏற்படும் பஞ்சகாலங்களில் பெருமளவு நிலப்பரப்பிலிருந்து வரியாகப் பெறப்படும் நில வருவாய் முழுவதும் நஷ்டமாகிறது. இதைத் தொடர்ந்து நடத்தவேண்டிய துயருதவிப் பணிகளின் காரணமாகக் கருவூலத்திற்கும் மேலும் நெருக்கடியைத் தோற்றுவிக்கிறது. அதிகாரங்களை மத்தியில் குவித்துவைத்துள்ள நிர்வாகத்தின்

கீழுள்ள மற்ற எல்லாப் பிரச்சினைகளையும் போலவே, மெதுவான போக்குவரத்தும், அகண்ட நிலப்பரப்பும் இப்பணிகளைக் கடினமாக்கின.

இது ஊகத்தின் அடிப்படையில் எழுந்த கற்பனை உருவமல்ல என்பதை அசோகருடைய நாணயங்கள் எடுத்துக்காட்டுகின்றன. சந்திரகுப்தருக்குப் பிறகு வெளியிடப்பட்ட இலச்சினைப் பொறித்த மௌரியக் கார்ஷா பணம், முன்னோர் காலத்திலிருந்த அதே எடையைக் கொண்டிருந்தது. ஆனால் கூடுதலான தாமிரக் கலவை, நயமற்ற வார்ப்பு, எடை வித்தியாசங்கள் முதலியன அவசர அவசரமாக நாணயங்கள் அச்சடிக்கப்பட்டதை உணர்த்துகின்றன. பண நெருக்கடி, தேவைக்குக் குறைவாயிருந்த செலாவணி ஆகியவற்றினைத் தொடர்ந்து நாணய மதிப்புக் குறைப்பு (பண வீக்கம்) ஏற்பட்டதுடன், பண்டையத் தொழிலினக் குழுக்களை எடுத்துக்காட்டுவதான நாணயத்தின் மீது மறுதலைக் குறியை அச்சடிக்கும் வழக்கமும் நின்றுபோயிற்று. இதிலிருந்து, புதிய வணிகர்களைக் கட்டுப்படுத்துவது எளிதல்லவென்பது தெளிவானதுடன், அப்போதுள்ள தக்காணப் பகுதி, மிகவும் இலேசான வெள்ளி நாணயங்கள், ஈயமும் அல்லது வெள்ளீயமும் கலப்புள்ள அடையாளத் தகடுகள் கொண்ட குறைவான செலாவணியை வைத்தே சமாளித்து வந்ததும் உண்மை. இது பழங்குடிகளுடன் பண்டமாற்று நிகழ்த்திவந்த வணிகர்களின் ஏராளமான வியாபாரங்களையும், கொள்ளை இலாபங்களையும் குறிக்கின்றது. முதல் முதலாக நாணய மதிப்பைக் குறைத்த பெருமை சாணக்கியருக்கே உரியது. அவர் அதே வெள்ளி உள்ளிருப்புக்கு முன்னைவிட எட்டு மடங்கு மேலாக நாணயங்களை அச்சடித்து வெளியே புழக்கத்தில் விட்டார். நாட்டின் கருவூலத்திற்கு நெருக்கடி நேரும்போது, வேறு வகையான நடவடிக்கைகளையும் அர்த்தசாத்திரம் வகுத்துரைக்கின்றது. நிதி நெருக்கடியால் திக்குமுக்காடும் மன்னர், மக்களுடைய முதலீடுகள், சேமிப்புப் பண்டங்கள், தானியங்கள் போன்றவற்றின்மீது அடிக்கடி அல்லாமல் ஒரே ஒரு தடவை மட்டும்-சில சிறப்புத் தீர்வைகளை விதிக்குமாறு பரிந்துரைக்கப்பட்டார்; எங்கும் நிறைந்து காணப்பட்ட ரகசிய அரசுப் பிரதிநிதிகள் தாங்களாகவே முதலில் பணத்தை அள்ளி வீசி மக்களையும் அவ்வாறே செய்யத் தூண்டிவிட்டு, நன்கொடை திரட்டுவார்கள். இதற்காக நாகம், அல்லது பேய் அல்லது வேறு ஏதும் ஒரு இயற்கை மீறிய ‘புது வழிபாடுகளை’ இவர்கள் ‘கண்டுபிடிப்பார்கள்.’ முதலில் பணத்தை அள்ளி வீசியவர்கள் ரகசிய

ஒற்றர்கள்தான் என்ற உண்மையை அறியாத அப்பாவி மக்களும் பக்தி உணர்ச்சி மிகுந்து தாராளமாக நன்கொடை வழங்குவார்கள்; காதும் காதும் வைத்தாற்போல் இவ்வாறு திரட்டிய பணம் ஒற்றர்களின் வாயிலாக அரசுக் கருவூலத்தை அடைந்துவிடும். கௌடில்யர் போன்ற ஒரு பிராமண அமைச்சரால் கருத்துரைக்கப்பட்ட இந்த நடைமுறை விநோதமாகவே தோன்றலாம்; ஆனால் மூன்றாம் நூற்றாண்டு வரையில் பல பிராமணர்கள் பூர்வ குடிகளுக்குரியதும், வைதீகத்திற்கு விரோதமாயும் இருந்த மூடநம்பிக்கைகளை வெறுப்புடன் நோக்கினர். பணம் புரட்டுவதற்காகவேண்டி, இத்தகைய புது வழிபாடுகளை மௌரியர்கள் கண்டுபிடித்ததாக, இலக்கண மேதையாகிய பதஞ்சலி முனிவரும் குறிப்பிட்டிருக்கின்றார். முடிவில் அர்த்தசாத்திரம் தேசியக்கடன் மற்றும் அரசுக்கடன் வரவுகள் போன்றனவற்றுக்கு பதிலாக வணிகர்களுக்கு எதிராக சில மாற்று நடவடிக்கைகளைப் பரிந்துரைக்கின்றது. புனைவேடம் பூண்டிருக்கும் ஒற்றர்கள், வணிகச் செல்வந்தரைப் போதையில் ஆழ்த்தி வழிப்பறி செய்து, அவர்மீது பொய்க் குற்றங்களைச் சுமத்தலாம் அல்லது கொலை புரியலாம்; அவ்வணிகனிடமிருந்து பறிமுதலான பண்டங்களும், பணமும் நாட்டின் கருவூலத்திற்கு செல்லும். எவ்வளவுதான் கவனமுடன் இரகசியப் பிரதிநிதிகள் பொறுக்கி எடுக்கப்பட்டாலும் இத்தகைய கொடிய நடைமுறைகள் பாதுகாப்பு வரம்பை மீறி மனிதாபிமான பண்பிற்குக் களங்கத்தை விளைவித்தன என்பது வெளிப்படை.

அசோகருடைய பொதுநலப் பணிகள், பெருமளவு பணத்தைப் புழக்கத்திற்குக் கொணர்ந்தன. அவரும், அவருடைய அதிகாரிகளும் மேற்கொண்ட பயணங்கள், போக்குவரத்துப் பளுமானத்தைச் சுளுவாக்கியது; பிராந்திய உபரிகள், எவ்வளவாக இருந்தாலும், அவை விளைந்த இடத்திலேயே தீர்வாயிற்று. குடிமக்கள்பால் தோன்றிய புது மனப்போக்கும், வணிகவழிகளின் மீது தோன்றிய புதிய பணித் திட்டங்களும், அரசுக்குப் பலமான வர்க்க அடிப்படையை நல்கின. முன்போ ஒரு ஆட்சிப் பணித்துறை வர்க்கம், அரசாங்க நிர்வாகத்தை ஆட்சி பணித்துறையின் சொந்த நலனுக்காகவே நடத்தியது. அசோகருக்குப் பிறகு வர்க்கங்களிடையே சமரச உடன்பாடுகளைச் செய்யவேண்டிய புதுக் கடமையை அரசு உருவாக்கியது. இதை அர்த்தசாத்திரம் ஒருபோதும் எண்ணிப் பார்க்கவில்லை; விரிந்தப் பரப்புகளில்

கண்ணுற்ற புதிய நிலத்திருத்தங்கள், நிலவரித் திட்டம், கடுமையுடன் கட்டுப்படுத்தப் பட்ட வர்த்தகம் ஆகிய மகத அரசுக் கொள்கைகளினால், சமுதாயத்தில் உண்மையிலேயே வர்க்கங்கள் பலவாறாகப் பெருகியிருந்தன. ஆகவே இந்த வர்க்க சமரசத்திற்கு, உலகளாவிய 'தம்மா'க் கொள்கையின் புதிய தோற்றம், அரசின் சிறப்பு ஆயுதமாக விளங்கியது கண்கூடு. புதியதாகத் தோன்றிய மதத்தில், மன்னரும் குடிமக்களும் நேரிடையாகச் சந்தித்துக்கொண்டனர். பிரச்சினைகளுக்கு இது ஒரு சிறந்த தீர்வாக இன்று தோன்றவில்லை; எனினும், அன்று அது உடனடியான பலனைத் தந்தது. இந்திய தேசியப் பண்பில், அசோகர் காலத்திலிருந்து 'தம்மா'வின் முத்திரை பதியப்பட்டு இன்றும் தொடர்ந்து நிலைபெற்று வருவதாகக்கூடக் கூறலாம். 'தம்மா' என்ற சொல்லுக்கு வழங்கப்பட்ட தொடக்கநிலைப் பொருளாகிய 'நடுநிலை அறம்' விரைவிலேயே மாறி வேறு எதையோ குறித்தது; அதாவது, மதம்-அவ்வாறு குறித்த அம்மதம் அசோகர் பற்றிவந்த கொள்கைக்கு முற்றிலும் மாறுபட்டிருந்தது. எதிர்காலத்தில், சிறப்பான இந்தியப் பண்பாட்டு மாறுதல்கள் அதன்பிறகு எப்பொழுதும் தப்பெண்ணங்களை உருவாக்கக்கூடிய நிலை 'தர்மங்களை'ப் போர்வையாகக் கொண்டன. தற்பொழுது சார்நாத்திலிருந்து எடுக்கப்பட்ட அசோகரின் சிங்கத்தலைச் சிற்பங்களையே, இந்தியாவின் இன்றைய தேசியச் சின்னமாகத் தேர்ந்தெடுத்தது இந்த நிலைக்கு முற்றும் பொருந்தும்!

ஏழாம் அத்தியாயம்
நிலப்பிரபுத்துவத்தை நோக்கி

7.1. புதிய புரோகித அமைப்பு

பழைமையான ஆரியப் பழங்குடிப் பிராமண சாதி பழங்குடி நிலையிலிருந்து பெற்ற நிலைமாற்றம், அசோகரின் சீர்திருத்தங்களினால் நிறைவுற்றது. அப்பழைய பிராமணிய நெறிகளுக்கு வலுவான அடிப்படையாக இருந்தவை பஞ்சாப் பழங்குடிகளின் மேய்ச்சல்நில வாழ்க்கையும், அதனுடன்கூடிய யஞ்ஞா உயிர்க்கொலைகளுமே. முதலிலேயே அலெக்சாந்தரின் திறல்மிகு சூறையாடல்களும், அத்துடன் தொடர்ந்த மகதப்படை வெற்றியும், மீண்டும் உயிர் பெறுவதற்குச் சந்தர்ப்பம் இல்லாதவாறு இப்பழைய வாழ்க்கைமுறையைத் தகர்த்துவிட்டிருந்தன. மகதத்தின் விவசாயத் தொழில் தத்துவம் மற்றும் பௌத்தர், ஜைனர், ஆஜீவிகர் போன்ற சமயப் பிரிவினர் போதித்த கொல்லாமைக் கொள்கையும் (அஹிம்சா), ஏதோ சில ஆறாம் நூற்றாண்டு அறிவிலி மன்னர்கள் நடத்திய ஒருசில யாகங்களுக்குமேல், வேதகாலத்துச் சடங்குகள், கங்கைச் சமவெளிக்குள் ஆதிக்கம் செலுத்துவதிலிருந்து தடுத்து நிறுத்தின. அர்த்தசாத்திரத்தை இயற்றியவர் ஒரு பிராமணராகவே இருப்பினும்கூட, அது யஞ்ஞங்களுக்கு எவ்விதமான முக்கியத்துவத்தையும் அளிக்கவில்லை. பஞ்சாபிலும்கூட, கிருஷ்ண வழிபாடு, வேதகாலச் சடங்குகள் நலிவுற்றுக்கொண்டிருந்ததன் அறிகுறியாக இருந்ததை நாம் ஏற்கெனவே குறிப்பிட்டிருக்கிறோம். இதனால் பழங்குடிப் பிணைப்புகளிலிருந்தும், மரபுவாயிலான வைதீகச் சடங்காற்றும் பணிகளிலிருந்தும், ஒரு முக்கிய வர்க்கம் (பிராமணர்) முதல் முறையாக விடுதலையுற்றது. பண்டைய இந்தியச் சமூகத்தில், சம்பிரதாயமானதோர் கட்டாயக் கல்வியையும், அறிஞர் மரபையும்கொண்டு ஒரு தனிப்பிரிவாக பிராமணர்கள் இயங்கினர். வேதம், இலக்கணம், சடங்குகள் ஆகியவற்றில் தேர்ச்சி பெறவேண்டுமானால், காட்டில் தனித்து இயங்கிவந்த ஏதாகிலும் ஒரு குருகுலத்திற்குள் சீடர்களாகச் சேர்ந்து பன்னிரண்டு ஆண்டுகள்

பிரம்மசரிய விரதம் பூண்டு ஒரு ஆசானுக்குப் (குரு) பணிவிடைகள் செய்துகொண்டு சிட்சை பெறவேண்டியது அவசியம். மறைநூல்களை அசை பிறழாமலும் அவ்வாறே சுரம் தவறாமலும் நினைவில் கொள்ளவேண்டியிருந்தது; இருப்பினும், வேதங்கள் எழுத்து வடிவம் பெறவில்லை. இவ்வாறு கேள்வி ஞானத்துடன் 'பாராயணம்' செய்து கற்கும் முறையும், குருகுலப் பணிவிடைகளும், சீஸர் காலத்திய 'கால்' இனத்திற்குரிய ட்ரூயட்களின் வழக்கத்தை நினைவுபடுத்தினாலும் இவை அவற்றைவிட உயர்ந்த நிலை அறிவுப் பயிற்சிகள், எனவே அவர்கள் தொடங்கிய ஒரு முக்கியமான அறப்பணியைக் கருதிய அசோகரும், அவருடைய வழித்தோன்றல்களும் பிராமணப் பெருந்தகையோரை கௌரவித்து வந்தனர்; அதாவது கல்வி, பண்பாடு, சமூகத்தின் வர்க்க அமைப்பை நிலைநிறுத்துதல், தொடக்கத்தில் இணங்காமல் இருந்த குழுக்களை ஒன்றுபடுத்தித் தங்களுடன் சேர்த்துக்கொள்ளுதல் பொதுவாக, நில உடைமை சமூகத்தின் வளர்ச்சிப் பெருக்கம் ஆகிய வேலைகளை அந்தச் சாதி முன்பே நிறைவேற்றத் தொடங்கிவிட்டது. இந்த விஷயங்களை நாம் விரிவாக நோக்கவேண்டும்.

ஏட்டளவில் வேத மொழிவழக்கு சாகாவரம் பெற்றிருந்தாலும், பேச்சுவழக்கு மொழியாக விளங்கிய சம்ஸ்கிருதத்தில் வட்டார ரீதியான மாறுதல் தோன்றத் தொடங்கியது. பிறகு இம்மொழியை ஒருநிலைப்படுத்திய நீண்டதோர் பிராமண இலக்கண ஆசிரியர்களின் மரபில் மேலோங்கி நின்ற பாணினி அவருடைய முன்னோடிகளின் நினைவையே அற்றுப்போகும்படி செய்துவிட்டார். பாணினியின் அஷ்டாத்யாயீ, அநேகமாக உலக மொழிகளனைத்துக்கும் உரிய ஆய்வுத்திறன் வாய்ந்த முதல் இலக்கணப் படைப்பு எனலாம். இவருடைய வாரிசுகளில் மிகவும் முக்கியமானவர் பதஞ்சலி (கி.மு. 2-ம் நூற்றாண்டின் முற்பகுதி); பாணினியின் நுட்பமான விதிகளுக்கு இவர் எழுதிய தேர்ச்சிமிகு விளக்கவுரை, நுண்ணிய வாதப் பொருந்துகையும், முழுமைத் தெளிவும்கொண்டு சம்ஸ்கிருத மொழிக்குரிய இலக்கணத்தை வளர்த்தது. அதன்பிறகு, இலக்கணம் (வ்யாகரணா) சம்ஸ்கிருதப் படிப்புகளிலேயே மிகவும் நிறைவுள்ள அம்சமாயிற்று. தெளிவும், அழகும் நிறைந்த இவருடைய விரிவுரை, இன்றளவும் சம்ஸ்கிருத உரைநடையின் மிகச்சிறந்த எடுத்துக்காட்டாக விளங்கி வருகிறது. எந்த ஒரு அறிவியலுக்கும் உரிய அடிப்படைக் கொள்கைகளை (சூத்திரங்கள்) கட்டாயமாக நினைவில்கொள்ள வேண்டும் என்ற அவசியத்தினால் உருவாக்கப் பட்டவை யாவும் எளிய பாக்களே. ஆனால், அவை உரைநடையை

வளரவிடாமல் செய்தன. பதஞ்சலிக்குப் பிறகு பல நூற்றாண்டுகள் தொடர்ந்து சம்ஸ்கிருத மொழி அமைப்பில் ஏதும் முக்கிய மாற்றம் ஏற்பட்டதாகத் தெரியவில்லை. இருந்தபோதிலும், நிலைபெற்று வளர்ந்துகொண்டிருந்த பிராந்திய மொழிகளிலிருந்து அவ்வப்போது சிறு கடன்களாகப் பெற்ற மக்களின் பேச்சுவழக்குச் சொற்களால் சம்ஸ்கிருத மொழி அகராதியும், மரபுவழக்கும் வளமுற்றன. தனக்கே உரித்தான வழியில் பிராந்திய மொழிகளின் போக்கு இருந்தாலும் அவற்றில் சம்ஸ்கிருத மொழியின் செல்வாக்கு முக்கியத்துவம் பெற்றிருந்தது. இப்பிராந்திய மொழிகள், எளிய பேச்சுவழக்குகளே; இவை பல்வேறு பிராந்தியப் பொதுச் சந்தைகளிலிருந்து உருவாயின. மக்களின் பல்வகைப் பெருக்கங்களைப் பார்க்குமிடத்து, மகதப் பொதுமொழி நெடுங்காலத்திற்கு தேசம் முழுவதிலும் வழங்கிவந்திருத்தல் முடியாது; உணவு உற்பத்தி, வளம் நிரம்பிய வாணிபத்தில் ஈடுபடும்வண்ணம் போதுமான அளவில் வளர்ச்சியுற்றிருந்த பிற தொழில் உற்பத்திமுறை ஆகியவை இப்பல்வகைப்பட்ட மக்கட் பெருக்கத்தின் காரணங்கள். அஸ்ஸாமைக் கவனித்தால் இது புலனாகும். அங்குள்ள ஒவ்வொரு சிறு சிறு பள்ளத்தாக்கிலும் தனித்தனியான பழங்குடிக் கூட்டங்கள், தங்களுக்கென்று தனிப்பட்ட மொழி அல்லது முக்கியப் பேச்சுவழக்குகளைக் கொண்டிருந்தன. அசோகருடைய அரசகட்டளைகள் கல்வெட்டுக்களில் பொறிக்கப்பட்ட காலத்தில், இந்தியாவின் பொதுநிலைமையே அவ்வாறுதான் இருந்திருக்க வேண்டும்.

சம்ஸ்கிருதம் மேட்டுக்குடி வர்க்கத்தின் ஒரு சிறப்பு மொழி மரபாகிப் படித்தவர்கள் அதைப் புரிந்துகொண்டனர். இதை முறைப்படி கற்பிக்கும் தகுதி பிராமணர்கள் வசமிருந்தது. முக்கியத்துவம் பெறக்கூடிய முதல் சம்ஸ்கிருதக் கல்வெட்டுக்கள் ஏறத்தாழ கி.பி. 150-ல் கிர்நாரில் காணப்படுகின்றன. அதில் சாகா மன்னன் ருத்ரதாமன், சந்திரகுப்த மௌரியன் முதலில் கட்டிய அணையொன்றை மீண்டும் கட்டியதாகப் பெருமிதம் கொள்கிறான். அது மட்டுமல்ல; சம்ஸ்கிருத மொழியில் தனக்கிருந்த ஆற்றலைப் பற்றியும் பெருமை பேசுகிறான். இதன் பொருள், பொதுவாக கி.பி. 4-ம் நூற்றாண்டுவரை எளிய பிராகிருதமே கல்வெட்டுக்களில் உபயோகிக்கப்பட்டு வந்தது என்றாலும் செல்வமும், ஆற்றலும் நிரம்பிய அந்நியர்கள், சம்ஸ்கிருத மொழியைக் கற்றறிவதன் வாயிலாக, பிரபுக்கள் பரம்பரையில் தோன்றிய இந்தியர்களைப்போல் நாட்டுக் குடியுரிமை பெற்று இந்திய இயல்புடன் வாழமுடிந்தது. நாசிக் பௌத்தக் குகைகளில்

உள்ள உயரிய சமஸ்கிருதத்தில் இருக்கும் கல்வெட்டுக்கள், அந்நியவழி மரபில் தோன்றிய சாகா நன்கொடையாளர்களால் வழங்கப்பட்டிருக்க, நாட்டு மண்ணில் தோன்றிய சாதவாகன மன்னர்களோ, எளிய பிராகிருதங்களையே அப்பொழுதும் பயன்படுத்தி வந்தனர். சொல்வளம் நிரம்பிய பெரும் சமஸ்கிருத ஆசிரியர்களில் ஒருவரான தாராவின் போஜ மஹாராஜா (ஏறத்தாழ கி.பி. 1000-1055) விஞ்ஞானம், வானசாஸ்திரம், கட்டடக்கலை, செய்யுள் இலக்கணம் ஆகியவற்றைப் பற்றி நூல்களை இயற்றியதுடன் தானாகவே பாக்களையும், நாடகங்களையும் இயற்றியுள்ளார்; போஜராஜன், சசிப்பிரபா என்ற சம்ஸ்கிருத பெயரைக்கொண்ட நாகர் பழங்குடி இன இளவரசிக்கு மகனாகப் பிறந்திருக்க வேண்டும் என்று தோன்றுகிறது. பத்மகுப்த-பரிமளா என்ற பாவலரின் நவஸஹாஸாங்க சரிதம் போஜராஜனின் தந்தை சிந்துராஜன், இவ்விளவரசியைக் காதலித்து, அவள் மனதைக் கடைசியில் எவ்வாறு வென்றார் என்பதை எடுத்துக்காட்டுகிறது. திட்டவட்டமாக ஆரியர்களெனக் கொள்ளவேண்டிய வைசியர்கள் சமஸ்கிருதப் படிப்பைக் கைவிட்டுவிட்டாலும் இந்திய மற்றும் அந்நியவழி மரபிற்குரிய க்ஷத்திரியர்கள் சம்ஸ்கிருத இலக்கியத்தைத் தொடர்ந்து வளப்படுத்தி வந்தனர். நான்காம் நூற்றாண்டிற்குப் பிறகு, இம்மொழி அடிக்கடி அரசவைத் தஸ்தாவேஜுகளிலும் கூட பயன்பட்டு வந்தது. இவ்வழியில் காயஸ்தர் என்ற எழுத்தர் பிரிவினருக்கு உதவுவதற்காக முடங்கல்கள், ஆணைகள், அறிவிப்புகள், நீதிமன்றத் தீர்ப்புகள் போன்றனவற்றின் சிறப்பு உருமாதிரிகள் உருவாக்கப்பட்டன. இவற்றில் சில அண்மைக்காலம் வரை நிலை பெற்றுள்ளன (லேகப்ரகாசா, லேக பத்ததி).

விநோதமான வகையில், வினைவடிவங்களினாலான வாழ்த்துரைகள் போன்றவற்றைக்கொண்டிருந்த சம்ஸ்கிருதம், எப்போதுமே புரோகிதச் சாயல்கொண்ட மொழியாக நிலைத்துவிட்டது; அதில் அன்றாடப் பேச்சுவழக்கிற்குரிய எதிர்கால வினைகூட இல்லை. வைதீக முறைக்குமேல் பிராமணர்கள் மற்ற எல்லா வகைச் சடங்குகளுடன் தங்களை ஐக்கியப்படுத்திக்கொண்டுவிட்டனர். இதில் பூர்வகால மருத்துவர்கள் மட்டுமே போட்டிக்கு நின்றனர். இம்மருத்துவர்கள் தங்களது பழங்குடிக் கூட்டத்திற்கு மாத்திரம் சேவை புரியக் கட்டுப்பட்டவர்கள். இம்மருத்துவர்களுடன் அவர்களுடைய மூடநம்பிக்கை வழக்கும் சேர்த்து பிராமணியத்துடன் சேர்த்துக் கொள்ளப்பட்டனர். சில சமயங்களில் ஒரு தொழிலினக்

குழு, அல்லது பழங்குடி சாதிக்கும்கூடச் செய்யவேண்டிய புரோகிதங்களை பிராமணர்கள் மேற்கொண்டு அவ்வழக்குகளைத் தங்களுடைய சடங்குகளுடன் இணைத்தனர்; ஆனால் எப்போதுமே பூர்வகுடிச் சடங்குகளில் அடங்கிய கீழ்மையான அம்சங்களை விலக்கியோ நயப்படுத்தியோ செயல்பட்டனர். பௌத்த ஜைன சமயத் துறவிகள் எல்லாச் சடங்குகளையும் புறக்கணித்துவிட்டதால் மக்கட்பேறு, ஈமச்சடங்கு, திருமணம், கர்ப்பம், உபநயனம் போன்ற நிகழ்ச்சிகளை பிராமணர்களைப் போல், அவர்களால் வினையாற்ற இயலவில்லை. பிராமணர்கள் மட்டுமே விதைக்கும் நேரத்தில் வாழ்த்தலாம்; அவ்வாறே தீய கிருகங்களின் குறைதீர்க்கவும், சினமடைந்த தெய்வங்களை அமைதிப்படுத்தவும் பஞ்சாங்கம் வரையறுக்கவும், (ஜாதகம் பார்த்து வருவதை உரைக்கவும்) பிராமணர்கள் வேண்டியிருந்தனர். வைதீக யஞ்ஞச் சடங்குகள் ஏட்டளவில் மட்டுமே உயர்ந்து நின்றன; ஆனால், நடைமுறையில் அவை படிப்படியாகப் புறக்கணிக்கப்பட்டு வந்தன. அபூர்வமான அசுவமேத யாகத்தைச் சில மன்னர்கள் நடத்தியிருக்கக்கூடும்; ஆனால் இது மிகவும் அரிதாகையால், மன்னரின் பிரதானப் புரோகிதர்கள்கூட இதை நம்பிப் பிழைப்பு நடத்தியிருக்க முடியாது. நில உடைமை வர்த்தக சமூகத்தின் குடும்பத் தலைவர்களுக்கு(கிருஹபதி) உதவுமாறு இருந்தால்தான், புதிய சடங்குகள் வருமானத்திற்கு வகைசெய்யும். எப்போதும் உரிய தட்சணைகளைப் பெற்றுக்கொண்ட பிராமணர்கள், சாதி நலங்கருதாது இதர வர்ணங்களுக்கும் இவற்றை நடத்தி வைத்தனர்; ஆனால், இதற்காக பிராமண அமைப்புகளைத் தக்க மரியாதையுடன் போற்றவேண்டுமென்ற கடப்பாட்டை விதித்தனர். கி.மு. மூன்றாம் நூற்றாண்டு கஹபதி, ஒரு விவசாய நில உடைமையாளர் அல்லது பணக்கார வைசியக் குடியிருப்பாளர் என்ற உட்பொருளைப் புலப்படுத்தியிருக்க வேண்டுமென்று தோன்றுகிறது. பெரிய வீடு அல்லது குடும்பத்தின் தலைவர் கிருஹபதியோ அல்லவோ, என்றாலும் மஹாசாலா என்ற திட்டவட்டமான அந்தஸ்தைப் பெற்றிருந்தார்.

எந்த ஒரு பழங்குடியோ, அல்லது தொழில் இனக்குழு சாதியோ எதுவாகிலும் பிராமணர்கள் படிப்படியாக அவற்றினுள் ஊடுருவிச் சென்றனர்; அம்முறை இன்றும் தொடர்ந்து நடைபெற்று வருகின்றது. இதன் பொருள், அலெக்சாந்தரின் படையெடுப்பிற்கு முன்பாகவே பஞ்சாப் சமவெளிகளில் இந்திர வழிபாட்டை வெளியே விரட்டிய கிருஷ்ணர் உட்பட புதிய

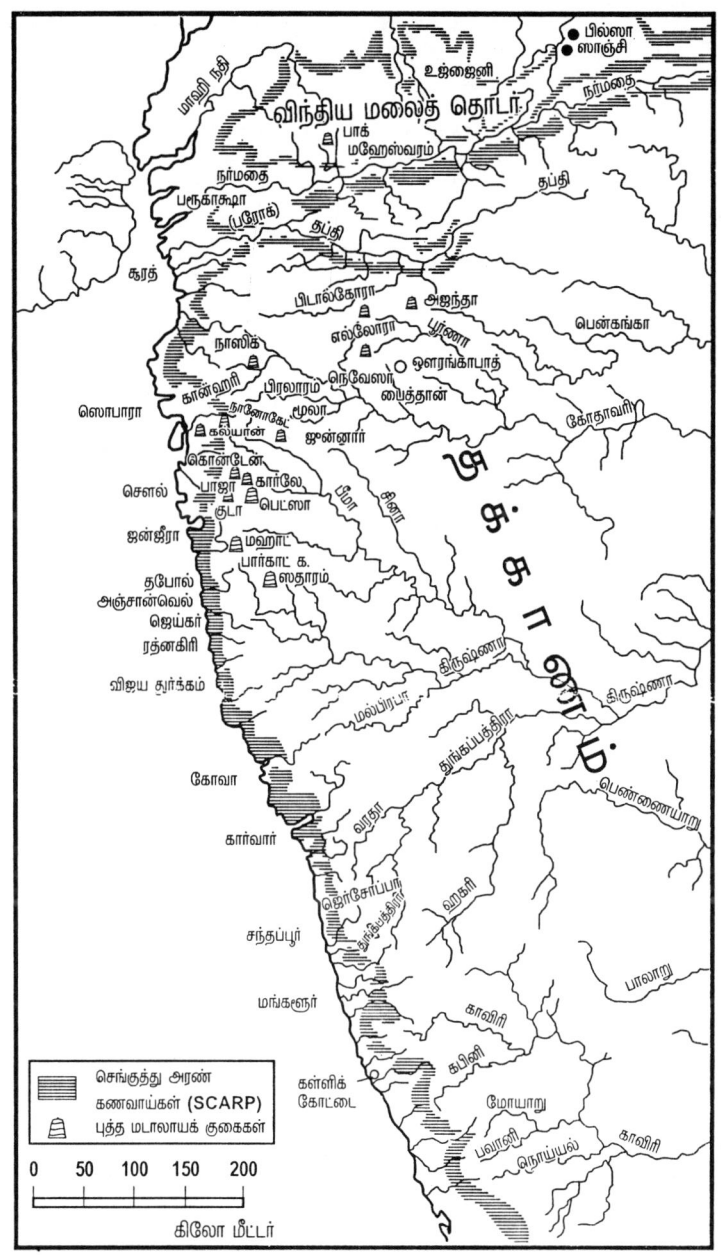

தென்பகுதி மேற்குத் தொடர்ச்சி மலைப் பிரதேசத்தின்
செங்குத்தான அரண்களின் கணவாய்கள் - கழிமுகங்கள் - நதிகளின்
உற்பத்தி ஸ்தலங்கள் - ஆரம்பகால பெளத்த மடாலயங்கள்.

தெய்வங்களைத் துதித்தலே. ஆனால் ஒரு குழுவுக்கு மட்டுமே உரித்தானதாயிருந்த பழங்குடிச் சடங்குகளும், வழிபாடுகளும் திருத்தியமைக்கப்பட்டன; பழங்குடி தெய்வங்கள் பிராமணங்களின் மேலான தெய்வங்களுக்குச் சமமாக்கப்பட்டன. அல்லது அவ்வாறு ஒன்றுசேர்க்க முடியாத தெய்வங்கள் உயர்மதிப்பைப் பெற பிராமணர்கள் புதிய திருநூல்களை இயற்றினர். இப்புதிய தெய்வங்கள் அல்லது புதிய அறிமுகங்களின் வாயிலாகப் புதிய சடங்குகளும், குறிப்பிட்ட வினையாற்றுதல்களை நிகழ்த்த நிலவுச் சுழற்சியை அடிப்படையாகக்கொண்ட சிறப்பு நாட்களும் தோன்றின. தகுந்த தெய்வீகக் கதைகளுடன் புதிய யாத்திரிகத் தலங்களும் இவற்றோடு அறிமுகம் செய்யப்பட்டன; முன்பு அவை பிராமணர் காலத்திற்கு முற்பட்ட பழங்குடி வழிபாட்டு இடங்களாக இருந்திருப்பினும்கூட, மகாபாரதம், இராமாயணம் குறிப்பாகப் புராணங்களில் இந்த விவரங்கள் ஏராளமாக இடம்பெற்றுள்ளன. கிருஷ்ணர் மட்டுமல்லாது புத்தரையும் சேர்த்து மீன், ஆமை, பன்றி போன்ற பூர்வகாலக் குலச்சின்ன தெய்வங்களும் விஷ்ணு-நாராயணரின் திரு அவதாரங்களாக்கப்பட்டன. குரங்கு முகமுடைய அனுமார், சுதந்திரமான வழிபாட்டு மரபுடன் உழு குலத்தார் மத்தியில் புகழுடன் விளங்கிய தெய்வமாகும்; இச்சிறப்பு தெய்வம், விஷ்ணுவின் மற்றொரு திரு அவதாரமாகிய இராமனுக்கு நம்பிக்கைக்குப் பாத்திரமான தோழனாகவும், தொண்டனாகவும் மாற்றப்பட்டார். புவியைத் தாங்கிநிற்கும் நாகக் கடவுளைத் தன் மலர் மஞ்சமாக உபயோகித்தவாறு, திருப்பாற்கடலில் விஷ்ணு-நாராயணர் பள்ளிக்கொண்டுள்ளார்; அதே நேரத்தில் அந்த நாகமே சிவனுக்கு மாலையாகவும், கணேசருக்கு ஆயுதமாகவும் செயல்படுகிறது. யானைத் தலையைப் பெற்ற கணேசர், சிவனுடைய மகன்; அல்லது இன்னும் சற்று நுட்பமாகப் பார்க்கும்போது சிவனுடைய மனைவிக்குப் பிள்ளையானவர். சிவனேகூட, பூத கணங்களுக்கும், அரக்கர் கூட்டத்திற்கும் தலைவராவார். அவற்றில் வேதாளத்தைப் போன்ற தீமை செய்யும் பல பூதகணங்கள் சுதந்திரமான, தொன்றுதொட்டே பூசிக்கப்பட்டும் வருகின்ற, பூர்வகாலத்திற்குரிய தெய்வங்களாக விளங்கியவை, இன்னும் கிராமங்களில் மக்களால் வணங்கப்பட்டு வருபவை. சிவனுடைய (ரிஷிபமாகிய) நந்தி, எவ்விதமான மனிதர் அல்லது தெய்வ எசமானரின் சவாரியில்லாது, தென்னிந்தியாவின் புதிய கற்காலத்தில் தனித்து வணங்கப்பட்டு வந்தது. சிந்து நாகரிகத்தைப் புலப்படுத்தும் எண்ணிறந்த முத்திரைகளில் நந்தியின் உருவம்

தனித்தே காணப்படுகின்றது. இப்படியாகப் பூர்வகுடிக் கடவுள்களை ஒன்றுசேர்த்துக் கதம்பமாக்கிய செயல்கள் தொடர்ந்து செல்லுங்கால் உருவான எல்லாக் கதைகளையும் பொருத்திப் பார்க்கும்போது அவை அறிவுக்குப் புறம்பாகவும், முரண்பாடுடையதாகவும், குழப்பமாகவும் தோன்றுகின்றன. இருந்தாலும் இந்த நடைமுறையின் முக்கியத்துவத்தைக் குறைவாக மதிப்பிட முடியாது. ஒருமைப்பாடு மற்றும் ஒருவர்க்கொருவர் விட்டுக்கொடுத்து வாழ்ந்த முறைமையின் அம்சமாக, புதியதாக எடுத்துக்கொள்ளப்பட்ட பூர்வீக தெய்வங்களின் வழிபாடுகள் இருந்தன. உதாரணமாக சர்ப்பத்தை மட்டுமே வணங்கிய பழைய பக்தர்களை எடுத்துக்கொள்வோமேயெனில், அவர்கள் தற்போது சிவனை வணங்கும்போதே சர்ப்பத்தையும் வணங்கினர்; ஆனால், சிவபக்தர்களோ தங்களுடைய சடங்கு வினையாற்றுதல்களை நிகழ்த்தும்போது ஒரேசமயத்தில் சர்ப்பத்திற்கும் சேர்த்து மரியாதை செலுத்தினர்; அப்போது பலர் ஆண்டுதோறும் வரும் நாக வழிபாட்டிற்குரிய சிறப்புத் தினத்தில் விரதம் பூண்டு, அன்று பூமியைத் தோண்டாமல் இருந்ததுடன், நாகத்திற்கு உணவும் வழங்கினர். தாய்த்தெய்வத்தை ஆண்தெய்வத்திற்குரிய 'பத்தினி'யென்று அறிமுகம் செய்துவைத்ததின் வாயிலாக தாய்வழி மரபைக் கடைப்பிடித்து வந்தவர்கள் வெல்லப்பட்டனர். உதாரணமாக, சிவனின் பத்தினியாக துர்க்கா-பார்வதி, (துக்காய், காலுபாய் போன்ற வட்டாரப் பெயர்களும் இவள் பெற்றிருக்கலாம்) மற்றும் விஷ்ணுவின் பத்தினியாக லஷ்மி ஆகிய தாய்த்தெய்வங்களைச் சொல்லலாம். ஒரு சமரச உறவுக்கு உதாரணமாக தெய்வக் குடும்பங்களில் சிக்கலான உறவுகளைத் தொடர்ந்து செய்து வந்தனர்; ஸ்கந்தரும், கணேசரும் சிவனுக்கு மைந்தர்களாயினர். நிலப்பிரபுத்துவ காலத்தில், இந்தத் தெய்வக் குடும்பம் ஒருவகையான ஏகாதிபத்திய அரசவையைப் போல் அமைக்கப்பட்டிருந்தன. இந்தத் தெய்வத் திருமணங்கள், மனிதத் திருமணங்களின் அங்கீகரிக்கப்பட்ட அமைப்பை உணர்த்துகின்றன. முன்னர் தனித்தனியாகவும், விரோதிகளாகவும் வாழ்ந்துவந்த பக்தர்கள் சமூகக் கலப்பை ஏற்படுத்திக்கொள்ளாமல் இது சாத்தியமாகாது. வர்க்க அடிப்படையில் இப்புதிய ஜாதி, இவ்வாறு ஒன்றுகலக்கப்பட்ட சமுதாயத்தில், ஏறத்தாழ அதனதன் பொருளாதார அந்தஸ்திற்குப் பொருத்தமாக தகுநிலையைப் பெற்றது. அவை முன்பு கடைப்பிடித்து வந்த பழங்குடிக்குரிய குலப் பிரிவின் அகமண உறவுக் கட்டையும், பொதுப்பந்தி விருந்து முறையையும் மாற்றாமல் தங்கவைத்துக்கொண்டிருக்கலாம். தற்போது

அவர்களுடைய தெய்வங்கள், முழு மொத்தமான சமூகத்தினால் மதிக்கப் பெற்றதன் வாயிலாக, அவர்களுடைய சமுதாய அந்தஸ்தும் உத்தரவாதம் பெற்றது; தவிர நிலைமாற்றம் செய்யப்பட்ட தங்களின் புதிய தெய்வங்களைப் பிற தெய்வங்களுடன் சேர்த்து வழிபடும்போது அவர்களும் அந்தச் சமூகத்தின் முழு அங்கமாக விளங்கினர். சமுதாய ஏற்றத்தாழ்வு நிலையையும், ஒரு குழுக்குள் மற்றொரு குழுவின் நுழைவுரிமையைத் தடுக்கும் குறுகிய மனப்பான்மையையும் நீக்கிவிட்டுப் பார்க்கும்போது, இந்த ஏற்பாடு பண்டைய கிரேக்க அரசுகளின் கூட்டவைப் பிரதிநிதித்துவத்தைப் போல் (amphictyony) தோற்றமளிக்கின்றது.

இவ்வாறு முதல் முறையாக பரஸ்பர ஒருமைப்பாட்டு நடைமுறை வர்க்கக் கட்டமைப்பில் தோன்றியது. பிற்கால பிராமணத் திருமறை நூல்கள் (ஸ்மிருதி) சாணக்கியத்தைப் போலவே உறுதியுடன் சமூக அமைப்பை பாதுகாக்க அரச பதவியின் அவசியத்தை உறுதியாக வலியுறுத்தின. ஒரு பழங்குடி சமூகம் எந்தக் காலத்திலும் இதைபோன்ற தேவையை உணராவிட்டாலும், முடியாட்சியின்கீழ் 'பெரிய மீனிலிருந்து சிறு மீன்களைக் காப்பாற்ற' ஒரு முடியரசர், படைவலிமையையும், கொடுங்கோல் சட்டத்தையும் (தண்ட-நீதி) உபயோகப்படுத்த வேண்டியிருந்தது. பழங்குடிப் பிறப்பில் உதித்த பல்வேறு தென்னிந்திய மன்னர்கள், 'தங்கக் கர்ப்ப தானச் சடங்கு' (ஹிரண்ய கர்ப்பம்) நடத்தியதைப் பற்றிப் பெருமிதம்கொண்டிருந்தனர். இதைப்பற்றிச் சில புராணங்கள் கவனமுடன் விவரிக்கின்றன. தங்கத்தில் ஒரு பெரிய பாத்திரம் செய்யப்படுகின்றது. குழுத் தலைவர் கருப்பையில் உள்ள சிசுவைப்போல் இரட்டிப்பாக மடித்த நிலையில் அதனுள் அமர்த்தப்படுகின்றார். பின்னர் பிராமணிய சமய வினைப்படி, கூலிக்கு அமர்த்தப்பட்ட புரோகிதர்களின் மூலம், மக்கட்பேறு, கர்ப்ப தான மந்திரங்கள் ஓதப்படுகின்றன. அத்தங்கக் கர்ப்பத்திலிருந்து வெளிவந்தவர் புதுப் பிறப்பைப் பெற்றதாகக் கொள்ளப்படுவதுடன், புதிய சாதியையும் பெறுகிறார்; அல்லது, அப்போதுதான் முதன்முறையாக சாதியையேகூடப் பெறுகிறார். இவ்வாறு இவர்கள் பெறும் சாதியானது தங்களுடைய பழங்குடியினர் சமூகத்திற்குள் இவர்கள் சேர்த்துக் கொள்ளப்பட்டபோது பெறும் சாதி அல்ல. ஆனால், பண்டைக்காலத்தில் சிறப்புடன் ஒப்புக்கொள்ளப்பட்ட நான்கு வர்ணங்களுள் ஒன்றாக இருந்தது. சாதாரணமாக அவர்கள் க்ஷத்திரிய வர்ணத்தையும் பிராமணப் புரோகிதரின் கோத்திரத்தையும் பெற்றனர். இவ்வாறு புதுப்

பிறப்பைப் பெற்ற இடைக்கால மன்னர்களில், சாதவாகன கோதமி புத்ராவைப் போன்ற சிலர், ஒரே நேரத்தில் பிராமணர், க்ஷத்திரியர் ஆகிய இரு சாதிகளிலும் உரிமைகொண்டாடினர். எல்லோரும் மகிழ்ச்சியுறும் வண்ணம், தங்களது கட்டணத்தின் பகுதியாக, பிராமணப் புரோகிதர்கள் அப்பொற்கலத்தைக் கர்ப்பதானமாகப் பெற்றார்கள். சில பௌத்தர்களையும் சேர்த்துப் பிற்கால மன்னர்கள் எல்லாம், தாங்கள் நான்கு (வர்ண) சாதி வர்க்கத்தை (சதுர் வர்ணயா) ஆதரித்து வந்ததாக அழுத்தத்துடன் உரைக்கின்றனர். இருப்பினும் இவர்களில் சிலர், நாகர் அல்லது மகாபாரதத்தின் நாகர் இனக்கலப்புள்ள அசுவத்தாமரின் பரம்பரையையோ அல்லது இராமாயணத்தின் வானர மன்னர்களின் வாரிசுகளாகவோ தங்களைக் கூறிக்கொண்டனர். இவையெல்லாம், புதியதாகத் தோற்றுவிக்கப்பட்ட வைசியர், சூத்திரர் வர்க்கங்களின் தொகுதியைப் பிராமணர்களின் தெய்வீகக் கட்டளைகளினாலும், க்ஷத்திரியர்களின் படைகளினாலும் அடக்கி வைக்கப்பட்டதைக் குறிக்கின்றன. சில பிரபுக்களின் உதவியுடன் பழங்குடி விதிமுறைகளிலிருந்து விலக்குப்பெற்ற பழங்குடித் தலைவன் தன்னுடைய பழைய பழங்குடிக் கூட்டத்தை ஆண்டுவந்தபோது, அவனுடைய பிரஜைகள் புதிய உழவர் குலத்தாருடன் ஒருங்கிணைந்தனர். சில சமயங்களில், பழங்குடித் தலைவனுக்குக் காவியங்கள் அல்லது புராணங்கள் ஆகியவற்றிலிருந்து சில மதிப்பு வாய்ந்த வம்சாவளியைக் கண்டுபிடிப்பதைக் காட்டிலும் அல்லது அத்தகைய தலைமுறைகளை நூற்சான்றுகளில் எழுதுவதற்கும் மேலாக, பிராமணர்கள் சென்றார்கள். அதாவது பழங்குடிக்குள்ளும்கூட திருமண உறவு வைத்துக்கொண்டதன் மூலம் புதிய பழங்குடிப் பிராமணர் தொகுதியைத் தோற்றுவித்தனர். ஏறத்தாழ ஆறாம் நூற்றாண்டு மத்திய இந்தியாவில் இருந்ததைப்போல், சமயங்களில், இக்கலப்பு வாரிசுகள், பழங்குடியை ஆண்டு வந்திருக்கலாம். வங்க மன்னர் லோகநாதர் ஒரு பிராமணத் தந்தைக்கும், பழங்குடிக் குலத் தலைவிக்கும் (கோத்ரா-தேவீ) இவ்வாறு பிற்காலக் கலப்பு வாரிசிலிருந்து தோன்றியதாகப் பெருமிதம் கொள்கிறார். முதல் இந்தோ-சீன இராஜ்ஜியம், இவ்வாறே துணிச்சல் மிகுந்த கௌண்டின்யர் என்ற பிராமணரால் நிறுவப்பட்டதாகும். அவருடைய வீரம் நிரம்பிய விற்பயிற்சித் திறமை, அப்பிராந்தியத்தின் பழங்குடி மக்களை அடிபணிய வைத்ததுடன், உள்நாட்டுப் பழங்குடித் தலைவியாகிய நாகர் இன சோமாவை மணமுடித்துக்கொள்ளவும் உதவிற்று. பூர்வகுடிக்குரிய தாய்வழி மரபில் இத்தகைய திருமணம் மிகவும் எளிது. சில சமயங்களில் கேரளத்தைப்போல் ஒழுங்கான

சமநிலையும் பெறப்பட்டது. அங்கு நாயர் சாதி, உள்ளூர்த் தாய்வழி மரபு கொண்டாடும் மக்களினத் தாய்க்கும், தந்தைவழி மரபு போற்றும் பிராமண நம்பூத்ரி சாதியின் தந்தைக்கும் பிறந்தது. இந்த இரு கூட்டத்தாரும் இன்றும்கூடத் தங்களுடைய தனிப்பட்ட அமைப்புகளைக் காப்பாற்றி வருகின்றனர்.

பழங்குடித் தலைவர் மற்றும் ஒருசில முன்னணிப் பழங்குடி உறுப்பினர்களை வெற்றிகொள்வதால் மட்டுமே பழங்குடி சமூகத்தை உடைத்து, அம்மக்கள் யாவரையும் நில உடைமைச் சமுதாயத்துடன் இணைத்துக்கொள்வது சாத்தியமாகி இருக்காது. ஒரு சாதி-வர்க்க அமைப்பு இயங்குவதற்கு, அவர்களுடைய அன்றாடத் தேவைகளைப் பூர்த்தி செய்துகொள்ளும் வாழ்க்கை முறையிலும் மாற்றம் வேண்டும். முழுமொத்தமாக ஒரு பழங்குடி சாதிவர்க்க அமைப்பில் சூத்திரர்களின் அந்தஸ்தைப் பெற்று புதிய உழுகுல ஜாதியாக மாறியது. பொதுவாக அவர்களுடன் பற்பல பழைய பழக்கவழக்க மரபுகளும் (குல உட்பிரிவு மணக்கட்டு உட்பட) கூடவே வந்தன. இந்தக் கட்டத்தில், பிராமணர்கள் பின்தங்கிய பிராந்தியங்களில் புது முயற்சியாளர்களாகச் செயல்பட்டு வந்தனர்; காட்டை வெட்டிப்போட்டுத் தீயிட்டுக் கொளுத்திச் சாம்பலில் நடத்தும் சாகுபடி அல்லது உணவு சேகரிப்பை மாற்றிக் கலப்பையைக்கொண்ட விவசாயத்தை முதலில் அறிமுகப்படுத்தினர். புதுப் பயிர்கள், தொலைவுச் சந்தைகளைப் பற்றிய அறிவு, கிராமக் குடியேற்ற அமைப்பு, வாணிபம் ஆகியனவும் பிராமணர்களுடன் வந்தன. இதன் விளைவாக, மன்னர்களும், மன்னர்களாக வரக்கூடியவர்களும் பொதுவாகத் தொலைவிலிருந்த கங்கைச் சமவெளிகளிலிருந்து பிராமணர்களை வரவழைத்து இதுவரை யாருமே நுழையாமலிருந்த புதிய வட்டாரங்களில் குடியேற்றினர். இன்றுள்ள செப்புப் பட்டயங்களில் ஏறக்குறைய எல்லாமே (தேசம் பூராகவும் டன் எடைக்கணக்கில் கண்டுபிடிக்கப்பட்டிருக்கின்றன) சாசன உரிமைகள். அவை நான்காம் நூற்றாண்டிலிருந்து தொடர்ந்து- எந்தக் கோயிலின் தொடர்பும் இல்லாமல்-பிராமணர்களுக்கு வழங்கப்பட்ட நிலமானியச் சான்றுகளாகும். இதற்கு மேலாக, ஒவ்வொரு கிராமத்திலும் வரையறுக்கப்பட்ட ஓரிரு துண்டு மனைக்கட்டுகளும், குறைவாக இருப்பினும்கூட அறுவடையில் நிலையான ஒரு பங்கும், கிராமத்திலுள்ள தெய்வ வழிபாடுகளுக்கும், புரோகிதர்களுக்கும் ஒதுக்கப்பட்டன. அப்புரோகிதர்கள் பிராமணர்களாகவோ, அல்லது பிராமணரல்லாதவராகவோ இருக்கலாம். இருந்தாலும்

பிராமணர்கள் பொதுவாக, எல்லா வரிகளிலிருந்தும் விலக்குப்பெற உரிமை கோரினர். மேலும் கடன்தொகைக்குக் குறைந்த வட்டிவீதமும், வேறு சலுகைகளும் வேண்டும் என்று உரிமைகொண்டாடினர்; ஆனால், எல்லாச் சமயங்களிலும் இச்சலுகைகள் வழங்கப்படவில்லை.

பெரும்பாலும் பிராமணர்கள், பழங்குடி-நாட்டுப்புற ஜாதி வழக்கங்களையும் புராதன அறிவு மரபுகளையும் சிறப்பான முறையில் திருத்தம் செய்து காப்பாற்றி வந்ததைப் புரோகிதர்கள் தமதாக்கிக்கொண்டனர். எல்லா இந்திய மக்களோடும் நல்லுறவு கொள்வதற்கு நிறுவப்பட்ட அசோகரின் தம்மாவை இது உருமாற்றியமைத்தது. பழங்குடி வழக்காறு, மரபு ஆகியவற்றின் கொள்கலமாக விளங்கிய பிராமணர்கள் தாம் கருதிய சட்டங்களை ஏதோ ஒரு முறையில் சரியெனக் காட்டுவதற்கு வேதசாத்திரங்களிலிருந்து (தேவைப்பட்டால் போலியாக இட்டுக்கட்டியும்) ஒப்புதல் கோரியது இயல்பே. இடைக்காலத்திலிருந்த பொது விதிமுறையின்படி வர்ண அமைப்பிற்குள் சேர்ந்த ஜாதி தொழிலினக் குழு, குலம், குடும்பம், வட்டாரம் ஆகிய ஒவ்வொன்றுக்கும் உரியதாயிருந்த தனிப்பட்ட சட்ட நியமங்களை அரசனுடைய நீதிபதிகள், ஒரு தீர்ப்பை வழங்குவதற்கு முன்பாகப் பரிசீலனைக்கு எடுத்துக்கொள்ள வேண்டும். இன்றும்கூட மிகவும் தாழ்ந்த நிலையிலுள்ள சில ஜாதி மக்கள் தங்களுடைய உள்வேற்றுமைகளை ஜாதிப் பஞ்சாயத்தின் முன்னிலையில் வழக்காடிச் சரிப்படுத்திக்கொள்கின்றனர். தனியார் சொத்துரிமை வளர்ச்சியினாலும் வேறுபட்ட ஜாதி உறுப்பினர்கள் வழக்குகளில் சிக்கியுள்ளபோதும் வேறு உயர்ந்த நீதிக்கு முறையீடு செய்யவேண்டிய நிலை வருகிறது. இத்தகைய சூழ்நிலையில் எதற்கும் வளைந்துகொடுக்காத அர்த்தசாத்திர நீதித்துறை ஆட்சி, பழக்கவழக்க மரபுகள் எல்லாவற்றையும் புறக்கணித்ததால், மௌரியர்களுக்குப் பிறகு அது உடனேயே வழக்கொழிந்து போயிற்று.

இந்தப் புரோகிதத்துவ நடைமுறை, வேற்றுமைகள் நிரம்பியதும், தொடர்பற்றதுமான பல மூலக்கூறுகளிலிருந்து குறைந்தபட்ச வன்முறையின் மூலமே இந்தியச் சமுதாயத்தை உருவாக்குவதற்குத் துணைநின்றது. ஆனால், இந்தச் சமுதாய வளர்ச்சியின் அணுகுமுறை சரக்கு உற்பத்தி வளர்ச்சிக்கு முட்டுக்கட்டையாக இருந்ததால், ஒரு குறிப்பிட்ட எல்லைக்குமேல் பண்பாட்டு வளர்ச்சியும் விரிந்து செல்லவில்லை. மூடநம்பிக்கைகளின் மீது வலியுறுத்தப்பட்ட முக்கியத்துவத்தின் பயனாக அறிவற்ற **பொய்மைச் சடங்குகள் அளவின்றிப் பெருகின.** இரு இடைக்கால

அரசவைப் பிராமண அமைச்சர்களால் திருமறை நூல்களிலிருந்து திரட்டப்பெற்ற நிர்வாகக் கட்டளைக் கொத்துகளை அர்த்தசாத்திரத்தோடு ஒப்பிட்டுப் பார்த்தால், அயலானதாகத் தோன்றுவது புலனாகும். அவை முறையே, பட்டா லக்ஷ்மீதரா (ஏறத்தாழ கி.பி. 1175) எழுதிய கிரித்ய-கல்ப-தருவும், ஹேமாத்ரி (ஏறத்தாழ கி.பி. 1275) எழுதிய சதுர்-வர்க்க- சிந்தாமணியும் ஆகும். இதில் முன் கூறப்பட்டவர், கனோஜை ஆண்டுவந்த கோவிந்த சந்திர காஹடவாலா மன்னரின் பிரதான அமைச்சராகவும், பின்னால் கூறப்பட்டவர், தக்காண வேதகிரியை (தௌலதாபாத்) ஆண்டுவந்த யாதவ மன்னர் ராமச்சந்திரரின் முதலமைச்சராகவும் திகழ்ந்தவர்கள். அன்றாட அனுஷ்டானங்களுடன் சிறப்பு நாட்களில் செய்யவேண்டிய சடங்கு விதிகள் மேற்கூறிய நூல்களில் நிரம்பியிருந்தன. இவற்றை ஒன்றுகூட விடாமல் முழுவதையும் அப்படியே அச்சிட்டு வெளியிட வேண்டுமென்றால் இவ்விரு கையேடுகளும் பன்னிரண்டு தடித்த வால்யூம்கள் ஆகும்; அவற்றின் பெரும் பகுதியில் அடங்கியுள்ளவை யாத்திரைகள், பாவிக்கப்பட்ட அல்லது உண்மையாகவே செய்த ஒவ்வொரு வகையான பாவச்செயல்களைப் போக்கும் பரிகாரங்கள், இறந்தோருக்குச் செய்யவேண்டிய வினையாற்றுதல்கள், தூய்மைப்பாடுகள் ஆகியவைதாம். இவற்றிலிருந்து கீழ்நிலையிலிருந்த சமூகத்தினர்மீது சட்டத்தின் பெயரால் மூடநம்பிக்கைகளைத் திணித்து ஆட்சிபுரிந்த ஆளும்வர்க்கம், அர்த்தமற்ற கூட்டுத் திட்டங்களினால் அவதியுற்றது புலனாகிறது. குறிப்பிடும்படியாக ஒரு நிர்வாக முறை என்பது எதுவும் இல்லை; நீதி என்பது மேற்சொன்ன விதிகளாகக் குறைந்துபோய், ஒவ்வொரு ஜாதிக் கூட்டங்களும் அவரவர்களின் பழக்கவழக்க மரபு அடிப்படையில் தீர்ப்புகளுக்கு விடப்பட்டன. நீதிபதிக்குப் பலமான சாட்சியங்கள் கிடைக்காதபோது, தீயில் பொசுக்கி வதைத்தல், பழுக்கக் காய்ச்சிய இரும்பால் சுடுதல், விஷம் கொடுத்தல் போன்ற தண்டனைகள்நிறை வேற்றப்பட்டிருந்தாலும் குற்றவாளிகளின் குற்றங்களை வரவழைக்கும் சித்திரவதைகளாக இவை பயன்படவில்லை. இதில் தனிக் கவனத்திற்குரிய விஷயம் யாதெனில், அவ்விரு நூல்களும் எழுதப்பட்ட 25 ஆண்டுகளுக்குள்ளாகவே, முறையே அவ்விரு இராஜ்ஜியங்களையும் மீண்டும் தலைதூக்க முடியாதவாறு, அவர்களைவிடச் சிறிய இஸ்லாமியப் படைகள் வெற்றிகொண்டன. ஸ்மிருதிகளிடம் அபார பக்திகொண்டவரும் ஒரு சிறந்த ஆட்சியாளர் என்று காவியத்தில் புகழ் பெற்றவருமான

ஹேமாத்ரி, அலா-வுத்-தின்-கில்ஜியிடமிருந்து கையூட்டுப் பெற்றுத் தன் சொந்த இராஜ்ஜியத்தின் பாதுகாப்புக்களை உடைத்துவிட்டதாக மான்பாவ் இலக்கியம் குற்றம் சாட்டுகின்றது.

பிராமணர்கள், தாங்கள் போற்றிவந்த சாதிச் சட்டங்களை எழுத்துவாயிலாக வெளியிட்டுக்கொள்வதில் ஒருபோதும் நாட்டம் செலுத்தியது கிடையாது. பரந்த அளவில், சமத்துவத்தை அடிப்படையாகக்கொண்ட ஒரு பொதுச் சட்டத்தின் அடிப்படையோ அல்லது ரோம் நாட்டு யூஸ் ஜென்டீயம் (Ius Gentium) போன்ற அகில உலகச் சட்டத்தின் அடிப்படையோ இல்லை. குற்றங்களையும், பாவச் செயல்களையும் வேறுபடுத்திக் காட்டுவதற்கு வகையில்லாதவாறு குழம்பிய பிராமணர்கள் அதே நேரத்தில், சட்ட இயல் சார்ந்த தத்துவங்களை விந்தைமிகு புராணக்கதைகளுடன் ஒன்றுசேர்த்து எழுதிவைத்தனர்; இவை ஏதாகிலும் சில மடமையான அனுஷ்டானங்களைப் பித்துக்கொள்ளித்தனமான முறையில் நியாயப்படுத்தித் தருவதோடு சரி. இடைக்காலத்திலிருந்து செயல்பட்டு வந்த பல்வேறு தொழில் குழுக்கள் அல்லது நகர அமைப்புகள் அளிக்கக்கூடிய சான்றுக் குறிப்புகள் படிப்பதற்கோ ஆராய்ச்சிக்கோ தகுதியுடையதாக ஒருபோதும் கருதப்படவில்லை. இதனால் இப்பல்வேறு அமைப்புகள் (பழங்குடிக்குரிய, குலம், சாதி வர்க்கத்தின் புதிய ஜாதி, ஒருக்கால் நகரசபை முதலியவைகளுக்கு உரிய) தமது பங்காக அளிக்கவல்லனவற்றை இந்தியப் பண்பாடு இழந்துவிட்டது. புத்தர், அசோகர் ஆகியோரின் சமுதாயச் சீர்திருத்தப் பணிகள் ஒருபோதும் தொடர்ந்து நடைபெறவில்லை. வர்க்கம், தொழில், சாதி, சமய நம்பிக்கை ஆகியவற்றைக் கருதாமல் ஒரு பொது உடன்பாட்டுக்குப் பொருந்தும் வகையில் நீதியும் நடுநிலை அறமும் தோன்றக்கூடிய வாய்ப்பை, சாதிப் பிணைப்புகளின் இறுக்கமும், சாதிகளின் சமூக ஒதுக்கமும் இயலாததாக ஆக்கிவிட்டன. இதன் உடன் விளைவாக, ஏறக்குறைய இந்திய வரலாறு எல்லாவற்றையுமே கூட, இவை துடைத்தழித்துவிட்டன. கி.மு. ஐந்தாம் நூற்றாண்டுக்குரிய இந்தியப் பழங்குடிக் குழுக்கள் (லிச்சாவி, மல்லா, பஞ்சாப் பகுதி ஆரியர்) கிரீஸ் நாட்டின் எந்த ஒரு அரசுரிமை நகரத்தைவிடவும், ஏன், மாசிடோனை எதிர்த்து நின்ற ஏதென்ஸைவிடவும் மிக்க உறுதியுடன் தங்களுடைய குடியுரிமைகளைப் பாதுகாத்துக்கொண்டனர். இவ்வாறு குடியுரிமைகளைப் பாதுகாத்துக்கொண்ட அக்குழு ஆட்சிகளின் அரசியலமைப்பை அரிஸ்டாட்டிலைப்போல் ஒரு பிராமணர்

எந்தக் காலத்திலும் ஆய்வுக்கு எடுத்துக்கொள்ளவில்லை. இந்தியப் பழங்குடி சபாமன்றங்களின் நாவன்மை (மரபின் வாயிலாக நாம் அறிவதைக்கொண்டு) ஏதன்ஸ் நகரப் பொதுக்கூட்டங்களுக்குச் சற்றும் சளைத்ததல்லவெனினும், இச்சுதந்திர அமைப்புகள் செயல்பட்ட விதத்தையும், இவற்றுடன் சேர்த்து இச்சுதந்திர மக்களும் எவ்வாறு அழிந்தனர் என்ற விவரத்தையும் எடுத்துரைக்க வரலாற்று ஆசிரியர் இல்லை. உயர்ந்த மரபுள்ள பண்புடைய கிரேக்க இலக்கியங்களுடன், சுவை நயமற்ற முடிவில்லாத இடைக்கால சம்ஸ்கிருதப் புராணங்களை ஒப்பிடும்போது ஏட்டளவில் இலக்கிய வளம் குன்றியிருந்தாலும், நடைமுறையில், பண்டைய கிரேக்க நாட்டிற்கும், பண்டைய இந்தியாவிற்கும் இடையே நிலவிய வேற்றுமைகள் குறைவானவையே. கிரேக்கர்களே கூட மாசிடோனியர்களால் அடக்கி ஒடுக்கப்பட்டாலும், அவர்கள் புரிந்துகொள்ளும் வகையில், வரலாற்றுப்பூர்வமாக அவர்களால் இனம் கண்டுகொள்ளக்கூடிய இந்திய, 'சுதந்திர நகரங்களைப் பற்றி' மெகஸ்தனீஸ் கண்டுணர்ந்துகொண்டான். ஸ்பார்ட்டா, கிரீட், மற்றும் வேறு பல கிரீஸ் நகரங்களின் பொதுமேஜை விருந்து முறையை, முக்கிய ஜனநாயக மரபென்று அரிஸ்டாட்டில் சிறப்புடன் குறிப்பிடுகிறார். சுருக்கமாக, இதுவே யசுர்வேத காலத்திற்குரிய சக்டியும், சபீதியுமாகும் (Sakdhi and Sapiti); பொதுவில் அமர்ந்து உண்ணுதலும் குடித்தலுமாகிய இவற்றை வேண்டித்தான் கி.மு. எட்டாம் நூற்றாண்டு ஆரியர்கள் பிரார்த்தித்தனர். அழியும் நிலையிலிருந்த **ஏகபாத்திர** மரபும் இதுவேதான்; இதைப் பயன்படுத்தி எவ்வாறு அம் மாபெரும் இந்திய ஆலிகார்க்குகளை நிலைகுலைவிக்க வேண்டுமென்பதை அர்த்தசாத்திரத்தின் 11-வது பாகம் விவரிக்கிறது. இது தற்சமயம் அந்நிய உணவுமீதுள்ள மதத் தடையாக நிலைபெற்றிருக்கிறது. கிரீஸ், ரோமானிய மதங்கள், ஒவ்வொரு சிறப்புச்செயல்களுக்கு முன்பும் புதிது புதிதாக மிருகங்களை வெட்டி அவற்றின் குடல் நாற்றத்தில் மிதந்து கொண்டிருந்தபோது சமகால இந்தியாவில், அத்தகைய பழக்கங்கள் வழக்கொழிந்து பல நூற்றாண்டுகளாகிவிட்டன; சலமெஸ் பண்டிகையின் முதல் நாள் தெமிஸ்டோக்கிள்ஸ் மனிதர்களைப் பலிகொடுத்தான். ஆகவே, கடந்தகால, நிகழ்கால நடப்புகளைப் பற்றி பிராமணர்களின் அசட்டை மனப்பான்மை, இந்திய வரலாற்றை மட்டுமல்லாது, உண்மையான இந்தியப் பண்பாட்டின் பெரும் பகுதியையும் தடமில்லாதவாறு அழித்துவிட்டது.

அரிஸ்டாட்டில், ஹிரோடாட்டஸ், துக்கிடைடஸ் மற்றும் அவர்களுடைய சமகாலத்தவர் எழுதியுள்ள நூல்களுக்குப் பதிலாக மைகினின் இடைக்கால பெட்ரலோஜியா லத்தினா (Patrologia Latina)விற்காக திருத்தி எழுதப்பட்ட சமய குருமார்களின் சடங்கு வினைத் தொகுதிகளையும், கெஸ்டா ரோமநோரம் (Gesta Romanorum) என்ற நூலின் பகுதிகளையும் கற்பனைசெய்து பார்ப்போமாயின் சமகால இந்தியாவில், இந்த நஷ்டத்தின் மதிப்பு எவ்வளவென்று கணிக்கமுடியும்.

பிராமணர்கள் போற்றிவந்த 'தருக்க இயல்' உண்மை நடப்புகளெல்லாவற்றையும் ஒதுக்கித் தள்ளுவதில் குறிப்பாயிருந்தது. இவ்விளைவுகளின் முடிவை ஆதிசங்கரரின் (ஏறத்தாழ கி.பி. 800) தத்துவத்தில் பார்க்கிறோம்; இவருடைய மெய்ம்மை விளக்கத்தின்படி: "ஒரு பொருளை 'அ' என்றோ அல்லது 'அ' இல்லை என்றோ கொள்ளப்படுகிறது." பிரபஞ்சம் என்பது, பொருண்மை சாராத மெய்ம்மைக் கூறுகளைக்கொண்ட பல்வேறு மார்க்கங்களாகப் பிரிக்கப்பட்டுள்ளதென இவர் கருதுகிறார். இதில் உயர்ந்த மார்க்கம் எதிர்கால நலனுக்காகப் புண்ணியங்களைத் தேடிக்கொண்டு, துறக்க வாழ்வுப் பேரின்பத்தோடு ஐக்கியமாவதுதான்; பொருள் முதல்வாத உண்மைகள் இயலுலகில் இல்லை. சடங்கு வினையாற்றும் நியமங்களைக் கடைபிடிக்கும் ஒருவன் சாதாரண மக்களுடன் ஐக்கியப்படுத்திக்கொள்வதன் மூலம் அத் தத்துவஞானி அவனை இரட்சித்தார். உயிர்க்கொலைகளைத் தூண்டும் வேதியர் யஞ்ஞங்களுக்கு உதட்டளவில்தான் மரியாதை செலுத்தப்பட்டு வந்தது; ஏனெனில் பௌத்தமத எழுச்சிக்குப் பிறகு பிராமணர்கள் அஹிம்சா (கொல்லாமை) நெறியைப் பிரச்சாரம் செய்யவேண்டியதும் அவசியமாயிற்று. சைவ உணவுக் கோட்பாட்டைக் கட்டாயமாகக் கொண்ட அதே நேரத்தில், பிதுர்க்களுடைய ஆத்ம நிறைவுக்காகச் செய்யப்படும் சிரார்த்த தினங்களில் பிராமண விருந்தினர்களுக்குப் பரிமாற வேண்டிய பல்வேறு இறைச்சி வகைகளின் பட்டியல் ஒன்றும் ஸ்மிருதி நூல்களில் உள்ளது. தருக்க இயல் முரண்பாடுகளையெல்லாம் ஒருமித்தமாக விழுங்கிச் செரிக்கும் இத்திறமை, இந்திய தேசியப் பண்பில் ஆழமாகப் பதிந்துள்ள விஷயம் இக்காலத்துக் கருத்துரைஞர்களின் கவனத்திற்கு எடுத்துக்கொள்ளப்பட்டதைப் போலவே, முற்காலத்தில் அராபியர்கள் மற்றும் கிரேக்கர்களின் கவனத்தையும் கவர்ந்திருக்கிறது.

தருக்க முறையின்மை, உலகியல் உண்மைகளின்மீது வெறுப்புணர்ச்சி, உடல் உழைப்பு, எடுபிடி வேலை ஆகியவற்றில் ஆர்வமின்மை, அடிப்படைச் சூத்திரங்களை மனப்பாடம் செய்து கற்றுக்கொள்வதை வலியுறுத்தி, அவற்றின் மறைநிலை மெய்ம்மைகளை ஒரு பெரிய குருவால் தெளிவாக்குதல், புனைகதை வாயிலான சான்று வலிமையைப் பெற்றப் பழைய மரபுகளை (அது எவ்வளவு முட்டாள்தனமானதாக இருந்தாலும்) போற்றுதல் முதலிய இந்திய விஞ்ஞான வளர்ச்சியின் மீது பாழான விளைவுகளை ஏற்படுத்தின. பழம்பெரும் இந்திய மருத்துவ முறை (ஆயுர்வேதம்) பல்வேறு உபயோகமான நோய் நிவாரிணிகளைத் திரட்டியுள்ளது; சமயங்களில் இவை காடுவாழ் மனிதர்களிடமிருந்தும் கற்றுணரப் பெற்றன. கேலன், அரிஸ்டாட்டில் போன்றோரை அறிந்த நடைமுறைவாதிகளான அராபியர்களே கூட, சம்ஸ்கிருதத்திலிருந்து நோய் ஆய்வுறுதி பற்றிய இந்திய மருத்துவ நூல்களைத் தங்களின் நலனுக்கென்று மொழிபெயர்த்துக்கொண்டனர். இதற்கு மாறாக, இன்று ஆயுர்வேத மருத்துவ நிபுணர்களில் பலர் வாத சம்பந்தமான நோய்களுக்கு அனந்தா என்ற மூலிகையை மருந்தாகக் குறிப்பிடுகின்றனர். உண்மையில் அந்த மூலிகை எது என்பது உறுதியாகவில்லை. மிகச் சிறியதாக முளைக்கும் புல் முதல், பழுத்து முற்றும் மரம்வரை மொத்தம் பதினான்கு வகையான தாவர இனங்களுக்குக் குறைவில்லாமல், ஒவ்வொரு வட்டாரங்களிலும் அதே சம்ஸ்கிருதப் பெயரால் அம்மூலிகை அறியப்படுவதுடன் அவை எல்லாமே அவ்வாறு மருந்தாகத் தரப்படுவதாகவும் தோன்றுகிறது. இதைப்போலவே, இந்தியா முழுவதிலும், அதன் எல்லைகளுக்கு அப்பால் வெகு தொலைவில் உள்ள பாகூ, எகிப்துவரையிலும்கூட யாத்திரைக்குரிய புண்ணியத் தலங்களின் நீண்டதோர் பட்டியல் பிராமணர்களிடம் இருந்தது. ஆயினும் இத்துடன் தொடர்புள்ள ஒரு பயணக் குறிப்போ அல்லது சரியான இட அமைவு பற்றிய சான்றுக் குறிப்போ ஒருபோதும் கொடுக்கப்படாததால், இவற்றில் பலவற்றில் எவையென்று உறுதிப்படுத்த முடியவில்லை. பண்டைய இந்தியக் காட்சிகள், மற்றும் மக்கள் பற்றிய வரலாற்று விவரங்களையும், சில சமயங்களில் பழங்காலச் சின்னங்களையும் உறுதிப்படுத்துவதற்கும் கூட நம்பகரமான சான்றுகளுக்கு நாம் கிரீஸ் நாட்டு நிலஇயல் நிபுணர்களையும், அராபிய நாட்டுச் சாத்து வணிகர்களையும், சீன நாட்டு யாத்திரிகர்களையும் நாட வேண்டியிருக்கின்றன. இந்தியச் சான்று மூலங்களில் எதுவும் இவற்றோடு ஒப்பிடுமளவுக்குத் தகுதியுடையதாக இல்லை.

நாம் இங்குச் சுருக்கமாகக் குறிப்பிட்ட வேகமான வளர்ச்சியையும், நீடித்த சீரழிவும் பற்றிய சோகக்கதை, அசோகருக்குப் பிறகு ஏறத்தாழ பதினைந்து நூற்றாண்டுகளைத் தழுவியது. முடிவில், கிராமியவாழ் பிராமணர்கள், தொலைவிடங்களுக்குச் சென்று பன்னிரண்டு ஆண்டுகள் வேதக் கல்வி பயிலும் முறையிலிருந்து வெகுதூரம் விலகிச் சென்றதுடன், அநேகமாக, எளிய படிப்பு வாசனையைக்கூடப் பெறாமல் இருந்தனர். புல்லுருவித்தனமான சாதிச் சலுகைகள் எக்காலத்திலும் தன்னிசைவுடன் விட்டுக்கொடுக்கப்படவில்லை; சில சமயங்களில், வரியைச் செலுத்துவதைவிட சாகும்வரை உண்ணாவிரதம் இருப்பதற்கு பிராமணர்கள் தயாராக இருந்தனர். எப்போதாவது காணப்படும் போலியாக எழுதப்பட்ட செப்புப் பட்டய சாசன உரிமை, 'உண்மையில் எந்த இந்தியனுக்கும் பொய்யே பேசத் தெரியாது' என்ற அர்ரியனைப் போன்ற அந்நியர்கள் வியந்த காலத்தோடு ஒப்பிடும்போது மேட்டுக்குடி பிராமணப் பெருந்தகையோர் இப்போது நெறிகோணிச் சென்றதை எடுத்துக்காட்டுகின்றது. இருந்தபோதிலும், பிராமணியத்தின் இத்தோல்வி நிலை உதவியற்றும், உணர்ச்சியற்றும் முழுக்க முழுக்கத் தன் துணைச்சார்புடன் தனித்து இயங்கி ஆயுதங்களைத் தாங்கி நிற்காத கிராமங்களின் முழுமை வெற்றியாகத் திகழ்ந்தது. இந்தக் கிராமங்களையே அரசியலதிகாரத்திற்கும், மன்னரின் கருவூலத்திற்கும், உகந்த உற்பத்தி அடித்தளமாக முன்பு சாணக்கியர் மதித்து வந்தார். மூட நம்பிக்கைகளின் வரம்பற்ற பெருக்கம் முன்பு நாம் குறிப்பிட்டதைப் போல் மதத்தை உபயோகித்துச் சமூகத்தைக் கட்டுப்படுத்த ஆளும் வர்க்கம் தனக்குத்தானே விதித்துக்கொண்ட சம்பிரதாயங்களும் மதக் கட்டுப்பாடுகளும் அவசியமாக இருந்ததை எடுத்துக்காட்டுகின்றது. முன்னேற்றமான பண்பாட்டிற்குக் கருத்துக்களின் பரிமாற்றமும், உறவு வளர்ச்சிகளும் அவசியம்; முடிவாக ஆராய்ந்து பார்க்குமிடத்து, இவ்விரண்டும் பண்ட மாற்றுதல்களின் தீவிரத்தை அதாவது வாணிபப் பொருள் உற்பத்தியைப் பொறுத்திருந்தன. மக்கட்தொகைப் பெருக்கத்திற்கு ஏற்றபடி இந்தியாவில் உற்பத்தி கூடியது. ஆனால் வாணிபப் பொருள்களின் உற்பத்தி அவ்வாறு கூடவில்லை. ஒரு கிராமம், தான் விளைவித்த உற்பத்தியைக் கொண்டே தன்னுடைய பிழைப்பை பெரும்பாலும் சமாளித்து வந்தது. பண்டமாற்றுக்கென்று எஞ்சக்கூடிய உற்பத்தி மிகவும் குறைவு. அதுவும் குத்தகை, தண்டல், வரி போன்ற உருவங்களில் முதற்படியாக ஒரு நிலப்பிரபு அல்லது வரி வசூலிக்கும் ஆட்சித்

தலைவர்- அநேகமாக இவர்களிருவரும் ஒரே நபரே- ஆகியோரின் கைகளுக்குப் போய்ச்சேர்ந்தது. அதே சமயம், கிராம சமுதாயத்தை விநோதமான முறையில் தனிமைப்படுத்தி வைத்த இடைக்கால இந்திய சமயங்களும் சமயத்தத்துவங்களும் பன்மடங்காகப் பெருகியிருந்தன. இந்த இடைக்கால இந்திய சமயத் தத்துவங்களுக்கு அகண்ட மலேசிய நாட்டில் கிடைத்த அற்ப சொற்பமான ஆதரவு நீங்கலாக, இந்தியாவிற்கு வெளியே பௌத்த மதத்திற்குக் கிட்டிய அதே ஆதரவை இவை பெறவில்லை.

7.2 பௌத்த மதத்தின் பரிணாம வளர்ச்சி

கி.பி. 630-க்குச் சற்றுப் பின்னர், சீன யாத்திரிகர் ஹியூன்-ஸாங் சம்ஸ்கிருதம், இந்திய பௌத்த மதம் ஆகியவற்றில் தம்முடைய ஆராய்ச்சிகளை நிறைவுபடுத்திக்கொள்வதற்காக நாலந்தாவிலுள்ள பௌத்த சமயப் பல்கலைக் கழகத்தைச் சென்றடைந்தார். பாலைவனம், பனிமலை தாண்டி நீண்ட பயணத்தை மேற்கொண்டு, ஓங்கி உயர்ந்திருந்த தூபிகளையும் கோடானிலிருந்து காந்தாரம்வரை செல்வச் சிறப்புடன் இருந்த பௌத்தப் பள்ளிகளையும் கடந்து, பஞ்சாபின் வழியாக, ராஜ்கீருக்கு அருகில் பௌத்த மதம் தோன்றிய இடத்திற்கே வந்து சேர்ந்தார். புகழ் மிகு அந்நிய அறிஞருக்குரிய மரியாதையுடன் நாலந்தா பௌத்தப் பள்ளி ஆசிரியர்களின் முதல்வர் சீலபத்திரர் அவரை வரவேற்றார். ஹியூன்-ஸாங் வாழ்க்கை வரலாறு இயற்றிய சீனத்து ஆசிரியர் அவருக்கு அளிக்கப்பட்ட வரவேற்பைப் பற்றி அறிவிப்பதாவது:

“மன்னன் பாலாதித்யாரின் கல்லூரி வளாகச் சுற்றத்திலுள்ள புத்தபத்ரரரின் இல்லத்தில் நான்காவது மேலடுக்கில், அவரைத் தங்கவைத்தனர். அவ்விடத்தில் நிகழ்ந்த ஏழுநாள் உபசாரங்களுக்குப் பிறகு தர்மபால போதிசத்துவரின் இல்லத்திற்கு வடக்கிலிருந்த விருந்தினர் மாளிகையில் அவருக்கென்று இடம் ஒதுக்கப்பட்டது. அவருடைய அன்றாடத் தேவைகளும் அதிகமாக்கப்பட்டன. தினம் அவருக்கு 120 தாம்புல வெற்றிலைக்கட்டு, 20 கொட்டைப் பாக்குகள், 26 ஜாதிக்காய்கள் ஒரு அவுன்ஸ் கற்பூரம், ஒரு ஷாங் (Shang) அளவுள்ள மகாசால அரிசி முதலியன அளிக்கப்பட்டன. இந்த அரிசி ஒரு கருப்பு அவரைப் பருப்பைவிடப் பெரியதாக இருந்தது; இதைச் சாதகமாகச் சமைத்தபோது

வேறெந்த அரிசி வகைகளிலும் இல்லாத நறுமணம் வீசியது. இந்த அரிசி வகை மகதத்தில் மட்டுமே உற்பத்தி செய்யப்பட்டு வந்தது; வேறு எங்கிலும் இது கிடைக்கவில்லை; மன்னர்களுக்கும், புண்ணிய சீலர்களுக்கும், அறிவுசால் பெரியோர்களாக விளங்கி வந்த பௌத்த துறவிகளுக்கு மட்டுமே அது அளிக்கப்பட்டு வந்ததால் இதை மகாசாலா அரிசி என்று அழைத்தனர். அத்துடன் மாதம் மூன்று டவ் (tou) எண்ணெயும் அளித்தனர். நித்தியப்படித் தேவையான வெண்ணையையும், பாலையும் பொறுத்தவரையில் கட்டுப்பாடே இல்லை; எவ்வளவு வேண்டுமானாலும் கொடுக்கப்பட்டது. இவருடைய தேவைகளை கவனிக்க ஒரு வேலையாளும், ஒரு பிராமணரும் இருந்தனர். சாதாரண மடாலயக் கட்டுப்பாடுகளிலிருந்து இவருக்கு விலக்கு அளிக்கப்பட்டது. இவருடைய சொந்தப் போக்குவரத்து உபயோகத்திற்காக யானை ஒன்று தரப்பட்டது. நாலந்தாப் பல்கலைக் கழகத்திலேயே குடியிருந்த துறவிகள், விருந்தினர்களாக வந்துபோய்க் கொண்டிருந்த துறவிகள் ஆகியோரின் மொத்த எண்ணிக்கை 10,000 என்றால், அவர்கள் ஹ்யூன்-ஸாங் உட்பட பத்து நபர்கள் மட்டுமே இத்தகைய சலுகைகளை அனுபவித்து வந்தனர். அவர் சென்ற இடங்களிலெல்லாம் இவ்வாறே எப்போதும் அவருக்கு மரியாதை நடந்தன.

நாலந்தாவைப்பற்றிய வகையில்:

'ஒன்றன்பின் ஒன்றாகப் பல மடாலயங்களை ஆறு அரசர்கள் கட்டினர். செங்கல் சுற்றுச் சுவரையெழுப்பி எல்லாக் கட்டடங்களுக்கும் சேர்த்து ஒரு நுழைவாயிலை வைத்து அது பெரிய மடாலயமாக்கப் பட்டது. அங்குப் பல நிலா முற்றங்கள் இருந்ததுடன், அவை எட்டுத் துறைகளாகப் பிரிக்கப்பட்டிருந்தன. வனப்புடைய மேல்மாடங்கள் விண்மீன்களைப்போல் பரவியிருக்க பச்சைக் கற்களால் இழைக்கப்பட்ட விதான மண்டபங்கள் மலைமுகட்டைப் போல் உயர்ந்திருந்தன. கோயிற் கட்டடம் மூடுபனிக்கு மேல் உயர்ந்து, தொழுகை மண்டபங்கள் விண்ணளாவி நின்றன. பூஞ்சோலைகளின் வழியே நீலநிற நீரோடை பெருகியோடியது; சந்தன மரங்களின் பூக்களுடன், பசுமை நீர்ப்பரப்பில் தாமரை மலர்கள் பளிச்சிட்டன. சுற்றுச் சுவர்களுக்கு வெளியே, மாமரத் தோப்பு பரந்திருந்தது. நிலா முற்றங்களைச் சுற்றியிருந்த துறவிகளின் தங்குமிடங்கள் நான்கு மாடிகளைக்கொண்டதாக இருந்தன. மடாலய உத்தரங்கள் வானவில்லின் எல்லா வர்ணங்களினாலும் பூசப்பட்டு,

மிருகங்களின் உருவரை அமைப்புகளையும் கொண்டிருந்தன; தூண்கள் சிவப்பும், பச்சையுமாக இருந்தன. நீண்ட, உருண்டையான ஸ்தம்பங்களும் நிலைவாயிற் படிகளும் அற்புதமான சிற்ப வேலைப்பாடுகளால் அழகுபடுத்தப்பட்டிருந்தன. அஸ்திவாரப் பீடம் சலவைக் கற்களால் பொருத்தப்பட்டிருந்தன. கைமரங்கள் வண்ண ஓவியங்களினால் அலங்கரிக்கப்பட்டிருந்தன. இந்தியாவில் ஆயிரக்கணக்கான மடாலயங்கள் இருந்தன; ஆனால், இந்த அளவுக்குச் சிறப்போ, மேன்மையோ அவற்றுக்கு இல்லை. குடியிருப்பாளர்களையும், வந்து தங்கிய விருந்தினர்களையும் சேர்த்து மொத்தம் 10,000 துறவிகள் எப்போதும் இருந்தனர். அவர்கள் மகாயானக் கோட்பாடுகளையும், 18 தனி மரபுத் தொகுதிகளையுடைய ஹீனயானச் சித்தாந்தங்களையும், வேதம் பண்டைய இலக்கிய மூலங்கள் போன்ற உலகியல் நூல்களையும் கற்றனர். அவற்றுடன் இலக்கணம், மருத்துவம், கணிதம் ஆகியவற்றையும் பயின்றனர். இவர்களுடைய பராமரிப்பிற்காக மன்னர் இவர்களுக்கு நூற்றுக்கு மேற்பட்ட கிராமங்களின் நில வருவாய்களை ஒதுக்கினார். இந்த கிராமங்கள் ஒவ்வொன்றிலும் இருந்த 200 குடும்பங்கள், தினம் தன் (tan) அளவுள்ள அரிசி, வெண்ணெய், பால் போன்ற பண்டங்களையும் அளித்து வந்தன. வெளியில் யாசகம் செய்து இவற்றைத் திரட்டாமலே, இவ்வாறு மாணவர்கள் நான்கு அடிப்படைத் தேவைகளையும் (உடை, உணவு, இருப்பிடம், மருந்து) போதுமான அளவிற்குப் பெற்று வந்தனர். இவ்வாறு ஆதரிக்கப்பட்ட காரணத்தினால்தான், இம்மாணவர்கள் பெருமளவுக்குக் கல்வி கேள்விகளில் தேர்ச்சி பெற்றனர்.

தொல்பொருளாய்வாளர்கள், இதுவரை அங்குள்ள ஏதாகிலும் ஒரு மடாலயத்தில் வழிவழியாக நிகழ்ந்த மாறுதல்களைப் பற்றிக்கூட சரியான விவரங்களை அளிக்கவில்லையென்றாலும் நாலந்தாவிலுள்ள பழங்காலச் சின்னங்களைப் பார்க்கும்போது மேற்கூறிய வர்ணனைகள் மிகையானவையென்று கூறுவதற்கில்லை. பௌத்த கயாவில் உள்ள மஹாபோதி கோபுரம் தற்போது காணப்படும் 160 அடி உயரத்திற்கு அன்றே உயர்ந்துவிட்டது; தவிர அக்காலத்தில் ஏழு அடுக்கு மாளிகைகள் இருந்தன. பௌத்த சமயத் துறவிகளின் நடவடிக்கைகளைப் பற்றி ஹ்யூன் ஸாங் தனித்துக் கூறியதையும் இத்துடன் சேர்த்துக்கொள்ள வேண்டும்:

'வினயம் (லியூ), சமய உரைகள் (லூன்) சூத்ரங்கள்(கிங்) ஆகியவை எல்லாம் பௌத்த நூல்கள். இந்நூல்களிலுள்ள ஒரு பிரிவை முழுவதுமாக

விளக்கிப் பொருளுரைக்கும் ஒருவருக்குக் கர்ம தானக் கட்டுப்பாட்டிலிருந்து விலக்கு அளிக்கப்படுகிறது. இரண்டு பிரிவுகளுக்கு விளக்கம் அளிக்கும் ஒருவருக்கு, இத்துடன் சேர்த்து உயர்ந்த பதவியோ அல்லது தனியறையோ அளிக்கப்படுகிறது; மூன்று பரிவுகளை விளக்குபவருக்கு குற்றேவல் புரியவும் பணிந்து நடக்கவும் வெவ்வேறு வேலைக்காரர்கள் ஒதுக்கப்படுகின்றனர்; நானகு பிரிவுகளை விளக்குபவருக்குத் 'தூய மனிதர்கள்' (உபாசகர்கள்) என்று வாழ்த்தி பணிவிடைகளைச் செய்யும் தொண்டர்களாக பௌதீகச் சீடர்கள் ஒதுக்கப்படுகின்றனர். இத்திருமுறைத் தொகுதிகளில் ஐந்து பிரிவுகளையும், விளக்கும் ஒருவருக்கு, ஒரு மெய்க்காவலரும் அனுமதிக்கப்பட்டார். பேரவையில் ஒருவர் பண்பட்ட சொற்கள் நுண்ணிய ஆய்வுத் திறன், ஆழ்ந்து ஊடுருவும் பார்வை, செறிவுமிக்க தருக்க அறிவு ஆகியவற்றால் (வாக்குவாதம் செய்து) தனித்து விளக்குவாரேயெனில், விலையுயர்ந்த ஆபரணங்களால் அணி செய்யப்பட்ட யானையின் மீது அவரை அமரவைத்துப் புடைசூழ, மடாலயத் தலைவாயில்வரை ஊர்வலமாக இட்டுச்செல்வார்கள். இதற்கு மாறாக ஒருவர் வாக்குவாதத்தில் தோற்றாலும் அல்லது வெறுப்பூட்டக்கூடியதும் நடைப் பண்பற்றதுமான சொற்களைப் பயன்படுத்தினாலும் அல்லது தருக்க இயலில் ஏதும் ஒரு விதி வரம்பைப் புறக்கணித்துத் தன் மனம்போன போக்கில் சொற்களை மேற்கோள் காட்டினாலும், அவர் முகத்தில் கரும்புள்ளி செம்புள்ளி குத்தி, அழுக்கையும், புழுதியையும் அவர் உடல்மீது பூசிக் கண்காணாத இடத்திற்குக் கொண்டுசெல்வார்கள் அல்லது ஒரு வடிகாலில் தள்ளி முழுக்கிவிடுவார்கள்.

கி.மு. ஆறாம் நூற்றாண்டு மகதத்தில் இம்மதத்தைத் தோற்றுவித்த புத்தரால் சமயப் பிரச்சாரம் செய்யப்பட்ட பௌத்த மதத்தோடு இதற்குச் சிறிதும் தொடர்பில்லை என்பது கண்கூடு. காலணியில்லாது அலைந்து திரிந்தும், திறந்த வெளியில் படுத்துறங்கியும், தாங்கள் சென்ற இடங்களில் உண்ட உணவு மிகுதிகளைப் பிச்சையெடுத்து வயிற்றை நிரப்பிக்கொண்டு நாட்டு மொழியில் கிராம மக்களுக்கும் காட்டுமிராண்டிக் குணமுள்ள ஆதிவாசிக் கூட்டங்களுக்கும் சமயப் பிரச்சாரம் செய்தவாறும் தவக்கனலில் புடமிட்ட துறவிகள் அப்போதும் வாழத்தான் செய்தனர்; ஆனால் அவர்களுடைய சமூக அந்தஸ்தும், எண்ணிக்கையும் படிப்படியாகக் குறைந்தவண்ணம் இருந்தன. துறவிக்கென்று

வரையறுக்கப்பட்ட ஒட்டுப்போட்ட கந்தையாடை மாறிப்போய், அவ்விடத்தை உயர்ந்த ரக நூலால் தயாரிக்கப்பட்ட நேர்த்தியான பருத்தி ஆடைகளும், சிறந்த கம்பளி உடைகளும், அல்லது இறக்குமதி செய்யப்பட்ட பட்டாடைகளும் இட்டு நிரப்பின; மேலும் அவற்றின் மீது உயர்ரக செங்காவி வண்ணமும் ஏற்பட்டது. ஒரு பேரதிசயத்தின் காரணமாக புத்தர் மீண்டும் உயிர்பெற்று எழுந்து இந்த பௌத்தப் பள்ளிகளின் வழியே சென்றார் என்று கொள்வோமே எனில் (புத்தர் தம் இறுதிப் பயணத்திற்கு முன் நாலந்தா கிராமத்தின் வழியே சென்றும் இருக்கிறார்) தன் பெயரால் இயங்கிவந்த பௌத்தப் பள்ளிகளின் பகட்டு ஆடம்பரங்களைக் கண்டு எள்ளி நகையாடியிருப்பார். இத்தகைய பேரதிசயங்களை புத்தர் எள்ளி நகையாடியிருந்தாலும்கூட அச்சமயத்தில் அவை மதத்தின் பிரதான சக்திகளாக விளங்கின. இதன் காரணமாகவே பலவாறான புத்தர்களின் நம்புதற்கரிய தெய்வப் பேரதிசயங்கள் கணக்கற்றுப் பெருகின. மிகப் பூர்வகாலத்திற்குரிய வளமைப் பெருக்கச் சடங்குகள் தாந்திரீகம் என்ற நயமாக்கப்பட்ட உருவத்தில் மீண்டும் தோன்றின. இவை புதிய சமய உட்பிரிவுகளைத் தோற்றுவித்ததோடு மட்டுமல்லாது. பௌத்தம், ஜைனம் மற்றும் பிராமணீய சமயங்களின் இறைமை இயல்களிலும் ஊடுருவிச் சென்றன. பழைமை மரபுகளைப் போற்றும் மகாயானத் தத்துவமும் புராதனமான மடாலய நியமங்களைச் சிறுமைப்படுத்திப் பகட்டுடைய புடைவரிசைகள் குழப்பெற்றதாகி. எளிமை வாழ்க்கையைப் புறக்கணித்தது. மேலே கூறப்பட்ட மகாயானப் பிரிவு ('பெரிய ஊர்தி') கி.பி. இரண்டாம் நூற்றாண்டிலும், அதன் பின்னரும், உடலாலும் உள்ளத்தாலும் வெளிப்படையாகவே இப் பகட்டு வாழ்க்கையைத் தேர்ந்தெடுத்துக்கொண்டது. ஹீனயானம் (பௌத்த மதம் இரண்டாக பிரிந்த பிறகு மாகாயனப் பிரிவினரால் 'சிறிய ஊர்தி' என்று கேவலமாக அழைக்கப்பட்டது) உடலை வருத்தும் பூர்வகாலத்திய தவநிலைகளின் வெளித்தோற்றத்தைச் சற்றுப் பாதுகாத்து வந்தது. அத்துடன் இவர்கள், பாலிமொழியில் இருந்த சில முக்கியமான திருமறை நூல்களையும் தங்களுடன் தக்கவைத்துக்கொண்டனர்; ஆனால், மகாயானப் பிரிவினரோ, அவற்றை மனம்போன போக்கில் சமஸ்கிருதத்தில் எழுதினர்; அல்லது திருத்தி அமைத்தனர். திபெத்தியம் மற்றும் சீன மொழிகளில் பத்திரப்படுத்தி வைக்கப்பட்டிருக்கின்ற மகாயானத் திருமறை நூல்களைக் கொண்டு ஒரு நூலகமே அமைத்துவிடலாம்; அதே சமயத்தில் சமஸ்கிருத மூலத்துடன் சேர்த்து

கணக்கற்ற நூல்கள் மொழி பெயர்க்கப்படாமலேயே தொலைந்து போய்விட்டன. இவ்விரண்டு பௌத்தப் பள்ளி நடைமுறையில் இருந்த அடிப்படை வேற்றுமைகள் அற்பமானவை. ஹீனயான மடாலயங்களும் ஏராளமான அளவுக்கு மானியங்களைப் பெற்றுவந்தன. நாளாவட்டத்தில், இதன் மடாலய நிர்வாகம் (இலங்கை, பர்மா போன்ற நாடுகளில் எஞ்சி நிற்கும் முறைகளிலிருந்து பார்க்கும்போது) இதற்கென்று நிர்ணயிக்கப்பட்ட ஒவ்வொரு குடும்பங்களின் வசம் சென்றது; மடாலயத் தலைமைப் பதவியை ஏற்கவேண்டிய சந்தர்ப்பத்தில் அவசியமானால் அக்குடும்பங்களுக்குரிய இளவயது ஆண்களின் தலைமுடி மழித்தெறியப்படலாம். இம்மத உட்பிளவுகளுக்கு முன்பாகவே, ஓடிப்போன அடிமைகள், காட்டுமிராண்டி இனத்துப் பழங்குடியோர் தப்பியோடிய குற்றவாளிகள், தீராத நோயாளிகள், கடன்பட்டோர், பூர்வீக நாகர்கள் போன்றோர் பௌத்த மத சங்கத்திற்குள் சேர்வதற்கு அனுமதி மறுக்கப்பட்டனர். மடாலயமும், அரண்மனையும் உடன்பாடுகொண்டன; குடிமை வாழ்வில் ஒரு பேரரசர் (சக்கரவர்த்தி) ஏற்றப் பங்கிற்கு நிகராகச் சமய வாழ்வின் முறையான தலைமையாக புத்தரின் உருவம் மாற்றப்பட்டது.

தொடக்ககால பௌத்தமத ஒழுக்கங்களைப் போற்றி வந்தோரின் ஒரு முக்கியப் பிரிவினர், அருவருப்பும், ஆபாசக் கூறுகளும் நிரம்பிய மனித உடலின்மீது கவனத்தைத் திருப்புமாறு வற்புறுத்தினர். துறவி அருவருக்கக்கூடிய தன் உடற்கூறுகளின் உள்ளவயங்களைப்பற்றி நுண்ணிய வகையில் ஆராய்ந்து முறைப்படி தியானிக்க வேண்டும். இடுகாட்டிற்குச் சென்று பிணத்தின் ஊழ்த்த இறைச்சியைக் கழுகுகளும், நரிகளும், புழுக்களும் எவ்வாறு கொத்தி விழுங்குகின்றன என்பதை நீண்ட நேரம் கவனித்து வரவேண்டுமென்றும் துறவிகளுக்குப் பணிக்கப்பட்டது. ஆனால், பௌத்தர்களின் நேர்த்தியான கலைவடிவ மாதிரிகளைப் பார்க்கும் ஒருவரால், இவற்றை ஒருக்காலும் ஊகிக்க முடியாது. மகுடம் தரித்த போதிசத்துவர்கள், செல்வச் சிறப்புடையதும் ஆனால் மேனி தெரியக்கூடியதுமான ஆடைகளை அணிந்த வனிதையர்கள், அவர்களின் அழகுமிகு ஆண்தோழர்கள் ஆகியோரின் எண்ணிறந்த உருவங்கள், உடைபடாமல் அப்படியே காந்தாரம் மற்றும் பார்ஹூத்திலிருந்து அஜந்தா, அமராவதி வரை தடையின்றி விரவியிருந்தன. ஆனால் அழுகிச் செல்லரித்துப்போன அரைகுறை

மனித உடல்களும் தொழுநோய்ப் பிச்சைக்காரர்களின் சிரங்குகளிலிருந்து வழியும் சீழும், இவ்வழகுச் சுவர் ஓவியங்கள் மற்றும் சிற்பத்தொகு திகளில் இடம்பெற்று அவற்றின் இனிமை நாதத்தைப் பாழாக்கித் தொடக்கத்தில் இம்மதத்தை நிறுவிய ஒரு துறவியின் தத்துவத்தை நினைவுபடுத்த வில்லை. மிகவும் வறுமையுற்ற கிராமவாசியின் (பாமரா) சாதாரணத் துன்பங்களும்கூடக் கலைவடிவத்தைப் பெறவில்லை; இத்துறவிகளோ அவன் விளைவித்த உபரியைத்தான் தின்றனர். ஆனால், அவனுடைய துன்பங்களை இரக்கமற்ற ஒரு கொள்கையைக் கூறிக் கழித்துக் கட்டினர். அதாவது, ஏதோ ஒரு முற்பிறப்பில் அவன் செய்த தீச்செயல்களினால், அத்துன்பங்கள் அவனுக்கு ஏற்றதுதானாம்!

பாலிமொழிச்சான்று மூலங்களின் ஆரம்பமே, பௌத்தர்களின் தொடக்கத்திய சமய போதனைகளை இந்திரனும், பிரம்மாவும் மரியாதையுடன் செவியுற்றதாக அமைக்கப்பட்டிருக்கிறது. கணேசர், சிவன், விஷ்ணு ஆகியோரைக்கொண்ட புதிய கடவுள் கூட்டமே புத்தருக்கு அடிபணிந்து வந்ததாக, மகாயானம் உரைக்கின்றது. இக்கூட்டத்திற்குள் சில பொறுக்கியெடுத்த தேவதைகள் அழகொளி வீசும் தாராவைப் போன்ற பெண்தெய்வமும் தொடக்கத்தில் குழந்தையைத் தின்னும் அரக்கியாக இருந்த ஹாரீதி போன்ற தாய்தெய்வமும்- சேர்ந்துகொண்டன. பாம்புகள், பூதங்கள் ஆகியவற்றிற்கு எதிராக ஓதப்பட வேண்டிய மந்திரங்கள் (தாரிணி) இத்திருமறை நூல்களில் இடம்பெற்றிருந்தன. அதே நேரத்தில், பல மடாலயங்களில் பாம்பின் உருவிலிருந்த நாக அரக்கர் மதிப்பு வாய்ந்த காவல்தெய்வமாக இருந்தது. புத்தர், யாருக்குமே எளிதில் கிட்டாத தனிப்பட்ட சொர்க்கத்திலிருந்துகொண்டு, மற்ற எல்லா தெய்வங்களுக்கும் மேலான வகையில், உயர் பெருந்தெய்வமாக விளங்கி வந்தாரென்பதில் ஐயமில்லை. ஆனால், முற்காலப் புத்தகங்களின் எண்ணிக்கை அளவுக்கு மீறிப்போய்விட்டதுடன் எதிர்காலத்திற்குரிய மீட்பாளராக புத்தமைத்திரேயரும் இதில் சேர்க்கப்பட்டார். பல பிரசித்தமான நாடோடிக் கதைகள், நிர்வாண நிலையைப் பெறவேண்டி புத்தரால் மேற்கொள்ளப்பட்ட முற்பிறப்புகளைக் (ஜாதகா) கூறும் கதைகளாக அப்படியே சுவீகரிக்கப்பட்டன. தத்துவத்தின் ஒவ்வொரு கிளைகளையும், ஒவ்வொரு மடாலய நியமங்களையும் புத்தரைப் பற்றிய கதைகளை எழுதுவதின் வாயிலாக நியாயப்படுத்தி வந்தனர். அதே சமயத்தில்

வழிபாடு செய்யப்பட்ட புத்தரின் மானிட உடலின் நினைவுச் சின்னங்கள் ஒரு பெரிய யானைக்கூட்டத் தொகுதிக்கு அவை உரியனவோ என்று தோன்றுவதற்கு எல்லா இடங்களிலும் அளவிலும் எண்ணிக்கையிலும் பெருகிவந்தன. ஆனால் இம்மாதிரியான விஷயத்தில், பிராமணர்களின் கற்பனை ஆற்றலே சிறப்பு மிக்கதாக விளங்கிற்று. பிராமணீயப் புராணங்களில் எழுதப்பட்ட கடவுள்கள், உயர்ந்த நிலையில் வைத்து வணங்கப்பட்டன- அவை உழவர்களினால் வணங்கப்பட்டபோதும் சரி, அல்லது புதிய அரசர்களாக உயர்ந்த பழங்குடித் தலைவர்களால் வணங்கப்பட்டபோதும் சரி, இந்த விஷயத்தில் எல்லோராலும் நன்கு ஒப்புக்கொள்ளப்பட்ட எடுத்துக்காட்டாக விளங்குவது காஷ்மீர் நாகா நீலமாதாவின் வழிபாடு. பௌத்தமதத்தின் காரணமாக, அவ்வழிபாடு வழக்கொழிந்து போனாலும், பின்னர் பிராமணர்களால் எழுதப்பட்ட நீலமாதா புராணம், அதற்கு மீட்டுயிர்ப்பு வழங்கியது. அதன் வாயிலாக பிராமணர்களும் புத்தூக்கம் பெற்றனர். இஸ்லாம் அல்லது கிறித்துவ மதம் தந்த பொருளில், ஒருபோதும் பௌத்த மதம், அரசியல் மதமாகத் திகழாததுடன், போட்டித் தத்துவத்தை அடக்கி ஒடுக்குவதற்கு இராஜ்ஜியத்தின் படைக் கேந்திரத்தைப் பயன்படுத்தவுமில்லை. தொடக்கத்தில் சங்கம் நிறுவப்பட்ட காலத்திலிருந்தே அதில் பிராமணர்கள் இடம்பெற்றிருந்தனர். அவர்கள் சாதியைப் புறக்கணித்திருக்கக்கூடும்; ஆனால், தங்களுடைய அறிவியல் மரபுகளை கைவிடவில்லை. எவ்வாறு பிராமணர்கள், மாட்டிறைச்சி உண்பதைக் கைவிட்டுக் கொல்லாமையைத் (அகிம்சா) தங்களுடைய முக்கியக் குறிக்கோளாக ஏற்றுக்கொண்டனரோ, அதைப்போலவே இன்றுள்ள பிராமணீயச் சித்தாந்தம் (சடங்குகளோ அல்லது வழிபாடுகளோ அல்ல) அநேகமாக, அப்படியே ஆராயப்படாது ஏற்றுக்கொள்ளப்படுகின்றன. பௌத்தர்கள், பிராமணர்கள் ஆகியோரின் உயர்நிலைத் தத்துவங்கள் இரண்டின் சாரங்களும் ஒருங்கிணைய ஆரம்பித்து. ஒரே அடிப்படையைத் தோற்றுவித்தன. இவையிரண்டுமே, பருப்பொருள் உலகை மெய்யென்று ஒப்புக்கொள்ளவில்லை. சங்கருடைய தத்துவங்களையோ, அவருடைய சொற்போரில் தாம் மறுத்துப் புறக்கணித்த எதிராளிகளின் முக்கியக் கோட்பாடுகள் என்று அவர் சமர்ப்பித்த தத்துவங்களையோ பார்க்கும்போது, அசோகர் காலத்திலோ அதற்கு முன்னரோ அறிந்துகொள்ளப்பட்ட பௌத்த மதத்திற்கும் அவற்றிற்கும் நிறைய வித்தியாசம் இருந்தது தேற்றம். சொற்போர்

புரிந்துகொண்ட சமயவாதிகளுக்கு இடையே நிலவிய வெளித்தோற்றத்தின் வேற்றுமைகள் மிகக் குறைவாகவே இருந்தன; உட்பொருள் வேற்றுமைகளும் அதிகம் இல்லாததால் இன்றுள்ள நிலையில், சரியானபடி அச்சர்ச்சை என்னவென்று பிடிபடுவதே கடினமாக உள்ளது. பௌத்த மத நடைமுறைகள் தொய்வுற்றதன் விளைவுகளுக்குச் சான்றாக, கொடிய கலிங்கப் போருக்குப் பிறகுதான் அசோகர் கொல்லாமையை அடிப்படையாகக்கொண்ட மதத்தைத் தழுவிக்கொண்டார் என்பதை நாம் கவனிக்க வேண்டும். இதற்கு மாறாக, பௌத்த மதப் பற்றுள்ள கன்னோஜியின் பேரரசர், ஹர்ஷசீலாத்தியர் (ஏறத்தாழ கி.பி. 605- 655) குறைந்தபட்சம் முப்பது ஆண்டுகள், இந்தியாவின் பெரும் பகுதியைத் தமது ஆதிக்கத்தின்கீழ் கொண்டுவருவதற்காக இடைவிடாது போர்புரிந்த வண்ணம் இருந்து வந்தார். இதைப்பற்றிய வகையில், ஜெங்கிஸ்கானும் (தெமுஜின்), அவனுக்குப் பிறகு பட்டத்திற்கு வந்த மங்கோலிய இளவரசர்களும் யூரேசியாக் கண்டத்தின் பெரும்பகுதிகளிலும் போர் ஆக்கிரமிப்புச் செய்தனர்; வரலாற்றில் கெட்டபெயரைச் சம்பாதித்துக்கொண்ட இவர்கள் நிகழ்த்திய படுகொலைகளையும், செய்த நாசங்களையும் ஒப்பிடும்போது, அலெக்சாந்தரின் படையெடுப்பை எல்லைச் சூறையாடல் என்றுதான் எண்ணத் தோன்றுகிறது; ஆனால், இம்மங்கோலியப் பேரரசர்களும் நல்ல பௌத்தர்களாக ஏற்கப்பட்டனர். இருப்பினும் மன்னிய புகழைக் கருதியோ அல்லது மதப் பரப்புகையை எண்ணியோ எந்த பௌத்த மத மன்னரும் கொலைபுரியவோ அல்லது சிலுவைப் போரையோ நிகழ்த்தவில்லை.

அசோகர் அளித்து வந்த இராஜ்ஜிய உதவிகள் பன்னிரெண்டாம் நூற்றாண்டுக்காலம் முடியுந்தொட்டும் தொடர்ந்தன. இக்காலகட்டத்தில், இஸ்லாமியர்கள் படையெடுத்து வந்து எல்லா பௌத்த மடாலய அமைப்புகளையும் முற்றும் கொள்ளையிட்டு நிர்மூலப்படுத்தினர். தம்மகா - திகாயஸ் என்ற புகழ்பெற்ற மினாந்தரைப் போலவே, இந்தோ-கிரேக்க இளவரசராகிய அகதோக்ளீஸும் பௌத்த மதச் சின்னங்களைத் தன் நாணயங்களில் வெளியிட்டார். குஷானர்கள் வழங்கிய தாராளமான நன்கொடைகள், வரலாற்றில் ஒரு புதிய திருப்பத்தை முன்னறிவிப்பதாக இருந்தது. இவை, மகாயானத்திற்கு ஒரு பலமான அடிப்படையைத் தந்தன. குஷானரின் வம்சம், கி.பி. நான்காம் நூற்றாண்டுவரை நீடித்தது.

இஸ்லாமியர்களுக்கு மன்னர்கள், இவ்வுதவிகளை ஒருபோதும் நிறுத்தவில்லை. மௌரியர்களை அடுத்து உடனடியாக வென்றவர்கள், பிராமணர்களை ஆதரித்தனர்; முதல் சுங்க மன்னர், யக்ஞ முறைப்படி அசுவமேத யாகத்தை நடத்தினார். சாஞ்சியில் பெரிதாக்கப்பட்ட சுங்கர்களின் கட்டடங்களைக் கண்ணுறும்போது, இந்த யாகம் பௌத்த மதத்தின்மீது எந்த விளைவையுமே ஏற்படுத்தவில்லை என்பது

படம்- 15 பௌத்தப் பேரரசர் ஹர்ஷரின் கையொப்பம், ஒரு பிராமணருக்கு நிலம் கொடுத்ததைக் குறித்து அளிக்கப்பட்ட செப்புப் பட்டயத்திலிருந்து எடுக்கப்பட்டது. (பாங்க்ஷேராப் பட்டயம்: எபிகிராபியா இண்டிகா, வால்யூம் ஐஏ பக்கம் 210-க்கு எதிரில்) அநேகமாக இதன் காலம் கி.பி 628. ஹர்ஷர் அச்செப்பேட்டின்மீது மையால், 'இராஜாதி இராஜனாகிய ஸ்ரீ ஹர்ஷர் தம்முடைய கையாலேயே' என்று எழுதிக் கையொப்பம் இட்டுள்ளார். மசி எழுத்துக்களின் மீது ஆணியால் எழுத்தச்சர்கள் வெட்டி அச்செப்பேட்டின்மீது பொறித்துள்ளனர்.

புலனாகிறது. நான்காம் நூற்றாண்டிலிருந்து குப்த மன்னர்கள், பிராமணர்களுக்கு அளித்து வந்த நிலமானியங்களில் சிறப்புடன் மகாபாரதத்திலிருந்து மேற்கோள்கள் காட்டப்பட்டு வந்த அதே நேரத்தில் பௌத்த மடாலயங்கள் புதுப்பிக்கப்பட்டதுடன், பௌத்தர்களுக்கு அளிக்கப்பட்ட உதவித் தொகைகளும் அதிகரிக்கப்பட்டன. உண்மையில் முதல் அடக்குமுறை ஆட்டூழியம், ஏழாம் நூற்றாண்டின் ஆரம்பத்தில் மேற்கு வங்க மன்னர் நரேந்திரகுப்த சசாங்கனுடன் தொடங்கியது. இவன் கங்கை சமவெளிக்குள் ஆழமாக உட்புகுந்து சூறையாடினான்; கயாவிலுள்ள போதிமரத்தை வெட்டி வீழ்த்தியதுடன், பல புத்த விக்கிரகங்களையும் பாழாக்கினான். ஹர்ஷரின் கொடைத் திறத்தால், சில ஆண்டுகளுக்குள்ளாகவே எல்லாம் விரைவுடன் புதுப்பிக்கப்பட்டு, முன்பைவிட நேர்த்தியாக அவற்றின் பழைமைத் தோற்றங்கள் மீட்கப்பட்டன. ஆயினும், சீர்மிகு நாலந்தாவில் ஹ்யூன்-ஸாங் ஆய்வு

நடத்திவந்த காலந்தொட்டே பௌத்த மதத்திற்குச் சூழ இருந்த அபாய நிலையும், அதன் நலிவும் வெளிப்படை, அபாயமிக்க முடிவைப்பற்றி ஹ்யூன் - ஸாங் கொண்டிருந்த மனக்கிலி, ஏறத்தாழ கி.பி. 655-ல் அப்படியே மெய்யானது; அப்போது ஹர்ஷரின் மறைவைத் தொடர்ந்து ஏற்பட்ட அராஜகத்தில் அம்மாபெரும் பௌத்த பல்கலைக்கழகம் சூறையாடப்பட்டுத் தீ வைக்கப்பட்டது. இருந்தபோதிலும் பாலா மன்னர்கள் அடுத்த நூற்றாண்டிலேயே நாலந்தாவின் நிதி நிலைமைகளைச் சரிப்படுத்தி மீட்டதுடன், பல புதிய விஹாரைகளை நிறுவினர். மேலும் நாலந்தாவிற்கு அருகில் ஒரு மாபெரும் பௌத்தப் பள்ளி ஒன்றையும் நிறுவினர். இதன் பெயரிலிருந்தே, பிற்காலத்தில் இப்பிராந்தியங்கள் முழுவதையுமே சேர்த்து பிஹார் என்று அழைத்தனர். தற்காலப் பொருள் அடிப்படையில், சேனா என்போர் இந்து மன்னர்கள் என்பதில் ஐயமில்லை; இவர்களும் தாராளமாக நன்கொடைகள் அளித்ததுடன், பாலா மன்னர்கள் நிறுவிய பௌத்த மடாலயங்களில் உள்ள அரும்பெரும் பொருட்குவியல்களைக் கொள்ளைக்காரர்களிடமிருந்து காக்கவேண்டி அம்மடாலயங்களைச் சுற்றிலும் மதில் எழுப்பினர். இவ்வாறு பாதுகாக்கப்பட்டதன் விளைவாகவே முன்பைவிட மிக நேர்த்தியான வழியில், முகமதுபின் பக்த்யார் கல்ஜியின் கீழமைந்த சிறியதோர் இஸ்லாமியக் கொள்ளைக் கூட்டம், ஏறத்தாழ கி.பி. 1200-ல் மகதம், மேற்கு வங்கம் வழியாகப் படையெடுத்துச் செல்லும் வழியில் இம்மடாலயக் கட்டடங்களைப் புயலெனத் தாக்கிச் சூறையாடிச் சென்றனர். அதே சமயத்தில் புத்தரின் முதல் பேருரை நிகழ்ந்த புத்தருடைய எளிமையான ஓலைக்குடிசையின் நினைவாலயமாக உருவான சார்நாத்தின் ஒப்புயர்வற்ற ஸ்தூபித் தொகுதிகள் விகாரைகள் ஆகியவை ஈடுசெய்ய முடியாதபடி பாழாக்கப்பட்டன. இவ்வாறு, புத்தருக்கு முன்பு பல நூற்றாண்டுகள் பின்னோக்கிய காலத்திலிருந்து தொடர்ந்து, துறவிகளின் புகலிடமாகவும், சந்திப்பாகவும் திகழ்ந்து வந்த மரபு முடிவுற்றது. ஹீனர்களின் சூறையாடல்கள், மூர்க்கமான பாசுபதர்களின் தலையீடுகள், சமய உட்பிளவுகள் ஆகிய எல்லாவற்றையும் சமாளித்து எஞ்சி நின்ற சார்நாத் ஏறக்குறைய கி.பி. 1150-ம் ஆண்டளவில் இந்து மன்னர், கோவிந்த சந்திர காஹடவாலாவின் 'பௌத்த' அரசியல் மீண்டும் புதுப்பிக்கப்பட்டதுடன் மேலும் வளமைப்படுத்தப்பட்டது. கொரிய நாட்டினர், பதினான்காம் நூற்றாண்டிலும் இந்தியாவிலிருந்து பௌத்த மதத் துறவிகளுக்கு அழைப்புவித்தனர். ஆனால், பௌத்தமதம் முதலில்

நிறுவப்பட்ட பழைமைச் சிறப்புள்ள இடங்களில் மறையத் தொடங்கிவிட்டதால் தெற்குப் பகுதியிலிருந்துதான் பௌத்தத் துறவிகள் பெறப்பட்டனர். இவ்விஷயத்தில், சிறியதும், பௌத்தமல்லாததுமான பொருள் முதல் வாதிகளின் லோகாயத சீடர் குழாய்கள், பௌத்த மதச்சார்புள்ள சாக்கியன் தேவதத்தனின் சீடர் குழாங்கள் போன்றவை. குறைந்தபட்சம், ஏழாம் நூற்றாண்டு வரை மகதத்தில் நீடித்து வந்ததாகத் தெரிகிறது. அவற்றை யாரும் ஒருவர் முனைந்து அழிக்காமலேயே அவை ஆற்றலிழந்து அழிந்தன. பல்வேறு முரண்பாடான நெறி முறைகளை ஒரே சமயத்தில் தாங்கி நிற்க முடிந்த இந்நாடு, அத்தகைய சிந்தனையாளர்களின் பாரம்பரியத்தையோ, கோட்பாடுகளையோ நிலையுறுதிச் சான்றுகளாகப் போற்றி வைப்பதில் அக்கறை செலுத்தவில்லை. ‘இந்து மத மீட்பு’ என்ற பிரச்சினையும் அல்லது சில அரசர்களை பௌத்தர்களென்றும், இந்துக்களென்றும் குறிப்பிடும் விவகாரங்களும் அர்த்தமற்றவை. பல்வகை மக்கள் அரசர்களோ பொதுமக்களோ யாவரும் பிற்கால பிராமணச் சடங்குகளைப் போற்றி, வரலாற்றுக்கு முற்பட்ட புராதன தெய்வங்களை வணங்கி வந்தபோதிலும், பௌத்தர்கள், ஆசீவிகர்கள், ஜைனர்கள் ஆகியவர்களுக்கும் கடைசிவரையில் தாராளமாகவே நன்கொடைகளை வழங்கிய வண்ணம் இருந்தனர். கன்னோஜில் ஹர்ஷர், பௌத்த மதத்திற்கு அளித்து வந்த ஆதரவுகளில் ஐயமில்லை; தன்னைக் கொல்ல வந்தவனுடைய ஆயுதத்தைப் பறித்துக்கொண்டு மன்னித்து அருளிய ஹர்ஷர் மற்ற இடைக்கால மன்னர்களைப் போலவே பிராமணர்களுக்கு நிலமானியங்களை அளித்து வந்ததுடன், ஒரு ‘உயர்ந்த சிவ பக்தனாகவும்’ (பரம மஹேஸ்வரா) தன் பெயரைக் குறிப்பிட்டுக்கொண்டார். மேலும் கூறுமிடத்து, இவருடைய குலதெய்வமே சூரியனாகும்; சூரிய வழிபாடு குஷானர்களுடைய எழுச்சியுடன் பாரசீகர்களின் செல்வாக்கு பஞ்சாபில் வேரூன்றிய போது பிரபலமானதுடன், மகியன் பூர்வீகத்திலிருந்து தோன்றி இருக்கக்கூடிய ‘மகா பிராமணர்கள்’ என்ற புதிய குலப்பிரிவையும் உருவாக்கியது. ஹர்ஷர், இதற்கு இசைவாக, பரமபட்டாரகா என்ற பட்டப்பெயரையும் பூண்டார். கடைசியில், தாம் எழுதிய சமஸ்கிருத நாடகங்களில் ஒன்றான நாகாநந்தாவில், சிவனின் பத்தினியாகிய கௌரியின் (‘வெண்ணிறப் பெண் தெய்வம்’ பார்வதி) தீவிரபக்தனாகத் திகழ்ந்தது. தன்னைத்தானே தியாகம் செய்துகொள்ளும் பௌத்த மதக் கதாநாயகனின் வேடத்தை ஏற்று நடித்துள்ளார். கங்கை – யமுனைக்

கூடலில், ஐந்து ஆண்டுகள்தோறும், மாமன்னர் நடத்திய மகத்தான பரிசளிப்பு விழாவின் நிமித்தம், பௌத்தம், ஆசீவிகம், ஜைனம் அல்லது வேறு மதங்களைச் சார்ந்துள்ள மதப்பெரியார்கள் பிராமணர்களுடன் ஒன்றுசேர்ந்து குடியிருந்தபோது, அவரோ அல்லது அம்மதப் பெரியார்களோ தம் நடத்தையில் எவ்வகையான முரண்பாட்டையும் உணரவில்லை. நாம் இந்நூலின் தொடக்கத்தில் நோக்கிய தற்கால இந்தியப் பண்பின் முரண்பாட்டு ஒற்றுமை இயல்புகள், ஹ்யூன் - ஸாங்கின் இந்திய வருகைக்கு முன்பாகவே நிலவி வந்தது கண்கூடு.

அப்போதும் இது செல்வச் செறுக்கின் பாதிப்பாகத் தோன்றுகிறதே தவிர, கிராமத்தின் வெற்றியாக அல்ல. பார்க்கப்போனால், அசோகருக்கு முன்பாகவே இம்மாறுதல் தொடங்கிவிட்டது. புத்தர் இறந்து கிட்டத்தட்ட நூறு ஆண்டுகள் சென்றதும் மகதத்தின் காலாசோகர் ஆட்சிக்காலத்தில், வேசாலி வாழ்த் துறவிகள் தங்களின் சிறிய உள்ளூர்ச் சங்க நலனுக்காக பணம் ஏற்றுக்கொள்ள ஆரம்பித்ததுடன் அவர்களே வலிந்தும் நிதி திரட்டினர். இதனால், இவர்கள் வேற்றூர்த் துறவிகளின் பழிச்சொற்களுக்கு ஆளாயினர். கடைசியில், ஒரு சீரமைப்புக் குழு, வேசாலியில் ஒன்று கூடியது. யாஸா என்ற சமயப் பெரியார் தலைமையின்கீழ், பௌத்த சங்கத்தின் கண்ணியம் நிரம்பிய உறுப்பினர்கள் யாவரும் அதில் கலந்துகொண்டு, அப்புதிய வழக்கத்தைச் சமய விரோதமானது என்று கண்டனம் தெரிவித்துத் தடுத்தும் நிறுத்தினர். உணவோ அல்லது உடனடியான சுய தேவைக்காக வேண்டிய அற்பமான சிறு பண்டமோ தவிர வேறு எதையும் ஒரு துறவி ஏற்றுக்கொள்ளக்கூடாது. இதன் பின்னர், 'வினய' என்ற திருமறை நூலின் ஒரு அம்சமாக இது சேர்த்துக்கொள்ளப்பட்டது. இவ்வளவு தெளிவான தடை அதிகார ஆணையின் (Injunction) பிறகும்கூட, எல்லாச் சீடர் குழாங்களுக்கும் உரிய பெருமடாலயங்கள் நிறைவுற மானியங்களைப் பெற்று வந்ததை கவனிக்கும்போது இந்நிலைமாற்றத்திற்கு வலுவான உள்ளார்ந்த காரணங்கள் இருக்கவேண்டும். இந்த அடிப்படைக் காரணத்தை எளிதில் ஆராய்ந்து பார்க்கலாம்.

பூவுலகின் மன்னராகிய ஒரு சக்கரவர்த்திக்கு, புத்தர் பரிந்துரைத்ததாகக் கூறப்படும் பணிகளில் ஒன்றை இம்மடாலயங்கள் நிறைவேற்றியது. ஆனால், சாலைகள், சத்திரங்கள் நீர்த்தேக்கங்கள், மனிதர்களுக்கும், கால்நடைகளுக்கும் உரிய மருத்துவமனைகள்

ஆகியவற்றைக் கட்டிய அசோகர் கூட இப்பணியைச் செய்யத் தவறிவிட்டார். மடாலயத்தில் சேர்த்து வைக்கப்பட்டிருந்த செல்வங்களை இந்திய நாட்டுப்புறங்களில் பண்டைய வணிகர்களுக்கும், சரக்குவண்டி வர்த்தகர்களுக்கும், அவசரத்திற்குத் தேவைப்பட்ட மூலதனமாக அடிக்கடி வழங்கப்பட்ட செயலைத்தான் நாம் இப்படிக் குறிப்பிடுகிறோம். அதிகபட்சமாக ஒருசில கால்நடைகளுடனும் ஓரிரண்டு சீடர்களுடனும் காட்டிற்குள் ஊடுருவிச் சென்ற பாவரியைப் போன்ற பிராமணப் புது முயற்சியாளர்களால் இதைச் செய்யமுடியவில்லை. பயிர்த் தொழிலுக்கு ஏற்றதாக இருப்பினும் இன்றும் கலப்பையால் உழப்படாத காட்டிற்குள் விதை விதைக்க மன்னர்களால் தேர்ந்தெடுக்கப்பட்ட அக்ரஹாரக் குடியிருப்பாளர்களாலும் இதைச் செய்ய முடியவில்லை. இக்காரணம் பற்றியே வடக்கில் ஏழாம் நூற்றாண்டுவரையிலும், தெற்கில் ஒன்பதாம் நூற்றாண்டுவரையிலும் அடிப்படையான கருத்து வேற்றுமைகளைக் கொண்ட இருவித சமய நெறிகளும் வெளிப்படையாகச் சச்சரவுகளைச் செய்யாமல் ஒத்து வாழ்ந்தன. புராதன மேய்ச்சல்நில வாழ்வுக்குரிய யஞ்ஞா (யாக) வழக்குகளை வன்மையுடன் எதிர்த்துப் போராடியது பௌத்தமதம், மேய்ச்சல்நில வாழ்விலிருந்தும் பரவலாக உணவு உற்பத்தி முறைக்கு மாறவேண்டிய அவசியத்தினால்தான் மேற்கூறிய யஞ்ஞ வழக்குகளை மறையச் செய்த பௌத்தமதம் பல நூற்றாண்டுகளுக்கு வளர்ச்சிபெற்று வந்திருக்கவேண்டுமென்று எனக்குத் தோன்றுகிறது. இச்சிறப்புடைய பொருளாதாரப் பணியை தலைநிலத்தில் செய்த பௌத்தமதம் அண்டை நாடுகளுக்குப் பரவக் காரணமாயிற்று. இந்நாடுகள் பிராமணர்களை வரவழைத்து நான்கு சாதி - வர்க்க முறையை அறிமுகப் படுத்த ஒருக்காலும் முற்படவில்லை. அந்நாடுகள், வேத யஞ்ஞா முறையை ஒரு காலத்திலும் அறிந்திருக்கவில்லை; கடுஞ்சிக்கலானதும், சிலருக்கு மட்டுமே கற்றுக் கொடுக்கக்கூடியதும், நடைமுறையில் புரிந்துகொள்ள முடியாததுமான கொள்கையை இந்திய, சீன, திபெத்திய மற்றும் வேறு துறுவிகள், பல மொழிகளில் எழுதியுள்ளதை விடா முயற்சியுடன் படித்துத் தங்களுடைய நலனுக்கென்று விரும்பியிருக்கவும் முடியாது.

இந்தியாவிலிருந்து சீனாவிற்குச் சென்ற முதல் பௌத்தமத நிறுவனர்கள் நிலவழி வணிகர்களுடன்கொண்டிருந்த தொடர்புகளை நாம்

அறிவோம். பொதுவாக, நமக்குத் தெரிந்தவரை பௌத்த மடாலயங்கள் ஆற்றிவந்த பொருளியல் செயல்களில் சில அம்சங்கள் சீனச் சான்றுகளி லிருந்து பெறப்பட்டிருக்கிறோம். ஆனால் இதுவரை புறக்கணிக்கப்பட்டு வந்த, மேற்குத் தக்காணத்தில் சிதறியிருக்கும் மடாலயக் குகைகளின் தொல்பொருள் ஆராய்ச்சி முனைப்புக் கூறுகள், இவற்றைச் சரியானவாறு உறுதி செய்கின்றன. சீனா, இந்தியா ஆகிய இரு நாடுகளிலும் உள்ள மூல தத்துவங்கள், ஒரே மஹா சாங்கிகா ('பெரிய சங்கம்') சமயப் பள்ளியைச் சார்ந்தவை. இது மகாயானத்திற்கும் முந்தைய வடிவைச் சார்ந்த இறைமை வகைமுறை ஒழுங்காகவோ, தத்துவத்திலும் நடைமுறையிலும் ஒத்திருந்த வேறு பௌத்த சமய உட்பிரிவாகவோ இருக்கலாம். சீனத்தின் மாசாங்கிகா மடாலயங்கள், கிராமங்களின் அமைதியான மாறுதலுக்குரிய கருவிகளாக இருந்து வந்ததைச் சீனத்து ஆதாரச் சான்றுகள் நிரூபிக்கின்றன. பொதுவாகவே, பௌத்தமதம் அமைதியையும், கொல்லாமையையும் தூதுச் செய்திகளாகக்கொண்டு சென்றது. மடாலயம் வளர்த்த பழத் தோட்டங்கள், பண்ணைகள், அடிமைகளையும் கூலி உழைப்பையும் வைத்து நடந்த விவசாய உற்பத்திமுறை, மடாலயத்தை சேராத உழவர்களுக்கும், வணிகர்களுக்கும் தேவையான விற்பனைகளையும் கடன்களையும் உருவாக்குதல், தாராளமான பஞ்ச நிவாரண உதவிகள் ஆகிய அனைத்தும் சான்றுறுதி செய்யப்பட்டுள்ளன. இவைபற்றிய பல ஒப்பந்தங்களும், மடாலயக் கணக்குகளும் இன்றும்கூட எஞ்சியிருக் கின்றன. இந்த விஷயங்களின் அன்றாட நடைமுறைகளை, இந்திய மகாசாங்கிகா வழக்கத்தையொட்டியே கடைப்பிடித்தனர் என்பது தெளிவாகக் குறிக்கப்பட்டிருக்கிறது. உண்மையில், இந்தியாவில் நீண்டகாலம் தங்கி ஆய்வுகளை நடத்த வந்த யாத்திரிகர்கள். பௌத்த யாத்திரைத் தலங்கள் திருமறை மூலங்கள் ஆகியனவற்றைப் போலவே, மடாலய நிர்வாகங்களிலும் தீவிர கவனத்தைச் செலுத்தி வந்தனர். ஹ்யூன்- ஸாங்கிற்குப் பிறகு நூறு ஆண்டுகள் கழித்து வந்த ஐ-த்ஸிங், மடாலயங்களின் சுகாதாரம், தினப்படி வாழ்வு பற்றிய சிறிய விஷயங் களைக் குறிப்பிட்டுள்ளதுடன், பட்டுத்துணி அணிதலைச் சரியெனக் காட்டும் போலிவாத ஒப்புதலையும் அங்கீகரித்துக் குறிப்பிட்டுள்ளார். சீனாவிலும் பூர்வீகத் தவசிகள் போன்ற யாசகத் துறவிகள் இருந்தாலும் தம்முடைய இந்திய சகாக்களைப்போல் அவர்களும் நினைவிலிருந்து மறைந்தனர்.

எல்லாச் சமய உட்பிரிவினர்களுக்கும், இதன் வாயில் திறந்திருந் தாலும், மேற்கு இந்தியாவிலுள்ள கார்லேயில் அமைந்திருந்த மடாலயம் மகாசாங்கிகாவையே சேர்ந்ததாகும். சைத்தியத்தின் மேல்தள வளைவில் எப்போதோ வண்ணம் தீட்டப்பட்டிருந்த உத்திரங்களைத் தவிர, எல்லா வகையான உலோக வேலைப்பாடுகளும், மரவேலைப்பாடுகளும் மறைந்துவிட்டன. அவ்வாறே, தூண்கள், சுவர்களில் தீட்டப்பட்டிருந்த ஓவியங்களும் மறைந்துபோயின. அநேகமாக, வைசாலிச் சீர்திருத்தம் பண நோக்குடைய பௌத்த பிக்ஷுக்களை வெகு தொலைவிலுள்ள தெற்கை நோக்கி வெளியேற்றியிருக்கலாம். அங்கு அரசுக் கட்டுப் பாடுகள் அல்லது பிகாரின் ஒழுங்குமுறைகள் பற்றிய தொல்லைகள் இல்லையல்லவா? ஆனால் ரேடியோ கார்பன் முறையினால் சோதித்ததில் இந்த ஸ்தாபனம் அசோகருக்கு முந்திய காலத்தியது என்று தெரிய வருகிறது. வசீகரமான, செழுமைமிக்க ஆண் பெண் ஜோடிகள் மிக ஆடம்பர உடைகளை அணிந்து யானைகள், குதிரைகள்மீது அமர்ந்து நோக்கும் சிற்பங்களில் அழகும் காமரசமும் ததும்புகின்றன. துறவிகள் கூடும் சபா மண்டபத்தில், இவற்றை யாரும் ஒருவர் எதிர்பார்ப்பதற் கில்லையெனிலும் இவற்றை வளம் நிரம்பிய வணிகர்கள், நிச்சயம் விரும்பியிருக்கலாம். தொலைதூரத்தில் இருந்து ஸ்தபதிகள் போன்ற கலைஞர்கள் ஏராளமான பொருட் செலவில் பிரத்தியேகமாக வரவழைக்கப்பட்டிருக்க வேண்டும். மேலும், கட்டடத் தொகுதிகள் எல்லாவற்றையுமே முழுமையாகக் கட்டி முடிக்க சில நூற்றாண்டுகள் பிடித்தன என்றாலும் இதன் அமைப்புத் திட்டமோ, ஒரே சீரானது. அதாவது இதன் மூலம் செயல்திட்டம், நிதி, நிர்வாகம் ஆகியவை இடைவிடாத தொடர்ச்சியாக இருந்தது என்று பொருள்படுகிறது. அவரவர் நன்கொடையாக அளித்த பல்வேறு தூண்கள், உருவச் சிலைகள், குகைகள் ஆகியனவற்றில் பொறிக்கப்பட்டுள்ள நன்கொடையாளர்களின் பெயர்களின் வாயிலாக, மிகத் தொலைவிலிருந்த வணிகர்கள், வங்கியாளர்கள் (சிரேஷ்டி) போன்றோரின் தொடர்புகள் தெளிவாகின்றன. மேலும், எந்த இடத்திலும் பெயர் குறிப்பிடப்படாமல் பலர் அனாமதேயமாக ரொக்கம் வழங்கிய சிறு சிறு பணக் கொடைகளைத் தவிர, வேறு பல நன்கொடையாளர்கள், இம்மடாலய நிருவாகத்திற்கும், திருப்பணி வேலைகள் முற்றுப்பெறவும் உதவினர். இவர்களில் சிலர் மேல்மட்ட அதிகாரிகளாகவும், வேறு பலரில் மருத்துவர்கள் போன்றோரும் இருந்தனர். நன்கொடையாளராக அப்பிராந்தியத்திற்குரிய

வணிகர்களின் சங்கமும் (வணியா - காமா) ஒரு தூணில் காணப்படுகின்றது. இஸ்லாமிய வெற்றிக்குப் பிறகு, அவர்களால் அறிமுகப்படுத்தப்பட்ட புது வகை வணிகர்கள் இதன் முக்கியத்துவத்தைக் குறைக்கும்வரையில், இந்நிறுவனம் இடைக்காலம் முழுவதும் பிரபலமாக விளங்கி வந்தது. கி.பி. 2-ம் நூற்றாண்டில் சாதவாகனர்களால் முறியடிக்கப்பட்ட சாகாவம் சத்தினரின் தொடக்கத்திய நன்கொடைகளுக்குப் பிறகு, முழு கிராமங்களையே கொடையாக வழங்கும் அறத்தை மன்னரும் அவருடைய ஆளுனரும் ஊக்குவித்தனர். இருப்பினும்கூட சில நன்கொடையாளர்கள் தம்மைத் திகைக்க வைக்கின்றனர். பிரம்புத் தொழிலாளிகள், கன்னார், குயவர் ஆகிய தொழில் இனக்குழுக்கள் இம்மடாலய அமைப்புக்குத் தாராளமாக நன்கொடைகளை வழங்கியதோடு மட்டுமல்லாது. வட்டிப்பணமும் கொடுத்தனர்; அதாவது மடாலயத்திற்குத் தொடர்ச்சியாக வருமானம் பெறச்செய்ய அறக்கட்டளை நிதியிலிருந்து ஒரு இளவரசர் பணம் எடுத்து இத்தொழிற் குழுக்களிடம் முதலீடுகளாக அளித்திருக்க வேண்டுமென்று தோன்றுகிறது. கடைசியில், நன்கொடையாளர் பட்டியலில் பின்வரும் தனிநபர்களும் இருந்தனர்; எழுத்தர், மருத்துவர், கொல்லர், தச்சர், செம்படவர் தலைவர், உழத்தியர், விவசாயக் குடும்பத் தலைவி என்று இவ்வாறு பலர். ஒரு சாதாரண இந்திய கிராம வாழ்க்கையில், கம்மியர் போன்ற கைவினைஞர்கள் அல்லது தொழிலாளர்கள். ஏதும் முக்கியத்துவம் வாய்ந்த நன்கொடைகளை வழங்கும் அளவுக்குப் பணப் படைத்தவராக இருந்தனரென்று எதிர்பார்க்க முடியாது. அப்படியானால், அது சரக்கு உற்பத்தியாளர்களுடைய சமூகமாக இருந்திருக்க வேண்டும். ஆயின் அந்த அளவுக்குச் சரக்கு உற்பத்தியின் அளவைப் பிற்காலத் தக்காணம் அறிந்திருக்கவில்லை; ஏன், இந்தியாவின் எந்தப் பகுதியிலுமே மெய்யாக அவ்வாறு அறியப்பட்டதும் கிடையாது. சீதா நிலங்களின் அரசுப் பண்ணை முறை அல்லது அர்த்தசாத்திர மாதிரியைப் பின்பற்றிய ஒரு அரசுத்தொழில் நிர்வாகம் போன்றவை, இம்மடாலய குகைகள் சூழப்பெற்ற பிராந்தியங்களில் இன்னமும் திருத்தப்படாத காடுகளாக இருப்பதால் நடைபெறுவது சாத்தியமில்லை என்பது தெளிவு; ஆனால், வடக்குப் பிராந்தியத்திலோ அநேக மடாலயக் கட்டடங்கள் யாவும், அடிக்கடி இடித்துத் தரைமட்டமாக்கப்பட்டன. இருப்பினும்கூட, தக்காணத்தின் மடாலயக் குகைகள் யாவும், மேற்கு கரையிலுள்ள உப்பங்கழித் துறைமுகங்களிலிருந்து (கல்யாண், தாணா, சால், குடா, மஹாட்) செல்லும் வணிகவழிகளுக்குப்

பக்கமாக அமைந்துள்ளன. இப்பாதைகள், தக்காணத்தின் செங்குத்துப் பாறை உட்சரிவின் வழியாக நன்கு அறியப்பட்ட கணவாய்களைத் தாண்டிச் செல்லும் பீடபூமிக்கு இட்டுச்சென்றன. விரைவிலேயே சாதவாகனர்களின் இரண்டாவது தலைநகராகத் தோன்றி முக்கியச் சந்திப்பாக விளங்கிய ஜு ன்னார் என்ற இடத்தைச் சுற்றி இவ்வாறே 135 பௌத்த குகைகளுக்குக் குறைவில்லாது சூழ்ந்திருந்தன.

தக்காணத்தில் முதல் பௌத்த மடாலயம் (பள்ளி) தோன்றியபோது, மன்னர்களே இங்கு இல்லையாதலால், மன்னர்கள் மதமாற்றம் செய்யப்பட்டனரா என்ற கேள்விக்கு இடமில்லை. ஜுன்னாருக்கு மேற்கே 30 மைல் தள்ளியுள்ள முக்கியக் கணவாயாகிய நானாகாட்டில் மடாலயம் சாராத அரசாங்கத்திற்குரிய குகைகள், சாதவாகன மன்னர்கள் யஞ்ஞாக் கட்டணங்களாக பிராமணர்களுக்கு வழங்கிய மானியங்கள் என்பதை உறுதிப்படுத்தும் சான்றுகளை வழங்குகின்றன: ஆயிரக் கணக்கில் ஆவினங்கள், யானை, தேர், குதிரைகள் நாணயங்களாகப் பணம், இத்தியாதிகள், இந்த யஞ்ஞத்தைத் தவிர கிருஷ்ணரையும் அவரது சகோதரரான கலப்பை பிடித்திருக்கும் பலராம சங்கர்ஷணரையும் சாதவாகனர் பூஜித்தது குறித்தும் விசேஷமாகக் குறிப்பிடப்பட்டிருக்கிறது. அதாவது பாவரியின் மரபு தொடர்ந்து செயல்பட்டு வந்ததென்றும், பிராமண சமயத்தில் வடக்கில் ஏற்பட்ட வளர்ச்சிகள் அப்படியே தெற்கில் பின்பற்றுவதற்கு ஏற்ப கொண்டு செல்லப்பட்டனவென்றும் புலனாகிறது. இருப்பினும் எல்லா மடாலய குகைகளையும் சாதவாகனர்கள் ஆதரித்து வந்தனர். பாஜா குகையில் காணப்படும் புகழ்மிக்க துவாரபாலகக் காவலர்களின் உருவ அமைப்பைப் பார்க்கும்போது, இவையும்கூட அரண்மனை உதவியின் மூலமாகவே செதுக்கப்பட்டிருக்க வேண்டு மென்பது தோன்றுகிறது. சைத்தியத்தின் முகப்புக் கட்டடம் இடிந்துபோய் விட்டதால், சாதாரணமாக நாம் எதிர்பார்க்கக்கூடிய முக்கியமான கல்வெட்டுக்களும், இத்துடன் சேர்த்துச் சேதமாயிருக்க வேண்டும்.

ஆதாரப் பூர்வமாக பௌத்த மடாலயங்கள் பெற்று வந்த சில நன்கொடைகளில், பிக்ஷுக்கள் அல்லது பிக்ஷுணிகளின் வழங்குதல்கள் கணிசமானவை என்பது கவனத்திற்குரியது. இவ்வாறு நன்கொடைகளை அளிக்குமளவுக்கு அவர்களிடம் இருந்த பணம், உண்மையில், வைசாலிப் பேரவையில் எடுக்கப்பட்ட முடிவுகள் வெளிப்படையாக இகழ்ச்சிக் குள்ளாக்கப்பட்டதையோ, அல்லது ஓசையேதுமின்றி நிறுத்தி

வைக்கப்பட்டதையோ எடுத்துக்காட்டுகின்றது. முற்காலத்தில் பௌத்த சங்கத்திற்குள் நுழைவதற்கு முன்பு ஒருவர் தம்முடைய சொத்து. சுகங்களை எல்லாம் விநியோகித்துவிட்டுத் தன்னலம் கருதிய புற வாழ்க்கையையும் துறந்தார். தற்போது, மடாலயத்திற்குள் நுழையும் ஒரு துறவி பணத்தையும், பணம் பண்ணும் அனுபவங்களையும் கொண்டு வந்தார். புத்திரக்ஷிதர் என்ற செல்வச் சிறப்புள்ள பௌத்த மதத் துறவி, தம்முடைய பெயரில் மதிப்புவாய்ந்த சபாமண்டபம் ஒன்றைக் கார்லேயில் நன்கொடையாக அருளியுள்ளார். பிற்பாடு இம்மடாலயக் கட்டடத் தொகுதியின் முடிவில் ஒதுங்கியுள்ள சிறு அறையின் மேல் இதே பெயர் பொறிக்கப்பட்டுள்ளது. அநேகமாக இதை அவர் உலகைத் துறந்த பிறகு தம்முடைய அறைவீடாக உபயோகித்து வந்திருக்கலாம். கார்லே அல்லது சாதாரணமாக வேறெங்கிலும் உள்ள மடாலயங்களிலும், விஹாரத்தின் முக்கியப் பகுதி காற்றோ, வெளிச்சமோ புகமுடியாத உட்பிரிவுகளாகத் தடுக்கப்பட்டிருக்கின்றது; இது. விலை உயர்ந்த பொருள்களைப் பத்திரப்படுத்தி வைப்பதற்காக மட்டுமே அமைக்கப்பட்டிருக்க வேண்டும். வெளியறைகள் பெரும்பாலும் கனமான மரக் கதவுகளைக் கொண்டதாக இருந்தன. அவை உள்ளிருந்தபடியே தாழ்ப்பாளிடக் கூடியதாகவும் வெளிப்பக்கம் பூட்டுவதற்கு வசதியாகவும் நூதனமான சங்கிலி இணைப்பு முறையையும் அமையப்பெற்று இருந்தது. இது கணிசமாக இருந்த மடாலயச் சொத்துக்களைச் சுட்டுகிறது. சாத்து வணிகர் கூட்டத்திற்கு இம்மடாலயங்கள் முக்கிய வாடிக்கையாளர்களாகத் திகழ்ந்தன; துவராடைகள், பூஜைக்குத் தேவைப்பட்ட சாம்பிராணி போன்ற விலையுயர்ந்த நறுமணப் பொருள்கள், உலோக விக்கிரகங்கள், பெருமளவில் தீபங்கள் (மேல் தளமெல்லாம் புகை படிந்து இன்றும் அட்டைக்கரியாக இருக்கிறது) முதலியன இப்பிராந்தியங்களில் கிட்டுவது அருமை. இத்துடன் இம்மடாலயங்கள் முக்கியமான பயணச் சந்திப்புகளாகவும், சாத்துவணிகர்களுக்குரிய சத்திரங்களாகவும், தரவு வீடுகளாகவும், வங்கிகளாகவும் செயல்பட்டமை கண்கூடு. உதாரணமாக ஜுன்னாரை எடுத்துக் கொண்டால், அங்குள்ள குகைகளையெல்லாம் அருகருகே அமைத்து ஒரே பிரிவாக இருந்திருப்பின் வசதியாகவே இருந்திருக்கலாம். ஆனால், ஒரே மலைக்குன்றில் உள்ள குகைகள்கூட இயன்ற அளவுக்கு இடைவெளியிட்டுச் சிறு சிறு பிரிவுகளாகப் பிரிக்கப்பட்டிருந்தன. குறுகிய மனப்பான்மையுடன் பல்வேறு - சித்தாந்தங்களின் வேற்றுமைகளுக்கிணங்க சரிநிகர் நிதி அமைப்புகளாக

பல்வகை வணிகக் குழுக்கள் ஒவ்வொன்றும் ஒவ்வொரு குகையை தனித்தனியே ஆதரித்து வந்தமை, இவர்களின் பிரிவு மனப்பான்மையை விளக்குகிறது.

பொருளாதார முன்னேற்றத்திற்கு பௌத்த மதம் ஊக்கம் அளிப்பது குறைந்து, ஒரு சுமையாக மாறியதும், இந்த அமைப்பு முறையும், இது ஆதரித்து வந்த மடாலயங்களும் மறைந்து போயின. குறிப்பாக வட இந்தியாவிலிருந்தும் கடல்கடந்த ரோமப் பேரரசிலிருந்தும் தோன்றிய ஆடம்பரப் பொருள்களின் நெடுந்தூரப் பெருவணிகம் முற்றிலும் புதியதோர் வணிக வர்க்கத்தின்கீழ் நடைபெற்று, அத்தகைய ஆடம்பரப் பொருள்களின் வர்த்தகம் அத்தியாவசியப் பண்டங்களின் உள்ளூர்ப் பண்டமாற்ற முறையைவிடப் பல படிகள் விஞ்சியதாக இருந்தது. நிலங்கடந்து செல்கிற வணிகவழிகள் திடுமெனத் தொடர்பற்றுப்போன விஷயமும், கி.பி. மூன்றாம் நூற்றாண்டில் நிகழ்ந்த ரோமானி யப் பேரரசின் வீழ்ச்சியும், பிற்சேர்வான துணைக்காரணங்கள். இரண்டாவதாக பெருகிவந்த கிராமங்கள், நகரங்கள் ஆகியவைகளின் பெருமளவு வர்த்தகங்களுக்குத் தேவையான மூலதன நிதி அளிப்பிற்கு, ஏற்றபடி இம்மடாலயங்கள் வசதியான சூழ்நிலையில் அமையுவில்லை. பார்க்கப்போனால், மடாலயக் கடமைகளின் முக்கிய நோக்கம் சமயப் பூர்வமானதே தவிர நிதி சம்பந்தப்பட்டதல்ல. ஆகவே மதப் பணிகளுக்கு என்று விதிக்கப்பட்ட ஒதுக்கமான இடங்களுக்குரிய நிதியமைப்பை வேற்றிடங்களுக்கு மாற்றுவதற்கில்லை. அத்தியாவசியப் பண்டங்களை வியாபாரம் செய்த சாத்துவணிகர் கூட்டங்கள், காலப்போக்கில் சிதைந்து இன்றும் வாழும் பஞ்சாரா (வாணிஜ் யக்காரா- வணிகர்) லாமான (லம்பமானா) போன்ற நாடோடிக் கூட்டங்களாக நிலைகுலைந்து வலிமையுடனிருந்த தொழிலினக் குழுக்கள் உடைந்தன; அதன் உறுப்பினர்கள் தொலைவான கிராமங்களின் வழியே சிதறிப்போயினர்; அல்லது, அவர்கள், வறுமையுற்றுப் பிற்பட்ட ஜாதிகளாகத் தாழ்வுற்றுச் சொற்ப வருமானத்திற்காக, ஊர் ஊராக அலைந்து திரியும் புரூத் – பிரம்புத் தொழிலாளர்கள், அல்லது, கூடை முடைபவர்களாக மாறிப்போயினர்; இக்காலத்திலும், இவர்கள் இத்தொழில்களைச் செய்து வருவதைக் கண்கூடாகப் பார்க்கிறோம். உற்பத்தி பெருகிற்று; ஆனால், சரக்கு உற்பத்தியின் தலைவீதமும், நெடுந்தூரம்வரை விரிந்துசென்ற வர்த்தகப் பரிமாற்றப் பரப்பின் தலைவீதமும் குறைந்து சென்றன. ஏறத்தாழ, ஆறாம்

நூற்றாண்டில் இக்கணவாய்கள் கோட்டை அரண்களால் காவல்களுக்குட்பட்டன, பின்னர் இவை நிலப்பிரபுத்துவ காலத்தின் ஒரு புதிய தோற்றமாகக் காட்சி தந்தன. ஆட்சிப் பகுதிகளையும், பயணிகளையும் பாதுகாப்பதற்காக அமைக்கப்பட்ட இவை, உண்மையில் செய்தனவெல்லாம், இக்கணவாய்களைத் தாண்டிச் செல்லும் சரக்குவண்டிகளிடமிருந்து செவ்வையுடன் சந்தை வரிகளை வசூலித்ததுதான். இந்நலிவுகளுக்கெல்லாம் சிகரம் வைத்தாற்போல், நாணயங்கள், பாத்திரங்கள், கருவிகள் போன்றவற்றைச் செய்வதற்குத் தேவையான விலையுயர்ந்த உலோகம், பித்தளை, வெண்கலம் எல்லாம் மடாலயங்களோடு பூட்டப்பட்டுவிட்டதால் அவற்றின் தட்டுப்பாடு மிகையாயிற்று. சீனப் பேரரசர்களும்கூட, முடிவாக, பௌத்தமதக் கோயில்கள், மடாலயங்கள் ஆகியவற்றில் உலோக விக்கிரகங்களின் உபயோகங்களைத் தடுக்கும்வகையில் ஆணைகள் பிறப்பிக்க வேண்டியதாயிற்று. இந்தியாவில் எடுக்கப்படவேண்டிய பொருளாதார நடவடிக்கைகள், அடிக்கடி இறைமை வேடம் பூண்டு ஒரு மதமாற்றத்தைக் காட்டி நிற்பதாகவே தோன்றுகிறது. இம்மடாலயங்கள் வழக்கற்றுப்போனாலும் அழிவின் அறிகுறிகளை அழிக்க முடியவில்லை. மடாலயங்களைச் சுற்றியிருந்த தொன்மையான தாய்த்தெய்வங்களின் தொடக்க முதலேயுள்ள வழிபாடுகளை பௌத்தமதம் கைப்பற்றிக்கொண்டாலும், இதன் நலிவுக்குப் பிறகு, சில சமயங்களில் மீண்டும் பழைய நிலையில், அவ்வழிபாடுகள் அதே இடத்திற்குத் திரும்பின. அபூர்வமாக இவ்வழிபாடுகள் ஏதும் ஒரு கைவிடப்பட்ட மடாலயக்குகையில் குடிகொள்வதும் உண்டு; ஜுன்னாரில் வழங்கப்பட்டு வரும் மானமோதி என்ற தாய்த்தெய்வம் ஆதி நாள் முதற்கொண்டு அவ்விடத்தில் வணங்கப்பட்டு வருவதை ஆராய்ந்து பார்க்கலாம். கார்லேயில் இருக்கும் பெரிய கல் ஸ்தூபம், யமாய் என்ற தேவதையாகக் கருதப்பட்டு வருகிறது. ஆனால், இந்த தேவதைகளுக்கு நடத்தவேண்டிய பலிகள், பௌத்தர்களின் திருவிடங்களில் நிறுத்தப்பட்டன; அல்லது தொலைவிடங்களுக்கு மாற்றப்பட்டன. பொதுவாக, மகாராஷ்டிரத்தின் சில பகுதிகளில் காணக்கூடியதாக இருக்கும் குஷானர் காலத்தின் வடக்கத்தியக் கலப்பைகள், இந்த பௌத்தர்களின் குகைளுடன் நெருங்கிய தொடர்புடையனவாக உள. பதினாறாம் நூற்றாண்டில் தோன்றிய மராத்திய மகாஞானி துக்காராம் (புத்தரைப்பற்றி அதிகம் அறியாதவர்) தான் வணங்கிவந்த விடோபா என்ற

தெய்வத்தில் புத்தரைக் கண்டார் அவர். அதே பௌத்தர் குகைகளுக்குச் சென்று தியானித்து, தன் தெய்வத்தைப் போற்றி எளிய பாடல்களை இயற்றிப் பாடியதைத் தற்செயலான நிகழ்ச்சி என்று கொள்ளமுடியாது.

பிறிதோர் நிகழ்ச்சி, இந்நிலைமாற்றத்தின் பொருளாதார மூலக்காரணங்களைத் தெளிவாக எடுத்துக்காட்டுகிறது. காஷ்மீர் அரசராகிய ஹர்ஷர் (கி.பி. 1089–1101; 7-ம் நூற்றாண்டு இந்தியப் பேரரசரோடு குழப்பிக்கொள்ளக்கூடாது) தனது ஆட்சி எல்லைப்பரப்பில் இருந்த எல்லா உலோக விக்கிரகங்களையும் விதிவிலக்கு அளிக்கப்பட்ட நான்கைத் தவிர, முறைப்படியாக உருக்கிப் பிழம்பாக்கினர். ஒரு 'சிலை பெயர்க்கும் அமைச்சர்' (தேவோத்பாதன நாயகா) சிறப்புடன் நியமிக்கப்பட்டு, அவரது பொறுப்பில் இவ்வேலைகள் நடந்தேறின. இவ்விக்கிரகங்களைக் கட்டித் தெருக்களின் வழியே உலைக்களத்தை நோக்கி இழுத்துச் சென்றனர்; இவ்வாறு செல்வதற்கு முன்பாகத் தொழுநோய்ப் பிச்சைக்காரர்கள் ஒவ்வொரு விக்கிரகத்தின் மீதும் சிறுநீர், மலஜலம் முதலியன கழித்தனர். இவ்வாறு தெய்வங்கள் அவமதிப்புகளுக்குள்ளாயின. இதற்காக கடுகளவேனும் இறைமைத் தத்துவச் சார்பான சாக்குப்போக்குகள் கூறப்படவில்லை. மன்னருக்கு அந்நியக் கூலிப்படைக்குரிய முஸ்லீம், மெய்க்காப்பாளாராக இருந்தார் என்பது உறுதி. ஆயினும் அவர் வேண்டுமென்றே பன்றிக்கறி தின்று பௌத்தர்களைப் புண்படுத்தினார். இருப்பினும்கூட, இந்த ஹர்ஷர், நற்பண்பாளர்; சிறந்த இலக்கியவாணர்; நாடகம், இசை, நடனம் ஆகிய கலைகளிலும் நுண்ணிய ஞானம் பெற்றவர். நியாயத்திற்குட்பட்டதெனில், பிராமணர்களுக்கும் உதவி செய்தார்; பௌத்த மதகுருவுக்கு விருது வழங்கினார்; உண்மையில், அவருடைய வேண்டுகோள் காரணமாகவே நான்கு விக்கிரகங்கள், புத்தர் விக்கிரகங்கள் இரண்டு உட்பட மீட்கப்பட்டன. இம்மன்னர், ஆயுதப் புரட்சி செய்து வந்த தாமராப் பிரபுக்களுக்கு எதிராக, நம்பிக்கை இழக்கும் வகையிலிருந்த பெருஞ்செலவுள்ள போர்களில் ஈடுபட வேண்டியிருந்தது. இதற்காகவே இந்த உலோகம் தேவையாக இருந்தது. ஆனால், எந்தவிதமானப் போர்த்தாக்குதலோ, சூறையாடலோ அல்லது அடக்குமுறை அட்டூழியமோ இல்லாமல், கி.பி. 14-ம் நூற்றாண்டில் காஷ்மீரை இஸ்லாமியர்கள் கைப்பற்றிக் கொண்டனர்.

7.3. அரசியல், பொருளாதார மாற்றங்கள்

மௌரியர்களுக்குப்பின் வந்த இந்திய அரசவம்சங்களை நாம் அநேகமாக நன்கு அறிவோம். இருந்தாலும், அவற்றின் காலவரிசை

ஒருபொழுதும் சரியானவாறு வரையறுக்கப்படவில்லை; ஆட்சிப் பகுதியின் பரப்பும் நிச்சயமாகக் கூறுவதற்கில்லை. தனிப்பட்ட மன்னர்களோ, சுவாரசியமான புராணக்கதைகளினூடே கலந்து போய்விட்டார்கள். பிற்காலக் காஷ்மீரம், மற்றும் ஒருவேளை, சம்பா மன்னர்களின் வம்சாவளிப்பற்றிய விவரக் குறிப்புகள் நீங்கலாக வேறு அரசவைக் குறிப்புகள் போன்ற எதுவும் எஞ்சவில்லை. இருப்பினும், முக்கியமாகப் பெயர்களைக் குறித்து ஆராயலாம். ஹர்ஷருக்கும் அவருடைய நலிவுக்கும் முன்புள்ள வரலாற்றைக் குஷானர், சாதவாகனர், குப்தர் என்ற மூன்று முக்கியப் பிரிவுகளாகப் பிரிக்கலாம். தீரமிக்க பல மன்னர்கள் இத்துணைக் கண்டத்தை முன்னும் பின்னுமாகச் சூறையாடிச் சென்றனர். ஆனால், இவ்வாறு மேல்மட்டத்தில் நிகழ்ந்தவை குறித்து கிராமங்களில் யாரும் அக்கறை செலுத்தவில்லை. இதுவே அநேகமாக இவ்வரலாற்றில் முக்கிய விஷயம்.

அசோகருக்குப் பிறகு ஆட்சியைக் கைப்பற்றிய ஆறு மௌரியர்களும் அசோகப் பேரரசின் பல பகுதிகளை ஏறத்தாழ ஒருங்கிணைந்தவாறு ஆண்டுவந்தனர். ஏனெனில் ஒவ்வொரு பகுதிகளிலும் நிலவி வந்த பிரச்சினைகள் வெவ்வேறு மாதிரியானவை. இவர்கள் அடிப்படைக் கொள்கைகளில் மேற்கொண்டு மாறுதல்களைச் செய்யவில்லையென்பது தெளிவு. அசோகருடைய பேரன் தசரதன். ஆஜீவிகர்களுக்குப் பராபர் குகைகளை வழங்கினான்; ஆனால் அதே வழியில் வந்த சம்பிராதியோ சமண சமயத்திற்காகத் தன் உயிரையும் தியாகம் செய்ததாகக்கொள்ளப்படுகிறது. அரச அதிகாரம் மறைந்து நீண்டகாலத்திற்குப் பிறகும் மௌரியர்களுடைய புகழ் நிலைபெற்று வந்தது. மிகக் கொடூரமான முறையில் சூறையிட்டு, சசாங்கனால் சேதப்படுத்தப்பட்ட போதிமரத்தையும், கயாவிலுள்ள பௌத்தர்களின் நிறுவனத்தையும் 'அசோகரின் கடைசி வாரிசாகத் தோன்றிய' பூர்ணவர்மன் புதுப்பித்தான். இடைக்கால இராஜபுத்திர குலங்களைத் தோற்றுவித்தவராகக் கூறப்படும் பாப்பா ராவல், உள்நாட்டு மௌரியர் ஒருவரைத் தோற்கடித்துத் தன்னுடைய ஆட்சியை இராஜபுதனத்தில் நிறுவினார். கி.பி. 10-ம் நூற்றாண்டு முடியுந்தொட்டும். இத்தகைய சிறு திறமுள்ள 'மௌரியர்கள்' தெற்கே கோவா வரை அறியப்பட்டிருந்தனர். சந்திரகுப்த மௌரியரின் மன்னிய புகழொளிக் கூறுகளே, 17-ம் நூற்றாண்டின் வழக்கிலிருந்த சந்திரராவ் மோர் எனும் மராத்திய பட்டப் பெயருக்குக் காரணமாக இருந்திருக்கலாம்.

கடைசி மௌரிய மாவேந்தர் பிரஹத்ரதர், ஒரு படை அணிவகுப்பைப் பார்வையிட்டுக்கொண்டிருந்தபோது, தம்முடைய படை முதல்வரும், சுங்கர் குலத்தைச் சேர்ந்தவருமான புஷ்யமித்திரரால் கொலையுண்டார். சுங்கர்களின் வலிமை குன்றிய படைத்துறைச் சாதனைகளிலிருந்து தீர்மானிக்கும்போது, இவர்கள் புத்தூக்கம் அளித்து வந்த யஞ்ஞா முறைமைகள் அவ்வளவுக்கு ஆற்றலுடன் விளங்கியதாகத் தோன்றவில்லை. நாகரிகமற்ற நிலையிலிருந்து திடீர் வலிமைபெற்ற காரவேலன் கலிங்கத்திலிருந்து மையப்பகுதிக்குள் சூறையிட்டுச் சென்று அசோகருடைய வெற்றிகளைத் தலைகீழாகப் புரட்டினான். ஒரு மௌரியப் பிராந்தியத்தின் ஆளுநராயிருந்த சுபாகசேனரிடமிருந்து காபூல் பள்ளத்தாக்கைக் கைப்பற்றிக்கொண்டதன் வாயிலாக, கிரேக்கர்கள் தங்களின் பரிபாஷைப்படி, ‘இந்தியாவை வென்றனர்’. யூக்ராடைடஸின் தலைமையின்கீழ் அவர்கள் பஞ்சாபிற்குள் முன்னேறிச் சென்றனர். புகழ்பெற்ற மினாந்தர், தம்முடைய தறைகரை சியால்கோட்டில் நிறுவினார். அவர், அவ்விடத்திலிருந்து கங்கைச் சமவெளிக்குள் புகுந்து பைசாபாத்வரை தாக்குதல்களை நடத்திச் சென்றார்; அநேகமாக அவர் பாட்னாவரையிலும் சென்றிருக்கலாம். உஜ்ஜயினியைச் சுற்றியிருந்த நிலப்பகுதிகள், சுங்கர்களின் ஆட்சி மையத்திற்குரிய அசைக்க முடியாத அமைப்புகளாகத் திகழ்ந்து வந்தன. ஆனால் கி.மு. முதல் நூற்றாண்டில், தெற்கிலிருந்து கிளம்பிய சாதவாகனர்கள் இப்பகுதியிலும் கூட, ஆக்கிரமிப்புகளை நடத்தியுள்ளனர். இக்கதைக்குமேல், இங்குமங்குமாகச் சிதறியவாறும், தற்செயலாகவும் தோன்றக்கூடிய குறிப்புகளிலிருந்து நாம் சிரமத்துடன் திரட்டிப் பார்ப்போமானால், கிட்டுவது எல்லாம் முரண்பாடுள்ள மன்னர்களின் வரிசைப் பட்டியல்களே. இருப்பினும், இந்தியப் பண்பாட்டிற்கு இக்காலம் மிக முக்கியமானதாகும். ஈடு இணையற்ற சிற்பங்களுக்கும், கட்டிட கலைக்கும் கட்டியம் கூறும் சாஞ்சியின் பௌத்தமத நினைவுச் சின்னங்களே, இன்றுள்ளவைகளில் மிகவும் பழைமையானவை; கிட்டத்தட்ட இன்னமும் அதே தொன்மைத் தோற்றம் மாறாமல் காட்சி அளிக்கின்றன. குப்தர்களின் காலம் முடிய வரலாற்றுத் தொடர்ச்சியை அளிக்கும் இவை, உயர்ந்த வரிசையில் வைத்து எண்ணத்தக்கவை. முன்பு நாம் குறிப்பிட்ட பதஞ்சலி முனிவரின் இலக்கணமும், சமஸ்கிருத உரைநடை நூலும்கூட புஷ்யமித்திர சுங்கருடைய காலத்தவை. கீரிஸ் மன்னர் ஆண்டியால்கைடஸின் இராஜப் பிரதிநிதியாகிய ஹெலியோடோரஸ், கழுகுத் தலையுடைய ஒரு தூண்

சிற்பத்தைப் பில்ஸாவில் நேர்ந்தளித்தார். அங்குத் தம்மை ஒரு கிருஷ்ண பக்தராக அவர் அறிவித்துக்கொண்டார். அத்தூணில் உள்ள கல்வெட்டுக்கள், மெய்ப்பிக்கத்தக்க வகையில் கிரேக்க வார்த்தை வரிசையுடன் பிராகிருத மொழியில் இருந்தன. இது கிருஷ்ண வழிபாடு பரவியதைப் பற்றிய விலைமதிப்பற்ற தகவல்களை நமக்கு வழங்குகிறது. அன்றும்கூட, யதுவின் கரிய வீரன், பெருங்கடவுளாகவோ அல்லது விஷ்ணு நாராயணரின் திருஅவதாரமாகவோ தகைமை பெற்றானில்லை. சமகாலத்திற்குரிய பிற சிலைகளையும், கல்வெட்டுக்களையும் ஆயுமிடத்து இவருடைய உழவரினத் தமையனார் சங்கர்ஷணரும், சமயத்தில் வேறு சில யது வீரர்களும் கிருஷ்ணருக்கு சரிநிகரான மதிப்புபெற்று வந்தமை புலனாகிறது. அதாவது, அப்பழங்குடி இனம் அழிந்து நீண்டகாலம் கழித்த பிறகும், அந்த வழிபாட்டில் இருந்து வந்த பழங்குடித் தோற்றங்கள் மறைந்தபாடில்லை. சுங்கர்கள், அரியாசனத்தைக் கைப்பற்றிய பிறகும்கூட, சேனானீ (படை முதல்வர்) என்ற பரம்பரைப் பட்டத்தையும் பெயருடன் சேர்த்துப் போட்டுக்கொண்டு வந்தனர்; யஞ்ஞங்களையும் நடத்தி வந்தனர். இவ்வளவுக்குப் பிறகும், இவர்களுடைய வெற்றிச் சாதனைகள், படை அணி வகுப்போடும், கலை இலக்கியத் துறையோடும் சரி; போர்களில் அல்ல. இவர்களுக்குப் பல நூற்றாண்டுகள் கழித்துத் தோன்றிய, மாளவிகா- அக்னிமித்ரா என்ற காளிதாசரின் நாடகம், உஜ்ஜயினியில் ஆளுநராயிருந்த புஷ்யமித்திரனுடைய மகனின் காதல் கதையை விவரிக்கின்றது. சுங்கர்கள், பிராமணர்களால் மதிக்கத்தக்கவர்கள் என்று கூறிக்கொண்டது, சில வகைகளில் பயனுடையதாக இருந்தாலும் அந்த ஆதரவு குன்றியதால் பத்தாவதாக வந்த கடைசி சுங்க மன்னரின் பிராமண அமைச்சர், காண்வாயனர் மன்னரைக் கொன்று அரியாசனத்தைக் கைப்பற்றிக்கொண்டார். சிம்மாசனம் அற்பாயுசுள்ள பிராமண அரசவம்சத்தின்பால் சென்றது.

இந்திய நாடகங்கள், காவியப் பாடல்கள், மற்றும் பிற கலைப் பண்பாடுகளின் மீது கிரேக்கர் செலுத்திவந்த செல்வாக்கைப் பற்றியக் கருத்துக்கள் அந்தந்த விமர்சகர்களின் சொந்த விருப்பு வெறுப்புகளுக்கு இசைய உருவாக்கப்பட்டன. போதிய ஆதாரங்கள் இல்லாதபோது, இவ்விஷயத்தைப் பற்றி இங்குக் குறிப்பிடாமல் இருப்பதே நன்று. எப்படியானாலும், இந்தச் செல்வாக்கு மிகவும் அற்பமானது என்றே அவை எடுத்துக்காட்டுகின்றன. கிரீஸ் (அல்லது பழைமையான)

வானியலிலிருந்து இந்தியர்கள் கடன் பெற்றனர். ஆனால் கிரேக்கர்களின் நிலக்கணக்கியல் (ஜியோமிதி) அறிவுத்துறையின் ஒப்பற்ற சாதனையாக இருந்தும், அது, இங்கு எள்ளளவுக்கும் பற்றவில்லை. குறிக்கணக்கியல் (அல்ஜீப்ரா) இந்தியாவின் சிறப்புக் கண்டுபிடிப்பு. கணித இயல் சிந்தனைகளில் கிரேக்கர்களின் மிகச் சிறந்த அளிப்பு. நேரான புனைவு மெய்ம்மைகளிலிருந்து கவனமுடன் நிரூபிக்கப்படும் கணிதத் தோற்றங்களே. இவை இந்தியாவின் கவனத்தைக் கவராமலேயே சென்றுவிட்டன. இங்குக் குடியேறிய கிரேக்கர்கள்மீது பதிந்த இந்தியச் செல்வாக்குகளைப்பற்றி நாம் ஏற்கெனவே விவரித்தோம். அநேகமாக கி.மு. 50-ல், மேற்கிலிருந்து உள்ளே நுழைந்த சாகர்கள், பஞ்சாபில் பலம் குன்றியிருந்த கிரேக்க அரசுகளை ஒருவழியாக அழித்து ஒழித்தனர். காட்டுமிராண்டிகளாக இருந்து வந்த இவ்வாக்கிரமிப்பாளர்கள், விரைவிலேயே பிராமணர்களின் உணர்வுப்படி நாகரிகமாக மாறியதை ருத்ரதாமன் விஷயத்திலிருந்து கவனித்தோம். இவர்கள் மேற்குக் கடற்கரையிலுள்ள பல்வேறு வணிகத் துறைமுகங்களையும் கைப்பற்றிக்கொண்டு, அவற்றை நிலைபெயரும் எல்லைகளைக்கொண்ட சிறுசிறு இராஜ்ஜியங்களாகப் பிரித்தனர்.

மேற்குக் கடற்கரையின் மாறுதல்களுக்கு உண்மையான காரணம் தேங்காய்; இன்று கடற்கரைப் பகுதிகளை மொத்தமாக எடுத்துக்கொண்டால், தென்னைமரமே அங்குள்ள பொருளாதாரத்திற்கு அடிப்படையாக விளங்குவது புலனாகும். இது மலேசியாவிலிருந்து இங்கு அறிமுகமானதாகத் தோன்றுகிறது. ஏறக்குறைய, கி.மு. முதல் நூற்றாண்டின் நடுவில், தென்னை வளர்ப்பு கிழக்குக் கடற்கரையில் தொடங்கிப் பின்னர், ஒரு நூற்றாண்டு கழித்து மேற்குக் கடற்கரையை அடைந்தது. கி.பி. 120-ல் (கதராதா என்ற பட்டத்தைக் கொண்ட) ஆறாம் மன்னர் நாகபாணரின் மாப்பிள்ளையும், தீனீகாவின் மைந்தனுமாகிய சாகா உஷாவாதத்தன் தோப்புகளை முழுமையாகவே பிராமணர்களுக்கு வழங்க துவங்கினான். அத்தோப்புகள் ஒவ்வொன்றிலும் பல்லாயிரக்கணக்கான தென்னைமரங்கள் இருந்தன. அவ்வாறே அவன் பௌத்தர்களிடமும் தாராளமாக நடந்துகொண்டான். ஆனால் அவன் ஆட்சி எல்லைக்குட்பட்ட கடற்கரைப் பகுதியில் பௌத்த மடாலய குகைகள் இல்லை. இன்று, இந்து மதச் சடங்குகளிலும், ஆராதனைகளிலும் சிறப்பிடம் பெற்றுள்ள தேங்காய், கி.பி. ஆறாம் நூற்றாண்டுக்கு முன்பாக, இந்தியாவின் பல பாகங்களில் சற்றேனும்

அறியப்படவில்லை. ‘கால உணர்வற்ற நிலையையும், மாற்றமுடியாத மனப்பான்மையையும்’ கொண்ட இந்தியச் சடங்குகளின்மீது உபயோகமுள்ள அபிப்பிராயம் தெரிவிக்க இது இடமளிக்கின்றது. இதன் மரம், நார்கள் ஆகியவற்றைத் தவிர வேறு பொருள்களும் மதிப்பில் உயர்ந்தவை. தேங்காயின் சதைப் பகுதி சமையலுக்கு ஏற்றது. காய்ந்த கொப்பரையிலிருந்து சமையல் எண்ணெய் தயாராகிறது. சவுக்காரம் செய்வதற்கும் இந்த எண்ணெய் உபயோகமாகிறது. மேற்குக் கடற்கரையின் ஓரக்கால் பகுதிகள் (கனமான மழையும், வெப்பமான சீதோஷ்ணமும் தென்னைச் சாகுபடிக்கு ஏற்றவை) தென்னை வளர்ப்பையும், விற்பனைச் சரக்காகத் தேங்காயின் விளைபொருள் உற்பத்தியையும் முழு அளவில் பெருக்கி இருக்காவிட்டால், இங்குள்ள அடர்த்தியான காடுகளை அழித்து இன்று காணும் கூட்டமான ஜனத்தொகையைத் தங்குதடையின்றி அங்குக் குடியேற்றியிருக்க முடியாது. இவை, மேற்குத் தொடர்ச்சி மலைப்பகுதிகளைச் சார்ந்த சில கணவாய்களில் துவங்கிய, சாத்து வணிகர் கூட்டங்கள் நீடிப்பதற்கு நல்ல வியாபார வாய்ப்புகளை நல்கின. இவர்கள், தேங்காய், உப்பு ஆகியவற்றைப் பீடபூமிப் பகுதிகளுக்கு எடுத்துச்சென்று அதற்கு ஈடாகத் துணிமணிகளையும், உலோகச் சாமான்களையும், மேல்பகுதியின் தானியங்களையும் பெற்றுக்கொண்டு திரும்பினர்.

குஷானர்கள், கி.பி. 78-லிருந்து 300 வரை ஒரு பெரிய ஏகாதிபத்திய அரசவம்சத்தை நிறுவி வடக்கே ஆட்சிபுரிந்தனர். இதற்குப் பிறகு, நான்காவது நூற்றாண்டில் கிழக்கிலிருந்தும், மேற்கிலிருந்தும் நடத்திய தாக்குதல்களினால், இவர்கள் ஒழிக்கப்படும்வரை இவர்களுடைய புகழ் படிப்படியாக மங்கத்தொடங்கியது. இவர்கள் தங்கள் தாய்நாடாகிய மத்திய ஆசியப்பகுதிகளுடன் பஞ்சாபையும், உத்திரப்பிரதேசத்தையும் இணைத்து ஆண்டதால் பழைய உத்தராபத வணிகவழி மத்திய ஆசியாவரை நீட்சியுற்றுப் புதிய சுறுசுறுப்புடன் இயங்கியது. அதனுடன் பௌத்தமதத் தத்துவமும், இந்தியப் பண்பாடும் சென்றன. இக்குஷானர் வம்சத்தை நிறுவியவர், முதலாவது கனிஷ்கர்; இவர், சிறந்த உரு அமைப்புக்கொண்ட தம் நாணயங்களில் தம்முடைய இயற்பெயரைப் பொறிக்காமல், ‘மாபெரும் இரட்சகர்’ (சோட்டீர் மெகாஸ் அல்லது மஹாத்ராதா) என்ற பட்டப்பெயரை மட்டும் பொறித்து வெளியிட்டதாகத் தோன்றுகிறது. கனிஷ்கர் பெயரைத் தாங்கி நிற்கும் நாணயங்கள், அநேகமாக அவருடைய பேரனுடையதாக இருக்கலாம். இந்த

வம்சத்தைத் தோற்றுவித்தவர் ஆரம்பத்தில் ஒரு பழங்குடித் தலைவர்; இவர், சூர்க்கோத்தால் கல்வெட்டுகளில் வைதீக முறையிலும், ஈரானிய முறையிலும் தெய்வமாக்கப்பட்டிருக்கிறார். அசோகரைப் போலவே, இவருடைய வாரிசுகளும் மிக உயர்ந்த வழியில், எல்லாச் சமயங்களையும் போற்றி வளர்த்தனர். மிகப்பெரிய ஸ்தூபிகளும் இவர்களால் கட்டப்பட்டவையே, இவர்களுடைய நாணயங்களில், பல்வேறாக புத்தரும், சிவனும் அவருடைய ரிஷிபமும், நனய்யா (சீன மொழியில்- நய்நய்) என்றத் தாய்த்தெய்வத்தின் பெயரும் பொறிக்கப்பட்டுள்ளன. குஷானர்களுடைய நாணயச் சாலைகள் அலெக்சாந்திரிய நகரத்துத் தொழில்நுட்பத்தை நன்கு அறிந்திருந்ததுடன் அதைப் பயன்படுத்தியும் வந்தன. அக்காலத்தில் இதை ரோமானியப் பேரரசர்களும் அறிந்திருந்தனர். அவர்கள் இந்நகரத்திலிருந்த வார்ப்படக் கலைஞர்களை வரவழைத்து வேலைக்கு அமர்த்திக்கொண்டனர். வெள்ளி நாணயங்கள் படிப்படியாகப் புழக்கத்திலிருந்து மறைந்துசென்ற விதம், வடக்கின் பெருமளவு வியாபாரமும் விலை உயர்ந்த ஆடம்பரப் பொருள்களாகிய பட்டு, குங்குமப்பூ, நகைகள், மதுவகை போன்ற பெரும் பிரபுகளுக்குரிய கவர்ச்சிப் பொருள்களில் அடங்கியிருந்ததை எடுத்துக்காட்டுகிறது. உழவர்கள் பண்டமாற்று முறையில் உள்ளூரிலேயே தம் தேவைகளைப் பூர்த்தி செய்துகொண்டனர். அர்த்தசாத்திர உற்பத்தி வகைமுறையும், உலோகத் தொழிலில் அரசாங்கம் ஏற்றிருந்த ஏகபோகமும் கைவிடப்பட்டன. இதில் எள்ளளவும் ஐயம் வேண்டாம். இவ்விஷயத்தில், திரு உருவங்கள் பொறிக்கப்பட்டிருந்த பகட்டான இந்தோ-கிரேக்க நாணயங்களோடு ஒப்பிடும்போது, சுங்கர்களின் நாணயங்கள் மிகவும் அற்பமான, எளியத் தோற்றத்தைத் தந்தன. வடக்கில் இலச்சினைக் குறியிட்ட நாணயங்கள் காலம் மௌரியர்களுக்குப் பிறகு மறைந்துவிட்டது. இருந்தாலும், முத்திரைகளை அடித்தோ வார்ப்பிடமிட்டோ அச்சடிக்கப்பட்ட புதிய நாணயங்கள், பழைய நாணயங்களுடன் புழக்கத்திலிருந்தன. ருத்திரதாமன், நாகபாணர் மற்றும் அவர்களுடைய வழித்தோன்றல்கள் பலர் வெள்ளி நாணயங்களை வெளியிட்டுள்ளனர். இது ஆடம்பர பொருள்களின் வர்த்தகச் செலாவணியை அடிப்படையாகக்கொண்டு செழித்த வடக்கத்தியப் பேரரசுக்கும், அத்தியாவசியப் பண்டங்களின் அதிக உற்பத்தியையும், வியாபாரத்தையும் நோக்கமாகக்கொண்டு தெற்கிலும், மேற்கிலும் புதிதாகத் தோன்றிய சமூகத்திற்கும், இடையே நிலவிய வேறுபாட்டை

எடுத்துக்காட்டுகிறது. கி.மு. இரண்டாம் நூற்றாண்டில், வடக்கிலுள்ள கருமார் அல்லது செம்படவர் போன்றோர் தெற்கிலுள்ளவர்களைப் போன்று மடாலயங்களுக்கு முக்கியத் திருப்பணிகளைச் செய்யுமளவுக்கு வசதியுள்ளவர்களாக இருந்தனரென்பதைக் கற்பனைசெய்து பார்ப்பதே கடினமாகும்.

சாதவாகனர்களைப் பற்றிப் பல விஷயங்களை நாம் ஏற்கெனவே குறிப்பிட்டுள்ளோம். இவர்க பாவரியின் காலத்திற்குரிய, விவரம் தெரியாத குதிரைச் சின்னப் பழங்குடித் தலைவர்களிலிருந்து பிராமண ஜதீகத்திலுள்ள நான்கு சாதி சமுதாயத்தின் மன்னர்களான உயர்வு பெற்றனர். ‘பைத்தான் ஒரு குக்கிராமமாக இருந்தபோது’ கோதாவரி மடுவில் ‘நாகரால்’ கற்பழிக்கப்பட்ட பிராமண விதவையின் மூலம் இவர்கள் தோன்றியதை விவரிக்கும் வரலாறு பிற்காலத்தில் தோன்றியதை விவரிக்கும் வரலாறு பிற்காலத்தில் தோன்றியது. தீபகற்பப் பகுதியில் தாமிரமும், இரும்பும் மிகத் தேவைப்பட்டாலும், சாதவாகனர்கள் இங்கிருந்து ரோமப் பேரரசுடன் நடத்திய ஆடம்பரப் பொருள்களின் நெடுந்தொலைவு வியாபாரத்தில் இலாபம் பெற்றதை நாம் கருத்தில் கொள்ளவேண்டும். மத்தியதரைக் கடலில் விளைந்த பவழம் இந்தியாவில் போற்றப்பட்டதைப் போலவே, நீல மணி, இரத்தினம் ஆகியவற்றை மேலை நாட்டினர் போற்றினர். ஈயம், தாமிரம், வெள்ளி மற்றும் மதுரசம் தவிர வீட்டுவேலை பரத்தமை கூத்து ஆகியவற்றுக்காக அடிமைப்பெண்கள், ரோமனோ - கிரேக்க உலகத்தின் கலை, கைத்தொழில்கள் ஆகியவைகளுக்கு இந்தியாவில் இருந்த தேவைகளைச் சான்று ஆவணங்களும், தொல்பொருள் ஆராய்ச்சிகளும் உறுதிப்படுத்துகின்றன. இவற்றுக்கு மாறாகத் துணிமணிகள் வாசனைத் திரவியங்கள், தந்தம், தோல் பொருள்கள் முதலியன இந்தியாவிலிருந்து ஏற்றுமதியாயின. தொழிலினக் குழுக்கள் மற்றும் புதிய குடியேற்றங்களில் விரைவான வளர்ச்சிக்குத் தேவையான முதலீடுகளும், நடப்பு முதலும் மடாலயங்களிலிருந்தும் (வணிகர்களிடமிருந்தும்) வந்ததை நாம் முன்பே கவனித்தோம். தக்காணத்தில் புதிய கற்காலத்திற்குரிய மேய்ச்சல்நில மக்கள் கூட்டம், பெரும்பாலும் கால்நடை மேய்ப்போர், பருவத்திற்கேற்ப ஆற்றுப் பள்ளத்தாக்குகளில் மேலும் கீழுமாகச் சுற்றியலைந்து, கிடைப்போட்டு வாழ்ந்தவண்ணம் இருந்தனர். இவர்களுடைய காலத்திலிருந்தே தொடர்ந்திருக்கும் தெய்வ வழிபாடுகளைக் குறிக்கும் நினைவுகளும் பெருங்கற்படைச் சின்னங்களும் இப்போதும் தோன்றி

இவர்களுடைய பூர்வகாலத் தொடக்கத்தை நினைவுகூர்கின்றன. வேளாண்மைக்கு வேண்டியனவெல்லாம் கனமான கலப்பையையும், இரும்பின் பயனையும் அறிந்திருப்பதே. தொடக்கத்தில் இவை வடக்கிலிருந்து வந்தன. ஆனால் அங்குள்ள வளமான கரிசல்மண், பருத்திச் சாகுபடிக்கு விசேஷமான வகையில் ஏற்றதாக இருந்தாலும், சிறு அளவில் சிதறலாக வளமை நிலப்பரப்பு இருந்ததால், வடநாட்டிற்குரிய வளமான வண்டல்மண் நிரம்பிய ஆற்றுச் சமவெளியில் நிகழ்ந்ததைப்போல், இங்கு நெருக்கமான குடியேற்றம் ஏற்படவில்லை. ஆகவே முதன் முதலாக குல்மா என்ற படைக்குழு காவல்படையைப் போலவே பயன்படுத்தப்பட்டு வந்ததைச் சாதவாகனர்களின் கல்வெட்டுகள் வாயிலாக நாம் அறிகிறோம். வலுவான நிரந்தர சேனையில்லாவிட்டால், சிறந்த போர்ப் பயிற்சி பெற்ற பகைவர்களைத் தாக்குப்பிடிக்க முடியாது என்பதுடன் பெரிய அளவுக்குக் கூட்டுப்படைப் பயிற்சிகளும், போர் நடவடிக்கைகளும் இல்லாவிட்டால் அப்படை நலிவுறும் என்பதே இதன் பொருள். ஆனால், ஒரு படை அமைப்பைச் சிறு சிறு பிரிவுகளாகப் பிரித்து நாட்டின் பல பாகங்களில் விரவிப் பராமரிப்பது மலிவான முறையாக இருந்தது. இதுவே பிற்கால நிலப்பிரபுத்துவ முறைக்கு ஊக்கமூட்டிய பிறிதோர் துண்டுகோலாகவும் விளங்கியது. பிராகிருத இலக்கியத்தில் மிகுந்த நயமான படைப்புகளை உருவாக்கி அம்மொழியை வளர்ச்சியுறச் செய்த சாதவாகனர்களது ஆட்சி, மூன்றாம் நூற்றாண்டோடு மறைந்துவிட்டது. அவர்களின் பெரும்பாலான படைப்புகள் தற்போது காணாமற் போய்விட்டன. ‘கதா சரித சாகரம்’ போன்ற ஒருசில நூல்கள் சமஸ்கிருதத்தின் செய்யுள் பதிப்பாக எஞ்சியுள்ளன. சாதவாகன மன்னர், ஹாலாவின் புகழ்பாடும் 700 பாடல்களைக்கொண்ட ஆறசைச் செய்யுள் திரட்டு (பிற்காலச் சேர்க்கைகளைக் கொண்டது) இலக்கிய நடையில் இருந்தாலும், கம்பீரமும், கவர்ச்சியும் பொருந்தியவை. தக்காணத்தின் மொத்த வணிகப் பொருள்களையும் சிறு நகரங்களில் இருந்த கைவினைக் கலைஞர்களின் தொழிலின குழுக்கள் தயாரித்து வந்த காலம் அது; அப்போதுதான் வகையான குடிமைப் பண்பாட்டையும் அந்நகரங்கள் வளர்த்தன. ‘நகர மனிதனை’ (நாகரகா) படைத்த வாத்ஸ்யாயனரின் காம சூத்திரம் இம்மரபை உருவப்படுத்திக் காட்டுகின்றது. அர்த்த சாத்திரத்தையே மாதிரியாகக்கொண்டு, பண்டைய மரபைப் பின்பற்றிய கடைசி நூலாக, இது சாதவாகனர் காலத்திலோ, அதற்குப் பிறகோ எழுதி வெளியிடப்பட்டது.

இருப்பினும், இந்த நூலில் அடங்கிய விஷயங்கள் பாலுணர்வுகளைப் பற்றிய ஆய்வுகளே தவிர அரசியலை பற்றியன அல்ல. இவ்வுலகியல் வாழ்க்கையில், பாலியலை அடிப்படையாகக்கொண்ட சமுதாயத் தோற்றம், தனிநபர் பார்வை, உடல் உணர்வுகள், உள்ளுணர்வுகள், தாம்பத்தியம், காம சுகமுள்ள உடலுறவு வழிகள் யாவற்றையும் வெளிப்படையாகவும், விஞ்ஞான பூர்வமாகவும் இந்நூல் அணுகியுள்ளது. இருப்பினும் இந்நூல் இழிந்த இலக்கியமாகவோ, அச்சமயம் மத்தியதரைக் கடற் பகுதியில் பிரபலமாக விளங்கிய, முறையற்ற பாலியல் பழக்கங்கள் விவரிக்கும், காமவெறியுள்ள அலெக்சாந்திரிய ஆய்வுக் கட்டுரைகள் போலவோ எழுதப்படவில்லை. காம சூத்திரத்தில் விவரிக்கப்படும் காதற்கலை எவ்வகையிலும் அரண்மனைக் காமவெறியாட்டத்தினால் (Chateau briand) விளைந்த விரகதாபங்களை போல் இல்லை. இந்நூல் காமசுக இரகசியங்களை வெளிப்படையாக விவரிப்பினும் இதில் காணப்படும் வகையான சூதுவாதற்ற எளிமைப் பண்பை நாட்டின் சூழ்நிலையையும், காலத்தையும் பிரதிபலித்துக் காட்டுவதாகவே இருக்கிறது. ஒரு “நாகரகர்’, சில காலத்திற்கு நாட்டுப்புறத்தை நோக்கிச் செல்லும்போது, பண்பாடுடைய பேச்சுத்திறமை, கதைகளை மேன்மையாகச் சொல்லுந் திறன், நளினமான நடிப்பு, இசை, பாட்டு, கூத்து ஆகியவற்றுடன் மதுவுண்ணல், நாகரிகமான முறையில் நங்கையரிடம் காதல் சல்லாப உறவுகளில் நிறைவு பெறுந்திறன் போன்ற பண்பாடுகளைத் தம்முடைய கிராமியச் சகோதரர்களிடையே வளர்ப்பதற்கான கலைக் குழுக்களை அமைக்குமாறு அவருக்கு ஆலோசனை தெரிவிக்கப்பட்டது. சாதவாகன அரசவைக்குரிய காதல் நிகழ்ச்சிகளை, இங்குமங்குமாகப் பல இடங்களில் இந்நூல் உதாரணங்களாகக் குறிப்பிடுகின்றது. முடிவில், பைத்தானைச் சேர்ந்த யக்ஷர் காவலன், கி.பி. நான்காம் நூற்றாண்டுக்கு முன்பே கண்டகா என்ற பெயரில் நன்கு அறியப்பட்டிருந்தவர். உள்ளூரில் சிவனாகவும் ஆனார். இந்த வழிபாடு கண்டோபா என்ற பூர்வீகப் பெயரில் மகாராஷ்டிரா முழுவதும் பரவியது. இதன் திருவிடம் ஜெஜுரியில் அமையப்பெற்று, எல்லாச் சாதிகளையும் சேர்ந்த பலமான பக்தர்கள் கூட்டமும் இதற்குச் சேர்ந்தது. விசேஷமாக ராகம் போட்டுக் குறி சொல்லும் ஆண், பெண் சாமியாடிகள், இன்றும் பக்திவெறிகொண்டு அருள் வந்தவர்களாக நடித்துப் புராதன வழிபாட்டு மரபுகளை எடுத்துக்காட்டி வருகின்றனர். எனினும் மதவழிபாட்டுக்கு வரும் மக்களிடமிருந்து பெறக்கூடிய இலாபத்தின் பெரும் பங்கைப் பெறுவது பிராமணப் பூசாரிகள் என்பது உண்மையே.

கிழக்குக் கடற்கரையும், தெற்கு முனையும்கூட, சாதவாகனர்களது காலத்தில் பெரிதும் வளர்ச்சியுற்றன. இருந்தாலும் இதில், தெற்குமுனைப் பிரதேசம் ஒரு காலத்திலும் இவர்களுடைய ஆட்சிக்கு உட்பட்டதாக இல்லை. இரண்டாம் நூற்றாண்டுக்கு முன்பாகவே, பௌத்த மதக் கலாசாலைகள் கிருஷ்ணா நதியின் தென்கரையிலுள்ள நாகார்ஜுனகொண்டா, காஞ்சி ஆகிய இடங்களில் நிறுவப்பட்டுவிட்டன. சமகாலத்தில் வேறு இடங்களில் உள்ள அதே நடைமுறைகளே இங்கும் கடைப்பிடிக்கப்பட்டு வந்தன; அதாவது, மூலதனங்களைக் குவித்தும், அளித்தும் வந்த பெருமடாலயங்கள் ஊட்டிய ஊக்கத்தின்கீழ் சமூக வளர்ச்சியுடன்கூடிய உள்நாட்டு, வெளிநாட்டு வர்த்தகங்களே அவை.

வரலாற்றைத் தொழிலாகக் கொண்டவர்களுக்குத் தெற்கிலுள்ள இராஜ வம்சப் பட்டியல் இன்பமான பொழுதுபோக்கு; இக்ஷ்வாகு, பல்லவர், பாணர், கடம்பர், சேதியர், கலச்சூரி, சாளுக்கியர், சோழர், பாண்டியர், சேரர் மற்றும் வேறு பல மன்னர்கள்கொண்ட பட்டியல், கவர்ச்சியாக இருந்தாலும் பொதுவாக அர்த்தமற்றது. இடைக்கால இந்திய வரலாற்றை பற்றிய புத்தகங்களில், இந்த விவரங்களைப் படித்துக்கொள்ளலாம்; ஆனால், இப்புத்தகங்கள் பொதுவாக, இம்மன்னர்களால் பரிமாறிக்கொண்ட ஒருமைப்பாட்டு விஷயங்களைச் சுட்டிக்காட்டத் தவறிவிட்டன. 'உயர்ந்த' பிராமணப் பண்பாடு, பழங்குடிகளின் மீது திணிக்கப்பட்டது; அல்லது, அவர்களால் சுவீகரித்துக்கொள்ளப்பட்டது. அதே சமயத்தில் பரிமாற்ற உணர்வின் அடிப்படையில், பிராமணர்கள் பூர்வகாலப் பழங்குடி மரபுக் கூறுகளை ஏற்றுக்கொண்டனர்.

கடைசி சாதவாகனர்களுக்கும், முதலாவது குப்த மன்னருக்கும் இடையே உள்ள காலத்தில் (கி.பி. நான்காம் நூற்றாண்டு) சிறிய படையெடுப்புகள், பூர்வ குடித்தலைவர்கள் அரசைக் கைப்பற்றும் முயற்சிகள் ஆகியவை நடந்தன. இவ்வாறு கடைசியாக வந்தவர்களில், கங்கைச் சமவெளியிலிருந்து நாகர்களும் மத்திய இந்தியாவில் இறங்கி தக்காணம்வரை செல்லும் காடுகளிலிருந்தும் தோன்றிய பல பழங்குடித் தலைவர்களும் இருந்தனர். கி.மு. 57-ல் சாக இனத்தவர்களினால் கொல்லப்பட்ட சில பீலர்களும் இம்முயற்சியில் இறங்கியிருந்தனர். காளகர் என்ற ஜைன ஆச்சாரியாரின் சகோதரியை ஒரு கர்தபீல மன்னன் கற்பழிக்கவே, அவர் சாகர்களை வரவழைத்துப் பீலர்களைக் கொல்ல வைத்தார். அன்றும்கூட, பெரும்பரப்பு காடுகளாக, திருத்தப்படாத கன்னி நிலங்களாக இருந்தாலும் தேசத்தின் பெரும் பகுதிகளில் சிறு சிறு

இராஜ்ஜியங்கள் தோன்றி ஒன்றோடு ஒன்று இடைவிடாது போரிட்ட வண்ணம் இருந்தன. பொதுவாக நாடெங்கிலும் குழப்பமும், பூசலும் மேலோங்கி நின்றபோது சமூகம் முழுக்க முழுக்க விவசாயத்தை அடிப்படையாகக்கொண்டு விளங்கியது.

முதலில் தோன்றிய இரு குப்தர்களாகிய ஸ்ரீ குப்தர் கடோத்கசர் ஆகியோர் வெறும் பெயர்களே. அப்பெயர்களைக்கூட, இந்த வம்சத்தை மெய்யாக நிறுவிய கடோத்கசரின் புதல்வர் முதலாவது சந்திரகுப்தர் (கி.பி. 320-35) மதிப்புடன் குறிப்பிட்டுள்ளதன் வாயிலாகத்தான் அறிகிறோம். இவ்வம்சத்திற்குரிய மற்ற பெயர்களும் குப்தா என்றே முடிவுறுகின்றன; ஆகவேதான் "குப்த மன்னர்கள்" என்ற பெயர் இந்த வம்சத்திற்கு மதிப்பிற்குரிய பாரம்பரியமோ, குறைந்தபட்சம் உயர்ந்த பழங்குடிக் குலத்தோற்றமோ இல்லை. ஒவ்வொரு மன்னரும் தம் மனம்போன போக்கின்படி முக்கியமில்லாத பல எண்ணற்ற துணைப் பட்டங்களைச் சூட்டிக்கொண்டனர். இது வரலாற்று ஆசிரியரின் வேலையை மேலும் சிக்கலாக்குகிறது. லிச்சாவி நாட்டுக் குமாரதேவியை முதலாவது சந்திரகுப்தர் புரிந்துகொண்ட திருமணம், மௌரியர்களைப் போல் ஒரு குல மரபு அடிப்படையும் இன்றித் தங்கள் பூர்வீகம் பற்றியும் ஏதும் தெரியாத இவர்களுக்கு, ஏற்பிசைவுள்ள குலமரபைப் பெறும் முயற்சியாக விளங்கியது. இம்மன்னன், அரசி ஆகிய இருவர்களுடைய பெயரையும் கூட்டாகப் போட்டுத்தான் நாணயங்களை வெளியிட்டனர். இக்கலப்பின் மூலமாகத் தோன்றிய இளவரசரோ, தனது தாயாரின் குலமரபைப் பெருமையுடன் கூறிக்கொள்ளத் தவறவில்லை. கோசலம், மகதத்தின் ஒரு பகுதி ஆகியவற்றின் மீதும் இப்புதிய வம்சம் அடக்குமுறையை உறுதி செய்யும் வகையில் முதலாவது சந்திரகுப்தர் இவற்றை ஒருங்கிணைத்தார் என ஊகிக்கலாம். இறுதி வெற்றி, இவருடைய புதல்வர் சமுத்திரகுப்தருக்குக் (ஏறத்தாழ கி.பி. 335-337) கிட்டிற்று. இவரோ, அகிலம் முழுவதையும் தான் வென்றுவிட்டதாக மமதைகொண்டார். இவரைப் போற்றும் (இறந்தபின் வெளியிடக்கூடிய) புகழுரைக் கல்வெட்டுக்களைத் தாங்கி நிற்கும் அசோகர் தூண் ஒன்றைக் கோசாம்பியிலிருந்து மாற்றி, அலகாபாத் கோட்டையில் நிறுவப்பட்டது. மொழிநடை, உள்ளடக்கம் ஆகியவற்றில் மௌரிய மாவேந்தரின் எளிய சொற்களை ஒப்பிட்டுப் பார்க்கும்போது ஒரு வலுவான வேறுபாட்டை உருவாக்குகிறது. மேலான சமஸ்கிருதத்தில், அணி நலனுடனும், நீண்ட வாக்கியத்துடனும் சேரும் 'பிரசஸ்தி' என்பது முழுக்க முழுக்க

வெற்றிகளின் அறிவிப்பே, பூண்டோடு அழிக்கப்பட்ட மன்னர்கள், போரில் முறியடிக்கப்பட்ட மன்னர்கள், நட்புரிமைக்காக இரங்கிய மன்னர்கள் என்று மாறி மாறி இப்பட்டியல் தொடர்கிறது. அசோகருடைய காலத்தில், இந்த அளவுக்குப் பட்டங்களைப் பெற்றுள்ள மன்னர்கள் யாருமே இல்லை. புதிதும் சிறிதுமான அல்லது பழையதும், சீரழிந்ததுமான பல்வேறு குட்டி இராஜ்ஜியங்களையெல்லாம் சமுத்திரகுப்தர் ஒழித்துக் கட்டியது நாடு பெற்ற அமைதியையும், செல்வச் சிறப்பையும் குறிக்கின்றது. தோற்கடிக்கப்பட்ட எண்ணற்ற சிற்றரசர்களிடமிருந்து கொள்ளையடிக்கப்பட்ட செல்வக் குவியல்கள், ஆடம்பரம் மிகுந்திருந்தாலும் பண்பாடு மிக்கதோர் அரசவையையும், பலமானதோர் நிரந்தர சேனையையும், பல காலத்திற்கு பராமரிக்க உதவின. இருப்பினும், நாட்டில் விதிக்கப்பட்ட வரியின் அளவு மிகக் குறைவானதென்று சீன யாத்திரீகர்கள் கருத்துரைத்துள்ளனர். இதை, இந்தக் குப்த மன்னர்களின் செப்புப் பட்டய சாசனங்கள் உறுதிப்படுத்துகின்றன. இருந்தபோதிலும் இந்த வெற்றிப் பட்டியலில் முக்கியத்துவம் வாய்ந்த ராணுவச் சாதனைகள் இடம்பெறவில்லை. சரியான ஆரியவர்க்கத்திலிருந்த ஒன்பது நாகமன்னர்களைச் சமுத்திரகுப்தன் பூண்டோடு அழித்தான்; எல்லாக் காட்டுப் பழங்குடி மன்னர்களையும் அடிமைகளாக நிலைகுலைவித்தான்.

நாக மன்னர்களைப்போல், காட்டுக்குடி மன்னர்கள் தனித்தனியாகப் பெயர் குறிப்பிடுமளவுக்கு முக்கியமானவர்கள் இல்லைதான். ஆனால், ஆய்வுக்குரிய அதே பூர்வ காலக்கட்ட நிகழ்ச்சியை அவர்கள் குறித்துக் காட்டுவது தெளிவு, காடுகளின் ஊடே புகுந்து ஊக்கமுடன் வளர்ச்சியுற்ற சிறு அளவு விவசாயம் வளர்ந்த பழைய குடியிருப்புகளைச் சூறையாடுவதின் மூலம் எண்ணற்ற காட்டுக்குடித் தலைவர்கள் வலிமை பெற்று விளங்கினர். இவற்றைத் தனித்தனியாகப் பார்க்குமிடத்து மிகவும் அற்பமானவையாகத் தோன்றினாலும், காட்டு மன்னர்கள் நிகழ்த்திய கேடுகளைப் பார்க்குமிடத்து, மொத்தத்தில் பெருந்தொல்லையாகவே இருந்தது. சமுத்திரகுப்தர் கங்கைச் சமவெளி மத்தியில் உணவு உற்பத்தி அமைதியாக நடப்பதற்குத் தடையாக இருந்த இக்கடைசித் தொல்லையை நீக்கினார். காட்டில் பலவகைப்பட்ட பழங்குடி மக்கள், உணவு உற்பத்தியிலும் ஏறக்குறைய முன்னேற்றமும் பண்பொற்றுமையையும் பெற்று எல்லைப் பகுதிகளில் நிலைபெற்றிருந்தனர். நேபாளம், அஸ்ஸாம் மற்றும் மத்தியப்பிரதேசக் காடுகள், ஆறாம் நூற்றாண்டு மகதத்தில் தோன்றிய இந்த இயக்கம்

காட்டைத் திருத்திப் புதுக் குடியிருப்புகளை நிறுவும் பணியாக அர்த்தசாத்திர அரசு நடத்தி வந்தது. காடுகளில் இருந்த ஆதவிகக் குழுத் தலைவர்களிடம் "தம்மா" தூதுவர்கள் மூலம் கொண்டுசெல்ல வேண்டிய இப்பணி அசோகரினால் பூர்த்தியாகவில்லை. முடிவில், நான்காம் நூற்றாண்டு இறுதியில், படைவலிமையைக்கொண்டு இது நிறைவேற்றப்பட்டது. குப்தர்களுக்குப் பிறகு இந்த ஆதவிகர்களின் தொந்தரவு கிடையாது. இரண்டாவது சந்திரகுப்தன் (கி.பி. 379-414) விக்கிரமாதித்தன் என்ற பெயரைப் பெற்றுச் சுவாரசியமான பல காவியங்களில் முக்கியத்துவம் பெற்றார்.) குபேரநாகா என்ற நாக இளவரசியை மணம் புரிந்துகொண்டார். இவளைத் தவிர வேறு பல அரசிகளும் இவருக்கு இருந்தனர். அவர்களில் ஒருத்தியான அவருடைய விதவை அண்ணி துருவஸ்வாமினீயை மன்னர் காப்பாற்றிக் கரம் பற்றிக்கொண்ட காதல் கதை கற்பனை சுவையுடையது. பாஹியான் இந்தியாவிற்கு விஜயம் செய்து, இந்நாடு முழு அமைதியுடனும், வார்த்தைகளில் விவரிக்க முடியாத அளவுக்குச் செல்வச் சிறப்புடனும் விளங்கக் கண்டது. இந்த அரசருடைய ஆட்சியில்தான் குபேரநாகாவிற்கும், இரண்டாவது சந்திரகுப்தருக்கும் பிறந்த இளவரசியைத் தக்காணத்தைச் சேர்ந்த வாகாடக மன்னருக்கு மணம் செய்து கொடுக்கப்பட்டது. தன் புதல்வருக்கு உரிய வயது வரும்வரையில் அவள் ஒரு இராஜப் பிரதிநிதியாக அங்கு ஆட்சி புரிந்தாள். இவ்வாறாக, இந்தியாவின் பெரும்பகுதி, அஸ்ஸாம், ஆப்கனிஸ்தானம், அநேகமாக மத்திய ஆசிய எல்லை ஆகிய புதிதாகக் கைப்பற்றிய பிரதேசங்கள்வரை விரிவாக்கப்பட்ட எல்லை குப்தப் பேரரசுக்குரிய பகுதிகளாகவோ அவர்களுடைய செல்வாக்கிற்குட்பட்ட பகுதிகளாகவோ இருந்தன. அப்போதுதான் முதன்முறையாக, வங்காளம் குடியேற்றப் பெற்றது. அசோகரின் அரண்மனை இடிந்த நிலையில் இருந்தாலும்கூட, பாட்னா ஒரு பெருவகை நகரமாகவே அன்றும் விளங்கிற்று.

வலிமை பொருந்திய மையப் பேரரசுகளின் சீரழிவு நீண்டும் படிப்படியாகவும் ஏற்பட்டது. அச்சீரழிவை விரிவாக நோக்குவது இயலாது. நாம் எடுத்துக்கொண்டுள்ள இந்த நூலில் ஹர்ஷருக்குப் பிறகு எந்த ஒரு தேதியிலும் இச்சீரழிவு முடிவு பெறகூடியதே. கிராமங்களுக்கு ஊடுருவிச் சென்ற நிலப்பிரபுத்துவ அடிப்படையைக் கொள்ளாமல் விளங்கிய கடைசி இந்தியப் பேரரசு ஹர்ஷருடையது. முகமது-இபின் அல்-காசிம் (கி.பி. 712) தலைமையின் கீழ் வந்த முதல் இஸ்லாமியத் தாக்குதல் மூல்தான்வரை

ஊடுருவிச் சென்று பின்வாங்கியது. ஆனால் விரைவிலேயே சிந்துவை நிலையாகக் கைப்பற்றிக்கொண்ட அராபியர்கள் மகரான் கடற்கரை நெடுகிலும் அவர்களுடன் சேர்ந்துகொண்டனர். இதன் வாயிலாகப் பழைய சிந்து வணிகவழி திறக்கப்பட்டது. அக்காலத்தில் கடற்பயணிகளாகவும், ஊக்கம் நிரம்பிய வணிகர்களாகவும் விளங்கிய பல முஸ்லீம்கள் கோவா, சஞ்சான் மற்றும் இதர மேற்குக் கடற்கரையின் பல இடங்களில் இந்து மன்னர்களின் கீழ் அரசாங்கத் துறைமுகத் தலைமை அதிகாரிகளாகவோ, அதற்குச் சமமான பதவியையோ வகித்து வந்தனர். முகமது நபி இறந்த ஒருநூற்றாண்டுக்குள்ளாகவே இஸ்லாமியர்களின் சிறு காலனி குடியேற்றங்கள் கேண்டன் (Canton) நகர்வரை விரிந்திருந்தன. அவர்களுடைய மத உரிமைகளை அந்தந்த வட்டார மன்னர்கள் கவனமுடன் பாதுகாத்து வந்தனர். ஆனால் இஸ்லாமியர்களுக்கு வழங்கப்பட்ட இந்த மரியாதையை அவர்கள் திருப்பி வழங்காதது தேற்றம். மஹ்முத் கஜ்னவி துவக்கி வைத்த பயங்கரமான சூறையாடல்களுக்கு விக்கிரகங்களை நொறுக்குதல் ஒரு பெரிய சாக்குப் போக்காகும். கி.பி. 1025வரை நீடித்த பல்வேறு தாக்குதல்களில் கஜ்னவி பல நேர்த்தி வாய்ந்த வட இந்தியக் கோயில்களைக் கொள்ளையிட்டார்; பலவற்றை இடித்தும் தள்ளினார். அவற்றில் மதுரா, காசி ஆகிய இடங்களிலிருந்த கோயில்களும், நம்புதற்கரிய செல்வம் படைத்த கத்தியாவாரின் சோமநாதர் ஆலயமும் அடங்கும். இவருக்குப் பின்னால் வந்த எல்லாப் படையெடுப்பாளர்களும் இக்கொள்ளைகளினால் கவரப்பட்டனர். தவிர அப்போது தெளிவாகவும், திட்பநுட்பமாகவும், இந்தியாவைப் பற்றி எழுதிய பல்வேறு அராபிய அறிஞர்களின் நூல்கள் இக்கொள்ளைக்காரர்களுக்கு அருமையான சிறந்த வழிகாட்டு ஏடுகளாக விளங்கின. இவ்வறிஞர்களில் தன்னிகரற்று விளங்கியவர் ஆல்பிருனி, (கி.பி. 1031). முகமத் கோரி அடைந்த வெற்றியுடன் வடக்கில் நிலையான படைப் பற்றாட்சி உருவாகிறது. கி.பி. 1025-ல் இவருடைய படைகள் இரு நதிச் சமவெளிகளுக்குரிய பகுதிகளையும் சூறையாடின. பின்னர் இவருடைய பிரதிநிதிகள், சிறந்த போர்த்தள மையமாக இருந்த டில்லியிலிருந்து கொண்டு நாட்டை நிர்வகித்தனர். அடுத்தபடியாக, இவர்கள் தங்களைச் சுதந்திரமானவர்களாக அறிவித்துக்கொண்டு ஒரு தனி வம்சத்தைத் தோற்றுவித்துக் கொண்டனர். பேரரசர்களின் அடிமைகளாக இவர்கள் வாழ்க்கையைத் துவங்கினாலும், திறமைமிக்க அடிமைப் படைத் தலைவர்களை இறுதியில் அரசர்களாக

முடிசூட்டிக்கொள்ள அனுமதித்தனர். இதற்குப் பின் ஏறத்தாழ நூறு ஆண்டுகள் கழித்து, அலா-வுத்-தீன் கில்ஜியுடன் ஆரம்பமான தக்காணத்துக் கொள்ளைப் படலம், கி.பி. 1312ல் அவருடைய படைத் தலைவர் மாலிக் காபூரால் பூர்த்தி செய்யப்பட்டது. ஆனால் திரும்பவும், இந்த இஸ்லாமியப் பேரரசுகள், அதனதன் நிலப்பிரபுத்துவ நிர்வாக முறையுடன், தனித்தனிப் பிராந்திய இராஜ்ஜியங்களாக வீழ்ச்சியுற்றன.

அப்போதிருந்த அரசுமுறை அர்த்த சாத்திரத்தைப் பின்பற்றவில்லை; அவ்வாறே, அசோகரைப்போல், மதத்திலிருந்து ஒரு விசேஷத் துணையை நாடவேண்டிய அவசியமும் எழவில்லை. ஏற்கெனவேயே, மதங்களின் சக்தி ஓங்கியதாக இருந்தது; குப்தர்கள், எல்லா மதங்களுக்கும் தாராளமாக உதவி செய்தனர். அது நடைமுறை இயல்பாகிவிட்டது. சம்ஸ்கிருத மொழியை இறுதியில் கல்வெட்டுக்களுக்காகப் பயன்படுத்தியது. பெருந்தன்மையான, நல்ல வளர்ச்சி பெற்ற மேல்நிலை வர்க்கம், பிராமண சமயத்தின் புரோகிதப் பண்புடன் இணக்கமுற்றிருந்ததைக் குறித்தாலும், குப்தர்கள் பௌத்தர்களுடனும் நல்லுறவை வைத்துக்கொண்டிருந்தனர். இருப்பினும், குப்தர்களின் ஆரம்ப கால திடீர் வளமைக்கும், பின்னால் ஏற்பட்ட நலிவுக்கும் காரணமாகிய முக்கியத் திருத்தம் கிராம மட்டத்தில் இருந்து வந்ததை, நாம் கவனத்தில் கொள்ளவேண்டும். முதற்கண், அமைதியும், காட்டிலுள்ள கொள்ளைக்கூட்டத் தலைவர்களின் தொல்லைக் குறைப்பும், திடீரென்று, கிராமக் குடியேற்றம் ஊக்கம் பெற்று வளர்ந்ததைக் குறிக்கும். இச்சமயத்தில் கிராமக் குடியேற்றம் தனியார் முயற்சிகளாலேயே ஏற்பட்டது. அரசு தன்னுடைய நில வருவாயை பெருக்கிக்கொண்டதைப் போல், அதிகப்படியான உற்பத்தியிலிருந்து வியாபாரிகள் இலாபம் பெற்றனர். ஆனால் கிராம அத்தியாவசியங்களின் புதிய தேவைகளைப் பூர்த்தி செய்வதற்குப் பேரூர்களாலும், நகரங்களாலும் இயலவில்லை. பட்டு நெசவாளர்களிலிருந்து, வாணிபர்கள்வரை தொழிலினக் குழுக்கள் அன்றும் தழைத்தோங்கியவாறு இருந்தன. தங்களுக்கு ஏதும் இலாபத்திற்கு வகை செய்துகொண்டு கிராமத்திற்கும் தேவையான பொருள்களை இத்தொழில் இனக் குழுக்களால் ஒழுங்கானபடி அளிக்க இயலவில்லை. ஏனெனில் பெரிய அளவுக்கு ஒருமுகமாகக் குவிந்து விரியக்கூடிய உற்பத்தி முறை வளர்வதற்குப் போக்குவரத்து உறுதுணையாக இல்லை. படிப்படியாக வெள்ளி நாணயங்கள் அற்றுப்போனதை நாம் முன்பே குறிப்பிட்டோம்.

முன்னுரைப்போல அத்தியாவசிய பொருள்களின் வியாபாரத்திற்கு ஆதாரத் தேவையாக வெள்ளி நாணயங்கள் இல்லை. ஆனால் புழக்கத்திலிருந்த தங்க நாணயங்கள் ஆடம்பரப் பொருள்களின் வணிகம் வளர்ச்சியுற்றிருந்ததை எடுத்துக்காட்டுகின்றன. குப்தர்கள் காலத்தில் வெளியிடப்பட்ட வெள்ளி நாணயங்கள் மாதிரிக்கு ஒன்றிரண்டு அகப்பட்டுள்ளன. அவை, பெரும் சேமக் குவையாகக் கிட்டவில்லை. பணவீக்கம் கொள்ளும் அளவில் மிகுதியான வெள்ளி நாணயங்களைக் கொண்டு அசோகர் நிர்வகித்து வந்தார். நாகர்கள், சாதவாகனர்கள் ஆகியோர் சிறு வெள்ளித் தகடுகளையும் பின்னர், அவ்வப்போது செப்புக் கலப்பும், ஈயக் கலப்பும் உள்ள நாணயங்களையும் வெளியிட்டனர். ஆனால் அப்போது புழக்கத்தில் விடப்பட்ட மொத்த நாணயங்களின் அளவு, நாம் சாதாரணமாக அர்த்தசாத்திரப் பொருளாதார அமைப்பின்கீழ் எதிர்பார்க்கக்கூடிய விதத்தில், கூடிச்செல்லும் ஜனப் பெருக்கத்திற்கும், புதிய கிராமக் குடியேற்றங்களின் வளர்ச்சிக்கும் ஈடுகொடுத்து வாணிகப் பொருள் உற்பத்தி முறையை ஊக்குவிப்பதாக இல்லை. அப்போது பாரம்பரியச் சொத்தாக நிலமானியங்கள் வழங்கப்படாவிட்டாலும் ஒதுக்கீடு செய்யப்பட்டதுண்டு. நிலங்களிலிருந்து பெறக்கூடியதையே அதிகாரிகளின் வருமானங்கள் என்று நாம் அறிவோம். பொதுப் பணிவேலைகளுக்குப் பலவந்தமாக அடிமை உழைப்பு அமர்த்தப்பட்டாலும் கூலி அளிக்கப்பட்டது. சரியான நிலப்பிரபுத்துவ காலத்தில் நிகழ்ந்ததைப் போல் வரிகளுக்குப் பதிலாக அவ்வுழைப்புகளை எடுத்துக்கொண்டு, கடைநிலை வர்க்கங்கள் சுரண்டப்படவில்லை. ஆனால், இந்த ஏற்பாடு நிலப்பிரபுத்துவ காலத்திற்குரிய வித்துக்களைத் தாங்கி நின்றதோடு சரி; ஆறாம் நூற்றாண்டு முடிவுவரையிலும், இது நிலப்பிரபுத்துவ உருவத்தைப் பெறவில்லை. வணிகப் பொருள் உற்பத்தியுமின்றி மிகக் குறைவான ரொக்க ஊதியத்துடனும் ஒரு கிராமத்தைத் தன்னிறைவாக்க வேண்டிய பணியே முக்கியப் பிரச்சினையாக இருந்தது.

கிராமத்தில் தொழில் ஜாதிக் கைவினைஞர்களைக் கொண்டு இப்பிரச்சினை தீர்க்கப்பட்டது. அது எந்த அளவில் இருந்தாலும் சரி, ஒவ்வொரு கிராமத்திலும் தற்போது கருமார், தச்சர், குயவர், புரோகிதர், இறந்த கால்நடைகளின் தோலை உரிப்போர், தோலைப் பதனிடுவோர். நாவிதர் போன்றோர் இருந்தனர். பிற்காலத்தில் இந்த “ கிராமக் கைவினைஞர்களின் (நாரு-காரு) எண்ணிக்கை பன்னிரெண்டாக

நிர்ணயிக்கப்பட்டது. அவர்களுடைய ஒழிந்த நேரங்களிலோ அல்லது தத்தம் குடும்பத்திலுள்ள மற்ற உறுப்பினர்களின் உழைப்பைக் கொண்டோ உழுதொழில் செய்ய, இவர்கள் ஒவ்வொருவருக்கும் சற்று நிலமும் ஒதுக்கப்பட்டது. இதற்கு மேலாக, இவர்கள் ஒவ்வொருவரும் அறுவடையிலிருந்து ஒரு சிறு பங்கை (மராத்தியில் 'பலுதம்') எல்லா விவசாயக் குடும்பங்களிலிருந்தும் (குடும்பினர்) பெற்று வந்தனர். இக்காலத்தில் கிராமத்தின் நிலங்களையும், சொந்த விஷயங்களையும் கிராம சபாக்கள் நிர்வகித்தன. அன்றும் ஏராளமாகத் தரிசு நிலங்கள் இருந்தன. தனி நபர்கள் அவற்றை உரிமைப்படுத்திக்கொள்வதென்றால் அரசர்களிடமிருந்தோ, பிற்கால நிலப்பிரபுத்துவ காலத்தில் ஜமீன்தார்களிடமிருந்தோ ஒப்புதல் தேவை. ஆகவே, ஒரு கிராமத்திற்குரிய தொழில் வினைஞர்கள் ஒரு முழுமையான கிராமிய சமூகத்தின் பிரிக்க முடியாத அங்கமாக விளங்கினர். இவர்கள் தங்களுடைய இஷ்டப்படி எங்கும் சென்று வேலை செய்யும் தொழில் மக்கள் அல்லர். அதே சமயத்தில், இவர்களுடைய வருமானம் போதுமானதாக இல்லாவிட்டால், தங்களுக்கென்று ஒதுக்கப்பட்ட நிலத்தில் இவர்கள் தாராளமாக விவசாயம் நடத்திக்கொள்ளலாம். இதன் வாயிலாகத் தொழில் வினைஞர்களின் தேவைகளுக்கும் மரபை ஒட்டிய ஊதியங்களுக்கும் இடையே சமநிலை உண்டு பண்ணப்பட்டது. உள்ளூரில் ஒரு முக்கியமான உழவர் சாதிப் பிரிவாகவோ நில உடைமை சாதிப் பிரிவாகவோ அல்லாது. பலதரப்பட்ட சாதிகளின் உறுப்பினர் களாக இருந்து வந்த இத்தொழில் வினைஞர்கள் தங்களுக்குள் ஒற்றுமை காட்டி ஒரே தொழிலினமாக நின்றமை கவனத்திற்குரியது. ஒரு பழக்கவழக்கத்தின் வாயிலாக அவர்களுடைய பணிகள் நிர்ணயிக்கப்பட்டன. (உ-ம்) கலப்பைகள், கோடரி, மண்வெட்டி போன்ற கருவிகளைச் செய்து கொடுத்தாலும், பராமரித்தலும், ஆண்டுக்கு இத்தனையென்று நிர்ணயிக்கப்பட்ட அளவின்படி ஒவ்வொரு குடும்பத்திற்கும் தேவையான மட்பாண்டங்களை வழங்குதல் போன்றவை. மிகைப்படியான வேலைகளுக்குரிய ஊதியம், பொதுவாகக் கூடுதல் நெல்லாகவோ, அம் மிகைப்படி வேலைகளுடன் தொடர்புடைய திருமணம், ஊர்வலம், கருமாதி போன்ற சடங்கு விருந்துகளுக்கு அழைத்துச் சிறப்பு உபசாரங்களாகவோ ஈடுசெய்யப்பட்டன. தன் பிறகு, கிராம சமூகம் உபசாரங்களாகவோ ஈடுசெய்யப்பட்டன. அதன் பிறகு, கிராம சமூகம் தளராமலும், வளம் பெறக்கூடியதாகவும்,

கட்டுப்படுத்தப்பட்ட அமைப்பாயிற்று. இஸ்லாமிய நிலப்பிரபுத்துவ அடக்குமுறை உச்சக்கட்டத்தில் இருந்தபோதும்கூட, ஒரு கிராம் தன்னுடைய கடைசி ஆயுதத்தைக் கையாண்டு- அதாவது மொத்தமாக 'கிராமத்தைக் கைவிட்டுச் செல்லுதல்' (desertion enmasse) மூலம்- தன்னைத்தானே காப்பாற்றிக்கொள்ளும் ஆற்றலைப் பெற்றிருந்தது. வேறு இடங்களை நாடிச் செல்வதற்கான புதிய குடியிருப்புகளின் வாய்ப்பையே, இது அறிவுறுத்துகின்றது; ஆனால் இன்றுள்ள நடைமுறைக்கு இது சாத்தியமாகாது. இதற்கு மேலாக, சாதி ஒற்றுமையும் இதற்கு ஆதரவைத் தந்தது. இதன்படி, வேறு கிராமங்களில் வாழ்ந்தவர்கள் தத்தம் சாதியின் சகோதர உறுப்பினர்களின் துயரங்களைத் துடைக்கவேண்டிய தார்மீகக் கடமையும் சாதிக்கு இருந்தது. ஒரு சாதியின் மோசமான அம்சங்களையெல்லாம் ஒரு கிராம வாழ்க்கை ஊட்டி வளர்த்திருப்பினும் சாதிக் கட்டுக்கோப்பு ஒரு பெரிய சக்தியாகச் செயல்பட்டு அக்குறைகளை ஈடுசெய்து சாதியை ஒரு அமைப்பாக நிலைபெறச் செய்த விஷயத்தை நாம் மறந்துவிட முடியாது.

கிராமத்தில் உற்பத்திமுறை சாதியாக உருவாக்கப்பட்டவுடன், தொழிலினக் குழுக்கள் உடைந்து போயிருக்கவேண்டுமென்பது கண்கூடு. கிராமத்துத் தச்சர்கள் போன்றோருக்கு அளிக்கப்பட்ட நிலமானியங்களைப் பற்றி முதன்முறையாக குப்தர்களின் சாசனங்கள் கூறுகின்றன. ஆகவே, குப்தர்களின் அளிப்புகள் இரு கூர்முனைகளைக் கொண்டவை: எல்லோருக்கும் மிகுந்த இலாபத்தை அளிக்குமாறு செயல்பட்டது ஒன்று; இறுதியில் வலிமையும், பண்பாடும்கொண்ட சமுதாயத்தின் முன்னேற்றத்திற்கு யமனாக இருந்தது, மற்றொன்று, இவ்வாறு கிராமங்கள் தனியாக ஒதுக்கப்பட்டு அவை பிற்காலத்தில் அப்படியே உறுதியுடன் நிலைத்துவிட்டன. கண்ணெதிரே பேரரசுகள் அழிந்து போய்க் கொண்டிருந்ததைப் பார்த்துக்கொண்டே அமைதியுடன் இருந்த ஏழை உழவர்கள், வளமை குன்றியிருந்த துண்டு நிலங்களில் கவனத்தைச் செலுத்தி வந்தனர். உப்பையும், உலோகங்களையும் கிராமங்களுக்குள் கொண்டுசென்ற சாத்து வணிகர்களது அற்பமான பண்டமாற்று பேரங்கள் கிராமத்திற்கு அப்பால் வெளி உலகில் பரிவர்த்தனைகள் பெருமளவில் நடைபெற்றுக் கிராமியப் பண்பாட்டின் தரத்தை உயர்த்தப் போதுமானதாக இல்லை. எப்போதாவது வரும் திருவிழா அல்லது யாத்திரை மட்டுமே இந்தத் தனி ஒதுக்க நிலையிலிருந்து மிக அற்பமான அளவுக்கு விடுப்பு வழங்கிற்று.

நகரங்கள் துரிதமாக நலிவுற்றன. கி.பி. 600- ல் பாட்னா ஒரு கிராமமாகியது. தலைநகரத்து அரசவையும், பாசறையும் இடம் மாறிக்கொண்டே இருந்தன.

இடைக்காலத்தில் எழுந்த கோயில் கட்டடங்களும், ஊக்கமுடன் செயல்பட்ட பல பிராந்தியச் சிற்பக்கலை, கட்டடக் கலைகளும், இம்மாறுதல்களைப் பிரதிபலிக்கின்றன. சாதாரணமாக இந்தக் கோயில்கள், அரசியல் அதிகாரத்தைக் குறிக்கும் இடங்களில் கட்டப்பட்டு, ஒரு பக்கம் அரசவைப் புகழார்வத்தைப் பறைசாற்றுகின்றன; மறுபக்கத்தில், இடைக்கால இந்து சமயத்திற்குரிய பிரசித்தமான வழிபாட்டு அடிப்படையைப் பிரதிபலித்துக் காட்டுகின்றன. பெரிய கோயில்களுக்கு மன்னர்கள் அளித்த நில மானியங்கள், பக்தர்களிடமிருந்து வந்த நன்கொடைகள், தாயத்துகள், பிரசாத விற்பனைகள், பாவங்களைப் போக்கிக்கொள்வதற்குரிய பரிகாரக் கட்டணங்கள், மூதாதையர்களின் ஆத்ம நிறைவுக்கான சடங்குகள் செய்யக் கட்டணங்கள் ஆகியவற்றால் நல்ல இலாபம் கிட்டியது. கோயில்களுடன் இணைந்திருந்த தேவதாசிகளின் பரத்தமை தொழில் மூலம் கிட்டிய கணிசமான இலாபங்கள் இவை எல்லாவற்றையும்விட இழிவுமிக்கது. கோயில் பணம் பெரும்பாலும் விலையுயர்ந்த விக்கிரகங்களாகவோ கடவுளுக்குப் போடும் நகைகளாகவோ செய்யப்பட்டு பூட்டி வைக்கப்பட்டன; அல்லது, கோயில் குருக்களும், அவர்களைச் சுற்றியிருந்த புல்லுருவிகளும் (இவர்களில் சிலர் லேவாதேவி செய்வர்களும், வியாபாரிகளும் ஆவர். இவர்கள் வசமிருந்த கோயில் சொத்துக்களை மக்கள் அறியுமாறு கணக்குக் காட்டவேண்டிய பொறுப்பும் இவர்களுக்கு இல்லை) கோயில் முதலைத் தம் பைக்குள் போட்டுக்கொண்டனர். பெரும்பான்மையாக இக்கோயில் கட்டடங்கள் இடிந்து நலிவுற்றதை யாருமே பொறுப்புடன் கவனிக்கவில்லை. எந்த இந்துக் கோயிலும் பௌத்த மடாலயத்தைப் பின்பற்றி அறிவின் உறைவிடமாகத் திகழவில்லை. நிலப்பிரபுத்துவ அரசவை ஆஸ்தானம் ஏதாகிலும் குறிப்பிட்ட பெருந்தகையாளர் ஆட்சியின்கீழ் வந்துற்றபோது, நாடெங்கிலுமுள்ள அறிஞர்களைக் கவர்ந்திருக்கலாம்; ஆனால், இதையும் அவ்வளவு நிச்சயமாகச் சொல்ல முடியாததுடன், இது தொடர்ச்சியாக நீடிக்கவுமில்லை. உதாரணமாக, தாராவின் போஜராஜனும், கனோஜின் ஹர்ஷரும் மறைந்த பிறகு அவர்கள் ஆதரித்த கலை விற்பன்னர்கள் மறைந்தனர். காசி போன்ற புண்ணி யத் தலங்களில் கோயிலோ அரசவைத் தொடர்போ இல்லாத தனி நபர்கள் சிலர் சிறு சிறு தனிப்பட்ட சீடர் குழாங்களை நிறுவினர். எளிய

நிலையிலிருந்தாலும் அறிவு நுட்பம் வாய்ந்த இச்சீடர் இக்குழாங்கள் இந்தியாவின் அறிவுத்துறை பாரம்பரியத்தைக் காப்பாற்றி வந்தன. கிராமத்திலிருக்கும் சராசரி பிராமணர் கல்வியின் நிமித்தம் வெளியே சென்று கற்று வருவது மிக அபூர்வமாகவே இருந்தாலும் புது முயற்சியாளர்களாக விளங்கிய அவரது முன்னோர்களுக்கு அளிக்கப்பட்ட உரிமைகள், சலுகைகள், விதிவிலக்குகள் ஆகியவற்றைத் தொடர்ந்து அனுபவித்தவாறு இருந்தனர். பிராமணர் எவரும் இல்லாமலேயே கூட சில கிராமங்கள் சமாளித்து வந்தன. கூராவ் என்று அழைக்கப்படும் பிராமணரல்லாத பூசாரிகள், அங்கு பிராமணர்களுக்குண்டான அதே நிபந்தனைகளின் கீழ் கிராமிய வழிபாடுகளை நடத்தி வந்தனர். சில சமயங்களில் பல தாழ்ந்த சாதிகளுக்குரிய சடங்குகளை பிராமணரல்லாதவர் செய்து வைத்தனர். ஆனால், பஞ்சாங்கம் கணித்தல், பண்டிகைகளுக்குரிய பிறை நாட்களை முன்கூட்டியே கணக்கிடுதல் போன்ற வேலைகளுக்குத் தேவையான குறைந்தபட்ச எழுத்தறிவு இப்பூசாரிகளிடம் இல்லை. பயிற்சி பெற்ற பிராமணர்களிடம் மட்டுமே அது இருந்து வந்தது.

தொடக்கத்தில் கிராமம் உணவு சாகுபடிக்குரிய நிலங்கள் எல்லாவற்றையும் கூட்டாக வைத்திருந்தது. குடியேறுபவர்களின் ஒவ்வொரு குடும்ப நபர்களின் தேவை, எண்ணிக்கை ஆகியனவற்றைப் பொறுத்து ஒரு கிராம சபையின் முடிவுப்படி நிலங்கள் ஒதுக்கப்பட்டன. தனியார் சொத்தைப்போல் நிலங்களுக்கு அப்போது தனியான மதிப்பு கிடையாது. மிகவும் அபூர்வமாகவே, நிலம் பணத்திற்காக விற்கப்பட்டது. உதாரணமாக, நாசிக்கில் பௌத்த மடாலயத்தின் உபயோகத்திற்காக உஷவதாதா, ஒரு பிராமணருக்கு 4,000 வெள்ளிக் காசுகளைக் கொடுத்து வயல் உரிமையை மாற்றிக்கொண்டார். எப்போதாகிலும் நிகழக்கூடிய இத்தகைய கிரயங்கள், அதன் சுற்றுப்புறத்தில் நிகழ்ந்த செல்வச் செழிப்புள்ள வியாபாரங்களைச் சுட்டுகின்றன. கிராமத்தில் குடியேறும் ஒரு முக்கியக் கூட்டம் ஒன்று அல்லது இரண்டு சாதிப் பிரிவுகளிலிருந்து உருவானதால் வழக்கமாக, ஒரு சாதி உறுப்பினர் உரிமையும், விவசாய சாகுபடி உரிமையும் ஒன்றாகவே இருந்தது. ஆகவே, ஒருவரைச் சமூகத்தை விட்டுத் துரத்துவது என்பது, ஒரே நேரத்தில் சாதிப் பிரஷ்டத்தையும், சாகுபடி உரிமை மறுப்பையும் குறித்து வழங்கியது. ஆகவே, 'கிராமத்தை விட்டு வெளியேற்றுவது' என்பதுதான் ஆதிக்க ஜாதிக்கூட்டம் அதன் வணங்காமுடி உறுப்பினர்களுக்கு விதிக்கக்கூடிய

அதிகப்பட்ச தண்டனை, படை பலங்கள் என்று அரண்மனை அதிகாரிகள் அல்லது பிற்காலத்தில் அந்தந்த வட்டார ஜமீன்தார்கள் வசம் இருந்தன. ஒரு கிராமத்தின் பொறுப்பில் (ஒரு கிராம எல்லைக்குள் அயலார் ஒருவர் கொள்ளையடிக்கப்பட்டால் உரிய நஷ்ட ஈட்டை அவர் பெறலாம் என்ற வழக்கு இருந்தாலும்கூட) பாதுகாப்பிற்குரிய படை ஒன்றும் கிடையாது. ஒரு சிறப்புச் சலுகையாகவும், தெய்வீக வரமாகவும்' கிராம மக்களுக்கும் பட்டையக்காரர்களுக்கும் கிட்டிய கிராம வருவாய் அரண்மனை அதிகாரிகளின் உரிமையானதை மன்னர்களின் நிலமானிய சாசனங்கள் திட்டவட்டமாகக் குறிப்பிடுகின்றன. இவ்வாறு சமூகம் நிலப்பிரபுத்துவத்தை நோக்கிச் செல்லும்போது மன்னரின் அதிகாரிகள் சிறப்புப் பட்டயங்களைப் பெற்றுக்கொண்டனர்; சாமந்தா, (தொடக்கத்தில் அடுத்த வீட்டுக்காரர் அல்லது அண்டை நாட்டு மன்னர் என்ற பொருளிலும் இப்போது ஜமீன்தார் என்ற பொருளிலும் வழங்கப்படுகிறது.) தாக்கூரா, ராணகா, ராவுதா, வட்டாரத்திற்கு வட்டாரம் நிலப்பிரபுக்களின் பட்டங்களில் வேற்றுமைகள் இருக்கலாம். ஆனால் உள்ளடக்கம் ஒன்றுதான். ஜமீன் அல்லது பாளையக்காரரின் முக்கிய வேலை ஏதோ பழைய வழக்கத்தை மிகுந்த சிரத்தையுடன் கட்டிக் காப்பதாகச் சொல்லி ஏமாற்றி நிலவரியை தானியமாக வசூலித்து அதன் ஒரு பங்கை ரொக்கமாக மாற்றி அரசுக்கு (மன்னருக்கு) அளிப்பதே. இதைத் தவிர ஒரு பாளையக்காரர் அல்லது ஜமீன்தார் (குறுநிலமன்னர்) தம்முடைய சொந்தப் பொறுப்பில் சிறு படையைப் பராமரித்து. வரையறுக்கப்பட்ட படைவீரர்கள். குதிரை வீரர்கள், முதலியோருடன் நிரந்தர சேனைக்குத் தேவை ஏற்படும்போது ஒரு 'பேரரசுக்கு'ப் பணியாற்ற வேண்டுமென்றும் கொள்ளப்படுகிறது. நிலத்திற்குரிய கிரயத்தைப் பெற்றுக்கொண்டு தரிசு நிலத்தை ஒதுக்கீடு செய்வது நிலப்பிரபுத்துவ மன்னரின் சிறப்புரிமையாக மாறியதைத் தவிர்க்க முடியவில்லை. சமயத்தில் இது இரு வகையான விவசாய வர்க்கங்களை கிராமத்தில் உருவாக்கியது. (i) 'நிரந்தரம் பெற்ற' பழைய குடிவார செய்தாலும் விவசாயிகள்- நிலத்தைத் தரிசாகப் போட்டாலும் சரி அல்லது சாகுபடி செய்தாலும் சரி ஒழுங்காக வரியைச் செலுத்தி வந்தவர்கள்; (ii) ஒதுக்கீடு செய்யப்பட்ட நிலங்களில் 'பின் வந்தவர்கள்'- நிலத்தில் வேலை செய்தாலும் கிராம சபைகளில் இவர்களுக்கு வாக்குரிமை கிடையாது. இவர்கள் தங்கள் வாழ்நிலைக்கு விளைச்சலில் ஒரு பங்கைப் பெற்றுக்கொண்டனர். ஒரு தனிப்பட்ட கிராமத்தின் சக்திக்கு மீறிய பணிகளான நீர்த்தேக்கங்கள், கால்வாய்கள் போன்றவற்றைக் கட்டுவதின்

மூலம் ஜமீன்தார், பாளையக்காரர், குறுநில மன்னர் போன்றோர் நிலத்தின் மதிப்பைக் கூட்டமுடியும். ஆனால் சம்பந்தப்பட்ட கிராமங்கள் இதனால் கூடுதல் வரியை அவர்களுக்குச் செலுத்த வேண்டி இருந்தது. அவர்களுக்குப் படை ஊழியம் செய்ய வேண்டும் என்ற நிபந்தனையில் உழையர் வர்க்கம் (Retainers) உருவாக்கப்பட்டு அவர்களுக்கு கிராமங்களில் மானியங்கள் வழங்கப்பட்டன. இம்முறையே நிலப்பிரபுத்துவ நில உரிமை ஒப்பந்தத்தின் இறுதி வடிவமாகும். இந்த நிலப்பிரபுத்துவ அமைப்பில் வணிகர்களும், கைத்தொழில் உற்பத்தியாளர்களும் சில முக்கிய தலங்களிலும், துறைமுகங்களிலும் மட்டும் முதலீடுகளைச் செய்து வியாபாரத்தை வளர்த்தனர்: தேவை எழுந்தபோது மட்டும் வழக்கற்றுப்போன தொழில் இனக் குழுக்கள் வகித்து வந்த பழைய இடத்தைத் தனியான **கோஷ்டி** இட்டு நிரப்பியது. இதன் நோக்கம் மிகக்குறுகலானது. உதாரணமாக ஆலயம் அமைக்கும் பணியை எடுத்துக்கொண்டால் அதற்கென்று அமைக்கப்பட்ட **கோஷ்டியில்** இராஜப் பிரதிநிதி, விவசாயி, வணிகர், தேவதாசி போன்றோர் இடம்பெற்றிருந்தனர். வணிகர்களின் சங்கங்கள் வர்த்தகப் போட்டியை ஒழுங்குபடுத்தியதுடன் மன்னர்களிடமிருந்து பெறப்பட்ட சிறப்புரிமை சாசனங்களினால் வணிகர்களும் வணிகர்களின் தொழில் வினைஞர்களும் சிறு அதிகாரிகள், நிலப்பிரபுக்கள் ஆகியோரின் தலையீடுகளிலிருந்து விலக்குப் பெற்றனர் என்று தெரிய வந்துள்ளது.

7.4 சமஸ்கிருத இலக்கியமும் நாடகமும்

மரபு அடிப்படையில் நாம் பேசும் கலாச்சாரத்தைப் பற்றிக் கூறவேண்டியவை. இன்னும் எஞ்சியிருக்கின்றன. இந்திய இசையைப் பற்றி ஆராய்ச்சி செய்வது கடினமாகத் தோன்றும்; ஏனென்றால் தொன்றுதொட்டே இதற்குத் தங்குதடையற்ற பாரம்பரியம் இருந்துவந்தாலும், நம்பக்கூடிய வரலாறு கிடையாது. சிறந்த ரசிகர்களுக்கு கச்சேரி இசை மட்டும் எப்போதும் விரும்பிக் கேட்கக்கூடியதாயிருக்கிறது. இதன் ஸ்தாயிப் பிரிவுகளில் இருபத்திரெண்டு ஸ்வரங்கள் அடங்கியுள்ளன. இந்திய இசைக்கு நன்கு வரையறுக்கப்பட்ட ஸ்வர வரிசைத் திட்டமும், அத்துடன் ஸ்வர இனிமையும், லயமும் சிறப்புப் பண்புகள்; ஆனால், மேனாட்டு இசையில் உள்ளதைப் போல் ஏற்றமோ, பண்ணோசையோ, பண்ணிசைவுத் திறனோ இல்லை. சமுத்திரகுப்தரின் திருவுருவம் அவருடைய நாணயங்கள் சிலவற்றில் வழக்கற்றுப் போன

யாழின் உருவத்துடன் சேர்ந்து காணப்படுகின்றது. ஆனால், நான்காம் நூற்றாண்டிற்குரிய, இசை மெட்டைப் பற்றி ஒன்றும் அறிய முடியவில்லை. இவ்விஷயத்தில், மூங்கிலில் செய்த புல்லாங்குழலைக் கொண்டு கானம் பொழிவதில் சபரர் என்ற காட்டுவாசிகள் வல்லவர்கள், அநேகமாக, அவர்களே முதலில் புல்லாங்குழலைக் கண்டுபிடித்தவர்களாகவும் இருக்கலாம். சிறப்புப் பயிற்சியுடைய நாட்டியக் கலைஞர்கள் தெய்வ சந்நிதானம், முக்கியத் திருவிழா, திருமணம், மற்றும் வீட்டுப்பண்டிகை ஆகிய நிகழ்ச்சிகளில் ஆடும் நாட்டியங்கள் பழங்குடி மக்களிடமிருந்து எடுத்துக்கொள்ளப்பட்டவை. **கோண்ட்** என்ற பழங்குடிப் பாரம்பரியத்திலிருந்து **கோண்டால்** நடனம் எஞ்சியுள்ளதை நாம் ஏற்கெனவேயே கவனித்தோம். பாராட்டுகள் பெற எளிதாக இருக்குவேண்டுமானால் காட்சிக் கலைகளுக்கு (சித்திரம், சிற்பம் போன்றவை) ஏராளமான எடுத்துக்காட்டு வடிவங்கள் வேண்டும். மிகவும் சொற்பமாகவே கிட்டியுள்ள இன்றுள்ள தொல்பொருள் ஆராய்ச்சிச் சான்றுகள் மூலம் நமது சிற்பங்களோ அல்லது சிற்பக் கலைக் கட்டிடங்களோ சரியானவாறு பயனுறவில்லை. கடுமையான தட்பவெப்பம், கலை அழிப்பு இயக்கம், போதிய கவனமின்மை ஆகியவை பெரும்பான்மையான ஓவியங்களை அழித்துவிட்டன. மதத்திற்கும், அரசவைப் பகட்டுக்கும் அளிக்கப்பட்ட முக்கியத்துவம் இக்கலைகளுக்கு அளிக்கப்பட்டாலும்கூட அவை இரண்டாந்தரமாகவே கருதப்பட்டன. அவர்களுடைய கலைத்திறமை போற்றப்பட்டது என்றாலும் எந்த ஒரு இந்தியக் கலைஞரும் பீடையஸ் அல்லது மைக்கேல் ஆஞ்சலோ ஆகியோர் பெற்ற பெருமதிப்பையோ, சமூக அந்தஸ்தையோ பெறவில்லை. கட்டடக் கலை, விக்கிரகக் கலை பற்றிய சமஸ்கிருத நூல்கள் உண்மையில் கண்டெடுக்கப்பட்ட வகை மாதிரிகளுடன் முரண்படுகின்றன. பொதுவாக இத்தகைய நூலாசிரியர்கள் பிராமணர்களாகவும், பிரதி எடுக்கும் எழுத்தர்கள் அல்லது பிரதிகளை அழகுபடுத்தியவர்கள் நீங்கலாக மற்றத் தொழிற் கலைஞர்கள் பெரும்பாலும் இழிந்த, எழுத்தறிவற்ற சாதியிலிருந்து தோன்றியவர்களாகவும் இருந்தனர். பூர்வகால நியதிப்படி விக்கிரகங்களை அமைக்கவேண்டும் என்று மத சம்பிரதாயம் வற்புறுத்தினாலும்கூட, பக்தர்களோ தங்கள் தெய்வங்களுக்குப் பொருந்தினாலும் பொருந்தாவிட்டாலும் அந்தந்த நாகரிக வழக்குப்படி ஆடை, ஆபரணங்களை அணிவித்து, அவற்றைத் தம் மனிதத்

தோற்றத்திலேயே காண விரும்பினார்கள். கலைக்காகவே இந்தியக் கலையைப் பாராட்டும் புதியதோர் ரசனை உணர்ச்சியைப் பெரும்பான்மையான இந்தியர்கள் அந்நியர்களிடமிருந்து கற்றுக்கொண்டனர். இவற்றை சமீப காலம்வரையிலும்கூட நாகரிகமில்லாமல் உள்ளூர்க் காட்டுமிராண்டிகளின் வேலையென்றும் எள்ளி நகையாடியவர்களும் இதே இந்தியர்களே.

இந்தியர்கள் காப்பாற்றி வைத்துள்ள இலக்கியம் அதன் சிறப்புப் பண்புகளால், இன்றும்கூட பாராட்டுக்குரியதாக இருக்கின்றன. சிசுநாகர் அல்லது மௌரியருடைய சமயச் சார்பற்ற படைப்பிலக்கியம் என்று ஏதும் ஒன்று அப்போது இருந்ததாகத் தெரியவில்லை. சாதவாகனர்களது காலத்தின் படைப்புகளில் எஞ்சியிருப்பது ஹாலாவின் கதைத் திரட்டு ஒன்றே, சமஸ்கிருத இலக்கியத்தைப்பற்றி விவாதிக்க வேண்டிய கட்டாயம் ஏன் எழுகிறது என்றால், உண்மையில் பல்வேறு இந்திய மொழிகள் படைப்புக்களின் தொடக்கம் இந்நூல் விவரிக்கும் காலகட்டத்திற்குப் பிறகே தோன்றியது. இதில் நாம் சிந்து சமவெளி நாகரிகத்தில் என்ன எழுதப்பட்டிருந்தாலும் அதை முழுக்கவும் விலக்கிவிட வேண்டும். ஏதோ சில சான்றுறுதி செய்யப்படாத முத்திரைகளில் பதிந்துள்ள எழுத்துக்களைத் தவிர எல்லாம் தற்போது ஈடுசெய்ய முடியாதவாறு அழிந்து போய்விட்டதாகத் தோன்றுகிறது. அவ்வாறே பண்டையத் தமிழ் இலக்கியத்தையும் இந்த ஆய்விலிருந்து நான் விலக்க வேண்டியிருக்கிறது. உண்மையில், நாடகங்கள் பூர்வ காலத்திலிருந்தும், வழிபாடுகளிலிருந்தும் தொடங்குகின்றன. பற்பல ரிக்வேதப் பாசுரங்களை ஓதுவதற்கு ஒரு பாடல் கோஷ்டியோ, அல்லது அதை நடித்துக் காட்ட ஒன்று அல்லது அதற்கு மேற்பட்ட கதாபாத்திரங்களோ வேண்டும். இதற்கு பிரபல எடுத்துக்காட்டாக இருப்பது ஊர்வசி- புரூரவஸ் கதை. மிகப் பழைய வேதத்தின் ஒரு நாடக மேடை வசனமாகத் தோன்றுகிறது. இது புனிதமான **அப்சரஸுடன்** மணவேள்வி (ஹீரோ கேமஸ்)க்குப் பிறகு மணமகன் பலியிடப்படும் தொடக்கத்திய வளமைப் பெருக்கச் சடங்கின் நாடக வடிவமாகும். தன்னைக் காப்பாற்றுமாறு புரூரவஸ் மன்றாடிக் கேட்டபோதிலும் ஊர்வசி, அவனுடைய கோரிக்கையை நிராகரிக்கிறாள். காலம் செல்லச் செல்ல இக்கதைக் கருத்துக் காதலர்களின் பிரிவுத் துயரை விவரிக்கும் கற்பனைக் கதையாக மாறிப்போயிற்று. பூர்வகால வளமைப் பெருக்கச் சடங்கைப்

போலவே, சமஸ்கிருத நாடகத்தின் சிறப்புக் கூறுகளாகக் கூத்தும், இசையும் விளங்குகின்றன. கடவுள் வாழ்த்து(**நாந்தி**)டன் ஆரம்பிக்கும் இந்திய நாடக மேடை வழக்கு, தெய்வீகக் கூத்து வழக்குகளிலிருந்து'. ஜனனம் பெற்றுள்ளதை எடுத்துக்காட்டுகின்றது. நாடக வசனத்திற்குள் அமைக்கப்பட்ட பாடல்களுக்கு ஓரங்க இசை நாடகத்தைப்போல் எப்போதுமே தாள வாத்தியங்களுடன் இசைக்கவேண்டும். மேடையில் எப்போதும் அரங்கேற்றம் பெறும் வகையில் சிறப்பிடம் பெறாவிட்டாலும், நாட்டியமும் அன்றைய நடப்பில் இருந்தது. கோஷ்டி நடனங்களைத் தவிர, நகை வேழம்பர்கள் மரபொத்தவகையில் மெய்ப்பாட்டு உணர்ச்சிகளை அபிநயித்துக் காட்டினர்; இவ்வகையான அபிநயத்தின் மூலம் இக்காலத்துக் **'கதகளி'**யைப் போல் ஒரு வார்த்தை வசனம் பேசாமல், கதை சொல்லும் ஆற்றல் உண்டாயிற்று. **'நாடகத்தை'**க் குறிக்கும் மூலச் சொல்லாகிய **'நாட்டிய'**மும் அபிநயத்தையே குறித்துக் காட்டுகின்றது. பகல் நேரங்களில் வெளிச்சம் விழக்கூடிய குகை அரங்கங்கள் வழக்கில் இருந்தாலும், விடிய விடிய நடக்கும் தெருக்கூத்துக்களையே சாதாரணமாக நாடகம் என்று எடுத்துக்கொள்ளப்பட்டது.

இத்தகைய கலை, கேளிக்கைகளுக்குத் தேவையான கதைகள் பெரும்பாலும் (பாரதம், இராமாயணம் போன்ற) புராணக் கதைகளிலிருந்து எடுத்தாளப்பட்டதால் சமஸ்கிருதம் புரியாத பாமர மக்களையும் இவை கவர்ந்திழுந்தன. உயர்குடி மக்களின் மொழியாகிய சமஸ்கிருதத்தில் அவ்வுயர்குடி மக்களுக்காகவே நாடகங்கள் எழுதப்பட்டிருந்தன. இந்நாடகங்களில் நடிக்கும் பிரதான ஆண் கதாபாத்திரங்கள் மேம்பட்ட சமஸ்கிருத வசனங்களைப் பேசினர்; பெண் வேலைக்காரர்கள் போன்ற கதாபாத்திரங்களை ஏற்று நடிப்போர் பிராகிருத மொழியில் மட்டுமே பேசினர். இது உண்மை வாழ்க்கையிலிருந்து அப்படியே எடுத்துக்கொள்ளப்பட்ட தொடக்ககால நிலையாகும். இன்றும் மூலைமுடுக்கு கிராமங்களில் மேற்குடி மனிதர்களின் பேச்சுக்கள், எழுத்தறிவற்ற அவர்கள் வீட்டுப் பெண்கள், பிற்பட்ட வகுப்பைச் சேர்ந்த ஆண்கள் மற்றும் ஊழியர்கள் ஆகியோரின் பேச்சு வழக்கிலிருந்து வேறுபடுவதை கவனிக்கலாம். இம்மேற்குடி மக்கள், தங்கள் வீட்டில் உள்ள எழுத்தறிவற்ற குடும்ப உறுப்பினர்களுடன் உரையாடும்போது பிராகிருதத்தை உபயோகப்படுத்த வேண்டினும்கூட, அவ்வாறே

மேடையில் நடிக்கும்போது இழிவான மொழியை வசனமாகப் பேசி தாழ்வுற்று போவதற்கு ஒப்பவில்லை. பிற்கால நாடக மேடைகளில் வழக்கு மொழியாகிய பிராகிருத உபயோகம், வெறும் சடங்கு மரபாயிற்று. மக்களில் சிலர் பிற்பாடு சமஸ்கிருதத்தைப் புரிந்து கொண்டாலும் வழக்கற்றுப்போன பிராகிருதத்தை எல்லோரும் மறந்துவிட்டனர்; வழக்கற்றுப்போன பிராகிருதம் என்றால், பேச்சு வழக்கு மொழிகள் அடையக்கூடிய விரைவான மாற்றங்களையே குறிக்கும். ஒன்பதாம் நூற்றாண்டிலிருந்து ராஜசேகரர் குறைந்த பகுதியை சமஸ்கிருதத்தில் எழுதிய பிறகுதான் கட்டளை விதிகளுக்கு ஏற்ப அவற்றைப் பிராகிருதத்தில் மொழி பெயர்ப்பு செய்துள்ளார். புதியதாக ஒன்றைப் படைப்பாக்கம் செய்வதைவிட நடைமுறை வழக்கே மிகவும் வலுவாற்றலுடன் விளங்கியது.

இவ்வாறு காட்சியமைக்கும் முறைக்குச் செய்யுள் வடிவ நாடகங்கள் விலக்காக இருந்தாலும், வாழ்த்துப் பாடல்களின் பொருள், அந்நாடக ஆசிரியர்கள் கவிஞராகவும் இருக்கவேண்டும் என்பதே. ‘நயமாக்கப்பட்ட நாடகங்கள்’ எக்காலத்திலும் பூர்வகால அபிநயங்களை முழுக்க மாற்றிவிடவில்லை. இன்றும்கூட, கிராமச் சந்தைகளின்போது, தாழ்ந்த சாதியைச் சேர்ந்த இசைக் குழுவினர்கள் நடத்தும் கூத்துக்களிலும், **தமாஷா** நிகழ்ச்சிகளிலும் இவற்றை நாம் கவனிக்கலாம். இத்தகைய கலைஞர்களைத்தாம் **அர்த்தசாஸ்திரமும்** சீதா கிராமங்களிலிருந்து விலக்கியது. சில முக்கியமான ஆண்டுவிழாக் காலத்தின்போது, முதன் முறையாக பௌத்த மடாலயங்கள் நயமாக்கிய நாடகங்களை அரங்கேற்றிய தாகத் தெரிகிறது. இவற்றை மத்திய ஆசியாவின் சான்றுக் குறிப்புகளும், சீன யாத்திரிகர்களின் பயண அறிக்கைகளும் உறுதிப்படுத்துகின்றன. சாரிபுத்தர், மொக்களாணர், கஸ்ஸபர் போன்றவர்களின் நிலைபேறுள்ள வாழ்வு, சமயமாற்ற வாழ்வு அல்லது புத்தருடைய பெருந்தவ வாழ்வு ஆகியவற்றைச் சித்திரிக்கும் நாடகங்களை பெரும் ரசிக மக்களிடையே மேடையேற்றினர். இங்ஙனமாக மேல்நிலையில் வைத்துப் போற்றக்கூடிய முதல் நாடக ஆசிரியரும் கவிஞருமானவர் பௌத்தர் அசுவ கோஷரே. இவரே பிற்காலத்தில் தோன்றிய நாடக ஆசிரியர்களுக்கும், புலவர்களுக்கும் ஒரு உருமாதிரியை வகுத்துக் கொடுத்தார். புத்தருடைய ஒன்றுவிட்ட சகோதரர் சங்கத்தில் சேர்ந்ததையும் அதன் காரணமாக அவருடைய அழகிய மனைவி மனமுடைந்து மரணமுற்றதையும் கதைப்

பொருளாகக்கொண்டு விவரிக்கும் **சௌந்தராநந்தா** என்ற பாடல் காவியம் அசுவகோஷரால் இயற்றப்பட்டது. அது துறவிகள் அனைவரும் புறக்கணித்து ஒதுக்கிய அரண்மனைச் சுகபோகங்களையும், காமசுகங்களையும் பற்றி விரிவாகச் சித்திரிக்கின்றது. இன்றும் அஜந்தா குகையில் சுவர் ஓவியமாக இவ்விஷயம் எஞ்சியிருப்பதிலிருந்து பௌத்தர் கலைகளுக்குத் தூண்டுதலாக இப்பாடலின் பொருள் விளங்கியது கண்கூடு. இதேமாதிரியான "புத்த சரிதம்" என்ற மற்றொரு பாடல் காவியத்தில் இடைச்செருகல்கள் பல நிகழ்ந்திருப்பதால் இதன் மொழிபெயர்ப்பு சம்ஸ்கிருத மூலத்துடன் முழுக்கவும் பொருந்திச் செல்லவில்லை; ஆனால், அதன் கதைக்கரு அசுவகோஷருடையதே. இவர் இயற்றிய நாடகங்கள் (**சாரிபுத்ர - ப்ராகரனாவின்** சில பகுதிகள் நீங்கலாக) அழிந்துபோய்விட்டன; ஆனால், தனிப்பாடல் திரட்டுகளில் இவர் பெயரால் குறிக்கப்பட்டுள்ள சில பாடல்கள், மேடைகளில் இவர் எழுதிய நாடகங்களின் சில பகுதிகளாக உணர்ச்சியுடன் முழங்கப்பட்டவையாக இருக்கலாம். உண்மையில், பாலா காலத்தின் பிற்கால நாடகக் கவிஞர் வரிசையில், 'வல்லனா' போன்றவர்களின் நாடகப் படைப்பு மூலங்களின் தடத்தைக் காட்டும் பகுதிகளான சில பாடல்கள் மட்டும் துருவிக் கண்டுபிடிக்கப்பட்டுள்ளன. இவற்றைத் தவிர இக்காலத்திய படைப்புகள் எவையும் எஞ்சி நிற்கவில்லை. இந்நாடகங்கள் பௌத்த மதச் சார்புள்ளனவோ இல்லையோ என்பது தெரியாவிடினும் இவைதாம் சார்ந்து நின்ற வர்க்கத்தை அப்படியே படம்பிடித்துக் காட்டின. **சிருங்காரச்** சுவையே இவற்றின் சிறப்புக் கூறாக இருந்தது. காதலைப் பற்றிய இந்திய இலக்கிய மரபுகள் சிறிதும் தடைக்கட்டுகள் அற்றவை. புகழ்மிக்க பௌத்த மடாலய குகைகளின் வளமிக்க ஓவியங்களையும், காம ரசம் ததும்பும் சிற்பங்களையும் போலவே, சம்ஸ்கிருத இலக்கியத் துறையில் உள்ள பௌத்த நாடகங்களும் பொருத்தம் குலைந்து காணப்படுகின்றன. பாரம்பரியங்களையும், நாடக மேடை மரபுகளையும், ஆழமுடன் ஆராய்ந்து பார்க்கும்போது, அரசவை வாழ்வு நிலப்பிரபுத்துவத்தை நோக்கிச் சாய்வுற்றது தெளிவாகத் தெரியும்.

ஒரு மரியாதைக்குரிய பெயராக மட்டுமே நினைவுகூறப்பட்ட பாஸர் இந்த நூற்றாண்டு ஆரம்பத்தில், கேரளாவில் கண்டுபிடிக்கப்பட்ட சில நாடகங்கள் மூலம் புத்துயிர் பெற்றார். பிற்காலத்திற்குரிய நடைமுறை உருவங்களும், மரபுகளும் பின்பற்றப்படாததால், இவற்றில் நம்பத்தக்க நிலை பற்றிய காரசாரமான சர்ச்சைகள் இன்றும் தொடர்கின்றன. ஆனால், இந்நாடக ஆசிரியரின் கூர்மதியைப் பற்றி எதுவும் ஐயம் இல்லை. இதில் மிகச் சிறந்தது, 'வாசவதத்தாவின் கனவு' **(ஸ்வப்ன-வாஸவதத்தம்)**. பண்டைக் காலத்திற்குரிய உதயணனின் காதல் சாகசக் கதைகளிலிருந்து இது எடுக்கப்பட்டது. ஒரு அரசியல் அனுகூலத்தைக் கருதி மன்னர் மற்றொரு திருமணம் செய்துகொள்ள வேண்டுமென்று விரும்பிய முக்கிய மந்திரி, அரசி வாசவதத்தையைப் பெருந்தீயில் இறந்து போய்விட்டதாக அறிவிக்கும்படி தூண்டுகிறார்; இல்லாவிடில் மன்னர் அடுத்த திருமணத்திற்கு இசைவது சந்தேகம். இதை நம்பிய அரசர், இறந்துபோன காதலியின் நினைவில் முழுகிவிடுகிறார்; உண்மையில் அவளோ, ஒரு அந்தப்புர தாதி வேடத்தில் பணியாற்றி வருகிறாள். மனக் கிளர்ச்சியூட்டும் சில வரிகளை மறக்கவே முடியாது. அரைத் தூக்கத்தில் அவளை நினைத்து மன்னன் பிதற்றும்போது, வாசவதத்தை அவனை எழுப்புவதற்கு தைரியம் இல்லாமல் அதில் கலந்துகொள்கிறாள். அன்றிருந்த பல மனைவியரைக் கொள்ளும் சமூகம் இறுதியில் இன்பமான முடிவைச் சித்திரிக்க உதவுகின்றது.

சம்ஸ்கிருத இலக்கியம் எல்லாவற்றிலும், அநேகமாக எல்லா இந்திய மொழிகளிலுமே, பெரும் புகழுடன் விளங்குபவர் காளிதாசர். அவருடைய வாழ்க்கை வரலாற்றைப் பற்றி ஏதும் அறிய முடியாவிட்டாலும், பாஸருக்குப் பிறகு தோன்றிய அவர், அநேகமாக உஜ்ஜயினிலிருந்து ஆண்டுவந்த இரண்டாவது சந்திரகுப்தரின் (விக்கிரமாதித்தர்) ஆஸ்தானக் கவிஞராக விளங்கியிருக்க வேண்டும். அவருடைய படைப்புகளில், நேர்த்தியான 'மேகதூதம்' நாடுகடத்தப்பட்ட யக்ஷனின் காதலை, விரக தாபத்தால் வருந்தும் காதலியிடம் கொண்டுசெல்கிறது. தூது ஏந்திச்செல்லும் இம்மேகம் கடந்து செல்லவேண்டிய இயற்கைக் காட்சிகள் எல்லாம் அழகுடன் தீட்டப்பட்டிருக்கின்றன. **'ரகுவம்சம்'** ஸ்ரீராமரின் தலைமுறைகளைப் பற்றிச் சித்திரிக்கின்றது. இது அநேகமாக, சில குப்த வெற்றிகளைச் சூசகமாகக் குறிப்பதாக இருக்கலாம்.

முற்றுப்பெறாத **'குமார சம்பவம்'**, சிவனுக்கும் பார்வதிக்கும் மகனாகப் பிறந்த ஸ்கந்தன் தேவர்களையும், மனிதர்களையும் கொடுமைப்படுத்தி வந்த அசுரன் ஒருவனை எவ்வாறு சம்ஹாரம் செய்தான் என்பதை விவரிக்கின்றது. சீரமைதியும், சொல்லமைதியும் பெற்று விளங்கும் இம்மூன்று காவியங்களும் சம்ஸ்கிருத இலக்கிய வரிசையில் உயர்ந்த இடத்தைப் பெற்றுள்ளன. இவற்றின் கதைக்கரு பிராமணச் சார்புடையது. இது காவியங்களிலிருந்தும், **'புராணங்க'**ளிலிருந்தும் எடுத்தாளப்பட்டது. சுங்கர்களின் சரித்திரத்தை அடிப்படையாக வைத்து இவர் எழுதிய 'மாளவிகா அக்னிமித்ரா'வைத் தவிர வேறு நாடகங்களின் கதை அமைப்புகளும் இவ்வாறே எடுத்தாளப்பட்டிருக்கின்றன. அத்துடன் அவை உஜ்ஜயினியின் குப்தர் அரசவையையும் விவரிக்கின்றது. ஊர்வசி-புரூரவஸ் கதையானது கடைசியில் மானிட மன்னர் ஒருவருக்கும் அமானுஷ்ய தேவ கன்னிகை ஒருத்திக்கும் இடையே நிகழ்ந்த காதலாக, 'விக்கிரம-ஊர்வசி' என்ற பெயரில் மறுமாற்றம் பெற்றது. நாடகத் தலைப்பு, அப்போது ஆண்டுவந்த குப்த மன்னரை மறைமுகமாகக் குறிப்பிடுவதாக இருக்கின்றது. இந்நாடகத்திலுள்ள புரூரவஸோ தேவலோகத்து மன்னரான இந்திரனுடன் சம உரிமைகொண்டாடுகிறார். இலக்கியத்திலும், நாடக மேடைக் கலையிலும் மிகச் சிறந்த படைப்பாக ஒப்புக்கொள்ளப்படுவது, 'சகுந்தலையின் அங்கீகரிப்பு' எனும் நாடகமே. நினைவு திரும்பிய துஷ்யந்த மன்னர், தெய்வாம்சம் பொருந்திய சகுந்தலையுடன் இணைவதே கதைப்பொருள். இக்கதை **'மகாபாரத'**த்திலிருந்து எடுக்கப்பட்டிருந்தாலும், காதல் காட்சிகளை அமைத்த விதம் மனதைக் கவரும் வகையில் புதுமையானது. கதாநாயகன் மூலம் பிறந்த ஆண் குழந்தையுடன் திடீரென்று அரசவையின் முன்பு தோன்றிய கதாநாயகியை அவனால் (ஒரு சாபத்தின் காரணமாக நினைவு தவறிவிடுவதால்) அடையாளம் கண்டுகொள்ள முடியவில்லை. மனிதனின் மெய்ப்பாட்டு உணர்வுகளையும், மனக் கிளர்ச்சிகளையும் வைத்து ஆழமுடன் கதை புனைவதில் காளிதாசருக்கு இணையானவர் எவருமிலர். பவபூதி, காளிதாசருக்கு அடுத்தபடியாகச் சொல்லக்கூடியவரே. அவர் எழுதிய 'ஸ்ரீராமரின் பிற்கால வாழ்க்கை ராமராஜ்யம்கூட, பழங்காவியத்திலிருந்து உருவாக்கப்பட்ட நாடகமாகும். அவருடைய 'மாலதி-மாதவா' நாடகம் உயிருக்கு ஆபத்தான சோதனைகளுக்குட்பட்ட காதலர்களின் கதையை விவரிக்கின்றது. ஒரு கட்டத்தில் இவர்கள் பலிபீடம்வரை

கொண்டுசெல்லுமளவுக்குக் கதைப்போக்கு சென்றது. மேடையில் இந்தக் காட்சி, ரசிகர் கூட்டத்தை எப்படி நிலைகுலைந்துபோக வைத்திருக்கும் என்பது அளவிட முடியாது. ஒரு பிராமணராகவும், மேல்மட்டத்துக் கவிஞராகவும் விளங்கிய பவபூதியின் காலம், அநேகமாக எட்டாம் நூற்றாண்டின் முற்பகுதியாக இருக்கலாம். வழக்கம்போல் இவருடைய வாழ்க்கை வரலாற்றைப் பற்றிய விவரங்கள் ஒன்றும் தெரியவில்லை. மற்றும் பல்வேறு கவிஞர்கள், நாடக ஆசிரியர்கள் ஆகியோர் பற்றி நாம் அறியும் விவரங்கள் இதைவிட இன்னும் குறைவானது. இவர்களின் பெயர் மட்டுமோ, அல்லது அபூர்வமாகச் சில பாடல் வரிகளோ ஒரு திரட்டில் காணப்படலாம்; அல்லது செல்லரித்துப்போன ஏட்டுச் சுவடிகளிலிருந்து அபூர்வமாகச் சில துண்டுகள் பொறுக்கி எடுக்கப்படுவதுண்டு. இவ்வகையில், மாகா, பாரவி மற்றும் வேறு கவிஞர்கள் மிகவும் அதிர்ஷ்டசாலிகள். இவர்களுடைய பெயரைத் தாங்கிநிற்கும் சில படைப்புகள் பூர்ணத்துவமுடையதாகவும், இன்றும்கூடப் படித்து இன்புறத்தக்கனவாகவும் உள. குமாரதாசருடைய **ஜானகீஹரனா**, (சீதை கடத்தப்படுதல்) நேருண்மையான ஒரு சிங்கள மொழிபெயர்ப்பிலிருந்து மீட்கப்பட வேண்டியிருந்தது; தென்னிந்தியாவின் பிற்காலத்துச் சான்று மூலங்கள் இதை உறுதிப்படுத்தின. இங்கு குறிப்பிடப்பட்டுள்ள பெயர்கள் மட்டுமே முக்கியமான படைப்பாசிரியர்கள் என்று கருதிவிடக் கூடாது. பேரரசர் ஹர்ஷர், இயற்றி நடித்த, **'நாகா நந்தா'** நாடகத்தைப் பற்றி நாம் ஏற்கெனவேயே குறிப்பிட்டுள்ளோம். மற்றும் சில நாடகங்களையும் அவர் எழுதியுள்ளார். அவற்றில், இரண்டு இன்றும் உள. ஒன்பதாம் நூற்றாண்டின் பிற்பகுதி, மற்றும் பத்தாம் நூற்றாண்டின் முற்பகுதிவரையிலும்கூட, இம்மரபு ராஜசேகர்வரை தீவிரமாகச் செயல்பட்டு வந்தது. ராஜசேகரர் செல்வம் நிரம்பிய பெரு நிலப்பிரபுவாகவும், பல புலவர்களின் புரவலராகவும் விளங்கி வந்தார்; இவர், சற்றே செயற்கைத்தன்மையுள்ள நாடகங்களையும், மெருகுடைய பாடல்களைப் பற்றிய எண்ணற்ற ஆய்வு நூல்களையும் எழுதியுள்ளார். இப்பழங்காலத்தைப் பெருமித மரபு இவரோடு நலிந்துவிட்டது; ஆனால், அது எவ்வகையிலும் அழிந்து போய்விட்டதாகக் கொள்ளமுடியாது. சில நூற்றாண்டுகள்வரை பிற்கால மன்னர்களும், இளவரசர்களும், புலவர்களை ஆதரித்ததோடு மட்டும் நிற்காமல் பாடல் புனைவதிலும் தங்களுடைய கற்பனையைக் காட்டிய வண்ணம் இருந்தனர். பெயரால் மட்டும் அறியப்பட்டுள்ள பாலா

அரசவைக் கவிஞர்களில் சிலர், பாலா இளவரசர்களாவார். தாராவின் போஜராஜன், புரவலராகவும் மதிப்புள்ள படைப்பாளியாகவும் விளங்கி வந்தார். 12-ம் நூற்றாண்டுக்குரிய காஹடவாலர் ஸ்ரீஹர்ஷர் என்று அழைக்கப்படும் நற்கவிஞர் ஒருவரை ஆதரித்து வந்தார். பேரரசர் ஹர்ஷரோடு இவரைக் குழப்பிக்கொள்ள வேண்டாம். காதல் கற்பனை மிகுந்த செய்யுள் வகைகளில் இவர் எழுதிய நளதமயந்தி மற்றவைகளுக்குக் குறையாமல் மேற்கூறிய வகையில் ஒரு சிறந்த படைப்பு. வடக்கில் கடைசியாக நிலைபெற்ற சம்ஸ்கிருத இலக்கிய நாடக வட்டம், வங்காள மன்னர் இலக்குமணசேனரின் ஆஸ்தானமே. இவருடைய இராஜ்ஜியத்தின் பல பகுதிகள் கி.பி. 1200-ல் இஸ்லாமியர்களால் தாக்குண்டன. இஸ்லாமிய வெற்றிக்கு முன்பாகவேகூட, இதன் நலிவு ஆரம்பமாகிவிட்டது என்பது தெளிவுடன் ஏற்கத்தக்க வகையில் புலனாகிறது.

சூத்ரகரின், ‘பொம்மை மண் தேர்’ (**மிருச்ச கடிக**) உயர் ரக நாடகமாகும். இந்நாடகாசிரியர், ஏதோ ஒருவகையில் சாதவாகனர்களுடன் தொடர்புள்ள அரசகுலத்திலிருந்து தோன்றியதாகக் கொள்ளப்படுகிறது, ஆனால் வழக்கப்படி, இவரைப்பற்றிய உண்மையான விவரங்கள் எதுவும் தெரியவில்லை. பாஸாவை கவனமுடன் பின்பற்றியுள்ள இந்நாடகம் அவர் இயற்றியதாகக் கூறப்படும் ஒரு அங்கத்தை விரிவுபடுத்தியுள்ளது. அரண்மனை வாழ்க்கையையோ பழங்காலக் காவிய சம்பவங்களையோ கதைப் பொருளாகக் கொள்ளாத இந்நாடகம், பழைய மரபுகளை அலட்சியப்படுத்தியது. கதாநாயகனாகிய சாருதத்தன் பிராமணச் சாத்துவணிகன். அவனைக் கேடு சூழ்ந்துகொள்கிறது. கதாநாயகியாகிய வசந்தசேனா, அரசவைக் கணிகை; பெருஞ்செல்வமும், பேரழகும், நற்பண்புகளும், மேன்மைக் குணங்களும் பொருந்தியவள். அரசனின் முரட்டு மைத்துனரும், உள்ளூர் ஆளுனருமான சகாரன் இவளைப் பின்தொடர்ந்து தோல்வியுறுகிறான். பலமுறை பயனற்றுப்போன முயற்சிகளுக்குப் பிறகு இம்முரட்டு வில்லன் கதாநாயகியின் கழுத்தை நெரித்து, அவள் இறந்ததாகக் கருதி, அப்பழியைக் கதாநாயகன் மீது சுமத்துகிறான். இந்நாடகத்தில் ஒரு துணைக் காதல்கதையும், ஒரு பிரபல போராட்ட வீரனின் புரட்சியும் இடம்பெற்றுள்ளது. தக்க தருணத்தில் புரட்சி வெற்றி பெறுகிறது. கதாநாயகி பிழைத்தெழுகிறாள்; கதாநாயகன் கொலைக் களத்திலிருந்து மீட்கப்படுகிறான். பல்வேறு கதாபாத்திரங்கள் பேசிய பிராகிருத வசனங்களின் பிராந்திய

வேறுபாடுகள், அநேகமாக வாழ்வைத் தத்ரூபமாகக் காட்டவேண்டுமென்ற எண்ணத்தில் இருக்கலாம். வசந்தசேனாவின் மாளிகைச் சிறப்பை விவரிக்கும் வசனங்கள் தேவைக்கு அதிகமாக நீட்டப்பட்டுள்ளதைத் தவிர, இந்நாடகம் கால்-இட-நிகழ்வின் ஒற்றுமையும், சமநிலைப்படுத்தப்பட்ட உணர்வும் செயலும் கொண்டு, துயரக் கட்டங்களை நகைச்சுவையால் ஆறுதல் அளித்து, சிறந்த நடிப்பிற்கும், மேடைக் காட்சிக்கும் நல்ல வாய்ப்புகளை அளிப்பதுடன், படித்து மகிழ்வதற்கும் நன்றாக உள்ளது. பண்டை இந்திய இலக்கியத்தின் தனிச்சிறப்பை (நீண்ட விளக்க அடிக் குறிப்புகள் இல்லாமல்) ரசித்துச் சுவைக்க விரும்புவோருக்கு வரப்பிரசாதமாக இருக்கும் இரு படைப்புகளில், இதுவும் ஒன்று. எந்த மொழிபெயர்ப்பு வடிவத்தில் கிடைத்தாலும் இதை ஒருவர் விரும்பிப் படிக்கலாம்.

பரிந்துரைக்கப்பட்ட மற்றொன்று, தண்டின் அரைகுறையுடன் விட்டுச்சென்ற 'பத்து இளவரசர்கள்' என்ற உரைநடை நூலாகும்; குறைந்தபட்சம் இருவேறு ஆசிரியர்களால் சேர்ந்து இது முடிக்கப்பட்டது. ஆசிரியரின் உணர்ச்சியார்வம், சுவைநயம் சமுதாயத்தின் எல்லா வர்க்கங்களைப் பற்றிய கண்ணோட்டம், நாடோடிக் கள்வர்களைப் பற்றியும், மட்டற்ற கற்பனை நயம் வாய்ந்த வீர சாகசங்களைப் பற்றியும் முழுமையான வர்ணனைகள், வரையறுக்கப்பட்ட மிகைநலம், நுண்ணிய நையாண்டி ஆகிய சிறப்புக் கூறுக்களுக்கு, இந்நூலுடன் ஒப்பிடக்கூடிய வேறு சம்ஸ்கிருதப் படைப்பு எதுவும் இல்லை. தண்டின், ஒரு தென்னாட்டவர்; கி.பி. ஏழாம் நூற்றாண்டின் முற்பகுதிக்குரியவர் என்று இவரைக் கருதுவதே நன்கு பொருந்துகிறது. இவர் ஒரு சிறந்த கவிஞர், இலக்கியத் திறமையுள்ள படைப்பாய்வாளர், மற்றும் உரைநடை ஆசிரியரும்கூட. இவருடைய காலத்தில் இவர் ஒருவரே நன்கு விவரம் அறிந்து கற்றவராக விளங்கினார். இவருடைய உரைநடையில் தோன்றும் ஒரே இடர்ப்பாடு சம்ஸ்கிருத மொழியில் இவருக்கு இருந்த முழுமையான புலமையே. இதனால், புரிந்துகொள்ள முடியாத சொற் சிலேடைகளை நடையில் பயன்படுத்தத் தொடங்கினார். கீழ் மட்டத்திலிருந்த ஆசிரியர்களிடம் இது உடனேயே தொற்றுநோய் போல் பற்றிக்கொண்டுவிட்டது. இதற்கு இணையாக இந்தியச் சிற்பம், ஓவியம் ஆகிய துறைகளிலும் இதே வழியில் கடைப்பிடிக்கப்பட்ட உத்திகளினால் விளைந்த கைவினைஞர் திறன் கலையைப்

பாழாக்கியது. இம்மொழியின் அடிப்படை அமைப்பிலும், வளர்ச்சியிலும் இந்த பலவீனம் உள்ளார்ந்து நிற்கின்றது. 'சொற்கள் சாசுவதமானவை' என்று, பதஞ்சலி கூறுகிறார். குயவரிடம் சென்று ஒருவர் ஒரு குறிப்பிட்ட வகையான கலயத்தைச் செய்யுமாறு உத்தரவிடலாம்; ஆனால், யாரும் ஒருவர் இலக்கண ஆசிரியரிடம் சென்று, 'எனக்கு இந்த வகையான சொற்களைச் செய்து கொடு' என்று கேட்பதில்லை. 'ஒரு பருப்பொருளை' எடுத்துக்காட்டும் **பதார்த்தம்** என்ற சொல், 'சொல்லின் அர்த்தம்' என்ற பொருளைத் தருகிறது. மொழிக்குள் சில உயர் லட்சியங்களினால், செயலற்றப் போக்கு ஏற்பட்டது. புதிய சொற்களை உருவாக்க முடியாவிடின் ஆசிரியர்கள், பழையனவற்றை ஒன்றுசேர்த்து, அம்முடிவில்லாத சேர்வகைகளுக்குப் புதிய பொருள் கற்பிப்பதிலேயே உற்சாகம் பெற்றனர். சடங்குகளுக்குரிய பழைய சொற்களிலிருந்து அனுகூலமான பொருள்களைக் கண்டுபிடிப்பதற்கு **பிராமணங்களும்**, **உபநிஷதங்களும்**, நகைப்பிற்குரிய பல சொல்லாக்க விளக்கங்களைப் பயன்படுத்தின. அடுத்தபடியாக, புற உலகைப் பொய்யென்று எண்ணும் இறைமை நூலார், புலனுணர்வுகளுக்கு அப்பாற்பட்ட சொல்விளக்கக் கோட்பாடுகளில் தங்களைச் சிக்கவைத்துக் கொண்டனர். மொழியின் தன்மையினால் ஒரே கூட்டுச்சொல்லுக்குப் பல்வேறு விதமாக பதம் பிரித்து வெவ்வேறு பொருள்களைப் பெற்றுச் சிலேடை அமைப்பதுதான் ஆசிரியர்களின் யுக்தியாக இருந்தது. இவ்வாறு செய்யுட்களைப் புனைவதற்கும், பொருளுணர்ந்து படிப்பதற்கும் அளவற்ற ஓய்வு நேரங்கள் வேண்டும்; ஆனால், இந்நடை வழக்கின் காரணமாக 12-ம் நூற்றாண்டின் இறுதியில் சம்ஸ்கிருதப் படைப்பிலக்கியமானது, அறிவுத் துறையில் ஒரு குறுக்கெழுத்துப் போட்டியின் மட்டத்துக்கு நிலைகுன்றியது. இந்நடையைத் தோற்றுவித்த மற்றோர் பேராசிரியர், பாணர். இவர் எழுதிய காதம்பரியின் அச்சுப் பதிப்பில் இத்தகைய தொகைச் சொற்கள் ஒவ்வொன்றும் வரிக்கணக்கில் நீண்டு செல்வதைப் பார்க்கிறோம். ஆனால் இவருடைய கவித்திறன் படைப்பு நூலின் தலைப்பிலேயே மிளிர்கிறது; உண்மையில், **காதம்பரி** என்பது அவருடைய கதாநாயகியின் பெயர்; தற்போது அதுவே 'நாவல்' அல்லது 'கற்பனைக்கதை' என்ற பொருளில் இந்திய மொழிகளில் வழங்கப்படுகின்றது. பேரரசர் ஹர்ஷரின் ஆஸ்தான புலவர்களில் பாணரும் ஒருவர். இவர் எழுதிய 'ஹர்ஷ சரித்திரம்' உரைநடை

இலக்கியத்தில் ஒரு தலைசிறந்த படைப்பு. இவ்வாழ்க்கைச் சரித காவியத்தில் வரலாற்று ரீதியான தகவல்களையோ அல்லது நாட்டின் அமைப்பு பற்றியோ ஏதும் தெரிவிக்காவிடினும், நட்புப் படைப் பிரிவு ஒன்று அதன் ஆட்சிப் பரப்பின் வழியே செல்லும்போது விளைவித்த கொடுமைகள், பீதி, கொள்ளைகள் ஆகியனவற்றைப் பற்றிய விலைமதிக்கவொண்ணாத வர்ணனை இதில் இடம்பெற்றுள்ளது. இதற்கு முற்பட்டது, சுபந்துவின் வாசவதத்தா. இது, அராபிய இரவுக் கதைகளின் பாணியைப் போல் கதைசொல்லும் மரபைத் தோற்றுவித்திருக்கக்கூடும்; ஆனால், காதம்பரி இலக்கிய சாதனமாகிய உரைநடை வழக்கையே மிகவும் திட்டமாகச் சிதைத்துவிட்டது.

காதல் ஒய்யாரமும், வீர சாகசமும் நிரம்பிய கௌசாம்பி மன்னர் உதயணரைப் பற்றி விவரித்த 'கதைக் கடல்' (**கதா சரித் சாகரா**) மௌரியர்களுக்கு முற்பட்ட காலக் கதைகளிலிருந்து தோன்றியது. இப்பாடல் தொகையிலிருந்த பெருங்கதைத் திரட்டைப் பைசாச மொழியில் ('பேய் மொழி') குணாத்தியர் என்பவர் எழுதி வைத்தார். பிற்காலத்து எழுத்தாளர்கள் பலரும் இவரிடமிருந்து ஊக்கம் பெற்றதை ஒப்புக்கொண்டுள்ளனர். தற்போது இது முழுமையாகத் தொலைந்து போய்விட்டதால், இந்த ஆசிரியர் வாழ்ந்திருந்ததும், இக்கதைத் திரட்டும் சில சமயங்களில் கேள்விக்குரியதாகிவிட்டது. புதஸ்வாமின், க்ஷமேந்திரர் ஆகியோரின் பதிப்புருவங்கள் அப்பட்டமான நையாண்டிப் பாடல்களாகும்; ஆனால், ஜைனர் சோமதேவருடையதில் (கி.பி. 1075) உயர்ந்த இலக்கியத்தின் வாசனை ஏதோ சிறிதளவு உள்ளது; இருந்தாலும்கூட, இதைச் சிறந்த பாடல் இலக்கியமாகக் கருதமுடியாது. வணிகர்கள், தொழில் வினைஞர்கள் தவிர மேல்சாதி மக்களையும் மகிழ்விப்பதற்காக இக்கதைகள் எழுதப்பட்டனவென்பதை உள்ளடக்கம் எடுத்துக்காட்டுகின்றது. குப்தர்களின் அரசவை நடை வழக்குடன் ஒப்பிடும்போது, பிராகிருதமும், சாதவாகனரின் நாகரகா-நகரப்பண்பும் இதில் இடம்பெற்றிருந்ததில் ஐயமில்லை. இயல் உணர்ச்சியும், இறைமை உணர்ச்சியும் ஒன்றுகலக்கப்பட்டுச் சரியானவாறு இந்தியத் தன்மையை எடுத்துக்காட்டும் இக்கதைத் திரட்டினால் தண்டியும், பாணரும் ஊக்கமூட்டப்பட்டனர். இருந்தபோதிலும், உலக இலக்கியத்திற்கு இந்தியாவின் மிகச் சிறந்த பரிசாக விளங்கும் கதைகள், **பஞ்சதந்திரக் கதைத் திரட்டே**. ஈசாப் கதைகள் தொகுக்கப்பட்ட அதே நடைவழக்கைப் பின்பற்றிய

இக்கதைத் தொகுதி முறைப்படியான எழுத்தறிவைப் பெறுவதில் நாட்டம் செலுத்தாத இளவரசர்களுக்கு நல்லொழுக்க போதனையாக விளங்கிவந்தது. இதிலுள்ள அர்த்தசாத்திரத்தின் செல்வாக்கு வெளிப்படை. இதில் ஒரு கதை கூறுபவராகக் கொள்ளப்படும் விஷ்ணு சர்மன், சாணக்கியரை முன்மாதிரியாகக்கொண்டிருக்க வேண்டும். அதே இயற்பெயரையே சாணக்கியரும் கொண்டு இருந்தார். பில்பையின் கதைகளாக (கலிலா ஓ திம்னா) சிரிய, அராபிய மொழிகளில் மொழிபெயர்க்கப்பட்டு, இக்கதைத் திரட்டு மேல்நாட்டை அடைந்தது.

படைப்பிலக்கிய அழிவுக்கு முன்னோடியாக, இலக்கிய வானத்தின் அந்திம ஒளி, பிராகசித்தது. படைப்பிலக்கியத்தில் மிகச் சிறந்த கடைசி முயற்சியான **கீத-கோவிந்தம்**, ஜயதேவரால் இயற்றப்பட்டது. இது கிருஷ்ணனும், ராதாவும் கொண்ட தெய்வீக இணைப்பை மெட்டமைத்துப் பாடக்கூடிய கவிதை-நாடகமாக இயற்றப்பட்டிருந்தது. தொடக்கத்தில் மிகவும் காமரசம் ததும்பியிருந்த தெய்வீகக் கதையும், புராணங்களும் மேன்மைப்படுத்தப்பட்டிருப்பினும்கூட, இப்பாடல்களில் பொதிந்திருந்த விரசங்கள் கணிசமானவை. இதே கதைப் பொருளை மையமாகக்கொண்ட மற்ற எல்லாப் படைப்புகளுடன் ஒப்பிட்டு பார்க்கும்போது, இசைநயம் பரவிய இவர் கவிதைகளே தரத்தில் மேலோங்கி உள்ளன. சேனா அரசவையின் பிற புலவர்களைப் போலன்றி, ஜயதேவருடைய இளமைக்கால வாழ்க்கை முற்றும் நேர்மாறான முறையில் இருந்தது. இப்புலவர்களுடன் இந்த அரசவையில் ஏறத்தாழ, கி.பி. 1200-ல் இவர் இடம்பெற்றார். ஒரு ஏழை பிராமணராக இருந்தாலும், அறிவுச் சுடர் வீசிய இந்த இளைஞர், தன் சொந்த ஜாதியில் ஒரு அழகியைக் காதலித்து வெற்றியடைந்தார். தெருப் பாடகர்களாக ஆடிப்பாடிக்கொண்டு இருவரும் கிராமப்புறங்களில் சுற்றியலைந்தனர். கிராமிய வழக்கு மொழிகளையே வைத்துக் கவி புனைந்து, தாமே மெட்டமைத்துப் பாடிய பாடல்களுக்கு ஏற்ப, இவர் காதலி ஆடினாள். சம்ஸ்கிருதத்தில் பதிப்புருவம் செய்து, அரசவையில் வெளியிடுவதற்கு முன்பு, இந்த **கீத-கோவிந்தம்** நாட்டுப் பாடல்களாக இயற்றப்பட்டிருக்க வேண்டும். இதற்கு மேலாக, வைணவச் சீர்திருத்தம் ஒன்று மலரப் போவதையும் இவர் முன்கூட்டியே அறிவித்தார். சிவனையும், பார்வதியையும் வணங்கிவந்த

படம்-16. ஹரிஹரர், விஷ்ணுவும், சிவனும் கலந்து தோன்றிய ஒரு தெய்வத் தோற்றம். வலப் பக்கத்தில் சிவனுக்குரிய சின்னங்களும், இடப்பக்கத்தில் விஷ்ணுக்குரிய சின்னங்களும் காணலாம். சாதாரணமாக தற்காலக் கடைகளில் கிடைக்கும் வர்ணப் படத்திலிருந்துஎடுக்கப்பட்டது. விலை உயர்ந்த கற்சிலைகளையோ, உலோக விக்கிரகங்களையோ வைத்து வழிபாடு செய்யமுடியாத பக்தர்கள் இதை உபயோகப்படுத்துகின்றனர். இந்த வழிபாடு ஒன்பதாம் நூற்றாண்டில் துவங்கி பிரபலமாயிற்று. இருந்தாலும் நிலப்பிரபுத்துவ வர்க்கத்தைச் சார்ந்த பெரிய, சிறிய நிலப்பிரபுக்களிடையே நடந்த சண்டைகளை இந்த வழிபாட்டால் தீர்த்து வைக்க முடியவில்லை. இந்த இரு சாராரும், ஏதோ இறைமைத் தத்துவ அடிப்படையில், சைவ-வைணவக் கொள்கைப் போராட்டம் நடத்துவதைப் போன்ற பிரமையை மக்கள் மத்தியில் தோற்றுவித்தனர்.

ஸ்மார்த்த பக்தர்களுக்கும், விஷ்ணு-நாராயணரின் அம்சம் பொருந்திய ஏதும் ஒரு தெய்வத்தை வணங்கிய வைணவ பக்தர்களுக்கும் இடையே சமய நெறி பற்றிய ஒரு கசப்பான சர்ச்சையின் உருவத்தில் இச்சீர்திருத்த இயக்கம் தலைதூக்கியதாகத் தோன்றுகிறது. வங்காளத்தில் பிரபலமாக விளங்கிய வைணவப் பெரியார், சைதன்யர் (கி.பி. 1486-1527); சங்கரரைப் பின்பற்றிய சைவ பக்தர்களுக்கு எதிராகத் தோன்றிய ஸ்ரீ ராமானுஜருடன் (12-ம் நூற்றாண்டு) இந்த இயக்கம் தெற்கில் சற்று முன்கூட்டியே தலைதூக்கியது. இச்சண்டையினால் அடிதடிக் கலவரங்கள் ஏற்பட்டன. இக்கலவரங்கள் 19-ம் நூற்றாண்டின் பிற்பகுதிவரையிலும்கூடத் தொடர்ந்தன. உண்மையில், மதத் தத்துவத்திற்கும் சண்டை சச்சரவுகளின் அடிப்படை விஷயத்திற்கும் உள்ள தொடர்புகள் மிகவும் அற்பமானவை. ஒரு கண்கூடான அனுபவத்தின் மூலம் இது தெளிவாகிறது. இந்த, இரு தரப்பினரும் இஸ்லாமியர்கள் வங்காளத்தில் வென்றதைப் பற்றி அக்கறை செலுத்தவில்லை; இதே இஸ்லாமியர்கள் தாம் வைணவம் என்றோ, சைவம் என்றோ வேறுபாடு செய்யாமல் எல்லாச் சமய உட்பிரிவினருக்கும் உரிய விக்கிரகங்களை அலங்கோலப்படுத்திச் சிதைத்தனர்; புனிதமாகக் கருதப்படும் பிராணிகளையும்-இரண்டு காலோ நான்கு காலோ எவையாயினும் சரி-படுகொலை புரிந்தனர்; இவ்வாறு பிராமணிய மரபுகளை மிகக்கொடிய முறையில் இழிவுபடுத்திய இதே இஸ்லாமியர்களிடம், இந்த இரு தரப்பினரும் கைகட்டி வாய்புதைத்துச் சேவகம் புரிந்து வந்தனர். எனவே இந்த சைவ-வைணவக் கலவரங்களுக்கு அடிப்படை சிவனையும், சிவனுடைய மனைவியையும் வழிபட்டு வந்த பெரு நிலப்பிரபுக்களுக்கும், கிருஷ்ணரையோ அல்லது விஷ்ணு நாராயணரையோ வணங்கிவந்த சிறுதொழில் முனைவோர்களுக்கும் இடையே நிகழ்ந்த வர்க்கப் போராட்டம். இந்த இரு தெய்வங்களையும் ஒருங்கிணைத்துத் தோன்றிய ஹரி-ஹர (ஹரியும் சிவனும் ஒன்று) இயக்கம் ஒரு குறுகிய காலத்திற்குப் பின் தோற்றுப்போனது; இருந்தாலும்கூட பல வழிபாடுகளை ஒருங்கிணைத்து, இதற்கு முன்கூட்டியே தோன்றிய திருமாலின் திருஅவதாரங்களைப் போலவே, சிவனும் பார்வதியும் ஒருடலாகக் காட்சி தந்த அர்த்த நாரீஸ்வர ஒருமைப்பாடும், ஆண்தெய்வங்களுக்கும், தாய்த்தெய்வங்களுக்கும் இடையே நடத்தி வைக்கப்பட்ட திருமணங்களும் வெற்றி பெற்றிருக்கின்றன. இதற்குக் காரணம் முற்கால சமய வழிபாடுகளின்

இணைப்புகள், அதிக அளவில் உற்பத்தித் தன்மை படைத்த ஒரு சமூகத்தைக் குறித்தது. கால்நடை மேய்க்கும் கூட்டமும், உணவைச் சேகரித்து வாழ்ந்த கூட்டமும் ஒன்றுசேர்ந்து உணவு உற்பத்தியில் இறங்கியதை இதற்கு உதாரணமாகக் கொள்ளலாம். தற்போது நிலங்கள் திருத்தப்பட்டுவிட்டன; கூட்டு வழிபாடுகள் இப்போது கணிசமான உற்பத்தி இலக்கை நோக்கி இட்டுச்செல்லவில்லை. இக்கசப்பான கருத்து வேறுபாட்டின் காரணமும் இதுதான். ஆனால், முதலாவதாக வைணவ வாழ்க்கையின் பக்தி வழிபாடு ஒரு கிராமத்தில் முதல்முறையாக அறிமுகமானபோது, நாட்டுப்புற மக்கள் ஆனந்தக் கூத்தாடியதுடன், அடுத்த கிராமத்திற்கும் சென்று தம்முடைய களிப்பை அறிவித்தனர். பேரதிசயம் வாய்ந்த இப்போதைப் பொருள் ஜடமான நடைப்பிண வாழ்க்கையில் உழன்ற கிராம மக்களின் உணர்வுகளைத் தூண்டியது. ஜயதேவருடைய பிறந்த இடமாகிய கெந்தூலியில் உள்ள கிராம மக்கள் இவருடைய பிறந்தநாள் விழாவை ஆடல், பாடல், இசையுடன் இன்றும் கொண்டாடி வருகின்றனர் என்றால், கற்றறிந்தவர் மட்டுமே புரிந்துகொள்ளக்கூடிய அவருடைய நேர்த்தியான பாடல் மட்டும் அல்லாமல் வேறு ஏதாவது காரணம் அதற்கு இருக்கவேண்டும். சாதாரண வாழ்க்கைக்கு இந்த அழகுணர்ச்சி எவ்வளவு தேவையென்பதை நன்கு உணர்ந்திருந்த ஜயதேவர், அந்த அழகுத் தோற்றத்தைச் சிறப்பிக்கின்றார்.

ஜயதேவர் வாழ்ந்த காலத்திற்குச் சற்று முந்திய நூற்றாண்டின் எண்ணற்ற தனிப்பாடல் தொகுதிகள், தனித்தன்மையான கற்பனை ஊற்றுகள் படிப்படியாக வற்றிப் போனதைக் குறிக்கின்றன. சம்ஸ்கிருத இலக்கிய நயம் வாய்ந்த பிரசித்தமான பழைய பாடல் திரட்டு, கிட்டத்தட்ட கி.பி. 1100-ல், கிழக்குப் பாகிஸ்தானில் உள்ள ராஜ்சாஹி மாவட்டத்திலோ அதன் அருகிலோ உள்ள ஒரு பௌத்த மடாலயத்தில் பட்டம் பெற்ற ஒரு பண்டிதரால், (அநேகமாக, ஜகதலா) தொகுக்கப்பட்டது. நேபாளத்திலும், திபெத்திலும் பாதுகாத்து வைக்கப்பட்டுள்ள கையெழுத்துப் பிரதிகளைக் கொண்டுதான் இதைப் பதிப்புருவம் செய்யவேண்டியிருந்தது. இத்தொகுப்பில் தனிச் சிறப்புள்ள பாடல்கள், பர்த்ருஹரியின் பெயரைத் தாங்கியுள்ளது. இவர் திறமை மிக்க ஏழைப் புலவராக உண்மையில் வாழ்ந்திருக்கலாம். புதுவகையான கவிதைகள் வறுமையைப் பற்றியும் நிராதரவு நிலையைப் பற்றியும்- அவை பிராமணர்களுடையது என்பது

உண்மைதான் என்று பேசுகின்றன. குறுகிய மனப்பான்மையுடைய கூட்டமான புரோகிதக் குழுவையோ அல்லது நிலப்பிரபுத்துவக் கொடுங்கோல் சிற்றரசர்களின் வெறுப்பூட்டும் ஆஸ்தானத்தையோ விட்டால் அவர்கள் தப்பித்துச் செல்ல வேறு புகலிடங்களைச் சாதியும் சமூக மரபும் அளிக்க முன்வராதபோது, இவ்வாறு பயனற்றுப் போய்க்கொண்டிருந்த கவித்துவத்தின் தானுணர்வுகள், புது மாதிரியான விரக்திகள் மேலோங்கிய, சொற்செறிவுள்ள, தனிப்பாடல்களை உருவாக்கின. அவற்றுள், கடைப்பட்ட-நடுத்தர-வர்க்கத்தின் ஒழுக்கங்களைப் பற்றிய (நீதிப்) பாடல்களும், சில விரசப் பாடல்களும் சேர்க்கப்பட்டன. ஒரு கவிஞனுடைய சக்திக்கு அப்பாற்பட்டதாக இருந்த சுகபோகங்களில் அவனுடைய படைப்பிலக்கியம் மூழ்கிவிட்டதை, அவை எடுத்துக்காட்டுகின்றன. இறுதியாக, தவிர்க்கமுடியாத உடன் விளைவு அவனைத் தொற்றிக்கொண்டது; தன் வாழ்வின் தொலைவிலுள்ள எதிர்காலத்தில் முழுக் கற்பனையான துறவறமே அது. உடலுழைப்பிலோ எந்திரப் பயிற்சியிலோ நாட்டம் செலுத்த விரும்பாமல் ஏதோ சிறிது இலக்கிய அறிவு படைத்த இந்தியர்கள் பர்த்ருஹரி வகைப் பாடல்களைத் தற்போது தமது இயலாமைக்குச் சாதகமான வெற்று மேற்கோள்களாகப் பயன்படுத்திக்கொள்கின்றனர்.

இக்கேள்வி எழுவது இயல்பு: ஸ்பானிய இலக்கியத்தின்மீது தம் அறிகுறிகளைப் பதித்துள்ள செர்வாண்டஸின் டான் குவிக்சோட்டிற்கு (Don Quixote) இணையாக, இந்தியப் பண்பு நலனுக்கு ஆக்கமளிக்கும் சம்ஸ்கிருதப் படைப்பாக்கம் ஏதும் இங்கு இல்லையா? அத்தகைய தகுதிக்கு மிக அருகில் வருவது, **பகவத்கீதை**, ‘தெய்வத்தின் கீதம்’; இது சுருக்கமாக ‘**கீதை**’ என்ற பெயரில் வழங்கப்படுகிறது. மூன்றாம் நூற்றாண்டு முடிவடையும் காலப்பகுதிக்கு முன்னர், இப்படைப்பாக்கம் சாத்தியமில்லையென்றாலும், இது பகவானின் வாயிலிருந்து மலர்ந்த கீதங்களாகப் புனையப்பட்டிருந்ததுடன், ஏற்கெனவேயே, பற்பல இடைச் செருகல்களினால் பெருக்கமான **மகாபாரத** காவியத்திற்குள்ளும் நுழைக்கப்பட்டது. இங்கு கிருஷ்ணர், நிறைவுடையதும், பெருமளவில் மறை புதிராகவும் உள்ள தத்துவ-சமய சித்தாந்தத்தை விளக்கும், தெய்வீக ஆற்றல் பெற்றவராகத் தோன்றுகிறார். இது இத்தெய்வத்திற்கு வழங்கப்பட்ட ஒரு புதிய பாத்திரமாகும். ஏனென்றால் இவரைப் பற்றிய ஒரே ஒரு இடைக்

குறிப்பு **சாந்தோக்ய உபநிஷதத்தில்** இருக்கிறது. அதில் ‘தேவகியின் மைந்தனாக’த் தோன்றும் கிருஷ்ணர், கோரா ஆங்கீரஸா என்ற முனிவரின் மனிதச் சீடராக இடம்பெற்றுள்ளாரே தவிர ஆசானாகவோ எல்லாம் நிரம்பிய தெய்வமாகவோ அல்ல.

கீதையின் விளக்கங்களுக்கு அடிப்படை இதுவே: இரு தரப்புப் படைகளும் போரில் மோதிக்கொள்ள நெருங்கும்போது, குருதித் தொடர்புடைய தன் மக்கள் எக்கணமும் படுகொலை செய்யப்படலாம் என்று மனம் பேதலித்த அர்ஜூனன், காண்டீபத்தை நழுவவிட்டான். அவனுடைய தேரோட்டி, யதுவின் கரிய வீரன், (ஆனால் யதுப் பழங்குடிகளோ, வியத்தகு முறையில் எதிர்த் தரப்பில் இருந்தனர்) தன் கடமையைச் செய்யுமாறு அர்ஜூனனை வற்புறுத்திப் பணிய வைக்கின்றான். கச்சிதமாக 700 ஈரடிப் பாக்களைக்கொண்டு இயற்றப்பட்ட இந்த உடன்பிறப்புக் கொலை உபதேசத்தை ஒரு தடவை வேகமாகப் பாராயணம் செய்வதற்கே, குறைந்தது மூன்று மணிநேர அவகாசமாவது வேண்டும். அதற்குள் குருக்ஷேத்திரப் போர் தோல்வியில் முடிந்திருக்கும். கிருஷ்ணர் சகலமும் நிரம்பிய இறைவனாகத் தன்னை அறிவித்துக்கொண்டு தெள்ளத் தெளிவான கீதைப் பாயிரத்தில் விவரிக்கப்பட்டுள்ள எண்ணிறந்த தத்துவங்களில் ஒன்றின் பெயரைக்கூடக் குறிப்பிடாமல், எல்லாச் சித்தாந்தங்களையும் தாமே தோற்றுவித்ததாகப் பறைசாற்றிக்கொள்கிறார். இங்குமங்குமாக வைதீக யஞ்ஞங்களும் சடங்குகளும் மேலெழுந்தவாரியாக நிந்தனைக்கு ஆளாயினும்கூட, இதில் உள்ள எல்லாக் கருத்துக்களும் ஒரே தெய்வமான கிருஷ்ணரின் வாயிலாகக் கூறப்படுவதால், அவை விவாதத்திற்கு அப்பாற்பட்டவையாகப் போய்விடுகின்றன. தூய்மையான வாழ்க்கை, கொல்லாமை, பேராசையின்மை, தானறிதல் போன்ற பண்புகள் சிறப்பிக்கப்படுகின்றன. குழப்பமுற்ற அர்ஜூனன், “அவ்வாறானால், என்னை ஏன் இவ்வாறு கொலைப்புரியத் தூண்டுகிறாய்?” என்று வினவியதற்கு, பகவான் நேரிடையாக இக்கேள்விக்குப் பதில் கூறாமல் தனது தத்துவ விளக்கத்தின் அடுத்த விஷயத்திற்கு நழுவுகிறார். தீர்வு நெருங்கும் தறுவாயில், தெய்வத்தன்மை பொருந்திய தமது சுய உருவத்தைக் காட்டிய பகவான், உலகின் எல்லா உயிர்களையும் தாமே படைத்துத் தாமே அழிப்பதை எடுத்துக்காட்டினார். அண்ட சராசரங்களையும், வியாபித்து நின்ற அந்த விஸ்வரூப தரிசனத்தில் தேவருலகு, மண்ணுலகு, பாதாள உலகு என்ற மூவுலகும் தெரிந்தன. போருக்கு ஆயத்தமாக

நின்றுகொண்டிருக்கும் இருதரப்பு மாவீரர்களுக்கும் சர்வ நாசினியாக விளங்கும் பகவான், எப்போதோ தனது கோரப் பசிக்குரிய பெருந் தீனியாகப் பகைவர்களை விழுங்கிவிட்டார். ஆகவே, உணர்ச்சிவசப்படாமல் தனது உறவினர்களைக் கொல்வதால் அர்ஜுனனை ஒரு பாவமும் பற்றிக்கொள்ளாது. 'எனது உண்மையான சுய உருவத்தை பக்தியொன்றினால்தான் அறியமுடியும்; அங்ஙனம் அறிந்தவனே விரைவில் என்னுடன் ஒன்றுபடுகிறான்' என்று பகவான் கூறுகிறார். முழுக்க முழுக்க ஒப்புக்காகவும், குறியீடாகவும் நடக்கும் யுத்தத்தில் அர்ஜுனன் வென்றால், மறுமையில் கிட்டும் அப்பேரின்ப நிலைக்குமேல் ஒரு "போனஸாக" மண்ணுலகத்தின் ஏகபோக அரண்மனை சுகபோகங்களும் அவனுக்குக் கிட்டுவதாக இருந்தது.

சம்ஸ்கிருதத்தின் மிகச் சிறந்த நடை விளக்கத்துடன், தெய்வத்தன்மையும், ஆனால், மிகுந்த குழப்பமும் உடைய இந்த உபதேச மொழிகள், அமைதிப்படுத்த இயலாத தன்மைகளை ஒருமைப்படுத்த யத்தனிப்பதிலும், நுண்ணிய முரண்பாடுகளைச் சிரமமில்லாது அப்படியே விழுங்கும் ஆற்றலிலும் அப்படியே இந்தியப் பண்பு நலனின் வடிவமாகும். தன்னுடைய சுய வழிபாட்டையே ஆணையிட்டுப் பரப்பிய இந்தத் தெய்வத்தின் தேர்வாற்றல் கிரேக்க நாட்டுத் தத்துவஞானிகளின் முக்கியமான படைப்புகளையெல்லாம் ஒன்றாகத் திரட்டி, அதனுடன் புதிய ஏற்பாட்டின் சாரத்தையும் இணைத்து அவற்றைத் தம் பெயரில் ஹிராக்ளீஸ் போட்டுக்கொண்டு பெருமை பேசினால் எவ்வாறோ, அதைப்போலவே நகைப்பிற்கு இடமாகிறது. கோபியர் புடவைகளைச் சுற்றித்திரிந்து, பல்வேறு தாய்த்தெய்வங்களுடன் காதல் களியாட்டம் கொண்டும், தன்னுடைய சொந்த மாமனையே கொலைபுரிந்தும், **மகாபாரத** காவியத்தில் கபட யோசனைகளை இடைவிடாமல் அளித்தும் வந்த கிருஷ்ணர், தான் போதிக்கும் எந்த ஒழுக்கத்திற்கும் தகுதியுடையவராக இல்லை. உண்மையில், இம்மாபெரும் படைப்பு மக்களின் கவனத்தைக் கவர்வதற்குச் சில காலம் பிடித்தது. இது எழுந்த நாட்களிலும்கூட, இம்மாபெரும் காவியத்தில் பதிப்பித்த பிராமணர்களின் முக்கிய நோக்கத்திற்கு உதவக்கூடியதாக இல்லை. ஆகவே, சுவை நயமற்ற ஒரு காவியத் தொடர்ச்சியாக, இம்மாபெரும் காவியத்தில் இடம்பெற்றுள்ள **அனு-கீதா**, இறுதி வெற்றிக்குப் பிறகு இதே தெய்வத்தால் அர்ஜுனனுக்கு உபதேசிக்கப்படுகிறது. பிராமணர்களையும்,

பிராமணியத்தையும் போற்றுவதுதான் இதன் நோக்கம். தற்போது யாரும் இதை விரும்பிப் படிப்பது இல்லை; அதே சமயத்தில் முதலில் எழுந்த **கீதையோ** இறுதியில் பலத்திற்கு மேல் பலம் பெற்று விளங்கியது. இதன் எளிய காரணம் இடைக்காலச் சமூகம் பெற்ற நிலைமாற்றத்திலிருந்து எழுந்தது.

தம்முடைய உடன்பிறப்புகளுக்கு எதிராக ஒரு மன்னரைப் போரில் இறங்கத் தூண்டும் வகையில் ஒரு போலி இலக்கியத்தை ஒரு பிராமணர் புனைந்ததாக ஹ்யூன் த்ஸாங் குறிப்பிட்டுள்ளார். இக்குறிப்பு **கீதையைப்** பற்றியதே என்பதுடன் பிற்காலத்தில் பிரபலமானது போல் பிராமணியத்தின் ஒரு தத்துவ சாரமாக அப்போது அது கருதப்படவில்லை என்றும் தெரிவிக்கின்றது. இதை முதன்முதலாக ஆய்வுக்கு எடுத்துக்கொண்ட பிரசித்தி பெற்ற பிராமணர் சங்கரர் (ஏறத்தாழ கி.பி. 800) ஆவார். இவர் ஒரு சிவபக்தராக இருந்தாலும் பௌத்த மதத்தின் அரும்பெரும் கருத்துக்களை மிகத் திறமையுடன் விஷ்ணுவின் திரு அவதாரத்தின் வாய்வழியே மொழியப்பட்டிருந்த கீதைக்கு சங்கரர் எழுதிய பாஷ்யமே இன்றும் தரம் வாய்ந்ததாக ஏற்றுக்கொள்ளப்படுகிறது. இவருக்குப் போட்டியான மதத் தலைவராகப் பிற்காலத்தில் எழுந்த ஸ்ரீராமானுஜரோ, இதே '**கீதை**'யிலிருந்து முற்றிலும் மாறுபட்ட தெய்வீக ஊக்கத்தைப் பெற்றார். மராட்டிய மொழியின் எளிய கவிதை வடிவில் இதற்கு அபாரமான விளக்கம் எழுதிய ஞானேஸ்வரர், இதை மக்கள் இலக்கியமாக மாற்றினார். கி.பி. 13-ம் நூற்றாண்டின் இறுதியில் இயற்றப்பட்ட இப்படைப்பு, சமகாலத்திற்குரியதும், ஆனால் முற்றிலும் மாறுபட்ட கருத்துடையதும், ஒப்புயர்வுள்ளதுமான, '**டிவைனா காமடியா**' (Divina commedia) இத்தாலிய மொழியில் பெற்றுள்ள தகுதியை மராத்திய மொழியில் பெற்றிருக்கிறது. நவீன காலத்திலும்கூட திலகர், காந்தி போன்றோர் இந்தியாவின் தேசிய விடுதலைப் போராட்டத்திற்கு அவர்கள் அவசியம் என்று கருதிய ஆத்ம ரீதியான அடித்தளத்தை அமைப்பதற்கு இதே கீதையிலிருந்து தங்களுக்கென்று சில முடிவுகளை எடுத்தனர். இந்த ஒரே நூல் மூலத்திலிருந்து பலதரப்பட்ட மனிதர்கள், இவ்வாறு பல்வேறு வகையான போதனைகளைப் பெற்றதன் காரணம் யாதெனில் முரண்பட்ட பல்வகையான கருத்துக்கள் நம்பமுடியாத அளவுக்கு இதில் விஞ்சியிருப்பதுவே. தெய்வ சம்மதம் பெற்ற இவ்வைதீக நூலைக்கொண்டே, இது போற்றும் வைதீக வழக்குகளுக்கு

விரோதமான முடிவுகளை எடுக்க முடியும். மூட நம்பிக்கைகள் மலிந்திருந்த மிகப் பழைய காலத்தில், அவற்றிற்கு எதிர்ப்பு உணர்ச்சியைத் தூண்டிக்கொண்டிருந்தாலும், அதே மூடநம்பிக்கைகளை வளர்ப்பதற்கும் இது காரணமாயிற்று. இதன் தோற்றுவாய்களே தெளிவற்று விளங்கும்போது, ஏன் இந்த நூல் அபரிமிதமான செல்வாக்கைப் பெறவேண்டும்? எல்லாப் புராணப் படைப்புகளும், கிருஷ்ணரிடமிருந்தோ வேறு ஏதோ ஒரு தெய்வத்தின் நாவிலிருந்தோ பிறந்ததாகக் கொள்ளப்படுகின்றன. அப்படியிருந்தாலும் **கீதைக்கு** சமமாக வேறு எந்த நூலும் அதே அளவு வலுவாற்றலைப் பெறாதது ஏன்?

கீதையின் இம்மாபெரும் வெற்றிக்குக் காரணம், அது போற்றி வந்த புதிய **பக்திக்** கோட்பாடே. ஒரு கடவுளின் கடந்தகால வாழ்க்கை கேள்விக்குரியதாக இருந்தாலும் அக்கடவுளின் மீது பீறிட்டெழும் **'பக்தி'**க்கு அது இடையூறாக நிற்க அனுமதிக்கப்படவில்லை. இது நிலப்பிரபுத்துவக் கருத்துக் கோவைக்கு மிகவும் ஏற்றவாறு பொருந்தியது. இதே **பக்தி**, பண்ணையாட்களையும் உழையர்களையும் நிலப்பிரபுக்களோடு பலமாகக் கட்டிப் பிணைத்ததைப் போலவே, ஒரு ஜமீன்தார் குறுநில அரசருக்கும் அக்குறுநில மன்னன் ஒரு மன்னருக்கும் பக்தியால் கட்டுண்டனர். இந்தப் பிரபுக்களும், அவர்களின் அடிமைகளும் செலுத்தி வந்த பக்தி மன்னருடைய திருப்திக்குப் போதாமலோ, குறையுடையதாகவோ இருந்தாலும்கூட, இந்தப் **'பக்தி'**யே நிலப்பிரபுத்துவ சமுதாயத்திற்குரிய அடிப்படைக் கொள்கை பலமாக விளங்கி வந்தது. இந்த அடிப்படை **'பக்தி'**தான் பல பூர்வகாலத்துப் பழக்கவழக்கங்களுக்கு வலிமையூட்டியது. அத்தருணத்தில் அவற்றை காட்டுமிராண்டித்தனமானவையென்று கருதவும் முடியவில்லை. குணப்படுத்த முடியாத ஒருவகை வியாதியால் ஹர்ஷரின் தந்தை அவதியுற்றபோது, ஏதோ சில கெட்ட தேவதைகளின் கோபமே பிணியின் காரணம் என்று எண்ணிய அரசவைப் பிரபுக்கள் அத்தேவதைகளின் கோபத்தைத் தணிக்க ஊர் முன்னிலையில் தங்களுடைய கை, கால்களை வெட்டிப் போட்டனர். கங்கர், பல்லவர் போன்ற தென்னாட்டு மன்னர்களின் அவைப் பிரபுக்கள் மன்னரின் நல்வாழ்வுக்காக ஏதாவது ஆண் தெய்வம் அல்லது தேவதைகளின் பலிபீடத்தில் தங்களுடைய தலையைக் காவு கொடுத்தனர். இதை எட்டாம் நூற்றாண்டிலிருந்த எண்ணற்ற கல்வெட்டுக்களும், சிற்பங்களும் சான்று கூறுகின்றன. எஜமானர்

இறந்த அக்கணமே தானும் மடிந்துபோக வேண்டுமென்று பல அடிமைகள் (Vassals) சபதம் எடுத்துக்கொண்டனர். சுடுகாட்டில் அரச குடும்பத்தினரின் பிணம் எரிந்துகொண்டிருக்கும்போது, அப்பிணத் தீயில் உண்மையிலேயே குதித்து உயிர் நீத்த அடிமைகளைப் பற்றி மார்கோபோலோவும் குறிப்பிட்டிருக்கின்றார். இந்தப் பரிதாபத்தைச் **சதீ** வழக்கத் தொடர்ச்சியாகக் கொள்ளமுடியாது. **சதீ**, ஆறாம் நூற்றாண்டிலிருந்தே கடைப்பிடிக்கப்பட்டு வந்ததற்கான இடைவிடாத சான்றுக் குறிப்புகள் உள. மேலும், கிரேக்க நாட்டுக் குறிப்புகளின் மூலம் இதை வரலாற்றுக்கு முற்பட்ட காலம்வரை பின்னோக்கிப் பார்க்கலாம். அத்தகைய பழைமைச் சான்றுகள் நிலப்பிரபுக்களின் தியாகங்களுக்கு இல்லை. நிலப்பிரபுத்துவத்தின் இறுதிக் கட்டம் துவங்கியபோது சங்கரர் தோன்றினார்; **கீதை** மேல்நிலைக்கு உயர்த்தப்பட்டது. '**கீதை**'யின் முரணியல்புகள் முழுக்கவும் 'இந்திய குணத்திற்கு'ப் பொருத்தமானவை. ஆனால் இந்த இந்திய குணம் நிலப்பிரபுத்துவத் தொடக்கத்தில் நன்கறியப்பட்ட விதத்தில் அமையப்பெறவில்லை. அர்ஜுனனுடைய காண்டீபத்தைத் துப்பாக்கி ரவைகள் தூளாக்கியபோதும் பிற்கால நிலப்பிரபுத்துவம் நலிந்தபோதும் வங்கிகளும், பங்குகளும், ரயில் சாலைகளும், நீராவிக் கப்பல்களும், மின்சாரமும், ஆலைகளும் தொழிற்சாலைகளும் கொண்டு உருவாக்கப்பட்ட புதிய உலகத்தின் தேசபக்தித் தேவைகளை எதிர்நோக்க, இந்தியாவின் அறிஞர் குலம் இன்னமும் துடிப்புடன் '**கீதை**'ப் புத்தகத்தைப் புரட்டுகின்றது. நெருங்கி வரும் புத்துலகப் பிரச்சினைகளைத் தீர்வுகாண இந்தியா முயலுகையில் இப்புத்தகத்தின் கௌரவம் மங்கிவிடுகிறது. **கீதை** பெரும்பாலும் படிக்கப்படாமல் போற்றப்படுவதைப் போலவே இதைப் பாராயணம் செய்யும் வேகத்தைக் காட்டிலும் புரிந்துகொள்ளும் வேகம் மிக மிகக் குறைவானது. திடமான பொருள் முதல்வாத உண்மையை அடிப்படையாகக்கொண்டு எழுந்த தெளிவான சிந்தனைகள் கீதையின் முரண்பட்ட கருத்துக்களைத் தவிடுபொடியாக்கின. பிறகும் இதன் சொல் நய ஆற்றல், தனி அழகுணர்ச்சி ஆகியவை படிப்போர்க்கு இலக்கிய இன்பம் அளிக்கவல்லவை.

இறுதியாகக் கூறப்பட்ட இக்கருத்துரை இந்தியப் பண்பாடு மொத்தத்திற்கும் ஒரு கல்லறை வாசகமாக உதவக்கூடும்.

இணைவுக் குறிப்பு

அலிகார் இஸ்லாமியப் பல்கலைக்கழகத்தின் வரலாற்றுத் துறை, இன்னமும் வெளியிடாத, சமீபகால, ஆராய்ச்சிகள், இந்தியாவின் இரும்பு யுகத் தோற்றம், கங்கைச் சமவெளியில் ஆரியர்களின் பெருக்கம் ஆகிய இரு விஷயங்களைப் பற்றி விளக்குவதற்குத் துணைபுரிகின்றன. பேராசிரியர் நூருல்ஹசன், ஆர்.சி. கௌளர் ஆகியோரின் மேற்பார்வையின் கீழ் நடந்த அத்ரஞ்சிக்கெரா (உத்திர பிரதேசம்) அகழ்வாராய்ச்சிகள் புலப்படுத்திய, தெளிவான மட்பாண்டத் தொடர் வரிசை அஸ்தினாபுரத்தில் பி.பி. லால் அவர்களின் ஆராய்ச்சியுடன் பொருந்திச் செல்கிறது. அலிகாரில் என்னிடம் கூறப்பட்ட விளக்கங்களை நான் தவறாகப் புரிந்துகொள்ளாதவரை, பூச்சுடைய சாம்பல் நிற மட்பாண்டங்களின் மண் அடுக்கு கி.மு. 1000 அல்லது அதற்கு முற்பட்டதாக ரேடியோ கார்பன் மூலமாகக் கணக்கிடப்பட்டுள்ளது. சிறிதளவு தாமிரத்துடன் சேர்ந்து கரிய, செந்நிற மட்பாண்டங்கள் கீழடுக்கிலும் அதற்குச் சற்று முன்வரிசையாக உலோக காலத்திற்கு முற்பட்ட காவிப் பூச்சுள்ள மட்பாண்டங்களும் இருக்கின்றன. இதற்கு அடியில் உள்ள மண் அடுக்கு கலைக்கப்படாமல் இயற்கையாக உள்ளது. மோசமாகச் சுடப்பட்ட இக்காவிப் பூச்சுடைய பாண்டங்கள் இறுகிய பரவலான மண்ணடுக்கில் புதையுண்டிருந்தன; உலைக்களமோ தரையோ காணப்படவில்லை. நாம் இதற்கு ஒரு விளக்கத்தைத் தரலாம். இவைப் பருவத்திற்கேற்ப பூலிப் பெயர்ச்சி நடத்தும் மேய்ச்சல்நில முகாம்கள் என்பதே நாம் கொடுக்கக்கூடிய விளக்கம். கரிய-செந்நிறப் பாண்டங்கள் மிகவும் நெருக்கமான பரப்பில் கிடக்கின்றன. இது நன்கு நிலைபெற்ற குடியேற்றப் பிரிவை எடுத்துக்காட்டுவதுடன், இம்மக்களின் வரவால் முன்பு நிலவிய பாண்டங்கள் தடையுற்றது. பெரிய அளவுக்கு இறுகிப்போன இடையீட்டு மண் அடுக்குச் சான்றுகள், ஏதுமின்றி திடீரென்று நின்றுபோனதனால் புலனாகிறது. இரண்டாவது மண் அடுக்குச் சான்றுக்குரிய மக்கள், வடக்கு ராஜஸ்தானில் உள்ள அதே வகைச் சான்றுக்குரிய மக்களுடன் இன ஒற்றுமையுடையவர்களாக இருக்கக்கூடும். ஆனால், ஆரியர்கள் தாங்கள் சென்ற இடங்களிலெல்லாம், அம்மக்களின் மட்பாண்ட தொழில் முறையைக் கைப்பற்றிக்கொண்டனர். பூச்சுடைய சாம்பல் நிற மட்பாண்டங்களைப் பூருப் பாண்டங்கள் என்றே அழைக்க

வேண்டும். இவற்றுடன் சேர்ந்து கிட்டியுள்ள இரும்பு ஆழ்ந்த கவனத்திற்குரியது. ஏராளமான அளவில் கண்டுபிடிக்கப்பட்டுள்ள இந்த உலோகம், திட்டமிட்ட முறையில் காடுகள் திருத்தப்பட்டு உண்மையான வேளாண்மைத் தொழில் வளர்ந்ததை எடுத்துக்காட்டுகின்றது. மேலும், அதிகமான உலோகங்கள், பூச்சுடைய பானைகளை வழக்கற்றதாக்கி அவ்விடத்தில் அன்றாட உபயோகங்களுக்குரிய சாதாரண சாம்பல் நிறப் பானைகள் வழக்கிற்கு வந்தன. இக்கட்டத்திலிருந்து வரலாற்றினுள் ஏற்பட்ட முன்னேற்றம் விரைவாக இருந்தது. ஆனால், அதைப்பற்றித் திட்டவட்டமான முடிவுகளை எடுப்பதற்கு முன்னர் விரிந்த அளவில் தொல்பொருள் ஆராய்ச்சிகளும், விவரமான ஆய்வு வெளியீடுகளும் வேண்டும். அலிகார் ஆய்வுக் குழுவின் அகழ்வாராய்ச்சிகள், மேற்கு உத்திரப்பிரதேசத்தில் (எட்டாவ் மாவட்டம்) இதே போன்ற கட்டமைப்புள்ள பல்வேறு அகழ்வுச் சான்றுகளைப் புலனாக்கியுள்ளது; ஆகவே, தற்போது நாம் எடுத்துள்ள முடிவுகள் யாவும் ஒரே இடத்தை ஆதாரமாகக் கொண்டவை அல்ல.

பொருட்குறிப்பு

(இது நிறைவானதல்ல; ஆனால் இதில் விவரித்துள்ள விளக்கங்கள் ஒரு சொல்லகராதியாகவும், வேறு படைப்புகளின் ஆதாரக் குறிப்புகளை எளிதில் புரிந்துகொள்வதற்கும் உதவலாம்.)

ஆக்கேட், 99, 113

அக்கில்லீஸ், (ஹோமர் படைத்த கதாநாயகர்களில் ஒருவர்) இவனுடைய மரணம் நிகழ்ந்த முறையும் கிருஷ்ணனுடைய முடிவும் ஒரேமாதிரியாக உள்ளது, 256

ஆக்கேயமெனித், (ஹக்கா மனிஸ்யா) ஒரு ஈரானியக் குலத்திற்கு கிரேக்கர்கள் வைத்தபெயர்; ஒரு அரச வம்சப் பெயரும்கூட, 193, 271, 336, 345 இந்த நதி தீரம்வரை வென்றவர்கள். 247.

அக்ரஹாரம், ஒரு ஸ்திரமான குடியேற்றத்திற்காக வரிவிலக்கு அளிக்கப்பட்ட நிலம். 378.

அக்னி, ஆரியர்களின் தீக்கடவுள், 138, 140; காடுகளைத் தீயிட்டுக் கொளுத்தித் திருத்துவதே அக்னிதேவனுக்கு அளிக்கப்பட்ட யாகபலியாக இருந்தது, 166.

அகத்தியர், (ஒரு இனத் தோற்றத்தைக் குறிக்கும் பட்டம்) பிராமண-கோத்திர மூலவர், குடுவையில் பிறந்தவர், 149; முதலில் தக்காணத்திற்குள் நுழைந்து வேதியர்களைக் குடியேற்றிய கோத்திர மூலவர்கள், 146.

அகத்தோக்ளீஸ், இந்தோ-கிரேக்க மன்னர், பௌத்தமதச் சின்னங்கள் தாங்கிய நாணயங்களை வெளியிட்டார், 374.

அகழ்வு ஆராய்ச்சிகள், தொல்பொருள் ஆராய்ச்சியின்கீழ் பார்க்க.)

அகிம்சை, கொல்லாமை, தற்போது வன்முறையற்ற தன்மை என்று வழங்கப்படுகிறது, 59, 187, 294, 348, 352.

அங்குலி மாலா, பாவத்திற்கு வருந்திய கொள்ளைக்காரன், 198.

அசுவகோசர், பௌத்தர். தொடக்க காலத்திற்குரிய நாடக ஆசிரியராகவும், கவிஞராகவும் அறியப்பட்டிருக்கிறார், 413.

அசுவத்தாமர், மகாபாரதத்தின் சிறிய கதாபாத்திரம், இறவாத் தன்மையுள்ள அவரை நாகர், நாகா மன்னர்களின் மூதாதையராக எண்ணப்படுகிறார், 356.

அசுவபதி கைகேயர், உபநிடதங்களில் கூறப்பட்டுள்ள ஒரு க்ஷத்திரியத் தத்துவஞானி, 182.

அசுவமேதம், வேதிய காலத்து குதிரை யாகபலி (யாகபலியில் பார்க்க), 352; இதன் மீட்டுயிர்ப்பு, 157, 181, 374.

அசோகர், (அசோகா- 'துயரமற்ற') மௌரியப் பேரரசர்களில் உயர்ந்து நின்றவர், 331-341, 176, 278, 350, 373, 378, 397, முதல் மனைவி வைசிய வணிகர் ஒருவரின் பெண், 295, இளவரசராக இருந்தபோது தட்சசீல ஆளுநர், 296, கலிங்க வெற்றி, 296, லும்மினியில் பலிவரிக் குறைப்பு, 313, 314, 315, அர்த்தசாத்திர நிர்வாக முறைக்கு முற்றுப்புள்ளி, 346, 347; பியாதாசி என்ற சிறப்புப் பெயர், 331; இரு அரசர்களைப் பற்றிய குழப்பங்கள், 286, 287; பௌத்தமத மாற்றம், 333-335; ஆனால் எல்லாப் புறச் சமயங்களுக்கும் அளிக்கப்பட்ட ஆதரவுகள், 335, 336 கட்டட அமைப்புக் கலைக்கும், கலைக்கும் அசோகர் அளித்து வந்த ஊக்கம், 337, வணிகச் சாலைகளின்மீது கட்டப்பட்ட மருத்துவமனைகளும், பொதுப்பணித்துறைக் கட்டடங்களும், 335, 378; புதிய நிர்வாக நடவடிக்கைகள், 335; பேரரசின் மூன்று முக்கிய ஆட்சிப் பிரிவுகள், 336; ஆட்சி முறையில் நிலவிய நிதி நெருக்கடியைக் காட்டும் சான்று, 346; வணிகர்களுக்குத் தேவையான முதலீடுகளைத் தரமுடியவில்லை, இப்பணியை மடாலயங்கள் நிறைவேற்றின, 378-379, வி.ப.

நாணயங்கள்-சித்திர எண் 14, பக். 333; சிற்பம் (காளைக் கன்றின் தூபித்தலைச் சிற்பம்) பு.எ. 79.

அடிமை, (அடிமை முறை), 16, 50, 118, 124, 126, 128, 145, 170, 260, 379; இந்திய அடிமை முறையின் சிறப்பியல்புகள், 37-38; இந்துப் பண்பாட்டில் (?) 99; தாசர் (சூத்திரர்) ஒரு பழங்குடி அடிமை அல்லது அடிமை வகுப்பினரில் ஒருவர், 145, 150; அடிமை உழைப்பின் திறமைக் குறைவும், பற்றாக்குறையும், 180; இறக்குமதியான வீட்டு அடிமைகள், 393; பரிசங்களாகவும், வியாபாரச் சரக்காகவும் விளங்கி வந்த அடிமைப் பெண்கள், 185, 274, 393; இந்தியாவில் நிலவிவந்த அடிமை முறையைப் பற்றி அறிந்துகொள்ள முடியாத கிரேக்கர்கள், 287; கிரேக்கர்களும் போர்-அடிமைகளும், 293; அரசுரிமை நிலங்களில் பெறப்பட்ட காவல் கைதிகளின் உழைப்பு, 315-316; சட்டத்தின் வாயிலாக உரிமைகள் பாதுகாக்கப்பட்ட அடிமைகள், கூலிகளைவிட நன்கு நடத்தப்பட்டனர், 329.

அணைக்கட்டுகள், இந்துப் பண்பாட்டின் வெள்ளப்பெருக்கு நீர்ப்பாசனத்திற்குரிய ஆரியர்களின் அணை உடைப்பு, 128; 142, 143; அணைக்கட்டுகளின் வலுவைப் பெருக்க நரபலிகள், 181; மகதர்கள் கட்டிய அணைகள், 313; கிர்னாரில், 350; இடைக்காலத்தில், 407.

அத்ரஞ்சிக்கரா, உத்திரப்பிரதேசத்தின் அகழ்வு ஆய்வுக்குரிய இடம். கி.மு. முதலாவது ஆயிரமாண்டுக் காலத்தின் இரும்பு யுகத் துவக்கத்தைக் காட்டும் இடம், 165, 431.

ஆப்யாவர்த்தன சாயமானர், ரிக்வேத காலத்தின் ஆரியத் தலைவன், ஹரப்பாவைக் கைப்பற்றியவன், 141.

அப்ஸரஸ், ஜலமோகினிகள், மயக்கும் தெய்வீக அழகிகள், 121, 208, 350, 414.

அபருத்தா, பிற்பட்ட வேதகாலத்தின் 'நாடுகடத்தப்பட்டவர்' 159; அர்த்தசாத்திர காலத்தில், 'உரிமை மறுக்கப்பட்டு' சந்தேகத்தின்கீழ் சிறை வைக்கப்பட்ட இளவரசர்களைக் குறித்தது, 306.

அம்பி, தாய்தெய்வம், புஷ்கராவதியின் காவல்தெய்வம், 288; வி.ப. (நாணயம்) பு.எ. 57.

அம்பு, 74, 115, 256, 290.

அம்மி, இன்றைய உபயோகமும், அதன் மதச் சடங்கும் 82-83; வி.ப. பு.எ. 41.

அமராவதி, கோதாவரி நதி உற்பத்தியாகும் இடத்தின் அருகாமையில் உள்ள முக்கிய வியாபாரத் தலம்; பௌத்த கலையின் ஒரு முக்கிய மையம், 371; விளக்கப்படச் சிற்பங்கள், பு.எ. 85, 94, 95.

அமேசான், (தென் அமெரிக்க நதி) அப்பகுதியில் நகரப் பண்பாடுகளின் தொடக்கம் தோன்றக்கூடியதாக இல்லை, 104.

அமைச்சர், மன்னரின் ஆலோசகர், 278, 304, 312; உயர்ந்த சம்பளம் பெற்றவர், 276; பரத்தைத் தொழில், சூதாட்டம், மதுக்கடை நிர்வாகத்துக்குரிய சிறப்பு அமைச்சர்கள், 330-331.

அர்த்த சாத்திரம், கௌடில்யரின் (சாணக்கியர், விஷ்ணுகுப்தர், கௌடில்யர்) ஆட்சிக்கலை பற்றிய சம்ஸ்கிருத நூல், 299-326, 41, 263, 361, 398, 401, 402, 412; அசோகரால் கைவிடப்பட்ட அர்த்தசாத்திர வழிமுறைகள், 330-346; நடைமுறைக்குச் சிறந்த தத்துவங்கள், 299; சில குறிப்பான நோக்கங்கள், 300; மூலநூலின் முக்கியப் பகுதிகளின் இழப்பு, 301; மக்களுக்கும், அரசுக்கும் உரிய வேறுபட்ட ஒழுக்க அளவுகோல்கள், 302; பிற்காலத்தில் இது புறக்கணிக்கப்பட்டதற்கான காரணங்கள், 303; ஒரு தொழிற்சாலையின் உற்பத்திக் கையேடாக, 321; இந்த அரசியல்முறை அழிவுற்றதன் பொருளியற்

காரணங்கள், 345-346; காமசூத்திர நூலின் முன்மாதிரி, 394; பஞ்சதந்திரத்தின் முன்னோடி, 204.

அர்ரியன், கிரேக்க வரலாற்று ஆசிரியர், அலெக்சாந்தரின் வாழ்க்கை வரலாற்றை எழுதியவர், 287, 364.

அரக்கர்கள், ஆரியருக்கு முற்பட்ட காலத்திற்குரியவர்கள், இந்திரனால் கொல்லப்பட்டோர், 142; யக்ஷர், 197; ரிக்வேத காலத்தில் ஒரு அரக்கனாகவே எண்ணப்பட்டு வந்த கிருஷ்ணர், 206.

அரசவைக் கணிகை, (வேசித் தொழிலில் பார்க்க) நாடகங்களில் பண்புள்ள குணசித்திரக் கதாநாயகியாகச் சித்திரிக்கப்பட்டனர், 417.

அரச கட்டளைத் தகவல், அசோகரின் ஆணைகள், 331-333 வரிசைத்தொடரில்.

அரசன், பழங்குடித் தலைவர்களிடமிருந்து தோன்றிய மன்னர்கள், 77, 94, 158, 356; இந்தியாவில் புரோட்சித்துக் கொள்ளும் (தெளித்தல்) வழக்கு இருந்ததே தவிர பூசிக்கொள்ளும் வழக்கம் அல்ல, 121; மெசப்பட்டோமியாவின் தெய்வீக மன்னர், 125; இந்து நகரங்களில் அரசர்களின் இன்மை (,?), 125; யக்ஞ நிகழ்ச்சியில், 157, 352; சர்வாதிகார முடியரசு, 176, 178, 180, 264, 279; ஒரு சர்வாதிகார முடியரசின் தேவை, 180, 262; விவசாயத் தொழிலுக்கு ஊறுகள் விளைவித்த யசுர்வேத மன்னர்கள், 181; பௌத்தமத அரசருக்குரிய இலக்கணங்கள், 203, 370, 377, அரசர்களும் இலச்சுகள் பொறிக்கப்பட்ட நாணயங்களும், 272 அர்த்தசாத்திர மன்னர்களின் தினசரி அலுவல்கள், 304; அசோகர் காலத்தில் அவருக்கு நிகராக இந்தியாவில் தனி உரிமையுடன்கூடிய வேறொரு மன்னரின் இன்மை, 345; தங்களுடைய சிறப்புரிமைகளை நிலைநாட்டாது விட்ட வெற்றியாளர்கள், 319; சட்ட ஒழுங்கை நிலைநாட்டத்

தேவையான வல்லாளர்கள், 355; நால்வகை சாதி வர்க்கப் பிரிவுகளை ஆதரித்த மன்னர்கள், 355; மன்னர்கள் அளித்து வந்த ஊதாரித்தனமான மானியங்கள், 366-367.

அரசியல் பொருளாதாரம், அர்த்தசாத்திரத்தில் பார்க்க. பௌத்த மதம் கருதி வந்த இலட்சிய நோக்குள்ள அரசியல் சிந்தனைகள், 203.

அரசு, (அரசுமுறை) இக்கால உற்பத்தியின் அரசாங்கக் கட்டுப்பாடு, 5; இந்து நகரங்கள் அறிவுறுத்திய அரசாங்க அமைப்பு, 100; திபேத்தில் மடாலயங்களின் ஆதிக்கம், 174; ஒரு அரசின் அவசியம், 179; நிலத்தைத் திருத்துவதிலும், குடியேற்றம் செய்வதிலும் மகத அரசுகள் நிர்வகித்த பணிகள், 314-315; நிலப்பிரபுத்துவ உடமையாளர்களின் அரசு, 321; மகத அரசு, 321-331; முக்கியச் சரக்கு உற்பத்தியாளராக இருந்த அரசு, 326; அசோகர் ஆட்சியின் கீழிருந்த அரசு, 331-336.

அராபியர், 130, 276; இந்திய மருத்துவத்தையும் குறிக்கணக்கையும் சுவீகரித்துக்கொண்டவர்கள், 363; இந்தியாவில் நடத்திய முதற்படையெடுப்புகள், 399.

அரிசி, (நெற்பயிர்) 59, 88, 153; நாற்றாங்கால் கட்டுவதில் எஞ்சியுள்ள பூர்வகுடி வழக்கங்கள், 80; சிறப்பு மகாசால வகை அரிசி, 366; வி.ப. நெல் சாகுபடி சித்திர எண் 2, பக். 30.

அரிஸ்டாட்டில், கிரேக்க நாட்டுத் தத்துவ ஞானி, அலெக்சாந்தரின் ஆசிரியர், 296; அவருடைய 'அரசியல்' நூல், 299; இந்தியாவில் அதற்குச் சரிநிகரானது இல்லை, 312, 361, 362.

அரூண்-அல்-ரஷீத், பாக்தாத் மன்னர், 175.

அல்ஜீப்ரா, சிறப்பிற்குரிய இந்தியக் கணித இயல் அமைதி, (குறிக்கணக்கு) 389.

அலகாபாத், (கங்கையும் யமுனையும் சங்கமிக்கும் இடத்தில் அமைந்துள்ள நகர்), 397.

அலா-வுத்-தின்-கில்ஜி, தில்லி சுல்தான், தக்காணத்தின்மீது படையெடுத்தான், 360, 400.

அலார காளாமா, புத்தருக்கு முன்னோடி, 177.

அலிகார், சமீப வரலாற்று ஆராய்ச்சிகள், 431, 432.

அலினா, (தேனீ) ரிக்வேதப் பழங்குடி, 146.

அலெக்ஸாந்தர், (மாசிடோனியாவின் மாவேந்தர்), 286-292, 11, 132, 148, 152, 154, 283, 373; இந்திய மரபுகளில் அப்படையெடுப்பின் நினைவே இல்லாத தன்மை, 292; கிரேக்கர்களின் திருமணச் சட்டங்களை மீறியவர், 294; அரிஸ்டாட்டிலின் அறிவுரைகளைச் செயலாக்காதவர், 294, பு.எ. 55 (வீரப் பதக்கம்).

அலெக்சாண்டிரியா, (எகிப்திய வணிகத் துறைமுகம்) 250; மினாந்தரின் பிறந்த ஊர், 251.

அவதான கல்பலதா, புத்தருடைய வாழ்க்கைச் சம்பவங்களைப் பற்றி க்ஷூமேந்திரரால் இயற்றப்பட்ட சம்ஸ்கிருதப் பாடல்கள், 279.

அவந்தி, கி.மு. 6-ம் நூற்றாண்டிலிருந்த பதினாறு 'பெரிய ஜனபாதங்களில்' ஒன்று, உஜ்ஜயினியைத் தலைநகரமாகக் கொண்ட இராஜ்ஜியம், 284.

அவுரங்காபாத், 200.

அனக்கோரஸிஸ், (மொத்தமாக விவசாயிகள் சேர்ந்துகொண்டு நிலத்தைவிட்டு ஓடுதலைக் குறிக்கும் கிரேக்கச் சொல் வழக்கு),-மராத்தியில் காம்வாயீ, 95.

அறிவு ஜீவிகள், இக்காலத்து, 9.

அனந்தா, மருத்துவத் துறையில் என்னவென்று இனம் கண்டுபிடிக்க முடியாத ஒரு மூலிகை, 363.

அனாதபிண்டிகா, (அனாதைகளுக்கு உண்டி அளிப்பவன்) கி.மு. ஆறாம் நூற்றாண்டுக் கோசல நாட்டின் செல்வச் சிறப்புள்ள பெரு நிதியாளர்களைக் குறிக்கும் பட்டம்; பௌத்த சங்கத்திற்காக ஜேட்ட இளவரசரிடமிருந்து ஒரு நந்தவனத்தை விலைபேசியவர், 198. வி.ப. பு.எ. 81.

அனாடு, (வண்டி மாடு) அதை வெட்டுவதோ அல்லது புசிப்பதோ கூடாது, 182.

அனு-கீதா, மகாபாரத பகவத்கீதையின் சுவை நயமற்ற தொடர்ச்சி, 427.

அனுமார், (குரங்கு முகக் கடவுள், விவசாயிகள் மத்தியில் பிரபலமாக விளங்கிய இக்கடவுள் பிற்காலத்தில் இராமனுக்கு அடியாளாயிற்று), 86, 353.

அஸ்தினாபுரம், 162, 166, 431; அ. 1. மண் அடுக்கு நாகர்களின் இருப்பிடம்?, 171.

அஸ்ஸகா, கி.மு. 6-ம் நூற்றாண்டு தக்காணத்தில் வாழ்ந்த குதிரையைக் குலச்சின்னமாகக்கொண்ட பழங்குடி, 200.

அஸ்ஸாம், 21, 73, 171, 272, 398; அங்கிருந்து வந்த வெள்ளி, 296, வேற்றுமையுள்ள பழங்குடிகளும், மொழிகளும், 350; வி.ப. பழங்குடி வாழ்வும், தொழிலும், பு.எ. 25, 26, 27, 29.

அஸ்ஸிரியா, 13, 105, 128, 136, 140; ரிக்வேத காலத்து அசுர்களுடன் தொடர்புள்ளதாக இருக்கலாம், 150.

அஜந்தா, தன்னிகரற்று விளங்கும் அழகிய குகைச் சித்திரங்கள் அடங்கிய பௌத்த மடாலய குகைகள், 371.

அஜாத சத்ரு, மகதப் பேரரசர் (கி.மு. 5-ம் நூற்றாண்டின் துவக்கம்), 279-284, 288, 305, 308; 'காசியின்', 183, தந்தையைக் கொன்றவன், 280, 298.

அஜிதா கேசகாம்பலி,('கம்பளிச் சடையன்') கி.மு. ஆறாம் நூற்றாண்டின் பொருளியல் தத்துவ ஞானி, 186.

ஆக்ஸிடிராகாய், சூத்திரர், சூத்ரகர் ஆகிய சொற்களின் மூலச் சொல்லாக இருக்கலாம், 154.

ஆசியாமைனர், 50.

ஆட்சி எல்லைகள், உள்நாட்டிலும், வெளிநாட்டிலும், 310, 328.

ஆட்சி எல்லைப்பரப்பு, சொத்துரிமை ஏற்படுவதற்கு முற்பட்ட காலத்தின் பழங்குடி நிலவுரிமை, 55, 266.

ஆட்சிக்கலை,(அரசியல், அரசியல் பொருளாதாரம்) 186 அர்த்த சாத்திரத்தில் பார்க்க; சர்வாதிகாரம் நிரம்பிய முடியாட்சித் தேவை பற்றிய கொள்கையின் தோற்றம், 263; மகத ஆட்சிக்கலை, 269-309.

ஆட்சி நிர்வாகம்,அசோகருக்கு முற்பட்ட மகதத்தில் ஒவ்வொரு ஜனபாதங்களிலும் (மாவட்டம்) நிலவிய இரட்டை ஆட்சிமுறை, 310 (அர்த்த சாத்திரத்தில் பார்க்க).

ஆட்சிப்பணித்துறை, இக்கால ப்யூராக்ரஸி, 3, 6, 8; மௌரியர் காலத்திற்குரிய 344, 346; இரு சாதிகளாக உருப்பெற்ற, 302.

ஆடிபஸ், 208.

ஆண்டியோக்கஸ்-1, நாணயம், வி.ப. பு.எ. 59.

ஆத்தவீகர்,குடியேற்றமான இரு ஜனபாதங்களுக்கிடையே காடுகளில் வாழ்ந்து வந்த காட்டுமிராண்டிக் கூட்டம், 309, 319; அசோகர் அவர்களிடம் தூதுச் செய்தியாளர்களை அனுப்புவித்தான், 343, 398; இறுதியில் சமுத்திர குப்தரால் ஒடுக்கப்பட்டனர், 398.

ஆத்மா, 186.

ஆந்திரா (மாநிலம்), 63, 82; இரும்புக் கனிப்பொருள்களின் பாக்கட்டுக்களைக் கொண்டது, 344.

ஆநிரை, (கால்நடையில் காண்க).

ஆப்கானிஸ்தானம், 58, 61, 140, 175, 271, 297, 399.

ஆபிரர், இந்துப் பிரதேசத்துப் பழங்குடி, தொடக்கத்தில் கால்நடை வளர்ப்பைத் தொழிலாகக்கொண்டிருந்தனர் 153, 207; பெண்ணைக் கடத்திச்சென்று மணம் புரிந்துகொள்ளும் இனத்தார், 260.

ஆம்பீ, ஆட்சிக்கலைத் தத்துவங்களை உருவாக்கிய க்ஷத்திரியச் சீடர் குழாம், 217; தட்சசீலத்தை ஆண்ட கடைசிச் சுதந்திர மன்னர், 289.

ஆயுர்வேதம், தொன்மையான இந்திய மருத்துவ முறை, 363.

ஆரியர், 127-173; இங்குமங்குமாக ஏட்டுரைகளில், 72, 98, 180, 193, 206, 259, 279, 302; ஒரு இனவாயிலான மக்களல்லர், 130; பொதுவான இன ஒற்றுமைகளைக் கொண்ட மக்களுமல்லர், 131, 132; ஆரிய மொழிகளில் அடங்கிய முக்கியமான பொதுத் தன்மைகள், 129-134; இந்தோ-ஆரியர், 146; இந்துப் பகுதிகளில் கி.மு. 4-ம் நூற்றாண்டுவரை அப்பெயரைத் தாங்கிநின்ற மக்கள், 130; 'ஆரிய நாடாகத் திகழ்ந்த ஈரான்', 132; தொடக்கக்காலத்திய ஐரோப்பியத் தாய்நாடு? 132. இந்தோ-ஈரானியப் பிரிவு, 135-136, 146; ஆரிய வாழ்க்கை முறை, 135, 136, 137, 145; இரண்டாவது ஆயிரமாண்டுக் காலத்தில் பூர்வீக மேய்ச்சல்குடி சமூகத்தினரிடையே நிலவிவந்த முட்டுக்கட்டைகளை உடைத்தவர்கள், 136; தங்களுக்குள்ளாகவே போரிட்டுக்கொண்டவர்கள், 147, 259; தங்களுக்கு முற்பட்ட பூர்வகுடிகளுடன் இனக்கலப்பை ஏற்படுத்திக்கொண்டவர்கள், 149, 256; தனி முயற்சியும், துணிவும் நிரம்பியவர்கள், 162-163; மூலமுதல் ஆரியர்களின் அமைதியான பரவுமுறை, 165; 'சுதந்திரமான' ஆரியர்களைப் பற்றி, 129, 260.

ஆரிய வர்த்த, ஆரியர்களின் 'தாய்நாடாக' கொள்ளப்பட்ட கி.பி. 4-ம் நூற்றாண்டு மத்திய கங்கைச் சமவெளிப் பகுதி, 398.

ஆல்பிரூணி (அபுல் ரைகான்) அரேபியப் புவி இயல் அறிஞர், வானநூல் வல்லுநர், எழுத்தாளர், கிதாப்-உல் ஹிந்த் என்ற நூலாசிரியர், ஏறத்தாழ கி.பி. 1030, 15, 400.

ஆலந்தி, ஞானேசுவரரால் ஒரு புண்ணியத்தலமாகியது, 201.

ஆலிக்கார்க், குழு ஆட்சி, 121, 159, 194, 275, 282, 272.

ஆனந்தா, புத்தருடைய சீடரும், நேர்முகப் பணியாளரும், 196.

ஆஸ்டிரிக், இந்தியாவின் பூர்வகுடி மொழிகளையெல்லாம் ஒருங்கிணைத்துக் கருதப்பட்ட ஒரு மொழி வகுப்பு, 130.

ஆஸ்ட்ரசிஸம் (Ostrasicm), பண்டைய ஏதன்ஸில் நிலவிய, விசாரணையின்றி தண்டிக்கும் சிறப்புரிமை, 159.

ஆஸ்தீகா, மகாபாரதத்தில் வரும் ஒரு பிராமணப் புரோகிதர்; இவருடைய தாய் நாகர் இனத்தைச் சேர்ந்தவள், 169.

ஆஜீவிகர், ஆறாம் நூற்றாண்டின் சமய உட்பிரிவினர், மக்காலி கௌசாலாவினால் நிறுவப்பட்டனர், 177, 334, 348, 376, 387.

ஆஹீர், இக்காலத்தில் கால்நடைகளைப் பராமரித்துப் பிழைப்பு நடத்தும் ஆபிரர்களின் வழித்தோன்றல்கள் ஆயர்கள், 207.

இந்தி, (நவீனக் கலப்புப் பொது மொழி), 72, 76, 130.

'இந்திய பண்பு நலன்', மதப்போர்வை, 90, 207, கி.மு. 4-ம் நூற்றாண்டின் வியப்பூட்டும் முறையில் வாக்குறுதி மீறாத தன்மை, 362; சட்ட முரண்பாடுகளை ஒப்புக்கொள்வதில் பெற்றிருக்கும் சிறப்பாற்றல், 362, 427; ஒன்றுக்கொன்று நேர் எதிரிடையான சித்தாந்தங்களையும் வழிபாடுகளையும்

ஒரே நேரத்தில் போற்றும் பண்பு, 376-377; நேர்மாறாகப் பொருத்தம் குலைந்த பண்புகள், முதல் அத்தியாயத்தில் இங்குமங்குமாக, 377; இதற்கு உரமிட்டு வளர்த்த கீதைக் கருத்துக்கள், 425 தொடர் வரிசையாக.

இந்திரன், வேதியப் போர்க்கடவுள், 128, 141, 143, 147; மழைக் கடவுளாக, 142, கிருஷ்ணனின் பகைவன், 206, 256, 211; உஷாவைப் போரில் நொறுக்கிய, 151, 208; திவாஷ்டிர வதம், 151; கடவுளாக இருப்பினும் பௌத்தமதக் கோட்பாட்டின்படி வீழ்ச்சி நிலைக்கும் புவிப் பிறப்பிற்கும் உட்பட்டவன், 193; நாகர்களுடன் நட்புப் பூண்ட, 255; கிரீஸ் நாட்டுடையனை பெஸ் தெய்வத்துடன் சமமாகக் கருதப்பட்ட, 256; விவசாயிகளுக்கு ஒத்துவராத இந்திர வழிபாடு, 257; புத்தருக்கு முன் தகுதிநிலை தாழ்ந்த, 371.

இந்தோ-ஆரியர், 130 தொடர் வரிசையில்.

இந்தோ-சீனா, 12, 96, 356.

இந்தோனேஷியா, 12, 276.

இமாலயம், இமயமலை, 2, 107, 113, 132, 152, 164; அங்கிருந்து தருவிக்கப்பட்ட மரங்கள், 113, 292.

'இயற்கை மனிதன்' கற்பனாவாதிகளின் கருத்து, 51.

இயற்கை மூலக்கூறுகள், (தத்துவ இயலின்) 186.

ஹிரண்ய-கர்ப்பம், 'தங்கக் கலசக் கருப்பை' ஒரு சாதி சமூகத்திற்குள் புதிய ஜன்மம் பெறவேண்டியதற்கான மதச் சடங்கின் உருவகம், 355.

இராகுலன், கௌதம புத்தரின் மைந்தன், 196.

இராமர், (காவியத்தின் நாயகன், தெய்வம், விஷ்ணுவின் அவதாரம்) 34, 267, 353; இராமாயணம், இராமனுடைய காவியக் கதை, 353, 356; பவபூதி எழுதிய 'இராமனின் பிற்காலக் கதை' 416.

இராஜ்ஜியம், (அரசு, அரசு முறையில் பார்க்க).

இராஜ சேகரர், கி.பி. 9-ம் நூற்றாண்டு சம்ஸ்கிருதக் கவி, 169, 412, 416.

இருப்புப் பாதை, 4, 37, 431, இருப்புப் பாதைகளுக்குத் தேவையான ஜல்லிகளுக்காக இந்துவின் புராதனக் காலச் செங்கல் துண்டுகள் திருடிச் செல்லப்பட்டன.

இரும்பு யுகம், 41, 51, 63, 68, 73, 75, 89, 154, 172, 206, 257, 268, 393; ஒரு மலிவான உலோகமாக விளங்கி விவசாயத்துக்கு அத்தியாவசியமாக இருந்த, 49, 161; இரும்புக் கனிப்பொருள் கிட்டும் இடங்கள், 161-164, 206; தொன்மையில் ஹிட்டைட்டியினரின் ஏகபோகமாக விளங்கிய இரும்பு, 49, 138; பஞ்சாபில் தயார் நிலையில் இல்லாத கனிப்பொருள், 152; 'வடக்கின் உட்சறுக்கு நில அடுக்கு', 165, கி.மு. ஆறாம் நூற்றாண்டு தக்காணத்தில், 200 203, கி.மு. 4-ம் நூற்றாண்டில், 294, தெற்கில் புதியதாக தேட்டமிடப்பட்ட தாதுக்கனிப் படிவங்கள், 343.

இலக்கியம், (சம்ஸ்கிருதத்தில் பார்க்க), நவீன இந்திய இலக்கியத்தில் அந்நியக் கருத்துக்களின் செல்வாக்குகள், 7.

இலக்குமணசேனர், வங்கத்தின் கடைசி சேனா வம்ச மன்னர், 417.

இலக்குமி, லக்ஷ்மி, பெண்தெய்வம், விஷ்ணுவின் மனைவி, 87, 354; வி.ப. மூல முன்மாதிரியாக இருந்த மாயா, பு.எ. 84.

இலங்கை, 12, 174, 196, 336, 370, 416.

இலச்சினைக் குறியிட்ட நாணயங்கள், 270-273, 276, 279, 288, 309, 312, 324-328, 332; ஒரு அரசவம்சம் மாறியதைப் புலப்படுத்தும் இலச்சினை மாற்றங்கள், 305; படிப்படியான நாணய தரக்குறைப்பு, 345; வி.ப. சித் 9, 10, 11, 12, 13, 14; பக். 276, 279, 309, 312, 332, 333.

இலத்தீன், 130.

இலத்தீன்-அமெரிக்கா, சர்வாதிகாரி-குடியரசுத் தலைவர்கள்- 276.

இலியத், 167.

இளவரசர், (வாரிசுப் பட்டம் ஏற்ற) இளவரசர்களுக்கு எதிரான எச்சரிக்கைகள், சோதனைகள், 305-306.

இனம், 1, 57, 74, 131, 146.

இஸ்லாம், (முஸ்லீம்) 15, 42, 60, 173, 175, 188, 359, 372, 386, 403, 417, 423; பௌத்த மத அமைப்புகளை யெல்லாம் முடிவில் தகர்த்து எறிந்த, 373, 375; மிக அமைதியான முறையில் விழுங்கப்பட்ட காஷ்மீர், 386; ராணுவ வெற்றி, 399-400; கோவா, சஞ்சான் ஆகிய இடங்களில் துறைமுக நிர்வாகிகளாகப் பணியாற்றிய முஸ்லீம் அதிகாரிகள், 399.

இஷ்டார், 122; வி.ப. (முத்திரையில்), பு.எ. 53.

இஷாக்கு, 125.

இக்ஷ்வாகு, (இக்ஷு கரும்பு அல்லது சுரைக்காயைக் குறிக்கும் குலச்சின்னம்) ஒரு ஆரிய அரசகுலம், பழங்குடிகள் ஆகியோரின் அரசகுல மூதாதையர்கள், தெய்வீகக் கதை வாயிலானது, 269, 278, 396.

ஈயம், 153, 261; தக்காணத்தில் அச்சிடப்பட்ட நாணயங்களும், தொழிலும், 345, 393.

ஈராக், (மெசப்பட்டோமியாவில் பார்க்க)

ஈரான், (பாரசீகம்) 'ஆரியநிலம்' என்ற பொருளைத் தரும் மூலச்சொல், 132, 61, 105, 116, 128, 271, 289, 293, 294; அதில் ஆரியர்கள், 131-140; முறியாத தொடர்பு, 164, 376.

'உட்சறுக்கீடு நில அடுக்கு', அகழ்வுகளின்போது தோன்றும் கலவைப் பாறையின் இடையீட்டு அடுக்கு. தீபகற்பப் பகுதியில் வடக்குப் பிரதேசத்தில் இரும்புயுகம்

அறிமுகமானதை எடுத்துக்காட்டவல்ல சான்றாக, 165, 201.

உடல் அடக்கம், 76, 141.

உணவு உற்பத்தி, (விவசாயம்-வரிசையிலும் பார்க்க) 128, 3; வரலாற்றுக்கு முற்பட்ட காலத்திற்குரிய, 50; உணவு சேகரிப்புடன் ஒருங்கே உடன் நிகழ்ந்த உணவு உற்பத்தியும், 59; தொடக்கத்தில் உணவு சேகரித்து வாழ்ந்தோர் இதனால் காட்டிற்குள் துரத்தி அனுப்பப்படவில்லை, 73; பழங்குடிக்குரிய, 78; முதலில் உணவு உற்பத்தியாளர்களாக விளங்கிய பெண்கள், 81; சாதி நிலைகளின்மீது இதன் விளைவுகள், 83; உணவு உற்பத்தியால் வேகமாகப் பெருகிய ஜனப்பெருக்கம், 82, 118; கி.மு. 6-ம் நூற்றாண்டில் தக்காணத்தில் இதன் துவக்க காலம், 200-203; அசோகருக்கு முன்பாகவே முற்றுப்பெற்ற முக்கிய நிலைமாற்றம், 340; குப்தர்களின் புதிய முறைகள், 407; வி.ப. (விவசாயத்தில் பார்க்க.)

உணவு சேகரிப்பு, 1, 2, 23, 25, 32, 50, 51, 62, 70, 73, 102, 170, 200, 357; பிச்சையெடுத்தல், திருடுதல், ஆக நிலைமாறிய, 23, உணவை பத்திரப்படுத்தி வைக்கும் தொழிலில் இதன் அங்கம், 52, 63, 66; இந்தியாவில் எளிதாக இருந்த உணவு சேகரிப்பு, 59; குறிப்பாக கங்கைச் சமவெளியில், 170; வேட்டையாடுதல் ஆண்களின் தொழில், 82; திறமையற்றும் ஒழுங்கற்றும் இருந்த உணவு சேகரிப்பு, 170; உணவு சேகரிப்பு எளிதாக இருந்ததால் இயலாமற்போன அடிமை முறை, 329; வி.ப. கோலிப் பழங்குடி வில்லாளி, பு.எ. 31; ஈச்சை மரத்திலிருந்து கள் இறக்குதல், பு.எ. 33; மீன்பிடித்தல், பு.எ. 26, 27.

உணவு தானியங்கள், 59, 75, 128, 192, 273, 321; ஒரு இராஜ்ஜியமே சாகுபடி செய்யும், பொருளைச் சுத்தப்படுத்தி அரைத்தும் வந்தது, 316; தரக்குறைவான அரவை முறை உணவைச் சேகரித்து வாழ்ந்த நாட்களிலிருந்து பெறப்பட்டது,

80; இந்து நகர உணவுக் களஞ்சியங்கள், 99, 125; யசுர் வேதத்தில் விவரிக்கப்பட்டுள்ள உணவு தானியங்களின் பட்டியல், 152.

உணவு முறை, உணவு முறையிலிருந்த மதத் தடைகள், 2; உடலமைப்பிலுள்ள பிறவிக்கூறுகளையும் மாற்றுவதற்குக் காரணமாயிருந்த, 34, 70-74; குலச்சின்னங்களின் அடிப்படையில் தனித்தனித் துறைபாடுகளாக விளங்கி வந்த உணவு முறை, 53; உயிர் வதையில்லாது எளிதாக இருந்த சமநிலைத் தாவர உணவு, 59; சமநிலை உணவைக் கருதி ஏற்பட்ட பயிற் சுழற்சி விவசாயம், 80; வரலாற்றுக்கு முற்பட்ட காலத்தில் உணவு முறை மாறுதல்களினால் விளைந்த பாலுணர்வுச் செயல், 85; யசுர் வேத கால உணவு வகைகள், 152.

உத்தராபதம், 'வடக்கு வணிகவழி', 200, 259, 261, 271, 273, 281; பலம் பொருந்திய சுதந்திரமான பழங்குடி அமைப்புகளால் மறித்துக் கொள்ளப்பட்ட உத்தராபத பகுதி, 265; கி.பி. 4ஆம் நூற்றாண்டில் உத்தராபத வணிகத்தில் ஆதிக்கம் செலுத்திய மகதம், 305; கங்கைப்புறக் குடியேற்றங்களினால் சிதைவுற்ற உத்தராபதம், 313, 335; உத்தராபத நீட்சியில் மீண்டும் உய்வுற்ற நிலவழி வர்த்தகம், 391; வி.ப.

உத்தாகர், இராமனின் மைந்தன், புத்தரின் முன்னோடி, 177.

உதயணன், வத்ஸ நாட்டு மன்னர், 284; 'ஸ்வப்ன வாசவதத்தம்' நாடகத்தின் கதாநாயகன், 414.

உப்பு, ஒரு அத்தியாவசியப் பண்டமாக, 27, 404; வரலாற்றுக்கு முற்பட்ட காலத்தில், 52, 69; மிக தீவிரமான கடுந்தவசிகளும் ஏற்றுக்கொண்ட பண்டம், 185, 268, 273.

உபநிடதம், பிராமணங்களுடன் சேர்க்கப்பட்ட ஆன்மிகத் தத்துவங்கள், 182, 183, 185, 192, 201, 259, 280, 419.

உபரி, இதன் ஆற்றல், 15, 26, 50, 53; இந்து நகரங்கள் எடுத்துக்காட்டிய, 100, 111, 112, 125; சில ஆரியப்

பழங்குடிகள் உபரிகளை விற்பதற்கு மாறாக அழித்தனர், 152; பறிமுதல் செய்யக்கூடிய, 155; பங்கிட்டுக்கொண்ட, 154, 180; இதைப் பற்றி பௌத்த மதம், 203; உபரிகளும் சரக்குகளும், 273; குப்தர் காலத் தொடக்கத்தின் உபரிகள், 397.

உபாலி, நாவிதர், சாக்கியர், முதல் பௌத்த குரு, 199.

உயிரின் இடப்பெயர்ச்சி, கூடுவிட்டுக் கூடு பாய்தல், (மறு பிறவியிலும் பார்க்க) 185, 188; ஒரு குலச்சின்னத்தைக் குறிக்கும் மிருகமாக மறுபிறப்பில் தாழ்வுறல், 192; கர்மாவின் பலன், 192.

உலோகக் கனிப்பொருள், 49, 127, 152, 163, 206; கனிப்பொருளைப் பிரித்து உலோகத்தைப் பிரித்தல், 49, 161, 326; தெற்கு மாநிலங்களில் அதன் தோற்றுவாய்கள், 343; (உலோகங்கள், அரங்கத் தொழில் வரிசைகளிலும் பார்க்க) வி.ப. நிலப்படம்.

உலோகங்கள், 27, 49, 68, 74, 93, 99, 152, 158, 161, 172, 201, 206, 261, 268, 273, 296, 353, 404; யசுர்வேதப் பட்டியலில், 152; அரசுக்கட்டுப்பாடு, 260, 276, 285, 323-324; அசோகருக்குப் பிறகு மறைந்த 344; கண்கூடான உலோகத் தட்டுப்பாடு, 290; உலோகங்கள் பற்றியும், உலோகத் தொழில் பற்றியும் நன்கு அறியப்படாமல் இருந்த பஞ்சாப், 320; உலோகத் தொழில் செய்வோரின் தொழிலினக் குழுக்கள், 320; கூடுதலான அளவில் மடாலயங்களில் பயன்பட்டு வந்ததால் சீரழிந்த பொருளாதாரம், 383; வி.ப. உலோகக் கருவியின் பரப்பீடுகள் (தேசப்படம்).

உழவர், 3, 59, 75, 76, 77, 83, 88, 92, 97, 125, 320, 353, 404; கால நிலைமைகளின் எச்சங்கள், 18-35, குலக்குகள் (ருசிய நாட்டு நிலக்கிழார் வர்க்கம்), 26; உழவர்கள் செய்யக்கூடிய வேலைநிறுத்தம், 95, 403;

பழங்குடியினரல்லாத சுதந்திரமான குடியானவர்களின் தோற்றம், 178, 179; சீனாவின் உழவர் புரட்சி, 183; வேதிய, யாக பலிகளினால் கொடுங்கோன்மைக்குள்ளான விவசாயிகள், 180-181, 279; அர்த்தசாத்திர முறையின்கீழ், 313-319; போரில் ஈடுபடாத ஜியார்காய் உழவர்களாக, 318; நகரக் குடிமக்களுடன் ஒப்பிடும்போது கண்ணுறும் மௌரிய உழவர்களின் வேற்றுநிலை, 331.

உழைப்பின் வரையறுக்கப்பட்ட வழங்கல், 328.

உள் உளவாள், குற்றவாளிகளுடன் உறவாடி அவர்களைக் கண்டுபிடிக்க அமர்த்தப்படும் ஆள், மகதப் பேரரசில் செயலாற்றிய முக்கியமான ஒற்றர் குழுத் தலைவர்கள், 282, 303, 306.

உள்ளரிப்பு, தட்பவெப்பத்தால் ஏற்படும் இயற்கைக் கூறுகளின் தேய்மான அழிவு, இக்காலத்தில் ஏற்பட்டுள்ள காடுகளின் அழிவு, 21, 62, 68.

உளவு அறிதல், அர்த்தசாத்திர அரசாங்கத்தில் பெருமளவிலும், எங்கும் நிறைந்தும் காணப்பட்ட உளவாளிகள், 303; வணிகக் குழுச் சரக்குவண்டிகளில், 311; அதிகாரிகளைத் தேர்ந்தெடுக்க, 311; பல்வகை உளவாளிகள் பிரிவின் சம்பள வீதங்கள், 324; உளவாளிகளும், கொலைகளும், 346.

உற்பத்தி, உற்பத்தி சாதனங்களும், உறவுகளும், 15, 55; வரலாற்று உருவாக்கத்துடன் உள்ள உற்பத்தி உறவுகள், 17, 72-76; தொடக்ககால உற்பத்தி வளர்ச்சியைக் காட்டும் கிராமங்கள், 25; பூர்வகால எச்சங்கள், 37, 70-82, 93 (பழங்குடியில் பார்க்க); சமூக உருவாக்கத்திற்கு இதன் முக்கியப் பங்கு, 60, 155, 180, 262; சாதியின் அடிப்படையாக, 91; இந்துப் பண்பாட்டில், 102-112; அர்த்தசாத்திர இராஜ்ஜியத்தில், 320-332; உற்பத்தியும் மொழியின்

உருவாக்கமும் 350; கி.மு. 2-ம் நூற்றாண்டில் தக்காணம் எடுத்துக்காட்டிய பல்வகைச் சமூக அமைப்புகள், 381.

உஜ்ஜயினி, நகரம், 200; அவந்தியின் தலைநகரம், 284 மௌரிய ராஜப் பிரதிநிதியின் ஆளுகைக்குட்பட்ட தலைநகர், 296; சுங்கர் மற்றும் குப்த அரசின் தலைநகர், 388

உஷவா தத்தன், நாகபாணனின் மருமகனாகவும், சாகாவம்ச இராஜப் பிரதிநிதியாகவும் ஆட்சி புரிந்தவன், 390.

உஷானாஸ், ஆட்சிக்கலைச் சிந்தனையாளர், பிராமணர், 263.

உஷாஸ், வேதியக்காலப் பெண்தெய்வம், புலர் காலைப் பொழுதைக் குறிக்கும் பெயர், அநேகமாக ஆரியருக்கு முற்பட்ட தெய்வமாக இருக்கலாம், 151, 208.

ஊர்வசி, ரிக்வேத அப்சரஸ், 148; ஊர்வசியும் புரூரவாஸும், ரிக்வேத உரையாடலாகவும், வளமைப் பெருக்கச் சடங்கின் மூல வேதிய மந்திரங்களாகவும், 410; 'விக்கிரம-ஊர்வசி' நாடகம், பழைய கதைப்பொருள் மாற்றம் பெற்று ஒரு அரசவைக் காதல் காவியமாகக் காளிதாசனால் உருவாக்கப்பட்டது, 415.

எஃகு, 75; உயர்ந்த தரமிக்க இந்திய எஃகு கி.மு. 400-க்கு முன்பு ஏற்றுமதி செய்யப்பட்டது, 344.

எகிப்து, 12, 13, 16, 45, 50, 99, 100, 104, 110, 116, 123, 127, 136, 363.

எங்கிடு, சுமேரியாவின் காளை மனிதன், அதற்கு நிகராகச் சித்திரிக்கப்பட்டுள்ள இந்துப் பண்பாட்டிற்குரிய முத்திரைகள், 108, 116.

எட்டுப்படிகள், அஷ்டாங்க மார்க்கம், பௌத்தமதக் கொள்கையின் அடிப்படை சாராம்சம், 188, 193.

எட்மண்ட் பர்க், 9.

எடை, அளவுமுறைகள், எஞ்சியிருந்த சிந்து சமவெளியின் எடைமுறை, 127, 144; கார்ஷபணா-நாணய

எடைகள், 270; மகத அரசின் ஒழுங்கான கண்காணிப்பு, 327.

எருமை, 30, 107. வி.ப. பு.எ. 12.

எல்மாண்ட், (அரக்கோசிய நதி), 104, 150.

எல்லோரா, பௌத்த, சமண, இந்து குகைகள், சமய உறைவிடம் வி.ப. பாறைகளைக் குடைந்து உருவாக்கிய கயிலைநாதர் கோயில், பு.எ. 97.

எள், 59, 153.

எஸ்யீன், 175.

ஏகபாத்ரம், பழங்குடிப் பொதுப்பந்தி வழக்கு, 4-ம் நூற்றாண்டில், 307, 361.

ஏதன்ஸ், 159, 294, 299, 361.

ஏரா பத்திரர், நாகராஜர், புத்தருக்கு அஞ்சலி செலுத்தி சாபம் நீங்கப்பெற்ற தெய்வம், வி.ப. பு.எ. 82.

ஐ-த்ஸிங், கி.பி. 8-ம் நூற்றாண்டுக்குரிய, பௌத்த மதம் சார்ந்த சீன யாத்திரிகர், 379.

ஐரோப்பா, உணவு சேகரிப்புக்கு அனுகூலமற்றதாக இருந்த, 59.

ஒட்டகம், 149.

ஒப்பந்தங்கள், எழுதப்படாவிட்டாலும்கூட வாய்மொழி ஒப்பந்தங்கள் பெற்ற பெருமதிப்பு, 126, 287; மகதச் சட்டங்கள் 329.

ஒரிஸ்ஸா, கலிங்கம், அங்கு தோன்றிய பஞ்சம், 6; வி.ப. பு.எ. 22.

ஒருமைப்பாடு, ஒரு பரிமாற்ற உணர்ச்சியின் அடிப்படையில் (அத். 1, 2-ன் ஏட்டுரைப் பகுதி) 60, 76, 78, 84, 90, 97, 170, 173, 256, 353-358, 396.

ஒழுக்க வரையறை, இந்த வரம்பை மீறிச்சென்ற இராஜ்ஜியம் முரணான முறையில் நல்லொழுக்க வழிகளால் மக்களைக் கட்டுப்படுத்தியது, 285 301; அசோகர்வரை, 342, 346.

ஓரான்,	சோட்டா நாகபுரியிலுள்ள பூர்வ குடிமக்கள், 22, 32, 79, 130; வி.ப. நடனக் காட்சி, பு.எ. 23.
கக்கார்,	(வற்றிப்போன வடமேற்கு நதி) 111.
கக்ஸானா,	(காத்யாயனி) கௌதம புத்தரின் மனைவி, 195.
கங்கை,	(நதியும், நதிச் சமவெளியும்) 2, 21, 40, 93, 112, 177, 181, 184, 197, 259, 265, 281, 285, 298, 305, 335, 374, 388, 396, 398; முதலாவது ஆயிரமாண்டுக் காலம்வரை வளர்ச்சியடையாமலேயே இருந்த நிலை, 104, 160-164; இங்கு தோன்றிய பூர்வக்கால குடியேற்றங்கள், 162; இங்கு எளிதாக இருந்த உணவு சேகரிப்பு, 170; மகத இரும்பின் உதவியால் திருத்தம் பெற்ற, 269; இதன்மீது போர் தொடுப்பதற்கு ஆயத்தமான அலெக்சாந்தருக்குப் பணிய மறுத்த கிரேக்க வீரர்கள், 291; கி.மு. 3-ம் நூற்றாண்டின் வணிகவழிகளுக்கு மையமாகத் திகழ்ந்த, 314; அசோகருக்குப் பிறகு உய்வுற்ற கங்கை நதிப் பிரதேசம், 343; கங்கை நதிக் கடலில் ஐந்தாண்டுகளுக்கு ஒரு தடவை ஹர்ஷர் கூட்டிய சபை, 376.
கடம்பர்,	தென்னகத்தின் மேற்குக் கடற்கரை மன்னர் குலவமிசம், 396.
கடுந்தேர்வு,	எண்ணெய்க் கொப்பரை, 85; நிலப்பிரபுத்துவ காலத்தில் சந்தேகத்துக்குரிய வழக்குகளின் தீர்ப்புகள், 359.
கடை,	பெரும்பான்மையான கிராமங்களில் காணுதலரிது, 26.
கடோத் கஜர்,	இரண்டாவது குப்த மன்னர், 396.
கண்டக்,	(நதி) 163.
கணவாய்கள்,	(தக்காணம்) 69, 381, 384, 391; வி.ப. நிலப் படம்.
கணேசர்,	(யானை முகக் கடவுள்) பார்வதியின் மைந்தன், ஆயின் உண்மையில் சிவனுக்குப் பிறந்தவன் இல்லை, 86, 90, 353; பௌத்த சமயத்திற்குரிய மகாயான தெய்வத் தொகுதிகளில் இடம், 371.

கதாகளி,	புராணக் கதை நிகழ்ச்சிகளை அபிநயித்துக் காட்டும் கேரள நாட்டு நாட்டிய நாடகம், 411.
கதா சரித சாகரம்,	'கதைக் கடல்' 394, 420.
கப்பல்,	இந்துப் பண்பாட்டிற்குரிய, 106; 'நூறு துடுப்புகள் பொருத்தப்பட்ட'-ரிக்வேத காலத்தின், 163; வி.ப. இந்து வகை. பு.எ. 46; ஏறத்தாழ கி.பி. 800-ஐச் சேர்ந்தது; பு.எ. 20.
கப்பலோட்டுதல்,	பண்டைத் தொழில்நுட்ப முறை, 106; ஆரிய நதி மாலுமி, 163.
கப்பினர்,	காஷ்மீர் க்ஷத்திரியர், தொடக்கக்கால சங்கத் துறவி, 261.
கபிலவாஸ்து,	சாக்கியர்களின் தலைமையிடம், 200.
கம்சன்,	புராணத்தில் விவரிக்கப்பட்ட மதுராவின் மன்னன், தன் மருமகன் கிருஷ்ணனால் கொல்லப்பட்டான், 205; 207.
கம்பளி,	75, 369; காஷ்மீரிலிருந்தும், திபேத்திலிருந்தும் பெற்ற, 288; 'மரங்களின்மீது கம்பளி' (பருத்தி), 286.
கம்புக் கொத்திகள்,	(தொம்பா) 79.
கயா,	197, 261, 367, 374; உலோகத்தை நாடிச் சென்ற வழியில் அமைந்திருந்த கடைசிப் புறக்காவல் இடம், 268.
கயிலை நாதர்,	பாறைகளைக் குடைந்து கட்டப்பட்ட எல்லோராக் கோயில், வி.ப. பு.எ. 97.
கர்த்த பீலா,	பீல் அரச குலவமிசம், சாகர் குல ஆக்கிரமிப்பாளர்களால் கொல்லப்பட்ட கடைசி பீல் அரசர், 396.
கர்நாடகம்,	63.
கர்மா,	நல்வினை-தீவினைச் செயல்கள், 192, 198.
கர்ஹா,	நதி 76.

கரகம், பங்களூரில் நிகழும் முக்கியத் திருவிழா, 85.

கருத்துக்களின் வரிசை முறை தடம்புரண்ட தலைகீழ்த் தோற்றம்:

கல்கத்தா, 8.

கலச்சூரி, தென்னகத்தின் அரச குலவம்சம், 396.

கலப்புடைய பொதுமொழி, உத்தராபாதத்தில் புதிய உருவாக்கம், 259.

கலப்பை, 25, 29, 50, 79, 81, 153, 193, 200, 258, 260, 269, 378, 382, 403; இந்துப் பண்பாட்டில் அது இல்லாது அவ்வேலையைப் பலுகுக்கட்டையே செய்தது, 111, 124; பன்னிரண்டு உழவுமாடுகள் பூட்டப்பட்ட ஏர்கள், 160; தெற்கிலுள்ள கனமான வடக்கத்தியக் கலப்பைகள், 385, 393; வி.ப. சித். 1, பக். 28, சித். 2, பக். 30; பு.எ. 14, 15, 32.

கலிங்கம், (ஒரிஸ்ஸா) அசோகரால் வெற்றிகொள்ளப்பட்ட, 296, 334, 344, 373, 387.

கலெக்டர், ('வருவாய்த் துறையின்') ஆங்கிலேயர்களால் ஏற்படுத்தப்பட்ட நிர்வாக அதிகாரி, அசோகர் காலத்தில் ரஜ்ஜுகர்களை நிகர்த்தவர்கள், 342.

கவசப்படை வீரன், (கிரேக்கர்கள் ஹோப்லைட் என்று அழைத்தனர்) 290.

களிமண் பலகை, (ஒட்டோலை) மெசப்பட்டோமியாவின், 105; சிந்து நாகரிகத்திற்குரிய அகழ்வாராய்ச்சிச் சான்றுகளில் இது கிட்டவில்லை என்பது குறிப்பிடத்தக்கது, 108, 124.

தற்காலம், 46, 52, 62, 102; பிற்காலத்திலும் இதன் நீடிப்பு 269, 296, 393 வி.ப. சிறிய தற்காலக் கருவிகள், சித். 4, பக். 66; சித். 5, பக். 66; பு.எ. 37, 38.

கன்பூஷியஸ், 177.

கனிஷ்கர், இரு குஷானப் பேரரசர்களைக் குறிக்கும் பெயர், 391; இரண்டாவது கனிஷ்கரின் நாணயங்கள், பு.எ. 71.

கனாஜ், ஹர்ஷருடைய தலைநகரம், 373; காஹடவாலருடையது, 359.

கஸஸகா, கர்ஷகா (உழவர்) நில உடைமை பெற்ற விவசாயி அல்லது குத்தகையாளர், 180; மகத அரசின் நிலவரித்திட்ட முதுகெலும்பு, 314.

கஹபதி, (கிருகபதி) குடும்பத் தலைவன், ஒரு புதிய வர்க்கமாக, 177, 180, 198, 262; அமைச்சரவை மந்திராலோசனைகளில் இடம் வகிப்பது இல்லை, 304; குறைந்தபட்ச வாழ்க்கைத் தரனை எடுத்துக்காட்டும், 324; 'வேளாளர்' என்ற தகைமையைப் பெற்ற இரண்டாவது பொருள் மாற்றம், 352.

காசி, வாரனாசியும், சுற்றியுள்ள பகுதிகளும், தொடக்கத்தில் வழங்கப்பட்ட பழங்குடிப் பெயரும், ஜனபாதமும், 267; போர்த்திற முக்கியத்துவம் வாய்ந்த நிலைமைப் பெற்ற, 280.

காட் கரி, காட்டுப்புறப் பழங்குடி சாதி, 32.

காடுகளை வெட்டிப் போட்டுத் தீயிட்டுச் சாம்பலில் பயிரிடும் பூர்வகாலச் சாகுபடி முறை, 33, 79, 357; இன்றும் விவசாயிகளால் கடைப்பிடித்து வருகின்றது, 80; வி.ப. பு.எ. 46.

காண்டவா, இக்காடுகளைத் தீயிட்டு அழித்து உருவாக்கப்பட்ட தில்லி நகர், 256.

காண்டன், (சீன நகரம்) புத்தரின் காலத்தை நிர்ணயிக்கும் 'புள்ளிச்சான்று', 194; தொடக்கத்திலிருந்த இஸ்லாமியப் புறக்காவல் இடம், 400.

காண்டா மிருகம், 107; வி.ப. முதலாவது சமுத்திரகுப்தரின் நாணய இலச்சில், பு.எ. 77.

காண்டோபர், தெய்வம், தொடக்கத்திய யக்ஷர், பைக்தானின் காண்டகராக, 76, 395.

காண்வாயனர்,(கோத்திரம்) பிராமண அமைச்சர் குடும்பம், தகாவழி உரிமை பெற்ற அரசகுலம், 389.

காத்யாயனர், ஆட்சிக்கலைத் தத்துவ ஆசிரியர், பிராமணர், 263.

காதம்பரி, பாணரின் காதல் உரைநடைக் காவியம், சம்ஸ்கிருத உரைநடையின் சிதைவு, 419.

காந்தாரா, (எல்லைப்புறப் பழங்குடிகள் சிந்து நதியின் இரு பக்கங்களிலும் விரவியிருந்த பிரதேசம்) 271; கடைசி ஆக்கேயமெனித் அரசாட்சி எல்லை மாநிலம், 288; நிலவழி வணிக மார்க்கம், 365; பௌத்த கலை வளர்ச்சியின் நீட்சி, 271; (தட்சசீலத்திலும் காண்க) வி.ப. சிற்பங்கள், பு.எ. 90.

காந்தி, மோ.க. (மகாத்மா), 10.

காபூல், (ஆப்கானிஸ்தான் தலைநகர்), காபூல் பள்ளத்தாக்குடன் மௌரியர் ஆட்சி முடிவு எல்லை, 388.

காம்பே, (கம்பாயத்) குஜராத்தின் துறைமுகம், 103.

காம்போஜம், எல்லைப்புறத்திலுள்ள வேளிர் படைப் பழங்குடி, அப்பழங்குடிக்குரிய பிராந்தியம், 307.

காமசூத்திரம், காதல் கலை, பாலுணர்வு இயல் பற்றிய ஆய்வு நூல், 394.

காயஸ்தா, பல சாதி இனக்கலப்பின் மூலம் தோன்றிய எழுத்தர் வகுப்பு, 303, 351.

கார், ஈ.எச்., 42.

கார்லே, பௌத்த மடாலய குகை, 297, 379, 383, 385 மரத்தால் கட்டப்பட்ட மாளிகைத் தோற்றத்தை எடுத்துக்காட்டும் முகப்பு, 337; வி.ப. சைத்திய குகை பு.எ. 86; தூபித்தலைச் சிற்பங்கள், பு.எ. 87, 88; மிதுன ஜோடிகள் (ரதி-மன்மதன்) பு.எண். 89.

கார்ஷா பணம், இலச்சிடப்பட்ட வெள்ளி நாணயங்கள் (பிற்காலத்தில் வெண்கலத்தில் நாணயங்கள் இலச்சினையிடப்பட்டு செலாவணித் தரம் குறைக்கப்பட்டது) 270, 276, 325; படிப்படியாகத் தரங்குன்றிய செலாவணித் தரம், 325, 345; நாணயங்கள் தயாரிக்கும் தொழில், 326.

காரவேலர், நாடுகளை வென்றவர், அறியப்பட்டுள்ள பண்டைக் கலிங்க மன்னர்களில் இவரே பழமையானவராகத் தோன்றுகிறார், 344; மகதத்தைச் சூறையாடியவர், 388.

காராயணர், (தீர்க்க காராயணரில் பார்க்க)

காரோ, அஸ்ஸாமியப் பழங்குடி, வி.ப. பு.எ. 27.

கால்நடை, (தற்காலத்தில் பெரும்பாலும் எருமைகளே கறவைப் பசுக்களாக உள) 73, 78, 135, 139, 143, 152-160, 162, 164, 170, 172, 181, 202, 207, 255, 262, 377, நடமாடும் உணவுக் களஞ்சியங்களாக, 49; விவசாயத்திற்குரிய முற்படுதேவை, 63-72; திமில் பருத்த இந்திய ரிஷபம் (ஸீபு) 107, 137, 288; முற்காலத்தில் நிலவிய செல்வ அளவுகோல், 179; விவசாய நலனை முன்னிட்டே ஏற்பட்ட கால்நடை பலிகளுக்கு ஏற்பட்ட மதத் தடைகளின் தொடக்கம், 181; இதற்குச் சரிநிகராகச் சீனாவில் நிலவிய தடைமுறைகள், 183; கிரேக்கர்கள் கால்நடைகளைக் கொள்ளையிட்டுச் சென்றதால் அழிவுற்ற மேய்ச்சல் நிலப்பண்புகள், 293; பிராமணர்களுக்கு ஆயிரக் கணக்கான கால்நடைகளை தானங்களாக வாரி வழங்கிய சாதவாகனர், 382; வி.ப. சித்திரம் 1, 2, பக். 28, 30, பு.எ. 14, 15, 16, 17; தெய்வீகமான கால்நடைகள் பு.எ. 10, 11; எருமை பு.எ. 12; நாணயத்தில் காணப்படும் திமில் பருத்த எருது; பு.எ. 58.

கால்வாய், சிந்துப் பண்பாட்டில் காணப்படவில்லை, 111, 115.

காலண்டர், ஐந்தொகுதிப் பஞ்சாங்கம், விவசாய வேலைகளைச் செய்வதற்கு முன் நேரம், காலம் நிர்ணயிக்கப்பட வேண்டும், 352, 353, 406 அவ்வாறே மூட நம்பிக்கைகளை வளர்ப்பதற்கும், 352.

காலுவாகி, (சாருவாக்கி தேனூறும் பேச்சுடையாள்) அசோகரின் பட்டத்து அரசி, 278.

காலா சோகர், சிசுநாகப் பேரரசர், 332; வி.ப. நாணயத் தொகுதிகள், சித். 13. பக். 332.

காவடா, மேற்குக் கரை அருகில் வாழும் ஒரு பழங்குடி சாதி, 79.

காவிய காலம், 165-173, 256.

காளகர், சமண மத ஆசாரியர், 396.

காளிதாசர், சம்ஸ்கிருதக் கவிஞரும், நாடக ஆசிரியரும், 389, 415.

காளியா, ஹைதராவுக்கு நிகராகப் பல தலைகளையுடைய நாக அரக்கன், கிருஷ்ணனால் ஒடுக்கப்பட்ட, 207, 256.

காளூ, மெசப்பட்டோமியக் கோயில் அடிமை, 126.

கான்ஸ்டன்டைன், அசோகரோடு ஒப்பிடப்பட்ட நேர் இணைவாக இருந்த ரோமாபுரிப் பேரரசர், 334.

காஸ்பியன் கடல், 138.

காஷ்மீர், 2, 13, 28, 261, 279, 288, 385, 386.

காஷாயம், ('கத்தாய்') சங்கத் துறவிகளுக்குரிய காவி உடை, 267.

காஹடவாலா, இடைக்கால அரச வமிசம், கோவிந்தச் சந்திர காஹடவாலா, 359; பௌத்தமதச் சார்புள்ள பட்டத்து அரசியைப் பெற்றிருந்த இந்து மன்னர், 375.

கிஞ்சாலிகர், ஆட்சிக்கலைச் சிந்தனையாளர்; 263.

கிர்நார், 295, 310; அங்குள்ள கல்வெட்டுகள், 350.

கிராமம், 116, 123, 158, 160, 270, 274; இக்கால இந்தியக் கிராமம் 24-35; கிராமத்தின் சுயதேவைப் பூர்த்தி, 26, கிராமத்தின் கைவினைக் கலைஞர்கள், (தொழிலின சாதிகள்), 29, 30; காலவரிசைப்படுத்த முடியாத மரபுகள், 32-35, 85; கிராம வாழ்க்கையின் மடமை, 24-27, 317; பூர்வகால கிராமத் தொழில் நுணுக்க முறை, 79; கிராம சபைகள், 94; வேள்விகளை நடத்திவைக்கும் பிராமணப் புரோகிதர்களுக்கு மானியமாக அளிக்கப்பட்ட கிராமங்கள், 181, 278; பௌத்த மடாலயங்களுக்கு அளிக்கப்பட்ட கிராமங்கள், 367; அரண்மனைச் சீதனமாக அளிக்கப்பட்ட, 280; கைவினைஞர்கள் - உற்பத்தியாளர்களின் கிராமங்கள், 272; அர்த்தசாத்திரத்தின் அரசுரிமை கிராமங்கள், 314; வரிவிதிப்பும், வரிவிலக்கும் பெற்ற கிராமங்கள், 316, கிராமங்களை மானியமாக வழங்கக்கூடாதென்ற அர்த்தசாத்திர விதி, 325; புரோகிதர்களுக்கென்று வழங்கப்பட்ட தனி நிலத்துண்டுகள் 357; தொழில் சாதிகளுக்கென்றும் 403; தன்னிறைவும், செயலற்ற நிலையும், அக்கறையின்மையும் சூழப்பெற்ற கிராமங்கள் நன்கு மையப்படுத்தப்பட்ட ஆட்சியைச் சீர்குலைத்தன, 364; பெரிய தொழிலின அமைப்புகளையும் சிதைத்தன, 385; குப்தர் காலத்தின் தொடக்க காலம், வளமைக்கும், பிற்காலச் சீரழிவிற்கும் காரணமான, 400, 407; கிராமிய சமூகத்தின் உறுப்பினர் நிலையும், குடியிருப்பு முறையும், 406-407; தக்காணத்தின் முதல் கிராமங்கள், 200-202.

கிரீஸ் நாட்டினர், கிரேக்கர் (அலெக்சாந்தரில் காண்க) 13, 56, 130, 148, 155, 160, 166, 167, 194, 256, 260, 263, 266, 284, 295, 326, 363; கி.மு. 4-ம் நூற்றாண்டில் இந்தியாவைப் பற்றிய குறிப்புகள், 287, 302, 320; பௌத்த மதத்தைப் பரப்பிய கிரேக்கத் தூதுவர்கள் 297; வணிகர்கள் 297;

பண்டைய இந்திய-கிரேக்க காவியங்களுக்கிடையே கண்ணுறும் ஒப்புவமை வேறுபாடுகள், 361; கிரீஸ் நாட்டினரும், உரோமானியர்களும் தொடர்ந்து போற்றி வந்த உயிர் பலிகள், 361; கிருஷ்ண வாசுதேவருக்கு பக்தி செலுத்திய கிரேக்கத் தொண்டர், 388; இந்திய இலக்கியத்திலும், நாடகத்திலும் இடம்பெற்றுள்ள செல்வாக்குகள் ஐயுறத்தக்கனவெனினும் வானூல் இயலில் தோன்றும் ஏராளமான செல்வாக்குகள், 389.

கிருத்திய-கல்ப-தரு, மத ஆசார நெறிகள், நிர்வாகம் பற்றிய நூல் சுருக்கம், இலக்குதீமீதரரால் எழுதப்பட்டது, 359.

கிருஷ்ணர், ('கருப்பு') காவிய நாயகன், வீரன், அரைதெய்வம், முழுமுதற் கடவுள், விஷ்ணுவின் அவதாரம், 204-263, 348; திரு அவதாரம், 34, 353; ஆரியருக்கு முற்பட்டோரைக் குறிக்கும் அடைப்பெயர், 142, 145; மகாபாரதத்தில் இவர் பிற்காலத்தில் சேர்த்துக்கொள்ளப்பட்டார், 168, 171; ஹிராக்ளீஸ் என்று புரிந்துகொண்ட கிரீஸ் நாட்டினர், 256; சுங்க மன்னர்களின் தோற்றத்தின்போது ஒரு வீரனாகவும், அரைதெய்வமாகவும் மட்டுமே, 389; முழுமுதற் கடவுள், 178, 426; ஆநிரைகளின் காவலன், (கோபாலன்), 256-258; பாண்டவர்களை ஆதரித்துவந்த, 341; நாகத்தை ஒடுக்கிய 208-256; தாய்தெய்வம் ஒன்றைக் கொன்ற, 208; எண்ணற்ற பெண்தெய்வங்களை மணந்துகொண்ட 208, 258; சாதவாகனர்களின் வழிபாட்டிலிருந்த 382; கிரீஸ் நாட்டுக் கிருஷ்ண பக்தர், 388; உயரிய மதத் தத்துவத்தைத் தோற்றுவித்து, 424-436; ஒழுக்க நெறிகளுடன் பொருந்திச் செல்லாத வீரகாவியம், 426; தேவகி மைந்தனாகிய கிருஷ்ணர் என்னொருவர் கோரா ஆங்கீரஸா முனிவரிடம் சீடராக, 424-427.

கிருஷ்ணா, தக்காணத்து நதி, 68.

கில்காமேஷ், அரிமா கொல்லும் மெசப்பட்டோமியக் காவிய வீரர், ஹிராக்ளீஸ் தெய்வத்தின் மூல முன்மாதிரி, 105, 108, 116.

கில்டுகள், தொழில் இனக்குழுக்கள், 3; சாதிகளின் 29, 272; பழங்குடிகளிலிருந்து உருவான 272; கைவினைஞர்களின், 272, 381; குடியானவர்கள், உற்பத்தியாளர்-வியாபாரிகளின், 319; பழங்காலத் தொழிலினக் குழுக்களின் நலிவு, 345; இவற்றுள் பிராமணர்கள் பணியாற்றத் தொடங்கினர், 352, 357; பணபலம் பொருந்தி விளங்கியதுடன் வட்டிக்கு முதலீடுகள் வரவேற்கப்பட்டன, 381; கிராமப் பொருளாதாரத்துடன் இதுவும் சீரழிந்தது, 385; சாதவாகனர் கால நகரக் குடியுரிமையின் கீழ் சிறப்புற்ற தொழில் இனக்குழுக்கள், 394; குப்தர்கள் காலத்தில், 401; குப்தர் காலத்திற்குப்பின் உடன் நிகழ்ந்த சீர்குலைவு, 404.

கிறித்துவ மதம், 12, 15, 175, 207, 372.

கீத், ஏ.பி. 298.

கீதை, (பகவத் கீதை) 168, 202, 204, 205; 'இந்தியப் பண்பு நலனை' எடுத்துக்காட்டும் கண்ணாடி, 383-432; பல்வகைப்பட்ட மக்களுக்கு முரண்பாடான முறையில் அருள் ஊக்கம் நல்கியது, 428; நிலப்பிரபுத்துவ காலத்தில் மேலோங்கியிருந்த பக்திக் கோட்பாட்டால் அடைந்த வெற்றி, 429-432; அக்காலத்தில் தோன்றக்கூடிய கருத்து வேறுபாடுகளுக்குப் புத்துயிர் அளித்து வந்த, 429.

குக்குரா, (நாய்) க்ஷத்திரிய ஆலிகார்க், 307.

குகைகள், 86, 206; ஐரோப்பியப் பனிக்கட்டிக் காலம் 108; பௌத்த மடாலய குகை, 86, 191, 297, 337, 381; நானாகாட்டின் இராஜ்ஜிய (ஆயத்துறை) குகைகள், 382; வி.ப. தக்காணத்தின் பௌத்த குகைகளைக்

காட்டும் நிலப்படம், மீர்சாப்பூரின் குகைச் சித்திரம், சித். 8, 312.

குசிநாரா, மல்லர்களின் தலைநகரம், புத்தர் கடைசியில் சமாதியடைந்த திருவிடம், 197, 200, 265.

குடகு, மௌரியர்களின் படை முன்னேற்றத்திற்கு முட்டுக்கட்டையாக இருந்த குடகு மலைக்காடுகள், 295.

குடா, மேற்குக்கரைத் துறைமுகம், பௌத்த மடாலய குகைத் திருவிடம், 381.

குடிசைகள், வி.ப. பு.எ. 1, 2.

'குடியுரிமை நகர்', அல்லது அரசு, 289; அரிஸ்டாட்டில் கொள்கை வழிப்படி பொருள் கொள்ளவேண்டியது, 361.

குடியேற்றங்கள், (நிலம், அர்த்த சாத்திரம் ஆகியவற்றில் பார்க்க) கங்கைப் புறத்தில் குடியேறிய தொல் ஆரியக்குடிகள், 162; மகத ராஜ்ஜியத்தில் நிகழ்வுற்ற குடியேற்றங்கள், 331; தக்காணத்திற்கு ஒத்துவராத அதே முறை, 344, 381.

குடுவை, (தாய்தெய்வத்தின் கருப்பை) குடுவையில் பிறந்த, 148.

குதிரை, 87, 135, 191, 382; அசுவமேத யாகம், 181, 352; கி.மு. 2-ம் நூற்றாண்டின் மீட்டுயிர்ப்பு, 181, 374; வணிகத்துறையில், 274; சாதவாகனர்களைப் போன்ற 'குதிரைக் குல மக்கள்' 200, 392; முதலாவது ஆயிரமாண்டுக் காலத்திலிருந்து ஓட துவக்கமுற்ற குதிரை சவாரி (தொடக்கத்தில் தேருடன் மட்டுமே பூட்டப்பட்ட ஊர்திகளுக்கு எதிராக), 274.

குப்தர், (மன்னர் குலவம்சம்), 386, 388, 397, 398, 401, 404, 415; பிராமணர்களுக்கும், பௌத்தர்களுக்கும் ஒருங்கே அளிக்கப்பட்ட ஆதரவுகள், 374; தெளிவற்ற பூர்வகுடித் தோற்றம், 396; குப்தர் காலச் செல்வச் சிறப்பைப் பற்றிய சுவாரசியமான

புனைவுகள், 398; வி.ப. சிற்பம், (பத்மாசன நிலையில் புத்தர் அமர்ந்திருக்கும் சார்நாத் சிற்பம்) பு.எ. 98, நாணயங்கள், பு.எ. 74, 75, 76, 77.

குபேரநாகா, நாக இளவரசி, இரண்டாவது சந்திரகுப்தரின் பட்டத்து அரசிகளில் ஒருவர், 399.

கும்ராஹர், பாட்னாவின் புறநகர்ப் பகுதி, பிற்கால மௌரியர் அல்லது சுங்கர்களுக்குரிய அகழ்விடங்கள், 337.

குமாரதாசர், சம்ஸ்கிருதக் கவிஞர், 416.

குமாரதேவி, லிச்சாவி இளவரசி, குப்தரின் பட்டத்து அரசி, 308, 397; வி.ப. திருவுருவம் தாங்கிய நாணயம், பு.எ. 74.

குரு, ஒரு சிறிய ஆரியப் பழங்குடி, பூரு இனத்தாரின் கிளை 163, 165, 170, 172, 178, 196, 255, 260, 281; வரலாற்றுப் பூர்வமான நிலையிருப்பு, 166; சில்குழு அமைப்புப் பெற்ற, 308; கி.மு. 4-ம் நூற்றாண்டில் பூண்டற்றுப்போன, 308.

குருகுலம், பிராமணர்களின் குரு-சிஷ்யர் கல்விக் குழாம், 171.

குரோ மாக்னான், பிரான்சிலுள்ள குரோமாக்னான் குகை, அங்கு கண்டெடுக்கப்பட்ட வரலாற்றுக்கு முற்பட்ட கால மனித எலும்புக்கூட்டுப் பகுதிக்குரிய நெட்டையான நீள் மண்டையோட்டு ஐரோப்பிய இனம் சார்ந்த, 57.

குல்மா, படைக்குழு; ஒரு தல ஆட்சியின் காவல் நிலையமாக, 394.

குலச்சின்னம், 52-58, 353; தெய்வங்களின், 90; குலச்சின்னங்களுக்குரிய திரு அவதாரங்கள், 353; குலச்சின்னங்களுக்குரிய குலத் தடைகட்டுகள், 92; இந்து முத்திரைகளிலிருந்த ஆண்வகைக் குலச்சின்ன மிருகங்கள், 126; சிறப்புக் குலச்சின்னங்கள் குதிரை, 200; பறவைகள், 151; (த்வாஷ்டிரனின் தலைகள்), சர்ப்பம், 170; நாய், 185; இலந்தைப் பழம், 195; காளை, 195; சாலமரம், 195;

மயில், 295; மறுபிறவி என்பது தொடக்கத்தில் ஒரு குலச்சின்னமாகத் தாழ்வுற்றதைக் குறித்தது, 192.

குலம், (புற இனத்தில் மணவுறவு வைத்துக்கொள்ளும் மனித கோத்திரப் பிரிவு) 57, 87, 90, 179, 207; குலதெய்வ வழிபாடுகள், 147; குலத்திற்குள் நிலவிய சின்ன முறைமைகளும், தடைக்கட்டுகளும், 92; குலமரபுச் சட்டங்கள், 358.

குல ரத்த உறவு,(சாதி) பொதுப்பந்தி விருந்தாகவும், மணத்தொடர்பாகவும், 91; பழங்குடிக்குரிய, 94; குல ரத்த உறவும் நிலக்குடி முறையும், 94; இரத்த உறவுக் கூட்டங்களும், சஜாதிகளும், 158; குல ரத்த உறவும், ககபதிகளும், 179; நுண்கலைஞர் தொழிற்குழுவில் குல ரத்த உறவு, 272.

குஜராத், 22, 77, 103.

குஷானர், பேரரசு வமிசம், 15, 25, 147, 176, 297, 376, 386, 390-393; மகாயான பௌத்த மதம் பெற்ற புறத் தூண்டுதல்கள், 374 குஷானர் வகை வட இந்தியக் கலப்பை இன்றும் தக்காணத்தில் உபயோகப்பட்டு வரும் சாட்சி, 385; பு.எ. 14, 15; நாணயங்கள், பு.எ. 71, 72.

கூட்டம் போடுதல், கி.மு. 4-ம் நூற்றாண்டு மகத அரசுக்குச் சொந்தமான கிராமங்களில் பழங்குடி இனத்தார் ஒன்று கூடுவதற்கு விதிக்கப்பட்ட தடை, 317.

கூடை, 63, 272; கூடை முடைபவர்களின் தொழிலின சாதிக் குழுக்கள், 92, 272; சாதி, 384.

கூராவ், பிராமணரல்லாத கிராமத்துப் பூசாரி, 406.

கூலித் தரப்படாத கட்டாய உழைப்புக் கடமை, (நிலப்பிரபுத்துவ காலத்தில் பெறப்பட்ட), 323; குப்தர் காலத்தில் இத்தகைய கட்டாய உழைப்புகளுக்குக் கூலி தருவது நீடித்தது, 402; நிலப்பிரபுத்துவ காலத்தில் வரிக்கு பதிலாக இனாம் ஊழியம் பெறப்பட்டது, 402; வி.ப. பு.எ. 21.

கூலிப்படை, க்ஷத்திரியர்களின் பிழைப்பு, 156, 390

கெயிர்ன், கற்களைக் குவித்து நிறுவப்படும் கற்கால நினைவுச் சின்னம், வி.ப. பு.எ. 43.

கேடால் ஹுயூக், அனடோலியாவின் புதிய கற்காலத்திற்குரிய ஊர், 50, 118.

கேய்க்குவார், (கேயக்கவாடா) 87.

கேரளம், (மலையாள நாடு), 37, 295, 414.

கைக்கோடரி, 61.

கைதிகள், மகதம் அளித்த கடுமையான தண்டனைகள், 331; அசோகரின் ஆறுதல் நடவடிக்கைகள், 342.

கைவினைஞர், நுண்கலைத் தொழிலாளி, தொழிலின மக்கள், ஒரு நவீன கிராமத்தில், 31-33; குப்தர்களின் காலத்தில் உருவாகிய கிராமியத் தொழிலினப் பிரிவுகள், 398; இந்துப் பண்பாட்டில், 110, 114; ஆரியர்களின் காலத்தில் அவர்களின் தொடர்ச்சி, 127; ரிக்வேத காலத்தில் சாதியால் இழிவுறாத நிலை, 144; கி.மு. 6-ம் நூற்றாண்டில் எல்லா கிராமங்களிலும் குடியேற்றம், 272; அவர்களின் அர்த்தசாத்திர சம்பள விகிதம், 323; கார்லேயில் செல்வமிக்க தொழில் உற்பத்தியாளர்கள், 381.

கொக்கி-ஊஞ்சலாட்டம், 89.

கொங்கணி, மேற்குக்கரையின் ஒரு சிறு பிராந்தியம், 27.

கொசாம்பி, டி.. டி. 41.

கொசாம்பி, (கௌசாம்பி) நகரம், 200, 397; புத்தர் பயணத்தின் முடிவெல்லை, 163, 197, குரு-பூரு மன்னர்களின் தலைநகர் மாற்றம், அஸ்தினாபுரத்திலிருந்து, 167; வாத்ஸா இராஜ்ஜியத் தலைநகரமும், உதயன மன்னரும், 284.

கொண்டேன், பௌத்த மடாலய குகை, 337; வி.ப. சிற்பம், பு.எ. 93.

கொந்தாலி, பூர்வகாலத்தை நினைவுகூரும் கூத்து, 408.

கொரியா, 174, கி.பி. 14-ம் நூற்றாண்டில் இந்தியாவிலிருந்து சென்ற சங்கத் துறவிகள், 375.

கொள்ளைக்காரர்கள், 87, 126, 179, 198, 203, 369.

கொனட்டா, தட்சிணாபாதத்திலிருந்த ஊர், 200.

கோகுலம், ஆயர் மக்களின் கம்யூன், 207, 208, 255.

கோசலம், கி.மு. 6-ம் நூற்றாண்டின் கங்கைப்புற இராஜ்ஜியம், 194, 197, 199, 277; தொடக்கத்தில் ஒரு பழங்குடிக்குரிய ஜனபாதம், 266; சிறப்பு நாணயங்கள், 271, 272, 276; மகதர்களால் அழித்து ஒடுக்கப்பட்ட கோசலம் 280; வரிசைத் தொடராக, ஆரம்பகால குப்தர் ஆதிக்கத்திற்குட்பட்டிருந்த, 396; வி.ப. ஆரம்பகால குப்தர் ஆதிக்கத்திற்குட்பட்டிருந்த 276; வி.ப. நாணயங்கள், சித். 9. பக்.

கோட்டை, சிந்துவின் கோட்டை மேடுகள், 119, 126; மெசப்பட்டோமியாவின் சிக்குரத்திற்கு ஒத்திசைந்திருந்த அமைப்பு, 122, 124; கி.மு. 4-ம் நூற்றாண்டின் பழங்குடிக் கோட்டைகள், 293.

கோண்டர், (பூர்வகாலப் பழங்குடி) 77, 200; பழங்குடித் தலைவர்கள் அரசனாக மாறிய, 77; கொந்தாலி நாட்டியத்தின் தோற்றம், 89, 408.

கோதாவரி, (தீபகற்பத்தின் முக்கிய நதி) 68, 201, 393.

கோதான், சீனாவிற்குச் செல்லும் நிலவழி மார்க்கத்தில் உள்ள மத்திய ஆசிய இராஜ்ஜியம், 365.

கோதுமை, 59, 153.

கோபர், ('ஆவின இரட்சகர்'), அர்த்தசாத்திர கிராமப் பதிவாளர், 311; சம்பளம் பெறும் அதிகாரியாக, 324.

கோயில்கள், 121-126; இந்துக்களின் பங்கு, 405

கோரக்பூர், (உ.பி. மாநில மாவட்டம்) 195.

கோலி,	வில்லை ஏந்தி நிற்கும் பழங்குடி வி.ப. பு.எ. 31.
கோலியர்,	புத்தர் காலத்தில் அரைப்பழங்குடியாக, 195; இலந்தைப் பழத்தைக் குலச்சின்னமாகக்கொண்டோர், 195; நாக இனத்தவராக, 195.
கோவா,	(மேற்குக் கடற்கரையில் அமைந்த துறைமுகம்) கதம்பர் வமிசக் கடைசி மன்னர்கள் காலத்தில் துறைமுக நிர்வாகிகளாகப் பணிபுரிந்த இஸ்லாமியர்கள், 400.
கோஷ்டி,	குழு அல்லது மன்றம், காதற் பண்புகள் உய்வுற, 395; தனி சாதிகளாக இடம்பெற்ற, 408.
கௌசாலா,	(மக்கலி கௌசாலாவில் பார்க்க)
கௌடல்யார்,	(சாணக்கியர், விஷ்ணுகுப்தர், கௌடில்யர்) முதல் இரு மௌரியப் பேரரசர்களுக்கு அமைச்சராக விளங்கிய பிராமணர் அர்த்தசாத்திர ஆசிரியர், 263, 305, 345, 355, 364; முத்திரா ராக்ஷசம் நாடகத்தில் வரும், 299; பிராமணர்களுக்கு எதிரான ஆலோசனைகளை வழங்கியவர், 325, 330, 345; கனரகத் தொழிலின் தேவையை உணர்ந்தவர், 326; பஞ்சதந்திரம் படைத்த விஷ்ணுசர்மனுக்கு முன்னோடியாக விளங்கிய, 421.
கௌணியர்,	(கௌண்டின்யர்) துணிவாற்றல் நிரம்பிய பிராமண வீரர், இந்தோ சீன இராஜ்ஜியத்தைத் தோற்றுவித்தவர், 356.
கௌதமர்,	('மிக நல்ல காளை') ஒரு தனி கோத்ரமாக இருந்தாலும் புத்திரின் தனிப்பட்ட பெயராகவும் விளங்கிய, 193.
கௌதமீபுத்திரன்,	சாதவாகன மன்னர், தன்னை ஒரு பிராமணராகவும், க்ஷத்திரியராகவும் உரிமை கொண்டாடிய, 356.
கௌநாபதந்தன்,	ஆட்சிக்கலைத் தத்துவாசிரியர், 263.
சக்கரம்,	சக்கராயுதம், 206, 258; அரசாட்சியின் ஆணைச் சின்னம், 305 வி.ப. சித்திரம் 8, பக். 206.

சக்கரவர்த்தி, 'யாருக்காக (ஆணைச்) சக்கரம் சுழல்கிறதோ', பேரரசர், 298, 338, 377; மத விஷயத்தில் பேரரசருக்குச் சரிநிகராக விளங்கிய புத்தர் (தர்மச் சக்கரத்தையுடையவர்), 370.

சக்தியும், சபீதியும், 'பொதுப்பந்தி போஜனமும் மது விருந்தும்', யசுர்வேத மேஜை விருந்து (ரத்த பாச உறவுக்கூட்டம் அல்லது பழங்குடிக் கூட்டத்திற்குரிய), 153, 361.

சகுந்தலா, பூவுலகில் தோன்றிய தேவகன்னி, காளிதாசனின்-ஒப்பற்ற காவியத்தின் கதாநாயகி, 415.

சங்கம், 'பழங்குடிக் குழு', பௌத்த ஜைன சமயக் கட்டளைகள், 190, 199; ஒரு பழங்குடி வாழ்க்கையையொட்டி நிறுவப்பட்ட அமைப்புகள், 263.

சங்கரர், வேதாந்த தத்துவத்தின் ஒரு முக்கிய ஆச்சாரிய சுவாமிகள், காலம், ஏறத்தாழ கி.பி. 800, தருக்க இயைலையும், பருப்பொருள் உண்மையையும் நிராகரித்தனர், 362; பிற்காலத்தில் எந்த பௌத்த மதக்கருத்துக்களை எதிர்த்து வாதாடினாரோ அதே கருத்துக்களுடன் இவருடைய தத்துவங்கள் வேறுபட்டுத் தனித்து நிற்க முடியவில்லை, 373; கீதைக்கு விளக்கவுரை எழுதியவர், 423.

சங்காஸ்யா, உ.பி. மாநிலத்தின் ஒரு முக்கியமான பௌத்த தலம், 258.

சங்கிராமம், 'சண்டை' அதன் சொல்லாக்க விளக்கம், 158.

சசாங்கா, (நரேந்திர குப்தர்) கி.பி. 7-ம் நூற்றாண்டின் வங்க மன்னர், பௌத்த மத மடாலயங்களைத் தகர்த்தெறிந்தவர், 374, 387.

சசிப்பிரபா, நாக இளவரசி, நவ சாஹ சாங்க சரிதத்தின் கதாநாயகி, தாராவின் போஜ மன்னருடைய தாய் அல்லது ஒரு மாற்றாந்தாய், 351.

சஞ்சயர், சமய நிறுவனர், 181.

சஞ்சான், குஜராத்தின் துறைமுகம், ஒரு இந்து மன்னரின் ஆட்சிக்குட்பட்டிருந்தபோது துறைமுக அலுவலர் பதவிகளை வகித்துவந்த இஸ்லாமியர்கள், 400.

சட்டம், 95; ஒவ்வொரு கூட்டத்திற்கும் சிறப்பாக, 94, 358 மதங்களோடு வேறுபடுத்திக் காட்டமுடியாத பூர்வகுலச் சட்டங்கள், 340.

சடங்கு, 54, 157, 168, 187; பழமை இயல்புகள், 75; வரலாற்றுக்கு முற்பட்ட காலத்திலிருந்து எடுத்துக்கொள்ளப்பட்ட, 84, 94, 191; நடனம், நாடகம், ஆகியவற்றின் தோற்றுவாயாகத் திகழ்ந்த சடங்குகள், 411; வளமைப்பெருக்கச் சடங்கின் இக்காலத் தோற்றம், (வ-வரிசையில் பார்க்க) 85, 187; இந்துவின் 'பெரும் பொய்கை', 121; தூய்மை நீராட்டு, 121; ஆரியர்களின் சடங்குகள் தொடக்க நிலையில் பிராமணர்களின் ஏகபோகமாகத் திகழவில்லை, 150; புதிய கங்கைப்புற சமயங்கள் எல்லாச் சடங்குகளையும் வெறுத்து ஒதுக்கின, 181, 201, 202; ஒரு சமூக ஒற்றுமைக்காக, 184; வழக்கொழிந்த, 262; சடங்கு வினைகளைத் தீர்த்துவைக்க முடியாத சங்கத் துறவிகள், 352; புதியதாகத் தோன்றிய வர்க்கத்தின் தேவையைச் சரிக்கட்ட பிராமணர்கள் சுவீகரித்துக்கொண்ட புதிய சடங்குகள், 351; கடவுள்களைக் கூட்டி ஏற்படுத்திய சடங்குகள், 353; இன்றுள்ள சடங்குக்கு இன்றியமையாப் பொருளாக விளங்கும் தேங்காய், 390.

சத்ரபி, அக்கேயமெனித் அரசின் மாகாணப் பிரிவு, 287; போரரசுக்காக அலெக்சாந்தர் உருவாக்கிய புதிய சத்ரபி, 292.

சதீ, கணவனுடைய உடலுடன் உடன்கட்டையேறுதல், தொடக்கத்தில் எல்லைப்புற க்ஷத்திரியர்களிடையே மட்டும் நிலவிவந்த வழக்கம், 261.

சதுர்வர்க்க-சிந்தாமணி, மத ஒழுக்கங்கள், நாட்டு நிர்வாகம் பற்றிய 13-ம் நூற்றாண்டின் பிற்பகுதி நூல், ஹேமாத்ரியால் எழுதப்பட்டது, 359.

சந்தகா, தன்னிச்சையாகத் திரியும் கடாரி. அசோகரால் பாதுகாக்கப்பட்டு வந்தது, 341; வி.ப. பு.ஏ. 11.

சந்தனம், அத்தியாவசியமாக விளங்கிய வணிகப் பொருள், 273.

சந்தால், பழங்குடிக்குரிய பூர்வ இனம், 2, 22, 79; மொழி, 72.

சந்திரகுப்த மௌரியர், முதல் மௌரியப் பேரரசர்- சந்தர கோட்டோஸ் என்று கிரேக்கர்களால் அழைக்கப்பட்டார், 292-297, 305, 310, 325, 331, 340, 345, 350; முத்திரா ராக்ஷசம் என்ற நாடகத்தில் கேவலமாகச் சித்திரிக்கப்பட்டிருக்கிறார், 299; சந்திரான் மோர் என்ற மராட்டிய பெயர் சொல்லாக்க மூலம், 287; வி.ப. நாணயத் தொகுதி, சித். 14; பக். 333.

சந்திரகுப்தர்-I, குப்தப் பேரரசர், கி.பி. 366-371, 308, 397, விளக்கப்படம் நாணயத் தொகுதி, பு.எ. 74.

சந்திரகுப்தர்-II, (விக்கிரமாதித்யர்) குப்தப் பேரரசர், கி.பி. 426-462, 398.

சபா, பழங்குடிக்குரிய, சாதி, கிராம சபை அல்லது சபைக் கூட்டம், 64, 144, 180, 361; 'நீண்ட வீடு', 160; முடி கிராமங்களில் சபாக்குரிய கட்டிடங்கள் அனுமதிக்கப்படவில்லை, 317; இன்றும் சாதிப் பிரிவுகளுக்குள் நிலவும் சச்சரவுகளுக்குத் தீர்வு காணும் பஞ்சாயத்தாக, 358.

சபாரா, இனிமையான புல்லாங்குழல் இசைக்கும் பழங்குடி, 409.

சம்பா, இமாசலப் பிரதேசம், 13, 386.

சம்பாரன், (பீகாரின் ஒரு மாவட்டம்) 163, 265.

சம்ஸ்கிருதம், மொழி, 56, 58, 98, 102, 121, 127, 130, 134, 137, 144, 168, 176, 194, 205, 259, 363, 388, 397; ஆரியர் கூட்டத்தில், 134; சம்ஸ்கிருத மொழியில் காணப்படும் முதல் விஞ்ஞான பூர்வமான இலக்கணம், 451 மேட்டுக்குடி மக்களின் மொழியாக விளங்கிய, 350-352; புரோகித சாதியின் மீதும், புரோகிதத் தொழிலின் மீதும் ஆழமாகப் பதிந்துள்ள இதன் தோற்றம், 351; நினைவில் ஏற்றிக்கொள்வதற்கேற்ற சூத்திரங்களாக, 350; இம்மொழி பிற்காலத்தில் க்ஷத்திரியர்களால் வளமைப்படுத்தப்பட்டதேயன்றி வைசியர்களால் அல்ல, 351; மகாயான பௌத்தர்களால் ஏற்றுக்கொள்ளப்பட்டு வந்த மொழி, 370; குப்தர் காலத்திலும் பிற்காலக் கல்வெட்டுக்களிலும் உள்ள தரம் 401, (புராணம்-பார்க்க) சம்ஸ்கிருத இலக்கியமும், நாடகமும், 408-432, 278, 300, 351, 389; (கீதை-மகாபாரதம், புராணம், ரிக்வேதம், வேதங்களை, பார்க்க) சம்ஸ்கிருத நாடகங்களின் தனிச் சிறப்புக் கூறுகள், 408-414; இலட்சியவாதக் கருத்துக்களை உள்ளடக்கிய சம்ஸ்கிருதம், 419; இறுதிக் கட்டத்தில் எழுந்த தனிப்பாடல் திரட்டுக்கள், 426.

சமயப் பிரசாரகர்கள், அசோகரின், 176, 336.

சமரச இணைப்பு, பல்வகை வழிபாடுகளில், 24, 354.

சமாஜம், களியாட்டம் நிரம்பிய ஒரு காமன் பண்டிகை, இதன் வெறியூட்டும் அம்சங்களுக்குத் தடை விதித்த அசோகர், 341.

சமுத்திரகுப்தர், குப்தப் பேரரசரும், வெற்றி வீரரும், 396-398; வி.ப. நாணயம்; பு.எ. 75.

சமுதாய நிர்ணயம், பொருளாதார சக்திகள், 17.

சமூகம், ஒரு சாதாரண மனிதக் குழுவிலிருந்து வேறுபட்டுத் தோன்றிய, 60, 88, 275, 340; மனித சமூக ஒற்றுமையைப் பிரதிபலித்துக் காட்டிய

தெய்வங்களின் கூட்டு அமைப்புகள், 90, நல்ல வளமைகளைப் பெறுவதற்காக ஒருங்கிணைந்த சமூகம், 127, 255.

சமூக நலன், அர்த்த சாத்திரத்தின், 317.

சர்க்கரை, இதன் இந்தியத் தொடக்கம், 12, 288.

சர்ப்பம், (நாகர் வரிசையில் பார்க்க) வழிபாட்டுத் துறைகளிலும், விக்கிரக அமைப்பு இயலிலும் நாகப்பாம்பு ஏற்ற பலதரப்பட்ட கூட்டு நிலைகள், 171, 258; தொடக்க காலத்துக்குரிய ஆதிசேஷன், புவியைத் தலைமீது தாங்கும் இயல்புள்ள, 258, 354.

சர்வாதிகாரம், மாறி நிலைத்து வரும் சமுதாயத்தின் பல்வகைத் தோற்றங்கள், 275.

சரக்கு உற்பத்தி, சரக்கின் சொற்பொருள் விளக்கம், 27; கிராமங்களில் சரக்கு உற்பத்தியின் மிகக் குறைவான விழுப்பாடுகள், 32; அடிமைமுறை அமைப்பின் மீது நிகழ்ந்த விளைவுகள், 155, 260; ஆரியர்களையும், அவர்களின் கிளை இனத்தாரையும் ஒன்றுசேர்த்த சரக்கு உற்பத்தி, 216; ஆறாம் நூற்றாண்டு வணிகத்தில் செழித்தோங்கிய சரக்கு உற்பத்திகள், 271, 275; மகத ராஜ்ஜியத்தில் அரசினரால் நடத்தப்பட்டு வந்த சரக்கு உற்பத்தித் தொழில் நிர்வாகம், 293-333; சரக்கு உற்பத்தி பெருகுவதற்கு இடையூறாக இருந்த இந்தியச் சமுதாயப் பண்பாடுகள், 357-360; உற்பத்திப் பெருக்கமென்றாலும் சரக்கு உற்பத்தியின் பெருக்கமின்மை, 428; நிலப்பிரபுத்துவ வரிகளாகப் பெறப்பட்ட தானியப் பறிமுதல்களே சரக்குகளாக விளங்கின, 428; மடாலய நன்கொடையாளர்களின் வாயிலாக எடுத்துக்காட்டப்படுகின்ற சரக்கு உற்பத்திப் பெருக்கம், 381.

சரக்கு வணிகக் குழு, (வணிகச் சாத்தில் காண்க)

சரஸ்வதி, புனிதநதி (பின்னர் கலைமகள், தெய்வமானாள்) சர்ஸூதியாக, 111; ஒரு காலத்தில் எல்மாண்ட் நதியாக, 140; படிப்படியாக வறட்சியுற்று வழக்கற்றுப்போன, 139.

சஜாதா, ஒரு பொது ஜாதிப் பிறப்புள்ள ரத்த உறவுக் கூட்டம், பிற்பட்ட வேத காலத்திற்குரிய, 158; அர்த்த சாத்திர கிராமங்களில், 316; பிற்கால கிராமங்களில், 406.

சாக்கியர்கள், (சாக்கர்கள்) ஐயத்திற்கிடமில்லாத ஓர் ஆரியப்பழங்குடி; புத்தர் தோன்றிய குலம், 193, 195, 199, 200, 269; படுகொலை செய்யப்பட்டனர், 204, 281; வேறு இனத்தாருடன் மண உறவு வைத்துக்கொள்ளாத, 278.

சாக்கோலித்திக், (தாமிர யுகத் துவக்கத்திற்குத் தொல்பொருள் ஆராய்ச்சி இயலில் காணப்படும் தவறான சொல் வழக்கு), 165.

சாக்ரட்டீஸ், 299.

சாகமானர், (செளஹான்) இடைக்கால இராஜபுத்திர வம்சத்தின் குலப்பெயர், 169.

சாகர்கள், மத்திய ஆசியப் படையெடுப்பாளர்கள், 343, 396; சம்ஸ்கிருதத்தின் வாயிலாக இந்தியர்களாக ஆக்கப்பட்டனர், 167; கடைசி இந்தோ-கிரேக்க மன்னர்களை முறியடித்தனர், 390-401.

சாகுபடிப் பங்கீடு, 316, 320.

சாகேதம், (பைசாபாத்) தெற்கிலிருந்து மேலே செல்லும் வணிகவழியில் உள்ள நகரம், 200; பழைய கோசலத்தின் தலைநகராகவும், இராமனின் அயோத்தியாகவும் விளங்கியது, 267.

சாஞ்சி, வர்த்தகச் சந்தையாகவும், பௌத்தமத நினைவுச் சின்னங்கள் அமையப் பெற்ற திருததலமாகவும் விளங்கிய, 295, 337; சுங்க வமிச மன்னர்களின்

ஆட்சியில் பெற்ற உய்வுநிலை, 374, 388; வி.ப. தூபி, பு.எ. 83, சிற்பம், பு.எ. 84.

சாணக்கியர், (கௌடில்யரில் பார்க்க), 299, 305, 318, 346, 355, 364.

சாதவாகா, சாரதவாஹம் (சரக்கு வணிகக் குழுவில் பார்க்க), 270.

சாதவாகனர், (சாலிவாகனர், சாதகர்னி, சதகனி) தக்காண அரசகுலம், 200, 386, 393-397, 402, 417; நாகர் பிராமணர் பூர்வீகத் தோற்றம், 146; அவர் காலத்தின் (பிராகிருத) இலக்கியங்களின் பெரும்பகுதி தொலைந்துவிட்டன, 394, 391; கதாசரித சாகரத்தில் காணப்படும் சாதவாகன இலக்கிய ரசனை, 420-421; வேதிய யக்ஞங்கள் போற்றப்பட்டாலும்கூட கிருஷ்ணர், பலராமன் ஆகியோரின் வழிபாடுகளையும் நடத்தினர், 382; பௌத்தமத குகை மடாலயங்களுக்கு சாதவாகனர்கள் அளித்த பேருதவிகள், 382; சுங்க மன்னர்களின் ஆட்சிப் பகுதிக்குள் படையெடுத்துச் சென்ற சாதவாகனர்கள், 389; குதிரைக் குலமக்களாக, 200, 393; வி.ப. நாணயம், பு.எ. 66.

சாதி, புறமணத் தடையுள்ள வர்ணாசிரம சமூகப் பிரிவு; சாதி அமைப்பு அதன் பொருளாதார அடிப்படைகள், 22, 84, கில்டு(தொழிலினக் குழு)களின் மாற்று, 2, 19, 89, 91, 272; சாதி நிலை மாற்றங்கள், 76, 170, 260; தொழில் பூர்வமான, 144, 272; செம்படவர், 81; தோட்டி, 1, 99; யானைப்பாகன், 185; நட்டுவனார், 89; நாவிதர், 199; (காயஸ்தாவில் பார்க்க) சாதி ஒரு வர்க்கமாக, 90-94, 152-158, 193, 262, 356; நிலப்பிரபுத்துவத்துடன் ஏற்பட்ட நிலைமாற்றம், 94, 95; நிலப்பிரபுத்துவ அநீதிகளுக்கு எதிராக சாதி அளித்த பாதுகாப்பு, 95, 402; இக்கால அரசியலில், 95 மேய்ச்சல்நில ஆஹீர் (ஆயர்), 207; பிராமண சாதியின்

நம்புதற்கரிதான பிறப்பு, 148; கலப்புமணம் அனுமதிக்கப்படவில்லை, 169 ஆனால் தொடக்கத்தில் நிலவிய எளிதான இசை விளக்கம், 170; உள்ளார்ந்த சமூக நிலை மாற்றங்களின் இருட்டடிப்பு, 180; எல்லைபுறத்தில் கடைப்பிடிக்கப்பட்ட அசட்டையான சாதி ஒழுக்கம், 257-261, 278; இதைப் பற்றி பௌத்தர்களின் கருத்து, 202; பழங்குடித் தலைவர்களால் பெறக்கூடியதாக இருந்த புதிய சாதி, 355; பழங்குடிக் கூட்டத்தினர் விவசாய சமூகத்திற்குள் சாதி வர்க்கத்தின் புதிய ஜாதியாகச் சேர்த்துக்கொள்ளப்பட்ட, 353-357; சாதி கௌரவம் ஒரு வட்டாரத்தில் அது பெறும் பொருளாதார நிலைமையுடன் பொருந்திச் செல்லக்கூடியது, 23, 353-357; ஒரே சமயத்தில் பிராமணர்களாகவும் க்ஷத்திரியர்களாகவும் விளங்கிய சாதி, 356; கலப்பில் உருவாக்கப்பட்ட நாயர் சாதி, 357; கிராமங்களில் நிலவிய சாதிகளும், நிலச் சொந்தங்களும், 406.

சாந்தாகாரா, பழங்குடிக்குரியதும், கிராமியக் களியாட்ட விடுதி, 180.

சாம்பல் நிறப் பானை வகை, (வண்ணப் பூச்சுள்ள வடகத்திய மட்பாண்டம்), 150; 'ஆரியர்களுடையதை' விடத் தரமானதாக இருந்த பூரு இனத்தாரின் பானைகள், 166; தெற்கில் புழங்கிய, 164.

சாம்பற் குவியல்கள், ரைச்சூர் மாவட்டத்தில் உள்ள இம்முட்டுக்கள் மூலமுதல் ஆரியர்களுக்குரியதோ? 164.

சாமந்த சேனர், நாணயம், வி.ப. பு.எ. 78.

சார்நாத், (இசிபட்டணம்), காசிக்கு அருகே அமைந்துள்ள துறவிமடம், முதலில் புத்தர் வழங்கிய போதனை, 196; சார்நாத்தின் அசோகர் தூபித்தலைச் சின்னங்கள், இன்றுள்ள தேசிய முத்திரை, 347; கி.பி. 12-ம் நூற்றாண்டின் முடிவில் இஸ்லாமிய

ஆக்கிரமிப்பாளர்களால் சிதைக்கப்பட்ட நினைவுச் சின்னங்கள், 375.

சார்வாகர், பொருளியல் தத்துவ ஞானி, சமயவாதத் துறையின் வாயிலாக மட்டுமே இவருடைய கொள்கைகள் தெரியவருகின்றன, 186.

சாரி புத்தன், புத்தரின் முக்கியச் சீடர், 199, 204; இவரைப் பற்றிய தெய்வீக உணர்வுள்ள நாடகம், 413.

சாவத்தி, (சிராவஸ்தீ) கோசலத்தின் தலைநகர், 197, 198, 201, 267, 327.

சாவுல், (கிரேக்கர்கள் அழைத்த செமைலா) பம்பாய்க்குத் தெற்கிலுள்ள மேற்குக் கரையின் உப்பங்கழித் துறைமுகம், 381.

சாவோரா, ஒரியப் பழங்குடி, வி.ப. பு.எ. 33.

சாளுக்கியர், இடைக்காலத்துத் தென்னிந்திய அரசகுலம், 396.

சான்றுகள், எழுத்து வாயிலான, இந்திய வரலாற்றுச் சான்றுகளின் தரக்குறைவு, 11-15, 22-25, 284, 363; இந்துப் பண்பாட்டில் எளிதில் படிப்பதற்கரிய எழுத்துக்களின் இன்மை 124, 126.

சிக்ரு, ரிக்வேதப் பழங்குடி (முருங்கை மரத்தைக் குலச்சின்னமாகக் கொண்டவர்கள்) 146.

சிக்குராத், சிக்குராத்தாக எண்ணத் தோன்றும், 116; சிந்துவுடன் கோட்டை மேடு, 122.

சிசுநாகர், மகதப் பேரரசின் முதல் அரசகுலம், 277, 305, 408; வி.ப. நாணயத் தொகுதி, சித். 13. பக். 332.

சிசுபால்கர், கி.மு. 3-ம் நூற்றாண்டில் உருவாக்கப்பட்ட நகரம், 314.

சிசுபாலன், காவியச் சுவை படைத்த சேதி நாட்டு மன்னன்; கிருஷ்ணரால் சிரம் அறுபட்டவன், 205.

சித்திரவதை, ஒரு மிகைப்பட்ட தண்டனையாக, ஆனால் குற்றவாளிகளிடமிருந்து அவர்கள் செய்த குற்றத்தை ஒப்புக்கொள்ள வைக்கும் சாதனமாக அல்ல, 331; கடுந்தண்டனையாக விதிக்கப்பட்டதேயன்றி சித்திரவதையாக அல்ல, 357.

சிந்து, (நதி, சமவெளி, பண்பாடு) 39, 70, 81, 93, 129, 149, 154, 176, 287, 292 337, 355; சிந்துப் பண்பாடு 97, 128; இங்குமங்குமாகப் பல இடங்களில்; எகிப்திய, மெசப்பட்டோமியப் பண்பாடுகளுடன் ஒப்பீடு, 123-127; எழுத்துக்களின் விளங்காப் புதிர், 101, 410 அரசுரிமை ஆட்சிக்கு வகையற்ற, 113; மிகக் குறைவான காவல் அமைப்புகள், 126; ஆரியர்களால் சிதைவுற்றது, 141-144; அடர்ந்த காடுகளை அழித்துக் கிழக்கில் புதிய இடங்களைத் தோற்றுவிக்கும் திறனற்ற, 154; தரப்படுத்தப்பட்ட எடை முறையின் எச்சங்கள், 271; சிந்து நதிப் பகுதியில் வாழ்ந்த மல்லர்கள், 281 வி.ப. நிலப்படம், 'பெரும் பொய்கை' சித். 7, பக். 120; பு.எ. 45; மொகஞ்சாதாரோவின் அகழ்வுச் சான்று நிலப்பகுதி, பு.எ. 44; அம்மி, பு.எ. 41; முத்திரைச் சின்னங்கள், பு.எ. 46, 47, 48, 49, 50.

சிந்து, சிந்துநதியின் கீழ்ப் பிராந்தியம், 21, 93, 98, 110; முதலாவது இஸ்லாமிய ஆக்கிரமிப்பு, 399.

சிந்துராஜர், போஜனின் தந்தை, ஒரு நாகர்குல இளவரசியைக் காதலித்து மணம் செய்துகொண்டவர், 351.

சியால்கோட், (சகல) மினாந்தரின் தலைநகர், 388.

சிருங்காரம், காதல், காமரசம் ஆகியவற்றைப் பொருளாக வைத்து எழுந்த இலக்கியம், 413.

சிரேணி, தொழிலினக் குழு, 272, 318

சிரேஷ்டி, பெரும் நிதியாளரும், வர்த்தகரும், 178, 180, 304; சான்றுக் குறிப்புகளில் கண்டுள்ள நன்கொடையாளர் பெயர் வரிசையில், 380.

சிவப்பு,	வழிபாட்டிற்குரிய சுண்ணப் பொருள், குங்குமம், கடவுளுக்கு அளிக்கப்படும் பலிகளுக்கு மாற்றாக விளங்கிய நிறம், 86, 88.
சிவன்,	உயர்ந்த தெய்வம், 34, 87, 172, 176, 376, 414, 463; காளை அரக்கனிடமிருந்து உருப்பெற்றதோ? 71; மும்முகமுள்ள இந்த நில மூல முன்மாதிரி, 107; மிகச் சிக்கலான கூட்டு வழிபாட்டு முறை, 354; மகாயான தெய்வத் தொகுதியில் அடங்கப்பெற்ற, 371; குஷான நாணயத்தின் மேல், 391; பைத்தானில் உள்ளூர் யக்ஷ தெய்வமே சிவனாக மாறியது, 395; உள்ளூர் தெய்வங்களில் இனங்கண்டு கொள்ளப்பட்ட சிவன், 87, 354; அர்த்த நாரீஸ்வரனாக, 422-423.
சிறு கற்காலம்,	சிறு கற்கருவிகள், 61, 63, 69, 72-76, 76, 80, 88, 118; வி.ப: சித். 4, 5; பக். 64, 65, பு.எ. 37, 38.
சின்-சி-ஹவாங்-டி,	முதல் சீனப் பேரரசர், 304.
சீதா,	'உழுசால்': ஒரு அரசுரிமையின் கீழ் அடங்கிய நிலக் குடியேற்றம், 311-322, 330; மௌரிய ஆட்சிக்குப் பிறகு மறைந்து போயிற்று, 320, 343; நீண்டகால அரசுப் பணிகளை மெச்சி அதிகாரிகளுக்கு ஒதுக்கப்பட்ட துண்டு நிலங்கள்; ஆனால் ஒரு நிலப்பிரபுத்துவ நில உரிமைகள், 325; தக்காணத்தில் இயலாத சீதா நிலக் குடியேற்றம், 344, 381.
சீலபத்திரர்,	நளாந்தாவில் இருந்த முதுநிலைச் சட்ட முதல்வர், 365.
சீனா,	6, 8, 12, 13, 15, 50, 104, 108, 130, 134, 174, 176, 184, 194, 196, 276, 296, 333, 365, 370, 384, 398, 413; ஒப்பிட்டுப் பார்க்கும் போது சீன நாட்டின் ஏராளமான வரலாற்றுச் சான்றுகள், 13, 378; முதற் பேரரசின் கீழ் வணிக வர்க்கம் பெற்று வந்த உயரிய செல்வாக்கு, 304; பொருளாதார மாறுதல்களுக்கு பௌத்த மதம் ஆற்றிய பங்கு, 378.

சுங்கத் தீர்வை, ஒவ்வொரு ஜனபாத எல்லையிலும் வசூலிக்கப்பட்டது, 310.

சுங்கா, ('அத்திமரம்') அரச வமிசம், 386, 389, 416; அசுவமேத யாகத்திற்குப் புத்துயிர் அளித்தாலும் பௌத்த மத அமைப்புகளை ஆதரித்தனர், 374.

சுத்த-நிபாதம், மிகத் தொன்மையான பௌத்த மதத் திருநூல், 183, 199.

சுதாஸ், ரிக்வேத மன்னர், போர்த்தலைவன், 145.

சுந்தா, புத்தருக்குத் தொண்டராக விளங்கிய ஒரு கம்மியர், 199.

சுநீதர், அஜாதசத்ருவின் முக்கிய அமைச்சர், ராஜ்கீர் அரண்களைச் செப்பனிட்டவர், 284.

சுபாஹு சேனர், காபூல் பள்ளத்தாக்கை ஆண்ட கடைசி மௌரிய ஆளுநர், 387.

சுமித்ரா, மிதிலையின் கடைசி இக்ஷ்வாகு மன்னர், 269.

சுமேரியா, 13, 99, 108, 113, 116, 127, 130, 149, வி.ப. முத்திரைகள், பு.எ. 52, 54.

சுமை கூலி, சரக்கு ஊர்திகள், 273; படைத்துறைப் பணியில், 324.

சுரங்கத் தொழில், மகத அரசின் ஏகபோக உரிமையாக இருந்த தொழில், 276, 320, 326; தாமிரச் சுரங்கம், 295; நீர் வாங்கு குழாய்கள் இல்லாததால்-பீகாரில் நலிவுற்ற தொழில், 343; சுரங்கப் பணியாளர்களுக்கு நல்ல சம்பளம் கொடுத்த மகத இராஜ்ஜியம், 324.

சூத்திரர், சாதி அமைப்பின் கடைநிலை வர்க்கம், 23, 152-158, 170, 274, 329, 357; கண்ணெதிரே போர் நிகழ்ந்துகொண்டிருந்தபோது ஜட உணர்வுடன் உழவு வேலை செய்துவந்த, 318.

சூத்ரகர், சம்ஸ்கிருத நாடகாசிரியர், அரச குடும்பத்தைச் சேர்ந்தவராகக் கருதப்படுகிறது: 'மிருச்சி கடிகம்' இயற்றியவர், 418.

சூதர்,   பாவலர், 167.

சூதாட்டம், ரிக்வேத கால ஆரியர்களின் ஆர்வம் கனிந்த களியாட்டம், 145; ஒரு சிறப்பு அமைச்சரகத்தின் கீழ் ஒழுங்குபடுத்திக் கண்காணிக்கப்பட்ட சூதாட்ட விடுதிகள், 330.

சூரசேனர்,   மதுராவைச் சுற்றியிருந்த பழங்குடிகள், 284.

சூரரிமா,   சிலை, (வரோத்தமை தெய்வ உரு) 295-299; கார்லேயிலுள்ள தூபித்தலைச் சிற்பம், வி.ப. பு.எ. 88.

சூளை,   காளவாய், நலிந்துவந்த சிந்து நகரங்களின் உட்புறத்தில், 113; மட்பாண்டங்கள் தயாரிக்கக்கூடிய சூளை அடுப்பே செப்புக் கனிப்பொருளைச் சுத்தம் செய்யப் போதுமானது, 162.

செங்கிஸ்கான்,   (தேமுஜின்) பௌத்த மதச் சார்புள்ள மங்கோலியப் பேரரசர், பல நாடுகளை வென்றவர், 373.

செஞ்சூ,   பூர்வீக ஆந்திரப் பழங்குடி, 78.

செம்மறி ஆடு,   67, 75.

செமிடிக் மொழி இனம்,   130 (யூதர்-பார்க்க).

செல்யூகஸ் (நிகேடர்),   அலெக்சாந்தருக்குப் பிறகு ஆட்சி செலுத்திய அலெக்சாந்தரின் படைத் தளபதி; மௌரியர்களால் தோற்கடிக்கப்பட்டார், 294, 312; பிந்துசாரருடன் செய்துகொண்ட திருமண ஒப்பந்தம், 294; பரிசாக அளிக்கப்பட்ட யானைகள், 292.

சென்னை,   (நகரம்), 8.

சென்ஸஸ்,   ஜனத்தொகைக் கணக்கு, 95.

சேதவயம், வியாபார கேந்திரம், 200.

சேதி,   தென்னிந்தியாவின் இடைக்கால வமிசம், 395.

சேமிப்புக் கிடங்குகள், அரசு, 320-328; இந்து நகரங்களில் காணப்படும் களஞ்சியங்கள், 99, 111.

சேரர், (தொல் குடிமக்கள்) தென்மேற்கின் இடைக்கால அரசகுலம், 396.

சேனர், வங்கத்தை ஆண்ட கடைசி இந்து மன்னர் குலம், 373-376, 421.

சேனாபதி, 'படை முதல்வர்', ராணுவ தளபதி; கி.மு. 6-ம் நூற்றாண்டில் உருவான புதிய பதவி, 278; அரியாசனத்தை வென்ற பிறகு சுங்க மன்னர்கள் நிலைநிறுத்திக்கொண்ட சேனானீ என்ற பட்டம், 389,

சேஷ்தானர், நாணயங்கள், வி.ப. பு.எ. 67.

சைத்தியம், பௌத்தர்களின் நினைவு மண்டபம், (தூபியில் பார்க்க) 297.

சைதன்யர், வங்காளத்தில் தோன்றிய 16-ம் நூற்றாண்டு வைணவச் சீர்திருத்தவாதி, 423.

சொத்து (தனியுடைமை), 43; நிலத்திலும், கால்நடைகளிலும், 79; இதன் செல்வாக்கு, 94, 155; கோயில் சொத்து, 123-126; பழங்குடிகளின் மீது இதன் விளைவுகள், 265, 274, 306; தனியுடைமையாக அல்லாது ஆட்சி நிலப்பகுதிகளாக இருந்த பழங்குடி நிலங்கள், 266.

சோட்டர் மெகாஸ், (மகாரதா), 'பெரும் இரட்சகர்' முதலாவது கனிஷ்கருடைய பட்டம் (?), 391.

சோமசிரவாஸ், அரசவை ராஜகுரு, பிராமணருக்கும் நாகர் இனப் பெண்ணிற்கும் பிறந்தவர், 169.

சோமதேவர், சம்ஸ்கிருதத்தில் தேர்ந்த ஜைன ஆசிரியர், 420.

சோமா, 'நாகர் இனத் தலைவி-புராதன இந்தோ-சீன இராஜ்ஜியத்தின் முதல் மகாராணியாக விளங்கியவள்', 356.

சோழர், தென்கோடியில் தோன்றிய ஒரு இடைக்கால மன்னர் குலம், 396.

சௌபூதி (சொபைடஸ்) நாணயம், வி.ப. பு.எ. 56.

சௌராஷ்டிரர், குஜராத்தின் க்ஷத்திரியப் பழங்குடிகள், விவசாயிகள் போர் வீரர்களாகவும் விளங்கியவர்கள், 307.

ஞானேசுவரர், 13-ம் நூற்றாண்டின் பிற்பகுதிக்குரிய மகாராஷ்டிரப் பெரியார், 202.

ட்ரோஜன், 142, 166.

ட்ரூயிட், பண்டைய கெல்டிக் இன குருமார் வகுப்பினர், இவர்கள் பண்டைய பிராமணப் புரோகிதர்களை நிகர்த்த, 167.

டரீயஸ், (தாரய வாஹுஸ்) பல்வேறு ஆக்கேயமெனித் பேரரசர்களின் பெயர், 131, 132, 193, 282, 287; முதலாவது டரீயஸ், 271.

டால்ஸ்டாய், எல், எண், 10.

டான்யூப், (நதி), வரலாற்றுக்கு முற்பட்ட காலத்தில், 104.

டிமெட்ரியோஸ், நாணயம், வி.ப. பு.எ. 60.

டில்லி, (இந்திரப் பிரஸ்தம்), 163, 165, 166, 172, 341, 400; டில்லியின் பழங்கால அடிமை மன்னர்கள், 38.

'டெட்-ஸீ ஸ்க்ரோல் (Dead Sea Scrolls), பௌத்த மதத்தின் பூர்வீகத்தை எடுத்துக்காட்டும் யூதப் படைப்பு, 174, 176.

டையடோரஸ் சிக்குலஸ், கிரேக்க வரலாற்று ஆசிரியர், புவியியல் ஆய்வாளர், தத்துவஞானி, 287.

டையனைஸஸ், (பாக்கஸ்) இந்திரனுக்குச் சமமான கிரேக்க தெய்வம், 256.

த்ருவஸ்வாமினி, 398.

த்வாஷ்டிரன், மூன்று தலையுடைய அரக்கன், இந்திரனால் இந்த அரக்கன் 'கொல்லப்பட்டாலும், இவனுடைய பெயர் உபநிடதங்களை இயற்றிய ஆசிரியர்களின் பெயர்ப் பட்டியலில் இடம்பெற்றுள்ளது, 151.

த்வாஷ்டிரி, த்வாஷ்டிரனின் 'தந்தை' ரிக்வேதத்தில் விவரிக்கப்படும் தொழிற் கலைஞர் தெய்வம், 144, 151.

தக்காணம், (இந்தியத் தீபகற்பம்) 22, 62, 63, 70, 74, 77, 81, 83, 270, 274, 396, 399, 400; இங்கு இரும்பு யுகத்தின் தொடக்கம், 68; இரும்புக்கனி வளங்கள் கிட்டிய புதிய இடங்கள், 341, 343, 359; அர்த்த சாத்திர முறைப்படியான குடியேற்றத்தின் வழியின்மை, 345, 382; பருத்தி விளைச்சலுக்கு ஏற்ற கரிசல் மண், 22, 393; குகை மடாலயங்கள், 379, 381, 382; வி.ப. தக்காணத்து மலைப் பிராந்தியங்களில் காணப்படும் கணவாய்களையும் பௌத்த குகைகளையும் எடுத்துக்காட்டும் நிலப்படம்.

தக்கிணாகிரி, (தென்மலை-மீர்சாபூர்) புத்தருடைய காலத்தில் கண்ணுற்ற புதிய குடியேற்றம், 197, 206.

தகனம், (பிண எரிப்பு), 76, 191; புத்தருடைய சாம்பலுக்கு ஏற்பட்ட போட்டி, 195.

தங்கம், (பொன்), 50, 99, 288, 325, 356, 401.

தங்கார், கால்நடைகளுடன் நாடோடிகளாகச் சுற்றித் திரிந்து கிடை போட்டுப் பிழைக்கும் பழங்குடி மக்கள், 75; வரலாற்றுக்கு முற்பட்ட காலத்தில் இவர்களுடைய தோற்றம், 77.

தட்சசீலம், நகரம், 166; உத்தராபாத வணிகவழியின் முடிவெல்லை, 259, 270; ஆரியப் பண்பாட்டிற்குரிய முக்கிய மையம், 259, 308; நாணயங்கள், 271, 305; இப்பகுதிக்குரிய காந்தாரத்தின் தலைநகரம்;

அலெக்சாந்தர் வசம் சரணடைந்து அவரது ஆளுகையின்கீழ் சேர்ந்தது, 287-292, (கி.மு. 4-ம் நூற்றாண்டு தட்சசீலத்தின் சோபையற்ற தோற்றம்) 289; பதில் ஆளுநர்களின் ஆட்சிக்குட்பட்டதோர் துணைத் தலைநகரமாக விளங்கினாலும், மௌரிய எழுச்சியுடன் இதன் சிறப்புக் குன்றிய தொடக்க நலிவுகள், 296.

தட்சிணாபதம், ('தெற்கு வணிகச் சாலை'-தக்காணம்) 200, 262, 267, 271-275; மௌரியர்களின் கைப்பற்றல், 294; தன இலாபங்கள் மிகுந்த வியாபாரங்கள், 297; வி.ப. நிலப்படம்.

தட்பவெப்பம், பகுதிக்குப் பகுதி வேறுபடும் காலநிலைகள் 1; பருவங்கள் 44; தட்பவெப்பக் கொடுமையால் அழிந்துபோன ஓவியங்கள், 409.

தடைக்கட்டு, (டாபூ), 57, 138; மாதவிலக்கு, 89; குலங்களின், 91; முத்திரைகள் எடுத்துக்காட்டும், 108; இறைச்சி உண்ணுதலில், பசுவதையிலும், 181-184; எச்சிற்பட்ட உணவு உண்ணுதலில், 184; பொதுப்பந்தி உணவு- 361.

தண்ட-நீதி, 'செங்கோல் நீதி'-எளியோரைக் காப்பதற்காக மன்னனால் கடைப்பிடிக்கப்பட்ட படை வலிமை, 355.

தண்டினி, கி.பி. 7-ம் நூற்றாண்டின் சம்ஸ்கிருத உரையாசிரியர், 418.

தத்துவம், (பௌத்த மதத்திலும் பார்க்க) கி.மு. ஆறாம் நூற்றாண்டில் கங்கைப் புறத்தில் தோன்றிய புதிய சமய தத்துவங்கள், 181-188, 195; புதிய சமயப் பெரியார்களைப் போற்றி வந்த மன்னர்கள், 279; ஆனால் நடைமுறையில், மீறிச்சென்ற மன்னர்கள், 298; இருப்பினும், இறுதியாக அரசச் செயலமைப்புத் திட்டத்தில் ஊடுருவிச் சென்ற சமூகத் தத்துவங்கள்,

385; முக்கிய வணிகச் சாலைகளின் வழியே பரவிய, 262; இடைக்காலத் தத்துவங்களின் பல்வகைப் பெருக்கங்களும் தனிமைப்பட்ட கிராமங்களும், 363-367.

தந்த்ரீகம், காம உணர்வும், தெய்வீக உணர்வும் இணங்கப் பெற்ற வளமைப் பெருக்கச் சடங்குகள், 187; பின்னர் பௌத்தர்கள், ஜைனர்கள், பிராமணர்கள் ஆகியோர் இதைச் சற்றுத் தூய்மைப்படுத்தி தெய்வாமிசம் பொருந்திய சடங்குகளாகப் புத்துயிர் பெறச் செய்தனர், 369.

தந்தை வழியுரிமை, 86; ஆரியர்களின், 135, 140, 149.

தபுஸ்ஸா, உத்தராபத எல்லைப்புற பிராந்தியத்தின் வியாபாரி, (அனேகமாக உலோகத்தை வியாபாரம் செய்தவர்களாக இருக்கலாம்), 261.

தம்மா, (தர்ம நெறி) மதம், தொடக்கத்தில் நீதியைக் குறித்தது, உள்ளியல்பான (இயற்கை) நியதிச் சட்டம், 297; நடுநிலை அறம், 339; அசோகருக்குப் பிறகு பெற்ற பொருள் மாற்றம், 346, 358; குடிமக்கள் பால் அரசனுக்குரிய நல்லுறவு இணக்கத்தை அளிக்கவல்ல ஆயுதமாக, 347, 398.

தம்மராகிதர், பௌத்த மதம் சார்ந்த கிரேக்கத் துறவி, அசோகரின் தர்ம தூதர், 297.

தம் லுக், துறைமுகம், பீகாரிலிருந்து தாமிரம் இதன் வழியாக ஏற்றுமதியாயிற்று, 296.

தமஜத்ஸ்ரீ-I, நாணயம், வி.ப: பு.எ. 68.

தமாஷா, இக்காலத்திலும் தொடர்ந்து நடைபெற்றுவரும் கிராமியத் திருவிழாவின் அபிநயக் கூத்து, 413.

தமிழ், 130, 411.

தர்ம மகாமாத்திரர், 'நடுநிலை அற ஆணையர்' அசோகர் ஏற்படுத்திய புது அமைச்சர், 339

தவசிகள், உணவு சேகரிப்பவர்களாக நிலை தாழ்ந்து ஜீவித்தவர்கள், 184, 191, 200; மன்னருக்குப் பிரார்த்தனைகளாக வகுலிக்கப்பட்ட அபராதங்கள், 330

தாகூர், ரவீந்திரநாத், 2.

தாசர், அடிமை அல்லது ஊழியர், தொடக்கத்தில் ஆரியரல்லாத இனத்தார், 145; ரிக்வேதத்தின் தாசா மன்னர்கள், 150; பழங்குடி அடிமைகளாக, 150; அடிமைகள் அல்லது உரிமையிழந்த மக்களாக, 260.

தானா, பம்பாய்க்கு அருகிலுள்ள துறைமுகம், 381.

தாம்பூலம், மலேசியப் பெருநாட்டிலிருந்து தொடங்கப்பெற்ற ஆடம்பரம், 365.

தாமரா, காஷ்மீர் அரசுக்கு எதிராகத் தோன்றிய உள்நாட்டுப் புரட்சித் தலைவர்கள், 386.

தாமரைக் குளம், (புஷ்கரம்), 261.

தாமிரம், 48, 104, 153, 261, 327, 333, 393; தாமிரயுகம், 68; ராஜ புதனத்திலிருந்து வந்த தாமிரம், 104, 152; கங்கைச் சமவெளியிலிருந்து பெறப்பட்ட தாமிரம், 161-164; வடகிழக்கு பீகாரில் உள்ள, 296, 343.

தாய்வழியுரிமை, 85, 207, 354; தந்தை மரபுரிமையுடன் ஒருங்கிணைந்து வாழ்ந்த, 355-359.

தாய்தெய்வம், 34, 70, 84, 136, 141, 354, 391; தெய்வத் தன்மையுடைய நந்தவனங்களுக்குரிய, 85; மறந்துபோன பழங்குடிப் பெயர்களை எடுத்துக்காட்டும் தெய்வத்தாய்கள், 87; இந்துப் பண்பாட்டில், 122, 127; சரமா, 143; கருப்பைக் குடுவைகளாக உருவகப்படுத்தப்பட்ட தாய்தெய்வங்கள், 149; கிருஷ்ணனை மணந்துகொண்ட பல்வகை தாய்தெய்வங்கள், 208, 212; மகாயான தெய்வத் தொகுதியில் இடம்பெற்ற தாரா, ஹாரீதி, 371;

பௌத்த மதம் நலிந்த பிறகு பழையபடி தொடக்க இடத்திற்குத் திரும்பி வந்த பெண் தெய்வங்கள், 385; தெய்வங்களின் திருமணம் 423; வி.ப. (போல்ஹாய் தெய்வத்திற்குரிய பெருங்கற் படைக் கோயில்) பு.எ. 42.

தாரா, ('நட்சத்திரம்') மகாயானப் பெண் தெய்வம், 381.

தாரா, (தார்) போஜ பரமாரத்தின் தலைநகர், 351, 417.

தாஸ்யு, தாசா என்ற பொருளிலும் பின்னர் கொள்ளைக்காரர்களையும் இப்பெயர் குறித்தது, 145.

திக்லாத்-பிலேசர், மூன்றாவது அஸ்ஸீரிய மன்னர், 150.

திகாயோஸ், இந்தோ-கிரேக்க நாணயங்களின் மீது தம்மகாவிற்கு இணையாகப் பொறிக்கப்பட்ட கிரேக்கச் சொல் 297, 339, 383.

திசைகாட்டிப் பறவை, புராதனக் கடல் போக்குவரத்தில் பயனுற்றது, 106.

திபேத், 130, 174, 288, 370, 404.

தியூல்காவ், சிறிய கற்கருவிகள் கிட்டிய இடம், வி.ப. சித்திரம், 4, பக். 64.

திராவிடம், மொழியியல் துறை சார்ந்த ஒருக்கால் இனரீதியான மக்கள் கூட்டம், 72, 130.

திரு அவதாரங்கள், (திருப்பிறப்பு மேற்கொள்ளல்) விஷ்ணு, நாகர், வரிசையில் காண்க.

திருத்ஸுஸ், பாரதர் இனத்தாரின் ஒரு கிளை, 146.

திருதன், ரிக்வேத வீரன், த்வாஷ்டிரனைக் கொல்வதற்கு இந்திரனுடன் துணையாக நின்றவன், 151.

திருமணம், பூர்வகாலத்திலும், வரலாற்றுக்கு முற்பட்ட காலத்திற்கும் உரிய, பரிசு மாற்றத்துடன் தொடர்புள்ள, 54-58; மனிதக் கூட்டங்களின் திருமணப் பிணைப்பை எடுத்துக்காட்டும் தெய்வத் திருமணங்கள், 70, 208, 256, 354, 423-425; அலெக்சாந்தரின்

திருமணங்கள், 294; அசோகரின் திருமணம், 294; பெண்ணைக் கடத்தி நடத்தும் திருமணம், 261; புனிதச் சடங்கு முறையாக, 352; புனிதத் திருமணமும் அதில் மணமகனின் பலியும், 411.

திலகர், பாலகங்காதரர், 10.

திவோதாசன், ரிக்வேத காலத்து ஆரியத் தலைவன், 145.

திறை (கப்பம்), முதலாவது டரையஸ் பேரரசனுக்கு மேற்கு காந்தாரர்கள் செலுத்தி வந்த கப்பம், 288; அலெக்சாந்தருக்கு தட்சசீலர்கள் செலுத்திய திறை, 289; மகதப் போர் வெற்றிகளுக்குத் திறை முக்கிய நோக்கமல்ல, 319.

திணை தானியங்கள், 59, 153.

தீ, (ஹோலியில் பார்க்க) மதத்தன்மையுடைய, 85; கட்டுப்படுத்தப்பட்ட தீ, ஒரு கருவியாக, 69; தீயினால் சேதமுற்ற மொகஞ்சோதாரா, 101, 141; தீயின் உதவியால் திருத்தப்பட்ட புதிய நிலங்கள், 103, 152, 164; அக்னிதேவனுக்கு அர்ப்பணிக்கப்பட்ட வேள்வித் தீயாக, 138, 166, 257; மகாபாரதத்தில் குறிப்பிட்டுள்ளதைப் போன்று காடுகளுக்குத் தீயிட்டுப் புதிய நிலக் குடியேற்றங்களுக்குத் தடை விதித்த அசோகர், 341.

தீர்க்க காராயனர், ('நீண்ட' காராயனர்; தீக காராயனர் அல்லது சாராயனர்) ஆட்சிக் கலைத் தத்துவத்தை வகுத்த க்ஷத்திரிய அறிஞர் குழாமில் இருந்த அரசியல் ஞானி, 264; மல்லர் இனத்தைச் சேர்ந்த முக்கிய அமைச்சர், 278, 280, 282.

தீர்க்க தமஸ், ('நெடிய இருட்டு') ரிக்வேத முனிவரும், நதி மாலுமியும் (?) 163.

தீர்த்தங்கரர், ஜைனர்களுக்கு முற்பட்ட மத நிறுவனங்கள், 177.

தீர்த்தம், 121.

துக்காராம், (துர்க்கை+இராமன்) ஒரு தாய் தெய்வத்தின் பெயரும், காவிய வீரனின் பெயரும் இணைந்து தோன்றிய பெயராக்கம், கி.பி. 16-ம் நூற்றாண்டில் மகாராஷ்டிர மாநிலத்தில் தோன்றிய ஆச்சாரிய சுவாமி, 385.

துங்கபத்திரா, நதி, 68.

துணிமணி, (ஜவுளி) 4, 8, 321, 324; இந்தியாவில் பருத்தி ஆடைகளின் துவக்கம், 12; ஆரம்பகாலத்தில் மேலை நாடுகளுக்கு ஏற்றுமதி செய்யப்பட்டது, 106, 393; துணிமணி உற்பத்திக்கு முக்கிய மையமாக விளங்கிய காசி, 267; ஆரம்பகாலத்தின் கம்பளி ஆடைகள், 288.

துர்க்கை, சிவனின் மனைவி, துர்க்கை அம்மனின் வீராவேசத் தோற்றம் (பார்வதியில் பார்க்க), 354; வி.ப. பு.ஏ. 96.

துருக்கி, (அனடோலியா) 50, 118, 138.

துருவஸ்வாமினி, ஒன்றன் பின் ஒன்றாக வந்த இரு குப்த அரசர்களுக்கும் இராணியாகத் திகழ்ந்தவர், 398.

துளசி, (வருந்தா) தெய்வீக மூலிகை; இது தேவதையாக உருப்பெற்று ஆண்டுதோறும் கிருஷ்ணனை மணந்துகொள்ளும் பேறு பெற்றது, 208.

தூதுப் புறாக்கள், 106; மகத அரசுப் பணியாளர்களுக்குரிய செய்திகளை அனுப்பப் பயனுற்றன, 311.

தூபி, (ஸ்தூபம்) பௌத்த மதத்தினரின் நினைவு மண்டபங்கள், 119, 175, 335, 375; சாஞ்சி, 337, 374, 388; கார்லேயில் உள்ள ஒரு தூபி தற்போது யமை என்ற தெய்வத்திற்குரியதாக இனம் கண்டுகொள்ளப் படுகிறது, 385; வி.ப. சாஞ்சி, பு.ஏ. 83, 84 (விவரங்களுடன்): கார்லே, சைத்திய குகை, பு.ஏ. 86.

தெய்வங்கள், 204; மனித சமூகத்திற்கு இணையாகத் தோன்றிய தெய்வ சமூக அமைப்பு, 88-92; அப்ஸரஸ்,

122. வேதிய தெய்வங்கள், 132, 156; தீயைக் குறிக்கும் தெய்வமான அக்னிதேவன், 138; தெய்வங்களுக்கிடையே நிகழ்வுற்ற போர் சச்சரவுகள், 151; பௌத்தமதக் கோட்பாட்டின்படி வீழ்ச்சிக்கும் மறுபிறவிக்கும் உட்பட்ட, 192; சமூகத் தேவை உருவாக்கிய புது தெய்வங்கள், 262; கூட்டுவழிபாடாக வணங்கப்பெற்ற தெய்வீகக் குடும்பங்கள், 354.

தெய்வீக இணைவுப்பான்மை, 24, 354.

தெய்வீகக் கதைகள், ...

தெய்வீகப் பேரதிசயங்கள், 175.

தெலுங்கு, (திராவிட மொழி) 78, 130.

தென்னக வளர்ச்சிக்காக வடக்கிலிருந்து பெறப்பட்ட ஊக்கம், 93, 200-203, 382, 392; இரும்புக்காலம், 165, 201; வடநாட்டுச் சரக்கு உற்பத்திக்கு நேர்ந்த தொடக்கச் சரிவுகள், 392அ.

தெனுகாகதா, கார்லேயின் அருகிலிருந்த கிரேக்க வணிகக் குடியேற்றம், 297.

தேக்கநிலை, இதன் திட்டம் பற்றி, 125, 128.

தேங்காய், (தென்னை) 3, 82, 88; தென்மேற்குக் கடற்கரை ஓரக்கால் பகுதிப் பொருளாதாரத்தின் முதுகெலும்பு, 390.

தேசியக் கொள்கை, இக்காலத்திய, 1-11.

தேர், (குதிரை பூட்டிய) ரதம், 144, 147, 150, 185, 191, 206; அலெக்சாந்தருக்குப் பிறகு உபயோகமற்றுப்போன தேர்ப்படை, 390; யாகக் கட்டணங்களாக பிராமணர்களுக்கு சாதவாகனர்களால் வழங்கப்பட்ட கொடைகளில் ஒன்று, 382; வி.ப குகைச்சித்திரம், சித். எண். 8, பக். 206.

தேரி, தென்கிழக்குக் கரையின் மணற்குன்றங்கள், 62.

தேரிப் பண்பாடுகள், மட்கலத்திற்கு முற்பட்ட சிறு கற்காலப் பண்பாடுகள்-தேரியின்மீது, 62.

தேவதத்தன், புத்தருடன் கருத்து வேறுபாடு கொண்ட உறவினர், 199, 376.

தேவகி, கிருஷ்ணரின் தாய், 207.

தேவா, ('தெய்வம்', பின்னர் அரசன்கூட) ஈரானில் அரக்கர்களாக எண்ணப்பட்டனர், 138, 143.

தேவோத் பாதன-நாயகா, 'விக்ரகங்களை அகற்றி உருக்கும் உயரிய அமைச்சர்', 385.

தொப்பிக்கல், தொப்பிக்கல் மேடை, செதுக்கப்படாத குத்துக்கற்களின் மீது கிடத்தப்பட்ட படுக்கைக் கல், வரலாற்றுக்கு முந்திய காலத்தின் கல்லறைப் படிவம், 295.

தொம்பா, விதைகளை ஊன்ற உதவும் இக்காலக் கம்புக் கொத்தி, 79, 80.

தொல்பொருள் ஆராய்ச்சி, 19, 45, 48, 50, 81, 98, 102, 139, 165, 206, 289, 325, 379, 393; போதுமானதல்ல, 19, 118, 124, 150, 165, 409.

தோட்டி, ஒரு இழிந்த சாதி, 199.

தோடர், நீலகிரி மலையில் வாழும் மேய்ச்சல்நிலப் பழங்குடி மக்கள், 22, 78, 131.

தோல் பதனீட்டாளர், தாழ்ந்த சாதிகளாக வைத்து எண்ணப்படுகின்றனர், வி.ப. பு.எ. 18.

தோலின் நிறம், 145, 148; கிருஷ்ணரின் கரிய சருமம், 256; உத்தராபாத ஆரியர்களிடையே காணப்பட்ட நிற வேறுபாடுகள், 259.

தௌலதாபாத், (தேவகிரி) கோட்டை, இடைக்கால தக்காண அரசியல் நிர்வாக கேந்திரம், 359.

நகரம், நவீன, 6-ல் வரிசைத் தொடராக - கிராமியப் பொருளாதாரத்தின் மீது அதன் செல்வாக்கு, 27, 273; அதனால் நிலைகுலைந்த அர்த்தமற்ற

மாதவிலக்கு போன்ற தடைக் கட்டுகள், 89; அவ்வாறே சாதியின் நிலைகுலைவும், 95; முதல் இந்திய நகரங்கள், 97-128; ஏட்டுரைகள் இங்குமங்குமாக; கவனத்தைக் கவரும் அமைப்பு முறையுடன்கூடிய நகரம், 99-ல் வரிசைத் தொடர். இந்து நகரத்தின் அழிவு, 127, 140; ஆரியர்களுக்குரியதோர் ரிக்வேத நகரத்தின் இல்லாமை, 144; பிற்பட்ட வேதிய காலத்தின் ஒருசில சிற்றூர்கள், 158; நகரங்களில் மீட்டுயிர்ப்பு, 158-166; ஏட்டுரைகள் இங்குமங்குமாக, புது நகரங்களின் அமைப்பு, 178; புத்தபிக்ஷுக்கள் நகரத்தில் தங்குவதற்கு எதிரான தடையுத்தரவுகள், 191; நகர வாழ்க்கைக்கும், கிராமிய வாழ்க்கைக்கும் இடையே நிலவிய வேறுபாட்டு விவரங்கள் அடங்கிய அர்த்த சாத்திரம் 331; அக்கறை காட்டாததன் வாயிலாக இழக்கப்பட்ட குடியுரிமைச் சான்றுகள், 360; சாதவாகனர் காலத்தில் நகரப் பண்பாடு, 395; ஒரு கிராமத்தின் தேவையைப் பூர்த்தி செய்யமுடியாத நகர உற்பத்தி, 401.

நச்சாரி, அஸ்லாமியப் பழங்குடி, வி.ப. பு.எ. 26.

நடனம், சடங்கியல்பான தோற்றம், 54; ஹோலியில், 85; கொந்தாலே, 89, 409; நடனக்கலையில் தேர்ச்சியுற்ற தேவகன்னியர்கள், 122; ரிக்வேதத்தில், 145; ஊனுக்கு ஆடிய, 185; மற்ற கலைஞர்களுடன் கூத்தாடிகளுக்கும் அரசினர் கிராமங்களுக்குச் செல்ல அனுமதி மறுப்பு, 317, 413; சமஸ்கிருத நாடகங்களில், 411; வி.ப. பு.எ. 23, 25.

நதிகள், திசைமாறிச் சென்ற, 128, 147; ஐந்து அல்லது ஏழு நதிகளின் சூழல்- பஞ்சாப்; நதிப் பெயர்களின் இடமாற்றம், 140; நதிநீர்ப் பங்கீட்டின் காரணமான சண்டைகள், 147, 195; ஒரு மாபெரும் கிழக்கத்திய வணிகவழியாக விளங்கிய கங்கை, 163; இந்திய நதிகளின் தோற்றத்தைப் பார்த்து அசந்துபோன கிரேக்கர்கள், 287, 292.

நந்தவனம்,	புனிதமான நந்தவனத்திற்குள் நுழைவு மறுக்கப்பட்ட மதத் தடைக்கப்பட்டு, 86; தாய் தெய்வங்களுக்குரிய, 195, 208; புத்த பிக்ஷுக்களின் உறைவிடம், 191; பிராமணர்களின் குருகுலம், 171, 317, 349; பயணிகளின் களைப்பு நீக்க வணிகச் சாலைகளின் இரு மருங்கிலும் நடப்பட்ட தருக்கள், 203.
நந்தா,	(நிந்தின்) மகத அரசகுலம், 300, 333, வசைப்பெயரெடுத்த நந்த மன்னர்களின் நற்பேறுகள், 305; மகாபத்ம நந்தா, 305 புத்தரின் ஒன்றுவிட்ட சகோதரர்களாகவும் பெயர் பெற்ற நந்தர்கள், 413.
நந்தி,	சிவனுடைய புனித எருது (ஒரு பழங்குடிச் சின்னமுமாக) புதிய கற்காலத் தொடக்கத்திற்குரிய, 89, 353.
நம்பூத்ரி,	மலையாள பிராமணக் கிளை சாதி, 357.
நமுசி,	ஆரியருக்கு முற்பட்ட காலத்திற்குரிய பேரரக்கன், இந்திரனால் கொல்லப்பட்டான், 141.
நர்மதா,	நதி, 164, 201.
நாகபாணர்,	சாக அரசன் (ககராதா) தக்காண பீடபூமிக்குரிய, 390, 392; வி.ப. (நாணயங்கள்) பு.எ. 65.
நாகமுந்தா,	சாக்கிய அடிமைப் பெண், இப்பெயரில் அடங்கியுள்ள இரு பூர்வகாலப் பழங்குடிப் பெயர்களின் கூட்டு, 278 எ.
நாகர்,	('நாகம்') தொன்மைக் காலத்தில் காட்டில்- வாழ்ந்த பழங்குடிகளின் இனப் பெயர், 156, 169, 356; இக்கால நாகர்கள், 78; நாகர்களின் வரிசையில் வைத்து எண்ணப்படும் கோலியர்கள், 195; நாகர்களை ஒழிப்பதற்கு நடத்தப்பட்ட யாகம், 168; நாகர் குலச்சின்னம், 170; சமூகத்திற்குள் ஏற்றுக்கொள்ளப்பட்ட, 171, 260; நாகர்களின் மட்பாண்டம் (?) 171; நாக அரக்கர்கள், 207, 258; இந்திரனுடன் நட்புறவு கொண்டாலும்

கிருஷ்ணனுக்கும், பாண்டவர்களுக்கும் விரோதியாகவே திகழ்ந்த, 255; தொடக்ககால பௌத்த மதத்திற்கு மாற்றப்பட்ட சில நாகர்கள், 258; ஆனால் பிற்கால பௌத்த மதப் பதவிகளுக்கு அனுமதி மறுப்பு, 370; சிசு நாகர் என்ற அரசகுலப் பெயரின் விகுதி, 277; இலாபத்தை முன்னிட்டு மௌரியர்கள் தோற்றுவித்த போலியான நாக வழிபாடுகள், 345; கூட்டமைந்த விக்கிரக வழிபாடுகளில் நாகத்தின் பல தோற்றங்கள், 353; புத்த மடாலயங்களில் பக்தர்கள் வழிபடும் தெய்வமாக, 258, 371; காஷ்மீரத்தின் நாகா நீலமாதாவின் வழிபாடு, 372; குட்டி நாக மன்னர்கள், 396-401.

நாகரகா, 'அயல் நகரவாணன்' காம சூத்திரத்திற்குரிய நகரத்தைப் பற்றிய மனிதன், 394; நகரப் பண்புள்ள இலக்கிய நடை வழக்கு, 420.

நாகார்ஜுன கொண்டா, தெற்குப் பகுதியில் அமைந்திருந்த பௌத்த மத உறைவிடம், 395.

நாகானந்த, ('நாகர்களுக்கு இன்பம் தரவல்ல'). பௌத்த மதத்தை மையக்கருவாகக்கொண்டு எழுதப்பட்ட சமஸ்கிருத நாடகம்; பேரரசர் ஹர்ஷர் நடித்தது. 376.

நாசிக், 331, 406.

நாட்டியம், 'நாடகம்', தொடக்கத்தில் 'அபிநயக் கூத்து' 411.

நாடகம், 7, 408; வரிசைத் தொடரில், பூர்வீகச் சடங்கு வழக்குகளில் காணப்பட்ட அதன் தோற்றம், 54, 411.

நாடு கடத்துதல், அரசுக்கு ஆபத்து விளைவிக்கக் கூடிய பழங்குடிக் கூட்டத்தாரை பலவந்தமாக நாடுகடத்திச் சிட்சை அளித்தல், 306; ஜனத்தொகை பெருகிச் சென்றபோது புதிய கிராமங்களை உருவாக்கி அங்கு கடத்துதல், 314; கலிங்கத்துக் கைதிகளை நாடுகடத்திக் கிராமங்களில் குடியேற்றுதல், 314, 333 - 336.

நாணயங்கள், 276, 322-326; சமஸ்கிருதத்தில் பணம், 144; கி.மு. 7-ம் நூற்றாண்டில் தோன்றிய முதல் செலாவணி, 270;

மௌரியர்களுக்கு முற்பட்ட வணிக இனக் குழுக்களின் காலப்படியான கண்காணிப்பு, 271; குஷாணர்கள் கடைப்பிடித்து வந்த அலெக்சாந்திரிய நாணயச் சாலைக்குரிய தொழில் நுணுக்கமுறை, 391; ஆடம்பரப் பொருள்களின் வணிகத்தால் சிதைவுற்ற நாணயப் புழக்கம், 392, 401; முதலாவது சந்திரகுப்தரின், மகாராணி குமாரதேவி ஆகியோரின் கூட்டுப்பெயர் பொறித்த நாணயங்கள், 397; விளக்கப்படங்கள், சித்திரங்கள், 9, 10, 11, 12, 13, 14; பக்கங்கள் 276, 279, 309, 312, 322, 333 புகைப்படங்கள், 55 முதல் 78 வரை.

நாந்தி, சமஸ்கிருத நாடகங்களின் வாழ்த்துப் பாயிரம், 411.

நாயர், நாயர் சாதியின் இருமடியான தோற்றம், 357.

நார்மினி, ரிக்வேதிய நகரம், தீயில் எரிந்துபோயிற்று. மொகஞ்சோதாராவாக இருக்கலாம். 141

நாராயணர், (விஷ்ணுவில் பார்க்க)

நாரு-காரு, கிராமத்தின் கைவினைஞர்கள், (சாதாரணமாகக் கொள்ளப்படுகின்ற தச்சர், குயவர் போன்ற 12 வகை வேறுபட்ட தொழிலின சாதிகள்) 402.

நாவ்-பெஹார், 175.

நாவிதர், ஒரு தாழ்ந்த சாதி நிலையைப் பெற்றவர், 29, 199; ஒட்டறுப்பு அறுவை வைத்தியத்தின் கண்டுபிடிப்பு, 32; பௌத்த சங்கத் தலைமை குருமார் மரபில் முதல்வராகத் திகழ்ந்த உபாலி, 199.

நாளந்தா, பீகாரிலிருந்த பௌத்த மடாலயம், தொடக்கத்தில் நாகர்களின் வழிபாட்டு இடம், 258; 7-ம் நூற்றாண்டுச் சிறப்பு, 365-367; கி.பி. 655-ல் தாக்கப்பட்டாலும் உடனடியாக அடுத்த ஆண்டிலேயே புதுப்பிக்கப்பட்டது. 374.

நாளாகிரி, புத்தரால் அடக்கப்பட்ட மதக்களிறு, வி.ப. பு.எ. 85.

நானா காட்,	ஜுன்னாரின் முக்கியக் கணவாய், 382; வி.ப. பு.எ. 4, 19.
நானையா,	குஷானர் நாணயங்களின்மீது பொறிக்கப்பட்டிருந்த பெண்தெய்வம், 391.
நிகமா,	வணிகப்புற காவலிடம், அல்லது காலனி, 193.
நிசாம்-வுல்-முல்க்,	தக்காணத்தை ஆண்ட முஸ்லீம் ராஜப் பிரதிநிதி, 400.
நிலப்பிரபுக்கள்,	இக்காலத்தின், 26; பண்டைக் காலத்தில், 180, புதிய நிலப்பிரபுத்துவ வர்க்கம், 321.
நிலப்பிரபுத்துவம்,	35, 37-40, 62, 107, 176, 179, 261, 276, 304; நிலப்பிரபுத்துவகாலச் செல்வச் சேகரிப்புகள் நவீனகாலத்து முதலீடுகளாக மாற்றப்பட்ட நிலை, 9, 16; பிற நாடுகளில் எஞ்சியிருந்த வெளித்தோற்றங்கள், 17; ஆங்கிலேயர் ஆட்சியில் சீரழிந்த நிலப்பிரபுத்துவம், 27; கோண்டர் போன்ற பழங்குடித் தலைவர்களுக்கு நேர்ந்த பாதிப்புகள், 77; தெய்வங்கள் மீது, 88; சாதிகள் மீது, 93; நிலப்பிரபுத்துவத்தின் வர்க்க அடிப்படை, 302; தொடர்ச்சியாகச் சென்ற பக்தி விசுவாசத்தின் நிலப் பிரபுத்துவ ஒருங்கிணைப்பு, 302, 430; நிலப்பிரபுத்து வத்திற்கு முற்பட்ட 'கொடை' வரிகளின் நீடிப்பும், 313; விளைச்சலில் சரிபாதிப் பங்குப் பகிர்வும், 316; நிலப் பிரபுத்துவத்தின் முகமன், 348-431; நிலப்பிரபுத்துவ காலத்திற்குரிய அதிகாரிகளின் சம்பளங்கள் வாரிசுரிமை பெறப்பட்ட நிலங்களாக ஒதுக்கீடு செய்த வழக்கம், 325; கிராம அடிப்படையில்லாத ஹர்ஷின் பேரரசு, 399 அறிவுத்துறைப் புறக்கணிப்பு, 405; கி.பி. 6-ஆம் நூற்றாண்டுக்குப் பிறகு ஏற்பட்ட வளர்ச்சி, 403; நிலப்பிரபுத்துவ ஜமீன் அரசர்களுக்கும் அதிகாரி களுக்கும் உரிய முக்கியப் பணிகள், 406; வி.ப. நிலப்பிரபுத்துவச் சுமைகூலி, ஏறத்தாழ கி.பி. 1600-க்குரியது பு.எ. 21.
நிலம்,	கிரீஸ் நாட்டவர்களுக்கு வியப்பூட்டும் வகையில் வளமுடன் தோன்றிய இந்தியா, 287; நிர்ணயிக்கப்பட்ட

இடங்களில் குடியேற்றம், 78, 180; 357; கிராமத்துத் தொழில் வினைஞர்களுக்கு ஒதுக்கீடு செய்யப்பட்ட நிலங்கள், 41-405; ஒரே குல ரத்த உறவு வகுப்பினரின் நிலக் குடியுரிமை, 94; இந்து நகரங்களின் நிலங்கள் அநேகமாகக் கோயிலின் உடைமைகளாக இருக்கலாம், 124; நில ஒப்படைப்புகளும், பகிர்வுத் திருத்தலும், 180, 266; அர்த்த சாத்திரக் குடியேற்ற முறை, 313-320, 346; தீயின் உதவியால் திருத்தப்பட்ட நிலங்கள், 103, 152, 166, 256; ஒரு அரசுடைமைத் தொழில் நிர்வாகமாக, 276, 302; (பெரும்பாலான சமயங்களில் நிலம் என்பது ஒரு தனியார் சொத்துரிமையாக இல்லாததால்) தனிப்பட்டவர்களின் புது வெட்டுக்கள், 318 330; பணத்திற்காகக் கிரயம் செய்யப்பட்ட நிலம், 198.

நிர்வாண நிலை, (தவசிகளின் பயிற்சி முறையாக) 187.

நிர்வாணம், கர்ம வினைகளிலிருந்தும், பிறவிச் சுழற்சிகளிலிருந்தும் பெறும் விடுதலை, பௌத்த மதத் தீர்வாக, 192, 204.

நிரஞ்சரா, பௌத்த கயாவின் அருகிலுள்ள நதி, 196.

நீதித்துறை, பழங்குடிக்குரிய, 265, 282; இடைக்காலத்தில் தீர்ப்புக்கு எடுத்துக்கொள்ளப்பட்ட குழு உரிமைச் சட்டங்கள், 357-360.

நீர்ப்பாசனம், (கால்வாயில் காண்க) 323, 344; எகிப்திலும் சிந்துவிலும் கண்ணுற்ற வெள்ள நீர்ப்பாசனம், 128, 143; அணைகள் தகர்க்கப்பட்டுச் சீர்குலைந்த பாசனமுறை, 128; கூடுதல் நீர்வரிகள், 311-315; அரசு நிலங்களில் கண்ணுற்ற நீர்ப்பாசனம், 316; நீர்விசை உருளை மகதத்தில் அறியப்பட்டிருப்பினும் கி.மு. 4-ம் நூற்றாண்டுவரை பஞ்சாபில் அறியப்படவில்லை, 318-322; நிலப்பிரபுத்துவ ஜமீன் அரசர்களின் அளிப்பு, 407; வி.ப நெல்சாகுபடி சித். 2, பக் 30; ஏற்ற இறவை, சித். 3, பக். 31.

நீலமாதா,	காஷ்மீர் நாக வழிபாடு; பிராமணர்கள் சிறப்பிடம் வழங்கிப் புராணமாக எழுதினர், 372.
நெசவு,	75, 144, 272, 401.
நேபாளம்,	162, 195, 308, 398, 424.
நெல்,	104, 110, 117, 118, 287.
நோவா,	சுமேரியா (சியூசுத்தா), 105; பைபிள் காலத்தைச் சேர்ந்த, திசைகாட்டிக் காகத்துடன் கப்பலோட்டிச் சென்ற மாலுமி, 106.
ப்ரிகு,	புறகுலத்தில் மணவுறவு காக்கும் கோத்திரம், சொல் வரலாற்று இயலின்படி பிரைகியன் இனத்தாரிடமிருந்து தொடங்கப்பெற்ற, 147; மகாபாரதத்தை ஒழுங்குப்படுத்தி உருவாக்குவதில் முக்கியப் பங்கேற்ற குலம், 173; பத்து மன்னர்கள் போரில் எதிரணியில் நின்றவர்கள், 147.
ப்யூலி,	அல்லகப்பாவிற்குரிய பழங்குடிகள், (சம்பாரனா?) 269.
பக்தார்,	ரிக்வேதப் பழங்குடி (பக்தூனியர்?) 146.
பக்தி,	'நம்பிக்கை', 'இராஜபக்தி' கீதையை நிலப்பிரபுத்துவத்துடன் இணைக்கின்றது. 429-431.
பகுதாகாத்யாயனர்,	தத்துவ ஞானி, புதிய சீடர் குழாம் சிந்தனைப் பிரிவைத் தோற்றுவித்தவர், 186.
பங்களூர்,	(நகரம்), 85.
பசேனாதி,	(பிரசேனாஜித்) கோசல மன்னர், புத்தருடன் சமகாலத்தில் வாழ்ந்தவர். 181, 194, 277, 278, 280; தாழ்ந்த குலப் பிறப்பையுடையவராக இருந்தாலும் இஷ்வாகு பரம்பரையில் தோன்றியதாக உரிமை கொண்டாடினார், 278; வி.ப. நாணயத் தொகுதி, சித். 9, பக். 276.
பஞ்ச-தந்திரம்,	நடைமுறை நீதிக் கதைகள், 421.

பஞ்சம்,	நவீன காலத்தின், 6, 35; பஞ்சங்கள் உருவாக்கிய அடிமை சாதிகள், 180; பஞ்சத்தை எதிர்த்து அர்த்த சாத்திரம் மேற்கொண்ட எச்சரிக்கைகள், 327; பௌத்த மடாலயங்களினால் தணிக்க முடிந்த, 379; வி.ப. பு.எ. 22.
பஞ்ச-ஜனா,	'ஐந்து பழங்குடிகள்', 207.
பஞ்சாப்,	'ஐந்நீர்' 21, 93, 98, 107, 130, 132, 138, 146, 152, 158, 160, 162, 165, 170, 207, 256, 292, 293, 308, 343, 348, 360, 365, 376, 388, 389, 391; பழைமைப் பழங்குடி முறைகளைப் போற்றிய வண்ணம், 180; தொழில் நுணுக்கத்தில் பின்தங்கியிருந்த, 320, 326; பஞ்சாபின் உப்புச் சுரங்கங்கள், 273; பஞ்சாபில் படையெடுத்துச் சென்ற அலெக்சாந்தர், 286; வி.ப. தேசப்படம்.
பஞ்சாலம்,	('ஐந்து விலாங்கு மீன்கள்?') குரு நிலத்திற்கு அண்மையில் உள்ள க்ஷத்திரியப் பழங்குடி ஆலிகார்க், 308.
பட்டு,	சீனத்துப்பட்டு, 296, 369; சங்கத்துறவிகள் அணிந்துகொள்ளும் பட்டுவேட்டி, சால்வைகள், 369, 380.
படிகமணி,	(கல்) 60-63, 74; பண்டைய ஐரோப்பாவில் இதற்கு ஏற்பட்ட கிராக்கி, 393.
படித்தளம்,	மலைச்சரிவுகளைச் சமன்படுத்திச் சாகுபடி செய்தல் 66, 79.
படித்துறை,	புண்ணிய தீர்த்தத்திற்கு இட்டுச்செல்லும் படிக்கட்டுகள், 119.
படை,	(போர் நடக்கும் சமயத்தில் மட்டுமே லெவியாகத் திரட்டப்பட்ட படையுடன் வேறுபட்டுத் தக்கபடி நியமனம் செய்யப்பட்ட நிரந்தர அமைப்பு), புத்தரும், மகதப்படையும், 198; பழங்குடி சமூகத்தில் நிறுவ முடியாதது. 275; கி.மு. 6-ம் நூற்றாண்டில் ஏற்பட்ட

புதிய மாறுதல், 278; கூட்டுப் பழங்குடிப் படைப் பயிற்சிக்கு எதிராக 282, 313; போர்த்தந்திர மையங்களின் இடமாறுதல்கள், 301, 316, 319; படை நிருவாகத்திற்காக விதிக்கப்பட்ட சிறப்பு வரிகள், 316; ஓய்வு பெற்ற படைவீரர்களைக் குடியேற்றுவதற்காக ஒதுக்கப்பட்ட அரசு நிலங்களில் விதிக்கப்பட்ட சிறப்பு நிபந்தனைகள், 270; சிறப்புத் துணைப்படைகள், 319; போர் முக வேலைகளுக்காக அமர்த்தப்பட்ட கட்டாயக் கூலிகள், 323; சம்பள விகிதங்கள், 323; மகதப் பேரரசுக்கு பிறகு கலைந்துபோன படைப் பிரிவுகள்: 343; காவல் படையை போல் பயன்பட்டு வந்த காரணத்தால் நிரந்தர சைனியங்கள் உருக்குலைந்த நிலை, 393.

பண்டமாற்றுப் பரிவர்த்தனையும் பொருளாதாரமும், 31, 152, 297; 'வியாபாரக் கூட்டாளி'களிடையே நிலவி வந்த பூர்வகால ஏற்பாடு, 55; பிந்திய குப்தர் காலத்தில் பண்டமாற்றுப் பொருளாதாரத்தை நோக்கிய நிலையிறக்கம். 401-405.

பண்ணையாள் அடிமைகள், ...

பண்பாடு, 172, 178; பொதுப்படையான ஆராய்ச்சி, 10; வரிசைத் தொடராக, சொற்பொருள் விளக்கம், 14; இக்காலப் பண்பாட்டின்மீது கொண்ட ஐரோப்பியச் செல்வாக்குகள், 11; ஆசியப் பண்பாட்டின் அடிப்படைகள், 11; பூர்வகால இந்தியப் பண்பாட்டின் ஆக்கக் கூறுகள், 24, 36; பண்டைய இந்தியப் பண்பாட்டு முடிவின் எல்லை, 40; மட்பாண்டத் தொழிலுக்கு முற்பட்ட பண்பாடு, 62; இந்துப் பண்பாடு, 97-121, 164; வேறுபட்ட பண்பாடுகளின் ஆக்கிரமிப்பு விளைவுகள், 76, 116-121; இந்தியப் பண்பாட்டின் மீது விழுந்த தெய்வீக முத்திரைகள், 347, 357-361; கி.மு. இரண்டாவது ஆயிரமாண்டுக் காலத்தில் நேர்ந்த பின்னடைவு, 10; வரிசைத் தொடரில், பிற்கால

	வளர்ச்சிக்கு வித்தாக இருந்த, 116-121; பிராமணர்களின் அக்கறையின்மையினால் பெருஞ்சேதமுற்ற இந்தியப் பண்பாடு, 359-362; சமூகக் கூட்டுறவு இல்லாமல் வளரமுடியாது. 364; இந்திய வணிகர்களுடன் மத்திய ஆசியாவிற்குள் உடன்சென்ற, 394; சாதவாகனர் காலத்தில் புதிய நகர்வாணர் பண்பாடு, 399; இந்தியப் பண்பாட்டில் கிரேக்கர்களின் செல்வாக்கு, 298, 388; அலெக்சாந்தரின் மிகக் குறைவான செல்வாக்கு, 293.
பணம்,	'நாணயம்', 144, 323, 324.
பணம்,	அர்த்தசாத்திரத்தின் சம்பளப் பட்டுவாடா, படைகளுக்காக, 300; பட்டியல்களும், விகிதங்களும், 322-326; அபராதப் பட்டியலில் காணப்படும் தரமதிப்பு, 330.
பணவீக்கம்,	செலவாணித் தரமிழப்பின் சமாளிக்கப்பட்ட நிதி நிர்வாக நடவடிக்கை, 333, 336.
'பத்து இளவரசர்கள்',	(தசகுமார சரிதம்) தண்டினி எழுதிய சமஸ்கிருத உரைநடைக் காவியம், 418-420.
பத்து மன்னர்கள்,	ரிக்வேத காலத்தின் நேச ஒப்பந்தமும், போரும், 146-147, 284.
பத்மகுப்த பரிமளம்,	'நவசஹா சாங்க சரிதம்' என்ற சமஸ்கிருதப் பாடலை இயற்றியவர், 351.
பதஞ்சலி,	இலக்கண ஆசிரியர், 146, 346; சமஸ்கிருதத்திற்கு அருமையான உரைநடையையும், திறன் மிகு விரிவுரையையும் எழுதியவர், 349; முதல் சுங்க வமிசத்தினருக்குச் சமகாலத்தவர், 388; சொற்கள் அழியா வரம் பெற்றவை என்று வரையறுத்தார், 419.
பதுமைகள்,	இந்துப் பண்பாட்டிற்குரிய கடுமட்கல உருவங்கள், 122.
பந்துலா,	கோசலர்களின் மல்லர் குலப் படைத்தலைவன், 278, 282.

பம்பாய்,	(நகரம்) 8.
பயறுகள்,	(மொச்சை, உளுந்து, பயறு போன்ற பயறு வகைகள்; சமநிலை உணவாகவும், பயிர் சுழற்சி முறைக்கும் உதவுகின்றன), 80, 153.
பயிர்களின் அழற்சி,	நெல் அறுவடைக்குப் பிறகு அதே வயலில் பயறுகளைப் பயிராக்குதல், 79.
பயிரிடும் குத்தகையாளர்,	180.
பர்த்ரிஹரி,	சமஸ்கிருதக் கவிஞர்; அல்லது பாத்தொகுப்பாளர்? 424.
பர்மஸைடு,	(பர்மகா) பாக்தாதில் ஹரூண் அல் ரஷீதின் கீழிருந்த ஒரு அமைச்சரவைக் குடும்பம், பௌத்த மடாலயப் பரமகாவிலிருந்து மருவிச் சென்றது, 175.
பர்மா,	58, 174, 296, 370.
பரத்பூர்,	மத்ஸ்யர்களின் ஜனபாதத்தில் உள்ளது, 146.
பரம்படித்தல்,	வி.ப. பு.எ. 16.
பரா,	மெசப்பட்டோமியாவின் தொல்பொருள் ஆய்விடம், 106.
பராசரர்,	பிராமண ஆட்சிக்கலைச் சிந்தனையாளர், 263.
பரிசில்,	பழங்குடி மன்னனுக்கு அளிக்கவேண்டிய நிலப்பிரபுத்துவ காலக் கப்பங்களான, 313.
பரிணாமம்,	46; சமூக இயலின் பரிணாமம், 48.
பரீக்ஷித்து,	மகாபாரதத்தில் வரும் பூரு மன்னர், 168.
பருவகாலம்,	பருவமழை துவக்கம், 20, 26, 35, 43-46, 68, 75, 104; பருவமழைக் காலங்களில் பயணத்தை முடித்துத் திரும்பி ஓய்வெடுப்பது சங்கத் துறவிகளின் கடப்பாடு, 191, 196.
பருத்தி,	(துணிமணி ஜவுளி- வரிசையிலும் பார்க்க), 3, 8, 12, 22, 106, 286, 321, 393.

பருத்,	மூங்கில் தொழில் இனக்குழு சாதி, கூடை முடைவோர், 384.
பல்பூத தருட்சன்,	ரிக் வேதகாலத்திலிருந்த ஆரியரல்லாத அரசர் அல்லது இரு அரசர்கள், 149.
பல்லவர்,	கிழக்குக் கரையின் தென்னாட்டு மன்னவர் குலம் (தலைவர்- காஞ்சி, 395.
பல்லுகா,	உத்தராபாதாவின் எல்லைப்புற வணிகர், 261.
பலராமர்,	('பலமான இராமர்', சங்கர்ஷணர் என்றும் அழைக்கப்பட்டார்; அதாவது கொழுவை ஆயுதமாகக்கொண்ட உழவர்) 207, 256; நாகங்களுக்குத் தலைவனாகிய ஆதிசேஷனின் அவதாரம்; 258; உழவர்களுக்குக் காப்பாளர்; 258; சாதவாகன வழிபாட்டில், 382; சுங்கர்கள் தலையெடுக்கத் தொடங்கியபோது கிருஷ்ணருக்குச் சமமான தகுநிலை வழங்கப்பட்டது, 388.
பலி (யக்ஞும், அசுவமேதம் பார்க்க),	54, 148, 178, 181, 200, 257; ரத்த பலி, 86, 156-160, 385; நரபலி, 33, 54, 76, 89, 157, 182, 197, 208, 257, 348, 352; அக்னிதேவனுக்கு இடும் பலியின் வாயிலாகக் காடுகளை அழித்துச் சீர்திருத்தப்பட்ட நிலம், 166; விவசாயிகளுக்குச் சுமையாக விளங்கிய யாக பலிகள், 179-182, 279.
பலி,	'உயிர்ப்பலி', பின்னர் ஒரு பழங்குடி யாகத்தின் போது தலைவனுக்காக அளிக்கப்பட்ட வெகுமதிகள்; இதிலிருந்து படிப்படியாகத் தோன்றிய வரிகள், 156, 313; லும்மினியில் ஒரு குறிப்பிட்ட அர்த்த சாத்திர வரி அசோகரால் குறைக்கப்பட்டது, 313.
பலூரிஸ்தானம்,	116.
பவபூதி,	காளிதாசருக்குப் பிறகு தோன்றிய சமஸ்கிருத நாடகாசிரியரும், கவிஞரும், 416.

பவழம்,	மத்திய தரைக்கடல் பவழங்களுக்கு இந்தியாவில் நிலவிய பெரும் வரவேற்பு, 296.
பழங்குடி,	59, 92, 97, 103, 135, 141, 144, 148, 151, 157, 162, 178, 179, 185, 187, 195, 255, 262, 265, 279, 292, 302; இக்கால எச்சங்கள், 20, 47, 50, 77, 86; மொழியில் உள்ள தற்காலப் பழங்குடிப் பேச்சுவழக்கு மரபுகள், 84, 130; 'குற்றவாளி', 23; பழங்குடியிலிருந்து தோன்றிய தொழிலினக் குழுக்கள், 270, 272; பழங்குடியிலிருந்து தோன்றிய இழிஜாதிகள், 81; ஏற்றுக்கொள்ளப்பட்ட பழங்குடி வழிபாடுகள், 33, 37, 90; இரண்டாவது ஆயிரமாண்டுக் காலத்திற்குரிய 49, 143-146; அஸ்ஸாமில், 73, 272; பழங்குடிக்குரிய சாகுபடி முறைகள், 79; பழங்குடி மக்களின் ஒழுக்கம், 23, 216, 274; போரின்போது படைத்தலைமையைத் தாங்கிச் செல்லவேண்டிய பழங்குடித் தலைவன், 278; ஆரியப் பழங்குடி அமைப்பிற்குள்ளாக நிலவிய சாதி- வர்க்க வேற்றுமைகள், 144, 355; சாதி வர்க்கமற்ற சாக்கியப் பழங்குடி, 193; சொத்துரிமையினாலும், வர்க்க வேற்றுமையினாலும் சீரழிந்த பழங்குடி சமுதாயம், 158, 179, 275, 302; (இந்தியாவிலும் கிரீஸிலும் நிலவிய) கி.மு. 6-ம் நூற்றாண்டின் நிலக்குடி முறை, 266; பழங்குடி மக்களின் உபரிகள் தலைவன் வாயிலாகவே பேரம்செய்யப்பட்டு வந்ததும் அதன் காரணத்தால் வணிகம் உருப்பெற்றதும், 274; ஒரு முடிமன்னர் பதவியின் மீதிருந்த பழங்குடிக் கட்டுப்பாடுகள், 276; திட்டமிட்டு அழிக்கப்பட்ட பழங்குடி அமைப்புக்கள், 281, 306; வரிசைத் தொடராக, பழங்குடி அமைப்பு களைப் பிளப்பதற்கு வகுக்கப்பட்ட நுண்ணிய திட்டங்கள், 282, 306, 355; பழங்குடி நாணயங்கள், 312; வி.ப. சித். 23. பக். 266; பு.எ. 73; பழங்குடி வாழ்க்கை, பு.எ. 23, 24, 25, 26, 27, 28, 29, 30, 31, 32, 33, 34, 35, 36.

பறவை முகமூடி,	கடுமட்கலப் பதுமைகள், 122.
பரைஸ்,	(காசி, வார்ணாசி என்றும் அழைக்கப்படும் நகரம்) 162, 165, 196, 201, 206, 267, 272; ஜவுளி உற்பத்திக்குரிய தொன்மையான சந்தை; 267; துறைமுகம், 267.
பனிக்கட்டிக் காலம்,	52-60, 'மாதிரி உருவரைகள்', 108; வி.ப. சித். 6; பக். 109.
பனியா,	இக்கால வியாபார, சில்லரை வணிக வர்க்கம்; வணிக், பாணி என்ற சொற்களிலிருந்து இச்சொல் தோன்றியது, 144.
பஸ்தி,	(உ.பி. மாநிலத்தின் ஒரு மாவட்டம்) புராதன கோசலத்தின் ஒரு பகுதி, 195.
பாகதுகர்,	'அரசுப் பதிவாளர்', 157.
பாகிஸ்தான்,	61, 93, 102, 146, 147, 424.
பாகு,	இந்திய யாத்திரீகர்கள் சென்றடைந்த நகர், காஸ்பியன் துறையில் உள்ளது, 363.
பாகு தந்தி,	அவர் மகன்; ஆட்சிக்கலைத் தத்துவ ஆசிரியர், 263.
பாசாநாக சைத்தியம்,	ராஜ்கீருக்கு வெளியேயுள்ள கல்மண்டபம், 200; வி.ப. பு.எ. 43.
பாசுபதர்கள்,	'விலங்குகளுக்குத் தலைவனான' சிவனின் பக்தர்கள், வீர சைவர்கள், 375.
பாட்னா,	(பாடலிபுத்திரம்) 98, 197; கங்கைப்புற வர்த்தகத்தைக் கட்டுப்படுத்துவதற்காக நிறுவப்பட்டது, 281; மௌரியர்களின் ஆளுகையின்கீழ், 294, 297, 331; கி.மு. 4-ம் நூற்றாண்டியிலிருந்து, 18 கி.மு. 2-ம் நூற்றாண்டுவரை உலகப்பெருநகராகப் புகழ்பெற்ற, 305; அதன் நலிவு, 193, 405; மரம்-மண்- கோட்டை அரண்கள், 337; மினாந்தரால் தாக்கப்பட்டது, 386-390.
பாடல் திரட்டுக்கள்,	தொகை நூல்கள், சமஸ்கிருதப் படைப்பு இலக்கிய இறுதிக் காலத்தின் எடுத்துக்காட்டாக, 424.

பாண்டவர்கள்,	'பாண்டு புத்திரர்கள்' 166, 171, 255, 341.
பாண்டியர்,	தென்கிழக்குப் பகுதியின் அரசவமிசம், 395.
பாண்டுராஜர் திபி,	மேற்கு வங்கத்தில் வரலாற்றுக்கு முற்பட்ட காலத்திற்குரிய அகழ்விடம், 165.
பாணர்,	சமஸ்கிருதக் கவிஞரும், உரைநடை ஆசிரியரும், 419; அத்துடன் தென்னகத்தில் ஒரு குறுநில மன்னர் குலவமிசப் பெயருமாகும், 395.
பாணி,	இந்து சமவெளியைச் சார்ந்த ஆரியர்களுக்கு முற்பட்ட மக்கள், 143, 271; பிரிவுகளுக்குத் தலைவனாக இருந்த, 150.
பாணினி,	சமஸ்கிருத இலக்கண நூலாசிரியர், 296, 349.
பாப்பாராவால்,	ராஜபுத்திரக் குலமரபைத் தோற்றுவித்தவர்; உள்நாட்டு 'மௌரியரை' முறியடித்து ஆட்சி நிறுவியவர், 387.
பாபிலோன்,	13, 99, 100, 105, 122, 127, 282, 293.
பார்சுவர்,	மூலமுதல் சமண சமய ஆசிரியர், 177, 187.
பார்தி,	தாழ்ந்த வேட்டுவப் பழங்குடி சாதி, 85.
'பார்லாமும் ஜோசாப்பத்தும்,	கிறித்துவத் திருச்சபைப் புனிதர்களின் வாழ்க்கை வரலாறு; புத்தருடைய வாழ்க்கை வரலாற்றிலிருந்து காப்பியடிக்கப்பட்ட கதை, 175.
பார்லி,	(யவா) 59, 153.
பார்வதி,	(துர்க்கையிலும் பார்க்க) சிவனின் மனைவி, 70, 87, 415, 423; பல்வேறு தலங்களில் உறைந்துள்ள தாய்த் தெய்வங்களில் இனம் கண்டுகொள்ளலாம், 354; கௌரி 'வெண்மைப் பெண் தெய்வம்' 376; சிவனுடன் இணைந்து அல! உருவம் கொளல் (அர்த்த நாரீஸ்வரர்?), 423.
பார்ஹட்,	பௌத்தர்களின் நினைவுச் சின்னங்கள் அமைந்துள்ள இடம், 25, 197, 372; வி.ப சிற்பம், பு.எ. 80, 81, 82.

பாரசீகம்,	ஈரான்.
பாரத்வாஜர்,	பிராமண கோத்திரப் பெயர், ஒரு பிராமண குருவும், ஆட்சிக்கலைச் சிந்தனையாளரும், 263.
பாரதர்,	ரிக்வேதத்திற்குரிய ஆரியப் பழங்குடி, 146.
பாரவி,	சமஸ்கிருதக் கவிஞர், கிரார்தார்ஜுனிய நூலாசிரியர், 416.
பாரோ,	16, 50, 110, 128; சிறப்புக் கடமைகள், 121-124.
பால்க்,	(பாலீகா) 260, 261; மகதச் சந்தையில் விற்று குறு மென்மயிரடர்ந்த தோலாடைகள், 296.
பாலஸ்தீனம்,	140, 175.
பாலா,	பீகார்-வங்கம் ஆகிய நாடுகளை ஆண்டுவந்த அரசவமிசம், 375, 413, 417.
பாலி,	மகதத்திலும் பழைய பௌத்த திருநூல்களிலும் வழங்கப்பட்ட மொழி, 181, 193, 262, 277, 333; ஹீனயானர்களால் தொடர்ந்து கைக்கொள்ளப்பட்டது. 370.
பாலுணர்வு ஆபாசங்கள்,	உணவு உற்பத்திக்குரிய சமூகத்தில் நடத்தைக்கேடாக மாறுதல், 84, 189, 341.
பலூதம்,	கிராமத்துக் கைவினைஞர்களுக்கு நிர்ணயிக்கப்பட்ட பங்குகளைக் குறிக்கும் மராட்டிச் சொல், 402.
பாலை,	2, 21, 175; நகரப் பண்பாடுகளின் மூலத் தோற்றத்திற்கு உதவிய வண்டல் மணற்பாலைவனம், 102-104, 128.
பாவம்,	ஒரு தடைக்கட்டை உடைத்து பாவத்தை ஏற்றுக்கொண்ட (யிமா), 182, 183.
பாவரி,	கோசல பிராமணர், கி.மு. 6-ம் நூற்றாண்டில் தக்காணத்திற்குள் நுழைந்து புதுக் குடியேற்றங்களை நிறுவிய முதன் முயற்சியாளர், 200, 267, 340, 378, 392; சாதவாகனர் காலத்திலும் ஊடுறுவிய அம்மரபின் தொடர்ச்சி, 382.

பாவா,	வணிகவழியில் அமைந்திருந்த மல்லர் தலைநகரம், 200, 265.
பானிப்பட்டு,	போர் முக்கியத்துவம் வாய்ந்த இடம். டில்லியின் அருகிலுள்ளது, 165.
பாஸர்,	புராதன சம்ஸ்கிருத நாடகாசிரியர், 414,415
பாஜா,	பௌத்தர்களின் குகை மடாலயம், 382; வி.ப. சிற்பம் பு.எ. 91.
பாஹ்ரேன்,	(தில்மூன்) இந்தோ-மெசப்பட்டோமிய வணிகச் சந்தை, 105.
பாஹியான்,	சீனாவிலிருந்து வந்த பௌத்த யாத்திரீகர், 399.
பிசுனர்,	ஆட்சிக்கலைச் சிந்தனையாளர், 263.
பிந்துசாரர்,	இரண்டாவது மௌரியப் பேரரசர், சந்திரகுப்தரின் புதல்வர், அசோகரின் தந்தை, 294, 296, 312, 321, 333, 339; வி.ப. நாணயத் தொகுதிகள், சித்திர எண். 14, பக். 333.
பிம்பிசாரர்,	கி.மு. 6-ம் நூற்றாண்டு மகத மன்னர், 181, 198, 262, 270 277-281; ஒரு தாழ்வான அல்லது தெளிவற்ற மரபில் தோன்றியவர், 278
பியதசி,	(பிரியதர்சின்) 'அன்புத் தோற்றமுள்ள' அசோகரின் சிறப்புப் பெயர், 332.
பியூக்கலா வோட்டீஸ்,	(புஷ்கராவதியில் பார்க்க).
பிரகஸ்பதி,	பிராமண ஆட்சிக்கலைச் சிந்தனையாளர், 263.
பிரசாஸ்தி,	(புகழுரை) அலகாபாத் கல்வெட்டுக்களில் செதுக்கப்பட்ட சமுத்திரகுப்தனின் புகழுரைகள் (நினைவுக் கல்வெட்டுக்கள்), 397.
பிரத்யோதர்,	அவந்தியின் மன்னர் குலம், 284.
பிரம்மகிரி,	மைசூர் மாநிலத்தின் பெருங்கற்கால நினைவைக் குறிக்கும் இடம், 164, 295
பிரம்மச்சரியம்,	185, 190, 198.
பிரம்மதத்தன்,	புராணங்களில் இடம்பெற்ற காசி மன்னர், 267.

பிரம்மா, (இறுதியில் பிராமணத் தெய்வத் தொகுதியின் முதுநிலை படைப்பு தெய்வமாக உயர்ந்தது) தெய்வீக சாராம்சமாக, 182; புத்தருக்கு அடிபணிந்து நடக்கும் தெய்வமாக பௌத்தர்களால் நிலை தாழ்த்தப்பட்டது, 371.

பிரவாகன ஜெய்வாலி, க்ஷத்திரிய வகுப்பைச் சார்ந்த உபநிடதத் தத்துவ ஞானி, 182.

பிரஹத்ரதர், ('மிக உயர்ந்த தேருடன் கூடி') மௌரியப் பேரரசன், 387.

பிராகிருதம், எளிய மொழி, இதற்கும் சம்ஸ்கிருதத்திற்குமுள்ள வேற்றுமைகள் இத்தாலியத்திற்கும், இலத்தீனுக்கும் உள்ளதைப் போன்றது, 130, 351, 388; சாதவாகனர் காலத்தில் எழுந்த மதச்சார்பற்ற இலக்கியப் படைப்புகள், (தொலைந்துவிட்டன), 394; சம்ஸ்கிருத நாடகங்களில் பெண் கதாபாத்திரங்கள், வேலைக்காரர்-சேடிகள் பேசிய வசனங்கள், 412; 'கதாசரித சாகரம்'-பிராகிருதத்திலிருந்து சம்ஸ்கிருதமாக்கப்பட்டது, 420.

பிராமணங்கள், வேதிய காலத்திற்கு பின்னர் எழுதப்பட்ட சமயக் கோட்பாடுகள், 156, 180, 182, 419; சதபத பிராமணம், 163, 182, 183.

பிராமணர், (புரோகித சாதி வர்க்கம்), 23, 44, 82-102; ஏட்டுரைப் பகுதி 148, 149, 154-159, 181, 183, 185, 201, 202, 259, 334, 395, 409; ரிக்வேதத்திற்கு அயலானவர்களாலும் புரோகிதத் தொழிலில் ஏகபோக உரிமையைப் பெற்றவர்கள், 149; சமாதான வழியில் காட்டிற்குள் ஊடுறுவல், 156, 170, 198-201; மரபுகளில் தங்களுடைய செல்வாக்குகளை நிலைநாட்டிக்கொண்டவர்கள், 166, 172; மீண்டும் சமய முறைமைகளைத் திருத்தி ஒழுங்குபடுத்தினர், 354, 371; பூர்வீக நாகர்களுடன் கலப்புமணம் பூண்ட, 168-172, 260, பிராமணர்களுக்கு அளிக்கப்பட்டதாகக் கருதப்படும் பெருங்கொடைகள்,

181; பிற்கால பிராமணர்கள் எல்லா சாதி பிரிவினர்களுக்கும் புரோகிதர்களாகப் பணியாற்றினர், 185, 351-353, 360; சாக்கியர் மற்றும் அதைப்போல் திரித்துரைக்கப்படாத வேறு பழங்குடிகளில், காணப்படாத பிராமணர்கள், 193; திருமணம் செய்துகொள்வதற்காக புத்தருக்கு அளிக்கப்பட்ட ஒரு பிராமணப் பெண், 198; பிராமணர்களின் கலப்பினப் பண்புகள், 260; ஆட்சிக்கலைத் தத்துவங்களை உருவாக்கிய பிராமணச் சிந்தனையாளர்கள், 264; ரகசிய உளவாளிகளாக, இராஜ்ஜிய அமைச்சர்களாக கௌடில்யர், வசகாரர், கண்வாயனர், ஹேமாத்ரி லக்ஷ்மீதரர், 282; யாகம் போன்ற சடங்குகளை நிகழ்த்தும் காரியங்கள் சட்டப்பூர்வமாகக் கட்டுப்படுத்தப்பட்டன, 328; அசோகருக்குப் பிறகு ஏற்பட்ட நிலைமாற்றம், 348-366; நீண்ட கடுமையான கல்விச் சிட்சைகள், 348; ஆனால் பிற்காலத்தில் கல்வி ஞானம் அரிதாகப் பெற்ற பல பிராமணர்கள், 364; வைதீகமற்ற சடங்குகளை நோக்கிய மாற்றம், 351; பழங்குடி நிலையிலிருந்து மாறி சமூக உணர்வு பெறுவதற்கு பிராமணர்கள் உதவிய பங்கு, 355; வரலாற்றுச் சிறப்புடைய பழங்குடிகளிடம் அவர்கள் கொண்டிருந்த மண உடன்பாடு, 355-359; பிராமண வழிபாடுகளில் உள்ள திரளான தர்க்க முரண்பாடுகள், 353; அவர்களுடைய கருத்து முதல்வாதத் தத்துவம், 362; பெருமதிப்பிற்குரிய சங்கத் துறவிகளுக்கு அளிக்கப்பட்ட நேர்முக பிராமண உதவியாளர், 365; காஷ்மீரத்தில் நாகர்களின் வழிபாட்டைப் புராணமாக புனைந்ததன் வாயிலாக மீண்டும் தழைத்த பிராமணர்கள், 372; சுங்க மன்னர்களும் அவர்களுடைய வழித்தோன்றல்களும் அளித்துவந்த சிறப்பான ஆதரவுகள்; ஆனால் அவை பிராமணர்களுக்கு மட்டுமே உரித்தானதாக இல்லை, 374, 389; ஒரே நேரத்தில் பிராமணச் சடங்காற்றுதல்களும், பிற வழிபாடுகளும் ஒன்றாக

நிகழ்ந்து வந்தன, 376; சாதவாகனர்கள் அளித்துவந்த ஏராளமான யாகக் கட்டணங்கள், 382; சாகா உஷாவதத்தனிடமிருந்து பெறப்பட்ட கொடைகளில் தென்னந்தோப்புகளும், 390; சாருதத்தன் என்ற பிராமணச் சாத்து வணிகன், மிருச்ச கடிகம் என்ற நாடகத்தில் கதாநாயகன்; அரசவைக் கணிகையாயிருந்த கதாநாயகியைக் காதலித்துக் கடைசியில் மணம் புரிந்துகொள்ளுகிறான், 417.

பிராவாரா, கோதாவரியின் கிளை நதி, 201.

பிராஹூயி, வடமேற்கிலுள்ள திராவிட மொழித் தீவு, 72.

பிரிகியான், (பிரிகுவின் சொல் மூலம்?) 147.

பிரிட்டன், (இங்கிலாந்து), 6, 8, 10, 11, 16, 17, 21, 23, 27, 74, 95, 316, 343.

பிரிவு, பாணிகளுக்குத் தலைவன், ஆனால் ரிக்வேத ஆரிய முனிவர்களின் ஆதரவாளர், 15.

பில்சா, (விதிசா) வணிகச் சந்தை, 200, 295; ஹெலியோடோ ரஸின் தூபி, 388.

பில்லி சூனியம், இக்காலத்திலும் கடைப்பிடிக்கும் பூர்வ குடிமக்கள், 33; அதர்வவேதம், 132.

பிளாட்டோ, 287, 298.

பிக்ஷு, 'இரவலர்' (மடத்துத் துறவியில் பார்க்க) பிச்சையெடுத்து உண்ணும் நிலைக்கு முற்றுப்புள்ளி, 369.

பீகார், (மகதம் என்ற சொல் வரிசையிலும் பார்க்க) 21, 23, 32, 92, 316 352, 380; கனிவளம் நிரம்பிய, 161, 163, 273, 297, 343; 'விகாரா'= பௌத்த மடம். இச்சொல்லின் திரிபு, 375.

பீட்டக், எல், 42.

பீமா, தக்காணத்து நதி, 66, 68.

பீல், பழங்குடி, 22, 77; முதல் நூற்றாண்டின் குறுநில மன்னர்கள், 396; வி.ப. அன்புத் தங்கையின்

அரவணைப்பு, பு.எ. 28; கோதுமையைப் பதர் நீக்கிச் சுத்தம் செய்யும் பீலர்கள், பு.எ. 34, சுவர்ச் சித்திரங்கள், பு.எ. 35.

புக்குசர், தட்சசீல க்ஷத்திரியர் (ஒருக்கால் பழங்குடிப் பெயராகவும் இருக்கலாம்) 262.

புத்தர், கௌதமர், 192-205, 86, 160, 184, 190, 258, 269, 277, 281, 317, 377; மெய்யான உருவப்படம் இல்லை, 197; விஷ்ணுவின் ஒரு அவதாரமாக, 353; புத்தரின்மீது சாற்றிக் கூறப்பட்ட பேரதிசயங்கள், 369; ஒரு சக்கரவர்த்திக்கு நேர் நிகராக, 370; பெருந் தெய்வமாக, 372; குஷாணர் நாணயங்களின்மீது, 391; புத்தரின் வாழ்க்கையைச் சித்திரிக்கும் தெய்வீக நாடகங்கள், 413; பல புத்தர்களின் தோற்றங்கள், 369.

புத்தரக்ஷிதா, செல்வந்தர், வணிகப் பெருந்தகையாளர், பின்னர் கார்லேயில் மடாலயத் துறவியானவர், 382.

புத்தஸ்வாமின், நடுத்தரமான சம்ஸ்கிருதக் கவிஞர், 420.

புதிர்களும், நரபலியும், 197.

புராணங்கள், 'பழைய' பிராமண நூல்கள் (மரபுகள்)-திருத்தி எழுதப்பட்டன, அல்லது போலியாக இட்டுக்கட்டிச் சரிசெய்யப்பட்டன, 90, 94, 173, 277, 353, 355; சுவையற்று விளங்கிய, 361; இடைக்கால ஐரோப்பிய மதச் சடங்கு நூல்களைப்போல் தோற்றம் தந்த, 361; நீலமத-புராணம், 372.

புரோகித அமைப்பு, (பிராமணர் வரிசையில் பார்க்க) பிராமணரல்லாதாருக்கும் உரியதான, 22-25, 32; வேதம் தோன்றிய இடத்திலிருந்தே தொடர்பு விட்டுப்போன, 139; ரிக்வேத காலத்தில்தான் இதன் தோற்றம் உருவானது, 148.

புரோச், (பருகச்சா) குஜராத்தின் ஓரத்திலுள்ள துறைமுகம், கிரேக்கர்கள் அழைத்த பேரிகஸா, 295.

புழுதிமண், வண்டல் படிவுகள், 50.

புளூடார்க், அலெக்சாந்தர்-போரஸ் சண்டை விளைவுகளைப் பற்றி, 291, 294.

புற உருவத்திற்கும், உள்ளடக்கத்திற்கும் இடையே காணக்கூடிய வேற்றுமைப் பண்புகள், 16, 18.

புஷ்கரம், செயற்கையாகக் கட்டப்படும் க்ஷேத்திரப் பொய்கை 'தாமரைக் குளம்' 119-122; சாக்கியரின், 195; வி.ப. சித்திரம் 7, பக். 120.

புஷ்கராவதி, (சார்ஸத்தா; கிரேக்கர்களின் பியூக்கலாவோட்டீஸ்) 'தாமரைப் பொய்கைகள் நிறைந்த ஊர்', 261, 288; வி.ப. (நாணயம்) பு.ஏ. 57, 58.

புஷ்யகுப்தர், அசோகரின் வைசிய சாதி மைத்துனர்; சௌராஷ்டிர ஆளுநர், 295.

புஷ்யமித்திரர், சுங்க குலவமிசத்தைத் தோற்றுவித்தவர், 387, 388.

பூதனா, ஒரு தாய்தெய்வம், கிருஷ்ணரால் கொல்லப்பட்ட அரக்கி, 208.

பூர்வகாலப் பொதுவுடைமை சமுதாயம், 37, 41, 50-56, 180.

பூர்வ குடிமக்கள், (நாகர், ஆதவீகர் பார்க்க), 2, 23, 36, 60, 74, 84, 89, 94, 97, 170, 171, 172, 206, 277, 342; ஆரியர்களால் சேர்த்துக்கொள்ளப்பட்ட இனத்தார், 146, 149, 277; சில பிராமணர்களால் நட்புறவு கொள்ளப்பட்ட, 155; பஞ்சத்தால் அடிமைகளாகத் துரத்தப்பட்டோர், 180; கடும் உழைப்பிற்கு இசையாதவர்கள், 180; தொன்மையான வணிகச் சாலைகளின் இருபுறங்களிலும் சூழ்ந்து தாக்கியவர்கள் 268-271, 327; அவர்களால் கடைப்பிடிக்கப்பட்டு வந்த வழிபாடுகள், 352, 353; சந்திரகுப்தருக்குப் பிறகு இவர்களுடைய ஆபத்துகள் நீங்கின; 398.

பூர்வநிலை தெய்வீக பண்புகள், 109; மந்திர சக்திகளும் மனித இறைச்சி உண்ணுதலும், 191.

பூர்ஷ்வா வர்க்கம்,	இக்கால ஆளும் வர்க்கம், 3, 5, 7-11 அந்நியமான, 4, 6, 9; பழங்குடி வாழ்வின்மீது அதன் விளைவு, 78, 95, 276.
பூலி,	(பருவநிலையைப் பொறுத்து இடையர்களும், கால்நடைகளும் வசதியான இடம் நோக்கிப் பெயர்தல்), 69, 76; பிற்கால வேதிய காலத்தின் கிராமம், 158; தக்காணத்து நதிச் சமவெளிகளில், 393; கிருஷ்ண புராணத்தில், 208; மண்பாண்டச் சான்றுகள், 431.
பூரண காஸ்ஸபர்,	புதிய சமயத்தை தோற்றுவித்த பிராமண ஆசிரியர்கள், 181, 186.
பூரணவர்மன்,	அசோகரின் கடைசி மன்னனாக விளங்கி போதிமரத்தை மீட்டவன், 387.
பூரு,	முக்கியமான ஒரு ரிக்வேதப் பழங்குடி, 147, 152, 166; (குரு கிளையினர்) 167, 172; பூரு வமிசத்தின் கடைசி மன்னரான போரஸ், அலெக்சாந்தரால் தோற்கடிக்கப்பட்டார், 291; வரிசைத் தொடரில், மௌரியர்களுடன் வரலாற்றிலிருந்து மறைந்து சென்ற பூரு வமிசம், 294.
பூனா,	66, 88.
பெண்,	பெண்கள் பயிற்சி பெற்ற சில சிறப்பு வேலைகள், 69; முதல் விவசாயிகள், 81; முதல் குயவர்கள், 81; முதல் நெசவாளர்கள், 144; பெண்களுக்குரிய சிறப்புச் சடங்குகளும், மொழியும், 83, 84; மாதவிலக்கு நாட்களில் தடைக்கட்டுகள், 89; நமுசியின் படையிலிருந்த, 141; பழமை நெறிகளைப் பாராட்டும் இயல்புள்ள, 195; பழங்குடித் தலைவர்களை மயக்கிப் பணியவைக்கும் வேளையில் பயன்படுத்தப் பட்ட பெண்கள், 307.
பெண் துறவிகள்,	பௌத்த சங்கத்திற்குரிய, 199.

பெருங் கற்காலம், பெருங்கற்படை, 66, 67, 70, 87, 88, 164; இரும்பு யுகத்திலும் அதன் நீடிப்பு 295; தக்காணத்தில், 393; வி.ப. பு.எ. 42.

பெல்லா, மாசிடொனியத் தலைநகர், 289.

பெல்லிகோ, சில்வியோ: கொல்லாமை அரசியல் முறைக்குத் தந்தைப் போன்றவர், 10.

பென்ஷன், (ஓய்வுகால ஊதியம்), 324.

பெஷாவர், (புருஷபுரம்), 260.

பைத்தான், நகரம், சாதவாகனர்களின் தலைநகர், தெற்கு வணிகவழியின் முடிவெல்லை, 200, 392; யக்ஷப்புரவலரின் கண்டேகர் தலம், 395.

பைப்பல இல்லம், புராதனக் கற்தாழி மன்று, பௌத்த சைத்தியம், வி.ப. பு.எ. 43.

பைப்பல விருஷம், புனித அரசமரம், 92; ஒரு குலச்சின்னமாக விளங்கிய அரசம்பழம், 92; போதிமரத்தடியில் புத்தருக்குப் பிறந்த ஞானோதயம், 196.

பைபிள், 106, 127; ஒப்பிட்டுப் பார்க்கும்போது இதில் அடங்கியுள்ள வரலாற்றுத்தன்மையின் உயர்வு, 140.

பொதிக் கழுதைகள், (சரக்கு வணிகக் குழுவில் பார்க்க), 191, 273; வி.ப. பு.எ. 4, 19.

பொதுப்பணித்துறை, 203.

பொதுப் பந்தி வழக்கு, ஒரு பிணைப்பாக, 91; யஜுர் வேதத்திற்குரிய, 153; எச்சிற்பட்ட உணவைப் புசித்ததின் மூலம் உடைப்பட்ட தடைக்கட்டு, 184; பழங்குடிக்குரிய பொதுப்பந்தி வழக்கு, 307; கிரீஸின் ஜனநாயக அமைப்பாக அரிஸ்டாட்டில் குறித்த, 361.

பொற்காலம், 43; வரிசைத் தொடரில், 47, 52, 138.

போக்குவரத்து, இக்காலத்தின், 19-22; மையப்படுத்தப்பட்ட வலுவானதோர் மத்தியப் பேரரசு ஆட்சிக்கு

இடையூறாக இருந்த குறைவான போக்குவரத்து இணைப்புகள், 345, 401.

போகநகர், உத்தராபாத வணிகச்சாலைச் சந்திப்பு, 200.

போதி, (மகா-போதி) அரசமரத்தடியில் புத்தர் அடைந்த ஞானத்தெளிவு, 196; சசாங்கனால் வெட்டி வீழ்த்தப்பட்டது, 374;

போர்க்கவசம், காந்தாரச் சிற்பத்திலுள்ள கிரேக்க-உரோமானிய மாதிரி, வி.ப. பு.எ. 90.

போர் நடவடிக்கைகள், (ஆரியர், அலெக்சாந்தர், மௌரியர் ஆகியவற்றிலும் காண்க) ஒரு வேள்வி பலியைத் தொடர்ந்து எடுக்கப்படும் நடவடிக்கை, 179; போர் விதிகளுக்குப் புறம்பாகப் போரில் பயன்படுத்தப்பட்ட விஷம், 195; ஆயுதமற்ற விவசாயிகளுக்கிருந்த தடைக் காப்புகள், 315; இவற்றில் ஆர்வம்கொண்டு எழுச்சி பெறாமல் ஜடமாக வைக்கப்பட்டிருந்த விவசாயிகள், 318.

போர்ஜியா, சிஸாரே, 275.

போல்ஹாய், தாய்தெய்வம், வரலாற்றுக்கு முற்பட்ட பெருங்கற்கால நினைவுச் சின்னம், 87; வி.ப: பு.எ. 42.

போலியாக இட்டுக்கட்டப்பட்டவை, பிராமணர்களால்; நிர்வாகக் கட்டளைச் சொத்துக்கள், 358; இட்டுக்கட்டிப் போலியாகத் தயாரிக்கப்பட்ட நிலமானியச் சலுகைகள் அடங்கிய சேப்புப் பட்டயங்கள், 264.

போஜர், பழங்குடி, 208; தாராவின் மன்னர், பல்வேறு துறைகளில் படைப்பாற்றலுடன் விளங்கிய நூலாசிரியர், 351, 417; ஒரு நாக இளவரசியின் புதல்வராகவோ, அல்லது ஒரு நாக இளவரசியை மாற்றாந்தாயாகவோ பெற்றவராகவோ இருக்கலாம், 351; கல்வியை ஆதரித்தவர், 405.

பௌத்த மதம், தொடக்கத்திய சமய சித்தாந்தம், 187-194, 75, 40, 86, 119, 168, 183, 258, 266, 277, 280, 297, 317,

333, 341, 348, 362, 387; அதன் பரவலும் அழிவும் பற்றிய கொள்கைப் போராட்டப் பிரச்சினைகள், 174-177; ஒரு மன்னரின் கடமைகள், அரசியல் பொருளாதாரம் பற்றிய அதன் கருத்துக்கள், 203; நடைமுறையில் அவை கடைப்பிடிக்கப் படவில்லை, 299; அதிகாரப் பூர்வமான திருச்சபை அல்ல, 336, 382; மூன்றாவது சங்க ஒழுங்கமைப்புக் கூட்டங்கள், 336; இரண்டாவது (வைசாலியில்), 378; பௌத்த மன்னர்களும் சாதி முறைகளைப் போற்றி வந்த ஆதரவுகள், 356; இறுதிக் கட்டங்கள், 365-388; தொடக்க சமய சித்தாந்தங்களுக்கு முரண்படும் பௌத்த மதக் கலை உணர்வுகள், 368-372, 379-380, 413; இஸ்லாமிய வெற்றிவரை தொடர்ந்து நடைபெற்று வந்த மடாலய அறக்கொடைகள், 374; ஒரு சமாதான ஆயுதமாகப் பயனுறாது கிட்டிய தோல்வி, 373; உட்புறச் சிதைவின் நிலைகள், 372-376; மடத்துத் துறவிகள் சொத்துக்களையும் சொத்தின் நிர்வாகத்தையும் பெறத் தொடங்குதல், 383; பெரிய பௌத்த மத மடாலயங்களின் பொருளியற் பங்குகள், 375-380; ஒரு வேள்வியின் அவசியமில்லாது இதுவே பிற நாடுகளுக்குப் பரவிச் சென்றதற்கான காரணங்கள், 378; சமயச் சிந்தனைப் பிரிவுகளுக்கும் வர்த்தகப் போட்டிகளுக்கும் இடையே நிகழ்ந்திருக்கக்கூடிய நெருங்கிய உறவுகள், 383; பொருளாதார வளர்ச்சியற்றுச் சென்றபோது இது அளித்து வந்த ஊக்கம் குன்றிப்போனது, 382-386; சாகா உஷாவதத்தன் பௌத்தர்களுக்கு அளித்துவந்த கொடைப் பண்பு, 390; மடாலயச் சிறப்பு விழாக்களிலிருந்து வளர்ச்சியுற்ற சம்ஸ்கிருத நாடகங்கள், 413.

மக்கலி கொசாலா, ஆசீவக மதப்பிரிவைத் தோற்றுவித்தவர், 177, 186, 187.

டி.டி. கோசாம்பி

மக்கான், (மகான்) இந்தோ-மெசப்பட்டோமியா வணிக-மார்க்கத்திலிருந்த சந்தை, 105.

மகதம், பண்டைய பீகார், 40, 130, 186, 201, 258, 262, 270, 277, 331, 365, 369, 398; தொடக்கத்தில் ஒரு பழங்குடிப் பெயராக விளங்கிப் பிறகு வேறுபட்ட இரு தொழிலினக் குழுக்களைக் குறித்தன, 266; மகதம் விதித்த உலோகக் கட்டுப்பாடு, 268; படிப்படியாக மறைந்துபோன 343; மகத ஆட்சிக்கலை, 297-333; இந்தியாவின் முதல் 'உலகளாவிய முடியாட்சி', 268; நாணயங்கள், 269-273, 288, 306; கோசல வெற்றி, 281; வரிசைத் தொடர்களில், பேரரசின் விரிவாக்கம், 289-357; கி.மு. 4-ம் நூற்றாண்டில் உத்தராபாத வணிகத்தின் மீது ஆதிக்கம் செலுத்தி வந்த, 289, 305; அலெக்சாந்தரின் சூறையாடல்களினால் மகதம் பெற்ற அனுகூலங்கள், 291-295; மன்னர்களின் வமிச மாறுதல்களினால் பாதிக்கப்படாத பேரரசின் எல்லை விரிவாக்கம், 307; தொடக்ககால குப்தர்களின் மேலாதிக்கத்தின்கீழ் இருந்த மகதம், 396; வி.ப. நாணயத் தொகுதிகள், சி.எ. 10, 11, பக். 379, 309.

மகரன் (கடற்கரை), 103, 399.

மகாசங்கிகா, 'பௌத்தர்களின் பெருஞ்சங்க முறைமைகளுக்குரிய'; செல்வமிக்க மடாலயத் துணையுடன் கூடிய பௌத்தமத சிந்தனைகள், 379

மகாசாலா, பெருங்குடும்பத் தலைவர், 352; உயர்ந்த தரமுள்ள நறுமணம் மிகுந்த பீகார் அரிசி, 360.

மகாட், துறைமுகம், மேற்குக்கரையில் அமைந்திருந்த புத்த குகை, 381.

மகாபத்மநந்தா, கி.மு. 4-ம் நூற்றாண்டின் மகதப் பேரரசர், 305; நாணயத் தொகுதி, 308; தன்னுரிமையுடன் இயங்கிய ஆரியப் (க்ஷத்திரியப்) பழங்குடிகளை வேறறுத்தவர், 308; வி.ப. நாணயத் தொகுதி, சித். 11, பக். 309.

மகாபாரதம், சம்ஸ்கிருதத்திலுள்ள பெருங் காவியம், 41, 165-173; 178, 255, 256, 260, 341, 353, 356; மையக் கருவின் மீட்பு, 168; கதை அமைப்பின் முக்கியத்துவம், 168; பிராமணர்களுக்கு அளிக்கப்பட்ட மானியங்களில் குறிக்கப்பட்டுள்ள, 374; சாகுந்தலத்தின் கதைப் பொருள் இதிலிருந்து பெறப்பட்டது, 415.

மகாபோதி, புத்தர் ஞான ஒளி பெற்ற இடத்தில் கட்டப்பட்டுள்ள பெரிய தூபி, 368.

மகாராஷ்டிரம், 23, 59, 63, 79, 92.

மகாயானம், 'பெரிய ஊர்தி' நயம் பொருந்திய பிற்கால பௌத்த மதப்பிரிவு, 367-370; மகாயான கடவுள் தொகுதிகளில் மேலோங்கி நின்ற புத்த பகவான், 371; குஷாணர்களின் ஆதரவு, 373.

மகாவீர (வர்த்தமானர்), லிச்சாவியின் பூர்வீகத்தைக் கொண்ட ஜைனமத நிறுவனர், 177, 187, 285, 317.

மகேஷ்வர், வரலாற்றுக்கு முற்பட்ட காலத்தைக் காட்டும் அகழ்விடம், 68; தென் வணிகவழியின் மேல், 201; வி.ப. இங்கு கிட்டிய உடைந்த மட்கலத் துண்டுகள், பு.எ. 39, 40.

மங்கோலியா, 130, 373.

மட்பாண்டம், 46, 326; கிராமிய வாழ்வில், 32; எலும்புமுறிவு வைத்தியராகவும், பூசாரியாகவும் செயல்படும் குயவர்கள், 32; வரலாற்றுக்கு முற்பட்ட காலத்தில், 45, 49, 52, 117, 119; குயவு யந்திரமும், சக்கரமும், 81; சிந்துப் பண்பாட்டிற்குரிய, 98, 112; கருப்பை-குடுவை, 149; வடக்கில் சாம்பல் நிறப் பூச்சுடைய பாண்டங்கள், 150, 166; மட்பாண்டச் சூளைகளே உலோகக் கனிப்பொருளிலிருந்து தாமிரத்தைப் பிரித்தெடுப்பதற்குப் போதுமானதாக இருந்தது, 48, 162; நகர்களின் பாண்டங்கள், 171; வடக்கின்

மெருகூட்டிய கரிய பாண்டங்கள், 286; குயவர்கள் அடங்கிய பண்டைய கிராமங்கள், 272; குயவர்களின் செல்வமிக்க தொழிலினக் குழுக்கள், 381; அண்மைக் கண்டுபிடிப்புகள், 431, 432; வி.ப. குயவு யந்திரம், பு.எ. 5, 9; சக்கரம், பு.எ. 6, 8; துடுப்பு, பு.எ. 7; இரண்டாவது ஆயிரமாண்டுக் காலத்திற்குரிய பானைத் துண்டுகள், பு.எ. 39, 40.

மட/சங்க,/த் துறவிகள், (தவசிகள், பிக்ஷுக்கள் மடாலயங்கள்-பார்க்க) 183-190, 193, 197, 336, 375; அவர்களின் சொத்துக்கள், குடியிருப்புகள் பற்றிய தடைமுறைகள், 191; வைசாலியில் கூடிய சீரமைப்புக் குழுவின் செயலாக்கம், 378; வர்த்தகர்கள், சாத்துவணிகர்கள் ஆகியோருடன் கொண்ட உறவுகள், 297 (பாவரீயிலும் பார்க்க); முடி கிராமங்களில் நுழைவதற்கும், மதமாற்றம் செய்வதற்கும் துறவிகளுக்கு விதிக்கப்பட்ட தடைமுறைகள், 317; ஒரு சமூகம் தழுவிய சடங்கின் இல்லாமை, 352; மகாயானத் துறவிகள் அனுபவித்து வந்த மேற்படியான சுகபோகங்கள், 366; நாளந்தா மடாலயத் துறவு வாழ்க்கை, 367-370; சொத்துக்களையும் சொத்து நிர்வாகத்தையும் வைத்துக்கொள்ளத் தொடங்கிய சங்கத் துறவிகள், 376-384.

மடாலயம், 174, 258, 263, 297, 336, 413; இடைக்காலத்தில் பகட்டுடன் தோன்றிய முதல் மடாலயங்கள், 366; வரிசைத் தொடராக, நாளந்தாவின் வாழ்க்கை, 366-370; சில குடும்பங்களுக்கு மட்டுமே உரித்தான மடாலயத் தலைமைப் பதவி, 370; பிக்ஷுக்களின் பரதேசி வாழ்க்கையை அவசியமற்றதாக்கிய தாராளமான அறக்கொடைகள், 369; மடாலயங்கள் முதலீடுகளை வழங்கியும், சரக்குகளை வாங்கியும் பங்கேற்ற பொருளியல் நடவடிக்கைகள், 375-380, 395; வர்த்தகத் துறை அமைப்புகளாக, 380-386;

மடாலயங்கள் அமைந்திருந்த இடங்களின் அருகே நிலவி வந்த பூர்வகால வழிபாடுகள், 376; கோவில்களுடன் ஒப்பிடும்போது, மிகச் சிறப்புடன் இயங்கிய கல்விக் கேந்திரங்களாக, 405; வி.ப. பௌத்த மடாலய குகைகளைக் குறியிட்டுக் காட்டப்பட்டுள்ள நிலப்படம், சீர்வால் நிலவறை, பு.எ. 92.

மணப்பெண்-பரிசம், எல்லைப்புற ஆரிய மக்களிடையே நிலவி வந்த வழக்கம், இருப்பினும் பிராமணர்களின் சமய நூல்கள் அதை ஆரியமற்றதாகக் கருதியது, 260.

மணப்பெண்-தூக்குதல், ஆபீரர்களைப் போலவே கிருஷ்ணனின் மக்களும் கடைப்பிடித்து வந்த உடன் போக்குத் திருமண வழக்கம், 261.

மத்திய ஆசியா, 15, 72, 175, 336, 343, 399; ஆரிய அலைகள் திரண்டெழுந்த மையப்பகுதிகள், 137; குஷானர் ஆட்சியின்கீழ் இந்தியாவுடன் சேர்ந்திருந்த மத்திய ஆசியா, 391.

மத்ஸ்யர், ('மீன்') ஒரு பழங்குடி, பழங்குடிப் பிரதேசம், 146, 284.

மத உட்பிளவு, அசோகரின் ஒரு சிறப்பு அசோக கட்டளை, 334; பௌத்த மதத்தின் பெரும் உட்பிரிவுகள், 379; (ஹீனயானம், மகாயானம்-ஆகியவற்றில் பார்க்க).

மதம், 12, 59; நாட்டுப்புறங்களில் ஏற்பட்ட மாறுதல்கள், 88-92; ஒரே மதம் என்ற ஏற்பாடு இந்தியாவில் இயலாததொன்று, 188; தொடக்கால முறையை நோக்கிய பின்னிறக்கம், 189; ஒரு எளிதான உணவு சேகரிப்பினால் செல்வாக்குப் பெற்ற, 60; வன்முறைச் செயல்களைக் குறைந்தளவு கடைப்பிடிப்பதற்கு உதவியாக இருந்த, 125; ஒரு பொருளாதார அடிப்படையைத் தன்னுள் உள்ளடக்கி நின்று, 183; அரசு அமைப்புத் திட்டங்களில் ஊடுருவி நின்ற, 334; பூர்வகாலச் சட்டங்களுடன் ஒன்றிய இணைவாக்கம், 340; நலிவுறத் துவங்கிய

சமயப் பிரிவுகள், 375; தீவிரமான மத மாறுதல்களினால் அடங்கியிருந்த பொருளாதார அடிப்படைகள், 384-388, 420-423; கலைகளில் கண்ணுற்ற மதச் செல்வாக்குகள், 408; வரிசைத் தொடராக; முன்புபோல் சமயங்களின் கூட்டு இணைப்பு, தீவிரமான வேற்றுமை உணர்வுகளைச் சரிக்கட்ட இயலாத நிலைமை, 424.

மது, பழங்குடிக் குழுக்களைப் போதையுறச் செய்து பலவீனப்படுத்தும் போர்த் தந்திரம், 307, 309, 330, 392.

மதுரா, 147, 172, 197, 208, 258; கிருஷ்ண வழிபாட்டின் உறைவிடம், 178; கி.மு. 6, 4 நூற்றாண்டுகளில் சூரசேனரின் தலைநகரம், 284.

மயானக் கொல்லை, (ஸ்மசானா), 191.

மரங்கள், இந்து நகரத்தில், 113; அசோகர் காலத்துச் சிற்பம், கட்டிட வேலைகளில் பயன்படுத்தப்பட்டு வந்த மர வேலைகளின் முக்கியத்துவம், 337.

மராட்டி, மொழி, 72, 76, 130, 202, 402; மராட்டா, 169.

மருத்துவர்களும், கால்நடை மருத்துவர்களும் பணியாற்றிய மகத-இராஜ்ஜியம், 315; அசோகர் காலத்து வணிகச் சாலைகளின் வழியே இருந்த மருத்துவ வசதிகள், 338, 378.

மல்லர், ஆரியப் பழங்குடி, 194, 197, 200, 265, 275, 280-283, 360; கோசல நாட்டில் அரண்மனைப் பணியாளர்களாகச் சேவகம் புரிந்த மல்லர்கள், 278; பாஞ்சால இணைப்பிரிவு, 282; படைத்தொழில் ஒன்றே பிழைப்பு, 308; 'மல்வீரர்' என்று மட்டுமே நினைவுகூரப்படுகிறது, 283.

மல்லிகா, 'ஒரு பூந்தோட்டக்காரன் மகள்' என்று பொருள் தந்தாலும், 'மல்லர்களுக்குரிய மங்கை' என்றும்

பொருள் கொள்ளலாம்; பாசேனாதியின் முதல் பட்டத்து அரசி, 278

மலபார், (கேரளா) மலையாள மொழி பேசப்பட்டு வரும் நாடு, 130; நாயர் சாதியின் தோற்றம், 347.

மலேசியா, தொடக்கத்தில் அங்கிருந்து தென்னை தருவிக்கப்பட்டது, 390; தாம்பூலத்தின் தோற்றம், 365.

மலைப்பிரசங்கம், 175.

மழைமானி, 322.

மறுபிறவி, புதிய ஜன்மம், மறுபிறவிச் சுழற்சி, 186, 190-194, 198, 258, 371; ஹிரண்யகர்பத்தின் மூலம் ஒரு பழங்குடித் தலைவன் ஒரு சாதி சமூகத்தில் புதிய ஜன்மம் ஏற்றுக்கொள்வதற்கான சடங்கு, 355.

மஸ்கி, மைசூர் மாநிலத்தில் கிட்டிய அசோகரின் அரச கட்டளைகள், 333.

மஹ்முத் கஜ்னவி, இஸ்லாமியப் படை ஆக்கிரமிப்பாளர், 400.

மாகண்டியர், பிராமணர், புத்தருக்குத் தன் மகளை மணம் செய்துவிக்க முன்வந்தவர், 198.

மாகர், சம்ஸ்கிருதக் கவிஞர், ('சிசு பாலவதம்' எழுதியவர்), 416.

மாகியர், சூரிய பக்தர்கள், பஞ்சாபில் பிராமணர்களானவர், 370.

மாசிடோன், (அலெக்சாந்தரில் காண்க), குதிரைப் படை, 289; கிரேக்கர்களின் திறமிக்க படைக்கலங்களும், கவசங்களும், 290; பழங்குடிக்குரிய சிற்சிறு குறுநிலங்களை முறியடித்தவாறு சென்ற, 293, 361.

மாசேதுங், 'மாவோ', சூனானில் விதிக்கப்பட்ட கால்நடை வதைக்குரிய தடைக்கட்டு, 183.

மாசோபா, (மக்ஷாசூரனில் காண்க) எருமை அரக்கன், கால்நடைகளின் தெய்வமாக விவசாயிகள் வணங்கி வரும் 34, 70; வி.ப. கோயில்கள், பு.எ. 10.

மாட்டிறைச்சி, அதை உண்ணுவதற்கு ஏற்பட்ட பிற்கால மதத் தடையின் துவக்கம், 181.

மாத்ரா, எல்லைப்புறப் பழங்குடி, 259; குழு ஆட்சி அமைப்பைப் பெற்ற, 308.

மாயா, புத்தரின் தாய், 195; வி.ப. பு.எ. 84.

மாரர், புத்தரின் தீவினை மற்றும் சாத்தானின் தற்குறிப்பேற்றம்; வி.ப. (மாரனின் அரக்கர் படை) பு.எ. 90.

'மாலதியும் மாதவனும்', பவபூதி எழுதிய சம்ஸ்கிருத நாடகம், 416.

மாலிக்காபூர், அலாவுத்தீன் கில்ஜியின் படை முதல்வர், 400.

மாளவம், 77.

'மாளவிகா-அக்னிமித்ரா' சுங்க அரசவைக் காதல் நாடகக் காவியம், காளிதாசரால் இயற்றப்பட்டது, 389, 415.

மான்பாவ், (மகானுபாவ) இடைக்கால சமய உட்பிரிவு, அலாவுதீன் கில்ஜியிடமிருந்து கையூட்டுப் பெற்றுக் கொண்டதாக ஹேமாத்ரீ சாடப்படுகிறார், 360.

மானமோதீ, ('கழுத்தை முறிப்பவன்') பௌத்த மதத்திற்கு முற்பட்ட காலத்திலும், பிற்பாடும் ஜுன்னார் குகையில் வணங்கப்பட்டு வந்த தாய்தெய்வம், 385.

மானிட உறுப்பு அளவியல், (Anthropometry) இந்தியாவின் வரலாற்றுக்கு முற்பட்ட கால ஆராய்ச்சியில் இதன் பயனற்ற நிலை, 71.

மானீக்கேயனிய சமயம், (Manichaeanism) 175.

மித்தானி, ஊர்மியா ஏரிக்கு அருகாமையில் நிகழ்ந்த ஆரியக் குடியேற்றங்களைக் காட்டும் மித்தானியச் சான்றுக் குறிப்புகள், 138.

மிதிலா, (முசாபர்பூர், தார் பங்கா) 270.

மிருச்ச கடிகம், 'பொம்மை மண் தேர்', சூத்ரகரால் இயற்றப்பட்ட, யதார்த்தத் தன்மை வாய்ந்த அருமையான நாடகம், 417.

மினாந்தர், (மைலிந்தர்) இந்தோ-கிரேக்க மன்னர்; கி.மு. 2-ம் நூற்றாண்டு, 297, 340, 373, 386-390; மைலிந்த பாங்கோவில் ஒரு பௌத்த மன்னராகச் சித்தரிக்கப்பெற்ற, 298; வி.ப. (நாணயம்) பு.எ. 62.

மிஸ்ஸிஸ்ஸிபி, ஏதும் ஒரு தொன்மையான நகரக் குடியேற்றம் நிகழாத ஆற்றுப்புறம், 104.

மிஜுமிஷோனி, அஸ்ஸாமியப் பழங்குடி, வி.ப. பு.எ. 29.

மீர்சாப்பூர், (தட்சிணகிரி) 197, 206; (இரும்பின் ஆரம்பக்கால அளிப்பிடம்) வி.ப. குகைச் சித்திரம், சித். 8; பக். 206.

மீன், 59, 62, 63, 67, 103, 107, 132, 164, 315; வலை அல்லது கொக்கியில்லாது மீன் பிடித்தல், 81; மீன் பிடிப்பதில் தேர்ச்சியுற்ற செம்படவர் சாதி, 81; (குலச்சின்னம், மத்ஸ்யம் வரிசையிலும் பார்க்க) வி.ப. மீன் பிடித்தல், பு.எ. 26, 27.

முகமது கோரி, நிலைபெற்ற வடக்கத்திய இஸ்லாமியர் ஆட்சி, 391.

முகமது-இபின் அல்காசிம், இஸ்லாமியச் சூறையாடல்களை துவக்கி வைத்த முதல் படைத் தலைவர், 399.

முகமது பின் பக்தியார் கல்ஜீ, 375.

முசிலிந்தா, சாதுவான ஒரு நாக-அரக்கன், 258.

முடியாட்சி, ஆரம்பகாலத்தின் அந்நிய நாட்டு முடியரசுகள், 50; 'உலகளாவிய சர்வாதிகார முடியாட்சியின்' தேவை, 179, 184, 263; காலத்திற்கேற்றபடி இசைந்து செல்லாத பழங்குடி அமைப்புகளை உடைக்கவேண்டிய கட்டாயம், 263, 275; கி.மு. 6-ம் நூற்றாண்டு முடியாட்சிக்கும், பிற்காலக் கொடுங்கோலாட்சிக்கும் இடையே நிலவிய வேறுபாடுகள், 33, 275; கீழ்நிலை மக்களின் எதிர்ப்பற்ற தன்மையின் (எதிர்க்கும் திராணியற்ற கிராமங்கள்) கட்டாயம், 277; கடுமையான தினசரி

கடமைகளைச் சிறப்புடன் ஆற்றும் முடியரசர்கள், 304.

முத்திரா ராக்ஷஸம், கௌடில்யரின் வாழ்க்கைச் சரிதையை அடிப்படையாக வைத்து விசாகதத்தன் இயற்றிய நாடக நூல், 300.

முத்திரைகள், பித்தான் முத்திரை, 106; உருளை முத்திரை 108, 141; இந்துவின் முத்திரைகள், 106-112, 118, 128; சரக்கின் பாதுகாப்பிற்குதவிய, 208; பனிக்கட்டிக் காலத்துச் சித்திர உருவரைகளிலிருந்து தோன்றிய 108; வழிபாட்டிற்குரிய, 109; வி.ப. இந்து முத்திரைகள், பு.எ. 46, 47, 48, 50; பித்தளை, பு.எ. 51; உருளை, பு.எ. 52, 53, 54.

முத்துக்கள், 106.

முதலீடு, மூலதனம், நிதிப்பற்றாக்குறை ஏற்படும்போது முதலீட்டின்போது விதிக்கப்பட்ட சிறப்பு வரிகள்,355; மடாலயங்களால் அளிக்கப்பட்டு வந்த, 377-380, 392.

முந்தா, பூர்வ குடிமக்கள்,, 32; மொழி, 72, 130.

மூங்கில், ஒரு தொன்மையான வியாபாரச் சரக்கு, 273; இராட்சசக் கோரைகளாக கிரேக்கர்கள் கருதினர், 286; மூங்கில் தொழிலினக் குழு, 381; மூங்கில் தொழிலின சாதிகள் (புரூத் போன்றோர்), 384.

மூட நம்பிக்கைகள், அதன் தற்கால எச்சங்கள், 9, 33; அதன் மந்தமான செல்வாக்கு, 34, 94; வன்முறையின் தேவையைக் குறைத்த, 36, 60; உணவு சேகரித்து வாழ்வது எளிதாக இருந்ததால் நீடித்த இதன் எச்சங்கள், 60; ஆளும் வர்க்கம் இவற்றை நம்புவதன் வாயிலாகவும், கடைப்பிடிப்பதன் வாயிலாகவும் ஒரு சக்தி மிகுந்த அரசியல் சூத்திரமாகப் இயன்பட்ட, 364.

மூல்தான், (மூலஸ்தானா) தொடக்கத்தில் சூரிய பகவானின் வழிபாட்டுத் தலமாகத் திகழ்ந்த, 393.

மூலா, கோதாவரியின் கிளை நதி, 201.

மெக்கியவலி, நிக்கோலோ, ப்ளோரன்டைன், சிந்தனாவாதியும், நூலறிஞரும், 275-277

மெகஸ்தனீஸ், பாட்னா மௌரிய அரசவையிலிருந்த கிரீஸ் நாட்டுத் தூதுவர், இந்தியாவைப் பற்றிய கிரேக்கக் குறிப்புகளுக்கு முக்கிய ஆதாரமாக, 294, 309, 312, 361.

மெசப்பட்டோமியா, (ஈராக்) 12, 15, 49, 100, 105, 108, 110, 111, 112, 113, 116, 123, 124, 126, 128, 141.

மெலூஹ்ஹா, சிந்துப் பிரதேசத்திற்கு மெசப்பட்டோமியர் வழங்கிய பெயர் (?) 105.

மேய்ச்சல்நில வாழ்வுமுறை, 50; வரலாற்றுக்கு முற்பட்ட காலத்து மனித அலைகள், 71; தாங்கர் சாதி, 75, 77; வேதகாலத்தின் மேய்ச்சல்நில வாழ்வுமுறை, 152, 154, 176, 178, 182; மேய்ச்சல் நிலத்திற்குரிய தெய்வமான கிருஷ்ணன், 204; வரிசைத் தொடராக; மூன்றாம் நூற்றாண்டின் எச்சங்கள், 309; யக்ஞமும், வேதிய மேய்ச்சல்நில வாழ்க்கைமுறையும், 378.

மேல்நிலை அமைப்பு, சமுதாய, 80-96; இதன் பூர்வகால எச்சங்களுடன்; புதிய உற்பத்தி உறவுகளால் மாற்றம் பெற்ற 262.

மேற்குத் தொடர்ச்சி மலை, (ஸஹ்யாத்ரீ) 74.

மைத்திரேயர், எதிர்காலத்தில் புத்தராக அவதரித்து உலகை மீட்டவர், 371.

மொகஞ்சோ-தாரோ, 98, 104, 110, 112, 115, 119, 121, 123, 127; இதன் திடீர் முடிவு, 101, 160; ரிக்வேதத்திற்குரிய ஹார்மினீயாக இருக்கலாம், 141; வி.ப. பு.எ. 44; சித்திரம், 7, 120; தோன்றும் 'பெரும் பொய்கை' பு.எ. 41-ல் கண்டுள்ள அம்மியின் உருவம்.

மொகல்லானர், பிராமணர், புத்தரின் முக்கிய சீடர், 199, 204; இவருடைய வாழ்க்கைச் சரிதை பற்றிய புராண நாடகம், 413.

மொழி, 7, 101, 303. 1, 3; இந்தியப் பல்வகைப் பெருக்கங்கள், 17, 54-58, 202, 259, 350; உருவாக்கம் 72; இந்திய மொழிப் பிரிவுகள், 72; மொழி இயல் படிப்பு 73; மொழி மாற்றங்கள், 74-80, 139, 259; மொழி இயல் ஆராய்ச்சியின் வரையறை, 134; மேல் வர்க்கங்களில் ஆண்களுக்கும், பெண்களுக்கும் இடையே நிலவிய பேச்சுவழக்கு வேற்றுமை, 412.

மௌரியர், அரசவமிசம், 40, 292, 373, 296; ஒரு குலச்சின்னமாகிய மயிலிலிருந்து பெற்ற பெயர், 295; பிராமணிய சாதி விதிகளில் கருத்தற்ற, 294; மௌரியப் பேரரசில் வாழ்ந்த கலப்பின மக்கள், 296, 331; நிலப்பிரபுத்துவத் தரகர்களின் இல்லாத மௌரிய இராஜ்ஜியம், 316; அரசு வருவாயைக் கருதிப் பொய்யாகத் தோற்றுவிக்கப்பட்ட வழிபாடுகள், 345; அசோகருக்கு பிறகு நலிவுற்ற மௌரியர்கள், 387; ஒரு சமயச் சார்பற்ற மௌரிய இலக்கியத்தின் இன்மை, 409.

யஞ்ஞும், வேதிய வேள்வித் தீயும், உயிர் பலியும், 153, 185, 200, 257, 313, 325, 352, 378, 387, 388, 426; பொது வழிபாடே இதன் முக்கிய நோக்கம், 156; சமூக வேற்றுமையையும், வர்க்கப் பிரிவையும் எடுத்துரைக்கும் வேதிய சமுதாயம், 157; படிப்படியாக அளவுக்கு மீறிப்போன வேள்வி பலிகள், 159, 302; நாகர்களை அழிப்பதற்கு நடத்தப்பட்ட யாகம், 16; போர் வெற்றிகளுக்காக, 179-182, 277, 279; புதிய ஆன்மீக விளக்கம் பெற்று திசைமாறிய போக்கு, 182; அசோகரால் தடைவிதிக்கப்பட்ட, 340, 348; தொடக்ககால பிராமணர்களின் பிழைப்பிற்குப் பற்றுக்கோடாக இருந்த, 349; சாதவாகனர்களால் நடத்தப்பட்ட, 382; சுங்க வமிச மன்னர்களால் புத்துயிர் தரப்பட்ட, 387; கீதையினால் இகழப்பட்ட,426.

யஞ்ஞுவால்க்கியர், உபநிடதத்திற்குரிய பிராமண முனிவர், மாட்டு இறைச்சி உண்ணுதலைப் போற்றிப் புகழ்ந்த, 182.

யமன், இறப்பைக் குறிக்கும் ஆரிய தெய்வம்; ஈரானிய யிமா மன்னன், 138.

யமுனா, (ஜமுனா) 'இரட்டை நதி', கங்கையின் உபநதி, 152, 208, 284.

யமை, பூர்வீகத் தாய்தெய்வம், இறப்பைக் குறிக்கும் தேவதை; கார்லேயின் ஸ்தூபத்தில் இனம் கண்டுகொள்ளப்படும் பூர்வகுடி தெய்வம், 385.

யஜுர்வேதம், 131, 153, வழக்கொழிந்து போன யஜுர் வேதகால அரசுரிமை, 180.

யக்ஷர், அரக்கர், யக்ஷருக்கு பலியிடப்பட்ட அப்பாவிகள், 197; யக்ஷரைப் போற்றி வந்த பைத்தானின் கண்டோபர், மகாராஷ்டிர மாநிலத்தில் பரவிய இவ்வழிபாடு, 395.

யாகம், யஞ்ஞுத்தில் காண்க.

யாத்திரிகர்கள், 359, 363; சீன யாத்திரிகர்கள், 153, 174, 363, 365, 378, 397; கிராமங்களின் தனிமைப்பட்ட வாழ்க்கைக்கு வெளித்தொடர்பை நல்கிய யாத்திரைகள், 404.

யாது, ரிக்வேதத்திற்குரியதும், கிருஷ்ணனின் பழங்குடியுமான, (மேய்ச்சல் நிலத்திற்குரிய) 171, 172, 203, 263; வரிசைத் தொடராக, வழக்கற்றுப்போன இனம், 255; மகாபாரதப் போரில் கிருஷ்ணருக்கு எதிர் அணியில் போரிட்ட யாதுக்கள், 426.

யாயாவரர், புராதனக் குலப்பெயர், இடைக்காலம்வரை நீடு நிலவிய பெயர், 169.

யானை, 107, 185, 197, 274, 286; ராணுவத் தந்திரத்திற்குச் சரியானவாறு பயனுற்ற, 290; படையில் உடனுதவியான உபயோகம், 315; யானையின்

பாதுகாப்புக்குச் சிறப்புடன் அளிக்கப்பட்ட கவனிப்புகள், 315; மகாயான சங்கத் துறவிகளுக்கு ஒதுக்கிக் கௌரவிக்கப்பட்ட, 366; யாகங்கள் நடத்திவைக்கும் வைதீக பிராமணர்களுக்கு சாதவாகனர் அளித்த பரிசுப் பொருள்களில் ஒன்று, 382.

யானைத் தந்தம், மதிப்புள்ள ஏற்றுமதிப் பொருள், 50, 105, 393.

யுகம், ஊழிக்காலம், 35, 43.

யூக்ராடைடஸ், பஞ்சாபில் படையெடுத்து வந்த கிரேக்க ஆக்கிரமிப்பாளர், 388; வி.ப. (நாணயம்) பு.எ. 61.

யூதர்கள், (செமிட்டிக் இனத்தில் காண்க) 175.

யூரஸ், இந்து முத்திரையில் உள்ள வழக்கற்றுப்போன எருது இனம், 107.

யூரேசியா, 49, 59, 61, 134, 373.

யூனான், சீன நாட்டின் மாநிலம், 12, 58.

யூஸ்-ஜென்டியம், உரோமானியர்களின் பண்டைய அகில உலகச் சட்டம், அனுமதிக்கப்பட்டது, ஆனால் சான்றாகப் பதிவு செய்யப்படவோ, தொகுக்கப்படவோ இல்லை, 360.

யோகம், ஒரு சிறந்த உடற்பயிற்சி முறை, 188.

யோஜனை, வணிகவழிகளில் வண்டிப் பயண நேரத்தைக் குறிக்கும் தூர அளவை, 338.

ரஜ்ஜுகர், நிலத் தீர்வை விதிக்கும் அதிகாரி, கி.மு. 3-ம் நூற்றாண்டில் நிர்வாகத் துறையில் நிரம்ப அதிகாரங்களைக்கொண்ட பேரதிகாரியாக விளங்கினார், 342.

ராதை, கிருஷ்ணனின் காதலி; ஆனால், அவனுடைய அதிகாரபூர்வமான மனைவிமார் பட்டியலில் இடம்பெறாதவள், 205, 208, 421.

ராப்தீ,	நதி (அஜிராவதி) 283.
ராவீ,	நதி, 98, யாவ்யாவதீ, 141; பருஷ்ணீ, 147.
ராஜ்கீர்,	(ராஜகிருகம்) 'அரசரின் இல்லம்', 160, 163, 197, 200, 261, 280, 365; தொடக்க காலத்தில் எளிதாகக் கிட்டிய இரும்புக் கனிப்பொருள்கள், 268; நன்கு அமையப்பெற்ற கோட்டை அரண்கள், 268, 284; நாகதெய்வ வழிபாடுகளுக்குரிய முக்கியத் தலமாக, 277; அரசின் தலைநகர் இங்கிருந்து பாட்னாவுக்கு மாற்றப்பட்டது, 281; வி.ப. பாசானாக சைத்தியம், (புராதனக் கல் மண்டபம்) பு.எ. 43.
ராஜபுத்திரர்,	169, 387.
ராஜஸ்தானம்,	2, 21, 104, 152; இடைக்காலத்தில் ஆண்டுவந்த மௌரிய ஆளுநர்கள், 387.
ராஜான்ய,	'ஆளும் தகுதியுள்ள' தலைவனாகத் தேர்ந்தெடுப்பதற்கு உரிமையுள்ள ஒரு க்ஷத்திரியர், 158, 194.
ராஜுவுலர்,	நாணயம், வி.ப. பு.எ. 64.
ராஷ்டிரா,	ஒரு பழங்குடி அரசாக, 158; வருவாய்த்துறை நிலத்தீர்வை ஆகியவற்றின் சிறப்பு அதிகாரி, 295; ராஷ்டிரி வரிகள், 312, 315; ராஷ்டிர நிலங்கள், 317, 318; ராஷ்டிரியா 'அரசின் சகோதரர்' (சகாரர்) சாதாரணமாக நிர்வாகத் தலைமையையும்கூட வகிப்பவர், 295, 417.
ரிக்வேதம்,	புனித கே.ஃத பாசுரம், இன்னும் எஞ்சியுள்ள மிகத் தொன்மையான சம்ஸ்கிருதச் சான்று நூல், 131, 143-152, 162, 206, 256, 284; வரலாற்று ஆசிரியர்கள் பயன்படுத்துவதற்குக் கடினமாயிருந்த, 139; தொடர் வரிசையில்; சில பாசுரங்கள் நடிப்பதற்கு ஏற்றனவாகத் தோன்றுகின்றன; 410.
ருத்திரசிம்மன்,	முதலாவது, வி.ப. நாணயம், பு.எ. 70.
ருத்திரதாமன்,	சாகா இன மன்னர், ஏறத்தாழ கி.பி. 150; அவன் பெயர் தாங்கிய முதல் சம்ஸ்கிருத மொழிக் கல்வெட்டு 350, 292.

ரும்மின் தெய், உரும்மினி தேவி, 195.

ரூபாய், தற்கால இந்திய நாணயம், ஒரு அந்நிய எடை அளவைப் பின்பற்றிய ரூபாய் எடைக்கு நெருங்கிவரும் பழைய தட்சசீல நாணயங்கள், 271.

ரெனு, எல், 42.

ரேடியோ கார்பன், கதிரியக்க முறையினால் தொல்பொருள் சான்றுகளைக் கால நிர்ணயம் செய்யும் நவீனமுறை, 62, 164; கார்லே மடாலயத்தின் காலத்தை இதன் மூலம் கி.மு. 280 என்று நிர்ணயிக்கப்பட்டது, 297.

ரைச்சூர், 164.

ரோகிணி, நதி, 195.

ரோம், 12, 13, 75, 99, 110, 148, 155, 260, 277, 362; ரோமானிய வர்த்தகத்தின் முக்கியத்துவம், 383, 393; குஷானர், ரோமானியர் நாணயங்களில் கண்டுள்ள தொழில் நுணுக்க ஒற்றுமைகள், 391.

லாமான், (லம்பமானர்) சாத்துவணிக சாதி (இராஜபுதனப் பழங்குடித் தோற்றம்), 384.

லிச்சாவி, கங்கைப் பகுதியிலுள்ள குழு ஆட்சிப் பழங்குடிகள், 187, 194, 265, 281, 360; நிரந்தரப் படையில்லாவிட்டாலும் 282; போர்த் தொழிலைத் தவிர வேறொன்றும் கைக்கொள்ளாத, 308; மல்லர்களுடன் கொண்டிருந்த நேச ஒப்பந்தமும், அழிவும், 281; ஒரு உயர்குடிக் குடும்பமாக ஆயிரம் ஆண்டுகளுக்கு வரலாற்றில் நிலைத்த பெயர், 308, 397.

லும்பினி, லும்மினி, ரும்மினி தேவி-இத்தெய்வத்திற்குரிய புனித விருட்சத்தின் கீழ் அவதரித்த புத்தர், 86, 195, 313.

லேகப் பத்ததி, லேகப்ரகாசா, அரசவை சம்ஸ்கிருத தஸ்தாவேஜுகளின் உரு மாதிரிகள், 351.

லேவாதேவிக்காரர்கள், இவர்களுடைய சேமிப்பு நிதிகள் முதலீடுகளாக்கப்பட்ட நிலைமாற்றம், 9; இவர்களின் பிடிக்குள் அடங்கிய கிராமப் பொருளாதாரம், 3, 26, 32.

லோகநாதர், வங்காளத்தின் இடைக்கால மன்னர், பிராமணத் தந்தைக்கும், பூர்வகுடிக் குலத் தலைவிக்கும் மகனாகப் பிறந்தவர், 356.

லோகாயாதம், பிரபலமாக இருந்த பொருளியல் தத்துவ சிந்தனை, 186, 376.

வங்காளம், வங்கம், 6, 21, 92, 130, 165, 296, 356, 423; பரவலான குடியேற்றம் குப்தர்களின் ஆளுகையின் போதுதான் ஏற்பட்டது, 399.

வசகாரர், 'வெற்றி கொள்பவர்', அஜாத சத்ருவின் பிராமண அமைச்சர், லிச்சாவி மக்களைப் பிளவுபடுத்தியவர், 283, 308; ராஜ்கீர் கோட்டையை வலிமைப் படுத்தியவர், 284.

வசிஷ்டர், ('நற்சிறப்புடன் விளங்கியவர்') ரிக்வேதத்தில் கூறப்படும் புரோகிதரும், முனிவரும், பிராமண கோத்திர முன்னோர், 148; ஆரியர்களுக்கு முற்பட்டவர்களிடமிருந்து எடுத்துக்கொள்ளப் பட்டவர், 148.

வடக்கில் மெருகேற்றப்பட்ட கரிய பாண்ட வகை, 286

வண்டி, (காளை இழுக்கும்) பயன்படாத தோற்கசையை டயராகப் பயன்படுத்தப்பட்ட வண்டி, 125; சங்கத் துறவிகள், பிக்ஷுக்கள் போன்றோர் உபயோகிக்கக் கூடாது, 191; உஷாவின் தெய்வீகக் காளைவண்டி, 151.

வணிக், வணிகர் இதன் மூலச் சொல் வரலாறு, 144; வணியகாமா, கார்லேயின் வர்த்தகர் சங்கம், 380.

வணிகச் சாத்து (சாரம்), 269, 273, 377, 391; இரு ஜனபதங்களுக்கிடையே நடைபெற்ற வாகனப் போக்குவரத்து, 310, 327, 331; சீனாவிற்கு தொடக்கத்தில் சென்ற பௌத்த சமயத் தூதுவர்கள்,

378; புத்தரின் முதல் தொண்டர்கள், 261; வி.ப. பு.எ. 4, 19.

வணிகப் பொருள், (சரக்கு உற்பத்தியில் காண்க).

வணிகம், (வியாபாரி, வர்த்தகர்) நிலப்பிரபுத்துவ சமூகத்தில், 16; பூர்வகாலப் பழங்குடி சமூகத்தின் 'வர்த்தகக் கூட்டாளிகள்', 54-58, 269, 274; வணிகவழி, 69, 179, 198-203, 259, 261, 268, 292, 335; பௌத்த மடாலயங்களின் பங்கு, 381; இந்து நிலப் பண்பாட்டின் வெளிநாட்டு வர்த்தகம், 99, 102-106, 108-112, 125-128, 144; மெசப்பட்டோமிய வர்த்தகம், 124; ஆரிய வியாபாரிகள், 156, 161; புது வர்க்கமாக உருப்பெற்ற வியாபாரிகள், 192, 198; சாத்து வணிகர்கள்/சரக்குவண்டி வியாபாரிகள், 269, 275; வணிகத் தொழிலினக் குழு அல்லது வியாபாரிகளின் சங்கம், (வணியாகாமா) 380; கங்கைப்புற வணிகர்களிடமிருந்து பெறப்பட்ட இரட்டைச் சுங்கவரிகள், 280-283; வியாபாரியாக இருந்த அசோகரின் மாமனார், 295; தட்சிணாபதத்திற்கு படைக்கு முன் சென்ற வணிகம், 297; மௌரியர்களின் உள்நாட்டு வணிகம், 310; வரிசைத் தொடராக; அரச வணிகமும், நெருக்கடி நேரத்தில் படை வீரர்களிடமிருந்து பெற்ற கொள்ளை இலாபமும், 322; வணிகத் துறையில் நிலவிய கடுமையான மதக் கட்டுப்பாடு, 326-330; திருட்டு சுபாவமுள்ளவர்களாகவே எண்ணப்பட்டு வந்த வணிகர்கள், 329; வணிகச்சாலைகளின் வழியே அமைக்கப்பட்ட பொதுப்பணிக் கட்டிடங்கள்,338; நாணயங்களை வெளியிட்ட பழங்கால வணிகக் குழுக்கள் வியாபாரங்களின் பெருக்கத்தால் சிதைந்த நிலை, 345; நாட்டு வருமானத்திற்காகக் கொலை செய்யப்பட்ட வியாபாரிகள், 346; வணிகமும், மொழியின் ஆக்கமும், 350; பௌத்த மடாலயங்களுடன், வணிகர்களுடன் வணிகர்கள்கொண்ட சிறப்பு உறவுகள், 376-384; தக்காணத்தின் வணிகம், 390; ஆடம்பரப் பொருள்களின் தொலைவுவழி வணிகம், 392, வியாபாரிகளுக்கு

நிலப்பிரபுத்துவ காலத்தில் அளிக்கப்பட்ட சிறப்புச் சலுகைகள், 404-409.

வத்ஸா, (வம்சா) பதினாறு 'பெரிய ஜனபதங்களில்' ஒன்று யமுனைக் கரைமீதிருந்த இராஜ்ஜியம், 384.

வம்சாவளி, 167, 171, 255; இதன் பயன்கள், 356

வர்க்கம், (சமுதாய வர்க்கப் பிரிவு) 159; சாதி வர்க்க நிலை, 154-157; இந்து நகரங்கள் எடுத்துக்காட்டும் வர்க்கப் பிரிவுகள், 99; மீண்டும் தோன்றிய தொல் நகரங்களில் புதிய வர்க்கப் பிரிவுகள், 177-181; ஒரு சர்வாதிகார ஆட்சிமுறையுடன் வர்க்க அமைப்பு மாறவேண்டுமென்ற கட்டாயம் இல்லை, 276; இராஜ்ஜியத்தின் வர்க்க அடிப்படை, 302; அர்த்த சாத்திர இராஜ்ஜியத்திற்குள் வளர்ந்த புதிய அதிகார வர்க்கம், 302-305, 346; ஏழு வர்க்கங்கள் (= சாதிகள்+தவசிகள்+கைவினைஞர்கள்+அரசுப் பணித்துறை அலுவலர்கள்+மேய்ச்சல் நிலத்திற்குரிய ஆயர்குடிகள்) பற்றிய கி.மு. 4-ம் நூற்றாண்டின் மெகஸ்தனீஸ் குறிப்புரைகள், 309; வர்க்க சமரசத்தை இலக்காகக்கொண்ட இராஜ்ஜியம், 346; வர்க்க அமைப்பை நிலைநிறுத்துவதில் பிராமணர்கள் ஆற்றிய பணிகள், 349.

வர்ணம், வர்க்க - சாதியைக் குறிக்கும் 'நிறம்', 145.

வரலாற்றுக்கு முற்பட்ட காலம், அத்தியாயம் – 2-ல் நிரவலாக, பொதுப்படையில், 46-56; இந்தியாவில், 56-72; அதன் எச்சங்கள், 70-96, 115, 139, 146.

வரலாறு, இந்தியாவில் கிடைக்கும் மிகக் குறைவான வரலாற்றுச் சான்றுகள், 11-14, 22-25; சொற்பொருள் விளக்கம், 13; வரலாற்று வழிவகைகளின் முக்கியத்துவம், 17, 83, 88-94; இந்திய வரலாற்றுக்குரிய சிறப்புக் கூறுகள், 36; வரலாற்று ஆசிரியரின் கடமைகள், 39, 58-62; பிராமணர்களின் அக்கறையற்ற தன்மையினாலும், கல்வித்துறை ஆதிக்கத்தினாலும் துடைத்தழிக்கப்பட்ட இந்திய வரலாறு, 359-362.

வராசிகர்கள், ஹரப்பாவில் அழிவுற்ற ரிக்வேதப் பழங்குடிகள், 141.

வரிகள், 181, 203, 282, 323; பழங்குடி யாகத்தின்போது பழங்குடித் தலைவனுக்கு அளிக்கப்படும் பரிசுப் பொருள்களான பலிகளிலிருந்து தொடக்கமுற்றது, 157; பழங்குடி அமைப்பின்கீழ் இயலாமல் இருந்த ஒழுங்கு வரிவசூல் திட்டம், 275; கங்கை நதியின் மூலம் நடைபெறும் வியாபாரங்களுக்கு விதிக்கப்படும் சுங்கவரிகள், 281; நிலப்பிரபுத்துவ வரிவசூலிப்பு திட்டம், 302, 408; நீர்ப்பாசன வரிகள், 310-315; அர்த்தசாத்திர ஆட்சியில் அதிகரிக்கப்பட்ட நேரிடையான வருமானங்களினால் மிதமான அளவில் இருந்த வரிகள், 320; ஆனால் மன்னர் வழங்கிய (பெரும்பான்மையான மானிய நிலங்களிலிருந்தும்கூட வசூலிக்கப்பட்ட வரிகள்) 325; நிலப்பிரபுத்துவ காலத்து பிராமணர்களும் நிலப்பிரபுத்துவத்திற்கு முற்பட்ட பூர்வகுடி பிராமணர்களும் பெற்ற வரிவிலக்குரிமைகள், 358, 364.

வருணன், மேகத்தைக் குறிக்கும் வேதியக் கடவுள், 138, 148.

வல்லனர், பாலா காலத்தின் சம்ஸ்கிருதக் கவியும் நாடக ஆசிரியருமான, 413.

வலே யூஸெ(ன்), 42.

வழிபாடுகள், (நம்பிக்கைகள்), 124, 147, 149; பூர்வ காலத்திற்குரிய, 57, 277; சிந்தனை வளர்ச்சியால் வழக்கொழிந்து போகவில்லை, 187, 376; பூர்வீக தெய்வ வழிபாடுகளின் ஐக்கியங்கள், 36; நாடகங்களுக்குத் தோற்றுவாயாக விளங்கிய வழிபாடுகள், 410; வரலாற்றுக்கு முற்பட்ட காலத்தில் கற்களைப் பரப்பி நினைவுச் சின்னம் கட்டுதல், 70; வட்டார தெய்வங்கள், தல வழிபாடுகள், 86; மீட்டுயிர்ப்புகள், 70; வழிபாட்டைக் குறிக்கும்

முத்திரைகள், 111; பல்வேறு வழிபாடுகள் ஒன்றுகலந்து ஒருமைப்பாடு பெற்ற, 24, 149, 208, 354; ஒன்றையொன்று எதிர்த்து நின்ற தெய்வங்கள், 151, 255; மௌரிய இராஜ்ஜியத்தின் வருவாயைப் பெருக்குவதற்குத் தோற்றுவிக்கப்பட்ட பொய்யான வழிபாடுகள், 345; புத்தரின் சின்னங்களை வைத்து எழுந்த வழிபாடுகள், 371; தக்காணத்தின் தெய்வ வழிபாட்டு இடங்கள், 392.

வளமைப் பெருக்கச் சடங்கு, கர்ப்பதானச் சடங்கு, 85, 108, 157, 187, 410; தந்திரீகத் தத்துவத்தின் துவக்கமும், நியதிகளும், 369.

வஜ்ஜி, 'மேய்ச்சல்நில நாடோடி' லிச்சாவியின் மறுபெயர், 265.

வாகாடகர், மேற்கு தக்காணத்தின் அரச வம்சம், குப்தர்களுடன் மணவுறவு பூண்ட, 399.

வாசுதேவர், கிருஷ்ணரின் தந்தை, 207; 'வாசுதேவ மைந்தன்' என்று கிருஷ்ணரையும் இப்பெயர் குறிக்கின்றது, 207.

வாத எதிர்வாதம், பட்டிமன்றம் (தொடக்கத்தில் புத்தரால் இகழப்பட்ட) மகாயான முறையில், 368.

வாதவ்யாதி, ஆட்சிக்கலைத் தத்துவ அறிஞர், 263.

வார், விண்ணுலகாகக் கருதப்பட்ட யிமா மன்னனின் செவ்வக அடைப்பு, 138-139.

வார்லி, மகாராஷ்டிர மாநிலத்திற்குரிய பழங்குடிகள், வி.ப. காடுகளை வெட்டிப்போட்டுத் தீயிட்டுச் சாம்பலில் விதைத்துச் சாகுபடி செய்யும் வார்லிப் பழங்குடி விவசாயிகள், பு.எ. 36.

வாரிசுரிமை, 155, 178.

வாழ்க்கை நல்லொழுக்கம், 199, 205, 263, 285.

வாஸப-கத்தியா, ஒரு சாக்கியப் பெண்ணாகப் போலி வேடம் தரித்து பாசேனாதிக்கு மணம்முடித்து வைக்கப்பட்ட அடிமைப் பெண், விதூதாபனின் தாய், 278.

வாஸ அஸ்வயர், தாசர் மன்னருக்கும் பழங்குடிக்கும் ஒருங்கே வாழ்த்துக்களை அருளிய முனிவர், 149.

வாஸவதத்தா, சுபாந்து எழுதிய சம்ஸ்கிருதக் காதல்-உரைநடைக் காவியம், 420.

வாஸவதத்தா, (வாசுல் தத்தா) அரசி, 284; பாஸா எழுதிய நாடகத்தின் கதாநாயகி, 414.

விக்கிரகங்கள், பூர்வீகத்தில் கடைப்பிடிக்கப்பட்டு வந்த இக்கலை மரபுகள், 409; காஷ்மீர் ஹர்ஷரின் விக்கிரக உடைப்பு, 382-387.

விக்கிரமாதித்தியன், 'வெற்றிக் கதிரவன்', பல மன்னர்களுக்குரிய பட்டப்பெயர், இரண்டாவது சந்திரகுப்தனின் சிறப்புப் பட்டம், 398.

விசாகதத்தன், முத்திரா ராக்ஷசம்-நாடக ஆசிரியர், 300

விசுவாமித்திரர், வேதிய காலத்தின் ஆரிய முனிவர் தொடக்கத்தில் க்ஷத்திரியர்; ஆனால் பிராமண குல முன்னோராகவும், கோத்திரமாகவும் வழங்கப்படுகிறது, 148.

விஞ்ஞானம், 2; வளர்ச்சியுற வேண்டிய விஞ்ஞானம் பிற்போக்கானதற்குரிய காரணங்கள், 361-365.

விடுதலை இயக்கங்கள், கி.பி. 20-ம் நூற்றாண்டிற்குரியன, 10.

விபாலி, ரிக்வேத நதி, இதில் ஏற்பட்ட வெள்ளப் பெருக்கைச் சரியானபடி தடுத்து நிறுத்திய இந்திரன் கரையில் ஓடச்செய்தான், 143.

விதூராபன், விதூராப சேனாதிபதி, கோசலத்தில் கடைசி மன்னன், 278-281, 283.

விதேகம், கோசலம் வென்ற பழங்குடி அமைப்பும், ஜனபாதமுமான, 270

விதைக் குழாய்கள், வி.ப. பு.எ. 16.

விதையடித்தல், (மந்தையாக அலைந்து திரியும் மாடுகளுக்கு அளித்த சிகிச்சை), 74.

விந்தியா, தீபகற்பத்தின் நுழைவாயிலில் அமைந்துள்ள மலைத் தொடர், 164.

வினயா, பௌத்த மத மடாலயக் கட்டுப்பாடுகளும், விதிகளும், 190, 368, 377.

விருச்சிவத்ஸ், ஹரப்பாவில் இந்திரனால் முறியடிக்கப்பட்ட போர் வீரர்கள், 141.

விருத்ரன், (ரிக்வேத அசுரன்) சிந்து அணைகளை இந்திரன் உடைத்ததை எடுத்துக்காட்டும் தற்குறிப்பேற்றம், 142.

விருந்தா, வனதேவதை, துளசி மாதா, ஆண்டுக்கு ஒரு தடவை கிருஷ்ணரை மணந்தாலும் கிருஷ்ணரின் அதிகார பூர்வமான மனைவிமார் பட்டியலில் இப்பெயர் இடம்பெறவில்லை, 208.

விருஷி, (பழங்குடி), நாணயம், வி.ப. பு.எ. 73.

வில், 77, 115; பலம் வாய்ந்த சிறப்பான இந்தியப் படைக்கருவி, 290, 356; வி.ப. பு.எ. 31, 93.

வில்ஹம் ராவ், 42.

விவசாயம், வேளாண்மைத் தொழில், 8, 44, 75-84, 92, 124, 153, 160, 170, 178, 179, 193, 200, 257, 265, 295; பூர்வகாலத்து வேளாண்மைத் தொழிலின் எச்சம், 26; சித்திரங்கள் 1, 2, 3; ஆசியாமைனரில் வரலாற்றுக்கு முற்பட்ட காலத்திற்குரிய, 49, 63; மேற்கு தக்காணத்தில் இதன் துவக்கங்கள், 69, 202; பூர்வகாலப் பழங்குடிகள் நடத்திய இடப்பெயர்ச்சி விவசாயம், 78; ஜனப் பெருக்கத்தை விளைவித்தது; 92; சிந்துப் பண்பாட்டில் கலப்பையின் இன்மை, 108-112; அநேகமாக அதன் துவக்கங்கள், 116-121; சிந்து விவசாயத்தின் அழிவு, 128; மகத அரசு நிறைவேற்றிய விவசாயத் தொழில் மாற்றம், 287, 341; நேரடியான அரசாங்க நிர்வாகத்தின்கீழ்

இயங்கிய விவசாயம், 313-317; புதிய குடியேற்றங்களை நிறுவி ஊக்குவிக்கப்பட்ட விவசாயம், 357; தக்காணத்தின் வேகமான முன்னேற்றம், 393; பழங்குடியினரின் பெரும் இடையூறுகளை அகற்றிய குப்தர்கள், 398, வி.ப. புன்செய் நிலச் சாகுபடி சித்திரம் 1; பக். 28; நன்செய் நிலச் சாகுபடி, சித். 2; பக். 30; காய்கறித் தோட்டம், சித். 3, பக். 31; உழவு, பு.எ. 14, 15; பரம்படித்தலும், விதைத்தலும், பு.எ. 16; பேரரடியல், பு.எ. 17; கோதுமையைப் பதர் நீக்கித் தூற்றல், பு.எ. 34; காடுகளை வெட்டிப்போட்டுத் தீ மூட்டிச் சாம்பல் சத்து இறங்கிய நிலத்தில் நடத்தப்படும் பழங்குடிச் சாகுபடி முறை, பு.எ. 36.

விஷ்டி, கட்டாய கடைநிலை அடிமை உழைப்பாளிகள், 315-319; அர்த்த சாத்திர சம்பள விகிதம், 323; போர் முகாம்களுக்கும், படைகளுக்குத் தேவையான கடுமையான உழைப்பிற்கும் தேவையுற்ற விஷ்டிகள், 322-326; பிற்காலத்தில் விஷ்டி என்பது கூலி தரப்படாத நிலப்பிரபுத்துவக் கொத்தடிமை என்ற பொருளில், 323; குப்தர் காலத்தில் கூலி அளிக்கப்பட்டாலும், 402.

விஷ்ணு, (நாராயணன்) தெய்வம், 87, 171, 353, 388; விஷ்ணுவின் திரு அவதாரங்கள், 34, 353; மகாயான தெய்வத் தொகுதிக்குள், 371.

விஹார், பௌத்த மடாலயம், 383; இதன் வாயிலாகப் பெற்ற பீகார் மாநிலப் பெயர், 375.

வீர், (வீரன்) தெய்வம், 76.

வெண்கல யுகம், 49, 50, 68, 74, 98, 101, 104, 140, 154, 158, 161, 164; காட்டுமிராண்டிப் படைவீரர் வர்க்கத்தின் ஏகபோகத்திற்குரியதாக இருந்தது, 50; இந்துப் பண்பாட்டில் காணப்பட்ட படைக்கலங்களைவிட உயர்ந்து காணப்பட்ட வெண்கலக் கருவிகள், 104, 114.

வெள்ளம், யுகப் பிரளயம், 44, 105, 112, 128, 344; இந்து சமவெளியில் (எகிப்தைப் போலவே) நடைபெற்ற வெள்ளப் பாசனமுறை, 110.

வெள்ளி, (இலச்சினைக் குறியிட்ட நாணயங்களில் பார்க்க) 270, 296, 312, 323, 325, 332, 392, 401.

வெள்ளீயம், 153, 261; வெண்கலத்திலிருக்கும் தாமிர வெள்ளீயக் கலவை, 104.

வேசாலி, (வைசாலி, பசார்) லிச்சாவியின் முக்கிய நகர், 200, 265; சீர்திருத்தம் வேண்டி வைசாலியில் கூடிய பௌத்த சங்கம், 377, 379; ஆனால் வைசாலித் தீர்மானங்கள் தக்காணத்தில் இகழப்பட்டது, 382.

வேசித் தொழில், (அரசவைக் கணிகையில் பார்க்க) 122; மகத இராஜ்ஜியத்தில் ஏகபோகமாக விளங்கிய தொழில், 328-333, கோயில் வருமானத்திற்கு ஊற்றாக இருந்த, 404.

வேட்டைத் தொழில், 53, 59, 77, 81, 93.

வேதங்கள், (ரிக்வேதத்தில் பார்க்க), (யசுர் வேதத்தில் பார்க்க), 162-173, 179, 181, 186, 192, 201, 206, 262, 273, 291, 294, 346, 350; மறைநூல்கள், 131; இதன் சிறப்பு தெய்வங்கள், 131; வரிசைத் தொடராக; பிராமணக் கொள்கைகளுக்குத் தலையானது, 159; கங்கை நதிப் பிரதேசங்களில் புறக்கணிக்கப்பட்ட வேதிய மரபுகள், 277, 348; கிராமத்து பிராமணர்களாலும் கைவிடப்பட்ட வேதிய நெறிகள், 364.

வேதாளம், சாத்தான்களின் இளவரசன், இன்னமும் கிராமங்களில் தெய்வமாக வணங்கப்படுகிறது, 34, 86, 88, 353.

வேற்றுமைப் பண்புகள், ஆரியப் பழங்குடிக்குள்ளாக இருந்த, சாதியால் தோன்றிய, 155, 261; இனம் பிரித்துக்காட்ட முடியாத பழங்குடிகள் - மல்லர்கள், லிச்சாவி, சாக்கியர் வரிசைகளில் பார்க்க.

வைசியர், ஆரிய வணிகரும், விவசாய வர்க்க சாதியுமான, 23, 154, 157, 178, 273, 352; ஆரியரல்லாப் பழங்குடியிலிருந்து, 356.

வைணவர், 'விஷ்ணு பக்தர்கள்', சைவ இயக்கத்திற்கு எதிராகத் தோன்றிய வைணவ சமயப் பிரிவு, 420-425.

வைதேஹிகர், தொடக்கத்தில் ஒரு பழங்குடிப் பெயர், 'விதேகத்தைச் சார்ந்த மனிதன்' பிற்காலத்தில் வணிகரைக் குறிக்கும் பெயராகவும் விளங்கிற்று, 270.

ஸ்ரீகுப்தர், குப்தர் வம்சத்தைத் தோற்றுவித்தவர், 396.

ஸ்ரீ ராமானுஜர், 12-ம் நூற்றாண்டில் வாழ்ந்த வைணவ சமயச் சீர்திருத்தவாதி, 205, 423, 428.

ஸ்ரீஹர்ஷர், 12-ம் நூற்றாண்டின் சம்ஸ்கிருதக் கவி, காஹடவாலாவின் அரசவைப் புலவர், ('நைஷாடியர் சரித்திரத்தை' இயற்றியவர்), 417.

ஸ்கந்தன், கந்தன், ஆறுமுகம், சிவனின் மைந்தன், 354, 414.

ஸ்மார்த்தா, சிவனையும், பார்வதியையும் வணங்கும் சைவ பக்தர்கள், 423.

ஸ்தூபி, (தூபியில் காண்க)

ஸரமா, தாய்தெய்வம் (நாய்க்குலப் பெண் தெய்வம்) 143.

ஸ்வப்பன வாசவதத்தம், பாஸர் இயற்றிய ஒப்பற்ற நாடகம், 414.

ஸெர்க்ஸெஸ், (கூஷாயர்ஷா) ஆக்கேயமெனித்தின் பேரரசர் கிரீஸ் படையெடுப்பில் பங்கேற்ற இந்தியத் துணைப் படைகள், 132, 288.

ஸொபாரா, துறைமுகம் (ஒருக்கால் பைபிளில் கூறப்படும் ஓபீர்), 295.

ஸொபைட்டஸ், (ஸௌபூதி) நாயனம், வி.ப. பு.எ. 56.

ஸொபைரஸ், முதலாவது டரீயஸ் மன்னரின் அமைச்சர், 282.

ஜகத்தலா, ராஜ் சஹாயிலுள்ள பௌத்த மடாலயம், 424.

ஜப்பான், ஒப்பீடான மதிப்பீடு, 8-11, 17, 174.

ஐயதேவர், சம்ஸ்கிருத இலக்கிய வரலாற்றில் கடைசியாக வந்த பெருங்கவிஞர், 'கீத கோவிந்தம்' எழுதியவர்,420-425.

ஐவுளி, துணிமணியில் பார்க்க.

ஜனநாயகம், பழங்குடிக்குரிய, 281, உட்சிதைவுகள், 282, 359-362.

ஜனபதம், 'ஒரு காலடி' பின்னர் 'ஒரு மாவட்டம்', 203, 266, 269, 280, 288, 291, 295; கி.மு. 6-ம் நூற்றாண்டு மரபின் வழியே வந்த பதினாறு பெரிய ஜனபதங்கள், 265, 284; வரிசைத் தொடரில், அர்த்த சாத்திர அரசின் நிர்வாகக் கூறு, 309, 328.

ஜனமேஜயர், பூரு வம்சாவளியில் காணப்படும் மூன்று மன்னர்களின் பெயர், 168.

ஐஃதகக் கதைகள், பிரபலமாக இருந்த பழங்கதைகளை எடுத்து அவற்றை புத்தரின் முற்பிறப்புச் சுழற்சிக் கதைகளாகத் திருத்தி அமைக்கப்பட்ட புராணக் கதைகள், 106, 381.

ஜாதவர், கிருஷ்ணரின் யாது மக்களாக உரிமைகொண்டாடிய இடைக்காலக் குலம், 255.

ஜாதி, பழங்குடிப் பூர்வ தொடக்கத்தையுடைய பிற்கால சாதிகள், குலப்பிரிவின் அகமண உறவுக் கட்டையும், பொதுப்பந்தி விருந்து முறையையும் தொடர்ந்து கடைப்பிடித்த, 354, 357-361.

ஜாம்பவதி, கரடிக்குல இளவரசி, 208.

ஜார்மோ, புராதன விவசாயப் பண்பாட்டை எடுத்துக்காட்டும் ஈரானிய மேட்டு நிலம், 116.

ஜாரா, காட்டுவேடன், தனது ஒன்றுவிட்ட சகோதரனாகிய கிருஷ்ணனைக் கொன்றவன், 256.

ஜாராதுஷ்டிரர், (ஸோரோவாஸ்டர்) ஈரானியச் சீர்திருத்தவாதி, 138, 142.

ஜான் ஸ்டூவர்டு மில், 9.

ஜியோர்ஜாய், இந்தியாவின் சூத்திரர், கார்ஷகர்களான உழவர்களைக் குறிக்கும் கிரேக்கச் சொல், 318.

ஜீலம், காஷ்மீர்-பஞ்சாப் நதி, ஐடாஸ்பெஸ் என்று கிரேக்கர்கள் குறித்த, 291.

ஜீவதாமன், நாணயங்கள், வி.ப. பு.எ. 69.

ஜீவாங், பழங்குடிகள், வி.ப. பு.எ. 30, 32.

ஜுன்னார், நகரம், சாதவாகனரில் இரண்டாவது தலைநகர், பௌத்த மடாலய குகைகளின் அமைவிடம், 86; தென் வணிகவழியின் புதிய திருப்புமுனை, (பைத்தானை அடுத்து), 381, 383, 385; வி.ப. அருகாமை விவசாயம், பு.எ. 4; சரக்கு வணிகக் குழு, பு.எ. 14, 19.

ஜெர்னெட், ஜே. 42.

ஜெரிக்கோ, 50, 62, 118.

ஜெஜூரி, கண்டோபர் வழிபாட்டிற்குரிய முக்கியத்தலம், 395.

ஜைனம், (சமணம்) பௌத்த மதத்தைப் போன்று கொல்லாமையைப் போற்றும் மதம், 44, 177, 187, 317, 334, 348, 352, 370, 376, 387.

க்ஷத்திரியர், படை வீர-அரசகுல வர்க்கம், 23, 137, 154, 157, 158, 193, 194, 198, 262, தொடக்க காலத்தில் சரக்கு வணிகர்களின் வழிக் காவலுக்காகப் படையேந்திச் சென்றும், 155; பின்னர் கூலிப்படை வீரர்களாகவும், 155, 290; க்ஷத்திரியத் தத்துவ ஞானிகள், 182; புதிய சமயங்களைத் தோற்றுவித்த க்ஷத்திரியப் பெரியார்கள், 187; வியாபாரத்திலும், உழவுத் தொழிலிலும் ஈடுபட்டு வந்த சில க்ஷத்திரியர்கள், 193, 307, 308; ஆட்சிக்கலை இயலில் க்ஷத்திரியச் சிந்தனையாளர்கள், 263; பூண்டோடு அழிக்கப்பட்ட பூர்வகுடி க்ஷத்திரியர்கள் 308; இருவகையான க்ஷத்திரியப்

பழங்குடிகள், 308; சம்ஸ்கிருத இலக்கியத்தை தொடர்ந்து வளமூட்டிய க்ஷத்திரியர்கள், 351; ஒரே நேரத்தில் க்ஷத்திரியர்களாகவும், பிராமணர்களாகவும் விளங்கிய, 356.

க்ஷமேந்திரா, காஷ்மீரத்தின் வளமிக்க நூலாசிரியரும், கவிஞரும் (சம்ஸ்கிருதத்தில்), 279, 420.

க்ஷாத்ரபாந்து, 'குல ரத்த உறவினால் மட்டுமே க்ஷத்திரியர்களாகக்கூடிய'; இகழ்ச்சியுடன் அழைக்கப்பட்ட சொல், 277.

க்ஷேத்திரபாலா, 'வயல்களின் காவலன்', சர்ப்பத்தையும் சிவனையும் குறிக்கும் அடைமொழி, 172.

ஹ்யூன்-த்ஸாங், (ஹ்யூர்ஸாங், ஹூவான் சுவாங்) கி.பி. 6-ம் நூற்றாண்டின் சீன யாத்திரிகர், பயணி, அறிஞர், பௌத்த மதத் திருநூல்களை மொழிபெயர்த்தவர், 153, 377, 379; நளாந்தா 365-368, நளாந்தா தகர்ப்புகள் பற்றிய மனக்கிலி, 425.

ஹம்முராபி, 17-ம் நூற்றாண்டு கால பாபிலோனிய மன்னரும், சட்ட முதல்வரும், 100.

ஹர்ஷர், (சிலாதித்தியர்) கி.பி. 605-650, கடைசி பௌத்தப் பேரரசர், 373, 386; ஹர்ஷரின் கையொப்பம், 376, சித். 15; சிவன், சூரியன் கௌரி ஆகிய தெய்வங்களையும் வணங்கிய, 375-378, பிராமணர்களுக்கு நல்கிய ஆதரவுகள், 396; அவ்வாறே பிற சமயத்தினர்களுக்கும், சம்ஸ்கிருதத்தில் புகழ்வாய்ந்த கவிஞரும், நாடக ஆசிரியரும், நடிகருமான, 396, 414-418; ஐந்தாண்டுகளுக்கு ஒருமுறை அரங்கம் கூட்டிப் பரிசில்கள் வழங்கிய, 376; இந்நூலுக்கு ஏற்றதோர் முடிவாக, 399; சம்ஸ்கிருத ஆசிரியர்களின் பேராதரவாளர், 405; ஹர்ஷரின் வாழ்க்கை வரலாற்றைக் கற்பனைக் காவியமாகப் படைத்த பாணர், 419; வி.ப. செப்பேட்டு கையெழுத்து சித். 15, பக். 374.

ஹர்ஷர்,	காஷ்மீர் மன்னர், (கி.பி. 11-ம் நூற்றாண்டு) விக்கிரக உடைப்பாளர், 385, 386.
ஹரப்பா,	சிந்து நகரம், 100, 101, 104, 110, 111, 115, 119, 123, 127, 160; ரிக்வேதத்தில் வரும் ஹரியூப்பியா, 141.
ஹரி,	கடனுற்ற அடிமை சாதி, 180.
ஹரிஹரர்,	சைவ-வைணவ ஒருமைப்பாட்டு தெய்வம், 423; வி.ப. சித். 16, பக். 422.
ஹாரீதி,	குழந்தைகளைப் பிடித்துத் தின்னும் அரக்கியும், தாய்தெய்வமும், மகாயான தெய்வத் தொகுதிகளில் ஒன்று, 371.
ஹாலா,	சாதவாகன மன்னர், பிராகிருதக் கவிஞரும், பாத் தொகுப்பாளரும், 394, 409.
ஹான்,	சீன அரச குலவம்சம், 176.
ஹிட்டைட்டு,	50, 137.
ஹிந்து, (இந்து மதத்தினர்),	43, 76, 83, 182, 404; இந்துவென்றும் பௌத்தரென்றும் தரம்பிரித்துக் காட்டும் பொருளற்ற கூற்றுக்கள், 375.
ஹிராக்ளீஸ்,	139, 427; கிருஷ்ணராக, 256.
ஹிராடாட்டஸ்,	கிரீஸ் நாட்டு வரலாற்று ஆசிரியர், 146, 288, 362.
ஹீரோகாமஸ்,	(புனிதத் திருமணம், வளமைப் பெருக்கச் சடங்கின் ஒரு அமிசம்), 411.
ஹீனயானம்,	'சிறிய ஊர்தி' தொடக்க காலத்திய, மிகுந்த ஒழுக்கநெறி போற்றிய பௌத்த மதப் பிரிவு, 367-370.
ஹூவிஷ்கர்,	குஷானப் பேரரசர், அவர் வெளியிட்ட நாணயங்கள் வி.ப. பு.எ. 72.
ஹூன்,	(ஹூணர்கள்) மத்திய ஆசியாவிலிருந்து புறப்பட்ட ஆக்கிரமிப்பாளர்கள், 375.

ஹெலியோடோரஸ், சுங்க அரசவையிலிருந்த கிரீஸ் நாட்டுத் தூதுவர், கிருஷ்ண பக்தர், 388.

ஹேமாத்ரி, இராமச்சந்திர யாதவரின் அமைச்சர்; ஆசாரக்கோவை பற்றியும் அரசு நிர்வாக முறை பற்றியும் எழுதியவர், 359.

ஹோமர், 142, 167, 263.

ஹோலி, (வசந்தகாலக் களியாட்டம்) வரலாற்றுக் காலத்திற்கு முற்பட்ட அம்சங்கள், 85; அசோகர் காலத்து சமாஜத்தை நிகர்த்த, 341.